फेसबुकच्या साम्राज्यात डेव्हिड कर्कपॅट्रिकला प्रवेश मिळाला आणि घडलं ते फेसबुकच्या स्तिमित करणाऱ्या प्रगतीचं यथार्थ दर्शन!

– ऑब्झर्व्हर

वेबसाइटच्या प्रभावी परिणामांचं विचारपूर्वक आणि अत्यंत समतोल विश्लेषण... 'द फेसबुक इफेक्ट' हे फेसबुकचा परिपूर्ण विचार मांडतानाच त्याचं तत्त्वज्ञान आणि त्याहीपलीकडे त्याचा प्रभावीपणा जाणवून देतं.

– डेव्हिड पॉग, 'द न्यू यॉर्क टाइम्स बुक रिव्ह्यू'

विलक्षण वार्तांकन आणि रोचक निवेदनाने नटलेलं असं हे अप्रतिम पुस्तक आहे. मार्क झकरबर्ग आणि त्याच्या सहकाऱ्यांच्या नाट्यपूर्ण मानवीय घटनाक्रमातून एखाद्या परिवर्तन घडवणाऱ्या कार्याची सुरुवात कशी व्हावी याची झलक मिळते.

– वॉल्टर आयझॅकसन, लेखक, 'आइनस्टाइन : हिज लाइफ अँड युनिव्हर्स' आणि 'स्टीव्ह जॉब्ज'

हॅकर संस्कृतीचं एका कोट्यवधींची उलाढाल करणाऱ्या कंपनीत रूपांतर झाल्यावर काय होतं, याचा वृत्तान्त कर्कपॅट्रिकच्या अफाट वार्तांकनातून कळतो. मार्क झकरबर्गने ही हॅकरची ताकद कायम राखली आणि त्यातून जे जन्माला आलं त्याची कथा विलक्षण आहे.

– ख्रिस अँडरसन, संपादक, 'वायर्ड' आणि 'द लाँग टेल'चे लेखक

'द फेसबुक इफेक्ट'मध्ये दोन पुस्तकं सामावली आहेत. अत्यंत बारकाव्यांसहित फेसबुकच्या स्थापनेपासून ते त्याच्या अलौकिक प्रगतीचं वार्तांकन पहिल्या पुस्तकात वाचायला मिळतं, तर दुसऱ्या पुस्तकात या सगळ्या घडामोडींच्या

प्रभावांचं विश्लेषण आहे... त्याला जरी सगळी उत्तरं मिळाली नसली, तरीही कर्कपॅट्रिकने यात योग्य जागी योग्य प्रश्न निर्माण केले आहेत.

– इथन गिल्सडॉर्फ, 'द बोस्टन ग्लोब'

कुठल्याही गोष्टीचा श्रीगणेशा करतानाच्या चित्तरकथेच्या या भन्नाट निवेदनाने, आपण अजब आणि भव्य असं काहीतरी करण्यास सज्ज झालोय, ही जाणीव झालेल्या माझ्या विकिपीडियाच्या दिवसांची आठवण करून दिली आहे. ध्येयवादी मार्क झकरबर्गने अल्प आर्थिक फायदे दूर सारून आपल्या कामाच्या गुणवत्तेवर भर दिला आणि कुठल्याही कंपनीच्या यशस्वितेसाठी हेच आवश्यक असल्याचं वर्णन या पुस्तकात आहे.

– जिमी वेल्स, संस्थापक, विकिपीडिया

ऑनलाइन आणि ऑफलाइन जगताना, फेसबुक हे संपूर्णत: झाकोळून टाकणारं एक सोशल नेटवर्किंगचं साधन बनलं आहे. फेसबुक कसं वाढत गेलं, त्याचा कुठल्या दिशेनं प्रवास सुरू आहे आणि आपल्या आयुष्यांवर त्याचा कसा-कसा परिणाम वाढत जाणार आहे, याचा आलेख 'द फेसबुक इफेक्ट'मध्ये अत्यंत प्रभावीपणे मांडण्यात आला आहे.

– क्रेग न्यूमार्क, 'क्रेगलिस्ट'चे संस्थापक

'द फेसबुक इफेक्ट'मध्ये आमच्या काळातील एका अत्यंत नावाजलेल्या कंपनीची कहाणी आहे, जी उभी करणाऱ्या नवख्या; पण जिद्दी व्यावसायिकांच्या गटानं आज लाखो लोकांच्या संपर्क, संवाद आणि माहितीच्या देवाणघेवाणीच्या मार्गाचा चेहरामोहराच बदलून टाकला आहे... फेसबुकचा परिणाम अनेक भावी पिढ्यांवर दिसून येईल.

– मायकल डेल, 'डेल'चे संस्थापक आणि सीईओ

चित्तवेधक... एक विस्तृत आणि शक्य तितक्या प्रामाणिकपणे घेतलेला फेसबुकच्या इतिहासाचा आढावा.

– रीच जारेस्लोव्हस्की, 'बिझनेस वीक'

फेसबुकचा संस्थापक मार्क झकरबर्गचं व्यक्तिमत्त्व उलगडण्याचा आतापर्यंत सगळ्यात चांगला प्रयत्न कर्कपॅट्रीकनं केला आहे... झकरबर्ग एक असामान्य बुद्धिमत्तेची व्यक्ती आहे की तात्पुरता चमत्कार? की दोन्ही? स्वभावविशेषांच्या इतक्या छटा त्याच्यात कशा एकवटल्या आहेत, हे या पुस्तकात आहे.

– जॉर्ज अँडर्स, 'फोर्ब्ज'

सन २००४मध्ये हार्वर्डच्या एका हॉस्टेल रूममध्ये सुरू झालेला एक प्रकल्प ते सगळ्यात जास्त वापरल्या जाणाऱ्या साइटपैकी दुसरी, असा एका कंपनीचा प्रवास कर्कपॅट्रिकनं आपल्या वाचकांसमोर ठेवला आहे... कंपनीवर अधिराज्य गाजवणाऱ्या विद्यार्थिदशेला त्यानं पुस्तकात समर्थपणे व्यक्त केलं आहे.

– मिखिको काकुतानी, द न्यू यॉर्क टाइम्स

आपल्या विषयाला अतिदक्षतेनं हाताळण्यापेक्षा कर्कपॅट्रिक यांनी झकरबर्गचे विचार आणि दृष्टिकोन आम्हाला पूर्वी जे आढळून आलं त्याहीपेक्षा जास्त सर्वसमावेशकतेनं मांडले आहेत.

– पॉल बाउटिन, 'द वॉल स्ट्रीट जर्नल'

कंपनीच्या निर्मितीपासून ते एका अधिराज्य गाजवणाऱ्या कंपनीपर्यंतची खिळवून ठेवणारी कहाणी कर्कपॅट्रिकनं यात दिली आहे. अगदी पहिल्या दिवसापासून या सगळ्या घडामोडींचा साक्षीदार असूनही हे पुस्तक वाचताना मी आश्चर्यचकित झालो.

– डॉन टॉपस्कॉट, 'द ग्लोब एन्ड मेल' (टोरान्टो)

झकरबर्गची हार्वर्डमधील हॉस्टेल रूम ते जगातील एका तांत्रिक दृष्टीनं अव्वल अशा कंपनीच्या बोर्डरूमपर्यंतच्या प्रवासाचं वर्णन देताना कर्कपॅट्रिकनं त्याच्या मानसिकता दर्शवणाऱ्या अनेक गोष्टी यात सांगितल्या आहेत. त्यांच्या संशोधनातून फेसबुकच्या यशाचं रहस्य उलगडतं आणि त्याच वेळी ही कंपनी वारंवार वादंगांना का सामोरी जाते याबाबतचे सूचक संदर्भही मिळतात.

– द इकॉनॉमिस्ट

फेसबुक कसं वाढत गेलं, निर्माण झालेल्या वादांना त्यांनी कसं तोंड दिलं आणि त्याच्या भवितव्यात काय आहे, याबाबत झकरबर्गचं ज्ञान याबाबत घेतलेल्या विस्तृत मुलाखतींनंतर हे पुस्तक लिहिलं गेलं आहे. त्यामुळे ज्यांचं उद्योजक होण्याचं स्वप्न आहे त्या वाचकांनी अशा व्यवसायातील संभावित धोक्यांना जाणून घेण्यासाठी हे पुस्तक जरूर वाचावं.

– लायब्ररी जर्नल

एक अचंबित करणारं पुस्तक.

– डॅन फ्लेचर, टाइम

फेसबुकच्या सुरुवातीच्या दिवसांचं कर्कपॅट्रिकनं केलेलं वर्णन अतिशय आकर्षक आहे... त्याची वार्तांकनाची हातोटी वाखाणण्यासारखी आहे.

– रेचल मेट्झ, 'असोसिएट प्रेस'

आपल्या
स्नेहीजनांना
पुस्तके
भेट द्या

द facebook इफेक्ट

मूळ लेखक
डेव्हिड कर्कपॅट्रिक

अनुवाद
वर्षा वेलणकर

मेहता पब्लिशिंग हाऊस

Please contact us at **Mehta Publishing House,** 1941, Madiwale Colony, Sadashiv Peth, Pune 411030.

✆ +91 020-24476924 / 24460313

Email : info@mehtapublishinghouse.com
production@mehtapublishinghouse.com
sales@mehtapublishinghouse.com

Website : www.mehtapublishinghouse.com

- *या पुस्तकातील लेखकाची मते, घटना, वर्णने ही त्या लेखकाची असून त्याच्याशी प्रकाशक सहमत असतीलच असे नाही.*

THE FACEBOOK EFFECT : The Inside Story of the Company that is Connecting the World by DAVID KIRKPATRICK

Translated into Marathi Language by Varsha Velankar

द फेसबुक इफेक्ट / अनुवादित माहितीपर

अनुवाद : वर्षा वेलणकर
२०१, निर्मन इटरनिटी, सुतारवाडी, पाषाण-सूस रोड,
अभिनव आर्ट कॉलेज जवळ, पुणे - ४११०२१.

मराठी अनुवादाचे व प्रकाशनाचे हक्क मेहता पब्लिशिंग हाऊस, पुणे.

प्रकाशक : सुनील अनिल मेहता, मेहता पब्लिशिंग हाऊस,
१९४१, सदाशिव पेठ, माडीवाले कॉलनी, पुणे - ४११०३०.

मुद्रक : स्पेक्ट्रम ऑफसेट, डी-२/४, सत्यम इस्टेट, सीडीएसएसच्या मागे,
एरंडवणे, पुणे - ४११००४.

मुखपृष्ठ : मेहता पब्लिशिंग हाऊस

प्रथमावृत्ती : ३१ ऑक्टोबर, २०१६

किंमत : ₹ ३९५/-

P Book ISBN 9789386175175

एलिनाला आणि क्लाराला समर्पित

अनुवादकाचे मनोगत

हल्ली कुठल्याही पालकांची वयात येणाऱ्या आणि आलेल्या मुलांबाबत एक तक्रार सर्वत्र ऐकू येते. ही तक्रार मोठ्या प्रमाणात चर्चेत आहे. पालक, समुपदेशक, शिक्षक आणि काही शैक्षणिक संस्था या सगळ्यांच्या कपाळावर आठ्या आणणारी एकच गोष्ट आहे – ती म्हणजे सोशल नेटवर्किंगच्या आहारी गेलेली तरुण पिढी. त्यातही सगळे शिव्याशाप फक्त 'फेसबुक' नावाच्या एका वेबसाइटच्या वाट्याला जाताना आढळून येतात. वर्तमानपत्रांतही रकानेच्या रकाने भरून यावर विविध दृष्टिकोनांतून चर्चा घडवून आणण्याचा आणि पालकांच्या संतप्त प्रतिक्रियांना मोकळी वाट करून देण्याचा प्रयत्न होताना दिसतो. पण अजूनतरी या खूप घाबरवणाऱ्या समस्येवर उपाय काही सापडलेला नाही. काय आहे हे फेसबुक?

द फेसबुक इफेक्ट अनुवादासाठी हाती घेताना मीही या वर वर्णन केलेल्या व्यक्तींच्याच भूमिकेत होते. मी फेसबुकची सदस्य आहे आणि गेली ३ वर्षं मी त्यावर बऱ्यापैकी ॲक्टिव्ह आहे. पण लहान मुलांना त्यावर तासन्‌तास घालवताना जेव्हा मी पाहिलं तेव्हा मीही अस्वस्थ झाले. त्याचं व्यसन या मुलांना का जडावं, हा प्रश्न मलाही पडतो. नेमकं तेव्हाच हे पुस्तक हाती आलं. आणि हो, मला माझ्या बहुतांश प्रश्नांची उत्तरं मिळाली, ज्याचा उलगडा इथं या मनोगतात करण्याचा मोह मला अनावर होतो आहे.

तंत्रज्ञान आणि त्याची माध्यमं किंवा असं तंत्रज्ञान आपल्या उंबरठ्यापर्यंत आणून ठेवणारी जी माध्यमं गेल्या दशकात निर्माण झाली, त्यातील इंटरनेटनं जगाला अक्षरश: झपाटून टाकलं आहे. मोठमोठ्या उद्योगांना, शासकीय व्यवहारात किंवा संशोधनासाठी उपयोगी ठरणाऱ्या तंत्रज्ञानानं जेव्हा सामान्य माणसाच्या आयुष्यात प्रवेश केला, तेव्हा या तंत्रज्ञानाच्या उपयोगितेच्या कक्षांची कुणालाही कल्पना नव्हती. ते फक्त प्रवेश करतं झालं आणि आपल्या प्रत्येकाच्या आयुष्याचा अविभाज्य भाग बनलं. ज्यांनी ते विकसित केलं त्यांना कमाईची घाई होती आणि आपल्याला त्याच्या चमत्कारांनी भारावून टाकलं होतं. स्वातंत्र्य हवं आणि त्याची किंमत जाणणाऱ्यांनी ते मिळवण्यासाठी जिवाचं रान करून ते मिळवलं. पण त्याचा वापर कसा व्हावा, हे शिक्षण द्यायला त्यांना वेळ मिळाला

नाही आणि असं शिक्षण घेण्यासाठी कुणी तत्पर नव्हतं. त्यामुळे आज स्वातंत्र्य मिळूनही जी अनागोंदी अनुभवायला मिळते, तीच अवस्था आज जगभरात इंटरनेट ही सेवा वापरणाऱ्यांची आहे.

आधुनिक तंत्रज्ञान लोकांसाठी आवश्यक आहे. पण कुठल्याही शिक्षणाशिवाय असं तंत्रज्ञान लोकांना सुपुर्द करणं म्हणजे माकडाच्या हातात कोलीत, असा प्रकार आहे. इंटरनेट आणि त्यातही सोशल नेटवर्कच्या अतिवापराचं जे चित्र आज आपल्याला काळजी करायला भाग पाडतं, त्यामागेही हीच कहाणी आहे.

अमेरिकेत सोशल नेटवर्कला सुरुवात झाली त्यालाही आता एक दशक लोटलं आहे. फेसबुकच्या आधी संवादाची अनेक माध्यमं तिकडे उपलब्ध होती, पण फेसबुक एखाद्या चमत्कारासारखं लोकांना नादी लावण्यास कारणीभूत ठरलं. त्याची चर्चा आणि परिणाम सगळेच नकारात्मक येऊ लागले. इतके की, अनाहूतपणे त्या सेवेसंदर्भात आधी टीका आणि मग इच्छा झालीच तर थोड्या अभ्यासानंतर काही चार चांगले शब्द अशी परिस्थिती, जिथे जिथे फेसबुकची वावटळ उठली, त्या सर्व देशांत आहे. पण सत्य परिस्थिती डोळ्यांआड करता येणार नाही. जगातील ७०० दशलक्ष लोक ही सेवा नियमित वापरतात. का? त्यांना यात काही नकारात्मक दिसत नाही का? प्रत्येक तरुणाच्या आवश्यक गरजांमध्ये फेसबुकचा समावेश का झाला आहे? सरकारांना आता याच्या वाढत्या प्रभावासंदर्भात विचार आणि कृती करण्याची वेळ का आली आहे? असं काय आहे यात, ज्यामुळे मुलं आपल्या पालकांशी सर्रास खोटं बोलतात आणि खोल्यांची दारं लावून संगणकावर डोळे खिळवून बसतात?

या सगळ्या प्रश्नांची उत्तरं *द फेसबुक इफेक्ट*मध्ये सापडतात. तांत्रिक प्रकारात मोडणारं पुस्तक असलं तरीही फेसबुक या संकल्पनेला जाणून घेण्यासाठी त्यात भरपूर वाव आहे. संवादाचं माध्यम म्हणून निर्माण झालेल्या अनेक वेबसाइटपैकी एक फेसबुक आहे. संवादाची आवश्यकता प्रत्येकाला आहे. पण जिवंत लोकांशी संवाद साधण्यासाठी जिथे वेळ नाही, तिथे ज्यांना कधी पाहिलंही नाही अशा ढीगभर लोकांशी तुम्ही काय बोलता, असा सवाल फेसबुकची सुरुवात झाली तेव्हा अमेरिकेतील पालकांना पडला होता, आणि या दशकभरात तो आपल्या देशातील पालकांपर्यंतही येऊन ठेपला आहे. (त्यांनी अनुभवलेली अस्वस्थता जाणून घेण्यास काही उत्सुक लोकांना फेसबुकचा उपयोग होऊ शकतो. अशा काही पालकांचा फेसबुकच्या माध्यमातून शोध घेऊन त्यांच्याशी ऑनलाइन चर्चा शक्य आहे. फक्त इथे विरोधाभास असा आहे की, यासाठी तुम्हाला फेसबुकचीच मदत घ्यावी लागणार!) पण संवाद आणि बोलणं यातील फरक जाणून घेण्यात आपण अयशस्वी ठरलो, याची जाणीव जगातील कोट्यवधी पालकांना अजूनही झालेली

नाही, असा एक निष्कर्ष फेसबुकला मिळालेल्या चमत्कारिक यशोगाथेतून निघतो. दुर्दैवानं, या निष्कर्षाचाही व्हावा तितका प्रसार झालेला नाही. फेसबुकला जो संवाद अपेक्षित आहे, तो दोन व्यक्तींमधला नाही, तर जगभरात विखुरलेल्या समविचारी लोकांना एका व्यासपीठावर आणून प्रत्येकाच्या मनातील प्रत्येक गोष्ट व्यक्त करणारा आणि पर्यायानं या प्रत्येक व्यक्तीचं व्यक्तिमत्त्व विश्वासमोर अगदी स्वच्छ उभं राहण्यास मदत करणारा संवाद आहे. भौगोलिक, सामाजिक, सांस्कृतिक, रंग, रूप, धर्म आणि अस्तित्वात असलेल्या एकूणएक माणसांना विभागणाऱ्या सीमारेषांना छेदून होणाऱ्या संवादासाठी हे माध्यम निर्माण करण्यात आलं आहे. पण पुन्हा, दुर्दैवानं, फेसबुक संस्थापकांच्या या उद्देशाची किंचितशीही जाणीव फेसबुक वापरणाऱ्यांना आणि त्यावर टीका करणाऱ्यांनाही नाही. म्हणून द *फेसबुक इफेक्ट* वाचण्याची गरज आहे.

एक पालक म्हणून आणि त्यातल्यात्यात वयात आलेल्या मुलांचे आई-बाप म्हणून हे पुस्तक वाचाल, तर तुम्हाला कळेल की, दोन व्यक्तींमधला संवाद या माध्यमातून घडतो त्यात आणि प्रत्यक्ष संवादात काय फरक आहे. मुलांना मित्र आहेत आणि ते परस्परांसोबत भरपूर वेळही घालवतात. पण तरीही या प्रत्यक्ष आयुष्यातील मित्रांबरोबरच एक गठ्ठाभर मित्र त्यांच्या संगणकातही त्यांना क्षणाक्षणाला भेटतात, त्यांना सोबत करतात आणि त्यांना मदत करतात. कशी? त्याचं उत्तर इथे तुम्हाला नक्की मिळेल.

तरुणांनीही हे पुस्तक वाचावं, कारण ते फेसबुक रोज वापरतात. हे साधन नेमकं कुठल्या उद्देशानं निर्माण करण्यात आलं आणि त्याची उपयोगिता काय, त्यातील खाचाखोचा जाणून घेणं, मुलांनो, तुमचं कर्तव्य आहे. तुमच्या ऑनलाइन जगातील सुरक्षिततेसाठी प्रत्येक फेसबुक यूजरनी वाचावं असं हे पुस्तक आहे.

ज्यांनी हे माध्यम तयार केलं त्या मार्क झकरबर्गची संक्षिप्त कथाही यात आहे. हे तयार करणारा तो तरुण आहे, हुशार आहे, महत्त्वाकांक्षी आहे आणि त्याला त्याच्या कामाच्या बऱ्या-वाईट परिणामांची जाणही आहे. त्याच्याकडेही संस्कार आहेत आणि नैतिक मूल्यं त्याच्यासाठी जिवापाड जपण्यासाठीची गोष्ट आहे. आज जगातील सगळ्यात वेगानं प्रगती करणाऱ्या कंपनीचं नेतृत्व करताना त्याच्याकडे जगातील श्रीमंत लोकांच्या यादीतील पहिल्या दहातील एक स्थान सहज चालून आलं आहे. पण आज वयाच्या केवळ सत्ताविसाव्या वर्षी ते उपभोगतानाही त्याचे पाय फक्त जमिनीवर नाही तर ते त्यात अक्षरशः घट्ट रोवले गेलेले आहेत, याची जाणीव प्रत्येक फेसबुक यूजरला असावी म्हणून हे पुस्तक वाचणं आवश्यक आहे.

महत्त्वाकांक्षी आणि प्रतिभावान अशा तरुण उद्योजकांनी तर हे पुस्तक

वाचावंच. कारण एक उद्योग उभारताना फक्त भांडवल, संसाधनं आणि नियोजन एवढंच आवश्यक नसतं, तर हे सगळं वगळून हवं असतं ते फक्त एक निर्मळ स्वप्न आणि त्याच्या पूर्ततेसाठी म्हणून उद्योग उभारण्याची गरज भासते, हे मार्क झकरबर्ग तुम्हाला शिकवतो आणि सिद्धही करून दाखवतो.

ज्या संवादाची, त्यातून निर्माण होणाऱ्या मानवी नात्यांची, त्या नात्यांच्या जपणुकीची अपेक्षा मार्क झकरबर्गला आहे, त्यात फेसबुक वापरणाऱ्यांच्या या साधनासंदर्भातील अज्ञानाचा मोठा अडसर निर्माण झाला आहे. पण या पुस्तकाच्या लेखकाच्या प्रयत्नांमुळे आज तो अडसर जरासा दूर होण्यास मदत होताना दिसते. त्यातही अशा विषयांवरील पुस्तकांना भाषेच्या बंधनातून मुक्त करणाऱ्या प्रकाशन संस्थांच्या योगदानाकडे अजिबात दुर्लक्ष करता येणार नाही.

हे पुस्तक अनुवादासाठी मला दिल्याबद्दल 'मेहता पब्लिशिंग हाऊस'चे मी मनापासून आभार मानते.

– वर्षा वेलणकर

अनुक्रमणिका

प्रस्तावना

ऑस्कर मोराल्स प्रचंड वैतागला होता. नवीन वर्षाचं स्वागत केल्यावर कोलंबियातील बॅरनक्विलात सर्व जण जरा निवांत सुट्ट्यांचा उपभोग घेत होते. मोराल्सही त्याला अपवाद नव्हता. आपल्या संपूर्ण कुटुंबासोबत तोही जवळच्याच समुद्रकिनाऱ्यावर सुटी घालवायला गेला होता. स्वभावत:च मवाळ आणि प्रेमळ असलेल्या या तरुण संगणक-अभियंत्याचं चित्त मात्र थाऱ्यावर नव्हतं. त्याच्या देशातील इतर नागरिकांप्रमाणे तोही सध्या एका लहानग्याच्या – इमॅन्युएलच्या – आठवणीनं व्यथित झाला होता.

चार वर्षांचा इमॅन्युएल क्लारा रोजस नावाच्या बाईचा मुलगा. क्लारा सहा वर्षांपासून कोलंबियाच्या जंगलात होती. 'रेव्हल्यूशनरी आर्म फोर्सेस ऑफ कोलंबिया' (Revolutionary Armed Forces of Colombia) नावाच्या एका दहशतवादी गटानं सुमारे सातशे लोकांचं अपहरण केलं होतं. क्लारा त्या अपहृतांपैकी एक होती. या संघटनेच्या नावाचं स्पॅनिश भाषेतील संक्षिप्त स्वरूप FARC असं आहे. कोलंबियातील २००२ सालच्या सार्वत्रिक निवडणुकीच्या काळात अध्यक्षपदासाठी उमेदवार असलेल्या इन्ग्रीड बेटॅनकोर्टसह या सातशे लोकांना FARC नं ओलीस धरलं होतं. क्लारा तेव्हा गर्भवती होती आणि या अपहरण काळातच इमॅन्युएलचा जन्म झाला.

त्या सहा वर्षांत कोलंबियात, या अपहरणाबद्दल चीड आणि ओलीस ठेवलेल्या लोकांची चिंता आणि काळजी याव्यतिरिक्त कुठलाही इतर विषय महत्त्वाचा नव्हता. असं घृणास्पद कृत्य करणारी ही संघटना देशात आणखी काय काय अघटित घडवून आणणार, हा एकमेव चिंतेचा विषय होता. पण गेल्या काही दिवसांत वर्तमानपत्रं आणि इतर प्रसारमाध्यमांतून इमॅन्युएलबद्दल जरा जास्त प्रमाणात लिखाण होत होतं. काही काळाकरता शेजारी-राष्ट्र व्हेनेझुएलाचे अध्यक्ष ह्यूगो शावेझही

FARC शी बोलणी करायला सरसावले. तशातच रोजस आणि तिच्या मुलाची सुटका करण्याची तयारी अपहरणकर्त्यांनी बोलून दाखवली. एक दशकाहून अधिक काळ एका अनाहूत दडपणाखाली जगणाऱ्या या देशासाठी ही आनंदवार्ता होती. "लोक या अलौकिक भेटीची जणू आतुरतेनं वाट पाहत होते. एक अद्भुत आणि चमत्कारिक घटना घडण्याचा हा क्षण होता," ३२ वर्षीय मोराल्स सांगतो.

"इमॅन्युएलची सुटका म्हणजे चांगलं काहीतरी घडण्याच्या दिशेनं पडलेलं एक पाऊल होतं. संकटकाळ संपण्याची ती नांदी होती. जणू FARC नं दिलेली वार्ता ख्रिसमसची भेट म्हणून स्वीकारण्यासाठी सारं राष्ट्र सज्ज झालं होतं होतं," मोराल्स सांगतो. पण नवीन वर्षाची सुरुवात झाली; तरीही इमॅन्युएलच्या सुटकेचं काहीही चिन्ह नव्हतं. अशातच जानेवारीच्या पहिल्या आठवड्यात राष्ट्राला संदेश देताना कोलंबियाचे अध्यक्ष अल्वारो उरिबे यांनी एक धक्कादायक माहिती दिली. इमॅन्युएल FARC च्या ताब्यातच नाही, असं त्यांनी सांगितलं. मध्यंतरी तो खूप आजारी झाल्यामुळे त्या लहानग्याला त्याच्या आईपासून वेगळं करून एका शेतकरी कुटुंबाकडे सोपवण्यात आलं, अशी माहिती हाती लागली होती. आता त्याला परत मिळवण्याची कामगिरी सरकारला करायची होती. अख्खा देश अजूनही सुटी घालवत होता आणि त्यामुळे बिचारा ठरलेल्या आणि दयनीय अवस्थेत असलेल्या इमॅन्युएलसंदर्भातील बातम्या वाचण्यात आणि पाहण्यात सगळे व्यग्र होते.

राजकारणाशी संबंध असलेले मोराल्सचे सगळे नातेवाईकही बीचवर दिवस घालवताना या एकाच विषयावर चर्चा करीत. "इम्यॅनुएल सुरक्षित असल्याचा इतरांना आनंद होता. मात्र तो अजूनही सुटलेला नाही याची प्रचंड चीड आमच्या मनात धगधगत होती," मोराल्सला हे सांगताना आजही संताप अनावर होतो. या घटनेचं वर्णन करताना तो आपसूक वापरत असलेल्या भाषेसाठी माफीही मागतो. "हे सगळं असह्य होतं. जो मुलगा त्यांच्या ताब्यातच नव्हता, त्याच्याच सुटकेची ग्वाही देत वाटाघाटी करणाऱ्या FARC चा संताप येणार नाही तर काय? किती दिवस ते आमच्या भावनांशी असा खेळ करणार होते? किती दिवस आम्ही हे खोटं वागणं सहन करणार होतो? आणखी किती दिवस आम्ही असे हातावर हात धरून बसणार होतो?"

काहीतरी करण्याची ऊर्मी मोराल्सला स्वस्थ बसू देईना. काहीतरी तर केलंच पाहिजे, या एकाच जाणिवेनं तो उठला. फेसबुकचा आधार घ्यायचं त्यानं ठरवलं. तेव्हा फेसबुक स्पॅनिश भाषेत उपलब्ध नव्हतं. पण मोराल्स उत्तम इंग्रजी बोलायचा आणि त्याच्यासारखेच असंख्य कोलंबियन लोकंही ही भाषा जाणत होते. अशा अनेकांनी फेसबुकवर आपलं प्रोफाइल तयार केलं होतं आणि देशात याचा मोठ्या प्रमाणात वापर होत होता. कॉलेज आणि विद्यापीठांतून जुन्या-नव्या विद्यार्थ्यांसाठी

फेसबुक संपर्काचं एक प्रमुख माध्यम बनलं होतं. दिवस-दिवस संगणकापाशी बसून फेसबुकवर काहीतरी करणं कोलंबियात नित्यकर्माचा भाग होता.

मोराल्सनं फेसबुकच्या सर्चमध्ये FARC हे शब्द टाइप केले आणि सर्चचं बटण दाबलं. या नावाचा कुठलाही गट, कुठलीही ॲक्टिव्हिटी आणि कुणाकडूनही आलेली एकही प्रतिक्रिया अस्तित्वात नव्हती. जगातील बहुतेक सगळ्याच फालतू गोष्टींसाठी ग्रुप तयार करणाऱ्यांना या एका घटनेचं आणि या संघटनेबद्दल जराही वावगं वाटू नये, याचं मोराल्सला आश्चर्य वाटलं. फक्त संताप येण्यापलीकडे संपूर्ण कोलंबियानं काहीही न करणं; चीड आणणारं होतं. फक्त ते सातशे लोक नाही, तर देशच जणू अपहृत झाला होता आणि दशकभर लोक ही अवस्था सहन करण्यापलीकडे काहीही करण्यास धजावत नव्हते.

फेसबुकच्या माध्यमातून FARC संदर्भात लोकांपर्यंत पोचायचं की नाही, या एका प्रश्नावर काथ्याकूट करीत मोराल्सनं दिवस घालवला. सरतेशेवटी आपण या प्रकरणात उडी घ्यायचीच या निर्णयाप्रत तो पोचला. या संघटनेच्या विरोधात फेसबुकवर एक ग्रुप तयार करण्याचा त्यानं निश्चय केला. "माझ्यासाठी असं करणं हे एखाद्या आजारावरील उपचारासारखं होतं," मोराल्स सांगतो. स्वतःला 'कॉम्प्यूटर ॲडिक्ट' म्हणून घेणाऱ्या मोराल्सला ग्राफिक डिझाइनमध्येही रुची होती आणि हातखंडाही होता. या उग्रवादी संघटनेच्या विरोधात उभं राहण्याची गरज का आहे, यावर एक माहितीपूर्ण छोटेखानी लेख त्यानं लिहिला. मग कोलंबियाचा ध्वज वापरून त्यानं एक लोगो तयार केला. ज्यात प्रत्येक उभ्या स्तंभात चार घोषवाक्यं लिहिली :

No more kidnappings, No more lies,
No more killings, No more FARC.

"प्रचंड जनसमुदायासमोर उभं राहून मला हे ओरडून ओरडून सांगायचं होतं," मोराल्स सांगतो. 'FARCच्या विरोधात युद्ध पुकारण्याची, त्याला टक्कर देण्याची वेळ आली होती. जे घडलं होतं आणि घडत होतं, ते सहन करण्यापलीकडचं होतं,' असं मोराल्सला वाटलं.

पण आपण तयार केलेल्या या ग्रुपला नाव काय द्यायचं, हा मोराल्सपुढे प्रश्न होता. "जॉर्ज बुशचा द्वेष करणाऱ्या एक मिलियन लोकांचा गट, वगैरे प्रकारच्या गटांची नावं फेसबुकवर सर्वत्र दिसतात. पण मला हा प्रकार फारसा पसंत नव्हता आणि अजूनही पसंत नाही," मोराल्स मला सांगत होता. असा पोरकटपणा त्याला आवडणारा नव्हता, कारण त्यानं सुरू केलेल्या गोष्टीचं स्वरूप गंभीर होतं. पण 'एक मिलियन' हा उल्लेख त्याला भावला. 'वन मिलियन फ्रेन्ड्स' या स्पॅनिश गाण्याचीही त्याला आठवण झाली. One million friends against FARC.

friends ऐवजी voices जास्त योग्य आणि थोडं साहित्यिक होतं. One million voices against FARC – Un Million de Voices Contra Las FARC बस्स! एवढंच!!

४ जानेवारीला मध्यरात्र उलटल्यावर मोराल्सनं हा ग्रुप निर्माण केला. कुठल्याही फेसबुक यूजरला पाहता यावा आणि त्याला 'जॉइन' करता यावं म्हणून त्यानं तो 'पब्लिक' या प्रकारात ठेवला. त्याच्या मित्रांची यादी शंभराच्या आसपास होती. सगळ्यांना त्यानं या ग्रुपमध्ये येण्यास आमंत्रित केलं. पहाटे ३ वाजता शेवटी थकून तो झोपी गेला.

सकाळी ९ वाजता त्याला जाग आली आणि आधी त्यानं फेसबुक उघडलं. ग्रुपला प्रतिसाद मिळाला होता. १५०० लोकांनी हा ग्रुप जॉइन केला. "वॉव...!!!" मोराल्स उद्गारला. त्याच्या अपेक्षेपेक्षा कितीतरी जास्त प्रमाणात त्याच्या प्रयत्नांना प्रतिसाद मिळाला होता. बीचवर जाऊन त्यानं ही बातमी सगळ्यांना दिली. प्रत्येकानं आपल्या फेसबुक मित्रांना यासंदर्भात कळवावं आणि त्यांना हा ग्रुप जॉइन करण्यासाठी आमंत्रित करावं, अशी विनंती मोराल्सनं आपल्या कुटुंबातील सदस्यांना केली. बहुतेक सारेच फेसबुकचा नियमित वापर करणारे होते आणि FARC बद्दल त्यांच्याही मनात प्रचंड चीड होती. दुपारी उशिरा मोराल्स घरी परतला तोपर्यंत त्यानं निर्माण केलेल्या ग्रुपची सदस्यसंख्या चार हजार झाली होती.

"त्या क्षणी मी स्वत:ला बजावलं की, आता बीचवर जाणं नको आणि बाहेर पडणं नको," मोराल्सनं आता जास्त गंभीरपणे विचार करायला सुरुवात केली होती. "मला जाणवलं की, माझ्या अपेक्षेप्रमाणे हे झालं आहे. तेव्हा आता या विषयाचं गांभीर्य लक्षात घेऊन त्याला महत्त्व देणारे लोक मला एकत्र आणायचे होते."

आपले विचार व्यक्त करण्यासाठी आणि इतरांना कळावं या उद्देशानं, फेसबुकनं ग्रुप पेजवर एक 'वॉल' नावाचा प्रकार टाकला आहे. इथे व्यक्त केलेल्या विचारांवर प्रतिक्रिया आणि त्यावर आणखी विचार, असा हा प्रवास असतो. या माध्यमातून ग्रुपच्या सदस्यांमध्ये एक अविरत चर्चा घडते. मोराल्सनं निर्माण केलेल्या ग्रुपच्या संदर्भातही हाच प्रकार घडला. काही सदस्यांनी आपल्या विचारांना आणि संतापाला वाट मोकळी करून दिली. काही विशेष प्रतिक्रियांची दखल घेत मोराल्सनं त्यांना उत्तरंही दिली. लगेच इन्स्टंट मेसेजिंग, स्काइप अॅड्रेस आणि मोबाइल नंबर यांची देवाणघेवाणही झाली; म्हणजे ऑफलाइन संपर्क साधणं सोपं जावं.

कोलंबियातील नागरिक मोठ्या संख्येनं या ग्रुपचे सदस्य झाले. संख्या वाढली आणि विचारांची देवाणघेवाण वाढल्यावर आता FARC बद्दल फक्त संताप व्यक्त करण्याऐवजी काहीतरी कृती करण्याची वेळ आली आहे, याची जाणीवही सदस्यांना प्रकर्षानं झाली. या ग्रुपनं आम जनतेपर्यंत जाण्याची वेळ आता आली आहे, या एका

विचारावर सगळ्यांचं एकमत होत आहे असं त्याला ६ जानेवारीला आढळून आलं. सदस्यसंख्या आठ हजारांच्या घरात जाताना आणि लोक आपला संताप व्यक्त करत असताना 'चला, काहीतरी करू या', या एका विचारावर भर देऊ लागले होते. फेसबुकवर ग्रुप तयार केल्याचा हा दुसराच दिवस होता.

त्याच दिवशी दुपारी मोराल्सला फेसबुकच्या माध्यमातून मिळालेल्या दोन मित्रांनी निदर्शनासाठी तयारी करण्याचा सल्ला दिला आणि असं करणं का आवश्यक आहे, हे पटवून देण्याचा प्रयत्नही केला. वॉलवर हा विचार व्यक्त होताच इतर सदस्यांनी तो उचलून धरला. हा सगळा कारभार अजून तरी मोराल्सच्या खोलीतून चालला होता. त्या दिवशी संध्याकाळपर्यंत या गटानं FARCच्या विरोधात एका राष्ट्रस्तरीय मोर्चाचं आयोजन करण्याचं निश्चित केलं.

ग्रुप तयार झाल्याला एक महिना झाला होता आणि मोराल्सनं पुढचं पाऊल टाकायची तयारी केली. आजपर्यंत, आपण भलं आणि आपलं काम भलं, अशा वृत्तीनं जगलेल्या मोराल्सनं ठरवलं की, हा मोर्चा फक्त देशाच्या राजधानी बोगोटातच नाही, तर प्रत्येक प्रांतात काढला जावा. तो राहत असलेल्या बॅरनक्विलाचाही त्यात समावेश होता.

लगेच त्यानं 'National march against FARC' असा 'इव्हेन्ट' तयार केला. मोराल्सप्रमाणं ज्यांनी आता या प्रकल्पाला स्वत:ला वाहून घेतलं होतं अशा फेसबुकवरील सदस्यांनी याचा प्रचार-प्रसार सुरू केला. जेव्हा काही अनपेक्षित भागांतूनही त्यांना यासाठी पाठिंबा मिळू लागला, तेव्हा त्यांना आश्चर्याचा धक्काच बसला. मायामी, ब्युएनोज एआरीज, मॅड्रिड, लॉस एंजेलीस, पॅरिस आणि इतर बऱ्याच विदेशांतील शहरांतून हा मोर्चा आंतरराष्ट्रीय स्तरावर आयोजित करण्याचा आग्रह होत होता. कोलंबियाच्या बाहेर राहणाऱ्यांनीही या ग्रुपचं सदस्यत्व स्वीकारलं आहे याची मोराल्सला अजिबात कल्पना नव्हती. कामानिमित्तानं इतर देशांत वास्तव्यास असलेल्या कोलंबियन लोकांनी फेसबुकच्या माध्यमातून या प्रकल्पाशी स्वत:ला जोडून घेतलं होतं. आपल्या देशातील एका एवढ्या महत्त्वाच्या घटनेत आपलाही सहभाग असावा, यासाठी ते धडपडत होते आणि म्हणून मोराल्सनं ठरवलेल्या या देशव्यापी मोर्चाचं स्वरूप आता आंतरराष्ट्रीय झालं होतं.

जे घडलं त्यातून आंतरराष्ट्रीय स्तरावर एक अत्यंत सुसंघटित आंदोलन निवळ बिनतारी संपर्कमाध्यमातून कसं घडू शकतं, याच एक उत्तम उदाहरण जगाला अनुभवायला मिळालं. ग्रुप निर्माण झाल्यानंतर बरोबर एका महिन्याने, म्हणजे ४ फेब्रुवारीला १० लाख लोकांनी कोलंबियाच्या १०० शहरांत FARCच्या विरुद्ध मोर्चा काढला. जगभरातील विविध शहरांत दोन लाख लोक या मोर्चात सहभागी झाले. एका मध्यरात्री एका अस्वस्थ तरुणाच्या मनातील वादळ व्यक्त

होण्यासाठी फेसबुकवर निर्माण झालेल्या एका छोट्याशा ग्रुपचं रूपांतर पाहता पाहता एका, न भूतो न भविष्यती अशा आंतरराष्ट्रीय आंदोलनात झालं होतं.

मोराल्सच्या आंदोलनाला कोलंबियातील लोकांचा असा भरभरून प्रतिसाद मिळण्यासाठी फेसबुकचं नावीन्य उपयोगी पडलं. हजारो कोलंबियन लोक फेसबुक वापरत होते. मात्र सामान्य लोकांच्या नजरेस हे आंदोलन होईपर्यंत ते पडलं नव्हतं. त्यामुळे जेव्हा प्रसारमाध्यमांनी या आंदोलनावर आपलं लक्ष केंद्रित करून त्याबद्दल बातम्या लिहायला सुरुवात केली, तेव्हा या अमेरिकेत जन्माला आलेल्या संगणकीय शोधाचा आणि ते वापरणाऱ्या 'Facebook kids' बद्दल भरभरून लिहिलं गेलं. वर्तमानपत्र, टेलिव्हिजन आणि रेडिओवर या सगळ्याचा सतत उल्लेख होत होता. मोराल्स आणि त्यांचे हे ऑनलाइन सहकारी विशी-तिशीतील तरुण मुलं होती. त्यामुळे FARC च्या दहशतीला हे लोक बळी पडतील की तरतील, या शक्यतेकडेही साऱ्या देशाचं लक्ष लागलं होतं.

कोलंबियाचे अध्यक्ष अल्वारो उरीबे आणि तेथील सगळ्या राजकीय पक्षांनी फेसबुकवर उभारलेल्या या आंदोलनाचा प्रभाव पाहिला आणि तेही या मुलांच्या पाठीशी उभे ठाकले. आंदोलन यशस्वी करण्यासाठी त्यांनी सर्वतोपरी मदत केली. आंदोलनाचा इशारा देताच मोराल्सला स्थानिक आर्मीच्या एका कमांडरनं तीन अंगरक्षक आणि एक कारही दिली, जी मोराल्सनं ४ फेब्रुवारी रोजी मोर्चाच्या वेळी वापरली. वेगवेगळ्या शहरांचे मेयर आणि इतर स्थानिक स्वराज्य संस्थांचे प्रतिनिधी आंदोलनांचे नेतृत्व करणाऱ्या फेसबुकच्या कार्यकर्त्यांच्या मदतीसाठी सरसावले होते.

पण आपल्या खऱ्या परिचयासह आणि वैयक्तिक माहितीसह ज्या मोठ्या संख्येनं कोलंबियावासी या आंदोलनासाठी फेसबुकचे यूजर्स बनले होते, ती बाब सगळ्यात उल्लेखनीय होती. एक दशक दहशतवादानं ग्रासलेल्या जनतेनं इतक्या हिमतीनं पुढे येण्याची ही पहिलीच वेळ होती. आंदोलनाच्या दिवसापर्यंत मोराल्सनं तयार केलेल्या या ग्रुपचे ३,५०,००० सदस्य झालेले होते. भीती झुगारून आपल्या संतापाला वाट मोकळी करून देणारं एक प्रभावी डिजिटल माध्यम कोलंबियातील तरुणांना फेसबुकच्या रूपानं मिळालं होतं.

मोर्चाच्या आणि आंदोलनाच्या बातम्या वर्तमानपत्रांच्या आणि प्रसारमाध्यमांच्या दैनंदिन अजेंड्यावर आल्यावरही फेसबुकच केंद्रस्थानी राहिलं. "फेसबुक आमचं हेडक्वार्टर होतं," मोराल्स सांगतो. "तेच आमचं वर्तमानपत्र होतं. आमचं मार्गदर्शक होतं आणि आमची प्रयोगशाळाही... अगदी आंदोलनाच्या शेवटच्या क्षणापर्यंत फेसबुकच आमच्यासाठी सर्वकाही होतं."

त्याच्या शहरात – बॅरनक्विलात आंदोलनाचं नेतृत्व स्वत: मोराल्स करणार

होता. सर्वसाधारणपणे ५० हजार लोकांच्या मोर्चात सामील होण्याची आशा त्याला होती. प्रत्यक्षात शहराच्या एकंदर लोकसंख्येतील १५ टक्के, म्हणजे तीन लाख लोक या आंदोलनात सहभागी झाले. लॅटिन अमेरिकेत सर्वत्र या आंदोलनाचे पडसाद उमटले होते आणि टीव्हीवर आंदोलनात सहभागी झालेल्यांच्या मुलाखतींच्या फैरी झडत होत्या. दुबई, सिडनी आणि टोकियोसारख्या शहरांतही FARC च्या विरोधात मोर्चे काढण्यात आले. "FARC च्या दहशतीची तुम्हाला प्रत्यक्ष झळ पोचली का?" बोगोटोतील एका मोर्चेकरी महिलेला मुलाखत घेणाऱ्यानं विचारलं आणि त्या महिलेचं उत्तर होतं, "हो. कारण मी कोलंबियन आहे." मोराल्स आणि त्याच्या सहकाऱ्यांनी दहशतवादानं घुसमटलेल्या देशवासीयांच्या अंतरंगालाच जणू स्पर्श केला होता.

FARC ला नमविण्यासाठी प्रयत्नांची पराकाष्ठा करणाऱ्या कोलंबियाचे अध्यक्ष उरीबेंना या आंदोलनाची साथ मिळाली होती. त्यामुळे FARC ला कमजोर करण्यात या घटकाचा मोलाचा वाटा होता. आपण आंदोलनाची बित्तंबातमी मिळवतो आहे, हे सिद्ध करण्यासाठी मोर्चा-आयोजनाच्या आधी एका शनिवारी दहशतवाद्यांनी तीन ओलिसांची सुटका करण्याची घोषणा केली.

जुलै, २००८मध्ये आर्मीतर्फे करण्यात आलेल्या एका कारवाईत इन्ग्रीड बेटनकोर्ट आणि चौदा इतर ओलिसांना सोडविण्यात यश आलं. मुलाखतीदरम्यान इन्ग्रीडनं सांगितलं की, '४ फेब्रुवारीला काढलेल्या मोर्चाचा वृत्तान्त रेडिओवर प्रसारित होताना सर्व ओलिसांनी ऐकला. आंदोलनकर्त्यांच्या 'No more FARC! Freedom! Freedom!' या घोषणा ऐकताना सगळे गहिवरले होते, रोमांचित झाले होते. हा सगळा प्रकार पाहून दहशतवादी संतापले आणि त्यांनी रेडिओ ताबडतोब बंद केल्याचं इन्ग्रीड सांगते.

२००८ साली मॅनहॅटनच्या एका कॉफी शॉपमध्ये बसून ऑस्कर मोराल्स मला हा सारा वृत्तान्त सांगत होता. सांगताना त्याच्या डोळ्यात पाणी आणि आवाजात कंप होता.

या आंदोलनानं, त्याला आणि सहकार्य करणाऱ्या त्याच्या मित्रांना, आंतरराष्ट्रीय स्तरावर भरपूर प्रसिद्धी आणि सन्मान मिळाला. पण Un Million de Voices Contra Las FARC ची निर्मिती करताना त्याच्या मनात काळजीची आणि दृढ निश्चयाची जी भावना होती ती आजही मोराल्समध्ये जिवंत आहे. आता त्यानं स्वत:ला याच कामासाठी वाहून घेतलं आहे.

❖

राजकीय व्यासपीठ म्हणून स्थापित होणं फेसबुकच्या निर्मिती-संकल्पनेत कधीच नव्हतं. मात्र ती शक्यता साइटच्या संस्थापकांना अगदी सुरुवातीच्याच काळात कुठेतरी झळकताना दिसली. हार्वर्ड विद्यापीठात सन २००४मध्ये, म्हणजे

फेसबुक जन्माला आल्यानंतर दोन आठवड्यांतच ही साइट वापरणाऱ्या मुलांनी आपल्या राजकीय विचारांना प्रोफाइलमध्ये महत्त्वाचं स्थान दिल्याचं आढळून आलं, तेव्हाच त्यांना ही जाणीव झाली. आपले प्रोफाइलमधील फोटो काढून त्या जागी स्वत:च्या राजकीय भूमिकेला व्यक्त करणारं एखादं वाक्य किंवा राजकीय परिस्थितीवर टिप्पणी टाकण्याचा प्रघातच काही जणांनी रूढ केलेला दिसला. "अगदी सुरुवातीच्या काळातच मुलं फेसबुकला कुठल्याही महत्त्वाच्या गोष्टींसंदर्भात आपला विरोध व्यक्त करण्यासाठी वापरायची," फेसबुकचा सहसंस्थापक डस्टीन मॉस्कोव्हिट्झ सांगतो. ही सोय आपलं प्रामाणिक व्यक्तिमत्त्व ऑनलाइन लोकांसमोर ठेवण्यासाठीचं एक माध्यम आहे आणि आपली मतं, विचार किंवा दैनंदिन घडामोडींसंदर्भातील आपल्या प्रतिक्रिया या आपल्या व्यक्तिमत्त्वाचा भाग आहे, हे फेसबुकच्या यूजर्सनी ग्राह्य धरलं होतं.

"कार्यप्रणालीत परिवर्तनाची शक्यता आहे आणि एखादी प्रभावी राजकीय संस्थाही या माध्यमातून स्थापित होऊ शकते, हे कोलंबियातील आंदोलनातून स्पष्ट होतं," फेसबुकचा जन्मदाता मार्क झकरबर्ग म्हणतो. "या सर्व गोष्टी जनतेच्या स्वायत्तता आणि स्वातंत्र्य यांना प्रभावित करणाऱ्या आहेत आणि हाच सरकारचा उद्देशही असतो... येत्या पंधरा वर्षांत, कोलंबियात जे घडलं ते जगभरात रोज घडण्याचीही शक्यता नाकारता येणार नाही," मार्क म्हणतो.

मोराल्सला मिळालेल्या अभूतपूर्व प्रतिसादानंतर आता तीनच वर्षांत फेसबुकवर अशाच प्रकारच्या ऑनलाइन आंदोलनांचा आणि विरोधांचा जोर वाढला आहे. जगातील ज्या ज्या देशांत फेसबुकला प्रवेश मिळाला, त्या प्रत्येक देशात या फेसबुक-चळवळीला महत्त्व प्राप्त झालं आहे. इराणमध्ये २००९ साली झालेल्या मध्यावधी निवडणुकांत फेसबुक आणि ट्विटर या दोन साइटनी खूप मोलाची भूमिका बजावली.

"देशावर हुकमत गाजवणारे राज्यकर्ते आणि धर्मांध इस्लामी गुरूंच्या रस्सीखेचीत मवाळांची नेहमीच गळचेपी होताना दिसते. या वेळी मात्र त्यांना शक्तिप्रदर्शनासाठी माध्यम मिळालं आहे आणि ते म्हणजे नेटवर्क," 'न्यू यॉर्क टाइम्स'चे परराष्ट्रीय धोरणांवरील स्तंभलेखक टॉम फ्रिडमन यांनी लिहिलं होतं. इराणमधल्या अध्यक्षपदासठी लढणाऱ्या मीर हुसैन मौसवी यांनी पराभवाला सामोरं जावं लागल्यानंतर आपल्या समर्थकांना रस्त्यावर उतरण्याचं आवाहन केलं. अशाच एका मोर्चाच्या दरम्यान एका महिलेची निर्घृण हत्या झाली. इराणी सरकारच्या दडपशाहीचं प्रतीक म्हणून या हत्येचा व्हिडिओ फेसबुकवर टाकण्यात आला आणि जगभरातील लोकांनी तो पाहिला. संतापून इराणी सरकारनं ही लाजिरवाणी परिस्थिती लपविण्यासाठी अनेकदा फेसबुकवर देशांतर्गत बंदी घालण्याचा प्रयत्न केला. पण ही एक गोष्ट इतक्या

मोठ्या प्रमाणात देशात रुजली होती की, त्यांचे हे सगळे प्रयत्न निष्फळ ठरले.

❖

एका सामान्य व्यक्तीच्या खोलीत सुरू होऊन रस्त्या-रस्त्यावर पसरलेल्या लक्षावधी लोकांपर्यंत ही कोलंबियाची 'FARC विरोधी मोहीम' कशी काय इतक्या लवकर पसरली? राजकीय पक्षांकरिता फेसबुक एक प्रभावी माध्यम कसं काय ठरलं? फेसबुकचा संस्थापक झकरबर्गनं कंपनीच्या संदर्भात महत्त्वाच्या क्षणी घेतलेल्या काही निर्णयांचा कसा आणि काय परिणाम झाला? आणि जगभरात ६०० मिलियनपेक्षाही जास्त लोकांच्या दैनंदिनीचा भाग झालेल्या फेसबुकच्या या यशासाठी कारणीभूत ठरलेल्या अभूतपूर्व गुणात्मक बाबी कुठल्या? यानंतरच्या भागात या पुस्तकात, या व अशाच आणखी काही प्रश्नांच्या उत्तरांची पेरणी आहे. ज्यामुळे हे सारं घडलं, शक्य झालं त्या सर्व विलक्षण गोष्टींनाच मी 'फेसबुक इफेक्ट' म्हटलं आहे.

संवादाचं मुळात नवीन असं हे माध्यम एका नवीन interpersonal आणि सामाजिक प्रभावितेकडे नेणारं आहे. आपले अनुभव, आवडी-निवडी, समस्या किंवा एखादी सामाजिक जाणीव या सामान्य धाग्यांना धरून जेव्हा संवादाचं हे माध्यम लोकांना अनपेक्षितरीत्या परस्परांच्या संपर्कात आणतं, तेव्हा 'द फेसबुक इफेक्ट'चा प्रत्यय येतो. याच्या प्रमाणाबाबतही काही निश्चित सांगता येणार नाही. ते छोट्या किंवा मोठ्या प्रमाणात असेल, दोन-चार मित्रांच्या गटापासून ते परिवारापर्यंत आणि लक्षावधी लोकांपर्यंत असू शकतं. याची प्रचिती कोलंबियात आली. फेसबुकचं सॉफ्टवेअर कुठल्याही माहितीला संसर्गजन्य बनवतं. फेसबुकवर व्यक्त झालेल्या कल्पनांमध्ये अशी ताकद आहे की, तिचा प्रचार-प्रसार एकाच वेळी अनेक लोकांपर्यंत होऊन त्यांच्यात जागृती निर्माण होते आणि एक नवीन गोष्ट उदयाला येते. तुम्ही दिलेला एखादा संदेश अगदी सहज, कुठलाही विशेष प्रयत्न न करता इतर लोकांपर्यंत पोचतो. Un Million de Voices Contra Las FARCच्या संदर्भातही हेच घडलं.

प्रत्येक सदस्य फक्त विचार व्यक्त करीत होता आणि आपलं मत जाहीर करत होता की, तो FARCच्या विरोधात का आहे. ही माहिती इतरांना द्या, अशी कुठलीही विनंती यात कुणीही केली नाही. ते फक्त सदस्य बनले आणि आपलं मत देत राहिले. पण प्रत्येक नवीन सदस्य बनलेल्या व्यक्तीचं मत फेसबुकनं त्याच्या मित्रांपर्यंत न्यूज फीडच्या माध्यमातून पोचवलं. मग असे लोक या ग्रुपचे सदस्य बनले आणि त्यांच्या या चळवळीची माहिती त्यांच्या मित्रांपर्यंत पोचवण्यात आली. मोराल्सच्या FARC विरोधी मोहिमेसारखं जनसामान्यांच्या जिव्हाळ्याचं काही असेल,

तर ते विद्युत्वेगानं सर्वदूर पसरतं आणि काही तासांत त्याची परिणती मोठ्या ग्रुपमध्ये होते.

रेडिओ आणि टीव्ही ही माध्यमं माहिती प्रसारणाचं काम करणारी पारंपरिक प्रमुख साधन मानली जातात. पण कोलंबिया आणि इराणमधील घटनांनी सिद्ध झालं की, या प्रमुख आणि अत्यंत महत्त्वाच्या माहितीचा स्रोत एक सामान्य व्यक्ती आहे. काहीतरी विशेष तुम्हाला माहिती असावं किंवा तुमच्या अंगी ती कला असावी, ही अपेक्षाच इथे नाही.

ट्विटर ही अशीच, पण जरा मर्यादित कक्षा असलेली आणखी एक सेवा आहे, ज्याच्या माध्यमातून सामान्य व्यक्तींच्या मतांचा प्रचार-प्रसार होतो आणि त्या व्यक्तीला मदत मिळते. या माध्यमानंसुद्धा राजकीय घडामोडींवर प्रभाव पाडला आहे.

विधायक आणि विध्वंसक अशा दोन्ही शक्यता या माध्यमांच्या बाबतीत आहेत. जागतिक स्तरावर प्रत्येक व्यक्तीला फेसबुकमुळे सामाजिक संस्थांच्या तुलनेत जास्त अधिकार मिळतात आणि विघातक बदलांची शक्यताही त्यातून निर्माण होते. पण इजिप्त, सीरिया, इंडोनेशिया आणि अशाच आणखी काही ठिकाणी जे अनुभवास आलं त्यात आशेचा किरणही दिसतो. अनेक वर्षं चिरडल्या गेलेल्या आणि दाबल्या गेलेल्यांना दडपशाही करणाऱ्यांच्या विरोधात उभं राहण्याची, लवकरात लवकर संघटित होण्याची संधी ही फक्त फेसबुकमुळे मिळाली आहे.

'फेसबुक इफेक्ट'कडे जे 'संघटन कौशल्य' आहे त्याचा उपयोग फक्त गंभीर आयोजनांसाठीच व्हावा, असा कुठलाही शिरस्ता नाही. सन २००८मध्ये एका फेसबुक ग्रुपनं इंग्लंडमध्ये लीड्सला एका वॉटर फाइटचं आयोजन केलं. सप्टेंबर, २००८मध्ये हजारो लोकांनी ग्रॅन्ड रॅपिड्स, मिशीगनला एकमेकांना उश्यांनी मारण्याची स्पर्धा आयोजित करून मजा केली. 'पिलो फाइट'ची माहिती त्यांना फेसबुकवरच मिळाली होती आणि जगभरात ही नवीन स्पर्धा जोमानं सुरू असताना आपणही मागे न राहण्याचं त्यांनी ठरवलं. उत्साहाला आलेल्या उधाणाला वाट करून देण्याचा हा नवीन प्रकार फेसबुक इफेक्टनं सज्ज झालेल्या तरुणाईला लगेच आवडला.

मार्केटिंगसंदर्भात बोलायचं झाल्यास फेसबुक इफेक्टचा योग्य वापर करता आला, तर ते सगळ्यात सशक्त माध्यम कसं आहे यावर प्रदीर्घ चर्चा या पुस्तकात पुढे आहे. प्रसारमाध्यमांनाही फेसबुक इफेक्ट जाणवल्याशिवाय राहणार नाही. फेसबुक वापरणारा प्रत्येक जण हा स्वतःच संपादक आहे, लेखक आहे, निर्माता आहे आणि वितरकही आहे. त्यामुळे परंपरागतरीत्या प्रसारमाध्यमांसाठी प्रतिष्ठेच्या ठरणाऱ्या सगळ्याच महत्त्वाच्या पदांवर फेसबुक यूजर आरूढ होतो. तसंच एखादी नवीन स्टोरी, गाणं किंवा यूट्यूबवरील एखाद्या व्हिडिओबद्दल फेसबुक इफेक्टमुळे

अचानक लोकप्रियतेची लाटही निर्माण होते. या पुस्तकावर काम करीत असताना एक दिवस माझं बातम्या आणि इतर गोष्टींकडे लक्ष नव्हतं. माझ्या फेसबुक अकाउंटच्या न्यूज फीडमध्ये एका मित्रानं एक बातमी पोस्ट केली होती. अशी बातमी मला पूर्वी फक्त याहू न्यूज किंवा रेडिओ आणि टीव्हीवरच पाहायला मिळायची.

डिजिटल खेळांच्या बाबतीतही हेच आहे. फेसबुकच्या विकासात या उद्योगानं महत्त्वाची भूमिका बजावली आहे आणि या माध्यमाचा सर्वाधिक फायदाही करून घेतला आहे. आघाडीवर असलेल्या या खेळांपैकी अनेक गेम्स फेसबुकवर खेळले जातात आणि त्यांची संख्या महिन्याला ५० लाखपर्यंत आहे. 'प्ले स्टेशन', 'एक्स बॉक्स' आणि 'निन्टेंदो वाय' या व्हिडिओ गेम्सला पूर्वी सर्वाधिक पसंती दिली जायची. आता या आणि अशाच बहुतांश गेम्सची कनेक्टिव्हिटी फेसबुकशी आहे. म्हणजे हे खेळ फेसबुकच्या माध्यमातून खेळता येतात.

एक कोटी सदस्यसंख्येकडे फेसबुकची वाटचाल होत असताना फेसबुक इफेक्टची आणखी किती रूपं पाहायला मिळणार हा प्रश्न अनेक जण विचारताना आढळतात. पर्यावरण आणि अर्थकारणाची घसरगुंडी सुरू असताना राजकारण व धर्मकारणानं ग्रासलेल्या जगातील कानाकोपऱ्यांना एकसूत्रात बांधणारा घटक म्हणून फेसबुक समोर येईल का? सर्व देश, सर्व जाती, सर्व धर्मांतील लोकांमधील संवादाचं माध्यम म्हणून जर फेसबुक काम करणार असेल, तर त्यात वाईट काय आहे?

जगाला एका सूत्रात बांधण्याची ताकद फेसबुकमध्ये आहेच, यावर प्रगाढ विश्वास फक्त पीटर थिएल या माणसाचा आहे. चलन, स्टॉक आणि तेलसाठे या तिन्हींचा मागोवा घेत त्यानं करोडपती होण्याच्या दिशेनं वाटचाल केली होती. उद्योजक असण्याबरोबरच तो 'पे पाल' या ऑनलाइन पेमेंट सर्व्हिसचा सीईओ आणि एक निर्माताही होता. ('पे पाल' नंतर 'ई-बे'ला विकण्यात आलं.) एक व्यावसायिक म्हणून फेसबुकमध्ये गुंतवणूक करणारी थिएल पहिली व्यक्ती होती. साधारण २००४ सालच्या उन्हाळ्याच्या शेवटाला त्यानं गुंतवणूक केली आणि आजतागायत तो फेसबुकच्या संचालक मंडळावर आहे.

"एकविसाव्या शतकाच्या पूर्वार्धात गुंतवणुकीच्या संकल्पनांची दशा आणि दिशा जागतिकीकरणाच्या दिशेवर अवलंबून आहे. ते कसं घडणार, या प्रश्नावरच सारंकाही अवलंबून आहे," थिएल मला सांगत होता. "जागतिकीकरण घडलं नाही तर जगाला भवितव्यच उरणार नाही. युद्ध आणि तणावांची वाढती संख्या आणि तंत्रज्ञानानं या क्षणी मिळवलेलं स्थान पाहता जगाच्या दृष्टिकोनातून ते निव्वळ स्फोटक आहे. अशा परिस्थितीत जर जागतिकीकरणाची विल्हेवाट लागणार असेल, तर गुंतवणुकीच्या दिशेनं पावलं उचलण्यात काहीच अर्थ नाही," जागतिक स्तरावरील

एका महान गुंतवणूकदाराकडून वर्तवलं गेलेलं हे भाकीत विचारप्रवृत्त करणारं आहे. "मग अशात प्रश्न पडतो की, जागतिकीकरणाकडे वाटचाल करणाऱ्या कुठल्या संधी आहेत, ज्यात गुंतवणुकीस वाव आहे? माझ्या दृष्टीनं या दिशेनं अत्यंत निर्मळ भावनेनं वाटचाल करणारं फेसबुक हे एक असं साधन आहे."

❖

सन २००६मध्ये जनसंपर्क क्षेत्रातील एका व्यक्तीला भेटण्यापूर्वी फेसबुकबाबतचं माझं ज्ञान अत्यंत तोकडं होतं. मार्क झकरबर्गला भेटायला आवडेल का, असं त्यानं विचारल्यावर मलाही उत्सुकता वाटली. ही भेट नक्कीच अविस्मरणीय असेल यात शंका नव्हती. न्यू यॉर्कमध्ये 'फॉर्च्युन' मासिकात तांत्रिक विषयांवर लिहिणारा मुख्य लेखक म्हणून काम करताना, तांत्रिक कंपन्यांतील जवळपास सगळ्याच नामांकित व्यक्तींना भेटण्याचा योग मला आला होता. पण तेव्हा केवळ बावीस वर्षांच्या त्या तरुणाला मॅनहॅटनच्या एका इटालियन हॉटेलात पहिल्यांदा भेटलो, तेव्हा हा मुलगा प्रगतीच्या शिखराकडे वाटचाल करणाऱ्या तंत्रज्ञान क्षेत्रातील कंपनीचा सीईओ (CEO – Chief executive officer – संयुक्त कार्यकारी अधिकारी) आहे हे मला स्वत:लाच वारंवार पटवून द्यावं लागलं. झाडावर बसलेल्या पक्ष्यांचं चित्र असलेला टी-शर्ट आणि जीन्स घालून तो माझ्यासमोर बसला होता. तो वयापेक्षाही जास्त लहान दिसत होता! आणि मग त्यानं बोलायला तोंड उघडलं. "आम्ही एक साधन आहोत," अत्यंत गंभीर आवाजात, त्याहून गंभीर भाषेचा वापर करीत तो उद्गारला. "स्वजगताला, स्वत:च्या दुनियेला अधिक चांगलं समजून घेण्याच्या मानवी क्षमतेला आणखी समृद्ध करण्याचा आमचा प्रयत्न आहे. आमच्या साइटवर त्यांनी जास्तीत जास्त वेळ घालवावा, असा प्रयत्न यात अजिबातच नाही. पण त्यांच्या वेळेचा पुरेपूर उपयोग करण्याची संधी देत त्यांना अनुभवसंपन्न करण्याकडे आमचा कल आहे," तो गंभीर होता. त्याच्या कंपनीकडे आणि त्याच्या ध्येयाकडे मला आकृष्ट करण्यावरच त्यानं लक्ष केंद्रित केलं होतं. विशेष म्हणजे तो त्यात पूर्णत: यशस्वीही ठरला.

माझ्या व्यवसायानिमित्तानं संपर्कात आलेल्या अनेक सीईओ आणि उद्योजकांपेक्षाही तो अधिक यशस्वी आणि प्रगल्भ असल्याचं त्याच्याशी बोलताना मला क्षणोक्षणी जाणवत होतं. तो हाडाचा सीईओ आहे, हे मी त्याला स्पष्टपणे सांगितलं. आपण सगळ्यात मोठी दाद त्याला दिली आहे, हे माझ्या डोक्यात घोळत असतानाच तो मात्र अपमान झाल्यासारखं माझ्याकडे पाहू लागला. त्याचा चेहरा आक्रसला. "मला कधीच कंपनी चालवायची नव्हती," तो उद्गारला. "पण कुठलंही काम तडीस नेण्यासाठी त्याला उद्योगात परिवर्तित करणं हाच एकमेव मार्ग आहे, असं मला

वाटतं,'' तो बोलत राहिला. त्यानंतरच्या त्याच्याशी झालेल्या संवादात प्रगतिशील आणि दूरदृष्टी असलेल्या एका निश्चयी उद्योजकानं करावी अशी विधानं तो करत होता. फेसबुक जागतिक स्तरावर लोकप्रियतेची विविध शिखरं गाठणार यावर माझा पक्का विश्वास त्या क्षणीच बसला. या पहिल्या भेटीनंतरच मी 'फेसबुक महत्त्वाचं का आहे?' यावरच माझ्या स्तंभात लिहिलं.

त्यानंतरच्या काळातील माझं फेसबुकसंदर्भातलं 'फॉर्च्युन'मधलं लिखाण खूप विस्तृत होत गेलं. त्याला कारणही तसंच होतं. आपल्या कंपनीत बोलावून झकरबर्गनं मला एक विशेष बातमी करण्याची परवानगी दिली. इतर कंपन्यांनी तयार केलेल्या सॉफ्टवेअर ॲप्लिकेशन्सना फेसबुकच्या माध्यमातून लोकांपर्यंत पोचविण्याच्या त्यांच्या प्रयोगाची संपूर्ण माहिती त्यानं मला दिली. त्यांच्या या प्रयोगाची घोषणा जगात फेसबुकचं होणाऱ्या संभाव्य स्वागताची नांदी होती. येत्या काळात फेसबुक जगातील एक महत्त्वाची कंपनी बनणार या गोष्टीवरचा माझा विश्वास २००७ सरता-सरता पक्का झाला. आणि असं जर असेल तर मग त्या संदर्भात कुणी पूर्ण पुस्तक का लिहू नये?

कॅलिफोर्नियातील पालो आल्टोला २००० व्यक्तींसोबत काम करणाऱ्या फेसबुकची २०१० सालातील आर्थिक उलाढाल एक बिलियन डॉलर्स आहे. वयाच्या सव्विसाव्या वर्षात पदार्पण केलेला मार्क आजही या कंपनीचा सीईओ आहे. त्याचा निग्रह, योजनाबद्ध काम करण्याची वृत्ती आणि मोठ्या प्रमाणात त्याच्या बाजूनं असलेलं त्याचं नशीब, या सगळ्याच्या जोरावर मार्कनं कंपनीच्या आर्थिक आणि व्यवस्थापकीय घडामोडींची वेसण आपल्या हातात ठेवली आहे. असं केलं नसतं, तर आज फेसबुक एखाद्या बलाढ्य इंटरनेट कंपनीच्या किंवा प्रसारमाध्यमाच्या नियंत्रणाखाली राहिलं असतं, एवढं मात्र नक्की. फेसबुक विकत घेण्याचा प्रयत्न अनेकांनी केला आणि त्यासाठी करोडो रुपये उधळण्याचीही त्यांची तयारी होती. मात्र मार्कनं आपला निश्चय ढळू दिलेला नाही. काम तडीस नेणं आणि लोकांना आपल्या या कामाचा जास्तीत जास्त वापर करण्यासाठी तयार करणं एवढ्या एका गोष्टीवर त्यानं आपलं लक्ष केंद्रित केलं होतं. स्वत: श्रीमंत होणं आणि पैसा कमावणं त्याच्यासाठी गौण होतं. कंपनीचं स्वातंत्र्य अबाधित ठेवतानाच त्यानं स्वत:चे आदर्श, व्यक्तिमत्त्व आणि तत्त्वं यांना कुठेही धक्का लागू दिलेला नाही.

❖

मार्कच्या हॉस्टेलच्या रूममध्ये तयार झालं तेव्हापासूनच फेसबुक साधं, सोपं आणि सरळ होतं. आपलं काम स्पष्ट, स्वच्छ आणि सुगम असावं, हा मार्कचा आग्रह आधीही होता आणि आताही आहे. त्याच्या स्वत:च्या फेसबुक प्रोफाइलमध्ये

आपल्या आवडी लिहिताना तो म्हणतो "Openness, breaking things, revolutions, information flow, minimalism, making things, eliminating desire for all that really doesn't matter." (मोकळेपणा, प्रघातांचा बीमोड, क्रांती, माहितीचा ओघ, किमानता, नव्याची जडण-घडण आणि ज्या गोष्टींना काही अर्थ नाही, त्याच्यासाठीच्या आशा-आकांक्षांचं उच्चाटन.) फेसबुकच्या निर्मात्याच्या minimalism अर्थात 'किमान' असण्याच्या कल्पना काहीही असू देत, पण फेसबुकसंदर्भात 'कमाल'च्या दिशेनं जाणारं खूपकाही आहे. फेसबुक म्हणजे माहिती, माहिती आणि माहिती! ही साइट वापरणारे त्याचे सदस्य महिन्याला सरासरी ३० मिलियन गोष्टी माहितीच्या स्वरूपात या साइटवर टाकतात, ज्यात वेबलिंक्स, बातम्या आणि फोटोंसारख्या गोष्टींचा समावेश आहे. इंटरनेटच्या माध्यमातून छायाचित्रं शेअर करणारी फेसबुक ही जगातील प्रमुख साइट आहे. दरमाह सरासरी ३ बिलियन फोटो फेसबुक यूजर्सकडून यावर टाकले जातात. वॉलवर केलेल्या घोषणा, वक्तव्यं, राजकारणावर टीका, वाढदिवसाच्या शुभेच्छा, आमंत्रणं, अपमान, थोडी टांगखिचाई, बाष्कळ जोक्स, तर कधी गंभीर विचार आणि हो, 'पोक्स'! फक्त एक क्लिक करण्यासाठी देण्यात आलेलं हे फीचर काहीच न बोलता सगळं काही सांगतं. किती जणांनी किती 'पोक' केले याची गणतीच नाही. याव्यतिरिक्त फेसबुकवर महत्त्वाचं नसणारंही बरंच काही घडतं.

फेसबुक प्रचंड लोकप्रिय ठरलं असलं, तरीही प्रत्यक्ष संवादाला पर्याय म्हणून ते अस्तित्वात आलेलं नाही. लोकांनी अजूनही त्याचा तसा वापर केला नसला, तरीही मार्क आणि सहकाऱ्यांनी फेसबुक घडवताना मानवी संबंधांना आणखी वृद्धिंगत करण्याचा हेतू मात्र सर्वपरीनं जपला. तुमचे मित्र, अल्पपरिचयाचे लोक, वर्गातील विद्यार्थी आणि सहकारी असे ज्यांना तुम्ही प्रत्यक्ष ओळखता त्यांच्याशी असलेलं तुमचं नातं आणखी दृढ करण्यासाठी फेसबुकचा उपयोग व्हावा, असा प्रयत्न मार्कनं कायम केला. आणि हीच गोष्ट फेसबुकला तत्सम सेवांच्या तुलनेत झुकतं माप देणारी व कंपनीच्या प्रवासाच्या प्रत्येक वळणावर एक नवीन आव्हान उभं करणारी आहे; ज्याचा या पुस्तकात सविस्तर ऊहापोह केला आहे.

वापरणाऱ्यांच्या दैनंदिन व्यवहारात, त्यांच्या छोटेखानी समूहात एका अत्यंत भावनिक पातळीवर 'फेसबुक इफेक्ट' जाणवतो. प्रभावी संवाद घडवणं, नातेसंबंधांची जपणूक आणि भावनिकतेची हळुवार पखरण करण्याचं कसब फेसबुकमध्ये आहे. तुम्ही आज कुठल्याशा मॉलमध्ये जाणार याची माहिती तुमच्या स्टेटस अपडेटमधून तुमच्या मित्रांना मिळते. तुम्ही ती प्रत्यक्ष पुरवत नाही. फेसबुकचं सॉफ्टवेअर ती जबाबदारी पार पाडतं. ती मित्रमंडळी तुम्हाला तिथे भेटण्याची तयारी दर्शवतात आणि ते येतातही.

प्रत्यक्ष जगात आपण ओळखत असलेल्या लोकांशी उत्तम संबंध स्थापित

करण्यासाठी निर्माण करण्यात आलेलं एक माध्यम, असा फेसबुक निर्मितीचा मुख्य उद्देश गृहीत धरून विचार केला, तर फेसबुकजवळ प्रचंड मोठी भावनिक ताकद आहे. ते, ओळखीच्याच दोन व्यक्तींमध्ये एक नव्या प्रकारचा संवाद घडवून आणण्याचं नावीन्यपूर्ण माध्यम आहे. हा प्रवास आनंद आणि दुःख असा दुहेरी होण्याची शक्यताही नाकारता येत नाही. पण तरीही वापर करणाऱ्या प्रत्येक व्यक्तीच्या आयुष्यातील अत्युच्च्य क्षणांवर फेसबुकचा परिणाम होतोच. ''फेसबुक हे प्रत्येक व्यक्तीचं पहिलं व्यासपीठ आहे,'' असं लेखिका, गुंतवणूक तज्ज्ञ आणि तंत्रज्ञान विदुषी एस्थर डायसनचं ठाम मत आहे.

इंटरनेट उद्योगातील इतर सेवांशी तुलना करताना फेसबुकची आणखी काही ठळक वैशिष्ट्यं सांगता येतील. तत्त्वतः आणि प्रत्यक्षातही फेसबुक हे वापरणाऱ्या व्यक्तीच्या खऱ्या माहितीवर आधारित आहे हे त्यातलं पहिलं वैशिष्ट्य. २००४ साली हार्वर्डमध्ये फेसबुक अस्तित्वात आलं तो क्षण, ते आजतागायत, फेसबुकसाठी तुमचं स्वतःचं खरेपण अत्यंत महत्त्वाचं आहे. इंटरनेट जगतात अनामिकता, काल्पनिक व्यक्तित्व आणि टोपण नावांची लयलूट आहे. फेसबुकमध्ये हे सारं तसं शक्य नाही. स्वतःची वेगळी आणि भव्य प्रतिमा निर्माण करून तुम्ही जर स्वतःला प्रस्तुत केलं तर फेसबुकचा फायदा तुम्हाला घेता येणार नाही. स्वतःच्या खऱ्याखुऱ्या व्यक्तिमत्त्वासकट जर तुम्ही इतरांसमोर आलाच नाहीत, तर एकतर तुमची मित्रमंडळी तुम्हाला ओळखणारच नाहीत. मग मैत्री होणं तर लांबच राहिलं. फेसबुक यूजर्स तुमची खरी ओळख पटवून घेण्यासाठी चिकित्सकपणे आधी तुमच्या मित्रांची यादी पाहतात. हे मित्रच तुमच्या अस्सल व्यक्तिमत्त्वावर शिक्कामोर्तब करतात. तुमची खरी ओळख सांगण्यापासून ही सगळी प्रक्रिया सुरू होते.

अस्सल ओळख या आपल्या वचनावर कायम राहताना खाजगीपणा किंवा यूजरच्या माहितीसंदर्भात पाळली जाणारी गोपनीयता आणि ती सांभाळण्यासाठी यूजर्सच्या हाती नियंत्रण-यंत्रणा सोपवणं, या प्राथमिक बाबी आवश्यक असतात. प्रत्येक वेळी हे असं साध्य होईल याची शाश्वती देणं कठीण असतं. मात्र मार्क आणि त्याच्या कंपूनं ही गोष्ट अगदी मनावर घेऊन त्यावर प्रचंड काम केलं. ''खूप सारे मित्र आणि खरी ओळख हीच सुरक्षित इंटरनेट संवादाची गुरुकिल्ली आहे,'' असं फेसबुकचा 'प्रायव्हसी हेड' म्हणून दीर्घकाळ काम केलेल्या ख्रिस केलीचं ठाम मत आहे. तो २००९ सालापर्यंत फेसबुकसोबत होता. कॅलिफोर्नियाच्या ॲटर्नी जनरल पदासाठीच्या निवडणुकीत भाग घेण्यासाठी तो नंतर फेसबुकमधून बाहेर पडला. इंटरनेटवर विश्वास कमवायचा असेल तर आपली खरी ओळख देणं आणि ती टिकून राहाणं या दोन गोष्टी आवश्यक असतात, असं ख्रिस मानतो. ऑनलाइन संवाद घडत असताना जर आपण कुणाशी बोलतो आहे ही शंका उपस्थित झाली

तर तुमची प्रायव्हसी धोक्यात येते. फेसबुकवर माहितीची देवाणघेवाण करताना ही सजगताच आपली माहिती सुरक्षित ठेवते. समोरची व्यक्ती कोण, हे निश्चित कळताच त्याला काय माहिती द्यायची आणि कुठली राखून ठेवायची, यावर लगेच नियंत्रण ठेवता येतं.

यानंतरच्या पुस्तकातील प्रकरणांत ज्याचा प्रामुख्यानं उल्लेख झाला आहे आणि सविस्तर चर्चाही घडून आली तो प्रायव्हसी हा मुद्दा फेसबुक वापरणाऱ्यांसाठी नेहमीच खूप जिव्हाळ्याचा विषय होता आणि आहेही. खाजगी गोष्टी सुरक्षित राखण्यात फेसबुक बरेचदा अयशस्वी ठरतं हे यूजर्सनी वेळोवेळी आवाज चढवून जाणवून दिलं. असे वादग्रस्त मुद्दे फेसबुकनं अनेकदा व्यवस्थित सांभाळले. पण हा मुद्दा घाबरवणारा आहे – फेसबुक यूजर्ससाठी तो जितका काळजीचा आहे तितकाच तो झकरबर्गसाठीही आहे. फेसबुकच्या दीर्घ आणि यशस्वी वाटचालीची खातरी करून घेताना यूजर्सच्या माहितीचं आणि इतर गोष्टींचं संरक्षण किती चांगल्या आणि प्रभावी पद्धतीनं करता येईल, यावर सगळ्यात जास्त भर देण्याची गरज आहे, याची पुरेपूर जाणीव त्याला आहे. म्हणूनच सन २०१०मध्ये कंपनीनं यूजर्सच्या नियंत्रक बाबी अधिक सोप्या आणि साध्या करण्यासाठी प्रयत्न सुरू केले. त्यामुळेच यूजर त्याची माहिती पाहणाऱ्यालाही पाहू शकतो.

फेसबुक इफेक्टमुळे घडणारा प्रत्येक सामाजिक बदल हा सकारात्मकच असेल ही खातरी देता येणार नाही. आपण आपलं आयुष्य अधिकाधिक सार्वजनिकरीत्या जगतो याचा काय अर्थ काढायचा? सतत स्वत:चं प्रदर्शन मांडणाऱ्या देशाकडे – जगाकडे – आपली वाटचाल होत आहे का? दैनंदिन आयुष्यातील बारीकसारीक तपशिलांचा उत्सव साजरा करण्याचं एक माध्यम म्हणूनच अनेक लोक फेसबुककडे पाहतात. अशांना फेसबुक हे संवादापेक्षा आत्मप्रौढीचं व्यासपीठ वाटतं. काहींना असं वाटतं की, मित्रांकडून आपल्या प्रत्येक कृतीची आणि प्रत्येक विचारांची सतत छाननी होते आणि हे जर असं असेल तर मग त्या व्यक्तीच्या आत्मोन्नतीसाठी फेसबुक उपयोगी ठरतं? की फक्त हेही मान्य आणि तेही मान्य; अशा मान्यतांच्या शक्यताच वाढतील? दिवसचे दिवस फेसबुकवर घालवणाऱ्या युवा वर्गाची प्रत्यक्ष जगातले बदल आणि कुतूहल ओळखण्याची किंवा टिपण्याची ताकद कमी होत आहे का? माहिती मिळवण्यासाठी आपण आता मित्रांवर जास्त अवलंबून राहतो आहे का? फेसबुक हे माहितीच्या विस्फोटात भर घालणारं आणखी एक माध्यम आहे का? मग आपण अल्प माहितीधारक बनण्याकडे वाटचाल करतो आहे का?

फेसबुकवर झालेली मैत्री म्हणजे नेमकं काय प्रकरण आहे? सरासरी काढली तर प्रत्येक फेसबुक यूजर्सना १३० मित्र आहेत. जसे अनेकांना आहेत, तसे तुमचे खरंच ५०० मित्र असू शकतात? (माझ्या लिस्टमध्ये १,१५० आहेत. पण मी या

कंपनीवर पुस्तक लिहितो आहे आणि त्यासाठी मला या लोकांची मदत हवी आहे.) आणि फेसबुकवर जास्तीतजास्त ५००० मित्र बनवता येतात, त्याबद्दल काय म्हणाल? काहींसाठी, फेसबुकमुळे मित्रत्वाची एक भ्रामक समजूत वाढीस लागते आहे, जी कालांतरानं अधिकाधिक एकटेपणाकडे नेणारी ठरू शकते. या शक्यतेचं मोजमाप करण्यासाठीची साधनं आणि आकडेवारी सध्या उपलब्ध नसली तरीही, ज्या प्रमाणात तंत्रमाध्यमांचा प्रचार-प्रसार होतो आहे, ही शक्यता आणि काळजी तितक्याच झपाट्यानं वाढते आहे.

❖

फेसबुक मुख्यालयापासून मैल-दोन मैलावर असलेल्या एका फ्रेंच बिस्ट्रोत एक दिवस मी झकरबर्गशी गप्पा मारत बसलो होतो. हॉटेल बंद होण्याची वेळ झाली होती. आपण यापूर्वी कधीही स्टेक फ्राइट्स चाखलेलं नाही असं तो म्हणाला म्हणून मी त्याला तेच ऑर्डर करण्याचा आग्रह केला. हॉटेल हळूहळू रिकामं होत होतं. आम्ही कॉफी घेत बाजूच्या टेबलकडे गेलो आणि हॉटेलचे कर्मचारी झाडू मारण्यास सज्ज झाले. नेहमीप्रमाणेच तो आपल्या ट्रेडमार्क टी-शर्टमध्ये होता. फक्त त्या दिवशी हवेत जास्त गारवा असल्यामुळे त्या शर्टवर त्यानं एक जॅकेट घातलं होतं. ज्या वेळी द फेसबुक (कंपनीचं मूळ नाव) निर्माण केलं त्या वेळी त्याला नेमकं काय वाटलं होतं आणि त्याचा विकास होत असताना त्याच्या डोक्यात काय काय विचार होते, हा माझा मार्कसाठीचा पहिला प्रश्न होता. त्याच्या उत्तरात पारदर्शकता होती. खरं सांगायचं तर मार्क स्वत: अगदी जात्याच प्रामाणिक आहे.

"विचार करा, तुम्ही एका कॉलेजचे विद्यार्थी आहात," तो बोलू लागला. "कुठलातरी सिद्धान्त घोकण्यात तुमचा सगळा वेळ खर्ची पडतो, बरोबर? आणि तुम्ही जरा अगम्य पद्धतीनं विचार करता. अगदी खूप आदर्शवादी. 'या' (हार्वर्डमध्ये) विद्यापीठात तर अगदी मुक्त विचारस्वातंत्र्य असताना, तुम्हाला त्याच्या परिसरातच नैतिक मूल्यं आढळतात आणि त्यातील एक म्हणजे, जग हे लोकांनी चालवलेलं राज्य असावं. या अशाच अनेक गोष्टींनी मी खरा घडत गेलो. आणि या व अशाच साऱ्या गोष्टींचा वारसा फेसबुक पुढे नेत आहे.

"डस्टीन (मॉस्कोव्हिट्झ), ख्रिस (ह्यूजेस) (हार्वर्ड येथील मार्कचे मित्र) आणि मी, माझ्या कॉम्प्यूटर सायन्स क्लासच्या इतर वर्गमित्रांशी गप्पा करत असू. आम्हाला नेहमी वाटायचं की, इंटरनेटच्या माध्यमातून जर जगात अधिक पारदर्शकता, अधिक माहितीचे स्रोत आणि त्या माहितीची सहज देवाणघेवाण झाली, तर जगात अपरिहार्यपणे मोठमोठे बदल घडतीलच घडतील. पण या बदलाच्या प्रक्रियेत आमचीही काही भूमिका राहील याची मात्र तिळमात्र कल्पना आम्हाला नव्हती...

आम्ही फक्त कॉलेजला जाणारी मुलं होतो.'' मग त्यानं द फेसबुकच्या निर्मितीनंतर जे घडत गेलं ते सविस्तर सांगितलं, ''एक-एक पाऊल पडत गेलं – 'अरे, या कॉलेजला याची गरज आहे'; किंवा 'ओके, या लोकांनाही हे हवं.' ...आणि हे सगळं मग प्रचंड वाढतच गेलं. आम्ही सगळे अगदी 'वॉव' अशा स्थितीत होतो.

''मग एक दिवस आम्हाला साक्षात्कार झाला की, हे जे काही घडतं आहे त्यात आपण खूप महत्त्वाची भूमिका बजावू शकतो आणि ते पुढेही नेऊ शकतो... आमच्या हस्तिदंती मनोऱ्यातील विचारवंत कंपूला जाणीव झाली की, कॉलेजमध्ये, जगात आणखी पारदर्शकता आणली, तर जग आणि जगातील विविध गोष्टींमध्ये परिवर्तन येईल यांसारख्या फक्त गप्पा मारणारे जगात बदल घडवून आणण्यासाठी काहीच हालचाल करताना दिसत नाहीत! मग आम्ही निर्णय घेतला; आपणच मूल्यं जरा पुढे नेऊ. शिवाय हे सुरू केलेलं काम असं अर्धवट सोडू नये, असंही आम्हाला मनापासून वाटलं,'' मार्क दिलखुलास हसत मला सांगत होता.

स्वत:कडे सर्व अधिकार असावेत अशी मार्क झकरबर्गची भूमिका कधीच नव्हती. हार्वर्ड विद्यापीठानं विद्यार्थ्यांसाठी ऑनलाइन फेसबुक निर्माण करण्यास पुढाकार घेतला नाही म्हणून आपला विरोध प्रकट करण्यासाठी मार्कनं फेसबुकची निर्मिती केली. पण त्यानं जे निर्माण केलं त्यातून प्रत्येक व्यक्तीला त्याचं स्वत:चं अधिकारक्षेत्र मिळालं. ही संपूर्ण सेवा ती वापरणाऱ्या व्यक्तीच्या व्यक्तिमत्त्वाभोवती आणि त्याच्या प्रत्येक कृतीवर केंद्रित आहे. संस्थेच्या बळावर फेसबुक अशा प्रत्येक व्यक्तीला ताकदवान बनवतं. आपल्या या कामाच्या माध्यमातून मार्कनं त्याच्या स्वत:तील शक्ती फेसबुकशी जुळलेल्या व्यक्तिमत्त्वांना थोडी थोडी वाटून दिली आहे.

❖

जगाला एकत्र आणण्याचं काम फेसबुक करत आहे. जगभरातील लोकांना आणि विशेषत: तरुणाईला एका समान सांस्कृतिक अनुभवाला सामोरं जाण्याचा मार्ग मोकळा करून देणारं हे द्वार आहे. एका एकोणीस वर्षीय कॉलेज तरुणानं केलेल्या बऱ्यापैकी अभ्यास-प्रकल्पापासून ते एका बलाढ्य तंत्रज्ञानापर्यंत फेसबुकचा प्रवास झाला आहे, ज्यानं सार्वजनिक आणि खाजगी दोन्ही आधुनिक जीवनपद्धतींवर आपला प्रभाव पाडला. याच्या सदस्यांना वयोगट, भौगोलिक सीमा, भाषा आणि वर्गाची कुठलीही आडकाठी नाही. कदाचित जगाच्या इतिहासातील सर्वांत तेजीनं फोफावणाऱ्या कंपन्यांपैकी ही एक ठरावी. चिली आणि नॉर्वेसारख्या देशांत फेसबुक अमेरिकेपेक्षाही जास्त प्रमाणात अस्तित्वात आहे. लोकांमधील संवाद, कंपन्यांची माल विकण्याची पद्धत, विविध देशांतील सरकारचा कारभार आणि तेथील लोकांची

परिस्थिती, या सगळ्याची माहिती आणि जगभरातील कंपन्यांच्या उलाढाली, या सगळ्यामध्ये फेसबुकनं काही ना काहीतरी बदल घडवून आणला आहे. राजकीय उपक्रमांच्या बाबतीत बोलायचं झालं, तर त्याचा चेहरामोहरा फेसबुकमुळे पार बदलला आहे. काही देशांतील कारभारही यामुळे मोठ्या प्रमाणात प्रभावित झाल्याचं दिसत आहे. थोडक्यात आता हे कॉलेज तरुणांच्या हातातील खेळणं राहिलेलं नाही, एवढं मात्र नक्की.

तुम्ही इंटरनेट वापरत असाल तर तुम्ही फेसबुक वापरण्यास प्रवृत्त व्हाल. जगभरात सर्वाधिक वापरली जाणारी, फेसबुक ही गूगलनंतरची दुसऱ्या क्रमांकाची साइट आहे आणि जवळपास ६०० मिलियन लोक फेसबुक सदस्य आहेत (नोव्हेंबर, २०१०च्या आकडेवारीप्रमाणे) जगभरात इंटरनेट वापरणाऱ्या २ बिलियन लोकांपैकी ३० टक्के लोक फेसबुक रोज वापरतात. कॉलेज स्तरावर २००५च्या हिवाळ्यात सुरू करण्यात आलेलं फेसबुक २००६मध्ये, म्हणजे बरोबर एक वर्षानी इतरांसाठीही खुलं करण्यात आलं. आता परिस्थिती अशी आहे की, जगभरातील याचे सदस्य दररोज २३ बिलियन मिनिटं फेसबुकवर घालवतात. (काही सदस्य तर फेसबुकवर तासन्तास ऑनलाइन असतात.) आणि या सगळ्या विकासाच्या गतीत ज्या प्रमाणात लोक फेसबुककडे वळताहेत ती गती डोक्याचा पार भुगा करणारी आहे – ५ टक्के प्रति दिवस! आणि जर फेसबुक आणि इंटरनेट वापरणाऱ्यांची ही गती अशीच कायम राहिली, तर २०१३ संपता संपता ऑनलाइन असणारी प्रत्येक व्यक्ती ही फेसबुक सदस्य असेल.

पण वास्तवात हे शक्य नाही. तरीही फेसबुक सध्या ७५ भाषांमध्ये वापरलं जातं आणि त्याचे ७५ टक्के यूजर्स किंवा सदस्य हे अमेरिकेबाहेरील आहेत. 'insidefacebook.com'नं प्रकाशित केलेल्या 'फेसबुक ग्लोबल मॉनिटर'नुसार जवळपास १४३ मिलियन अमेरिकन लोक फेसबुक वापरतात किंवा एकूण लोकसंख्येच्या ४३ टक्के लोक फेसबुकचे सदस्य आहेत. थक्क करणारी अशीच ही परिस्थिती आहे. पण कॅनडात ही टक्केवारी एकूण लोकसंख्येच्या ५०.५ इतकी आहे. अजूनही फेसबुक यूजर्सची संख्या अमेरिकेत अधिक आहे. पण त्यानंतरच्या दहा देशांचाही आलेख मोठा आहे ज्यात तुर्कस्तान, फ्रान्स, फिलिपाईन्स, इटली, कॅनडा, मेक्सिको, भारत आणि जर्मनी या देशांचा समावेश आहे. फेसबुक ग्लोबल मॉनिटरच्या सर्वेक्षणानुसार ज्या दहा देशांत येत्या काही काळात फेसबुक वापरणाऱ्यांची संख्या झपाट्यानं वाढते आहे त्यात रोमानिया, दक्षिण कोरिया, हंगेरी, थायलंड, युक्रेन, डोमेनिक रिपब्लिक, लॅटविया, इराक, ब्राझील आणि इक्वाडोर या देशांचा समावेश आहे.

फेसबुक इतर वेबसाइट किंवा तांत्रिक उद्योगांच्या अगदी विरुद्ध आहे. म्हणजे

ते प्रामुख्यानं फक्त लोकांसाठीच आहे. प्रत्येक व्यक्तीला आपल्या आयुष्यात आणखी काहीतरी नवीन करण्याची संधी देणारं हे माध्यम आहे. इन्स्टंट मेसेजिंग, ई-मेल, टेलिफोन आणि टेलिग्राफप्रमाणेच हे संवादाचं एक आधुनिक आणि नावीन्यपूर्ण माध्यम आहे. WWW म्हणजेच 'वर्ल्ड वाइड वेब'च्या सुरुवातीच्या काळात लोकांना वाटलं होतं की, आता प्रत्येक व्यक्तीचं आपलं एक होमपेज असणार. सोशल नेटवर्किंगच्या माध्यमातून ही शक्यता प्रत्यक्षात आली आहे. प्रत्येकाला काहीतरी नवीन करण्याची संधी उपलब्ध करून देतानाचा या सगळ्यांना फेसबुक एका सूत्रात जोडत आहे.

पण ही वाढ आणि समाजात खोलवर होणाऱ्या त्याच्या शिरकाव यामुळे काही सामाजिक, राजकीय, नियमन आणि धोरणांसंदर्भात जटिल प्रश्नही निर्माण झाले आहेत. आपल्या यूजर्सच्या जगातील प्रत्यक्ष संवादांना फेसबुक कसं बदलणार? दडपशाही करणारी सरकारं या नव्या स्वरूपातील लोकाधिकारांना कसा प्रतिसाद देणार? या एवढ्या मोठ्या प्रमाणातील सेवेचं नियमन आवश्यक आहे का? जगभरातील कोट्यवधी लोकांना संवादाचं माध्यम उपलब्ध करून देणारी सेवा फक्त एका कंपनीच्या अधिपत्याखाली असण्याबद्दल तुमचं काय मत आहे? फक्त एका व्यावसायिक संस्थेला आपल्याबद्दल सर्वकाही सांगताना आपण आपलं व्यक्तिस्वातंत्र्य धोक्यात तर टाकत नाही ना? जर पृथ्वीच्या कानाकोपऱ्यात फेसबुकचा प्रसार आणि प्रभाव याच प्रमाणात वाढत राहिला, तर या सगळ्या प्रश्नांचं गांभीर्य अधिक तीव्र स्वरूपाचं होणार; यात शंका नाही.

या प्रश्नांवर खोलवर प्रकाश टाकण्याचा या पुस्तकाचा प्रयत्न आहे. पण एका एकोणीस वर्षीय अस्वस्थ आणि निर्भीड मुलाच्या डोक्यातील ही भन्नाट कल्पना केम्ब्रिज, मॅसेच्युसेट्सच्या हॉस्टेलपर्यंत कशी पोचली हे जाणून घेतल्यावरच तुम्हाला फेसबुकच्या एका बलाढ्य कंपनीपर्यंतच्या प्रवासाची आणि त्याच्या भवितव्याची कल्पना करणं शक्य होईल.

❖

१

श्रीगणेशा

"फक्त हार्वर्ड विद्यापीठाच्या वापरासाठी आम्ही 'द फेसबुक'चा श्रीगणेशा करीत आहोत."

हार्वर्डच्या कर्कलँन्ड हॉस्टेलच्या आवारातून मार्कनं आपल्या खोलीकडे धाव घेतली. हातात त्याचा आवडता आठ फुटांचा व्हाईटबोर्ड होता. कॉम्प्युटर सायन्सच्या दुसऱ्या वर्षाला शिकणारं मार्क झकरबर्ग नावाचं हे ध्यान आपल्या मनातील वादळाला वाट मोकळी करून देण्याच्या लगबगीत होतं. डोक्यातील विचारांना कधी एकदा हातातल्या त्या बोर्डवर मोकळं करतो, या घाईतच तो खोलीत शिरला. चार जणांच्या राहाण्याची सोय असलेल्या त्या जागेत हॉलकडून बेडरूमकडे जाणाऱ्या भिंतीवरच तो बोर्ड लावणं शक्य होतं. सप्टेंबर २००३ ला एका रात्री मार्कनं लिहायला सुरुवात केली. विविध समीकरणांच्या जंजाळात गुंफलेल्या रंगीबेरंगी रेषा मार्क हॉलच्या मध्यभागी उभं राहून न्याहाळू लागला. कधी बेडरूमच्या बाजूनं जाऊन तर कधी पुन्हा हॉलच्या भिंतीला खेटून तो वारंवार त्या बोर्डवर नजर टाकत होता. "त्या व्हाईटबोर्डवर मार्कचा खरंच खूप जीव होता," डस्टीन मॉस्केव्हिट्झच्या डोळ्यापुढं अजूनही तो काळ रेंगाळतो. "अगदी अस्पष्ट असली तरीही डोक्यातील प्रत्येक घडामोड त्या बोर्डवर उतरवायला तो नेहमी उत्सुक असायचा." डस्टीन मार्कच्या तीन रूम पार्टनर्सपैकी एक होता. संगणक आणि इंटरनेटसंदर्भातील विचारांचं काहूरच मार्कच्या मनात माजलेलं होतं. कोर्समधील, संगणकाशिवाय कुठल्याही विषयाचा कितीही अभ्यास असला तरीही तासन्तास मार्क सॉफ्टवेअरचे कोड लिहायचा. त्याच्यासाठी झोप वगैरे गोष्टी अगदी नगण्य होत्या. कॉलेजच्या कॉमनरूममध्ये तो बोर्डऐवजी संगणकासमोर मंत्रमुग्ध झालेला पाहाणं इतर विद्यार्थ्यांसाठी नित्याचं होतं. खाद्यपदार्थांचे रॅपर्स आणि शीतपेयांच्या रिकाम्या बाटल्या कचरापेटीत टाकण्याचे कष्टही तो अशा अवस्थेत घेत नसे.

त्या महिन्याच्या पहिल्याच आठवड्यात मार्कनं *'कोर्स मॅच'* नावाचं एक अत्यंत निरुपद्रवी सॉफ्टवेअर विकसित केलं. विद्यापीठातील इतर विद्यार्थ्यांनी कुठल्या

शाखांची निवड केली आहे, याची माहिती त्या व्यक्तीच्या इंटरनेटवरील फोटोवर क्लिक करून मिळविता येईल, असं त्या नवीन प्रोग्रॅमचं स्वरूप होतं. आपल्या आवडत्या मित्रांच्या कोर्सची माहिती मिळवून स्वत:ही त्या कोर्सची निवड करण्याकडे लगेच विद्यार्थी वळले. टोपॉलॉजीच्या आपल्या वर्गात शेजारी बसलेल्या देखण्या किंवा आपल्याला आवडणाऱ्या मुलीनं पुढल्या सेमिस्टरला कुठल्या विषयाची निवड केली हे जाणून घेणं प्रत्येकालाच आवश्यक वाटल्यानं मार्कचं हे *'कोर्स मॅच'* सॉफ्टवेअर भलतंच लोकप्रिय झालं. थोडी प्रौढी मिरवीत आजही मार्क आपल्या या प्रोग्रॅमबद्दल अभिमानानं सांगतो.

❖

कुरळे तपकिरी केस आणि चेहऱ्यावर वांग असलेला एकोणीस वर्षीय मार्क त्याच्या किडकिडीत शरीरयष्टी व ठेंगणेपणामुळं शाळकरी मुलगाच वाटायचा. आत्ममग्नता हा त्याच्या चेहऱ्यावरचा चिरंतन भाव. रबरी सॅन्डल त्याच्या पायाचा अविभाज्य भाग होते. अगदी हिवाळ्यातही त्याच्या या पेहरावात काहीही बदल नसायचा. ढिलीढाली बॅगी पॅन्ट आणि एखादं आकर्षक चित्र किंवा ग्राफिटी असलेला टी-शर्ट हा त्याचा नेहमीचा पोशाख. अपरिचितांसमोर तो नेहमी शांत असायचा. पण बोलायला लागला तर ते उपरोधिकच असेल, हे मात्र निश्चित. मुद्दा मांडून होइस्तोवर समोरच्या व्यक्तीला बोलू देतो, तेव्हा तो कमालीचा शांतही असतो. त्याला उद्युक्त करणारा मुद्दा आल्यावर मात्र अक्षरश: त्याच्या तोंडाचा पट्टा सुटतो आणि मग स्वत:च्या संकल्पना मांडताना त्याच्या जिभेवर सरस्वती नाचते. पण सर्वसामान्य किंवा तथ्य नसलेल्या गोष्टींवर तुम्ही जर जास्त वेळ घेताना दिसलात तर मात्र, 'बरं', या एका शब्दापलीकडे मार्कच्या तोंडून काहीही बाहेर पडत नाही. अशा वेळी त्याची नजर तुम्हाला भेदून कुठेतरी शून्यात स्थिरावलेली असते. तो जन्मजात विचारवंत तर आहेच, त्याचबरोबर कमालीचा बुद्धिनिष्ठही आहे. त्याचं आणखी एक वैशिष्ट्य म्हणजे त्याचं हस्ताक्षर. आकारानं अत्यंत छोटं, प्रचंड नीटनेटकं आणि सुव्यवस्थित. अशी सुबक अक्षरं आणि सुसंघटित विचार हे त्याच्या डायरीत एकत्र नांदताना दिसतात.

निरागस पण खोडकर स्मितहास्यामुळे मार्क कॉलेज तरुणींमध्ये बराच लोकप्रिय होता. क्वचितच तो मैत्रिणीविना आढळून येई. त्याचा आत्मविश्वास, विनोदवृत्ती आणि इतरांच्या आदरस्थानांबद्दल असलेली बेफिकिरी हा मुलींसाठी कौतुकाचा विषय ठरत असे. त्याला याची पुरेपूर जाणीव असल्यानं तोही मग कायम तोऱ्यात राही. 'झक' म्हणून तो कॉलेजमध्ये ओळखला जाई.

शाळेत त्याच्या नावावर अनेक पुरस्कार आणि सन्मान आहेत. पण हार्वर्डला प्रवेश घेताना भरलेल्या ॲडमिशन फॉर्ममध्ये लिहिलेल्या या तपशिलांचा व त्याचा

संबंध आढळून यावा असं काहीच त्याच्या व्यक्तिमत्त्वात नव्हतं. गणित, ॲस्ट्रॉनॉमी, भौतिकशास्त्र आणि क्लासिकल लँग्वेजेस अशा विविध विषयांत त्यानं प्राविण्य मिळवलं होतं. फ्रेंच, हिब्रू, लॅटिन आणि प्राचीन ग्रीक या भाषा त्याला येतात. (आपल्या विशिष्ट शैलीत मार्क आजही सांगतो की त्याच्या वाईट उच्चारांमुळे त्यानं या प्राचीन भाषांची निवड केली. ''म्हणजे बोलण्याचा प्रश्नच निर्माण होत नसे आणि लिहिण्यावर किंवा वाचण्यावरच सगळं निभवायचं,'' तो गमतीनं सांगतो.) हार्वर्ड या नावाशी जुळलेले सगळे संदर्भ आणि सामाजिक प्रतिष्ठा मार्कसाठी अजिबात अपरिचित नव्हती आणि त्याला त्याचं विशेष आकर्षण वाटायचं नाही. कारण आयव्ही लीगकडे (पूर्व अमेरिकेतील आठ नामवंत विद्यापीठांचा समूह) घेऊन जाणाऱ्या फिलिप्स एक्सेटर अकॅडमीसारख्या प्रतिष्ठित संस्थेतही त्याची वर्णी सहज लागली होती. दक्षिण न्यूयॉर्क सिटीतील डॉब्स फेरी पब्लिक हायस्कूलचा तर त्याला दोनच वर्षांत उबग आला होता.

मार्कचे वडील दंत चिकित्सक आणि आई मानसोपचार तज्ज्ञ आहे. त्यांच्या चार मुलांपैकी मार्क दुसरं अपत्य आणि एकुलता एक मुलगा होय. परिसरातील सगळ्यात मोठं घर या दांपत्याच्या मालकीचं असलं तरी कुटुंब मात्र फारच विनम्र होतं. घराचा तळमजला डॉ. झकरबर्गच्या डेंटल क्लिनिकनं व्यापला होता. 'पेनलेस डॉ. झी' म्हणून त्यांची ख्याती होती. 'भित्र्या लोकांच्या सेवेसाठी' अशी त्यांच्या वेबसाइटवर असलेली ओळ आणि त्यांच्या ऑफिसच्या दारावर घाबरलेल्या पेशंटचं चित्र हे या कुटुंबाच्या विनोदबुद्धीचा परिचय देणारं होतं. मार्कप्रमाणेच त्याच्या तिन्ही बहिणी अत्यंत हुशार आणि कुशाग्र बुद्धिमत्तेच्या आहेत. त्याची थोरली बहीण रॅन्डी आता फेसबुकच्या वितरण व जाहिरात विभागात वरीष्ठ पदावर आहे. मार्कचा कल तंत्रज्ञानाकडे आहे हे त्याच्या तेराव्या वाढदिवसालाच स्पष्ट झालं. त्याच्या मित्झवा समारंभाची (ज्यू धर्माप्रमाणे सामाजिक जबाबदारी स्वीकारण्यास मुलं वयाच्या तेराव्या वर्षी तयार होतात. त्या वेळी करावयाचा समारंभ.) संकल्पनाच 'स्टार वॉर'ची होती.

❖

कर्कलॅन्ड हाऊसमधील सगळ्यात छोट्या खोल्यांपैकी एक मार्क आणि त्याच्या चार मित्रांची होती. दोन बेडरूममध्ये दोन बिछाने आणि अभ्यासाची दोन टेबलं होती. ख्रिस ह्यूजेस त्याचा रूम पार्टनर होता. ख्रिस साहित्य आणि इतिहास या पदव्युत्तर अभ्यासक्रमाचा विद्यार्थी होता आणि समलिंगी होता. त्यांनी दोघांनी अगदी खुषीनं बंकबेडचे (एकावर एक पलंग) दोन भाग केले. कारण वरच्या बिछान्यावर झोपण्याची दोघांचीही तयारी नव्हती. मात्र या उपद्व्यापामुळं त्यांच्या बेडरूममध्ये हलायलाही

वाव उरला नव्हता. मग त्यांनी दोन्ही टेबलं उचलून अडगळीसारखी कोपऱ्यात ठेवून दिली. दुसऱ्या बेडरूममध्ये अर्थशास्त्र विभागाचा विद्यार्थी मॉस्कोव्हिट्झ आणि बिली ऑलसन राहायचे. मॉस्कोव्हिट्झ बुद्धिमान नसला तरी खूप मेहनती होता.

त्यांच्या कॉमनरूममध्ये प्रत्येकी एक डेस्क आणि काही आरामखुर्च्या होत्या. पण एकंदरीत त्या रहिवासाचं स्वरूप अजागळ होतं. मार्क तर टेबल आणि खुर्च्यांवर वस्तू टाकून विसरून जाण्यात पटाईत होता. आठवडेच्या आठवडे हा कचरा तसाच टेबलजवळ पडून असायचा. मॉस्कोव्हिट्झची मैत्रीण शेवटी कंटाळून साफसफाई करायची. एकदा मार्कला भेटायला आलेल्या त्याच्या आईनं हे सारं पाहिलं आणि त्या फारच ओशाळल्या. आपल्या मुलाच्या अशा स्वभावासाठी त्यांनी इतर मुलांची माफीही मागितली. लहानपणी त्याला सांभाळायला नॅनी असल्यामुळे तो जरा बेफिकीर झाला आहे, याची त्यांना जाणीव होती.

पण ही अपुरी जागाच या चौघांच्या घट्ट मैत्रीचा दुवा ठरली. आईकडून मिळालेल्या स्पष्टवक्तेपणा आणि अति प्रामाणिकपणा या गुणांमुळे मार्क त्या चौघांमध्ये वेगळा वाटायचा. हळूहळू या खोलीतील इतर तिघांनाही या गुणांची महत्ता कळली आणि त्यांनी ते गुण सहज अंगिकारले. महत्त्वाचं काही असेल तर पुढाकार घेणं मार्कच्या स्वभावात होतं. मग हळूहळू तो या तिघांचं नेतृत्वच करू लागला. परस्परांपासून काहीही लपवणं त्यांच्या कुणाच्याच स्वभावात नव्हतं. सगळा व्यवहार अगदी खुल्लमखुल्ला! त्या चौघांचीही वृत्ती आपापल्या अभ्यासाच्या विषयांत गढून जाण्याची होती. एकमेकांवर कुरघोडी करण्याऐवजी परस्परांना प्रकल्पांत मदत करण्याकडे त्यांचा ओढा अधिक होता.

इंटरनेट त्यांच्यातील सामूहिक दुवा होता. डस्टीनचं संगणकीय ज्ञान जेमतेम असलं तरी त्यातील आवडी-निवडींची त्याला जाण होती. ऑनलाईन काय चालू शकतं आणि काय नाही हे अडाखे तो अचूक मांडायचा. त्यामुळं मार्कशी त्याचं चांगलंच सूत जुळलं. ह्यूजेसचा मात्र पहिल्या सेमिस्टरपर्यंत संगणकाशी काडीचाही संबंध नव्हता. पण हळूहळू इंटरनेट आणि प्रोग्रॅमिंगच्या सततच्या चर्चेमुळे त्यालाही उत्सुकता निर्माण झाली. लवकरच तोही आपल्या कल्पनांना वाट मोकळी करून देऊ लागला. तीच अवस्था ऑलसनचीही होती. मार्कच्या प्रत्येक प्रोग्रॅमिंग प्रोजेक्टमध्ये उर्वरित तिघांचा सहभाग नंतर नित्याचा झाला.

आयव्ही लीगमधील बौद्धिक चमक आणि तारुण्यात असणारा अभ्यासाचा तिटकारा याचा एक वेगळाच मिलाफ कर्कलॅन्डमधील या सूट नंबर एच ३३ मध्ये झाला होता. येथील दैनंदिन घडामोडी सामान्य नव्हत्या. विविध व्यवसायांच्या शक्यता पडताळून पाहाणं आणि आपल्या क्षमता आजमावण्यामध्ये रमलेला मार्क एकटाच विद्यार्थी नव्हता. खरं तर हार्वर्डला अशा विद्यार्थ्यांचं नाविन्यही नव्हतं.

वसतिगृहाच्या प्रत्येक रूममध्ये असे अनेक बुद्धिमान आणि दैवी देणगी मिळालेले विद्यार्थी खच्चून भरले होते.

जगावर सत्ता गाजविण्यासाठीच ही मुलं जन्माला आली आहेत, अशी हार्वर्डची समजूत होती. हे विद्यापीठ त्यासाठी ख्यातनाम आहेच. झकरबर्ग, मॉस्कोव्हिट्झ आणि ह्यूजेस भन्नाट कल्पनांनी पछाडलेले होते, यात शंका नव्हती. मात्र जगावर साम्राज्य गाजवण्याच्या त्यांच्या क्षमतेविषयी ते काहीसे बेफिकीर होते. पण त्यांच्या त्या अडगळीच्या खोलीतून जे काही जन्माला येत होतं ते सारंच खळबळ माजवणाच्या क्षमतेचं होतं.

*'कोर्स मॅच'*ला मिळालेल्या अनपेक्षित यशानं मार्कनं आणखी काही प्रयोग करण्याचं निश्चित केलं. ऑक्टोबरमध्ये त्यानं लगेच 'फेसमॅश' नावाचा नवीन प्रोग्रॅम तयार केला. ही घटना हार्वर्डमधल्या बुद्धिमान विद्यार्थ्यांमध्ये दडलेल्या उद्दाम आणि बंडखोर वृत्तीला प्रोत्साहन देणारी ठरली. कॉलेज कॅम्पसमधला सगळ्यात 'हॉट' चेहरा शोधण्यासाठी या प्रोग्रॅमचा उपयोग होणार होता. बुद्धिबळपटूंना मानांकन देण्यास वापरण्यात येणाऱ्या संगणकीय कोडचा उपयोग करून या प्रोग्रॅमद्वारे दोन व्यक्तींना लोकप्रियतेच्या शर्यतीत उतरविण्यात आलं. दोन मुली अथवा दोन मुलं यांचे फोटो टाकून इंटरनेटवर त्यांची तुलना करण्यासाठी सर्व विद्यार्थ्यांना आमंत्रित केलं गेलं. कॉलेजातील फ्रॅटरनिटी म्हणजे प्रत्येक अभ्यासक्रम किंवा अभ्यासाच्या वर्षाप्रमाणे तयार झालेल्या गटातील अशी लोकप्रिय व्यक्तिमत्त्व मग पुन्हा तुलनेसाठी इंटरनेटच्या माध्यमातून मुलांपुढे ठेवण्यात आली.

हा चेष्टेचाच एक प्रकार होता. या सॉफ्टवेअरसोबत मार्क जी ऑनलाईन डायरी लिहायचा त्याचाही काही भाग या प्रोग्रॅमसोबत इंटरनेटवर आला होता. त्यातील नोंदींनुसार त्या वेळी मार्क आपल्या एका मैत्रिणीवर चिडला होता. त्यातच त्यानं हा प्रोग्रॅम तयार केल्यावर आपल्या रागाला वाट मोकळी करून दिली आणि चिडून जाऊन त्या मैत्रिणीचा उल्लेख त्यानं 'bitch' असा केला. ''हिला विसरण्यासाठी मला काहीतरी करायलाच हवं,'' असंही त्यानं लिहिलं. ''मला थोडी चढलेली आहे, त्यामुळे मी खोटं बोलणार नाही.'' अशी पुस्ती जोडायलाही तो विसरला नाही. प्रत्यक्षात मार्कनं हा प्रोग्राम प्राणी आणि व्यक्ती यांची तुलना करण्यासाठी म्हणून तयार केला होता, अशी नोंद जरनलमध्ये आढळून येते. मात्र ऑलसननं त्याला रोखलं. आधी माणसा-माणसांची तुलना करू आणि मग प्राण्यांकडे वळू, अशी त्याला सूचना केली म्हणून मार्कनं आपला विचार बदलला. हा निर्णय किती योग्य होता, याची प्रचिती कालांतरानं त्या दोघांनाही आली. त्या जरनलनुसार, फक्त आठ तासांत हा पूर्ण प्रकल्प तयार झाला आणि पहाटे ४ वाजता ही उठाठेव संपुष्टात आली.

विद्यापीठातील सगळ्या विद्यार्थ्यांची माहिती असलेल्या दस्तावेजाला प्रशासन 'फेसबुक' म्हणायचे. फेशमॅशसाठी मार्कनं या फेसबुकमधल्या फोटोंचाच वापर केला. प्रवेशाच्या वेळी घेतलेल्या या छायाचित्रांमध्ये ते लाजरे-बुजरे आणि वेंधळे दिसायचे. त्यातील बावळटपणा इतका जास्त होता की हे आपलंच छायाचित्र आहे, हे मान्य करायलाही काही विद्यार्थी तयार नसायचे. त्यांच्यासाठी ते खूप लाजिरवाणं होतं. मार्कनं कुठलीही परवानगी न घेता विद्यापीठातील सर्व शाखांच्या विद्यार्थ्यांची डिजिटल छायाचित्रं फेशमॅशसाठी वापरली. या त्याच्या कृतीवर बरीच टीका झाली. 'गुरिल्ला कम्प्युटिंग' अशी हेटाळणी करत हार्वर्डच्या 'हार्वर्ड क्रिमसन' या मासिकात मार्कवर लेखही छापून आला. मार्क आपल्या उपयोगात येणाऱ्या अशा बऱ्याच गोष्टी संगणक हॅक करून मिळवायचा. एका मित्रानं अत्यंत विश्वासानं वापरायला दिलेल्या लॉग-इनचा वापर करून मार्कनं त्याच्या सर्व मित्रांची यादी स्वत:साठी काढून घेतली होती. त्याला लॉग-इन का दिलं, याचा पश्चात्ताप काही काळानंतर या मित्रानं व्यक्त केला होता. तशी नोंदही सापडते. दुसऱ्या एका शाखेच्या संगणक खोलीला भोक पाडून, संगणकाशी एक वायर जोडून आवश्यक असलेली माहिती मार्कनं काढून घेतल्याचीही घटना बरीच चर्चेत होती.

आपण करतो आहे ते योग्य नाही, हा विचार मार्कला अस्वस्थ करणारा ठरला. काही काळाकरता मग त्यानं आपलं हे असं हॅकिंगचं काम बाजूला सारलं. थोडी खळबळ त्याच्याही मनात निर्माण झाली. नियमांचं जाणून-बुजून उल्लंघन करावं, हा त्याचा हेतू नसायचा. मात्र कुठलीही गोष्ट करताना पुरता विचार न करता आणि परवानगी मागण्याची फिकीर न करता पुढे जाण्याच्या त्याच्या बेफिकीर वृत्तीमुळे तो बिनधास्त चुका करायचा, हे तेवढंच खरं.

एका रविवारी, म्हणजे बरोबर २ नोव्हेंबरला, स्वत:च्या इंटरनेट कनेक्शनचा वापर करून मार्कनं दुपारी *'फेसमॅश'* खुलं केलं. 'आम्ही कसे दिसतो यावरून आम्हाला प्रवेश मिळाला आहे का?' असा सवाल साइटच्या होम-पेज वर होता. 'नाही. मग आपलं मूल्यमापन दिसण्यावर आधारित राहाणार काय? होय.' असं दुसरं वाक्य टाकून त्याने या साइटची लिंक आपल्या काही मित्रांना पाठवली. नंतर त्याने असा दावा केला की ती फक्त अभिप्राय आणि सूचनांसाठी पाठवली होती. पण एकदा वापरायला सुरुवात केल्यानंतर मुलं थांबलीच नाहीत. आणि काही तासांतच त्याचं लोण सर्वत्र पसरलं. साइट लोकप्रिय झाली होती.

'हार्वर्ड विद्यार्थ्यांच्या वाईट वृत्तीला प्रोत्साहित करणारा उद्योग,' अशी टिपण्णी करत *'क्रिमसन'*नं थोड्याफार प्रमाणात टीका केली, पण मार्कच्या या साइटला अगदीच धुडकावूनही लावलं नाही. अख्ख्या कॅम्पसमध्ये खळबळ माजली. वर्गातील देखणी मुलगी आणि तिची मैत्रीण... क्लिक्... क्लिक्... तुमचा रूम पार्टनर आणि

तुम्हाला कायम निरखणारा 'तो' तरुण... क्लिक्... क्लिक्... हे झकास होतं. तरुणाईच्या भाषेत सांगायचं झालं तर ते एकदम 'कूल' होतं.

मार्कच्या शेजारच्या खोलीतील एक समलिंगी तरुण तर या प्रकारामुळे फारच खूष झाला होता. सगळ्यात देखणा म्हणून कितीतरी मुलांनी त्याच्या फोटोवर क्लिक् केलं होतं. लगेच आपल्या सर्व मित्रांमध्ये त्यानं या साइटची भरभरून स्तुती केली आणि एकदा वापरून पहा, अशी विनंतीही केली. रात्री दहाच्या सुमारास मीटिंग संपवून मार्क खोलीत आला तेव्हा त्याच्या लॅपटॉपवर *'फेसमॅश'* वापरणाऱ्यांच्या गर्दीमुळे कॉम्प्युटर हँग व्हायची पाळी आली होती. पण या प्रतिक्रियांमध्ये सगळंच 'छान-छान' नव्हतं. तक्रारींचा पाऊसही पडू लागला होता. 'लैंगिक' आणि 'वर्णभेदी' अशी विशेषणं लावून फ्युएरा लॅटिना व द असोसिएशन ऑफ हार्वर्ड ब्लॅक वुमन या दोन मुलींच्या गटांनी याचा कडाडून विरोध केला आणि त्याची दखल घेऊन विद्यापीठाच्या संगणक विभागानं लगेच मार्कची इंटरनेट सेवा बंद केली. या काही तासांच्या आतच किमान २२,००० छायाचित्रांवर तब्बल ४५० विद्यार्थ्यांनी आपल्या प्रतिक्रिया दिल्या होत्या.

या प्रकारानंतर मार्कला विद्यापीठाच्या प्रशासकीय शिस्तभंग समितीपुढे हजर राहाण्याचे आदेश देण्यात आले. त्याला या प्रकारात मदत करणाऱ्या बिली ऑलसन आणि जो ग्रीन या दोघांनाही पाचारण करण्यात आलं. मार्कवर शिस्तभंगाचा आरोप ठेवण्यात आला. समुपदेशकाला भेटण्याचा सल्ला देऊन त्याला कडक निगराणीत ठेवण्याचा निर्णय घेण्यात आला. इतर दोघांना मात्र तंबी देऊन सोडून दिलं. साइटवरील प्राण्यांची छायाचित्रं काढण्याचा शहाणपणा मार्कला सुचला म्हणून तो थोडक्यात बचावला. नाहीतर हे प्रकरण वाटतं त्यापेक्षाही गंभीर होतं. त्यानं मुलींच्या गटांची माफीही मागितली. एक संगणक प्रकल्प म्हणून केलेल्या या प्रयोगाचा हेतू कुणालाही दुखावण्याचा नव्हता आणि ते इतक्या लवकर लोकप्रिय होईल याची तर अजिबात कल्पना नव्हती, हे त्याला इतरांना पटवून द्यावं लागलं.

जिवावर बेतलेल्या ह्या प्रकारातून थोडक्यात सुटका झाल्यानं मार्कनं छोटासा आनंदोत्सव साजरा करण्याचा बेत आखला. नेमके तेव्हाच जो ग्रीनचे प्रोफेसर असणारे वडील आपल्या मुलास भेटण्यास आले होते. "आमची या सर्व प्रकारात कशी थोडक्यात सुटका झाली हे समजावून सांगण्याचा आटोकाट प्रयत्न माझ्या वडिलांनी केला. मात्र मार्क काहीही ऐकण्याच्या मन:स्थितीत नव्हता. त्यामुळे मी यापुढे कुठल्याही परीस्थितीत मार्कच्या संगणक प्रकल्पात सहभागी होणार नाही, हे वडिलांनी माझ्याकडून वदवून घेतलं," ग्रीन आजपर्यंत तो प्रसंग विसरू शकलेला नाही. अर्थात हे वचन त्याला किती 'महागात' पडलं, हे वेगळं सांगण्याची गरज नाही.

एक गोष्ट मात्र स्पष्ट होती. लोकांना संमोहित करणारं काहीतरी देण्याची मार्कची कुवत यातून सिद्ध झाली. त्याच्या रूममेट्ससाठी तर हा एक मोठा धक्काच होता. एका विशिष्ट पद्धतीचं संगीत ऐकणाऱ्यांना त्यांच्या आवडीबरहुकूम गाणी पुरविणारा सायनॅप्स नावाचा एक प्रोग्रॅम बनवून तो मायक्रोसॉफ्टला विकण्याची मार्कची उठाठेव सुरू असल्याचीही त्यांना कल्पना होती. त्याच्या या प्रोग्रॅमचं 'द ब्रेन' असे नामकरणही करण्यात आलं होतं. कमीतकमी दहा लाख या आपल्या मित्राच्या पदरी सहज पडू शकतात, ही माहिती त्यांनी बरोबर बाहेर काढली होती. आलेल्या रकमेतून मार्कनं खोलीत एक टीव्ही घ्यावा, अशी मनधरणीही बरेच दिवस चालली होती.

❖

मार्क एवढ्यावर थांबला नाही. छोटे छोटे वेब प्रोग्राम तयार करण्याचा त्याला छंदच जडला. आपल्या स्वत:च्या अभ्यासासाठीही तो संगणकाच्या या वैशिष्ट्याचा उपयोग करून घ्यायचा. कला विषयासाठी तयार करण्यात आलेला प्रोग्रॅम हे त्याचं एक उत्तम उदाहरण होतं. त्याच्या इतर उद्योगांमुळे मार्कनं अनेक दिवस या विषयाच्या वर्गांना बुट्टी मारली. अभ्यास मागे पडला होता आणि परीक्षेचं दिव्य तर पार करायचंच होतं. मग त्यानं एक शक्कल लढवली. विषयासंदर्भातील वेगवेगळ्या कलाकृती स्क्रीनवर टाकल्या आणि त्या वर्गातल्या इतर मित्रांना पाठवल्या. त्यावर प्रत्येकानं आपली प्रतिक्रिया देणं अपेक्षित आहे, अशी विनंती करण्यात आली होती. अभिप्राय तर मिळाले आणि मार्कचा अभ्यासही झाला. परीक्षेत पास व्हायला एवढं पुरेसं ठरलं.

याच काळात मार्कनं आपल्या आवडत्या संगणक शिक्षकाच्या सन्मानार्थ 'सिक्स डिग्रीज ऑफ हॅरी लुईस' नावाची साइट विकसित केली. हार्वर्ड क्रिमसनमध्ये लुईसबद्दल छापून आलेल्या लेखांचा वापर करून एक गमतीदार प्रोग्रॅम तयार करण्यात आला, ज्यामुळे लुईसच्या संपर्कात आलेले किंवा त्याच्याशी संबंध असलेले सगळे एका सूत्रात बांधले गेले. कुठल्याही हार्वर्ड विद्यार्थ्याचं नाव टाईप करताच तो लुईसशी कसा जोडला गेला आहे, याची माहिती ही साइट देत असे.

मार्क तसा 'परोपकारी' होता. इतरांच्या संगणक प्रकल्पात मदत करण्यास तो उत्सुक असायचा. फेसमॅश प्रकरणानंतर त्यानं द असोसिएशन ऑफ हार्वर्ड ब्लॅक वुमनला त्यांची स्वत:ची साइट सुरू करण्यास पूर्ण मदत केली. काही सिनियर विद्यार्थ्यांना विद्यापीठांअंतर्गत सोशल नेटवर्किंगची सुविधा उपलब्ध करून देण्यासाठी आणि डेटिंगसाठी काय-काय करता येईल, यासाठीही मार्कनं मदत करायचं ठरवलं. हार्वर्डला शिक्षण घेणाऱ्यांना नाइटक्लब आणि इतर संमेलनांना सवलती मिळवून देऊन अगदी सहज एकत्र येण्यासाठी आणि सगळ्यांशी संपर्क साधण्यास उपयोगी पडेल अशी एक सामूहिक साइट असावी, असा या मुलांचा प्रयत्न होता. पण या

मुलांपैकी कुणालाही प्रोग्रॅमिंगची जाण नव्हती. यात सहा फूट पाच इंच उंचीचे कॅमरॉन आणि टायलर विन्कलवॉस हे जुळे भाऊ आणि त्यांचा मित्र दिव्य नरेंद्रचा समावेश होता. त्यांच्या या कल्पनेला मूर्त रूप देण्यासाठी या त्रिकुटानं झकरबर्गला गाठलं आणि विद्यापीठासाठी अशी उत्तम सेवा सुरू करण्यास मदत केली तर मोबदलाही देऊ, असं वचन दिलं. विन्कलवॉस बंधू पट्टीचे नौकानयनपटू होते आणि त्यांनी आंतरराष्ट्रीय स्तरावरचे अनेक पुरस्कार हार्वर्डला मिळवून दिले होते.

झकरबर्गला अशा प्रकारच्या कामाची आवड होतीच. ''त्या वेळी मी किमान बारा कल्पना हाताळत होतो. त्यातल्या बऱ्याच परस्पर परिचयातून अनोळखी व्यक्तींपर्यंत पोचण्यासाठीच्या होत्या,'' मार्क सांगतो.

मार्क हार्वर्ड बिझनेस स्कूलला त्याच्या एक्सेटरमधल्या दोन मित्रांसोबत राहत असताना त्याला ही खोड जडली. सायनॅप्स तयार करताना त्याला ॲडम डीएन्जेलोची साथ होती. एन्जेलो नंतर हार्वर्डमधून बाहेर पडून कॅलिफोर्निया इन्स्टिट्यूट ऑफ टेक्नॉलॉजीमध्ये (कॅलटेक) गेला. या व्यतिरिक्त कॅन्ग झिंग जीन हा संगणकाच्या पदव्युत्तर अभ्यासक्रमाला होता. या त्रिकुटाला बऱ्याच ठिकाणी लठ्ठ पगाराच्या नोकऱ्यांची संधी होती. पण या नोकऱ्यांमध्ये आव्हानात्मक काही नाही म्हणून त्यांनी त्या नाकारल्या. त्यामुळे इंटरनेटवर कुठल्या प्रकारच्या सॉफ्टवेअरची गरज आहे आणि त्यातून काय धमाल करता येइल यावर चर्वितचर्वण करण्यास या तिघांना भरपूर वेळ असायचा.

कॅलटेकमध्ये पोचताच ॲडमनं आपला स्वत:चा उपक्रम सुरू केला. 'बडी झू' असं त्याचं नाव होतं. आपल्या इन्स्टंट मेसेजिंगमधील मित्रांची यादी सर्व्हरवर तुलना करायला टाकून या साइटच्या माध्यमातून स्वत:च्या मित्रसंपन्नतेचा प्रचार-प्रसार करण्यासाठी विद्यार्थ्यांना उद्युक्त करण्यात आलं होतं. अमेरिका ऑनलाइननं (AOL Instant Messenger (AIM) सुरू केलेल्या इन्स्टंट मेसेजिंगला अमेरिकेत असलेली लोकप्रियता बडी झूच्या बरीच कामी आली आणि असंख्य लोकांनी आपल्या मित्रपरिवाराच्या संपन्नतेची जाहिरातही केली. पण ॲडमला आपल्या या प्रकल्पाला व्यावसायिक रूप देण्याची अजिबात गरज वाटली नाही आणि त्यामुळेच ही साइट लवकरच काळाच्या पडद्याआड गेली. पण हे त्याचं काम सोशल नेटवर्किंगच्या दिशेनं टाकलेलं पहिलं पाऊल ठरलं.

❖

हिवाळ्याच्या सुट्या सुरू होताच झकरबर्गनं नवीन प्रोग्रॅमच्या कोडिंगला सुरुवात केली. या वेळी तो बराच उत्साहात होता आणि आग्रहीही वाटायचा. इतर मित्रांनी याकडे जरा दुर्लक्ष केलं.

बरोबर ११ जानेवारीला मार्कनं रजिस्टर.कॉमवर ३५ डॉलर्स भरून द फेसबुक.कॉम ह्या साइटची एक वर्षासाठी नोंदणी केली. कोर्स मॅच, फेसमॅश आणि फ्रेंडस्टर या प्रोग्रॅमच्या काही गोष्टी एकत्र करून ही साइट तयार करण्यात आली होती. मार्क फ्रेंडस्टरशीही संबंधित होता. वैयक्तिक माहितीचं प्रोफाइलिंग (यादी किंवा माहितीची रूपरेषा) करून आपल्या मित्रपरिवाराच्या संपर्कात राहण्यासाठी माहितीची देवाण-घेवाण करण्यासाठी या साइटचा वापर केला जायचा. स्वत:चं 'सोशल नेटवर्क' (ऑनलाईन किंवा इंटरनेटवर आपला मित्रपरिवार तयार करणं आणि त्या माध्यमातून परस्परांमध्ये सामाजिक बंध निर्माण करणं) धुंडाळण्याचा हा एक प्रयत्न नव्यानं करण्यात आला होता.

फ्रेंडस्टरप्रमाणेच त्या वेळी अस्तित्वात असणाऱ्या प्रत्येक नेटवर्क साइटचा उद्देश हा केवळ डेटिंग एवढाच होता. आपल्या मित्रांच्या संपर्कातील मित्रांमध्ये थोडा रोमॅन्टीसिझमला वाव देणारा मित्र शोधण्यासाठी या साइटचा वापर व्हायचा. हार्वर्डमध्ये तर फ्रेंडस्टरची हवा फारच गरम होती. एका वर्षातच दहा लाखावर युजर्स मिळविल्यानंतर मात्र सर्व्हरवर त्याचा परिणाम जाणवायला लागला आणि तांत्रिक अडचणींमुळे साइट वापरणाऱ्यांचा वैताग वाढला. त्याच वर्षी ऑगस्टच्या सुमारास लॉस एन्जेलिसला 'मायस्पेस' नावाची आणखी एक सोशल नेटवर्किंग साइट काढण्यात आली होती आणि लाखावर सदस्य मिळविण्यात जरी तिला यश मिळालं असली तरी हार्वर्डमध्ये मात्र त्याची जास्त चर्चा होऊ शकली नाही.

हार्वर्डच्या प्रत्येक शाखेजवळ त्यांच्या सर्व विद्यार्थ्यांच्या छायाचित्रांसकट माहितीचा अधिकृत साठा होता. त्याचा वापर करून इंटरनेटवर वापरण्यास योग्य असं काही तरी करण्याचं विद्यापीठ प्रशासनाच्या मनात होतं खरं. मात्र त्याला मूर्त स्वरूप देण्याचा बहुदा त्यांना मुहूर्त सापडत नव्हता. ही छायाचित्रं मुलांसाठी एक छान विरंगुळा असायचा. विद्यापीठात प्रवेश घेणाऱ्या मुलांची माहिती व फोटो एकत्रित करून ते छापण्याचा शिरस्ता होता. ते साहित्य मुलांना दरवर्षी प्रवेश घेताना पुरवण्यात यायचं. फ्रेशमन रजिस्टर म्हणून वापरात असलेल्या या पुस्तकाचा खरा उपयोग प्रत्येकासाठी वेगवेगळा होता. कधी मित्रांच्या कोर्सेसची माहिती घेण्यासाठी, आपल्या जुन्या मित्रांना शोधण्यासाठी आणि सुंदर मुली कुठल्या शाखेला आहेत हे जाणून घेण्यासाठी या पुस्तकाचा अनेकांना फायदा व्हायचा.

फ्रेंडस्टर वापरल्यानंतर विद्यापीठाच्या अधिकृत ऑनलाइन फेसबुकची गरज प्रत्येकाला भासू लागली. ऑनलाइन डिरेक्टरी काढणं तसं कठीण नव्हतंच. जर सॅन फ्रॉन्सिस्कोचा एखादा उद्योजक ते काम करू शकत असेल तर विद्यापीठाला तर ते सहज शक्य होतं. इतर अनेक विद्यापीठांतही मुलांच्या माहिती पुस्तिका ऑनलाइन टाकण्याची मागणी जोर धरू लागली होती. क्रिमसननं तर त्यांच्या ११ डिसेंबरच्या

अंकांत या मुद्द्यांवर बरंच काही लिहिलं आणि विद्यापीठ प्रशासनाला उद्देशून फेसबुक निर्माण करण्याची गरज स्पष्ट बोलून दाखवली. यात मार्कच्या फेसमॅशचं उदाहरण देत संपादकानं प्रशासनाच्या कार्यक्षमतेवरच बोट ठेवलं. एका विद्यार्थ्याला जर हे शक्य आहे तर प्रशासनाला का नाही? असा सरळ सवाल त्यांनी केला. शिवाय या ऑनलाइन प्रकल्पाचं स्वरूप व उपयोगितेवरही विस्तृत चर्चा या लेखात होती. मार्कनं या सेमिस्टरला गणिताच्या ग्राफ थिअरीची निवड केली. कोर्स संपल्यावर सर्व वर्गमित्र जेवायला गेले तेव्हा पुन्हा एकदा फेसबुकच्या आवश्यकतेची चर्चा झाली. मार्क रूमवर आला आणि त्यानं तातडीनं द फेसबुकडॉटकॉमचा श्रीगणेशा केला.

द फेसबुकची निर्मिती इतक्या सहज होणं म्हणजे हार्वर्डच्या इभ्रतीला लागलेला धक्का होता, हे मार्कच्या एका वर्गमित्रानं केलेलं विधान तसं खरं आहे. विद्यापीठ प्रशासनाला मिळालेली ही एक चपराकच होती. प्रशासनानं हे काम करण्याची इच्छा अनेक वेळा व्यक्त केली. पण भविष्यातील कायदेशीर अडचणींच्या कल्पनांनी ग्रस्त प्रशासनाची द्विधा मन:स्थिती त्यांच्यासाठी मारक ठरली. कारण, वापरणाऱ्यांच्या परवानगीतूनच त्यांच्या माहितीची देवाण-घेवाण होणार, या एका मुद्द्यावरून मार्कनं हा प्रयोग अस्तित्वातही आणला. आज मार्क स्वत:ही मान्य करतो की फेसमॅशनंतरच्या सगळ्या प्रकारात क्रिमसननं प्रकाशित केलेल्या संपादकीयातूनच त्याला काय करायला नको हे कळलं आणि फेसबुकच्या निर्मितीतील साऱ्याच अडचणी दूर झाल्या. क्रिमसननं स्पष्टच लिहिलं होतं की विद्यार्थ्यांनी स्वत:च जर छायाचित्रं वापरण्यास परवानगी दिली असती तर फेसमॅशच्या वाट्याला आलेली नामुष्की सहज टाळता आली असती.

झकरबर्गची तीव्र इच्छाशक्ती आणि आजूबाजूच्या परिस्थितीची जाण द फेसबुकच्या निर्मितीचं गमक होतं. ''हार्वर्डमध्ये प्रवेश घेणाऱ्यांना आणखी जवळ येऊन भावना व्यक्त करण्याची संधी देण्याचा आमचा मुख्य उद्देश होता,'' मार्क सांगतो. कॉलेजच्या परिसराची इत्थंभूत माहिती आणि घडामोडींचा कानोसा घेण्याबरोबरच ज्याला जे वाटतं ते त्याला व्यक्त करण्याची मुभा असावी, असा एक प्रामाणिक प्रयत्न यात होता.

फ्रेंडस्टरप्रमाणे डेटिंग हा एकच उद्देश मार्कनं फेसबुक बनविताना ठेवला नाही. आपले शाळेतील मित्र काय करताहेत हे जाणणं आणि त्यांच्याशी कसा संपर्क साधायचा हे बघणं या प्रयोगातून साध्य होणार होतं. त्याच्या या प्रयोगांची इतरांनी केलेली कारणमीमांसाही बरीच रोचक होती. स्वत:ची अंतर्मुखता आणि एककल्लीपणा दूर करण्यासाठी म्हणून मार्कनं हा सगळा खटाटोप केला असं त्याच्या अनेक मित्रांना आजही वाटतं. जर तुम्ही थोडे माणूसघाणे असाल आणि इतरांशी जुळवून

घेताना तुम्हाला त्रास होत असेल तर ऑनलाईन जाऊन स्वत:ला व्यक्त करण्यात काय गैर आहे? आणि त्यासाठी अशी वेबसाइट मिळाली तर वावगं काय? या अशा प्रश्नांतूनच द फेसबुक अस्तित्वात येण्याला प्रेरणा मिळाली, असं म्हणायला हरकत नाही.

अमेरिका ऑनलाईन (AOL) हे द फेसबुक निर्मितीचं आणखी एक प्रेरणास्थान होतं. संगणक जवळ नसताना किंवा ऑनलाईन न जाता स्वत:संदर्भात किंवा कुठल्याही इतर विषयावर मत व्यक्त करून ते इतरांना माहिती करून देण्यास उपयोगी ठरणाऱ्या अमेरिका ऑनलाइनचं इन्स्टंट मेसेजिंग (AIM) मोठ्या प्रमाणात लोकप्रिय झालं. मन मोकळं करण्यापलीकडे स्वत:चं मत ठामपणे व्यक्त करता येण्यासाठीचं हे माध्यम झकरबर्गच्याही आवडीचं होतं आणि म्हणूनच त्याच्या प्रकल्पातही याच प्रकारची एक सोय त्यानं निर्माण केली होती. फरक एवढाच होता की मित्रांनी स्वत:संदर्भातली माहिती बदलताच ती इतरांनाही कळायची. तसा अलर्ट देण्याची व्यवस्था मार्कनं या साइटवर तयार केली. (AIM) आणि अलर्टची ही व्यवस्था द फेसबुकची सगळ्यात जमेची बाजू राहणार होती. (फेसबुकच्या 'स्टेटस अपडेट'चं ते प्राचीन रूप आहे, असंही म्हणता येईल.

कोर्स मॅच आणि फेसमॅशसाठी मार्कनं रूममध्ये उपलब्ध असलेल्या इंटरनेट कनेक्शनचा वापर केला होता. लॅपटॉपवरूनच त्यानं या दोन गोष्टी इतरांसाठी वापरण्यास खुल्या केल्या. पण कोर्स मॅचच्या यशाचा त्याच्या हार्डडिस्कवर परिणाम झाला. पर्यायानं स्वत:चा भरपूर डाटा त्याला गमवावा लागला. फेसमॅशसाठी कॉलेजनं पुरवलेल्या कनेक्शनचा वापर केल्यामुळं शिस्तभंगाच्या प्रशासकीय कारवाईनंतर त्याला स्वतंत्र काही व्यवस्था करणं आवश्यक होतं. बराच प्रयत्न केल्यावर मग त्यानं मॅनेज.कॉम नावाची साइट शोधली आणि नवीन साइटसाठी मासिक ८५ डॉलर्सप्रमाणं रक्कम भरून संगणकाच्या सर्व्हरशी स्वत:ला जोडून घेतलं. द फेसबुक.कॉमचा www.harvard.edu नेटवर्कशी आता काहाही संबंध उरला नव्हता. कुठेतरी मनात मार्कला खात्रीही होती की हा त्याचा प्रयोग निव्वळ मनोरंजन न राहता काहीतरी वेगळं साध्य करू शकेल. पण नक्की काय, याची कल्पना त्याला नव्हती किंवा तशी कल्पना करण्याची ती वेळही नव्हती.

या प्रकल्पाच्या अनोख्या पण दृष्टिपथात नसलेल्या यशस्वितेच्या दिशेनं आणखी एक मोठं पाऊल मार्कनं या वेळी उचललं. एडवर्डो सॅव्हरीन नावाच्या खालच्या वर्गात शिकणाऱ्या एका उत्साही भावी उद्योजकाला त्यानं यात सामील करून घेतलं. थोडी गुंतवणूक आणि व्यावसायिक दृष्टिकोनातून वेबसाइटचं काम सांभाळण्याची जबाबदारी देऊन मार्कनं त्याला द फेसबुकमध्ये एक तृतीयांश भागीदारी दिली. सॅव्हरीन आणि मार्क ज्यू विद्यार्थ्यांसाठी असलेल्या 'अल्फा एपसिलॉन पे' या

समूहाचे सदस्य होते आणि तिथेच या दोघांची ओळख झाली, ज्याचं रूपांतर व्यावसायिक भागीदारीत झालं. द फेसबुक यदाकदाचित चाललंच तर त्याच्या व्यावसायिकतेची शक्यता पडताळून पाहाणं आणि यशाचे नवनवे मार्ग शोधण्याचं काम आता सॅव्हरीनला करायचं होतं. ब्राझीलच्या नामांकित उद्योजकाचा हा मुलगा कॉलेजच्या इनव्हेस्टमेंट क्लबचा ऑफिसर होता. गणिताचा अत्यंत कुशाग्र विद्यार्थी म्हणून त्याची ख्याती होती. तसंच तो चांगला बुद्धिबळपटूही होता. प्रत्येकी एक हजार डॉलर्सची गुंतवणूक करण्याच्या अटीवर सॅव्हरीन आणि मार्क एकत्र आले. (सॅव्हरीनला विचारण्यापूर्वी मार्कनं जो ग्रीन या त्याच्या मित्रालाही गुंतवणुकीबाबत विचारलं होतं. मात्र त्याच्या प्राध्यापक वडिलांनी त्याला मार्कशी कुठल्याही प्रकारचा संबंध न ठेवण्याची तंबी दिली होती. शिवाय मार्कची ही कल्पना त्यांनी उडवून लावली, ज्याचा त्यांना आजही पश्चाताप होतो. बोलताना ते नेहमी या आपल्या चुकीला ‘A billion dollar mistake’ म्हणतात.

❖

मॅनेज.कॉमवरच्या आपल्या अकाऊंटवर मार्कनं बुधवार, ४ फेब्रुवारी २००४ ला द फेसबुक.कॉम साइटवर क्लिक् करून ते वापरासाठी खुलं केलं. होमपेजवर द फेसबुकची संकल्पना थोडक्यात लिहिली होती. ‘कॉलेजमधील सोशल नेटवर्कच्या माध्यमातून लोकांना जोडण्यासाठी विद्यार्थ्यांची ही ऑनलाईन यादी द फेसबुकद्वारे उपलब्ध करण्यात येत आहे. ही सोय फक्त हार्वर्डमधील विद्यार्थ्यांच्या वापरासाठी आहे. द फेसबुकद्वारे तुम्ही आपल्या शाळेतील मित्र शोधा, वर्गमित्रांबद्दल जाणून घ्या, मित्रांच्या मित्रांची माहिती मिळवा. आपल्या सोशल नेटवर्कचा अंदाज घ्या.’ पहिले तीन अकाउंट टेस्टिंगसाठी असल्यामुळे मार्कचा युजर नंबर चार होता. द फेसबुक सदस्य म्हणून ह्यूजेसचा पाचवा, मॉस्काव्हिट्झचा सहावा आणि सॅव्हरीनचा सातवा नंबर होता. अॅन्ड्र्यू मॅकॅलम या मार्कच्या वर्गमित्रानं एक लोगोही तयार केला. एक आणि शून्याच्या, (डिजिटल माध्यमाचे पायाभूत घटक) धक्यातून बाहेर पडणाऱ्या अभिनेता अल पचिनोचं चित्र आणि द फेसबुकचा लोगो असं ते चित्र होतं.

सॉफ्टवेअरचा श्रीगणेशा फारच उत्तम झाला. मार्कच्या कर्कलॅन्डमधील सर्वच विद्यार्थ्यांनी लगोलग हा प्रोग्रॅम वापरायला सुरुवात केली. इतर विद्यार्थ्यांना ई-मेल पाठवून याबाबत कळवण्याची घाई सगळ्यांना झाली आणि त्यांनी ती इच्छा लगेच अमलात आणली. भरपूर मुलांनी स्वत:ला या साइटवर रजिस्टर केलं. स्वत: रजिस्ट्रेशन करून आपल्या इतर मित्रांनाही ही लिंक पाठविण्याचा सपाटाच सगळ्यांनी लावला आणि लागण व्हावी तशी ही गोष्ट विद्यापीठात पसरली.

रविवारी – लॉन्चिंगच्या अगदी पाचव्या दिवशी – ६५० विद्यार्थ्यांनी या साइटचा वापर सुरूही केला होता. सोमवारी आणखी ३० जणांनी नोंदणी केली. हार्वर्डच्या परिसरात मग फक्त द फेसबुकचीच चर्चा होती.

साइन इनची पद्धत सोपी होती. एक छायाचित्र आणि थोडी व्यक्तिगत माहिती देऊन एक प्रोफाईल बनवायचं होतं. तुम्ही कुणात गुंतले आहात की पार्टनरच्या शोधात आहात किंवा एकटे आहात, ही माहिती प्रोफाईलमध्ये सगळ्यात महत्त्वाची होती. मोबाइल नंबर, ई-मेल आणि तुम्ही प्रवेश घेतलेल्या शाखेचं नाव हेही नमूद करणं आवश्यक होतं. त्यानंतर आवडीची पुस्तकं, चित्रपट, गाणी किंवा संगीतप्रकार, तुम्ही सदस्य असलेले ग्रुप आणि क्लबची नावं, काही राजकीय मतं असल्यास ते आणि एखादा आवडता सुविचार. फक्त वापरणाऱ्याच्याच माहितीनं परिपूर्ण आणि देखणी ठरलेली द फेसबुक ही तेव्हाची एकमेव साइट ठरली.

खाजगी बाबींची गोपनीयता राखण्याच्या संदर्भातील गोष्टी वेबसाइटची आखणी करताना प्रामुख्यानं विचारात घेण्यात आल्या होत्या. फक्त हार्वर्डसाठी असल्यामुळं www.harvard.edu चा ई-मेल नसेल तर कुणालाही द फेसबुकवर नोंदणी करण्यास परवानगी नव्हती. तसंच आपलं खरं नाव न वापरता ही साइट वापरण्यास संपूर्ण मनाई होती. हेच द फेसबुकचं वेगळेपण ठरलं. पण तरीही युजर सांगताहेत तेच खरं – अगदी त्यांचं नावही – ही बाब विचारात घेण्यासारखी होतीच. या प्रायव्हसी फीचरमुळे फेसमॅशनंतर गमावलेली इभ्रत आपल्याला परत मिळेल, असा विश्वास मार्कनं क्रिमसनला दिलेल्या एका मुलाखतीत व्यक्त केला. लोकांच्या परिचयाला वैधता मिळवून देण्याचा हा प्रयत्न द फेसबुकचं वैशिष्ट्य ठरलं. फ्रेंडस्टर किंवा मायस्पेस आणि त्या वेळी इंटरनेटवर असलेल्या अशा प्रकारच्या सर्वच गोष्टींपेक्षा हे वेगळं आणि विद्यार्थ्यांच्यासाठी बऱ्याच प्रमाणात सुरक्षित होतं. कारण आपण दिलेली माहिती कुणी पहावी किंवा कुणाला दिसू नये या संदर्भातील निर्णय घेण्याची सोय इथं होती. सोशल नेटवर्कची कक्षा वाढवितानाच त्याला सुरक्षित कुंपण घालण्याची संधी फक्त द फेसबुकनं त्यांना दिली होती.

प्रोफाईल तयार होताच संवाद सुरू होई. इतरांना आपलं प्रोफाईल पाहण्यास आमंत्रित केल्यावर होमपेजवर तुमच्या सोशल नेटवर्कचा एक आलेख तयार व्हायचा, ज्यात द फेसबुकच्या माध्यमातून तुमच्याशी जोडल्या गेलेल्या व्यक्तींना पाहता यायचं. यात एक मजेशीर गोष्टही टाकण्यात आली होती. 'पोक' या शीर्षकावर क्लिक् केल्यावर तुम्हाला नेमकं काय अपेक्षित आहे हे इतर व्यक्तीला कळत नसे. यावर मार्कनं दिलेलं उत्तरही बिनधास्त आहे. "कुठलाही उद्देश नसताना एखादी गोष्ट करणं मजेशीर असतं, असं आम्हाला वाटतं... तुम्ही काहीही केलं

तरी आमच्याकडून तुम्हाला याबाबत कुठलीही प्रतिक्रिया मिळणार नाही, असं काहीसं पोकचं स्वरूप होतं,'' मार्कनं साइटवर लिहिलं.

अगदी सुरुवातीपासूनच द फेसबुकवर घडणाऱ्या गोष्टींमध्ये तरुणाईच्या सळसळत्या उत्साहाचा वावर होता. तुम्ही कुणा स्त्री किंवा पुरुषामध्ये 'इंटरेस्टेड' आहात का, हा प्रश्न त्यावर होता आणि त्याचबरोबर अनेक पर्यायही होते. उदा. तुम्ही एकटे आहात की कुणाशी तुमची 'सिरियस रिलेशनशिप' आहे किंवा तुम्ही कुणाला 'शोधत आहात' ज्याच्याशी तुमचं चांगलं 'जमू' शकेल आणि इतरही पर्याय यात होते, ज्यातील 'रॅन्डम प्ले'ला अनेकांनी पसंती दिली. 'पोक' केलेल्या व्यक्तीनं तुम्हाला प्रत्युत्तर देणंही बरंच काही सांगून जाई. या सगळ्यातून कितीतरी अर्थ काढणं शक्य होतं आणि ते अर्थ बरोबरही होते. पण शेवटी द फेसबुक हे कॉलेजसाठी होतं, तरुणाईसाठी होतं.

अनेकांना यात बरंच काही अर्थपूर्णही दिसलं. विविध विषयांशी निगडित अभ्यासवर्ग तयार करून आपल्या मित्रांशी त्याबाबत चर्चा घडवून आणणं, मीटिंग्ज ठरविणं, समारंभांच्या माहितीची देवाण-घेवाण असं बरंच काही महत्त्वाचंही द फेसबुकवर करणं शक्य होतं आणि ते मोठ्या प्रमाणात घडलंही. अभिव्यक्तीला मिळालेलं ते एक उत्तम व्यासपीठ होतं. अगदी प्राथमिक स्वरूपात असूनही, द फेसबुकच्या माध्यमातून अनेकांना, त्यांच्या व्यक्तिमत्त्वालाही अनेक पैलू आहेत, याची जाणीव झाली. आपल्यातील वेगळेपण इतरांसमोर उलगडून ठेवण्याची त्यांना एक छान संधी चालून आली होती.

विद्यार्थ्यांसाठी फारच आवश्यक ठरलेली आणखी एक गोष्ट द फेसबुकमध्ये होती. मार्कच्या कोर्समॅचप्रमाणे इथंही इतरांनी निवडलेल्या अभ्यासक्रमाची माहिती मिळविणं सोयीचं आणि सोपं होतं. साइटची सुरुवात झाली तो काळ हार्वर्डमध्ये 'शॉपिंग वीक' म्हणून गणला जातो. कारण येणाऱ्या सेमिस्टरला कुठल्या विषयाची निवड करावी याचा विचार विद्यार्थी या वेळी करतात. विषय निवडूनही तो जर आवडला नाही तर इतर विषय निवडण्याची मुभा त्यांना असते. द फेसबुकमुळे विद्यार्थी आपल्या मित्रांबाबत जाणून घेऊन त्यांनी कुठले विषय निवडले आहेत, त्याप्रमाणे निर्णय घेऊ लागले. या शिवाय अभ्यासू विद्यार्थी ज्या विषयाला प्राधान्य देतात त्या वर्गात आपल्यालाही जाता येईल, याचीही सोय द फेसबुकमुळे काहींना करता आली. याचा सहज परिणाम साइटच्या लोकप्रियतेवर झाला. मार्कनं नेमकी याच काळात साइट लॉन्च का केली, याचं उत्तर या सगळ्या उलाढालीत दडलं होतं.

खोलीतील व्हाईट बोर्डचं रंगरूप आता बदललं होतं. कर्कलॅन्डच्या खोली क्रमांक एच ३३ मधील हा बोर्ड आता इतरांना समजू शकण्याच्या स्थितीत आला. द फेसबुक वापरणाऱ्यांच्या संख्येचा आलेख आणि काही तक्ते या बोर्डावर आकार

घेऊ लागले. कोण कुठल्या वैशिष्ट्याचा वापर करतो आहे आणि कुणाच्या मित्रांची संख्या सगळ्यात जास्त आहे, याचा अंदाजही घेण्यात येत होता.

साइट सुरू झाल्याच्या पाचव्या दिवशी क्रिमसननं मार्कची मुलाखत प्रकाशित केली. आता क्रिमसनसाठी काम करणाऱ्यांना हे नित्याचंच झालं होतं. या मुलाखतीतं मार्क म्हणाला की ही साइट वापरणाऱ्यांचे अनुभव त्यांच्या वाढणाऱ्या मित्रसंख्येबरोबर आणखी समृद्ध होतात. फेसमॅशच्या टीकेची व्यथा विसरू न शकल्यानं त्यानं पुन्हा एकदा जोर देऊन स्पष्ट केलं की कुणीही लेखाधिकाराचं (copyright) उल्लंघन करणारं कुठलंही साहित्य साइटवर वापरणार नाही, याची द फेसबुक खबरदारी घेत आहे. क्रिमसननं त्याच्या या विधानाचा पाठपुरावा केला. लेखात मार्कच्या विधानाचा उल्लेख होता. पैसा कमविण्याचा उद्देश ठेवून ही साइट त्यानं काढलेली नाही. कुणाचेही ई-मेल ॲड्रेसेस विकण्याची त्याची इच्छा नाही, असंही त्यानं या मुलाखतीत म्हटलं होतं. हार्वर्डच्या विद्यार्थ्यांचे अर्ज कंपन्यांना उपलब्ध करून देण्यासाठी नाममात्र रक्कम मागावी हा विचार क्षणभरासाठी त्याच्या मनात आला होता. पण तसं केलं असतं तर द फेसबुकचं स्वरूप गंभीर झालं असतं आणि या साइटची सारी मजाच निघून गेली असती, हे त्यानं क्रिमसनला आवर्जून सांगितलं.

द फेसबुकला एका व्यवसायात परिवर्तित करण्यापेक्षा एक आनंद आणि मजा देणारी गोष्ट म्हणून जपणं, हे मार्कचं विधान फेसबुकच्या अल्प इतिहासात कायम प्रतिध्वनित होत राहीलं.

❖

हार्वर्डच्या छायाचित्रांच्या माहितीपुस्तकाला पर्याय म्हणूनच द फेसबुकची निर्मिती झाली असली तरीही त्यात वेगळेपण होतं. हार्वर्डजवळ असलेल्या छायाचित्रांमध्ये विद्यार्थ्यांची प्रतिमा वेगळी होती. कॉलेजच्या पहिल्याच आठवड्यात घेतलेल्या या छायाचित्रांमध्ये दिसणारी मुलं लाजाळू, बावरलेली आणि नवखी होती. छायाचित्रांची गुणवत्ताही अशी-तशीच होती. पण द फेसबुकवर टाकलेल्या त्यांच्या छायाचित्रांमध्ये सकारात्मकता प्रकर्षानं आढळून आली. स्वत:ला वेगळ्या पद्धतीनं लोकांसमोर ठेवण्यासाठीचा एक उत्तम प्रयत्न यात होता. भविष्यातील त्यांनी कल्पना केलेल्या स्वत:च्या प्रतिमा या छायाचित्रांतून प्रकट होऊ लागल्या होत्या. द फेसबुकवर क्रिमसननं लिहिलेल्या दुसऱ्याच लेखात अमेलिया लेस्टर या दूरदृष्टी असलेल्या विद्यार्थिनीनं (पाचच वर्षांनी ती न्यूयॉर्कर या मासिकाची व्यवस्थापकीय संपादक बनली) संकेतस्थळाची वैशिष्ट्य अधोरेखित करताना काही महत्त्वाच्या गोष्टींचं सूतोवाच केलं. ‘‘द फेसबुक.कॉम हे केवळ प्रेमी युगुलांना एकत्र आणण्यासाठी नाही. या साइटचा वापर करताना काही मूलभूत मानवी भावनाही जाणवतात. भरपूर

उत्साह, अभिमानाची एक झलक आणि इतरांच्या खाजगी आयुष्यात डोकावण्याच्या इच्छेपेक्षा थोडं काही तरी वेगळं करण्याची उर्मी, असं या भावभावनांचं स्वरूप आहे.''

साइट वापरताना स्पर्धेची भावना तर अगदी स्पष्ट रूपात समोर आली. वापरणाऱ्या प्रत्येकाला सगळ्यात जास्त मित्र आपल्या खाती जमा करण्याची चढाओढ आकर्षित करत होती. या सगळ्यांशी संवाद साधून अधिकाधिक माहिती गोळा करता यावी, ही प्रत्येकाची धडपड होती. आजही ही धडपड फेसबुक वापरणाऱ्यांमध्ये कायम आहे.

सुरुवात होऊन एक आठवडा संपत नाही तोच हार्वर्डच्या अर्ध्याहून जास्त विद्यार्थ्यांनी द फेसबुकला आपलंसं केलं होतं. फेब्रुवारी संपता संपता ही संख्या तीन चतुर्थांश झाली. हार्वर्डचा ई-मेल असणं ही एकमेव अट असल्यामुळे आणखी एक फायदा झाला. द फेसबुक कॉलेजचा कर्मचारीवर्ग आणि कॉलेजमधून बाहेर पडलेल्या पदवीधरांनाही खुलं झालं. निव्वळ तीन आठवड्यांत हजारो हार्वर्ड पदवीधरांनी या साइटचा वापर करण्यास सुरुवात केली आणि वापरणाऱ्यांची एकूण संख्या भराभर ६००० पर्यंत गेली.

हा पसारा सांभाळायला मदतीची गरज आहे हे लक्षात यायला मार्कला वेळ लागला नाही. काही दिवसांतच ही गोष्ट लक्षात येताच त्यानं आपला मोर्चा खोलीतील आपल्या मित्रांकडे वळविला. एका आठवड्यातच त्यानं डस्टिन मॉस्कोव्हीट्झशी एक करार केला. ''मी करतो मदत तुला,'' डस्टीन म्हणाला होता, तेव्हा पहिली शंका मार्कनं व्यक्त केली. ''तुला प्रोग्रॅमिंग नाही येत,'' यावर उत्तर न देता त्यानं एक आठवड्यासाठी घराकडे धाव घेतली. परत आला तेव्हा म्हणाला, ''मी तयार आहे.'' जाताना त्यानं PERL for Dummies नावचं पुस्तक घेतलं होतं आणि त्याचा अभ्यास करून तो परतला होता.

पण मार्कला हे ऐकून फारसा फरक पडला नाही. ''साइट PERL मध्ये लिहिलेली नाही,'' हे त्याचं उत्तर होतं. पण उत्साही डस्टीनला निराश न करता स्वत:च्या हिश्श्यात फरक करून साइटच्या मालकीत मार्कनं त्याला पाच टक्के देऊ केले. सॅव्हरीनचे तीस टक्के अबाधित राहीले. हार्वर्डव्यतिरिक्त इतर विद्यापीठांमध्ये साइटचा प्रचार-प्रसार करण्याची जबाबदारी डस्टीनवर टाकण्यात आली.

कारण दुसऱ्याच आठवड्यांत इतर कॉलेज आणि विद्यापीठातील विद्यार्थ्यांनी ई-मेलद्वारे मार्ककडे द फेसबुकची माहिती आणि मागणी याबाबत चौकशी सुरू केली होती. असंच काही त्यांच्याहीसाठी सुरू करता येणं शक्य आहे का, हा एक प्रश्न सगळ्यांनी केला. मार्कच्याही डोक्यात हे आधीपासून होतंच. होमपेजवर त्यानं लिहिलंच होतं 'an online directory that connects people through social networks at colleges'... (सर्व महाविद्यालयामध्ये लोकांना सोशल नेटवर्कच्या

माध्यमातून जोडणारी ऑनलाइन पुस्तीका) कॉलजेस... फक्त हार्वर्ड नाही! त्याच्या महत्त्वाकांक्षेला सीमा नव्हती. मॉस्कोव्हीट्झला इतर कॉलेजपर्यंत पोचण्यासाठी सांगताना तो संवाद तिथेच थांबला नाही. पुढील वाक्य होतं "...आणि मग त्याही पुढे जाऊ."

मार्कच्या पावलावर पाऊल टाकत, त्याची नक्कल करत डस्टीनही पुढे निघाला होता. तो संथ होता मात्र प्रचंड मेहनती होता. त्याच्या ह्या गुणामुळेच तो मार्कच्या सगळ्या गोष्टी तत्परतेनं शिकू लागला. "अनेक वेळा मार्कचा संयम संपत असे. पण डस्टीननं प्रयत्न करणं सोडलं नाही," आजही त्यांचे मित्र सांगतात. त्याच्या या स्वभावामुळे त्याला बैलाची उपाधी देण्यात आली होती.

या काळात डस्टीनवर खूप मोठी जबाबदारी होती आणि त्याची भूमिका मार्कला खूप महत्त्वाची वाटे. इतर शैक्षणिक संस्थांना जोडून घेताना बऱ्याच गोष्टी लक्षात घेणं गरजेचं होतं. विद्यार्थी, कर्मचारी आणि त्या विद्यापीठातील पदवीधरांना सामावून घेण्यासाठी ई-मेल ॲड्रेस काय असतील याचाही नीट विचार करणं त्याच्यासाठी अपरिहार्य होतं. त्या कॉलेजच्या वर्तमानपत्राशी जोडलं जाणंही आवश्यक होतं, कारण तुमच्या नावाचा उल्लेख येताच वर्तमानपत्रातील तुमचं नाव असलेल्या लेखाशी तुमचा संदर्भ जोडून त्याची माहिती द फेसबुकच्या माध्यमातून तुमच्या मित्रांना मिळावी, अशी एक सोय साइटमध्ये होती. कालांतरानं ही गोष्ट साइटच्या सेवेतून वगळण्यात आली. अर्ध्या दिवसाच्या मेहनतीनंतर प्रत्येक विद्यापीठाच्या कोडिंगची मांडणी करण्यात आली. त्यांच्या स्वतःच्या अभ्यासक्रमाचा डोंगर डोक्यावर असतानाही या दोघांनीही नवीन कॉलेजेस द फेसबुकशी जोडण्याचा सपाटा लावला होता. फेब्रुवारीच्या २५ तारखेला, म्हणजे हार्वर्डला द फेसबुक सुरू केल्याच्या बरोबर एकविसाव्या दिवशी, ही सेवा कोलंबिया विद्यापीठासाठीही सुरू करण्यात आली. दुसऱ्याच दिवशी स्टॅनफोर्ड आणि चार दिवसांनी येल विद्यापीठालाही या नेटवर्कच्या कक्षेत आणण्यात आलं. कोलंबियात मिळालेला प्रतिसाद फारसा उत्साहवर्धक नव्हता. पण स्टॅनफोर्डला परिस्थिती वेगळी होती. दुसऱ्याच आठवड्यात विद्यापीठाच्या मासिकात – स्टॅनफोर्ड डेलीमध्ये – द फेसबुकचा उल्लेख होता. "अख्ख्या विद्यापीठ परिसराला द फेसबुकनं पछाडलं आहे..." या वाक्यासोबत साइटची माहितीही होती. स्टॅनफोर्डच्या २,९८१ एवढ्या विद्यार्थ्यांनी या साइटवर नोंदणी केली. तेही फक्त दोन आठवड्यांच्या आत.

लोकांसमोर बोलणं आणि सारख्या मुलाखती देणं मार्कला अजिबात पसंत नव्हतं. पण स्टॅनफोर्ड डेलीला त्यानं भरपूर वेळ दिला. "अप्रामाणिक वाटलं तरी हे खरं आहे. मला लोकांच्या आयुष्यात, विशेषतः सामाजिक आयुष्यात, गुणात्मक बदल घडवून आणायला आवडेल," तो मुलाखतीत म्हणाला होता. फक्त ८५

डॉलर्स खर्च करावा लागत असल्यामुळे साइटला व्यावसायिक स्वरूप देण्याबाबत उत्साही नसल्याचंही त्यानं स्पष्ट केलं होतं. भविष्यात कदाचित जाहिरातींना जागा उपलब्ध करून देऊन काही पैसे कमवता येणं शक्य असलं तरीही खर्चाचा अंदाज घेता असं करण्याची सध्यातरी गरज नाही, हेही त्यानं बोलून दाखवलं.

नजीकच्या भविष्यात अशा मुलाखतींनाही 'नाही' म्हणण्याचं मार्कनं ठरवलं. बहुतेक सगळ्याच विद्यापीठांच्या मुखपत्रांतून त्याला मुलाखतीसाठी बोलावणं येत होतं आणि तो आणि डस्टीन नवनवीन महाविद्यालयांपर्यंत पोचण्याच्या धावपळीत होते. त्यामुळे एक आणखी पाऊल मार्कनं उचललं. त्यानं आपला रूमपार्टनर ख्रिस ह्यूजेसला अधिकृत प्रवक्ता म्हणून नियुक्त केलं आणि स्वत: या प्रकारातून मोकळा झाला. द फेसबुकला आवश्यक असलेला प्राथमिक कोरम पूर्ण झाला होता. साइट सुरू होऊन महिना लोटला होता आणि साइट वापरणाऱ्यांची संख्या होती दहा हजार.

हार्वर्डला मिळणाऱ्या प्रतिसादानं हुरळून जाण्याची परिस्थिती असतानाही द फेसबुकला व्यावसायिक रूप न देण्याच्या आपल्या निर्णयावर मार्क ठाम होता. हळूहळू कामाचा पसारा आणि आवाका वाढू लागल्यावर मात्र मार्कच्या वागण्यात काही बदल आढळून आले. एखाद्या कंपनीच्या सीईओला साजेसे निर्णय तो घेऊ लागला होता. स्पर्धेला सामोरं जाऊन स्पर्धकाला तोंड देण्याकडे त्याचा कल दिसू लागला होता. कोलंबिया, स्टॅनफोर्ड आणि येलला सामील करून घेताना त्यानं आपल्या मुत्सद्दी वृत्तीचा परिचय दिला होता. या तिन्ही विद्यापीठांत त्यांचं स्वत:चं सोशल नेटवर्क होतंच. स्वत:च्या साइटला त्या स्पर्धेत उतरवून मार्कनं एकप्रकारे बाहेरच्या परीस्थितीचा अदमास घेण्याचाच प्रयत्न केला. "त्यांना सगळ्यांना धडक देऊन द फेसबुक आपली जागा बनवून इतर सुविधांचं उच्चाटन करू शकतं, याचाच अर्थ विद्यापीठांबाहेर ते काय काय करू शकतं याची पुरेपूर जाणीव मला झाली," मार्क सांगतो.

स्टॅनफोर्डला द फेसबुकनं एकदम मुसंडी मारली होती. तिथे असलेलं क्लब नेक्सस अखेरच्या घटका मोजत होतं. तशात द फेसबुकनं विद्यार्थ्यांना जे हवं होतं तेच नेमकं उपलब्ध करून दिल्यानं मोठा प्रतिसाद मिळाला. "कुठलीही गोष्ट समजावून घेण्याची गरजच यात नव्हती," २००५ साली स्टॅनफोर्डला शिकत असलेल्या एका विद्यार्थ्यानं द फेसबुकबद्दल बोलताना सांगितलं.

कोलंबियात परिस्थिती थोडी वेगळी होती. मार्कनं द फेसबुक काढण्याच्या अगदी एक महिना आधी ॲडम गोल्डबर्ग नावाच्या कोलंबियातील विद्यार्थ्यानं सीयूकम्युनिटी (CUCommunity) नामक एक व्यावसायिक साइट निर्माण केली होती. कोलंबियात द फेसबुक येण्यापूर्वी ६,७०० विद्यार्थ्यांपैकी १९०० जणांनी सीयुकम्युनिटीवर नोंदणी केली. द फेसबुकनं मात करण्यापूर्वी सीयुकम्युनिटीनंही

इतर विद्यापीठांत हातपाय पसरवायला सुरुवात केली. येलमध्येही हीच परिस्थिती होती. मुलं चालवीत असलेल्या कॉलेज काऊन्सिलनं येलस्टेशन म्हणून एक डेटिंग वेबसाइट सुरू केली. फेब्रुवारीतच १२ तारखेला लॉन्च केलेल्या या साइटवर द फेसबुकसारखं खूप काही नव्हतं. पण इथल्या विद्यार्थ्यांनी त्याला चांगला प्रतिसाद दिला आणि महिना अखेर दोन तृतीयांश विद्यार्थ्यांनी नोंदणी करून ही वेबसाइट वापरायला सुरुवात केली.

मार्कला तरीही आपल्या कामाबद्दल प्रचंड विश्वास होता आणि ते चालणारच ही खात्रीही होती. म्हणूनच त्यानं विद्यापीठांपलीकडे झेप घेण्याचा निर्णय घेतला. आयव्ही लीगमधील डार्टमाऊथ आणि कॉर्नेललाही त्यानं मार्च ७ या दिवशी द फेसबुकचा श्रीगणेशा केला. डार्टमाऊथच्या विद्यार्थी सभेचा अध्यक्ष मार्कचा एक्सेटरपासूनचा मित्र होता. इतरही आयव्ही लीगमधील विद्यापीठांत स्वत:चं फेसबुक निर्माण करण्याची धडपड चाललीच होती. विद्यार्थी सभांच्या माध्यमातून मार्कनं त्यांच्याशी संपर्क साधून द फेसबुकला विद्यार्थ्यांपर्यंत पोचविण्याचा निर्धार केला. मार्कला मित्रांनी मदतीचं आश्वासन दिलं आणि कॉलेज असेंब्लीच्या ई-मेल यंत्रणेचा वापर करून सर्व विद्यार्थ्यांपर्यंत वेबसाइट प्रसारित करण्याची तयारी दाखवली. रात्री दहाच्या सुमारास अशा ई-मेल पाठवण्यात आल्या आणि दुसऱ्या दिवशी संध्याकाळी डार्टमाऊथच्या ४००० विद्यार्थ्यांपैकी १७०० जण द फेसबुकवर होते.

मार्कसाठी हे सगळं उत्साहवर्धक होतं. त्यानं लगेच डार्टमाऊथच्या वृत्तपत्राला मुलाखतीसाठी वेळ देण्याचं ठरवलं. ''लोकं माझी वेबसाइट वापरताहेत ही गोष्ट थक्क करणारीच आहे,'' त्यानं मुलाखतीत म्हटलं. ''त्यांनी स्वत:ला व्यक्त करावं हीच माझी अपेक्षा होती आणि त्यासाठी त्यांना ही साइट योग्य वाटली हे खरंच खूप आनंद देणारं आहे,'' मार्कचा आनंद अवर्णनीय होता.

स्टॅनफोर्डलाही झकरबर्गला एका जुन्या मित्राची मदत मिळाली. डॉब्ज फेरी या शाळेतल्या एका मित्रानं स्टॅनफोर्डच्या विद्यार्थ्यांची यादी मिळवून देण्यासाठी बरीच मदत केली, ज्याच्या माध्यमातून मार्क सगळ्यांपर्यंत पोचू शकला.

थोड्याच अवधीत ही रूची आणखी वाढविण्यापेक्षाही ती जोपासण्याकडे कल दिसू लागला. देशाच्या कानाकोपऱ्यातून मार्कवर आणि त्याच्या मित्रांवर ई-मेलचा पाऊस पडत होता. विविध कॉलेजांमध्ये द फेसबुकची मागणी जोमानं वाढू लागली आणि मार्कला ही सेवा त्यांच्यापर्यंत पोचवण्याची विनंती करण्यात आली. आपला अभ्यास सांभाळून हार्वर्डच्या या चार मुलांनी त्या विनंतीला मान देऊन द फेसबुकची सेवा एमआयटी, युनिव्हर्सिटी ऑफ पेनसिल्वेनिया, प्रिन्सटन, ब्राऊन आणि बोस्टन विद्यापीठांपर्यंत त्वरीत पोचवली. मार्चच्या मध्यापर्यंत युजर्सची संख्या होती २०,०००. आणखी एक हायस्कूल मित्र मार्कला या काळात परत मिळाला. एक्सेटरला

असताना ॲडम डिएन्जेलोही आपल्या तांत्रिक ज्ञानासाठी विख्यात होता आणि मार्कसोबत त्यानं सायनॅप्सचं कामही केलं होतं. कॅलटेकमध्ये राहूनच ॲडमनं, मॉस्कोव्हीट्झला, नवीन शाळा जोडून घेताना लागणारी सगळी तांत्रिक मदत पुरवायला सुरुवात केली.

आयव्ही लीगमधील सर्व विद्यापीठांपर्यंत आधी पोचण्याचा निर्णय अत्यंत योग्य होता, कारण इथेच खरी सोशल नेटवर्किंगची गरज व सुरुवात दोन्ही शक्य होतं. हार्वर्ड किंवा इतर विद्यापीठांकडे जाणाऱ्या संभावित युजर्सना इथेच द फेसबुककडे आकर्षित करणं शक्य होतं आणि भविष्याच्या दृष्टिकोनातून योग्यही होतं. संधी तर होतीच. तिला लगोलग हेरून त्याचं सोनं करत मार्कनं इथेच बाजी मारली.

द फेसबुकवर त्या वेळी फक्त स्वत:च्या विद्यापीठातील मुलांची प्रोफाईल्स पाहता येईल अशीच व्यवस्था होती. इतर विद्यापीठांपर्यंत युजर पोचणं शक्य नव्हतं आणि तशी परवानगीही नव्हती. पण द फेसबुकचा आवाका वाढत असताना विद्यापीठांमधील हे अंतर दूर करण्याची गरज भासू लागली आणि त्याचबरोबर हे शक्य नाही, असा सूरही ऐकू येऊ लागला. मार्क आणि डस्टीननं यावर तोडगा काढण्याचा विडा उचलला. दोन विद्यापीठांतील विद्यार्थ्यांच्या परस्पर परवानगीनं असं करणं शक्य आहे याचा साक्षात्कार त्यांना झाला. या एका समजावर आजही फेसबुकचा डोलारा उभा आहे. जर माझा मित्र तयार झाला तर मीही तुझ्याशी मैत्री वाढवायला तयार आहे, या एका देवाण-घेवाणीत सर्वकाही दडलं आहे.

आता मात्र खर्च वाढू लागला होता. मार्च अखेरीस युजरचा आकडा ३० हजार झाला आणि एवढ्यांना सांभाळण्यासाठी पाच सर्व्हरही कमी पडू लागले, ज्यासाठी या चौघांना दरमहा ४५० डॉलर्स मॅनेज.कॉमला द्यावे लागत. क्रिमसनचा आसरा घेत मार्कनं, "भविष्यात जर जाहिराती घेतल्या तर खर्चाचा बोजा कमी होऊ शकेल," असं विधान करून त्याच्या पुढील निर्णयांचं सूतोवाच केलं. मार्क आणि सॅव्हरीननं आणखी १००० डॉलर्सची गुंतवणूक करण्याचा निर्णय घेतला. दरम्यान, कॉलेज तरुणांसाठी वैशिष्ट्यपूर्ण वस्तू तयार करणाऱ्या काही कंपन्याना सॅव्हरीननं हेरलं. जाहिराती देण्यासाठी ते तयार झाल्यावर एप्रिल महिन्यापासून द फेसबुकमध्ये या जाहिरातींना जागा देण्यात आली.

वेबसाइट सहज चालत राहणं हळूहळू कठीण होऊ लागलं होतं. हजारो युजर एकाच वेळी वेबसाइटचा वापर करायचे आणि मग सर्व्हरवर दबाव निर्माण व्हायचा. अशात नवीन युजर सामावून घेण्याआधी जुन्यांच्या मानसिकतेत थोडा बदल घडवण्याची गरज वाटू लागली. "इतर महाविद्यालयांतील आमच्या प्रगतीला सर्व्हरच्या क्षमतांची खिळ बसू लागली," मार्कनं बोलून दाखवलं. सुदैवानं इतर ठिकाणी द फेसबुक सुरू करण्यापूर्वी या समस्येचं समाधान शोधण्यात त्यांना यश मिळालं. मार्क आणि डिॲनजेलोनं

अख्खा प्रोग्रॅम नव्यानं बनवायला घेतला आणि यात सर्वपरीनं मदत करण्यास मॉस्कोविट्झ सरसावला. हजारों मैलावरून वेगवेगळी माहिती पुरविणाऱ्या डिएॅन्जेलोची प्रत्येक सूचना अमलात आणण्यासाठी तो धडपडत होता.

मार्कला आजही त्याच्या या वृत्तीचं फार कौतुक वाटतं. त्याच्या झोकून देण्याच्या स्वभावाबद्दल बोलताना तो आजही म्हणतो की डस्टीननं ही स्पर्धा आणि काम फारच मनावर घेतलं होतं. ''कुठल्याशा एखाद्या संस्थेत आपल्यासारखंच काहीतरी नवीन सुरू होतं आहे हे त्याला सांगितलं की तो लगेच म्हणायचा 'खरंच? नो वे' आणि लगेच हातातील इतर कामं बाजूला सारून त्या संस्थेकडे मोर्चा वळवून तिथे द फेसबुकची घोषणा करून यायचा. अगदी यंत्रवत तो कामानं झपाटलेला होता. माझ्यासाठी हा एक प्रकल्प होता आणि मी त्यात पूर्णत: गुंतलोही नव्हतो, कारण त्याच्या आवाक्याची मी कल्पनाच केली नव्हती. एक उत्तम गोष्ट घडली होती खरी, पण ते सर्वस्व नव्हतं आणि शिवाय कॉलेजचा अभ्यास होताच. पण डस्टीन आला आणि त्यानं सारं काही पादाक्रांत करण्यास सुरुवात केली,'' मार्क सांगतो.

पैशांचा आणि खर्चाचा ताळमेळ बसविण्यासाठी MySQLआणि Apache Web यासारख्या नि:शुल्क सॉफ्टवेअर आणि सर्व्हर साधनांचा वापर ही मुलं करत होती. पण त्याचा वापर करणं सोपं नव्हतं. डस्टीनच्या तुलनेत मार्क एक चांगला प्रोग्रॅमर होता खरा, पण त्यानंही अशा पद्धतीच्या सॉफ्टवेअरचा वापर पूर्वी कधी केला नव्हता. विद्यापीठाच्या अभ्यासक्रमाबरोबरच या नवीन गोष्टी शिकणं सुरू होतं. पण त्यांच्या द फेसबुकला मिळणारा प्रतिसाद इतका प्रचंड होता की हे काम अर्धवट टाकणं शक्य नव्हतं. प्रत्येक वेळी नवीन ठिकाणी ही सेवा उपलब्ध करून दिली की त्या ठिकाणची मुलं गठ्ठ्यानं नोंदणी करायची.

❖

मार्कमध्ये काहीतरी नवनवीन करण्याची प्रचंड उर्मी होती. पण अत्यंत वेगानं पसरणाऱ्या एका वेबसाइटचं काम फावल्या वेळात करण्याची त्याची क्षमता त्याच्या त्या वेळच्या परीस्थितीला लक्षात ठेवून पाहावी लागेल. ''फक्त कुशाग्रता आणि महत्त्वाकांक्षा तुम्हाला ध्येयपूर्तीसाठी पुरेसे नसतात. नशीबवान असणंही तितकंच महत्त्वाचं असतं,'' मॉस्कोव्हीट्झ मानतो. ''मार्कच्या संदर्भात बोलायचं तर त्याच्याजवळ ह्या तिन्हीची वानवा नव्हती. चांगल्या संधी त्याच्यासाठी अनेक वेळा चालून आल्या आणि नेमका काळही त्याच्यासाठी चांगला होता. चांगली संधी त्यानं कधीच दवडली नाही. त्यानं अभ्यासक्रम पूर्ण करावा, असं इतरांना कितीही वाटलं तरी मार्कच्या दृष्टीनं ते बिनमहत्त्वाचं होतं,'' डस्टीन सांगतो.

कॉलेजस्तरावर सुरुवात हे खरं फेसबुकला मिळालेल्या यशाचं गमक आहे.

सामाजिक बांधिलकीची मैत्रीरूपात खरी सुरुवात ही मुलांच्या शैक्षणिक कालखंडातच होते आणि आयुष्यातील सगळ्यात जास्त वेळ अशा नात्यांना देण्याची जणू गरजच त्या वेळी असते. डस्टीननं या एका प्रश्नावर बराच काथ्याकूट केला होता. द फेसबुकला मिळालेल्या प्रतिसादाचा आधार घेऊन त्यानं आपल्या संख्याशास्त्राच्या वर्गात एक छोटेखानी प्रबंधही सादर केला. ''कुठल्याही विद्यापीठातील दोन विद्यार्थी हे साधारणत: दोन डिग्रीच्या कक्षेत असतात,'' त्यानं प्रबंधात नमूद केलं होतं. त्यामुळे या दोघांत फक्त कुठल्यातरी माध्यमाद्वारे एक नातं निर्माण होण्याची गरज असते. ''... आणि म्हणून द फेसबुकला कॉलेज परिसरांत इतका प्रतिसाद मिळाला.'' डस्टीनचा निष्कर्ष पटण्यासारखाच होता आणि त्यामुळेच त्याला संख्याशास्त्रात ए ग्रेड मिळाली. जेवढा वेळ तो द फेसबुकला देत होता ते पाहता ही ग्रेड निव्वळ समाधानकारक नाही तर लक्षणीय होती. या ग्रेडसोबत त्याला वापरलेल्या आकडेवारीसाठी बोनस गुणही मिळाले.

❖

हार्वर्डमध्ये मार्कला त्याच्या वर्तमानातील व्यवसायाला पोषक असे बरेच स्त्रोत मिळाले. ''वेबसाइट तयार होण्याची आणि करणाऱ्यांची संख्या हार्वर्डला भरपूर मोठी होती,'' डस्टीन सांगतो. कॉलेजच्या पहिल्या वर्षातील मुलांनाही ही गोष्ट जमत होती आणि त्यामुळेच काहीही आर्थिक साहाय्य नसणाऱ्यांनीही वेबसाइटबद्दल चर्चा केल्यास त्यात आश्चर्यकारक काहीही वाटत नसे. इतकंच काय पण मार्कच्या द फेसबुकप्रमाणेच सोशल नेटवर्कची आणखी एक साइट काढण्याच्या प्रयत्नात विन्कलवॉस आणि नरेंद्रचा गटही समाविष्ट होता.

मार्कचा नशीबवान असण्याचा परिचय त्याला मिळालेल्या साथीदारांतूनही होतो. इतकी हुशार आणि मेहनती मुलं त्याला रूमपार्टनरच्या रूपात मिळणं हाही योगायोगच होता. मॉस्कोव्हीट्झसारखा कुशाग्र बुद्धिमत्ता आणि उत्तम नेतृत्वगुण असलेला मुलगा, स्वत: राहत असलेल्या चार भिंतींत असणं ही मार्कसाठी भाग्याची गोष्ट होती. संगणक तंत्रज्ञानाशी काडीचाही संबंध नसणाऱ्या डस्टीननं पुढील काळात फेसबुकचा मुख्य तांत्रिक अधिकारी म्हणून उत्तम कामगिरी केली. संभाषणात पटाईत ख्रिस ह्यूजेसही मार्कसाठी एक जमेची बाजू होती. नंतरच्या काळात ख्रिसनं बराक ओबामाच्या २००८ सालच्या निवडणूक प्रचारात महत्त्वाची भूमिका बजावली होती, हेही इथे नमूद करावं लागेल.

हार्वर्डला असणं हे तर त्याहूनही महत्त्वाचं होतं. शैक्षणिक क्षेत्रात हार्वर्डचा शब्द अंतिम असताना इथे बनलेली गोष्ट ही सर्वश्रेष्ठच असणार याबाबत कुणालाही शंका असण्याचं कारण नसे. याचाही फायदा द फेसबुकला अनायसे झालाच. इतर

विद्यापीठांतील मुलांसाठी या एका कारणाव्यतिरिक्त हार्वर्डमधील हा उपक्रम अंगिकारण्यास आणखी कुठल्याही प्रचाराची वा प्रसिद्धीची गरज नव्हतीच. हा प्रतिसाद स्वाभाविक होता.

प्रतिष्ठा आणि प्रतिमा जपण्याची खुमखुमीही हार्वर्डमध्ये असणाऱ्यांना असते, हा सर्वसामान्य समज येथील विद्यार्थ्यांना कधी कमीपणाचा वाटला नाही. कारण तुमच्या सामाजिक महत्त्वाकांक्षांच्या मूल्यमापनाला यशस्वितेच्या संदर्भासहित वैधता मिळवून देण्याचा प्रयत्नच हार्वर्डला व्हायचा आणि होतोही. या गोष्टीचा विद्यापीठाला अभिमान होता.

मार्कचा एक मित्र आणि द फेसबुकच्या प्रारंभिक काळातील एक महत्त्वाचा युजर असलेल्या सॅम लेसिनलाही हे मान्य आहे. सामाजिक प्रतिष्ठेसंदर्भातील जी एक सुप्त स्पर्धा हार्वर्डमधील प्रत्येकाच्या मनात असते तिचाच फायदा द फेसबुकला सुरुवातीच्या काळात मोठ्या प्रमाणात झाला, हे तो सांगतो. प्रोफाईल आणि सोशल नेटवर्क ऑनलाईन सांभाळणाऱ्यांना मग उत्तमोत्तम आणि भव्यच करण्याची इच्छा बाळगावीशी वाटली तर ते स्वाभाविकच होतं. द फेसबुक दोन आठवडे जुनं असतानाच क्रिमसनच्या एका अंकात अमेलिया लेस्टरनं हे अगदी अचूक मांडलं होतं. ''हार्वर्डच्या संदर्भात बोलायचं तर संगणकासारख्या अद्ययावत आणि उच्चभ्रू समजल्या जाणाऱ्या माध्यमातून इतरांसमोर आपली प्रतिमा मांडण्याइतकं स्वाभाविक आणखी काहीच नाही. शाळांमध्ये स्वत:च्या प्रवेश अर्जावर मिरवता येण्यासारख्या बिरुदांची पुटं चढवून ती कॉलेजला सादर करण्याची चढाओढच महत्त्वाची असते. द फेसबुक याच वृत्तीला साजेसं होतं. आपण एक अत्यंत महत्त्वाची सामाजिक व्यक्ती आहोत, या समजापायी जगासमोर सादरीकरणासाठीची आत्यंतिक धडपड, हे हार्वर्डमधील विद्यार्थ्यांपेक्षा कुणीही चांगलं करू शकत नाही,'' याची स्पष्ट कबुलीच अमेलियानं आपल्या या लेखात दिली होती.

पण झकरबर्गच्या या प्रकल्पाबाबत काही अत्यंत नकारात्मक आणि घणाघाती आरोप करणारेही भरपूर आहेत. त्यांच्या मते मार्क एक चोर आहे आणि हार्वर्डमधील काही विद्यार्थ्यांची सोशल नेटवर्कची कल्पना चोरून त्यानं हा उपदव्याप केला. असे आरोप करणाऱ्यामध्ये विन्कलवॉस बंधू आणि दिव्य नरेंद्र आघाडीवर होते. मार्कला हार्वर्ड कनेक्शन या वेबसाइटच्या प्रोग्रॅमिंगचं काम देऊ केल्यानंतर त्यानं ती कल्पना वापरून द फेसबुक काढलं, हा त्यांचा प्रमुख आरोप होता. कारण काम स्वीकारून दोन-तीन महिन्यांनंतर मार्कनं, हे काम शक्य नाही, असा निरोप धाडला आणि काही दिवसांतच द फेसबुकची निर्मिती केली. हा आरोप मार्कच्या हळूहळू कंपनीचा आकार घेणाऱ्या उद्योगासाठी फारच महागडा सिद्ध झाला.

साइट सुरू झाल्याच्या दोन महिन्यानंतर– साधारण २००४ मधील एप्रिलच्या

मध्यात स्वत:ला कंपनीच्या आर्थिक व्यवहाराचा मुख्य घोषित करून सॅव्हरीननं द फेसबुकला एका उद्योगात रूपांतरित करण्याची प्राथमिक तयारी केली आणि फ्लोरिडात एक मर्यादित स्वरूपाच्या कंपनीत द फेसबुकला परिवर्तित केलं. त्यानं झकरबर्ग आणि मॉस्कोव्हिट्झसहित फक्त स्वत:ला या कंपनीच्या भागीदारांच्या यादीत सामिल केलं.

द फेसबुकच्या सुरुवातीच्या काळात नफ्याचं नामोनिशाण नव्हतं. झकरबर्गनं आता काही संभावित गुंतवणूकदारांना हेरण्यास सुरुवात केली. या वेबसाइटच्या अल्कपित यशाची वार्ता सर्वत्र पसरली होती आणि त्यामुळं या प्रकल्पात बऱ्याच लोकांना रूची निर्माण झाली होती. लेसीन नावाच्या आपल्या मित्राच्या गुंतवणूकदार वडिलांबरोबर मार्क आता अशा बऱ्याच लोकांच्या गाठीभेटी घेऊ लागला होता.

जून महिन्यात अशाच एका भेटीत एकानं मार्कला दहा मिलियन डॉलर्सचं सहाय्य करण्याची तयारी दर्शवीली. ही संधी चालून आली त्या वेळी मार्कचं वय होतं अवघं वीस वर्षं आणि त्याच्या कंपनीचं चार महिने!! पण त्यानं क्षणभरही या प्रस्तावाचा गंभीरपणे विचार केला नाही.

❖

२

पालो आल्टो

``Founder, Master and Commander, Enemy of the State"

हार्वर्डच्या २००४ मधल्या परीक्षा संपल्या आणि तिकडे द फेसबुकच्या घडामोडींना बराच वेग आला. मे महिन्याच्या अखेरपर्यंत चौतीस कॉलेजचे मिळून १००,००० विद्यार्थी ही साइट नियमित वापरू लागले. जून महिन्यात सॅव्हरीननं एक बँक अकाऊंट काढलं आणि स्वत:च्या पदरचे १०,००० डॉलर्स त्यात जमा केले. आणखी एक महिना लोटला असेल, सॅव्हरीनला वाय२एम (Y2M) नावाच्या एका कंपनीची माहिती मिळाली. कॉलेजच्या वर्तमानपत्रांच्या साइटसाठी जाहिराती उपलब्ध करून देण्याचं काम ही कंपनी करायची. सॅव्हरीननं त्यांना बोलावून घेतलं. द फेसबुकसाठी त्यालाही जाहिराती मिळवायच्या होत्या. पण मार्क आणि एडवार्डोच्या परीक्षांमुळं अनेकदा ही मीटिंग लांबणीवर पडली. एकदाचं हे समीकरण जुळलं. पहिल्याच बैठकीत मार्कनं, साइटची आणि ती किती प्रमाणात वापरली जाते याची सगळी माहिती वाय२एमच्या ट्रिसिया ब्लॅकपुढं ठेवली. ''तुमच्या ट्रॅकिंगमध्ये काहीतरी गल्लत होते आहे,'' युजरच्या आणि साइट ट्रॅफिकच्या आकड्यांवर नजर टाकत ती उद्‌गारली. कारण इतक्या नवीन गोष्टीला एवढा प्रतिसाद मिळू शकतो, यावर तिचा विश्वासच बसत नव्हता. मग तुम्हीच ट्रॅफिक तपासून पाहा, खरं काय ते कळेलच, असा स्पष्ट सल्ला मार्कनं त्यांना त्याच्या खास शैलीत दिला.

आकडे खरे होते. ब्लॅक आणि तिचे सहकारी चकित झाले. आपल्या क्लायंटकडून तीस टक्के कमिशन घेऊन द फेसबुकवर जाहिराती देण्यास वाय२एमनं लगेच सुरुवात केली. पहिली-वहिली जाहिरात, विद्यार्थ्यांसाठी एक विशिष्ट प्रकारचं क्रेडिट कार्ड काढण्यास आतुर असलेल्या मास्टर कार्डची होती. वाय२एमला होती तीच शंका मास्टर कार्ड आणि इतर जाहिरातदारांनी द फेसबुकसंदर्भात व्यक्त केली. जाहिरातीचा पैसा तरी ही साइट काढणार का, हा प्रश्न प्रत्येकानी वाय२एमलाही केला. त्यामुळे जाहिरातीचा परिणाम जाणवला तरच मोबदला मिळेल, या अटीवर

मास्टर कार्ड जाहिराती द्यायला तयार झालं. एका गुरुवारी ५ वाजताच्या दरम्यान मास्टर कार्डची जाहिरात द फेसबुकवर झळकली. त्यांच्या सगळ्या शंका काही तासांतच निकाली निघाल्या. चार महिन्यांत अपेक्षित असलेला प्रतिसाद त्यांना एका दिवसात मिळाला होता. मास्टर कार्डचं क्लायंटेल एकदम उच्चभ्रू होतं. श्रीमंत लोकांमध्ये मास्टर कार्डची चलती होती. द फेसबुकच्या संदर्भातही नेमकं हेच घडलं. हार्वर्डमधला विद्यार्थी अशाच उच्चभ्रू घरांतून आला होता. त्यामुळे त्यांना त्यांच्यासाठी तयार करण्यात येणारं मास्टर कार्ड हमखास भावलं. मास्टर कार्डला मिळालेला प्रतिसाद अविश्वसनीय होता. या पहिल्याच अनुभवानंतर या कंपनीच्या द फेसबुकवरच्या जाहिराती नंतर कधीच बंद झाल्या नाही.

द फेसबुकची प्रचिती वाय२एमलाही आली. येत्या काळात ही साइट जगाला वेड लावणार, याची जाणीव होताच यात भागीदारी करण्याचा विचार त्यांना न येता तरच नवल. संधी पाहून एक दिवस ब्लॅक आणि वाय२एमच्या इतर अधिकाऱ्यांनी मार्कजवळ विषय काढला. मार्कनंही एकदम नकार दिला नाही. पण इतर मोठ्या कंपन्यांचं गुंतवणूक स्वीकारताना जसं मूल्यांकन करतात तसं मार्कनं आपल्या द फेसबुकचं मूल्यं निश्चित केलं. भागीदारीसाठी द फेसबुकचा विचार करायचा असेल तर २५ मिलियन डॉलर्स हा आकडा लक्षात ठेवायला त्यानं सांगितलं. आकडा ऐकून वाय२एमला हा विचार डोक्यातून काढून टाकावा लागला.

मार्कची तटस्थता अशा काही प्रसंगांमध्ये अगदी स्पष्ट व्हायची. कुणी कितीही तारीफ केली किंवा कितीही लालूच दाखवली तरी त्याच्यावर त्याचा परिणाम शून्य असायचा. वाय२एमनं भागीदारीचा विषय काढून जे धाडस केलं त्यानं मार्क थोडा नाराज झाला होता. खरं तर द फेसबुकचं भविष्य आणि यश याचे मार्कनं काही आडाखे बांधले होते आणि त्यात पैसा हा भाग गौण होता. ''आपण जग बदलणार आहोत,'' हे मार्कचं वक्तव्य आजही ब्लॅकच्या कानात घोळतं. येणाऱ्या काळात मार्क कायम हेच बोलत राहिला. जाहिरातीतून येणाऱ्या पैशापेक्षा आपल्या युजरना आनंदी ठेवण्यात मार्कला जास्त स्वारस्य होतं. जाहिरातदारांना त्यानं ''नाही'' कधीच म्हटलं नाही. पण त्या स्वीकारताना त्यानं कधी कुणापुढे नमतं घेतलं नाही. तो कायम त्याच्या अटींवरच असायचा. द फेसबुकवर त्यांच्यासाठी एक विशिष्ट जागेपलीकडे मार्कनं त्यांना कधी पाय पसरू दिले नाही. ज्या कंपन्या किंवा जाहिराती विद्यार्थ्यांसाठी नाहीत त्यांना मार्कनं द फेसबुकच्या कक्षेबाहेर ठेवण्यासही कधी मागे-पुढे पाहिलं नाही. तो सरळ नकार द्यायचा. साइटसाठी पैसा आवश्यक होता याची त्यालाही जाणीव होती. पण साइट वापरणाऱ्यांच्या आनंदात बाधा येणार असेल तर अशा जाहिराती त्याला अजिबात नको होत्या. ही खबरदारी मार्कनं कायम घेतली. त्यानं ज्या मोठ्या कंपन्यांच्या जाहिराती नाकारल्या त्यात मर्सर मॅनेजमेंट कन्सल्टिंग आणि गोल्डमन सॅशचाही समावेश आहे.

(हे पुस्तक ज्या गोल्डमन सॅश बिझनेस बुक ऑफ द इयरसाठी निवडलं गेलं आहे तीच ही कंपनी) तो एवढ्यावर थांबला नाही. त्यानं या जाहिरातींच्या वर एक ओळ टाकायला सुरुवात केली होती : "आम्हालाही या जाहिराती इथं नको असतात आणि आवडत नाहीत. पण यातूनच आम्ही बिलं भरू शकतो." वाय२एममध्ये ब्लॅकसोबत काम करणारा जोशुआ आयव्हरसन काही गोष्टी अजूनही विसरलेला नाही. "जाहिराती मार्कला नकोच होत्या. एडवार्डो मात्र खरा व्यावसायिक होता," तो सांगतो. खरं तर त्या काळी इंटरनेट जगतात या वृत्तीचंही वावडं नव्हतं. क्रेगलिस्ट आणि विकीपिडीयासारख्या साइट आपल्या पूर्ण अव्यावसायिक भूमिकेला कायम राखूनही अनेक उच्चांक गाठत मार्गक्रमण करत होत्या. मोठी विद्यार्थीसंख्या असलेल्या ॲरिझोनासारख्या विद्यापीठांपर्यंत द फेसबुकनं लवकरात लवकर ही सेवा न्यावी असा वाय२एमचा आग्रह होता. वारंवार त्यांनी हे मार्कजवळ बोलूनही दाखवलं. पण मार्कचा जास्त भर आयव्ही लीग आणि द फेसबुकला ज्या कॉलजांमध्ये मागणी आहे, त्यांच्यापर्यंत पोचण्यावर होता. त्याच्या मित्रांनी हेरलेल्या संस्था आणि आयव्हीलीग मधील विद्यापीठं यामुळे सुरुवातीच्या काही महिन्यांत साइटची व्याप्ती योग्य प्रमाणात आणि सुटसुटीत होती. फक्त विद्यार्थी आणि कॉलेजमध्ये काम करणाऱ्यांपलीकडे कुणालाही युजर होण्याची परवानगी नसल्यानं मार्कनं जाहिरातदारांनाही या साइटचं सदस्यत्व दिलं नव्हतं. त्यामुळे त्यांनी दिलेली जाहिरात द फेसबुकवर कशी दिसते हे पाहणं त्यांनाही शक्य नव्हतं.

कक्षा मर्यादित आहेत हे दिसत असतानाही ब्लॅकला द फेसबुकच्या यशाची पक्की खात्री होती. वाय२एमला भागीदारी मिळत नाही असं पाहून तिनं सॅव्हरीनला आपल्याला या साइटच्या कामात पूर्ण वेळ सामील करून घेण्यासाठी गळ घातली. तिची इथे नोकरी करण्यासही हरकत नव्हती.

❖

आपल्या कामाला मिळणारं यश मार्कनं कधीच गृहीत धरलं नाही. द फेसबुकला पसंती मिळते आहे, असं असतानाही तो इतर अनेक शक्यता पडताळून पाहत होता. द फेसबुककडून भरपूर अपेक्षा असतानाही त्याची पूर्ण भिस्त फक्त याच साइटवर नव्हती. द फेसबुक त्याच्यासाठी एक प्रकल्प होता. सतत नवनवीन करत राहणं, ही त्याची वृत्ती होती. त्याची ही उद्यमशीलता मध्येच अचानक उफाळून यायची. मग त्यानं आणि दुसऱ्या वर्षाला शिकणाऱ्या एन्ड्र्यू मॅकॅलमनं आणखी एक सॉफ्टवेअर डिझाईन करायला घेतलं. अभ्यासाव्यतिरिक्त मिळणारा जास्तीतजास्त वेळ मार्क द फेसबुकलाच देत होता. पण तरीही त्यानं आणि एन्ड्र्यूनं 'वायरहॉग' नावाचं एक सॉफ्टवेअर तयार केलं. एकेकाळी म्युझिक शेअरिंगसाठी कुख्यात ठरलेल्या नॅपस्टरसारखं या वायरहॉगमध्येही कुठल्याही प्रकारचा डिजिटल डेटा इंटरनेटच्या माध्यमातून

एकमेकांना वापरण्याची सोय होणार होती. संगीत, व्हिडिओ आणि काही मजकुरांच्या म्हणजेच टेक्स्ट फाईल यांसारख्या गोष्टी परस्परांना दाखवण्याची उत्सुकता तरुणांमध्ये असते. ती उत्सुकता शमवण्याची तयारी वायरहॉगची होती. द फेसबुकलाच वायरहॉगची लिंक जोडून युजरना ती वापरता यावी, अशी सोय करण्यात आली.

क्रेगलिस्टच्या जाहिरातींमध्येच मार्कला कॅलिफोर्नियातील पालो अल्टोमध्ये एका रॅन्च हाऊसची माहिती मिळाली. उन्हाळा घालवण्यासाठी त्यानं ते घर भाड्यानं घेतलं त्याला बरीच कारणं होती. मॅकॅलमसोबत त्याला वायरहॉगवर काम करायचं होतं आणि मॅकला इलेक्ट्रॉनिक आर्ट्स या प्रथितयश कंपनीत काही काळ नोकरी मिळाली होती. सिम्स, मॅडन नॅशनल फुटबॉल लीगवर आधारीत अत्यंत लोकप्रिय खेळ तयार करणाऱ्या कंपनीत उमेदवार म्हणून का होईना पण काम करण्याची संधी असताना ती सोडणं मॅकला जिवावर आलं होतं. मार्कला त्याच्यासोबत राहूनच काम करायचं होतं. ॲडम लाही कॅलटेकमधून वेळ मिळताच आपल्या दोस्तांसोबत थोडा वेळ घालवायची संधी मिळणार होती. सगळ्यात महत्त्वाचं म्हणजे तांत्रिक उलाढालींसंदर्भात कॅलिफोर्नियाशिवाय दुसरं नाव कुणाला तेव्हा सुचत नसे. ''तंत्रज्ञानाशी संबंधित सगळ्या बड्या नावांची पालो आल्टो पंढरी होती,'' एका वार्ताहराशी बोलताना मार्कनं सांगितलं. त्यामुळे इथे तर जायचंच, हे त्यानं मनाशी ठरवलं. डस्टीननंही इथं एकदा यावं असा मार्कचा आग्रह होता. इकडे डस्टीननं हार्वर्डच्याच कॉम्प्युटर लॅबमध्ये सहायक युजरची नोकरी मिळवली होती. त्यामुळे पालो आल्टोला लगेच निघून जाणं त्याला शक्य नव्हतं. स्वत:ला झोकून देण्याची वृत्ती आणि कोडिंगचं वाढतं ज्ञान यामुळे तो द फेसबुकच्या नित्याच्या घडामोडींचा एक शिलेदार बनला होता. झकरबर्गला तर तो हवाच होता. हार्वर्डपेक्षाही जादा पगार देण्याचं कबूल करीत मार्कनं, द फेसबुकसाठी हे स्थित्यंतर कसं फायद्याचं आहे, हे त्याला पटवून देण्याचा आटोकाट प्रयत्न केला.

ख्रिस ह्यूजेसनं फ्रान्सला एका प्रोग्रॅमिंग अभ्यासक्रमासाठी पैसेही भरले होते. त्यामुळं हा अभ्यासक्रम संपल्यावरच तो पालो आल्टोला येणार होता. उत्तर कॅरोलिनातल्या एका मध्यमवर्गीय आणि अगदी जेमतेम पैसा असणाऱ्या कुटुंबात जगताना आर्थिक धोके पत्करण्याच्या मन:स्थितीत तो अजिबात नव्हता. फ्लोरिडातील डस्टीनची कौटुंबिक परीस्थिती मात्र बऱ्यापैकी होती. सॅव्हरीनला मात्र या ट्रिपमध्ये अजिबात स्वारस्य नव्हतं. या उन्हाळ्यात न्यूयॉर्कला जाऊन आणखी काही जाहिरातदारांना भेटण्याची आणि वडिलांच्या परिचयानं एका मोठ्या गुंतवणूक कंपनीत काम करण्याची त्यानं आधीच मानसिक तयारी केली होती.

❖

शॉन पार्कर वैतागला होता. पालो आल्टोत भर दुपारी शारीरिक कष्ट वगैरे करण्याची त्याची मानसिकता नव्हती. पण खिसा रिकामा होतो आहे याची जाणीव झाल्यानं तो जून २००४ला अशा रणरणत्या उन्हात आपल्या मैत्रिणीच्या घरासमोर गाडीतून सामान उतरवायला सरसावला. सुगीच्या दिवसांत घेतलेली बीएमडब्ल्यू सीरिज ५ दिमाखात उभी होती. तेवढाच दिमाखदार पार्करही होता. चोवीस वर्षीय सोनेरी केसांच्या शॉनचा महागडा टी-शर्ट घामानं थबथबला होता.

तशात तरुणांचा एक घोळका त्याला त्याच्याच दिशेनं येताना दिसला. हातातील बॉक्सवर त्याची पकड घट्ट झाली. त्यानं हातात धरलेल्या खोक्यांमध्ये महागडी संगणक उपकरणं होती. त्या मुलांच्या नजरेतील भाव शॉनला अवस्थ करणारे होते. त्यांचा पेहरावही सभ्यतेच्या कक्षेत मोडणारा नव्हता. तेवढ्यात त्यातील एक ठेंगणा मुलगा त्याच्या दिशेनं झेपावला.

"पार्कर," अत्यंत उत्साही आवाजात त्या मुलानं शॉनला साद घातली. "शॉन, मी मार्क. मार्क झकरबर्ग!" क्षणात सारी परीस्थिती बदलली. दोन महिन्यांपूर्वी न्यूयॉर्कला याच तरुणाबरोबर त्यानं जेवण घेतलं होतं आणि आपण कॅलिफोर्नियाला उन्हाळ्यात येणार असल्याचंही तो बोलला होता.

झकरबर्गनं इतर चौघांची शॉनला ओळख करून दिली. क्षणभरापूर्वी ज्यांच्यामुळे शॉन हबकला झाला होता ती मुलं गुंड नसून हार्वर्डचे विद्यार्थी आहेत हे लक्षात येताच त्याचा जीव भांड्यात पडला. डस्टीन, अ‍ॅन्ड्र्यू, मॅकॅलन आणि नुकतंच ज्यांना द फेसबुकमध्ये नियुक्त करण्यात आलं होतं ते एरिक शलटिंग आणि स्टीफन डॉसन-हॅगर्टी ही ती मुलं होती. कार नसल्यानं एका सुपर मार्केटमधून सामान आणायला बाहेर पडलेली ही टोळी शॉन उभा होता त्या घराजवळच्याच घरात राहायला आली होती. मार्कनं पार्करला रात्री घरी येण्याचं आमंत्रण दिलं.

लवकरच शॉन पार्कर फेसबुक कथेतील एक महत्त्वाचं– कदाचित वादग्रस्त – पात्र म्हणून समोर येणार होतं. त्यांचं वय लक्षात घेता त्याला असलेला इंटरनेट जगताचा अनुभव बराच मोठा आणि खूप वेगळा होता. साधारण १९९९ मध्ये नॅपस्टरचा संस्थापक शॉन फॅनिंगशी पार्करची ओळख झाली आणि सॅनफ्रान्सिसकोत या दोघांनी मिळून नॅपस्टरची निर्मिती केली. ऑनलाईन म्युझिक शेअरिंगचा हा प्रयोग संगीत जगताला एक मोठा धक्का होता. एका वर्षाच्या आतच पार्करला फॅनिंगची साथ सोडावी लागली. त्यानंतर त्यानं स्वत:ची इंटरनेट कंपनी प्लाक्सो सुरू केली. हजारो युजर आणि लाखोंची कमाई झटक्यात मिळवलेल्या पार्करला आर्थिक मदत करणाऱ्यांनी गोत्यात आणलं. भांडवल देणाऱ्यांना पार्करच्या स्वभावदोषांनी जेरीस आणलं. वक्तशीरपणाचा अभाव, कामाबद्दलची बेफिकिरी, असुरक्षिततेची भावना किंवा त्याचं उद्दाम वागणं न आवडूनही त्यांना एका गोष्टीची खात्री झाली होती की

पार्करमध्ये काही तरी विशेष आहे आणि तो असामान्य आहे. पण त्याच्या त्या बडेजावी राहणीमानाचं या लोकांना वावडं होतं. एखादं काम पूर्ण करण्यासाठी पार्करचं आठवडेच्या आठवडे काम करणं, ऑफिसमध्येच झोपणं तर कधी कधी कित्येक दिवस ऑफिसलाच न येणं सारंच विक्षिप्त होतं. त्यामुळे त्याची हकालपट्टी होणं अगदी स्वाभाविक होतं. पैसा पुरवणाऱ्यांना हे न रुचणारंच होतं परिणामी त्याच्या या सगळ्या वर्तणुकीचा लेखाजोखा तयार करण्यासाठी या गुंतवणूकदारांनी एका खाजगी गुप्तचराचीसुद्धा नेमणूक केली. शेवटी त्याला बाहेरचा रस्ता दाखवण्यात आला.

येणाऱ्या काळात सोशल नेटवर्किंग हे एका मोठ्या उद्योगात परिवर्तीत होणार याची जाण आणि ठाम विश्वास असलेला पार्कर सिलीकॉन व्हॅलीतील भावी उद्योजकांपैकी एक होता. अगदी २००३ मध्येच सिलीकॉन व्हॅलीतील गुंतवणूकदारांनी भराभर नावारूपाला आलेल्या चार सोशल नेटवर्क चालवणाऱ्या कंपन्यांमध्ये तब्बल ३६ मिलियन डॉलर्सची गुंतवणूक केली होती. यात फ्रेंडस्टर, लिंक्डइन, स्पोक आणि ट्राईबचा समावेश होता. द फेसबुक स्टॅनफोर्डला सुरू झालं तेव्हा पार्करनं एक दिवस मार्कला एक मेल पाठवून भेटायची इच्छा प्रदर्शित केली. सॅनफ्रान्सिस्कोतील सोशल नेटवर्क पारखणाऱ्या गुंतवणूकदाराशी गाठ घालून देण्याचं आश्वासन त्यानं मार्कला दिलं. नॅपस्टरमधील आपला अनुभव गाठीशी घेऊन तो मार्कशी बोलला. लिंक्डइन आणि ट्राईबचे सीईओ त्याच्या परिचयाचे आहेत आणि त्यांनी सोशल नेटवर्कसाठी आवश्यक असणारे काही काही महत्त्वाचे पेटंटही विकत घेतले आहेत, ही महत्त्वाची माहिती त्यानं मार्कला दिली. या लोकांना भेटून हे सारे पेटंट द फेसबुकच्या आड येणार नाही याची खातरजमा केली जाऊ शकते, हा आपला विचार त्यानं मार्कला लिहिलेल्या मेलमध्ये फारच रेटून धरला. सॅव्हरीननं मग एक दिवस न्यूयॉर्कला भेटून चर्चा करण्याचं ठरवलं आणि रात्रीच्या जेवणासाठी हे सारे एकत्र आले.

एप्रिल महिन्याच्या सुरुवातीलाच ही मीटिंग ठरली होती. पार्कर आला आणि ट्रिबेकातील '६६' नावाच्या एका मोठ्या चायनीज हॉटेलात मार्क, त्याची मैत्रीण प्रिसिला चॅन, सॅव्हरीन आणि त्याची मैत्रीण यांना भेटला. नॅपस्टरच्या संस्थापकांपैकी एकाला भेटतोय याचा स्वाभाविक आनंद मार्कच्या चेहऱ्यावर झळकत होता. नॅपस्टर इंटरनेट जगतात घडलेली एक अत्यंत महत्त्वाची गोष्ट आहे, अशी मार्कची ठाम समजूत होती. पार्करही मार्कला भेटून प्रभावित झाला. त्या झगझगणाऱ्या हॉटेलातील गर्दीत आणि गोंगाटात या दोघांचं एकदम सूत जुळलं. सॅव्हरीन आणि त्या दोन मुली आपल्या बरोबर आहेत याचं त्यांना जणू भानच राहीलं नाही. द फेसबुकबद्दल मार्क भरभरून बोलत होता. आपल्या डोक्यातील एकूण एक कल्पना तो पार्करला शब्दातून सांगू लागला. "चला, पैसा कमवू या, हा भावच त्याच्या संपूर्ण बोलण्यात नव्हता,"

पार्करला स्पष्ट आठवतं. ''झटपट श्रीमंत होण्यासाठी पैसे कमवण्याचं माध्यम म्हणून तो फेसबुककडे पाहत नव्हता. चिरकालीन सांस्कृतिक मूल्य देणारं काहीतरी भव्य निर्माण करून जगाला बदलवून टाकू, हेच त्याच्या बोलण्यात होतं,'' पार्कर आजही सांगतो. पण तो एक कॉलेज विद्यार्थी होता आणि जग म्हणजे कॉलेज, असंच काहीसं त्याच्या डोक्यात होतं, याची जाणीव पार्करला क्षणात झाली. ''राज्यकर्त्यांच्या स्वभावविशेषांची छबी त्याच्या व्यक्तिमत्त्वात होती,'' हे पार्करला कळलं होतं आणि मार्क विलक्षण आहे हेही त्याच्या ध्यानात आलं. या जेवणासाठी पार्करला आपला खिसा रिकामा करावा लागला. पण त्याचा त्याला कधीच पश्चात्ताप झाला नाही.

बरोबर दोन महिन्यांनी जेव्हा मार्कनं पार्करला त्या रस्त्यावर अचानक पाहिलं तेव्हा या भेटीच्या आठवणी ताज्या झाल्या. द फेसबुक नेमकं काय आहे आणि काय करू शकतं याची जाणीवच नाही तर खात्री असणारी पार्कर ही एकमेव व्यक्ती आहे, असं मार्कला वाटत होतं आणि म्हणून त्याला पाहताच तो खूष झाला होता.

गेल्या महिन्याभरातील प्लाक्सोसंदर्भातील घडामोडींचा आणि भांडवलदारांशी घडलेल्या चकमकींचा परिणाम पार्करच्या चेहऱ्यावर आणि बोलण्यात मार्कला जाणवत राहिला. पालो आल्टोला एका हॉटेलात हे सारे जेवायला बसले होते. मार्क आपल्या कामाबद्दल आणि मित्रांबाबत बरंच सविस्तर बोलत होता. त्याचा आत्मविश्वास आणि द फेसबुकच्या संकल्पनेतील पारदर्शकता वाढली होती. पार्करला तेवढ्यात एक फोन आला. त्याच्या वकिलानं दिलेली बातमी वाईट होती. प्लाक्सोच्या संचालक मंडळानं पार्करला कंपनीच्या त्याच्या हक्काच्या शेअरमधला अर्ध्यापेक्षा जास्त भाग देण्यास नकार दिला होता आणि तसा निर्णय संचालक मंडळाच्या बैठकीत झाला होता, असं त्या वकिलानं पार्करला सांगितलं. कंपनीतून त्याच्या हकालपट्टीवरही बोर्डानं शिक्कामोर्तब केलं होतं. भविष्यात कंपनी विकली गेली किंवा सार्वजनिक झाली तरीही त्याचा फायदा पार्करला होणार नाही हे आता स्पष्ट झालं होतं.

पार्कर संतापानं फणफणत होता. या तरुणांच्याच भाषेत सांगायचं झालं तर त्याची पार वाट लागली होती. त्याचं हे संभाषण ऐकताना मार्क आणि मुलं गोंधळून गेली. मार्कला भांडवलदारांचा फारसा अनुभव नव्हताच. बऱ्याच जणांनी त्याच्या द फेसबुकमध्ये गुंतवणूक आणि भागीदारीसाठी प्रयत्न चालवले होते खरे. पण मार्कनं त्यांना वाऱ्यालाही उभं केलं नव्हतं. पार्करची अवस्था पाहून त्याला वाईट वाटलं. ''एकंदर भांडवलदारी (venture capital or VC) ही थोडी घाबरवणारी गोष्ट वाटू लागली,'' मार्कला तो प्रसंग आजही आठवतो. द फेसबुकच्या भविष्याच्या दृष्टीकोनातून तो काळ महत्त्वाचा आणि कठीण होता. पार्करकडून बरंच काही शिकता येईल हे मार्कला ठाऊक होतं आणि त्याच्या या परिस्थितीचं त्याला वाईटही वाटतं होतं. मागचा पुढचा कुठलाही विचार न करता मार्कनं पार्करला आपल्या पालो

आल्टोतील भाड्याच्या घरात राहायला येण्याचं आमंत्रण दिलं. यानंतर साधारण एका महिन्याच्या आत म्हणजे सप्टेंबर महिनाअखेरपर्यंत मार्कनं पार्करला द फेसबुकचा प्रेसिडंट म्हणायला सुरुवातही केली होती.

सिलीकॉन व्हॅलीसंदर्भात बोलायचं झाल्यास पार्कर हा फारच वेगळ्या प्रकारचा उद्योजक होता. बुद्धिमान आणि जात्याच प्रोग्रॅमर असलेला हा तरुण अमेरीकेतील सरकारसोबत काम करणाऱ्या प्रख्यात समुद्रशास्त्रज्ञाचा मुलगा होता. व्हर्जिनियातील त्याचं अख्खं बालपण आजारपणात गेलं आणि त्यामुळे हा वेळ त्यानं वाचन आणि कॉम्प्युटर प्रोग्रॅमिंग शिकण्यात दिला. या सगळ्यात असलेल्या असामान्य गतीमुळे वयाच्या पंधराव्या वर्षीच पार्करला वॉशिंग्टन डीसीतील पहिल्या-वहिल्या इंटरनेट प्रकल्प फ्रीलोडरसाठी उमेदवार म्हणून काम करण्याची संधी मिळाली होती. १९९९ मध्ये शालेय शिक्षण पूर्ण होताच त्याला शॉन फॅनिंगसोबत नॅपस्टर सुरू करण्याची संधी मिळाली. दोन वर्षांच्या कालावधीत या साइटनं २६ मिलियन युजरना आपल्या नादी लावण्यात यश मिळवलं होतं. शिवाय ई-बे किंवा याहू आणि मायक्रोसॉफ्टसारख्या कुठल्याही मोठ्या नावाच्या मध्यस्थीशिवाय थेट एकमेकांपर्यंत पोचणारी पहिली ग्राहकसेवा म्हणूनही नॅपस्टरचा नावलौकिक झाला. इंटरनेटवर संगीताची देवाण-घेवाण इतकी सोपी यापूर्वी कधीही नव्हती. पण त्यामुळेच नॅपस्टरवर गदा आली. सर्व मोठ्या रेकॉर्ड कंपन्यांनी त्यांच्यावर कायदेशीर कारवायांचा सपाटा लावला आणि पार्करच्या वाट्याला कंपनीला रामराम ठोकणं आलं. कारण नॅपस्टरचे युजर आवडतं संगीत मित्रांमध्ये शेअर करण्यासाठी काय-काय करतात– जे सर्रास बेकायदेशीर होतं– याचं स्पष्ट वर्णन पार्करनं आपल्या अनेक ई-मेलमध्ये केलं होतं ते रेकॉर्ड कंपन्यांनी कोर्टासमोर सादर केलं. तो तेव्हा जेमतेम विशीचा होता. पण या प्रकारानं खचून न जाता त्यानं आपल्या नॅपस्टरमधल्या दोन मित्रांना घेऊन लगेच प्लाक्सोची स्थापना केली.

औपचारिक शिक्षणाचा अभाव आणि धंद्यातील नियमांना धाब्यावर बसवण्याची वृत्ती पार्करच्या अंगी भिनली असली तरीही तो एक अत्यंत हुशार व्यावसायिक होता. विरोधाभासी वाटलं तरी पार्करला एक कलाकार उद्योजक म्हटल्यास वावगं ठरणार नाही. आपल्या फेसबुक प्रोफाईलमध्ये तो स्वत:चं वर्णन "a twisted halfbreed: a rational-aesthete" असं करतो. त्याच्या व्यक्तिमत्त्वात व्यावसायिक इतिहासाची जाण, अर्थशास्त्रीय संदर्भ आणि कलाकाराची अस्वस्थता, उतावळेपणा आणि आदर्श समाज पाहण्यासाठीची दूरदृष्टी याचा एक अजब मेळ होता. प्रत्यक्षात त्याची पाहण्याची नजर फारच कमकुवत आहे. कॉन्टॅक्ट लेन्स किंवा जाड भिंगाचा चष्मा आणायला विसरला तर पार्करला मदतीशिवाय एक पाऊलही पुढे टाकता येणार नाही. कल्पनेच्या भराऱ्या मारण्यातही त्याचा हातखंडा आहे असंच म्हणावं

लागेल. शक्य झालं तर आपल्या एखाद्या गर्लफ्रेंडला घेऊन तो पीटर पॅनप्रमाणं आकाशात विहारही करू शकेल.

प्रचंड वाचनासोबतच राजकारणाच्या वेडानं पार्करच्या विश्लेषण क्षमतेला एक वेगळी धार मिळाली होती. कुठलीही गोष्ट समजावून सांगताना त्या धोरणांची आखणी करणाऱ्यांच्याच भूमिकेतून तो ती सांगायचा. टी. एस. इलिएट, बर्नार्ड रसेल आणि अल्बर्ट कॅमससारख्यांचे विचार त्यानं आपल्या फेसबुक प्रोफाईलमध्ये नमूद केले होते. व्यावसायिक शक्याशक्यतांच्या संदर्भात बोलणं त्याला फार आवडतं आणि तुम्हाला त्यात फारसं स्वारस्य नाही असं जरी जाणवलं तरी तो लगेच गटेनबर्गपासूनच्या माध्यमांच्या इतिहासाची उजळणी करून देण्यासाठी सरसावणार, हे ठरलेलं! त्याला खरं तर खूप बोलायला आवडतं– भराभर आणि भरभरून; मनापासून आणि आत्मीयतेनं. डोक्यातील प्रत्येक कल्पना व्यक्त करायला त्याला आवडतं. द फेसबुकला येताना तो व्यवसायातील वास्तविकतेची जाण आणि तात्विक संवादाकडं ओढा असण्याची वृत्ती बरोबर घेऊन आला होता. झकरबर्गला जात्याच असलेल्या काही विशेष जाणिवांच दूरदृष्टीत रूपांतर करण्याची शक्यताही त्यानं बरोबर आणली होती आणि ती मार्कमध्ये रुजवण्यात तो यशस्वीही झाला. पार्करसोबत चर्चांमध्ये रंगून जाणं आपल्या हार्वर्डच्या मित्रांसोबतच्या गप्पांपेक्षा वेगळं नव्हतं, हे मार्कला जाणवलं. फक्त त्या गप्पांचा एकच विषय असायचा आणि तो म्हणजे द फेसबुकला आणखी यशस्वी कसं करता येईल?

❖

मुलं या नवीन घरातही लवकर रुळली. रात्री उशिरा झोपणं, उठून किचनमध्ये येणं आणि लगेच कामाला लागणं. दिवसाची आणि कामाची आखणी व्यवस्थित झाली होती. टेबलांवर कॉम्प्युटर, वायर, मोडेम, कॅमेरे यांचा पसारा होता आणि त्यातही उरलेल्या रिकाम्या जागांमध्ये बॉटल, कॅन्स आणि कप पेरलेले असायचे. झकरबर्ग रात्री सगळ्यांच्या शेवटी झोपायचा आणि या सगळ्यात आधी दुपारी कामालाही लागायचा. त्याला ते आवश्यकच होतं. एक ढिलाढाला पायजामा आणि त्यावर एक टी-शर्ट असाच त्याचा अवतार असे. डायनिंग हॉलमधल्या टेबलावर आपापला लॅपटॉप सावरून बसल्यावर मात्र या साऱ्यांमधला संवाद गोठायचा. कारण बोलायचं असेल तर इन्स्टंट मेसेजिंगचा वापर करण्याची सवय त्यांना जडली होती आणि त्यामुळंच इथे एक भीषण शांतता नेहमी नांदत असे. आपल्या शेजारी बसलेल्या व्यक्तीशी बोलतानाही या सोयीचा वापर करण्यानं इतरांना त्रास होत नाही असा त्यांचा समज होता. मार्क आणि मॉस्कोव्हीट्झचं तर कोडिंग करताना ध्यानच लागायचं. मग तुम्ही टीव्ही लावा, गाणी वाजवा नाहीतर आणखी काही करा. ते विचलित होतील तर शपथ!

नकळतच कदाचित, पण मॉस्कोव्हीट्झ आणि पार्करला घेऊन मार्कनं आपली प्रतीभा तासण्यासाठी एक आदर्श टीम तयार केली होती. प्रत्येक नवीन गोष्ट सुरू करण्यासाठी ज्या लोकांची नितांत गरज असते त्यातील डस्टीन एक होता. कष्टाळू, जमिनीवर पाय रोवलेला, हरहुन्नरी आणि व्यवहारचतुर. चालू काम सुरळीत सुरू ठेवणं आणि नवीन युजरचा डेटा सांभाळण्याची जबाबदारी त्यानं स्वत:कडं ठेवली होती. गरज पडली तर हे सारं नीट सुरू ठेवण्यासाठी तो रात्र-रात्र टक्क जागा राही.

पार्कर याच्या अगदी विरुद्ध स्वभावाचा होता. जगरहाटीचा खासा अनुभव असलेला आणि कंपनी काढण्याच्या प्रक्रियेतील तो एक जूना मुरलेला खिलाडी होता. नेटवर्किंगला मिळणाऱ्या वास्तविक प्रतिसादाची त्यालाच खरी जाण होती. दरम्यानच्या काळात त्यानं सिलीकॉन व्हॅलीतील बड्या-बड्या लोकांशी परिचय करून घेतला आणि त्यांना कुठली गोष्ट पटकन रुचते याचं पक्कं समीकरण त्याच्या डोक्यात तयार झालं होतं. छानछोकीनं राहणं त्याच्या रक्तातच होतं. खिशात असेल तर चांगल्या जेवणावर, हेअरस्टाईलवर आणि फॅशनेबल कपड्यांवर तो वारेमाप पैसा खर्च करायचा. उशिरापर्यंत चालणाऱ्या सोशलाईट पार्ट्यांमध्ये तो हमखास हजेरी लावायचा. पण मग अशा जागरणांनंतर दुपारी एखादी मिटिंग असेल तर तिला बिनधास्त दांडी मारण्यातही त्याला कधीच काही गैर वाटलं नाही. फक्त द फेसबुकला काय हवं-नको याबाबतची सुस्पष्ट कल्पना असलेला आणि त्या कल्पनेला तितक्याच समर्पकतेनं इतरांसमोर व्यक्त करण्याचं सामर्थ्य असलेला तो एकटाच होता. ज्यांना द फेसबुकबद्दल ऐकीव माहिती होती त्यांना हा उद्योग, म्हणजे शारीरिक संबंधांसाठी आसुसलेल्या कॉलेज तरुणांसाठी काढलेली एक फुटकळ सुविधा, असंच काही वाटायचं. पण पार्करच्या निव्वळ सादरीकरणानं – जे भव्य-दिव्य असं होतं – हे गैरसमज दूर होण्यास आणि प्रकल्पाला गांभीर्य मिळवून देण्यात यश आलं होतं.

या दोघांच्या असण्याचा बरोबर मेळ साधून मार्कनं स्वत:ला इतर कामांसाठी मोकळं केलं. द फेसबुकला आणखी कसं-कसं विकसित करता येईल याचा विचार करण्यात मग तो गुंगून जात असे. किंवा कधी कधी मूड असेल तर तो त्याच्या आवडीचे प्रोग्रॅम तयार करण्यात आपला वेळ घालवायचा. त्यातील एक म्हणजे त्यानं स्वत: डिझाईन केलेलं वायरहॉग हे सॉफ्टवेअर होतं. आश्चर्य म्हणजे द फेसबुकची निर्मिती करूनही स्वत: मार्क त्याचा सगळ्यात कमी वापर करायचा. द फेसबुकशी संबंधित त्याचे इतर सहकारीही या त्यांच्याच कामाचा भाग असलेल्या साइटला फार कमी महत्त्व द्यायचे. द फेसबुकला नियुक्त झालेल्या मुलांनी जेव्हा द फेसबुकसंदर्भात माहिती गोळा केली तेव्हा त्यांना जाणीव झाली की असंख्य युजर रोज शेकड्यांनी इतरांची प्रोफाईल्स पाहतात. या अशाच लोकांसाठी हा प्रोग्रॅम द

फेसबुकच्या टीमनं तयार केला होता आणि तो आणखी विकसित केला जात होता.

वायरहॉगमधून वेळ मिळाला की द फेसबुकसाठी काही तरी नवीन फीचर तयार करण्यात मार्क स्वत:ला गुंतवायचा. दरवेळी काहीतरी नवीन आणि रोचक देण्याची त्याची धडपड असायची. ब्लॅकबेरी किंवा आय-फोनवर फेसबुक वापरण्याची सुविधा येण्यापूर्वी अनेक वर्षं आधीच मार्कनं एक युक्ती काढली होती ज्यामुळे मोबाइल फोन आणि द फेसबुकला जोडणं शक्य झालं होतं. द फेसबुकवर फक्त एक मेसेज पाठवून मित्रांची सगळी माहिती आपल्या सेलफोनवर मागवण्याची ही नवीन क्लृप्ती छान होती. पण फार किचकटही होती. त्यामुळे ती आवडूनही फार काळ द फेसबुकच्या युजरमध्ये टिकू शकली नाही.

त्याची BMW कार आणि एक बिछाना घेऊन पार्कर या मुलांसोबत त्या भाड्याच्या घरात राहायला आला होता. मार्कच्या भाषेत सांगायचं तर कार व्यतिरिक्त जर आकर्षक असं काही पार्कर जवळ होतं तर ते म्हणजे त्याचे जोडे. आता पाहू या झकरबर्गनं पार्करला प्रेसिडेंट होण्यासाठी कशी विनंती केली : "तू आम्हाला एक कंपनी स्थापित करून देशील का? सध्या आमची अगदी वाट लागली आहे". या सगळ्याचा मोबदला म्हणून तो त्यांच्या घरात राहू शकणार होता. पण त्याचबरोबर त्याची BMW घरातील मुलांना वापरण्याची मुभा मिळणार होती. तसा अलिखित करारच पार्कर आणि इतरांमध्ये झाला.

पार्करला कंपनीत प्रवेश देऊ नको, असा सल्ला मार्कला एकानं दिलाच. त्याच्या काही व्यसनांमुळं आणि स्वभावदोषांमुळं कंपनीला दूषणं लागण्याची शक्यताही वर्तवण्यात आली. "स्त्रिया, ऐष आणि चैन हे पार्करचे 'वीक पॉईंट' आहेत असंही मार्कला सांगण्यात आलं," मार्कच्या एका अनुभवी साथीदारला असं वाटायचं. पण मार्कवर याचा काहीही परिणाम कधी झाला नाही. पार्करसंदर्भातील वदंता तोही ऐकून होता. पण पार्करची बुद्धिमत्ता आणि त्याचा या क्षेत्रातील अनुभव यांनी मार्कच्या लेखी त्याच्या अवगुणांवर मात केली होती. पार्कर नॅपस्टरसारखी गोष्ट सुरू करणारा व्यक्ती होता. फ्रेंडस्टरमध्ये त्याचे पैसे लागले होते आणि या साइटचा संस्थापक तर त्याचा मित्रच होता. "फ्रेंडस्टर नावाच्या सोशल नेटवर्कमधला जो प्रयोग आहे त्याचं यशस्वी स्वरूप म्हणून द फेसबुकला साकारता येणार आहे," असं पार्करचं ठाम मत होतं.

मुलांना सुट्या लागल्यामुळे द फेसबुकचा ट्रॅफिक कमी झाला होता. पण तरीही मॉस्कोव्हीट्झ आणि मार्क साइटला आणखी चांगलं करण्यासाठी धडपडत होते. म्हणजे मुलांनी साइट पुन्हा वापरायला सुरुवात करताच त्यांना आणखी काही नवीन मिळावं, हा साधा उद्देश होता. त्यांच्या या आत्मविश्वासाला अनेकांनी अनेकविध चष्मे लावून पाहिलं. काहींसाठी ही मुलं हार्वर्डच्या प्रतिष्ठेचं बिरूद मिरवण्याची संधी

लाभलेली, उच्चभ्रू घरातील वाया गेलेली मुलं होती. "आपण काढलेली गोष्ट ही चांगलीच आहे आणि ती जगभरात वाखाणली जाण्याशिवाय पर्यायच नाही किंवा जगावर राज्य तर आम्ही करणारच, यासारखी भाषा ते तेव्हा त्या सुरुवातीच्या काळातही वापरायचे.'' काही जण आजही सांगतात. "डॉमिनेट हा शब्द ही मुलं वारंवार वापरायची,'' सुरुवातीच्या काळात या घराला भेट देणाऱ्यांपैकी अनेकांना ही गोष्ट खटकायची. प्रतिस्पर्ध्यांवर द फेसबुक नक्कीच वर्चस्व गाजवणारच, हे वाक्य अनेकांनी अनेक वेळा या मुलांकडून ऐकलं होतं. प्रत्यक्षात तारूण्यात हमखास घडणारी ती आगळीक होती आणि इतरांवर वचक दाखवण्याचा पोकळ प्रयत्नही होता.

दुपारी उशिरा किंवा संध्याकाळी मुलांच्या कामाला वेग येई. "अशात कुणी तरी उठून उभा राहून "भूक लागली आहे. जरा बाहेर चक्कर टाकून येतो'' असं उद्‌गारला जरी तरी मार्क त्याच्या टेबलजवळ जाई आणि "अजिबात नाही. वुई आर इन लॉकडाऊन हातातील काम संपवल्याशिवाय कुणालाही बाहेर जायची परवानगी नाही'' हे तो ठणकावून सांगत असे,'' तिथे काम केलेल्यापैकी एक जण सांगतो. आगामी काळात डॉमिनेटप्रमाणेच लॉकडाउन हा शब्दही फेसबुकमध्ये काम करणाऱ्यांच्या संवादातील महत्त्वाचा घटक बनला.

मार्कचा निरागस चेहरा आणि लाजरा-बुजरा स्वभाव असूनही तो कामाच्या ठिकाणी मात्र निर्विवादित म्होरक्या होता. द फेसबुकच्या प्रत्येक पेजवर एक ओळ अगदी शेवटी असायचीच: "A Mark ZuckeRerg Production''. साइटच्या माहिती असलेल्या पेजवर मार्कचा उल्लेख "Founder, Master and Commander, Enemy of the State'' असा होता. मॉस्कोव्हीट्झ स्वत:ला "No longer expendable programmer, Paid assassin'' असं म्हणायचा. सॅव्हरीनचं कामं आणखी थोडं वेगळ्या पद्धतीनं मांडण्यात आलं होतं: "Business stuff, corporate stuff, Brazilian affairs''.

सावकाशीनंच पण मार्कनं त्याच्या नेतृत्वगुणांचा परिचय द्यायला सुरुवात केली. ते त्यांच्या रक्तात होतं. "नेतृत्व करणाऱ्याला निर्णयाच्या पर्यायांची यादी आधीच तयार ठेवावी लागते. एक निर्णय घेतल्यावर जर त्यात काही अडचणी आल्या तर आणखी कुठल्या प्रकारानं पुढे जाता येईल याचा विचार खूप आधी डोक्यात तयार असावा लागतो. मार्कच्या बाबतीत हे अगदी स्वाभाविकपणे घडू लागलं होतं,'' पार्कर सांगतो. हसत-खेळत आणि मौज-मजा करीत काम करण्याची उर्मी इतर मुलांइतकीच मार्कच्यातही होती. त्याच्या विनोदबुद्धीसाठी तो प्रसिद्धही होता. पण त्याचबरोबर हा पसारा सांभाळणं आणि काम पुढे पुढेच नेण्यावरही त्याचा खासा भर होता. नेतृत्व करण्यासाठी तो तयार होता आणि त्याला ते आवडतं आहे, हेही दिसू लागलं होतं.

नेहमी नाही, पण बरेचदा मार्कचं वागणं चाच्यांच्या बोटीच्या कॅप्टनसारखंही असायचं. एखाद्या गोष्टीवर इतरांशी चर्चा सुरू असेल किंवा तो कुठल्याशा विचारात गुंगला असताना अचानक तो पाठीशी हात बांधून रूममध्ये फेऱ्या घालायचा. बरोबर आणलेल्या त्याच्या 'संपत्ती'त तलवारबाजीचं साहित्यही होतं. अचानक उभं राहून तो कोपऱ्यात ठेवलेल्या सामानाच्या ढिगाऱ्यातून ती तलवार उपसायचा आणि हवेत फिरवत घोषणा करायचा– "चला, आपल्याला या विषयावर बोलायचं आहे." मॉस्कोव्हीट्झला हा प्रकार अजिबात आवडत नसे. "ती खोली फार छोटी होती आणि माझा स्वभाव जरा 'चिंताग्रस्त आई' प्रकारात मोडणारा आहे. कुणाला काही इजा होणार ही काळजी मला सतवायची," डस्टीन सांगतो. शेवटी सगळ्यांनी एकत्र येऊन मार्कला स्पष्ट सांगितलं आणि त्याचा हा पोरखेळ एकदाचा थांबला.

घराच्या मागच्या बाजूला एक स्विमिंग पूल होता आणि छोटीशी त्रिकोणी परसबागही होती. एके दिवशी रात्री हातातील तलवार समोर उभ्या असलेल्या पार्करच्या अगदी तोंडाशी नाचवत मार्क कामाविषयी बोलत होता. अशा परिस्थितीत बोलण्यावर लक्ष केंद्रित करणं पार्करला फारच अवघड होत असावं. पण तो बोलत राहिला. "तुला वाटतं हे जे काही आपण करतो आहे ते टिकेल?" पार्करच्या चेहऱ्याच्या अगदी काही इंचांवर तलवार फिरवत मार्कनं विचारलं. "हो," एकदम चमकून चेहरा मागे घेत तो उत्तरला. "जोपर्यंत आपल्यावर कुणी कुरघोडी करत नाही किंवा आपण व्यवस्थितपणे ही गोष्ट राबवू शकलो नाही किंवा फ्रेंडस्टरप्रमाणे जर आपण सर्व्हर डाऊन होऊ दिले नाही तर मला अयशस्वी होण्याचं काहीही कारण दिसत नाही," तो बोलत राहिला.

पार्कर मार्कच्या स्वभावाचं विश्लेषण करताना म्हणतो, "एक मोठं साम्राज्य आपण उभं करू शकणार नाही याबाबत तो अगदी बुद्धिनिष्ठ बोलायचा. तो त्याचा खरा स्वभाव होता. छोट्या-छोट्या शंका त्याला त्रास द्यायच्या. हे तात्पुरतं आहे का? काही काळानी एखाद्या लाटेप्रमाणे हे निघून तर जाणार नाही? असे प्रश्न त्याला पडायचे. द फेसबुकची कल्पना त्याला मनापासून आवडली होती आणि कुठल्याही परीस्थितीत तिला शेवटापर्यंत नेण्याची त्याची मनापासून इच्छा होती. पण इतर कुठल्याही साम्राज्य उभारणाऱ्या व्यक्तीप्रमाणे त्याच्या मनातही आत्मविश्वासाबरोबर खूप शंकाही होत्या. इंटेलचे माजी सीईओ अ‍ॅन्डी ग्रोव्ह म्हणतात त्याप्रमाणे फक्त मनोरुग्ण वाटावी इतकी अतिसावध व्यक्तीच अशा परीस्थितीत तरू शकते," पार्कर सांगतो.

या काम करणाऱ्या युवकांमध्ये सद्यपरीस्थित अ‍ॅडम डिएॅन्जेलोच फक्त जात्याच प्रोग्रॅमिंगसाठी योग्य आणि पूर्ण अभ्यास केलेला जाणकार असा होता. पण त्याला त्याच्या कामापासून फुरसत नव्हती. तशातच द फेसबुकसाठी वापरलेली संगणकीय

भाषा जसे PHP, JawaScript आणि HTML सारख्या सोप्या भाषांचा वापर करण्यात त्याला अजिबात रस नव्हता. याशिवाय ॲडमला कारपल टनेल सिन्ड्रोम म्हणून एक आजार होता, ज्यामुळे टाईप करताना त्याचे हात प्रचंड दुखायचे. आणि म्हणून तो यावर उपाय शोधण्याच्या प्रयत्नात होता. हवेत हात फिरवला असता कॅमेऱ्याने त्याच्या हालचाली टिपून त्या स्क्रीनवर आणण्यासाठी त्याचे प्रयोग सुरू होते. काम कठीण होतं आणि खूप आव्हानात्मकही. इतकं की हळूहळू त्यावर काम करण्याचं प्रमाण कमी आणि मार्क, मॅकॅलमला मदत करणंच जास्त होऊ लागलं.

एकीकडे ही सगळी तरुण इंजिनिअर मंडळी साइट आणखी चांगली करण्यासाठी धडपडत होती आणि इकडं पार्करच्या डोक्यात विचारांचं वादळ घोंगावू लागलं होतं. द फेसबुक नावाच्या या संकल्पनेला एका कंपनीत परिवर्तित करणं म्हणजे नेमकं काय, हा विचार सतत त्याच्या मनात डोकावू लागला. प्लाक्सो स्थापित करण्यासाठी ज्यानं मदत केली होती त्या आपल्या वकिलाला पार्करनं बोलावून घेतलं आणि त्याची द फेसबुकमध्ये नियुक्ती केली. संगणक क्षेत्रातील 'ऑपरेशन्स' म्हणून अत्यंत प्राथमिक पण महत्त्वाचं असं काम शॉननं त्या वकिलाला सोपवलं. यात युजरचा आणि इतर डेटा व सर्व्हर्स नीट राखले जात आहेत की नाही यावर नजर ठेवणं, एवढंच एक काम होतं. आतापर्यंत हे काम बाहेरच्या कंपनीला दिलं गेलं होतं. पण आता साइटचा व्याप फारच वाढला होता आणि आउटसोर्सिंगवर बराच खर्च झाला असता. पण याचाही काही उपयोग झाला नाही. आपण आणलेल्या माणसाला नेटवर्किंग मॅनेजमेंटची भाषाही माहिती नाही हे लक्षात आल्यावर पार्करनं पूर्वी ई-बेला काम केलेल्या टूनर हालीसियाग्लू नावाच्या इंजिनिअरला पाचारण केलं, जो सॅनजोसला आपल्या घरी बसून हे काम करू लागला.

पार्कर हळूहळू द फेसबुकचा चेहरा बनला होता. विशेषतः गुंतवणूकदारांशी तो स्वतः बोलायचा. पालो आल्टोच्या या भाड्याच्या घरासमोर वाकलेल्या झाडांच्या सावलीत शानदार गाड्यांची रांग लागणं नित्याचं झालं होतं. कुणीतरी बडी पैसेवाली असामी आत आहे हे त्याचं द्योतक होतं. बेंचमार्क व्हेंचर कॅपिटलमधल्या काहींना यात पैसे गुंतवण्याची संधी मिळाली तर हवी होती. पण त्यांनाही, ''सध्यातरी नाही,'' हेच उत्तर या घरातून मिळालं. पण भविष्यात द फेसबुकला पैशांची गरज भासणार होतीच. म्हणून अशा चौकशी करणाऱ्यांना अधून-मधून विचारायला आणि येत राहायला प्रशस्त वाटावं याची व्यवस्था पार्करनं बरोबर केली होती.

काही गुंतवणूक करता येईल का किंवा द फेसबुकच विकत घेता आलं तर चांगलं, याचा गुगलचे काही अधिकारी अंदाज घेत होते. पालो आल्टोला काहीतरी महत्त्वाचं आणि वेगळं घडत आहे, याची त्यांनाही खबरबात होती. मार्क आणि पार्कर साशंक

होते. सिलीकॉन व्हॅलीच्या इंटरनेट जगतातील सम्राट असलेल्या गुगलसारख्या कंपनीत विलीन होण्यामधल्या धोक्याची जाणीव त्यांना थोडीफार होती. स्वत:चं काही करायचं असेल तर स्वतंत्र राहाणं जास्त योग्य, असं दोघांनाही अगदी ठामपणे वाटत होतं. शिवाय ते गुगलपेक्षा नक्कीच काहीतरी वेगळं करत होते. त्यांची साइट लोकांबद्दल होती आणि गुगल लोकांना फक्त माहिती पुरवणारी साइट होती.

फक्त एका गोष्टीवर मार्क आणि पार्करचं जरा बिनसलं आहे असं वाटत होतं आणि ती म्हणजे वायरहॉग. मार्क या प्रोग्रॅमवर मन लावून काम करत असताना, त्या कामामुळे द फेसबुककडे दुर्लक्ष होतं आहे, असं पार्करला वाटायचं. शिवाय संगीताशी संबंधित नॅपस्टरमध्ये हात पोळल्यामुळे तो जरा सावध होता. म्युझिक कंपन्यांशी पुन्हा दोन हात करायची त्याची तरी मानसिक तयारी नव्हती. वायरहॉगवरही नॅपस्टरसारखा संगीतचौर्याचा आरोप लागणार आणि त्यात द फेसबुकही ओढलं जाणार ही चिंता त्याला सतावत होती. शेवटी मॅकॅलम आणि मार्कला घेऊन तो वॉर्नर म्युझिक कंपनीचा मुख्य एडगर ब्रॉफमॅन, ज्युनिअर आणि वॉर्नर ब्रदर्स रेकॉर्ड्सच्या टॉम व्हॉलीला भेटायला लॉस एंजेलिसला गेला. व्हॉलीला पार्कर नॅपस्टरमुळे ओळखत होता. अपेक्षेप्रमाणेच त्यांनी वायरहॉगला विरोध केला. वायरहॉगविरुद्ध जर एखादी कायदेशीर कारवाई झाली तर त्यात द फेसबुकही खेचलं जाईल आणि होत्याचं नव्हतं होईल हे सांगूनही पार्कर मार्कला या कामापासून परावृत्त करू शकला नाही.

"खरंतर एका उत्तम नेत्याला कामाच्या सुरुवातीलाच कुठे हो आणि कुठे नाही म्हणावं याची जाण असणं, तेही एखाद्या नवीन प्रकल्पाच्या संदर्भात, फार फार गरजेचं असतं. तुम्ही सगळंच नाही करू शकत. मार्कला तेव्हा त्याची जाणीव नव्हती. पण नंतर तो हा धडा शिकला," पार्कर सांगतो.

❖

ऐन विशीतच काहीतरी आगळं-वेगळं करणाऱ्या या मुलांसाठी काम महत्त्वाचं होतं. पण तरीही आयुष्याची मजा न लुटण्याइतकेही ते कामात बुडलेले नव्हते. इतर कॉलेज तरुणांप्रमाणे मौजमजा त्यांनाही आवडायची. मग घरात पार्ट्या झडल्या नाहीत तरच नवल! काही मैलांवर स्टॅनफोर्ड होतं आणि तिमाही परीक्षापद्धतीमुळं मुलं उन्हाळ्यातही कॉलेज परिसरातच राहायची. द फेसबुकवर जाहिराती झळकू लागल्या तशीच पार्ट्यांची निमंत्रणंही अचानक दिसू लागली. "Thefacebook is having a party" असा निरोप दिसला की स्टॅनफोर्ड आणि पालो आल्टोतील काही रहिवाश्यांनाही हे निमंत्रण स्वीकारण्याचा मोह अनावर व्हायचा. त्यातच मॉस्कोव्हिट्झला एक गर्लफ्रेंड मिळाली.

बहुदा यात ओल्या पार्ट्यांची रेलचेल असायची. बाहेरून बिअर किंवा मद्य

आणण्यासाठी मग पार्करची खूप मदत व्हायची. कारण वयाची २१ वर्षं पूर्ण झालेली घरातील ती एकमेव व्यक्ती होती. मद्यासोबत हुक्क्याचीही चंगळ या मुलांना आवडू लागली. मार्कला या गोष्टीचा तिटकारा होता आणि तो यात सहभागी होण्यास कायम नाखूष असायचा. मित्र सांगतात की मार्क हा त्यांनी आयुष्यात पाहिलेल्या 'ॲन्टी ड्रग' व्यक्तींपैकी एक आहे.

अशा पार्ट्यांना आलेले लोक घरामागं असलेल्या स्विमिंग पुलाजवळच जास्त आढळून यायचे. ग्लास किंवा एखादी बाटली फुटली तर त्याच्या काचा पुलाच्या पाण्यात ढकलणं वगैरे गोष्टींची साधी दखलही घेतली जात नसे. मॅकॅलमनं तर घराचं धुरांडं ते पुलाच्या शेवटी असलेल्या टेलिफोन पोलला एक वायर बांधली आणि त्यावर एक आकडा टाकला. याला धरून धुरांड्यापासून घसरत खाली येतायेता पुलात उडी टाकून पाणी उडवण्याचा खेळ चालायचा.

या अशा पार्ट्यांमध्ये जन्माला आलेला एक खेळ म्हणजे बैरूट (Beirut) किंवा बिअर पॉन्ग. बिअरचे पेले त्रिकोणाकार रचून त्यात पिंगपाँग बॉल नेम धरून टाकण्याचा हा खेळ फारच लोकप्रिय झाला. विरुद्ध टीमच्या पेल्यात बॉल गेला तर बॉल भिरकावणाऱ्याला तो पेला रिकामा करावा लागणार, असा नियम होता. अशा प्रकारे हरताना दुसऱ्या टीमच्या पेल्यातील बिअर संपली की त्या टीमला आपलेही पेले रिकामे करावे लागतं. आणि मग हरणारी टीम एकदम पिऊन तर्र व्हायची.

हार्वर्ड आणि द फेसबुकमध्ये हा खेळ इतका लोकप्रिय झाला की सहा महिन्यांनी मार्कनं आंतरमहाविद्यालयीन बैरूट स्पर्धा आयोजित केली. पुरस्काराची रक्कम होती १०,००० डॉलर्स आणि सहभाग शुल्क होतं १० डॉलर्स. खूप जण भाग घ्यायला उत्सुक होते. पण अनेक कॉलेजमधून तक्रार आणि टीकेची झोड उठल्यावर चारच दिवसांत ही स्पर्धा रद्द करावी लागली.

या घराचं स्वरूप एखाद्या कॉलेज होस्टेलसारखं बनलं होतं. पुलाजवळच बर्गर किंवा स्टीक्स तयार करून तिथेच बसून गप्पा मारत ही मुलं खायची. कधी कधी रात्री उशिरापर्यंत हा प्रकार चालला तर शेजारीसुद्धा त्रस्त व्हायचे. कुणाची गर्लफ्रेंड राहाणार असेल तर घरातील इतरांना सोफ्यावर झोपावं लागायचं किंवा आपला बिछाना घेऊन दिवाणखान्यात बस्तान हलवावं लागे. अनेक मुलं आणि मुलीसुद्धा विनाकारण इथं अनेक दिवस पडून असायचे.

आरोन सिटिग नावाचा पार्करचा एक मित्र असाच निव्वळ राहायला आला होता. नॅपस्टरसारखं एक सॉफ्टवेअर त्यानं मॅकिन्तोशसाठी बनवलं होतं जे नंतर नॅपस्टरनंच विकत घेतलं. त्यानंतर तो आयमिम नावाच्या एका संगीताशी संबंधित सोशल नेटवर्कवर काम करीत होता. राहायला तो पालो आल्टोमध्येच होता. आरोन शांत आणि आपल्या गुणांचा बोभाटा न करणारा एक उत्तम ग्राफिक डिझायनर आणि टायपोग्राफर होता.

पार्करनं त्याला द फेसबुकमध्ये साइटच्या डिझाईनवर काही काम करता येईल, या हेतूनं आणलं होतं. पण तो जरा विचित्र मन:स्थितीत होता. कामात त्याचं मन लागत नव्हतं.

मार्ककडे आल्यावर आरोननं काहीच केलं नाही. "एकीकडं तो अत्यंत गुणी आहे हे मार्कला पटवून देण्याचा आटापिटा मी करत होतो आणि आरोन मात्र तासन्तास कॉम्प्युटरवर अक्षरांशी खेळत बसायचा. हे कुणाला उचलून आणलं? निव्वळ बसलेला असतो तो आणि काही कामाचा नाही, असं मार्क सारखं म्हणायचा. कामाच्या ठिकाणी काही शिष्टाचार पाळलेच पाहिजे, हा मार्कचा आग्रह होता आणि आरोनचं वागणं याला धरून नव्हतं," पार्कर सांगतो.

(पण कालांतरानं आरोन पुन्हा द फेसबुकमध्ये आला. त्यापूर्वी त्यानं बर्कलीला युनिव्हर्सिटी ऑफ कॅलिफोर्नियाला तत्त्वज्ञान विषय घेऊन आपलं शिक्षण पूर्ण केलं. मग तो मार्ककडे आला आणि त्याचा अत्यंत विश्वासू सहकारी बनला.)

बहुदा हे कोडिंग, तलवारबाजी आणि गरमागरम मीटिंग रात्रीबेरात्री चालत. मग मध्येच ड्रिंक्स किंवा एखादा चित्रपट आणि बरेचदा व्हिडिओ गेमसाठी मध्यांतर व्हायचं. अशातच या सगळ्यांना टॉम क्रूझ या अभिनेत्यानं झपाटलं. त्याचे सगळे चित्रपट आणून पाहाण्यातही काही काळ गेला. लॅपटॉपवर टॉमचा पिक्चर लावून सिटिग इतरांना बरोबर घेऊन बसायचा. त्या कामाच्या जागेला मग अगदी कॅम्पिंगचं स्वरूप आलेलं असे. टॉम एक 'फनी कॅरेक्टर' आहे आणि 'कूल' नाहीये असं जरी या मुलांना वाटत असलं तरीही आपल्या सर्व्हर्सची नावंसुद्धा त्यांनी टॉमच्या चित्रपटांच्या आणि त्यातील व्यक्तिरेखांच्या नावांवरून ठेवली होती. मग त्यांच्यातील संवादाचं स्वरूपही त्यानुसार होऊ लागलं. "अरे ती स्क्रिप्ट कुठल्या सर्व्हरवर आहे?" "मॅव्हरीकवर." "तिला आईसमॅनवर टाक. मॅव्हरीकचं टेस्टिंग करायचं आहे." (मॅव्हरीक आणि आईसमॅन या दोन व्यक्तिरेखा टॉमच्या १९८६ साली आलेल्या टॉप गन या चित्रपटात होत्या.)

याचप्रमाणं बेन स्टिलरचा झूलॅन्डरही या घरातील लोकांचा आणखी एक आवडीचा चित्रपट होता. काम करतानाही हा चित्रपट सुरू असायचा आणि त्यावर चर्चाही. इंटरनेट जगतातील एक क्रांतिकारी गोष्ट तयार करण्यात गुंग असलेली ही मुलं मनानं आणि वृत्तीनं अजूनही कॉलेजातील मुलांप्रमाणेच होती.

एकूण सात जण या वास्तूत राहत होते आणि पार्करच्या बीएमडब्ल्यू व्यतिरिक्त आणखी एका वाहनाची त्यांना गरज भासू लागली. शेवटी मार्क आणि मित्रांनी मिळून एक कार घेतली. तसंही हिवाळ्यात त्यांना हार्वर्डला परत जायचं होतं आणि तेव्हा ही गाडी विकता येणार होती. गाडी १२ वर्षं जुनी, हिरव्या रंगाची फोर्ड एक्सप्लोरर होती. चावी अर्ध्यावर आणून गाडी बंद व्हायची आणि नंतर चावी न लावताही ती सुरू व्हायची. धांदरट आणि सतत घाईतच असलेल्या या टारगट पोरांसाठी हे वाहन अगदी

योग्य होतं, कारण बहुदा चावी कुठे आहे हे कुणालाच आठवायचं नाही.

❖

पण या सगळ्या खुळचट खेळांमध्ये आणि पोरकटपणातही द फेसबुकनं एका उद्योगाचं रूप धारण केलं होतं. द फेसबुक तांत्रिक आणि औद्योगिक दृष्ट्या प्रगत होण्यासाठी आणखी प्रयत्न करण्याची निकड मार्कला एव्हाना जाणवू लागली होती. पूर्ण उन्हाळ्याच्या काळात द फेसबुकनं कुठल्याही नवीन कॉलेजला सामावून घेतलं नव्हतं. पण आहे त्या ३४ कॉलेजातील सदस्य मात्र वाढतच होते. शिवाय कॉलेज सुरू होताच मागणी वाढणार याची सगळ्यांना कल्पना होती. नवीन युजर म्हणजे जादा कॉम्प्युटर पॉवर आणि अधिक भरवशाचं सॉफ्टवेअर अस्तित्वात आणणं गरजेचं होतं.

बारा मैल दक्षिणेकडे असलेल्या सॅन्टा क्लाराला असलेल्या सर्व्हर्सवर सध्या द फेसबुकची सगळी भिस्त होती. विविध तांत्रिक कारणांसाठी आणि जास्त सर्व्हर्स जोडण्यासाठी मुलांना वारंवार तिकडे जाण्याचा प्रसंग येई. अशा वेळी मित्रांना मदतीला बोलावणं अपरिहार्य होत असे.

दिवसेंदिवस हा पसारा वाढणारच याची खात्री या साऱ्यांच्या मनात होती. कारण प्रत्येक वेळी डाटाबेस पडताळून पाहताना आणि सर्व्हरची क्षमता वाढवताना मार्कच्या एक गोष्ट ध्यानात आली होती की तेव्हाच्या युजर संख्येच्या दहापट युजरना हाताळण्याची क्षमता द फेसबुकमध्ये आहे आणि हा विश्वास अगदी खराही ठरला. २००४मध्येच जर मार्कला आपल्या क्षमतांचा अंदाज घेणं शक्य झालं नसतं तर त्याच्या या कंपनीला नक्कीच लाजिरवाण्या परिस्थितीला सामोरं जाण्याची पाळी आली असती. फ्रेंडस्टरला आपल्या यशस्वितेला जसं सांभाळता आलं नाही तसं आपलं होऊ नये, ही गोष्ट मार्कनं कायम गाठीला बांधली होती.

हा विशीतला कंपनीचा मुख्याधिकारी किंवा सीईओ द फेसबुक तांत्रिकदृष्ट्या अव्वल असावं, या एकाच विचारानं पछाडला होता. या संवादच्या माध्यमातून जर अपेक्षापूर्ती झाली नाही तर त्याची घसरण व्हायला क्षणही लागणार नाही याची मार्कला पुरेपूर जाणीव होती. वापरणाऱ्यांना त्यांचं अपेक्षित पेज वेळेवर पोचवणारे सक्षम सर्व्हर नसते तर द फेसबुकसाठी तो क्षण शेवटचा ठरला असता. मग द फेसबुकसुद्धा फ्रेंडस्टरच्या मार्गाला लागलं असतं. दुर्दैवानं तसे काही संकेत अधून-मधून मिळू लागले. मार्क आणि मॉस्कोव्हीट्झनं सर्व्हरना टायमर्स लावले आणि एका पेजला स्क्रीनवर यायला किती वेळ लागतो यावर लक्ष ठेवायला सुरुवात केली. या वेळेला बाधक ठरेल असं काही नवीन द फेसबुकमध्ये टाकण्याची विनंती तो अक्षरश: धुडकावून लावायचा. मिलिसेकंदांचा फरकही महत्त्वाचा होता. या काळात छापून आलेल्या एका लेखात मार्कनं म्हटलं आहे की अन्नापेक्षाही जास्त त्याला सर्व्हरची गरज होती. ''एकवेळ

मला पोटात टाकायला काही मिळालं नाही तरी चालेल. पण पुरेसे सर्व्हर नसतील तर साइटची शेवटची घटका भरलीच म्हणून समजा.''

साइटच्या सुरुवातीच्या काळातील युजरची संख्या आणि त्यांचा उत्साह ओसंडून वाहणारा होता, तरीही मार्क आणि मंडळी मात्र अगदी जमिनीवर होते आणि या त्यांच्या संयमी वृत्तीनंच द फेसबुकला अनेक संकटांपासून वाचवलं होतं. मार्क आणि मॉस्कोव्हीट्झनं द फेसबुकच्या वेगवान प्रवासाची गतीच नियंत्रणात ठेवली होती. नवीन कॉलेज आणि त्यातील युजरना सामावून घेण्यापूर्वी स्वत:च्या, म्हणजेच सर्व्हर्स पुरविण्याच्या सगळ्या क्षमतांचा विचार करूनच ही मुलं पुढे पाऊल टाकायची. एक विशिष्ट पद्धत त्यांनी अमलात आणली होती. आधी कॉलेजला सेवा सुरू करायची आणि मग किती युजर जोडले जातात याची वाट पाहायची. सरतेशेवटी मग युजर्स आणि सर्व्हरची क्षमता यांना एका पायरीवर आणल्यावरच दुसऱ्या कॉलेजकडे आपला मोर्चा वळवायचा, हे सूत्र त्यांनी निश्चित केलं.

संगणकाच्या दुनियेत अगदी नव्यानं पाऊल टाकणाऱ्या या मुलांमधील हा समजूतदारपणा जरा दुर्मीळच म्हणावा लागेल. कुठलाही अनुभव गाठीशी नसताना शांत राहून आणि एक-एक निर्णय जोखून पुढे निघालेल्या या मुलांनी द फेसबुकच्या मार्गक्रमणाची दिशा आणि दशा नियंत्रणात ठेवण्यात लक्षणीय यश मिळवलं होतं. मार्क म्हणतोही की अगदी सुरुवात केल्यानंतर त्यांनी खूप सारी गुंतवणूक मिळवून आपलं अस्तित्व सिद्ध करण्याची घाई केली नाही. ''व्यवस्थित ठरवून आणि सावकाश आम्ही अक्षरश: एक-एक पायरी चढत गेलो.''

ओपन सोर्स (open-source) सॉफ्टवेअरचा वापर ही द फेसबुकची आणखी एक जमेची बाजू होती. ओपन सोर्स MySQL सारखं सॉफ्टवेअर काय आणि वेबसाइट तयार करताना प्रोग्रॅमिंगसाठी वापरली जाणारी PHP सारखी भाषा काय, दोन्हीलाही पैसे पडत नव्हते. नेमकं याच काळात, म्हणजे २००४ च्या सुमारास ओपन सोर्स सॉफ्टवेअरनं आपलं एक स्थान निर्माण केलं होतं आणि अशा प्रकारची सुविधा नसती तर मार्कसारख्यांना कॉलेजच्या होस्टेलमध्ये बसून एक संपूर्ण वेबसाइट डिझाईन करणं कधीच शक्य झालं नसतं. वेबसाइटसाठी लागणारे सर्व्हर तेवढे पैसे देऊन वापरावे लागायचे. एवढी लाखांवर युजर संख्या असतानाही मार्कच्या द फेसबुकला सर्व्हर आणि काम करणाऱ्यांच्या पगाराव्यतिरिक्त दमडीही खर्च करावी लागत नव्हती.

पण हे सगळं यच्चयावत ठेवणं आणि नवीन साधनं विकत घेणं यासाठी आता मुलांना पैशांची गरज भासू लागली. पालो आल्टोला राहून संपूर्ण टीमला घेऊन काम करताना पहिल्या काही आठवड्यांतच मार्कला स्वत:ला २० हजार डॉलर्स एवढी रक्कम खर्च करावी लागली. यातील जास्तीतजास्त खर्च सर्व्हरसाठी होता, जो

आवश्यक होता.

फ्लोरिडात सॅव्हरीननं उघडलेल्या खात्यातून हा सगळा पैसा येत होता. मार्क आणि सॅव्हरीननं जमा केलेल्या रकमेव्यतिरिक्त द फेसबुकला मिळालेल्या जाहिरातींच्या पैशांची या खात्यात भर पडली होती. पण या उन्हाळ्याच्या सुट्ट्यांमुळे जाहिरातींचा ओघ खूप कमी झाला होता.

नवीन वकिलाच्या साह्यानं पार्कर कंपनीला कायदेशीररित्या स्थापित करण्यासाठी झगडत होता. सॅव्हरीननं limited liability corporation म्हणून द फेसबुकला कागदोपत्री एक रूप दिलं होतं. पण कंपनीचा व्यवहार कसा चालतो किंवा चालावा यासंदर्भातील कुठलंही दिशादर्शक मॅन्युअल त्यांच्याकडे नव्हतं. कुठलाही करार किंवा अधिकृत कर्मचारी वगैरे प्रकार इथे नव्हता. गुंतवणूक आवश्यक होती आणि गुंतवणूकदारांना आमंत्रित करण्यापूर्वी द फेसबुकला कंपनी म्हणून स्थापित करणं अत्यावश्यक होतं.

पण सॅव्हरीनचा यात अडसर निर्माण झाला होता. जुलैमध्ये, पार्करनं गुंतवणूकदारांशी संपर्क साधून द फेसबुकसंदर्भात बोलणी सुरू केली आहे, ही बातमी कळताच सॅव्हरीननं मार्कला एक पत्र लिहिलं. द फेसबुक सुरू करताना मार्क आणि मित्रांमध्ये झालेल्या कराराप्रमाणे या सगळ्यावर मार्कचं स्वत:चं नियंत्रण राहाणार आणि तसं आश्वासन देणारा करार त्याला नव्यानं हवा होता.

"हे सगळं फारच बालिश होतं. यात, एखादं प्रॉडक्ट डिझाईन करणं आणि त्यासाठीच्या तांत्रिक गोष्टींचं महत्त्वच मुळात त्याला अमान्य होतं. त्यासाठी एक मूठभर इंजिनिअर्स आणून या तांत्रिक गोष्टी भागवता येतील आणि यात आर्थिक उलाढाल जी आहे ती फक्त महत्त्वाची, असा काहीसा त्याचा समज होता," पार्कर सांगतो. नवीन तंत्रज्ञानाचा वापर करून वैशिष्ट्यपूर्णरित्या तयार केलेली व लोकांना वापरासाठी पुरवलेली ही गोष्ट अपूर्व आहे आणि इंटरनेटच्या जगतात, त्यातही एका नवीन उत्पादनासाठी तर असं काहीतरी अनोखं असणंच आवश्यक आहे, हे फक्त पार्करला कळत होतं. पुढचं पाऊल टाकताना केलेली एक छोटीशी तांत्रिक चूक ही अशा नव्या उद्योगाला भोवू शकते आणि येणाऱ्या जाहिराती पूर्णपणे बंदही होऊ शकतात, ही शक्यता फक्त त्याला कळत होती.

एक इंटरनेट कंपनी काढण्यासाठीचं तंत्रज्ञान ठाऊक असणं-नसणं हा भाग अलाहिदा. पण पालो आल्टोला जे चाललं होतं त्यानं वैताग येणं अगदी स्वाभाविक होतं. कारण सालेयरीयननं आपले पैसे यात गुंतवले होते. Y2M सारख्या एजन्सीला गाठून त्यांच्याशी जाहिरातींबद्दल बोलणी करण्यातही तोच आघाडीवर होता. त्याच्या भागीदारांच्या वर्तणुकीतून मात्र सॅव्हरीनच्या या सगळ्या खटपटींबद्दल त्यांना काही आदर आहे किंवा त्याच्या कामाची किंमत ते जाणून आहेत, असं काहीही सॅव्हरीनला

जाणवत नव्हतं. त्याची तशी ठाम समजूत झाली होती. जाहिरातदारांकडून कधी चांगली संधी आली की तो आधी मार्क आणि मॉस्कोव्हिट्झला सांगायचा. पण त्यांना सांगणं म्हणजे दगडावर डोकं आपटण्यासारखं होतं. या दोघांकडूनही अपेक्षित प्रतिसाद त्याला कधीच मिळाला नाही. द फेसबुक जर एका सुरळीत चालणाऱ्या कामापलीकडे उडी घेणार नसेल तर त्याच्या गुंतवणुकीला आणि भागीदारीला काहीही अर्थ उरणार होता का? मार्क मात्र जे सुरू होतं त्यातच खूष होता. सिस्टिम सुरू आहे आणि येणाऱ्या पैशातून बिलं भरली जात आहेत, एवढंच त्याला पुरेसं होतं.

सॅव्हरीनची द फेसबुकमधली जबाबदारी जरा वेगळी होती. जाहिरातदारांना प्रतिसादाची अपेक्षा असते. ज्यांना ते मोबदला देत आहेत त्यांनी आपल्या काही अडचणी आणि प्रश्न असतील तर ते सोडवावे आणि तेही शक्य तितक्या लवकर, ही अपेक्षा अवाजवी नव्हती. म्हणून मार्क आणि मॉस्कोव्हिट्झप्रमाणे स्वत:च्या वेळा ठरवणं सॅव्हरीनला अजिबात शक्य नव्हतं. इतरांशी सतत संवाद साधणं हेच त्याचं काम होतं. हार्वर्डचा अभ्यासक्रम आणि हे काम अशी तारेवरची कसरत सॅव्हरीनला करावी लागत होती.

द फेसबुकच्या उज्ज्वल भवितव्याबाबत मार्क आणि त्याचा एकच विचार होता. आपल्या अनेक कामांपैकी एक काम, यावर तो मार्कप्रमाणे ठाम होता. पदवी मिळताच व्यवसाय अभ्यासक्रमाला प्रवेश घेण्याची त्याची तयारी होती आणि त्यासाठी परीक्षेत चांगले गुण मिळवण्याकडे त्याचा अधिक कल होता. कंपनीला काय हवं-नको हे त्याच्यासाठी जरा कमी महत्त्वाचं होतं.

काही काळानंतर या साऱ्याची परिणती एका खटल्यात झाली. आपली बाजू मांडताना मार्क आणि कंपनीनं सॅव्हरीनबाबत काही गोष्टी स्पष्ट केल्या. कोर्टासमोर दिलेल्या कागदपत्रांत लिहिलं होतं : ''कामासंदर्भात नेमकं त्याला जे करायचं आहे त्याची अधिकृत परवानगी त्याला नसेल तर कंपनीच्या इतर शेअर होल्डरच्या आणि कंपनीच्या प्रगतीतही अडथळा निर्माण होण्याची शक्यता आहे. कंपनीत ३० टक्क्यांच्या भागीदारीवर हक्क सांगतानाच हा कायद्याचा पेच सुटेपर्यंत तो कंपनीकरिता पैसा उभारताना पराकोटीच्या अडचणी निर्माण करू शकतो.''

मार्क आणि सॅव्हरीनमधला हा तिढा जसजसा वाढू लागला तसतसं त्यांच्यातील फोनवरील संभाषणही वाढलं. पण सारं निष्फळ! आपल्या करोडपती वडिलांच्या सांगण्यावरून सॅव्हरीन जरा जास्तच ताणून धरतो आहे, हे आता साऱ्यांना पक्कं समजलं होतं. सॅव्हरीनच्या वडिलांनी ब्राझीलमध्ये स्वबळावर प्रचंड मोठा उद्योग उभारला होता आणि आपल्या मुलानं सहजासहजी मागे हटणं त्यांना बहुदा मान्य नव्हतं. ''त्याचे वडीलच त्याला हे सारं ताणून धरायला भाग पाडत होते,'' पार्कर सांगतो. आणि हा प्रकार योग्य नव्हता. निर्णय घेण्याची वेळ येताच, ''मला वडिलांशी बोलणं आवश्यक आहे,'' किंवा ''मी आत्ता काहीही उत्तर देण्यास असमर्थ आहे,'' हे सांगून

तो काढता पाय घ्यायचा. परतल्यावर त्याची उत्तरं काय असणार याची स्पष्ट कल्पना सगळ्यांना असायची. त्या उत्तरांतून काहीही निष्पन्न होत नसे.

पण त्याच्या या आठमुठ्या स्वभावासकट तो सगळ्यांना आवडायचा. तो एकदम रुबाबदार, मनमिळाऊ आणि खूप प्रसन्न होता. पण कंपनीची कुठलीही बांधिलकी आणि एकनिष्ठता न ठेवण्याच्या त्याच्या स्वभावामुळे, ज्या अधिकारांची त्याला अपेक्षा होती, जे मिळवण्याची त्याची धडपड चालली होती, ते देण्याची इतरांची तयारी नव्हती. कंपनीच्या सीईओ पदावर नियुक्ती करावी, अशी त्याची मागणी होती. पण आपणही पूर्णत: या कंपनीशी एकनिष्ठ राहू, अशी ग्वाही द्यायला तो तयार नव्हता. इतर काम करणाऱ्यांचं मात्र तसं नव्हतं. अननुभवी असूनही त्यातील प्रत्येक व्यक्ती अत्यंत मेहनती आणि झोकून देऊन काम करणारी होती. सोपवलेलं काम तडीस नेण्यासाठी या मुलांनी दिवस-रात्र एक केले होते. त्यामुळे न्यूयॉर्कला बसून सॅव्हरीन चैनीत आहे आणि त्याला या सगळ्या मेहनतीची अजिबात जाणीव नाही, हा समज तसा अवाजवी नव्हता.

व्यावसायिक कौशल्याबद्दल बोलायचं तर सॅव्हरीनच्या कामाची पद्धतही द फेसबुकमधल्या इतरांना फारशी कधी आवडलीही नाही. इंटरनेटवर बॅनर जाहिराती पुरवणाऱ्यांच्या माध्यमातूनच तोही जाहिराती मिळवू लागला. अशा प्रकारच्या जाहिराती आकारानं मोठ्या असायच्या, मात्र त्याचे पैसे फार कमी मिळायचे. त्यातही याच्या बिलांची वसुली करताना नाकी नऊ यायचे. वाय२एमची ट्रिसीया सॅव्हरीनला मानायची. पण तिचा अनुभव तिला सांगत होता की जाहिराती आणि त्यातून मिळणारं उत्पन्न हे असंच बेभरवशाचं होतं. ''कधी पाठपुरावा नाही तर कधी जाहिरातदारांसंदर्भातील काही समस्या, अशी परीस्थिती अनेकदा निर्माण व्हायची,'' ती सांगते.

सॅव्हरीनची आणखी एक अडचण होती. द फेसबुकमध्ये काहीतरी नवीन टाकायचं आहे असं त्याला वाटायचं आणि ते अंमलबजावणी करण्यासारखं नाही, असं इतरांना वाटायचं. उदाहणार्थ एकदा त्याला वाटलं की 'फ्रेंड रिक्वेस्ट'साठी माउसनं डबल क्लिक् केलं तर ते वापरणाऱ्याला थोडं स्मार्ट वाटेल. पण साइट लोकाभिमुख आणि वापरण्यास सगळ्यात सोपी असावी या दोन गोष्टींचा ध्यास घेतलेल्या मार्कसाठी या असल्या सूचना आणि कल्पना म्हणजे धर्मग्रंथांचा अपमान केल्यासारखं असायचं. सॅव्हरीनचा हेतू वेगळा होता. डबल क्लिक् करताना आणखी एक जाहिरात युजरना दाखवता येईल, ही त्याची धंदेवाईक कल्पना होती. यापेक्षा वाईट असं काहीच नाही, यावर मार्क ठाम होता. सॅव्हरीन मार्क आणि मॉस्कोव्हिट्झशी अनेक गोष्टींत वाद घालायचा. त्यातील जाहिरात ही एक होती. सगळ्यात ऐतिहासिक ठरलेला वाद म्हणजे द फेसबुकच्या होमपेजवर बॅनर जाहिरात टाकण्यासंदर्भात. ''ही गोष्ट सगळ्यात घातक ठरली असती,'' ते दिवस आठवून मॉस्कोव्हिट्झला अजूनही अस्वस्थ वाटतं.

"साइटसोबत काहीही छेडछाड केली नाही तरच भविष्यात या सगळ्यातून पैसा कमविण्याची संधी होती, असं आम्हाला प्रकर्षानं वाटत होतं," तो सांगतो.

❖

दरम्यान पार्करनं वकिलाच्या मदतीनं द फेसबुकला डेलवेअरच्या (एक कायदा, जो सॉफ्टवेअर जगतातील उद्योगांना फायदा मिळवून देणारा आहे. अमेरिकेतील जवळपास सगळ्याच – त्यातही सिलीकॉन व्हॅलीत उदयाला आलेल्या – कंपन्यांनी या कायद्याचं संरक्षण मिळवलं आहे) कक्षेत आणण्यासाठी कागदपत्रांची जुळवाजुळव सुरू केली होती. द फेसबुकची पुनर्बांधणी करताना पार्करसाठी काही गोष्टी फार महत्त्वाच्या होत्या. द फेसबुक ही संकल्पना नेमकी काय आहे ही माहिती साइटची बौद्धिक संपदा (intellectual property (IP) होती. मात्र सद्यपरिस्थितीत त्यावर कंपनीचा अधिकार नव्हता. सॅव्हरीननं तयार केलेल्या लिमिटेड लायबेलिटी कंपनीच्या (LLC) चौकटीत या IP वर कुणाचा अधिकार आणि पूर्ण नियंत्रण असावं किंवा आहे, याबाबत कुठलाही संकेत नव्हता. (शिल्पकार या नात्यानं साइटसाठी वापरल्या जाणाऱ्या बहुतेक सॉफ्टवेअरर्सचा आणि डिझाईन्सचा मालकी हक्क मार्ककडे होता आणि उरलेली काही डिझाईन्स मॉस्कोव्हिट्झची होती.) कायद्याच्या भाषेत बोलायचं झालं तर मुळात अशी काही कंपनीच यापूर्वी अस्तित्वात नव्हती. जे काही आर्थिक व्यवहार होते ते सॅव्हरीनच्या अखत्यारीत होते. मात्र एका सॉफ्टवेअर कंपनीची जान असलेलं सर्व्हर आणि IPशी निगडित असणाऱ्या मुख्य कामाची सगळी जबाबदारी मार्क, मॉस्कोव्हीट्झ आणि पार्करकडे होती. त्यामुळे फ्लोरिडात असलेल्या या LLC ला तसा काहीच अर्थ नव्हता. या LLCचं नेमकं अधिकार क्षेत्रच नक्की नव्हतं. त्यामुळे मार्क आणि मॉस्कोव्हिट्झनं LLC तील आपला हिस्सा आणि IP सकट डेलवेअरच्या कक्षेत स्वत:ला सामावून घेतलं.

यासंदर्भात मार्कला अवाक्षरही बोलायला आवडत नाही. पण तेव्हा सादर केलेल्या सगळ्या कायदेशीर पत्रांमधून मार्कनं सॅव्हरीनला काही गोष्टी स्पष्ट केल्याचा उल्लेख आहे. इतरांसोबत कॅलिफोर्नियाला येण्यास नकार दिल्यामुळे आणि त्याला सोपवलेलं काम न केल्यामुळे आता त्याचा कंपनीशी कुठलाही संबंध उरलेला नाही. त्याच्या मालकी हक्काचा हिस्सा अबाधित ठेवण्यात येईल. मात्र कंपनीच्या वाढीबरोबर नव्यानं येणाऱ्यांना कंपनीत आणि भागीदारीत स्थान देत असताना त्याच्या भागीदारीचं प्रमाण हळूहळू कमी होत जाणार. कारण नव्यानं येणाऱ्या कामगारांनाही रोखे आणि इतर संधी उपलब्ध करून देणं अपरिहार्य असणार होतं. त्यामुळे कराराप्रमाणे कंपनीला सतत आपलं योगदान देण्याबद्दल देण्यात येणाऱ्या नफ्यातील अधिकाधिक भाग मॉस्कोव्हिट्झ आणि मार्कला मिळणार होता.

नवीन उपकायद्याप्रमाणे सर्वाधिक ५१ टक्के भागीदारीमुळे मार्क हा कंपनीचा एकमेव संचालक (Director) राहणार होता. सॅव्हरीनला ३४.४ टक्के हिस्सा देण्यात आला. मार्कनं ६.८१ टक्के देऊन मॉस्कोव्हीट्झला थोडी बढती दिली. कारण त्याचा कंपनीतील सहभागही वाढला होता. आपला विश्‍वासू सहकारी बनलेल्या पार्करलाही मार्कनं ६.४७ टक्के एवढी भागीदारी दिली. पण कुणाची निष्ठा गृहीत धरण्याची ती वेळ आणि काळ नव्हता. त्यामुळे, येत्या वर्षात जर हे दोघंही कंपनीत राहिले तर त्यांना दुप्पट वाढ देण्याचं वचन मार्कनं पार्कर आणि मॉस्कोव्हिट्झला दिलं. पर्यायानं सॅव्हरीनचा प्रभाव त्याला कमी करता येणार होता.

काही महिन्यांनी हार्वर्ड क्रिमसनला दिलेल्या एका मुलाखतीत मार्कनं मॉस्कोव्हिट्झला दिलेल्या वाढीचं स्पष्टीकरणही दिलं. "डस्टीनला भागीदारी वाढवून देण्याचा विचार व्यक्त करताच साऱ्यांच्या भुवया उंचावल्या होत्या हे खरं आहे. हा काय वेडेपणा, असाच त्यांचा सूर होता आणि, का नाही, हा माझा सवाल होता. कारण तो खरोखर भरपूर काम करीत होता," मार्कनं मुलाखतीत कबूल केलं.

वाटपानंतर उरलेले १.२९ टक्के लॉ फर्मला देण्यात आले.

कंपनीची पुनर्बांधणी करण्यात येत असल्याची किंवा इतर ज्या काही घडामोडी होत होत्या त्याचा आपल्याला सुगावा नसल्याचा सॅव्हरीनचा दावा होता. पण जे काही कळत होतं त्यानं बहुदा त्याच्या तळपायाची आग मस्तकात गेली असावी. कारण कंपनीचे आर्थिक व्यवहारच थांबतील असं पाऊल त्यानं उचललं. "याच काळात त्यानं सगळा व्यवसायच अपहृत करण्याचा प्रयत्न केला," असा उल्लेख द फेसबुकनं कोर्टापुढे सादर केलेल्या पत्रांत आहे. आधी त्यांन फ्लोरिडातील बँक खातं गोठवलं. द फेसबुकला त्यामुळे बिलं भरणंच मुश्कील झालं. आपल्या मागण्या पूर्ण होईपर्यंत एकही पैसा खात्यातून काढू देणार नाही, हे त्यानं निक्षून सांगितलं. "एखाद्या दहशतवाद्याशी बोलणी करत आहोत की काय, अशी परीस्थिती निर्माण झाली होती," पालो आल्टोला द फेसबुकसाठी त्या वेळी काम करणाऱ्या एकाची ही प्रतिक्रिया होती. नेमकी जेव्हा नवीन सर्व्हरची गरज निर्माण झाली तेव्हाच हा पैशांचा गोंधळ झाला होता. यातून मार्ग काढण्यासाठी सगळ्यांच्या अधिकाराचा उल्लेख असलेला आणि कामाची योग्य वाटणी करणारा एक करार आपण तयार केला असल्याचं सॅव्हरीननं मार्कला सांगितलं. पण कुठल्याही वकिलाचा सल्ला न घेता आणि कुणालाही न दाखवता त्यावर बिनशर्त सही करण्याची मार्कची तयारी असेल तरच ती कागदपत्रं दाखवू, ही अटही त्यानं घातली. उत्तरादाखल त्याला योग्य वाटणाऱ्या पद्धतीनं कामांची विभागणी करणारा एक करार मार्कनंही तयार केला. यात सॅव्हरीनला काहीही देण्यात आलं नव्हतं.

हा तिढा कायम असताना ८१९ ल जेनिफर वे वर स्थित या वास्तूत सारं काही

स्थिरस्थावर ठेवण्यासाठी मार्कला स्वत:चे खिसे रिकामे करावे लागले. मोठा खर्च हा सर्व्हरचा होता. सुट्ट्यांमध्ये केलेल्या कामांतून, प्रोग्रॅमिंगमधून आणि इतर बचतीतून मार्कनं बरेच पैसे कमावले होते. ते आता या अडचणीत कामी येत होते. शिवाय त्याच्या डेंटिस्ट वडिलांनी आणि मानसोपचार तज्ज्ञ आईनंही भरपूर मोठी आर्थिक मदत या कठीण दिवसांत केली. पालकांनी लावलेला हा सगळा पैसा मार्कच्या शिक्षणासाठी राखून ठेवलेला होता, असा उल्लेख नंतरच्या काळात चाललेल्या एका खटल्यात आला आहे. त्या उन्हाळ्यात झकरबर्ग कुटुंबानं सुमारे ८५,००० डॉलर्स द फेसबुकसाठी खर्च केले. यातील तब्बल २८,००० डॉलर्स मार्कला पंचवीस नवीन सर्व्हरसाठी द्यावे लागले होते.

ख्रिस ह्यूजेस फ्रान्सहून परत आला नव्हता. उन्हाळा संपता संपता तो पालो आल्टोला आला. पण प्रत्यक्ष कामाच्या ठिकाणी उपस्थित नसूनही ह्यूजेसनं मार्कच्या मनात एक वेगळ स्थान निर्माण केलं होतं. पालो आल्टोला द फेसबुकसाठी प्रत्यक्ष काम करणाऱ्यांना त्यांच्या निरीक्षणांबाबत कायम शंका असायची. ह्यूमॅनिटीजचा पदवीधर असलेल्या ह्यूजेसला मात्र बाहेर या साइटला आणि त्या कामाला कसा प्रतिसाद मिळू शकतो हे बरोबर कळायचं. तो पालो आल्टोला आल्याबरोबर साऱ्यांनी त्याला भंडावून सोडलं. साइटवरची फीचर्स, पेजेस आणि त्यांची डिझाईन त्याला दाखवून प्रतिक्रिया विचारण्याचा सपाटाच साऱ्यांनी लावला. या सगळ्या कामाचं बाहेर कसं स्वागत होतं, हे त्यांना जाणून घ्यायचं होतं. साइटवर गोपनीयता आणि साधेपणा या दोन गोष्टींना प्राधान्य देण्याबाबत तो वारंवार सांगायचा. तो कॉलेजला परतला तरीही मार्क अनेकदा महत्त्वाचे निर्णय घेताना त्याचा सल्ला हमखास घ्यायचा. द फेसबुकचा प्रवक्ता म्हणून तो सतत कार्यरत होताच. आपल्या होस्टेलच्या खोलीत बसून देशभरातील शेकडो कॉलेज मासिकांना द फेसबुकच्या वतीनं तो मुलाखती देण्याच काम अविरत करत होता.

उन्हाळा संपला तेव्हा द फेसबुकच्या युजरची संख्या २००,००० होती. येत्या सप्टेंबरला आणखी काही कॉलेज कॅम्पसमध्ये द फेसबुक सुरू करण्याचा मार्क आणि मॉस्कोव्हिट्झचा मानस होता. पार्करही काही गुंतवणूकदारांना गाठून द फेसबुकसाठी जास्त पैसे मिळवण्याच्या मागे होता. कमीतकमी अटी आणि बंधनं घालणाऱ्या गुंतवणूकदारांचा त्याला शोध होता आणि त्यात तो लवकरच यशस्वी होण्याची चिन्हं दिसत होती. सॅव्हरीनसोबतच्या वाटाघाटीही सुरूच होत्या.

हार्वर्डला परत जायचं नाही, हा निर्णय घ्यायला मार्क आणि मॉस्कोव्हिट्झला फक्त पाच मिनिटं लागली. पुन्हा आपल्या होस्टेलच्या खोलीतून द फेसबुकचं काम करता येईल असा विचार त्यांनी केला होता. पण हे वर्ष त्यांच्या द फेसबुकसाठी अत्यंत महत्त्वाचं असणार याचा त्यांना अंदाज येऊ लागला होता. चांगलं सुरू असलेलं काम विस्कळीत होऊ नये, यासाठी त्यांचा हा प्रयत्न होता. त्यांनी हार्वर्डला परत जाऊ नये

यावर पार्करनंही बराच वितंडवाद केला. डिएन्जलो आणि इतर मुलं कॉलेजला परतली. सॅव्हरीनही परत गेला. द फेसबुककरता उरले ते मार्क, मॉस्कोव्हिट्झ, पार्कर आणि हॅलीशीओग्लू एवढे चार जण. मॅकॅलम वायरहॉगवर काम करण्यात दंग होताच.

तो दिवस ११ सप्टेंबरचा होता. आपल्या भाड्यानं दिलेल्या घराची कशी काय अवस्था आहे हे पाहण्यासाठी घरमालक आले. जे पाहिलं ते त्यांना अजिबात आवडलं नाही. घरातील भाडेकरूनं ते मार्कला उन्हाळाभर भाड्यानं दिलं होतं. नंतर चाललेल्या एका कोर्ट केसमध्ये मालकानं दिलेली नोटीसही जोडण्यात आली होती. त्यातील मजकूर वाचनीय आहे. "अख्ख्या घराची उलथापालथ करण्यात आली होती आणि ते अत्यंत घाणेरड्या स्थितीत होतं. फर्निचर गॅरेजमध्ये होतं... त्यातील किती मोडलं आहे... हरवलं आहे... काही अंदाज घेणं शक्य नव्हतं...बार्बेक्यूमधील राखेची विल्हेवाट लावण्याचा प्रयत्न केला होता... थोडी व्हरांड्यातील फरशीवर विखुरलेली होती... उर्वरित कुंड्यांमध्ये टाकण्यात आली होती. फुटलेले काचेचे ग्लासही परसात पसरलेले होते... काचा तशाच पुलाजवळच्या फरशीवर पडलेल्या होत्या. एक दुर्मीळ इंडियन बास्केट बाहेर काढण्यात आली होती आणि बार्बेक्यूवर ठेवली होती.... ती तुटलेल्या आणि अर्धवट जळलेल्या अवस्थेत आढळून आली..." आणखी काही उल्लेख यात होते. त्यात धुरांड्याची अवस्था वाईट झाल्याचं, काचांच्या तुकड्यांनी स्विमिंग पुलचं फिल्टर कंडम झाल्याचं आणि लॉन्ड्री रूमचं दार तुटल्याचं नमूद करण्यात आलं होतं. थोडक्यात, द फेसबुकच्या कॉर्पोरेट ऑफिसला कॉलेजच्या होस्टेलची कळा आली होती.

सॅव्हरीनची मनधरणी आणि वाटाघाटी करण्यासाठी मार्कचं तासन्‌तास फोनवर बोलणं सुरू असतानाच सप्टेंबरच्या अगदी सुरुवातीच्या दिवसात मार्कला एक आणखी पत्र मिळालं. टायलर आणि कॅमरोन विंकलवॉस आणि दिव्य नरेंद्रनं मार्कवर फेसबुकची संकल्पना चोरल्याचा आरोप लावत त्याच्यावर एक खटला दाखल केला होता.

❖

३

सोशल नेटवर्किंग आणि इंटरनेट

"प्रत्येक भांडवलदारला यात आपला वाटा हवा होता."

सोशल नेटवर्किंगची संकल्पनाच मुळात नवीन नाही. फेसबुकच्या प्रारंभिक स्वरूपातील अनेक घटकांची मूळ कल्पना इतरांचीच होती. फेसबुक तयार करण्यासाठी संकल्पना चोरल्याचा आरोप अनेकांनी झकरबर्गवर अनेकदा केला. पण मुळात फेसबुक हे गेल्या चार दशकांमध्ये प्रसृत झालेल्या विविध संकल्पनांचेच वारस आहे.

इंटरनेटची पायाभरणी करणाऱ्या अभियंत्यांनीच फेसबुकसारख्या सेवेची कल्पनाही मांडली होती. जे.सी.आर. लिकलायडर आणि रॉबर्ट डब्ल्यू टेलरनं १९६८मध्ये 'द कॉम्प्युटर अॅज कम्युनिकेशन डिव्हाईस' नावाचा लेख लिहिला होता. 'ऑनलाईन संवाद साधणाऱ्या लोकांचा समूह कसा असेल?' हा महत्त्वाचा प्रश्न लेखकानं त्यात उपस्थित केला होता. काही भौगोलिक विभाजनातून दूर गेलेले असतील, काही एका लहान समूहाच्या स्वरूपातील असतील आणि काही व्यक्तिगत पातळीवर काम करणारे असतील, असं ते लिहितात. "तुम्ही त्यांना पत्र किंवा टेलिग्राम पाठवणार नाही. तुमच्या आणि त्यांच्या व्यावसायिक समानतेतून जुळल्यामुळे त्यांची ओळख तुम्ही करून घ्याल." संरक्षण विभागातील अॅडव्हान्स प्रोजेक्ट रिसर्च एजन्सीत महत्त्वाच्या पदावर काम करणाऱ्या टेलरनं फंड उभारून ARPAnet ची निर्मिती केली, जी कालांतरानं इंटरनेटमध्ये परिवर्तित झाली.

साधारण दशकभरानंतर काहींनी अशा ऑनलाईन समूहांवर काम करण्यास सुरुवात केली. वर्ल्ड वाईड वेब (WWW) येण्याच्या खूप वर्षं आधी युजरनेट या सेवेनं प्रथम अतांत्रिक किंवा सामान्य लोकांना इंटरनेटकडे आकृष्ट करण्यात यश मिळवलं. एका विशिष्ट उद्देशानं स्थापित झालेल्या समूहातील लोकांना एकत्रित संदेश पाठवण्याची सोय या १९७९मध्ये आलेल्या सेवेमुळे झाली. ही यंत्रणा आजही अस्तित्वात आहे. सॅन फ्रान्सिस्कोमध्ये स्टुअर्ट ब्रॅन्ड, लॅरी ब्रिलीअंट आणि आणखी दोन-तीन व्यक्तींनी मिळून १९८५ साली द होल अर्थ इलेक्ट्रॉनिक लिंक या इलेक्ट्रॉनिक बुलेटिन बोर्डचा – ज्याला वेल असं म्हटलं जायचं – श्रीगणेशा

केला. दोन वर्षांनी, म्हणजे १९८७मध्ये वेलचा जास्तीतजास्त वापर करणाऱ्या हॉवर्ड रेनगोल्डनं एका लेखात व्हर्च्युअल कम्युनिटी या नवीन शब्दाची भर घातली, जो त्यानं आपल्या इंटरनेटवरील वेल वापराच्या अनुभवासंदर्भात लिहिला होता. ''व्हर्च्युअल कम्युनिटी म्हणजे अशा लोकांचा समूह जो कदाचित परस्परांना कधीही प्रत्यक्ष भेटलेलाच नाही,'' लेखात नमूद करताना तो म्हणाला, ''आणि जे आपले शब्द किंवा संवाद आणि कल्पनांची देवाण-घेवाण ही कॉम्प्युटर बुलेटिन बोर्ड आणि नेटवर्कच्या माध्यमातून करतात.''

चॅट रूम आणि ऑनलाईन ग्रुपमध्ये आपल्या प्रतिक्रिया नोंदविण्याच्या माध्यमातून लोक इलेक्ट्रॉनिक कम्युनिकेशनकडे वळले. मिनीटेल या नावानं राष्ट्रीय ऑनलाईन सेवा सुरू करून आपल्या ग्राहकांपर्यंत ही इलेक्ट्रॉनिक कम्युनिकेशनची संकल्पना नेण्याचा पहिला मान फ्रान्सच्या पोस्टल विभागाला देता येईल. ही सेवा त्यांनी १९८२मध्ये सुरू केली होती. त्यानंतर १९८५मध्ये इतर कुठल्यातरी नावानं अमेरिका ऑनलाइनचा (AOL) प्रारंभ झाला. १९८८मध्ये IBM आणि Searsनं मग प्रॉडिजी नावाची एक खूप महत्त्वाकांक्षी व्यावसायिक ऑनलाइन सेवा सुरू केली. पण लवकरच AOLनं अमेरिकेत अधिराज्य गाजवायला सुरुवात केली. या सेवांचा उपयोग करताना लोकांनी इतरांशी संवाद साधताना युजरनेम म्हणून टोपण नावं किंवा अप्रत्यक्ष नावांचा सररास वापर केला. AOLवर मी Davidk4068 हे युजरनेम वापरत असे. लवकरच, म्हणजे १९९०च्या सुरुवातीपासूनच अगदी सामान्यांनीही इलेक्ट्रॉनिक मेलचा अंगीकार केला. पण नावं मात्र त्यांच्या प्रत्यक्ष नावांशी काहीही घेणं-देणं नसलेली होती. अशा सेवांच्या माध्यमातून ई-मेल ॲड्रेसची यादी तयार करणंही शक्य होतं. पण यातून आपल्या मित्रांच्या अधिक जवळ जाण्याची किंवा त्यांच्याशी नियमित संवाद करण्याची कुठलीही सोय यात नव्हती. याच दशकात नंतर इन्स्टंट मेसेजिंगवरही लोकांनी उड्या टाकल्या. पण इथेही आपली खरी नावं उघड करण्याकडे कुणाचाही कल नव्हता.

WWWच्या निर्मितीनंतर काही काळातच ऑनलाईन कम्युनिटीच्या विस्ताराला प्रारंभ झाला. TheGlobe.com, Geocities आणि Tripod सारख्या सेवा सुरू झाल्या, ज्यात युजरला इंटरनेटवर स्वत:चं होमपेज तयार करणं शक्य होतं आणि इतरांच्या होमपेजशी त्याची लिंक जोडण्याचीही सोय त्यात होती. शाळेत असतानाच मार्क झकरबर्गनं तयार केलेली पहिली वेबसाइट ही Geocities वर होती. पहिली डेटिंग साइट Match.com १९९४मध्ये स्थापित करण्यात आली. फी आणि काही खास कारणांसाठी विशिष्ट वैयक्तिक माहिती पुरवावी लागणारी ती पहिली वेबसाइट होती. आपल्या शाळेतील मित्रांना शोधून काढण्यासाठी उपयोगी ठरणारी

Classmates.com १९९५मध्ये सुरू करण्यात आली.

पण आधुनिक सोशल नेटवर्किंग कॉलेजस्तरावर वापरलं वाण्याचा काळ खऱ्या अर्थानं १९९७पासून सुरू झाला. त्यावर्षी न्यूयॉर्कच्या एका कंपनीनं युजरना खरं नाव आणि माहिती देण्यास बाध्य करणारी sixdegrees.com ही वेबसाइट काढली. डॅना बॉइड आणि निकोल एलिसन या दोन इंटरनेट समाजशास्त्रज्ञांनी २००७मध्ये एका लेखात सोशल नेटवर्कची ठळक वैशिष्ट्यं नमूद करताना म्हटलं आहे की खरं सोशल नेटवर्क म्हणजे अशी सेवा जी युजरला 'एक सार्वजनिक आणि थोडं खाजगी प्रोफाईल तयार करण्यास मदत करेल,' 'इतर युजरची एक यादी तयार करून त्यांच्याशी कनेक्ट व्हायला मदत करेल,' आणि 'यंत्रणेअतंर्गत इतरांनी तयार केलेल्या अशा कनेक्शनची पडताळणी करून त्यापलीकडे जाण्यास परवानगी देईल.' याचाच अर्थ असा की तुम्ही तुमचं व्यक्तिमत्त्व व्यक्त करणाऱ्या माहितीसकट या विविध नात्यांच्या जटिल नेटवर्क पद्धतीत प्रवेश करता आणि तुमची खाजगी माहिती तुम्हाला यात एका विशिष्ट ठिकाणी स्थापित करते, ज्यामुळे तुमच्यातील अन्यथा कधीही चर्चिल्या न गेलेल्या काही गुणांच्या आधारावर तुम्ही या नात्यांच्या नेटवर्कमध्ये समाविष्ट होता. यात एका बाबीचा उल्लेख अतिशय आवश्यक आहे जो फेसबुकच्या निर्मितीसाठी कारणीभूत ठरला – युजरची प्रत्यक्ष वैयक्तिक माहिती असलेलं त्यांचं ऑनलाईन प्रोफाईल.

Sixdegreesनं सुरू केलेली ही सेवा त्या काळातील नेटवर्किंग व्यवसायातील दूरदृष्टी असलेली पहिली सेवा होती. यात लोकांना आपल्या खऱ्या नावानिशी खऱ्याखुऱ्या लोकांबरोबर एकत्र येण्याची आणि खरी नाती निर्माण करण्याची संधी होती. या साइटच्या नावावरून एका संकल्पनेसंदर्भात चर्चा सुरू झाली. सारं विश्व हे नात्यांच्या गुंफणीतून एक सूत्रात बांधता येणं शक्य आहे. त्याची सुरुवात ही तुमच्या घनिष्ठ मित्रांपासून सुरू होऊन पुढच्या 'डिग्री'कडे मार्गक्रमण करते– म्हणजे तुमच्या मित्रांचे मित्र आणि असंच पुढे सहाव्या पायरीपर्यंत.

पेशानं वकील असलेल्या एन्ड्र्यू वेनरेचनं Sixdegreesची निर्मिती केली. तो स्वत:ही नेटवर्किंगनं पछाडलेला होतो. WWWनं नुकतंच सामान्यांना आपल्याकडे आकृष्ट करायला सुरुवात केली होती. Sixdegreesच्या उद्घाटनासाठी वेनरेचनं काही लोकांना न्यूयॉर्कच्या पक बिल्डिंगमध्ये आमंत्रित केलं. ती १९९७सालाची सुरुवात होती. साधारण २० संगणक तिथे ठेवण्यात आले होते. ''तुमच्या रोलोडेक्सला (दैनंदिनी टिपून ठेवणारी एक चक्राकार डायरी, ज्यात तुमच्या दिवसभरातील महत्त्वाच्या गोष्टींची नोंद करणं शक्य असतं) तुमच्या संगणकात गाडून ठेवण्यात काही अर्थ नाही,'' तो बोलू लागला. त्यांना संगणकावर ऑनलाईन जाण्यास सांगून तो म्हणाला, ''आता तुमच्या रोलोडेक्सला आम्ही मध्यवर्ती आणू आणि इतर

साऱ्यांनीही आपापले रोलोडेक्स जर अपलोड केले तर तुम्हाला एका अभूतपूर्व अनुभवाला सामोरं जाता येईल.''

एखाद्या सदस्याकडून आमंत्रण आलं आणि ते स्वीकारलं तर Sixdegreesचं सदस्यत्व सहज मिळवता यायचं. सदस्य होण्याची हीच पद्धत पुढे अनेक वर्षं बहुतेक सगळ्याच सोशल नेटवर्क साइटनी अमलात आणली. आता जरी आपल्याला त्याचं नवल वाटलं नाही तरी त्या वेळी मात्र हे सारं काही अक्षरश: क्रांतिकारक होतं. या सेवांद्वारे तुमच्या आवडी-निवडी आणि इतर गोष्टींचाही समावेश असेललं, तुमच्या खऱ्या नावासकट काही वैयक्तिक माहितीचं एक प्रोफाईल तयार होई. इलेक्ट्रॉनिक माध्यमातून तुम्हाला तुमच्या मित्रांपर्यंत पोचण्याकरता याचा उपयोग होत असे. इतर प्रोफाईल्स पाहून आपल्यासारखंच व्यक्तिमत्तव असणाऱ्या आणखी काही मित्रांच्या मित्रांपर्यंत पोचण्याची विनंती करणंही यात समाविष्ट होतं. Sixdegrees अस्तित्वात आलं तेव्हा त्यातील दोन वैशिष्ट्यं उल्लेखनीय होती. एक म्हणजे 'connect me'. तुम्ही एखाद्या व्यक्तीचं नाव टाईप करताच एक पूर्ण लिंक तुमच्या समोर स्पष्ट होणार, ज्यात त्या व्यक्तीपर्यंत पोचण्यासाठी ती कुणाकुणाशी जुळलेली आहे याची संपूर्ण माहिती असेल. दुसरं म्हणजे 'network me' या माध्यमातून तुम्हाला आवडणाऱ्या व्यक्तीवैशिष्ट्यांचा शोध घेऊन अशा व्यक्तींची माहिती तुम्हाला पुरवण्यात येई. जसे स्कार्सडेलमधील कुणी डॉक्टर, ज्याला बुद्धिबळाची आवड आहे, किंवा असंच काहीतरी.

''आम्ही काळाच्या खूप पुढे होतो. वेळ महत्त्वाची असते,'' वेनरेच अत्यंत खेदानं हे कबूल करतो. प्रचंड खर्चिक आणि पुरवायला अतिशय किचकट अशी ही सेवा होती. तब्बल ९० लोकांना यासाठी कामावर ठेवण्यात आलं. शिवाय कोट्यवधी खर्च करून मोठं सर्व्हर आणि ओरॅकल्सकडून डाटाबेस विकत घेतला गेला. सेपियंट आणि सायएंटसारख्या वेब विकसित करणाऱ्या कंपन्यांकडून या सेवेसाठी एक-एक वैशिष्ठ्य आखण्यात आलं. या सगळ्याची परीणती काय झाली? डायल-अप मोडेमच्या अत्यंत भिकार गतीमुळं लोकांना या सेवेचा वापर करताना अनेक अडचणींना तोंड द्यावं लागलं. आणखीही काही त्रुटी यात होत्या. जसं तुमच्या प्रोफाईलमध्ये तुमचं नाव, व्यावसायिक माहिती किंवा तुमच्या आवडीच्या चित्रपटांची नावं असा सगळा मजकूर होता. पण त्यात छायाचित्र टाकण्यास वाव नव्हता. त्या काळी अनेकांकडे डिजिटल कॅमेरे होते आणि आपल्या प्रोफाईलमध्ये एकही फोटो टाकणं शक्य नाही, ही बाब खटकणारी होती. ती इतकी प्रकर्षानं जाणवायची की शेवटी १९९९मध्ये वेनरेचनं लोकांना आपल्या छायाचित्रांच्या प्रिंट काढून कंपनीला पाठवण्याची विनंती केली आणि ते अपलोड करण्याचा प्रयत्न केला.

शिवाय Sixdegree नेमकं कशासाठी निर्माण करण्यात आलं आहे याबाबतही

त्याचे सदस्य संभ्रमात होते. ती नेमकी डेटिंग साइट आहे, का उद्योगाला मदत करणारी आहे, का या दोन्हीसाठी त्याचा वापर होऊ शकतो, असे अनेक प्रश्न युजर्सच्या डोक्यात होते. तरीही १९९९मध्ये Sixdegree नं ३.५ मिलियन सदस्य संख्या गाठण्यात यश मिळवलं आणि एका मोठ्या कंपनीनं ही सेवा १२५ मिलियन डॉलर्सला विकत घेतली. पण ही सेवा कंपनीला कमाई करून देण्यात अपयशी ठरली. सरतेशेवटी डॉटकॉम युगाची सुरुवात होत असताना कंपनीनं २०००मध्ये या तोट्यातील सेवेचा शेवट केला. हा आरंभ आहे आणि शेवट तर मुळीच नाही, अशी आशावादी वृत्ती ठेवत वकील वेनरेच आणि त्याच्या मित्रांनी दूरदृष्टीचा परिचय देत Sixdegree च्या काही वैशिष्ठ्यांवर आपली मालकी सांगत त्यांचं पेटंट मिळवलं. या पेटंटचा उल्लेख पुढे फेसबुकच्या इतिहासातही येतो. वेनरेच नेहमी त्यानं निर्माण केलेल्या सेवेसारख्या इतरही सेवांना 'operating system of the future' असं म्हणतो.

Sixdegree नं पाया रचला तरीही अस्सल सोशल नेटवर्किंग साइट अस्तितवात आणण्यासाठी अनेकांना बराच काळ प्रचंड खटपट करावी लागली. ब्लॅकप्लॅनेट आणि एशियन अव्हेन्यू नावाच्या दोन वंशवादाशी संबंधित साइट १९९९मध्ये काढण्यात आल्या. पण त्याच्या सोशल नेटवर्कच्या कक्षा फारच मर्यादित होत्या. त्यानंतर स्वीडनमध्ये १ जानेवारी २०००ला फक्त युवावर्गासाठी ल्युनारस्टॉर्म नावाची साइट जन्माला आली. पण २००१मध्ये कोरियात निर्माण केलेल्या कायवर्ल्ड या साइटनं सर्वप्रथम सोशल नेटवर्किंगच्या ताकदीचं प्रदर्शन केलं.

❖

सिलीकॉन व्हॅली आणि सॅन फ्रान्सिस्कोला सोशल नेटवर्किंगचं खूळ जडायला २००१-२००२ साल उजाडावं लागलं. २०००मध्ये इंटरनेट कंपन्यांच्या महसूल आणि किमतीतील घसरणीनं उद्योजक आणि भांडवलदारांची झोप उडवली होती. कुठलेही आडाखे बांधण्याची त्यांची मन:स्थितीच नव्हती. कंपन्या धडाधड बंद होत होत्या आणि निराशेचं वातावरण होतं. विशेषत: ग्राहक सेवा देणाऱ्या इंटरनेट कंपन्यांची अवस्था दयनीय होती. नंतरच्या दोन वर्षांत नवीन कंपन्यांना भांडवल मिळण्यासाठी जरा कठीण झालं. पण, Sixdegree योग्य वेळेआधी अस्तित्वात आलं, हे ओळखणारेही काही होते.

शॉन पार्करनं आपल्या मित्रांसोबत २००१मध्ये सुरू केलेली प्लाक्सो नावाची सेवा सोशल नेटवर्किंगच्या कक्षेतील नव्हती. पण आता अस्तित्वात असलेल्या अशा सेवांशी तुलना केली तर दोघांमध्ये अनेक साम्यं आढळून येतील. प्लाक्सोची उपयोगिता युजरच्या संपर्क नियोजनासंदर्भात होती. नवीन सदस्याची नोंदणी होताच

आणि त्याच्या संपर्कातील लोकांची नावं अपलोड होताच ही सेवा लगेच त्या सर्व लोकांच्याही पाठी लागायची. त्यांनीही आपली माहिती अपलोड करावी किंवा सदस्यत्व घ्यावं, हा या नेटवर्कचा आग्रह असायचा. हा प्रकार वैताग आणणारा होता. पण त्याचा कधी कधी उपयोगही व्हायचा. पार्कर बराचसा वेनरेचसारखाच विचार करणारा होता. युजरनी आपलं रोलोडेक्स अपलोड केलं की त्याचं नियोजन करण्याची जबाबदारी मग सॉफ्टवेअरची. हेच त्यालाही करायचं होतं. प्लाक्सोची संकल्पना पार्करला फारच आवडली होती. हे सगळं संसर्गजन्य होतं. एका युजरपासून सुरू होऊन त्याची एक पूर्ण साखळी तयार व्हायची. प्लाक्सोनं त्यातील काही वैशिष्ट्यांमुळे फेसबुकवर त्याच्या निर्मितीच्या आधीच मात केलेली होती. यात युजरच्या संपर्क साखळीवर आधारित त्याच्यासाठी इतर मित्रांची वैशिष्ट्यपूर्ण माहिती संकलित करण्याची सोय प्लाक्सोमध्ये होती.

२००१ सरताना एडरीन स्कॉट नावाच्या एका स्थानिक उद्योजक आणि प्रणेत्यानं राईझ ही सोशल नेटवर्क साइट सुरू केली. राईझच्या संदर्भात कुठल्याही अनिश्चिततेला थारा द्यायचा नाही, असंच स्कॉटनं ठरवलं होतं. ती डेटिंग साइट नव्हती. ती फक्त व्यावसायिकांसाठीच होती. नावाप्रमाणेच या साइटचा वापर करून लोक आपल्या व्यक्तिगत व्यावसायिक संपर्काच्या कक्षा अधिक रुंदावण्यासाठी 'जागे होतील', हाच उद्देश होता. सदस्यांची प्रोफाईल्ससुद्धा त्यांच्या कामाच्या संदर्भातच होती आणि त्यांच्या नेटवर्कमध्येही फक्त त्यांचे सहकर्मचारी आणि इतर व्यावसायिकांनाच सामील करण्यात आलं होतं. सल्लागार किंवा नोकरीच्या शोधातील योग्य व्यक्तींची माहिती पुरवणारा डाटाबेस नोकरी देणाऱ्यांना पैसे घेऊन उपलब्ध करून देण्यासाठीच या साइटची निर्मिती झाली होती. पण सॅन फ्रान्सिसकोतील तंत्रज्ञान क्षेत्रातील मूठभर लोकांव्यतिरीक्त इतर कुणीही याचा फारसा वापर केला नाही. भविष्यातील अशा काही संभावित साइटसाठीची पायाभरणी राईझ मुळे झाली.

आणखी एका स्थानिक प्रोग्रॅमरला, जोनाथन अब्रॅमला, लोकांच्या कामाव्यतिरीक्त असलेल्या वेळेवर जास्त भर देण्याची गरज वाटली. तो राईझचा सदस्य होता आणि पार्टी करणं ही त्याची प्राथमिक गरज होती. त्यानंही याच संकल्पनेवर आधारित एक सोशल नेटवर्क तयार करण्यास सुरुवात केली ज्याला फ्रेन्डस्टर हे नाव देण्यात आलं. मुळात डेटिंग साइट अशी प्रसिद्धी केली नसली तरीही यात डेटिंगला उपयोगी ठरणारं खूप काही होतं. Match.com ला मागं टाकू, असं आश्वासन आपल्या युजरना त्यानं दिलं आणि, जर तुम्ही तुमच्या मित्रांच्याही मित्रांशी संपर्क साधला तर तुम्हाला तुमच्या आवडीच्या व्यक्तीशी संवाद साधता येईल, ही गोष्ट त्यानं पटवून दिली. त्यामुळं या साइटवरच्या लोकांनी त्यांची खरी नावं वापरली तर इतर लोकांशी संपर्क साधण्यासाठी किंवा त्यांच्या संपर्कात येण्यासाठी ते सोयीचं होईल, असं

सांगण्यात आलं. Sixdegrees सुरू करताना वेनरेचचा हाच प्रयत्न होता. इथे त्या व्यक्तीच्या प्रोफाईलसह त्याचं एक छायाचित्रही टाकण्याची सोय होती आणि हीच गोष्ट लक्षणीय ठरली. आपल्या मित्रांच्याही मित्रांना पाहता येणं आणि त्यांच्याशी संवाद साधण्याची सहज संधी मिळणं हे या साइटवर शक्य होताना दिसत होतं.

प्रत्यक्षात २००३च्या फेब्रुवारीत फ्रेंडस्टर खुलं करण्यात आलं तेव्हा त्यावर युजरच्या अक्षरश: उड्याच पडल्या. काही महिन्यांतच हजारोंच्या संख्येनं लोकांनी त्याचं सदस्यत्व घेतलं आणि ही साइट वापरायला सुरुवात केली. सदस्य व्हायला कुठल्याही एका सदस्याच्या आमंत्रणाची गरज असायची. त्यासाठी विनंत्यांचा अगदी पाऊस पडू लागला. लवकरच, 'गुगलची पुढची पायरी', असा या साइटचा उल्लेख आणि चर्चा होऊ लागली. इतकंच काय पण गुगलनं ३५ मिलियन डॉलर्समध्ये साइट विकत घेण्याची तयारी दर्शवली आणि ती चक्क नाकारली गेली. इकडे बोस्टनमध्ये मार्क झकरबर्गलाही याची दखल घ्यावीशी वाटली आणि त्यानंही फ्रेंडस्टरवर आपलं खातं उघडलं. हार्वर्डच्या इतर विद्यार्थ्यांनीही तेच केलं. यात विन्कलवॉस भावंडांचाही समावेश होता.

फ्रेंडस्टर लोकप्रियतेच्या शिखराकडे मार्गक्रमण करताना दिसत होतं. अब्रॅम मासिकांच्या मुखपृष्ठावर झळकू लागला होता. पण मग वर्ष संपता संपता युजरच्या संख्येत घसरण दिसू लागली. हजारोंच्या संख्येत लोक सदस्य होण्यास उत्सुक होते आणि इकडे सर्व्हरवर प्रचंड ताण यायला लागला. प्रतिसादाला प्रत्युत्तर देण्यात फ्रेंडस्टरला अपयश आलं. एकेक पेज लोड व्हायला वीस सेकंदांपेक्षा जास्त वेळ लागायला लागला. याव्यतिरिक्त खोट्या नावांनी आणि विक्षिप्त प्रोफाईल तयार करून फ्रेंडस्टर वापरणाऱ्या 'फेकस्टर्स'चं (खोट्या नावानं प्रोफाईल तयार करणारा) प्रमाण वाढलं आणि त्यामुळे इतरांसाठी अडचणीही निर्माण झाल्या. प्रोफाईलसोबत प्राण्यांची छायाचित्रं आणि व्यंगचित्रांचा वापरही या प्रकाराला विद्रुपतेकडे नेण्यास कारणीभूत ठरला. खरं नाव वापरून सदस्य होण्याचा अब्रॅमचा आग्रह होता आणि काही फेकस्टर्सना त्यानं स्वत: नेटवर्कमधून काढून टाकलं. तांत्रिक अडचणी सोडवण्यासाठी कंपनीनं बेंचमार्क कॅपिटल आणि क्लेनर पर्किन्स कॉफिल्ड ॲन्ड बायर्स या दोन नामांकित भांडवलदारांकडून तब्बत १३ मिलियन डॉलर्सची जमवाजमव केली.

नुकतीच फ्रेंडस्टरच्या सॅन फ्रान्सिस्कोतील कार्यालयाला मी भेट दिली. दाढी अस्ताव्यस्त वाढलेला, पश्चातापदग्ध पण तरीही पार्टी करायला उत्सुक असलेला अब्रॅम मला भेटला. आता तो 'सोशलायझर' ही ऑनलाईन निमंत्रणांसाठी तयार केलेली एक साइट सांभाळतो. मी त्याच्या कार्यालयात पाय टाकताच त्यानं सर्वप्रथम मला टकिला (मद्याचा एक प्रकार) ऑफर केली. नाही म्हटल्यावरही अनेकदा मुलाखत थांबवून मला टकिला घेण्याचा आग्रह करत राहिला. ''साइट दोन

वर्षंही व्यवस्थित चालली नाही ही सत्य परीस्थिती आहे,'' त्यानं खेदानं हे मान्य करत शेवटी कामाचं बोलायला सुरुवात केली. त्यानंतर तो बराच वेळ इंजिनियरचे अडाखे कसे वरचेवर चुकत गेले आणि त्यामुळे साइटचं कसं नुकसान झालं हे सांगत राहिला. गुंतवणूकदारांनी त्याला मार्च २००४मध्ये सीईओ पदावरून काढून टाकेपर्यंत तो या तांत्रिक अडचणींचा निपटारा करण्यात अयशस्वी ठरला.

सोशल नेटवर्किंगच्या दुनियेत परिवर्तन आणणाऱ्यांपैकी अब्रॅम एक आहे. पण तो हे अमान्य करतो. जे काही आपण केलं ते इतरांच्या यापूर्वीच अस्तित्वात आलेल्या कल्पनांवर आधारित होतं, हे तो मान्य करतो. ''या सगळ्या संकल्पना नवीन नव्हत्या,'' तो सांगतो. ''नवीन फक्त त्याबद्दलचं आकर्षण होतं, डिझाईन्स नवीन होती आणि काही नवीन वैशिष्ट्यं होती.'' पण शॉन पार्कर म्हणतो त्याप्रमाणे, ''जोनाथननं ती पायाभरणी केली आणि ज्यावर आज सोशल नेटवर्कचा डोलारा उभा आहे त्यातील अनेक गोष्टीचा प्राथमिक सांगाडा त्यानं निर्माण केला.''

फ्रेंडस्टर लोकप्रिय होताच सॅन फ्रान्सिस्कोमध्ये त्यासारख्या असंख्य वेबसाइट्चं पेवच फुटलं. प्रत्येकानं लोकांमधील दरी दूर करून संवाद साधण्यासाठीची गरज वेगवेगळ्या पद्धतीनं हाताळण्याची इच्छा व्यक्त केली. यातील एक 'टिकल' होतं. ती मुळात एक क्विझची साइट होती, ज्यात फ्रेंडस्टरची लोकप्रियता पाहून थोडेफार बदल केले गेले. दोन आणखी सोशल नेटवर्क साइट काढण्यात आल्या - लिंक्डइन आणि ट्राईब.नेट. या दोन्हीचे प्रणेते अब्रॅमचे मित्रच होते.

फ्रेंडस्टरसाठी सगळ्यात आधी भांडवल उभं करताना अब्रॅमनं १००,००० डॉलर्सची जुळवाजुळव केली ज्यात २०,००० डॉलर्स रेड हॉफमॅननं टाकले होते. सोशल नेटवर्किंगच्या इतिहासात हॉफमॅनची अत्यंत महत्त्वाची भूमिका आहे. सिलीकॉन व्हॅलीतील सर्वात विचारवंत, कर्तबगार व्यावसायिक म्हणून ख्याती असलेल्या या माणसाच्या देखण्या आणि भारावून टाकणाऱ्या व्यक्तिमत्त्वात त्याच्यावर या उद्योग जगतानं टाकलेल्या प्रचंड विश्वासाचाही समावेश आहे. ऑगस्ट १९९७मध्ये त्यानंही सोशलनेट नावाची डेटिंग साइट काढली होती. लोकांनी दिलेल्या माहितीवरून त्यांच्यासाठी योग्य मित्रांची किंवा पार्टनरची निवड करण्यासाठी ही साइट होती. अनेकांसाठी ती पहिली सोशल नेटवर्क साइट ठरली. पण हॉफमॅन हा दावा नाकारतो. मुळात याही वेबसाइटला व्यावसायिकदृष्ट्या फार यश मिळवता आलं नसलं तरी जेव्हा ती विकली गेली तेव्हा गुंतवणूकदारांना त्यांचा पैसा परत मिळवता आला. पण फ्रेंडस्टर सुरू झाल्यावर तीन महिन्यांनी, म्हणजे मे २००३मध्ये हॉफमॅननं लिंक्डइन सुरू केली. विविध व्यवसायांत काम करणाऱ्या लोकांसाठीचं सोशल नेटवर्किंगचं माध्यम, असं या साइटचं स्वरूप होतं. त्याच्या म्हणण्याप्रमाणे सोशल नेटवर्किंगला दोन भागांत विभाजित करावं लागेल – वैयक्तिक आणि

व्यावसायिक – त्यामुळे त्यानं फ्रेंडस्टरला केलेल्या मदतीमुळे इथे कुठलीही समस्या निर्माण होणं शक्य नव्हतं. आजतागायत चाललेल्या लिंक्डइन आणि राईझमध्ये खूप साम्य आढळतं. तुमचं प्रोफाईल हे मुळात तुमच्या नोकरीसाठीच्या अर्जाच्या स्वरूपात असतं. युजर स्वत:साठी नोकरी शोधत असतो किंवा तो इतरांना यासंदर्भात मदत करण्याची विनंती करतो अथवा सल्ला मागतो. याचं व्यावसायिक स्वरूप टिकवण्यासाठी हॉफमॅननं त्यात छायाचित्रांना वाव ठेवला नव्हता. (कालांतरानं त्यालाही आपल्या युजरना ही सोय उपलब्ध करून द्यावीच लागली.)

शरीरयष्टी ध्यानात घेता जर हॉफमॅन हा 'हार्डी' होता तर त्याचा 'लॉरेल' होता मार्क पिनकस! अगदी काटकुळा, मध्यम उंचीचा आणि अति उत्साही पिनकस हॉफमॅनचा जिवाभावाचा मित्र आणि फ्रेंडस्टरला मदत करणाऱ्या गुंतवणूकदारांपैकी एक होता. मे २००३मध्ये हॉफमॅननं लिंक्डइन सुरू केलं आणि पिनकसनं ट्राईब.नेटची घोषणा केली. एका विशिष्ट गोष्टीसाठी वाहिलेल्या लोकांचा समूह अशी ट्राईबची संकल्पना होती. या साइटचा वापर सदस्यांनी क्रेगलिस्टसारख्या जाहिरातींची देवाण-घेवाण करून आपल्या ओळखीच्या व्यक्तींकडून काही खरेदी करण्यासाठी व्हावा, असं सुरुवातीला त्यांच्या डोक्यात होतं. पण ही कल्पना लोकांना इतकी आवडली की पिनकसच्या अपेक्षेपेक्षाही जास्त चांगला प्रतिसाद याला मिळाला आणि विशेष म्हणजे साइटची पतही अधिक चांगली होत गेली. काही काळानंतर नेवाडातील बर्निंग मॅन फेस्टिवलला नेमानं उपस्थित राहणारे लोक किंवा विविध लैंगिक परंपरांसंदर्भात काम करणारे लोकही इथे जोडले गेले. त्यामुळे फक्त काहीतरी विकणं आणि खरेदी करणं या जुजबी गोष्टीवर थांबण्याऐवजी ही वेबसाइट खूप पुढे गेली.

या सॅन फ्रान्सिस्कोतील सोशल नेटवर्किंग माफियांच्या जाळ्यात शॉन पार्कर अडकला. तो त्या काळी पालो आल्टोला स्टॅनफर्डमधील काही विद्यार्थ्यांसोबत राहायचा. या मुलांमध्ये फ्रेंडस्टर प्रचंड लोकप्रिय होतं आणि त्यातील काही जण तर पार्करच्या स्वत:च्या प्रत्यक्ष नेटवर्कमध्ये होतेच. राईझचा एड्रियन स्कॉट नॅपस्टरचा सुरुवातीच्या काळातील गुंतवणूकदार होता. पिनकसने फ्रीलोडर, अर्लिंग्टन आणि व्हर्जिनियासारख्या कंपन्यांची सुरुवात करून दिली होती आणि पार्करनं अनुभवासाठी वयाच्या १५व्या वर्षी या कंपन्यांमध्ये काम केलं होतं. त्यामुळे पार्कर त्यांच्यासोबत जास्त काळ घालवू लागला. या गटात फ्रेंडस्टरचा अब्रॅम होताच.

या दोघांची लवकरच घट्ट मैत्री झाली. अब्रॅमसोबत पार्कर जसजसा जास्त काळ घालवू लागला, फ्रेंडस्टरमधला त्याचा रसही वाढत गेला. तो जास्त वेळ फ्रेंडस्टरच्या कार्यालयात असायचा. अब्रॅमला आणखी काही गुंतवणूकदार आणि पैसा मिळवून देण्यास मदत करतानाच पार्करनं फ्रेंडस्टरच्या शेअरचा एक छोटासा भाग स्वत:च्या नावानंही करून घेतला. याच काळात चढत्या लोकप्रियतेच्या शिखरावरून या

वेबसाइटला घरंगळत खाली येताना पार्करनं पाहिलं. ''त्यांना हरताना मी अगदी जवळून पाहिलं आहे,'' शॉनला आजही ते सारं स्पष्ट आठवतं. ''आणखी एक महिना बस्स! मग सारं काही सुरळीत होणार, हीच भाषा वापरली जात होती.'' (फ्रेंडस्टर नंतर या मरणासन्न स्थितीतून बाहेर पडलं. पण अमेरिकेत नाही. काही काळासाठी फिलीपाइन्स, इंडोनेशिया आणि मलेशियात या वेबसाइटनं पाय रोवायचा प्रयत्न केला. पण फेसबुक आल्यानंतर पुन्हा त्याला हादरे बसलेच.)

❖

लिंक्डइन आणि ट्राईबला चांगला प्रतिसाद मिळत होता. पण २००३च्या उन्हाळ्यात पिनकस आणि हॉफमनला आणखी एका कारणानं घाम फुटला होता. त्यांच्या कानी वार्ता आली की आता अस्तित्वात नसलेल्या सिक्सडिग्री या वेबसाईच्या मालकानं घेतलेलं पेटंट बाजारात लिलावासाठी काढण्यात आलं आहे. या पेटंटचा आवाका मोठा पण खूप ढोबळ स्वरूपाचा होता. यात सोशल नेटवर्किंग सेवेसंदर्भातील अनेक गोष्टी होत्या. जसं– डाटाबेस ठेवणं, एखाद्या व्यक्तीला अकाऊंट उघडायला सांगणं आणि त्याच माध्यमातून इतरांना या नेटवर्कमध्ये येण्यासाठी आमंत्रण पाठवून ई-मेलच्या माध्यमातून त्यांना जोडणं. जर त्या दुसऱ्या व्यक्तीनं संमती दिली तर त्या दोघांत संभाषणाचा दुवा जोडण्यासाठी ही सेवा एक माध्यम निर्माण करणार. हीच पद्धत सगळ्याच सोशल नेटवर्क वेबसाइटचा आत्मा आहे.

पेटंट एखाद्या चुकीच्या व्यक्तीच्या हाती गेलं तर त्या दोघांच्याही कंपन्यांना गाशा गुंडाळण्याची पाळी येईल, अशी माहिती त्यांच्या वकिलानं त्यांना दिली. इतर सोशल नेटवर्किंग साइट्सचीही अवस्था यापेक्षा वेगळी होणार नव्हती. परिस्थिती लक्षात येताच या दोघांनी हे पेटंट विकत घेण्याचा प्रयत्न करण्याचा निर्णय घेतला. त्यांना कल्पना होती की फ्रेंडस्टरला जोड भांडवलदारीतून भरपूर पैसा मिळतो आहे आणि त्याचा उपयोग करून पेटंट जर त्यांनी मिळवलं तर या उद्योगावर ते अधिराज्य गाजवू शकतील. हे पेटंट म्हणजे एक संरक्षक कवच होतं. तरीही दोन्ही कंपन्यांच्या बोर्डांनी पेटंट विकत घेण्याचा प्रस्ताव धुडकावून लावला. मग आपला स्वत:चा पैसा वारण्याचा निर्णय पिनकस आणि हॉफमननं घेतला.

पण पेटंटचं महत्त्व जाणणारे ते फक्त दोघंच नव्हते. सोशल नेटवर्किंगच्या दुनियेत अजून आपला प्रवेश झालेला नाही याची जाणीव याहूलाही होती. त्यांनीही या लिलावात सहभागी होऊन सर्वात मोठी बोली लावली. पण उतावळ्या पिनकस आणि हॉफमननं इतरांपेक्षा आधी पैसे देण्याची हमी देत सुमारे ७००,००० डॉलर्सला ते पेटंट विकत घेतलं.

आता ते दोघंही म्हणतात की याहू आणि फ्रेंडस्टरसारख्या बड्या खेळाडूंना

काटशह देण्यासाठी त्यांनी हे पेटंट मिळवलं. ''कुणाच्या तरी हाती पडून या पेटंटच्या बळावर जुन्या सोशल नेटवर्क वेबसाइटला कोर्टात खेचण्याचा प्रयत्न होईल, या काळजीपोटी आम्ही ते विकत घेतलं,'' हॉफमन सांगतो. ''एक संरक्षण म्हणून आम्ही हा प्रयत्न केला, म्हणजे या नवजात उद्योगाला मारण्याचा कुणी प्रयत्न करणार नाही.''

पण इकडे सॅन फ्रान्सिसकोमध्ये या नवीन उद्योगाचं संगोपन सुरू असतानाच तिकडे चारशे मैलांवर असलेल्या लॉस एन्जेलीसच्या दक्षिणेकडे एका अगदी अनपेक्षित विरोधकाचा जन्म झाला होता. फ्रेंडस्टरची प्रतिकृती असलेल्या मायस्पेसची पायाभरणी तिकडे झाली होती. विशेष म्हणजे या साइटच्या जन्मदात्यापैकी एक टॉम ॲन्डरसन हा फ्रेंडस्टरचा पक्का फॅन होता. जेव्हा फ्रेंडस्टरची गती कमी झाली आणि त्याच्या वापरात हजार अडचणी येऊ लागल्या तेव्हा टॉमनं वैतागून मायस्पेस सुरू करण्याचा निर्णय घेतला. पण जुलिया ॲन्वीननं लिहिलेल्या 'स्टीलिंग मायस्पेस' या पुस्तकानुसार ॲन्डरसनचा उद्देश जरा निराळाच होता. त्याला फ्रेंडस्टर वापरू न शकणाऱ्या फेकस्टर्सना नकळत विनंती करायची होती की त्यांना वाटेल त्या नावानं आणि वाटेल तसं प्रोफाईल करून मायस्पेसचा वापर करता येईल. त्यानं आणि ख्रिस डिवोल्फनं मायस्पेस वापरण्यासाठीची काही बंधनंही घातली होती.

नेटच्या अफाट पण अजूनही विस्कळीत असलेल्या जगातील एक भाग असलेल्या ई-युनिव्हर्स नावाच्या एका कंपनीत हे दोघं कामाला होते. ही कंपनी युजरच्या संगणकावर त्यांच्या नकळत हेरगिरीसाठीची यंत्रणा बसवून त्यांना महागडी उपकरणं आणि सामान घेण्यास बाध्य करायची. आपल्या या अनैतिक विचारसरणीला अनुसरूनच त्यांनी ही नवीन सेवा सुरू केली होती. एन्डरसन आणि डिवोल्फनं आपल्या अति सामान्य वृत्तीचा परिचय (किचन-सिंक ॲप्रोच) मायस्पेस चालवताना दिला. ज्याची बाजारात चलती असेल ते सर्वकाही आपल्या साइटवर टाकण्याचा सपाटा या दोघांनी लावला. १५ ऑगस्ट २००३ला मायस्पेस अस्तित्वात आलं तेव्हा फ्रेन्डस्टर सुरू होऊन सहा महिने आणि ट्राईब सुरू तीन महिने झाले होते. पण तरीही यात गेम्स, भविष्यवाणी आणि ब्लॉगिंगसारख्या प्रचलित गोष्टी टाकण्यात आल्या होत्या. फ्रेन्डस्टरसारखंच प्रोफाईल पेज पण याचा भाग होतं.

फ्रेन्डस्टरचा अब्रॅम आग्रही होता. खऱ्या परिचयाच्या आधारावरच आपल्या साइटच्या युजरचं खातं असावं, ही गोष्ट जपण्यासाठी अनेक विवादांना तोंड देत आणि हरतो आहे हे कळत असतानाही, तो भांडत होता. याच्या अगदी उलट मायस्पेसनं 'चलता है' हीच वृत्ती बाळगली होती. हे त्यांच्या युजरच्या पथ्यावर पडणारंच होतं. इतर सोशल नेटवर्कच्या अगदी विरुद्ध, ही साइट वापरणारे कोण असावे याबाबत त्यांची काहीही बंधनं नव्हती. साइटचं सदस्य होण्यासाठी त्या साइटच्या

इतर सदस्याकडून आमंत्रणाचीही गरज नव्हती. तुम्ही खरा परिचय दिला पाहिजे किंवा टोपण नावं आणि इतर कुठल्याही प्रकारची लपवा-छपवी चालणार नाही, अशी कुठलीही बंधनं सदस्यत्वासाठी नव्हती. त्यातही एक आणखी वैशिष्ट्य यात साइट तयार करणाऱ्यांच्याही नकळत आलं होतं जे साइट युजरना भयंकर आवडलं. प्रोग्रॅमिंगच्या काही चुकीमुळे पेज लोड होताना HTML चं सॉफ्टवेअर कोडही ही साइट वापरणाऱ्या व्यक्तीला अनायासे मिळत होतं. आपल्या प्रोफाईलमध्ये येणारं हे जादा वैशिष्ट्य मिरवण्याची चढाओढच मग युजरमध्ये सुरू झाली. तडजोडीचं वावडं कधीच नसलेल्या मायस्पेसच्या उद्‌गात्यांना तर ही चूक म्हणजे एक चमत्कारच वाटला आणि सदस्यांना मिळणाऱ्या स्वातंत्र्याचं आणि उत्साहाचं त्यांनी स्वागतच केलं.

खूप भडक ग्राफिक्स आणि उत्तान छायाचित्रं असं रूप मायस्पेसला मिळालं ते त्याच्या युजरना मिळालेल्या या स्वातंत्र्यामुळे होतं. युजरनी तयार केलेली डिझाईन्स यात वापरली जायची. हे सारं स्वाभाविक आहे हे दाखवण्याचा प्रयत्न होत असला तरी मायस्पेसच्या वृत्तीला साजेसं असंच होतं. स्वत:चा वाट्टेल तसा आणि वाट्टेल तो परिचय देण्याची तयारी दाखवणाऱ्या व्यक्तींकडून या अशा उथळपणाचीच अपेक्षा केली जाऊ शकते. या सगळ्या प्रकारात मायस्पेसच्या खऱ्या सदस्यांची ओळख होणं शक्यच नव्हतं. मग आपल्या मित्रांच्या यादीत कुणालाही सामील करण्याची जणूकाही चढाओढच लागली. जितकी जास्त मित्रमंडळी तेवढं कमीच, असं झालं होतं. साइटच्या स्वभावबद्दल सांगायचं झालं तर नेहमीच्या संवादाबरोबरच जो संवाद होता तो निश्चितपणे लैंगिकतेकडे वळू लागला होता. फ्रेंडस्टरवर प्रोफाईलचा ढाचा ठरलेला होता आणि खऱ्या परिचयाबद्दल असलेल्या अब्रॅमच्या आग्रहामुळे जे लोक एकमेकांना मित्र म्हणून स्वीकारत होते ते खरे होते. ही नैतिकता आणि चांगुलपणा मायस्पेसच्या ॲन्डरसन आणि डिवोल्फच्या खिजगणतीतही नव्हता.

'स्टीलिंग मायस्पेस'मध्ये ॲन्वीनं अगदी काळजीपूर्वक काही गोष्टी नमूद केल्या आहेत त्यातील एक गोष्ट म्हणजे या दोघांची मायस्पेस सुरू करण्याची वेळ त्यांना कशी फायद्याची ठरली. सोशल नेटवर्क स्वागतास सारं जग अगदी सज्ज होतं. त्यामानानं sixdegreeची वेळ चुकली होती. अशा साइटसाठी पोषक असं वातावरण त्या वेळी ऑनलाईनच्या क्षेत्रात उपलब्ध नव्हतं. पण ते अखेर तयार झालंच. ॲन्वीन म्हणते, २००३ हे असं वर्ष होतं जेव्हा ऑनलाईन सेवा आणि ब्रॉडबॅन्ड इंटरनेट वापरणाऱ्या अमेरिकेतील लोकांची संख्या १५ टक्क्याहून २५ पर्यंत गेली. फक्त इंटरनेटची गती वाढवण्यापर्यंत ब्रॉडबॅन्ड वापरण्याचा उद्देश नव्हता. आता छायाचित्रं इंटरनेटवर जास्त लवकर लोड करता येणं, हा त्या ब्रॉडबॅन्डचा खरा उपयोग होता. लोकांना डिजिटल कॅमेरे घेणं सहज शक्य झालं होतं आणि त्यामुळे प्रत्येकाकडे कॅमेरा होता. सगळ्यात महत्त्वाचं म्हणजे विविध स्तरांतील लोकांना नेट कनेक्शन

सहज उपलब्ध झालं होतं. तरुणाईच्या उंबरठ्यावर असलेली मुलं घरात असतानाही ब्रॉडबॅन्डनं अशा घरांमध्ये प्रवेश मिळवला. फ्रेंडस्टर जर यशाच्या ओझ्याखाली गाडलं गेलं नसतं तर हा जो वर्ग नव्यानं ब्रॉडबॅन्ड वापरायला तयार झाला होता, तो फ्रेंडस्टरकडेही आकृष्ट झाला असता, हे नक्की. पण याच पोकळीत मायस्पेसनं अगदी सहज शिरकाव केला.

सुरुवात झाली तेव्हा मायस्पेस हे अॅन्डरसन आणि डिवोल्फच्या लॉस एन्जेलीसमधल्या उच्चभ्रू मित्रांपर्यंतच पोचलं होतं. येथील क्लबमधले म्युकि बॅन्ड आणि ते ऐकायला येणाऱ्या लोकांना ही साइट वापरायचा आग्रह या द्वयीनं केला. नंतर अशा बॅन्डच्या प्रचार-प्रसाराचं ते प्रमुख माध्यमच बनलं. संगीत क्षेत्रात आपला जम बसवण्यास धडपडणाऱ्यांसाठी मायस्पेस एक व्यासपीठ बनलं आणि या अशा बॅन्डसाठी जीव टाकणारी तरुणाईही मग मायस्पेसच्या वाट्याला आली.

म्युझिक बॅन्डबद्दल जाणून घेण्यासाठी मायस्पेस एक उत्तम साधन ठरलं. पण त्याचबरोबर त्याचा कल लैंगिकतेकडे होता. साइटच्या प्रचारासाठी अशा बॅन्डना घेऊन विविध नाईटक्लबमध्ये पार्ट्या करणं हळूहळू नित्याचं झालं. यातून एक अलिखित संदेश तरुणांपर्यंत गेला : मायस्पेस हे बेधुंद जगण्यासाठीचं डिजिटल व्यासपीठ आहे आणि इथे उत्तानतेला मज्जाव नाही. फ्रेंडस्टरला वैतागून मायस्पेसकडे वळलेल्या एका तरुणीनं स्वतःला टीला टकिला असं नावं दिलं होतं. ती व्हिएतनामची एक मॉडेल होती आणि मायस्पेसवर येताना तिनं आपल्या चाहत्यांनाही बरोबर आणलं होतं. प्रोफाईलमध्ये तिनं स्वतःचे कमी कपड्यातील भरपूर फोटो टाकले होते.

सोळा वर्षं वयाखालील मुलांना सदस्यत्व नाही, असं असूनही वय लपवून अशा असंख्य अल्पवयीन मुलांनी मायस्पेसवर आपली प्रोफाईल्स तयार केली होती. फक्त अंतर्वस्त्रं घातलेल्या आठव्या वर्गातील केवळ १३ वर्षांच्या मुलींनी आपले असले फोटो टाकणं मायस्पेसवर आता नित्याचं झालं होतं. ही धोक्याची सूचना होती. लगेच देशभरात पालकांनी बैठका घेऊन सोशल नेटवर्किंगच्या दुष्परिणामांची चर्चा केली आणि चिंता व्यक्त केली.

फेब्रुवारी २००३मध्ये द फेसबुकचा श्रीगणेशा होण्यापूर्वीच या ढिंकच्याक मायस्पेसनं लाखो सदस्य मिळवले होते आणि देशातील सोशल नेटवर्क जगतात आपलं अधिपत्य स्थापित केलं होतं.

❖

फक्त कॉलेज विद्यार्थ्यांसाठी असणारी पहिली सोशल नेटवर्क साइट तयार करण्याचं श्रेय स्टॅनफोर्ड विद्यापीठाला जातं. त्यांनी नोव्हेंबर २००१मध्ये क्लब नेक्सस नावानं ही साइट सुरू केली. खरं म्हणजे क्लब नेक्ससला अमेरिकेतील

पहिली सोशल नेटवर्क साइट म्हणून गणलं गेलं पाहिजे. कॉम्प्युटर सायन्समध्ये डॉक्टरेटसाठी अभ्यास करणारा एक टर्किश विद्यार्थी– ऑर्कुट बायुकक्टेननं ही साइट तयार केली होती. मुलांनी अभ्यास करतानाच आपल्या सामाजिक जीवनाचा स्तर उंचावण्यासाठी प्रयत्न करावा, हा या मागचा खरा उद्देश होता. टायलर झीमॅन नावाच्या राज्यशास्त्राच्या स्नातकानं या प्रकल्पातील अतांत्रिक गोष्टी सांभाळल्या.

क्लब नेक्सस सर्वार्थानं क्रांतिकारक होतं आणि वैशिष्ठ्यांनी परिपूर्ण होतं. सदस्यांना त्यांच्या खऱ्या नावानं खातं उघडण्यास सांगणारं आणि प्रोफाईलमध्ये विद्यापीठातील स्वत:च्या जिवाभावाच्या मित्रांचा उल्लेख करण्याची सोय असलेली ही साइट होती. साइटच्या भाषेत त्यांना 'बडीज' म्हणण्यात येई. यातील ज्या बडीजनी क्लब नेक्ससमध्ये सदस्य म्हणून प्रवेश केला नसेल त्यांचं नाव या यादीत येताच त्यांना एक ई-मेल पाठवण्यात येऊन सदस्यत्वासाठी आमंत्रित करण्यात यायचं. स्टॅनफोर्डद्वारे अधिकृतरीत्या देण्यात आलेल्या ई-मेल ॲड्रेसचा वापर करूनच या साइटचं सदस्यत्व घेणं शक्य होतं. म्हणजे तुमचं प्रोफाईल तुमचंच आहे याची खात्री करता यावी म्हणून. मित्रांशी चॅट करणं, त्यांना कार्यक्रमांना बोलावणं, जाहिरातीच्या विभागात आपल्या काही गोष्टींबद्दल पोस्ट टाकणं आणि व्यक्तिगत जाहिराती टाकणं, ब्लॉगसारखे आपले लेख टाकणं आणि आपल्या आवडत्या व्यक्तींचा शोध घेण्यासाठी एक अत्यंत अत्याधुनिक असं सर्च इंजीनही यात होतं. विद्यार्थी याचा वापर अभ्यासासाठी पार्टनर शोधणं, मित्र बनवणं आणि डेटिंगसाठीही करत. आत्मस्तुतीचा दोष घेत बायुकक्टेन एकदा म्हणाला की त्याची ही साइट इतरांपेक्षा वेगळी आहे कारण 'याच्या माध्यमातून जंगी पार्ट्या आयोजित केल्या जाऊ शकतात.'

सहा आठवड्यांत क्लब नेक्ससला स्टॅनफोर्डच्या एकूण १५,००० विद्यार्थ्यांपैकी १५०० जणांनी स्वीकारलं. पण नंतर २५००वर येऊन ते थांबलं. साइट हाताळणं जरा किचकट होतं. बायुकक्टेन अत्यंत कुशाग्र बुद्धीचा प्रोग्रॅमर होता आणि त्यामुळं त्यानं शक्य होतं ते सारं काही या साइटवर टाकण्याचा प्रयत्न केला होता. आकर्षक फीचर्सचा भडिमारच त्यानं केला होता. परिणाम असा झाला की साइट वापरताना कशाचाच काही पत्ता लागत नसे. आपण वापरत असलेल्या गोष्टी त्याचवेळी इतरही कुणीतरी वापरत असल्यासारखं वाटायचं आणि मग मुलांचा गोंधळ उडायला लागला. थोडक्यात कुणाचाच पायपोस कुणाच्याच पायाखाली नाही, अशी साइटची अवस्था झाली.

२००२मध्ये पदवी मिळाल्यानंतर या दोन निर्मात्यांना आपला हा प्रकल्प व्यवसायात परिवर्तित करायचा होता. विद्यार्थ्यांचा अल्प प्रतिसाद पाहून त्यांनी निर्णय घेतला, जो अनेकांच्या मते मूर्खपणाचा होता आणि फेसबुकच्या यशाची नांदी

ठरवणारा होता. हा प्रकल्प विद्यार्थ्यांऐवजी माजी विद्यार्थ्यांसाठी राबवण्याचा निर्णय या द्वयीनं घेतला. ॲफिनिटी एन्जीन्स म्हणून एक कंपनी त्यांनी काढली आणि क्लब नेक्ससमध्ये काही बदल करून 'इनसर्कल' नावानं त्यांनी त्याचा प्रचार माजी विद्यार्थ्यांच्या संघटनांमध्ये करण्यास सुरुवात केली. स्टॅनफोर्ड ॲल्युमिनाय असोसिएशन त्यांचे पहिले सदस्य बनले. २००५ पर्यंत या साइटनं ३५ अशा माजी विद्यार्थी संघटनांपर्यंत पोचण्यात यश मिळवलं, ज्यात युनिव्हर्सिटी ऑफ मिशिगनसारख्या मोठ्या विद्यापीठाचाही समावेश होता. पण ॲफिनिटी एन्जीन्स सुरू होऊन काही दिवसच झाले होते आणि बायुकक्टेननं कंपनी सोडून गुगलकडे धाव घेतली.

बायुकक्टेनला गुगलला जाऊन साधारण एक वर्ष लोटल्यानंतर तो कंपनीची उत्पादन अधिकारी मरीसा मेयरला भेटला. आपण या आठवड्यातच एका सोशल नेटवर्क साइटचं डिझाईन तयार करणार आहोत, अशी घोषणाच त्यानं तिच्यापुढे केली. आपल्या कर्मचाऱ्यांतील कलागुणांना वाव देण्यास नेहमी पुढाकार घेणाऱ्या गुगलनं आणि मेयरनं लगेच या प्रकल्पाला संमती दिली. त्याला 'एडन' किंवा 'पॅरडाईज' असं काही तरी नाव देण्याचा गुगलचा विचार होता. बायुकक्टेनसोबत काम करणारा ॲडम स्मिथ, जो उत्पादन व्यवस्थापक होता, त्यांनी मेयरला सांगितलं की या अभियंत्यानं साइटच्या वेब ॲड्रेसचं नाव ऑर्कुटडॉटकॉम ठेवलं आहे, तेव्हा मेअर आणि गुगलनं विचार केला की त्यानं इतक्या मनापासून हे सगळं केलं आहे तर त्याचंच नाव या साइटला देण्यास काहीच हरकत नाही.

अशा प्रकारे एका व्यवस्थित आणि विचारपूर्वक तयार करण्यात आलेल्या सोशल नेटवर्क साइटची – ऑर्कुटची – घोषणा गुगलनं जानेवारी २००४मध्ये केली. द फेसबुकडॉटकॉमच्या अस्तित्वात येण्याच्या अगदी दोन आठवडे आधी ही घोषणा करण्यात आली होती. मायस्पेसला टक्कर देत ही साइट आपली स्वत:ची जागा निर्माण करण्यासाठी स्पर्धेत उतरली. पण अमेरिकेत जन्माला येऊनही या साइटनं आश्चर्यकारकरित्या ब्राझीलसारख्या देशात भक्कम पाय रोवले. सदस्य मिळवण्यासाठी चालवलेल्या मोहिमेत ऑर्कुटनं इथल्या तरुणांचं लक्ष वेधून घेतलं. याचा परिणाम आणि प्रभाव या साइटवरही जाणवू लागला. अमेरीकेतील सदस्यसंख्येत मोठी घट दिसू लागली. आज ऑर्कुट गुगलच्या अखत्यारीत असलेली एक उत्तम आणि आधुनिक सोशल नेटवर्क साइट आहे. पण त्याचे सर्वाधिक सदस्य ब्राझीलचे आहेत. उर्वरीत २० टक्के भारतीय आहेत. सरतेशेवटी २००८मध्ये गुगलनं ऑर्कुटचं मुख्यालय ब्राझीललाच हलवलं.

क्लब नेक्सस कॉलेजसाठीचं पहिलं सोशल नेटवर्क होतं. पण २००३-२००४ या वर्षात अशा खूप वेबसाइट कॉलेजस्तरावर तयार करण्यात आल्या. द डेली जोल्ट नावाचं एक चर्चेसाठीचं व्यासपीठ १९९९ पासून अस्तित्वात होतं. कॉलेज परिसरात

बुलेटिनसारखी चालणारी ही साइट किमान बारा कॉलेजच्या मुलांपर्यंत पोचली होती. कॉलेजस्टरडॉटकॉम या युनिव्हर्सिटी ऑफ कॅलिफोर्नियाच्या इरविन अॅल्युमिनायनं ऑगस्ट २००३मध्ये सुरू केलेल्या साइटची प्रसिद्धी 'a virtual community of free, useful, and enjoyable services 'for the students, by the students'' (विद्यार्थ्यांनी विद्यार्थ्यांसाठी चालवलेली मुक्त, उपयुक्त व आनंददायी सेवा पुरवणारा व्हर्च्युअल समूह) या शब्दात करण्यात आली होती. वेस्लीयन विद्यापीठात वेसमॅच नावानं एक ऑनलाईन सेवा डेटिंगकरता सुरू होती. या साइटच्या निर्मात्यांनीच अशाच प्रकारची साइट विलीयम्स कॉलेजला काढून दिल्यावर तिचा प्रचार-प्रसार बोडोइन, कॉल्बी आणि ऑबरलीनमध्येही केला. येल विद्यापीठात विद्यार्थी परीषदेनं येल स्टेशन नावानं डेटिंग साइट काढली. त्याची घोषणा फेब्रुवारी १२ला म्हणजे द फेसबुकच्या घोषणेनंतर दोनच आठवड्यांत झाली होती. महिना सरता सरता एक तृतीयांश मुलांनी या साइटवर नावं नोंदवली होती. याव्यतिरिक्त सीयूकम्युनिटी म्हणून कोलंबिया विद्यापीठात जानेवारीत एक साइट काढण्यात आली. येल आणि कोलंबिया विद्यापीठातील साइटना मोठा प्रतिसादही मिळत होता. पण तेव्हा द फेसबुक तिकडे पोचलं नव्हतं.

❖

२००३च्या शेवटी शेवटी आयव्ही लीगनं सहमतीनं एक निर्णय घेतला की विद्यापीठातील जे फेसबुक्स आहेत ते ऑनलाईन करण्यात यावे. कॉर्नेल, डार्टमाउथ, प्रिन्सटन, पेन, येल आणि हार्वर्डमधील विद्यार्थ्यांनी पूर्वीच कॉलेज प्रशासनाजवळ त्यांची माहिती असलेल्या पुस्तिका, म्हणजेच फेसबुक, डिजिटल नसल्यानं नाराजी व्यक्त केली होती. त्यामुळे ऑनलाईन फेसबुकची कल्पना गुपित नव्हतं. फक्त ती एक वेळ आली होती ज्या वेळी झकरबर्गनं द फेसबुक तयार केलं आणि त्याचं नाव झालं. तरुणांनी आधीच फ्रेंडस्टरला जवळ करून निराशाच पदरी पाडून घेतली होती. हिवाळ्यात मायस्पेसनंही लॉस एन्जेलीसलाही भुरळ घातली होती.

हार्वर्डच्या ॲरॉन ग्रीनस्पॅन या मुलानं सप्टेंबर २००३मध्ये हाऊससिस्टिम म्हणून एक सेवा सुरू केली होती. या सेवेच्या माध्यमातून हार्वर्डला राहणाऱ्या मुलांना कोर्सेसचं परीक्षण आणि पुस्तकांची खरेदी-विक्री करण्याची सोय उपलब्ध करून दिली होती. युनिव्हर्सल फेसबुकडॉटहाऊससिस्टिम नावानं एक फोटो टाकण्याची सोयही या साइटमध्ये होती. विद्यार्थ्यांच्या पासवर्डचा जो उपयोग ही साइट वापरताना झाला त्यामुळे बरेच वादंग माजले होते. पण त्यापूर्वी किमान २००० मुलांनी सदस्य बनून ही साइट आजमावून पाहिली.

तिकडे दिव्य नरेंद्रचा दावा आहे की हार्वर्डसाठी एक सोशल नेटवर्क असावं, हे

त्यानं डिसेंबर २००२ मध्ये बोलून दाखवलं होतं. विन्कलवॉस या जुळ्या भावंडांसोबत त्यानं हार्वर्ड कनेक्शन सुरू करण्याची तयारी केली होती, असा दावाही या तिघांनी झकरबर्ग आणि फेसबुकविरुद्ध केलेल्या न्यायालयीन खटल्यात सादर केलेल्या गठ्ठाभर पुराव्यात केला आहे. हार्वर्डमध्ये 'द विन्कलवी' म्हणूनही ओळखली जाणारी ही भावंडांची द्वयी नौकानयनपटू म्हणून प्रसिद्ध आहे. प्रचंड मेहनत करून या दोघांनीही २००८ बीजिंग ऑलिंपिकमध्ये अंतिम फेरीपर्यंत धडक मारली होती. यापूर्वी त्यांनी रिओ-डी-जनेरीओमध्ये पॅन अमेरीकन गेम्समध्ये सुवर्ण पदकही मिळवलं होतं. खेळाडू असलेली ही सोनेरी केसांची उच्चभ्रू WASP (White Anglo-Saxon Protestant) जोडगोळी आणि फेसबुकची निर्मिती करणारा शिडशिडीत, सामान्य व्यक्तिमत्त्वाचा पण कुशाग्र बुद्धीचा ज्यू मुलगा यांच्यात फारसा फरक नव्हता.

नरेंद्र आणि या जुळ्या भावंडांनी एका वर्षात हार्वर्ड कनेक्शन अस्तित्वात आणण्यासाठी आवश्यक ती सारी तयारी केली होती. पण या तिघांपैकी कुणीही प्रोग्रॅमर नव्हतं. त्यामुळे त्यांनी इतरांना यासाठी कामावर घेण्याची तयारी चालवली. कॉम्प्युटर सायन्सच्या दोन विद्यार्थ्यांनी काही काळ प्रयत्न केला पण यश आलं नाही.

हार्वर्डच्या क्रिमसन या मासिकातील झकरबर्गच्या फेसमॅश नावाच्या प्रकल्पाबाबत वाचल्यावर त्यांनी त्याला बोलावून घेतलं. त्या भेटीत या तिघांना मदत करण्याची तयारी मार्कनं दाखवली. पण ही गोष्टही आपल्या अनेक सामाजिक प्रकल्पांपैकी एक आहे अशी त्याची समजूत झाली होती.

हार्वर्ड कनेक्शनकरता कोड लिहिण्याच्या कामावर मार्कनं मध्ये-मध्ये काम केलं. काही आठवड्यांतच त्याला या कामात अजिबात रस राहिला नाही. पण ही बाब त्यानं नरेंद्र आणि विन्कलवॉस भावंडांजवळ स्पष्ट केली नाही. काम करण्यात तो खूप वेळ घेतो आहे, अशी तक्रारही त्यांनी करायला सुरुवात केली. एकदा मार्कनं त्यांची माफीही मागितली. थँक्सगिव्हिंगसाठी घरी गेलो तेव्हा आपल्या लॅपटॉपचं चार्जर तिकडे विसरलो, हे कारण देऊन त्यानं वेळही मारून नेली. या सगळ्या प्रकारानंतरच या तिघांनी मार्कवर त्यांच्या प्रकल्पाची संकल्पना चोरल्याच्या आरोपावरून एक खटला चालवला. २००८च्या मध्यापर्यंत हा खटला निकाली काढण्यात आला. दोन्ही पक्ष काही गोष्टी कोर्टासमोर आणण्यास असमर्थ असल्यामुळे हा खटला तडजोडीच्या मार्गानं संपवण्यात आला होता. पण पुराव्यादाखल सादर करण्यात आलेली यातील काही कागदपत्रं सार्वजनिक झाली, ज्यात दोन्ही पक्षकारांमध्ये झालेल्या पत्रव्यवहाराचा समावेश होता. यात हार्वर्ड कनेक्शनचा उद्देश आणि इतर काही गोष्टींचा उल्लेख होता. या साइटच्या पेजकरता कॅमरॉन विन्कलवॉसनं लिहिलं होतं : 'हार्वर्ड कनेक्शनने बोस्टनमधील सगळ्या उत्तमोत्तम हॉटेल्स, नाईटक्लब आणि लाउंजेसची एक यादीच तयार केली आहे. येथील प्रमोटरसोबत एक करारही

करण्यात आला आहे, ज्यामुळे आपल्या युजरना इथे सवलतीच्या दरात प्रवेश देण्यात येईल.' नाईट क्लबमध्ये सवलती मिळवण्यावर जास्त भर देण्यात येत असल्याचं या मजकुरातून लक्षात येतं.

डिसेबर ६, २००३ला कॅमरॉन विन्कलवॉसनं मार्कला आणखी एक ई-मेल पाठवली : 'एक कल्पना सुचली आहे ती आहे 'इंटनसेक्ट रेटिंग'... म्हणजे आपल्याला आवडणाऱ्या व्यक्तीच्या आणि आपल्यातील आवडी-निवडी मोजून पाहता याव्या... शिवाय डेटिंगला नेण्यासाठी ती व्यक्ती आली तर एकमेकांचे कितपत जुळतं आणि हे सगळं किती incestuous आहे हे आधीच जाणून घेता आलं तर मजा येईल.' त्यानं आणखीही काही गोष्टींचा उल्लेख या ई-मेलमध्ये केला होता. साईट त्याच्या युजरना कुणाशी डेट करावं याबद्दल मार्गदर्शन करेल आणि शक्य झाल्यास हे सगळं मॅचमेकिंग सॉफ्टवेअरमुळे घडून येत आहे, अशीही हार्वर्ड कनेक्शनच्या युजरची समजूत करून देण्यात काही हरकत नाही, असंही त्यानं सुचवलं होतं : 'Perhaps there could be some random element incorporated into it (obviously people viewing the site shouldn't know this, for all they know it's a thoughtfully calculated reccomendation).' इथे नमूद केल्याप्रमाणं विन्कलवॉसला वाटत होतं की तो एक डेटिंग साइट काढतो आहे.

इतर ई-मेल पाहता झरकरबर्गनं या त्रिकुटाला हार्वर्ड कनेक्शनच्या संदर्भात टाळायला सुरुवात केली होती. जानेवारी ८,२००४ला कॅमरॉनला लिहिलेल्या एका अशाच ई-मेलमध्ये झकरबर्ग म्हणतो : 'या साइटसंदर्भात मला अजूनही काही शंका आहेत. विशेषत: मला नाही वाटत की अशा प्रकारच्या साइटला ज्या प्रमाणात प्रतिसाद अपेक्षित आहे तो मिळवण्यासाठी आवश्यक असलेल्या गोष्टी यात आपण देऊ शकतो.' तरीही नोव्हेंबरमध्ये त्यानं पुन्हा एक पत्र पाठवलं, 'मला ग्राफिक्स मिळाले की आपण हे सुरू करणार... आता सारं जुळून आलं आहे, असं वाटू लागलं आहे.' पण या तिघांनाही मार्कनं एकदा भेटायला यावं आणि आमोरा-सामोर बसून बोलावं, असं सारखं वाटतं होतं. सरतेशेवटी जानेवारी १४ला जेव्हा हे चौघं एकत्र आले तेव्हा मार्कनं आपल्याला या प्रकल्पासाठी आता पुरेसा वेळ नाही हे स्पष्ट केलं. (२०१०मध्ये बिझनेस इनसाइडर या वेबसाइटनं झकरबर्गनं त्या काळात पाठवलेल्या काही मेसेजेसचा उल्लेख केला आहे. जर ते खरे आहेत असं मानलं – मार्कनं त्याचा इन्कारही केलेला नाही – तर त्यात झकरबर्गनं द फेसबुकची घोषणा होण्यापूर्वी जाणूनबुजून हार्वर्ड कनेक्शनला बाजूला सारलं होतं, असं दर्शवण्यात आलं आहे.)

हाऊससिस्टिमचा प्रणेता ग्रिनस्पॅनशीही झकरबर्गचा संबंध होता. कर्कलॅन्डच्या

डायनिंगरूममध्ये हे दोघं जानेवारीच्या पहिल्या आठवड्यात एकत्र जेवायला गेले होते. आपल्या नवीन प्रकल्पात पार्टनर बनण्यासाठी झकरबर्गनं ग्रीनस्पॅनला विनंती केली. पण प्रकल्पाची सविस्तर माहिती मात्र त्यानं दिली नाही. त्याला यात फारसा रस दिसला नाही. स्पष्टीकरणात्मक अशा एका स्वलिखित आत्मचरित्रपर ३३३ पानी लेखात नंतर त्यानं नमूद केलं, 'खाजगी अधिकारांचं उल्लंघन करण्यासाठी ज्याच्यावर कारवाई झाली आहे अशा मुलासोबत काम करण्याची कल्पनाच मला आवडली नाही.' (तो फेसमॅशच्या संदर्भात बोलत होता). झकरबर्गला दोन वर्षं सिनिअर असलेल्या ग्रीनस्पॅननं वयाच्या पंधराव्या वर्षीच एक छोटीशी सॉफ्टवेअर कंपनी काढली होती आणि तो कायम स्वत:ला मार्कपेक्षा आघाडीवर असल्याचं मिरवायचा.

याच भेटीत त्यानंही झकरबर्गला आपल्या प्रकल्पात मदत करणार का, म्हणून विचारलं जे हाऊससिस्टिमशी संबंधित होतं. पण झकरबर्गनं या प्रकल्पाला 'अति उपयोगी' असा शेरा देत यावर काम करण्यास इच्छुक नाही असं सांगितल्याचं, ग्रीनस्पॅननं पुस्तकात म्हटलं आहे. या त्याच्या वाक्यानं आपण चक्रावून गेलो होतो, ग्रीनस्पॅन म्हणतो. झकरबर्ग पुढे म्हणाला की या साइटवर भरमसाठ गोष्टी टाकण्यात आल्या आहेत आणि त्याच्या उपयोगितेचंही दडपण यावं अशी अवस्था होती. आज विचारलं तर मार्क याबाबत बोलण्यास फारसा उत्सुक नसतो. पण तो एवढं मात्र सांगतो की जे काही त्या साइटवर होतं ते युजरसाठी फायद्याचं ठरण्याऐवजी नुकसानकारक जास्त होतं. हाऊससिस्टिम कालांतरानं नामशेष झालं. सॅम लॅसिन, इंटरनेट उद्योजक आणि झकरबर्गचा वर्गमित्र म्हणतो, ''हाऊससिस्टिम ही सगळ्या प्रकारचं काम करू शकेल अशी एक महाकाय यंत्रणा होती.'' याच्या अगदी विरुद्ध, तो पुढे म्हणतो, ''द फेसबुक अति सोपं आणि साधं होतं. फक्त आपल्या आणखी मित्रांना बोलावून घेणं, एवढा एकच विचार द फेसबुक पाहताच यायचा. हे पावित्र्यच या साइटला पुढे नेत होतं,'' तो म्हणतो.

४ फेब्रुवारीला द फेसबुक सुरू झालं. सहा दिवसांनी कॅमरॉन विन्कलवॉसनं झकरबर्गला एक पत्र पाठवून, त्यानं हार्वर्ड कनेक्शनच्या निर्मात्यांशी दगाबाजी केली आहे आणि या कृतीसाठी त्यानं नुकसानभरपाई द्यावी, असं म्हटलं होतं. शिवाय झकरबर्गनं द फेसबुकचं काम ताबडतोब थांबवावं असंही या पत्रात सांगण्यात आलं होतं. यासंदर्भात विन्कलवॉस यांनी विद्यापीठ प्रशासनाकडे तक्रारही नोंदवली. फेसमॅशसाठी या बोर्डानं झकरबर्गला तंबी दिली होती. प्रकरण विद्यापीठाच्या डीनपर्यंत गेलं आणि त्यांनी झकरबर्गला त्याची बाजू मांडण्यास सांगितलं.

१७ फेब्रुवारीला झकरबर्गनं डीनला एक लांबलचक पत्र लिहिलं ज्यात त्यानं अगदी स्पष्ट केलं की, 'आधीच्या प्रोग्रॅमर्सनी या प्रकल्पाचं जे काही काम केलं होतं त्याच्या गुणवत्तेबाबत मी आधीपासूनच असमाधानी होतो.' त्या कामाला 'गचाळ

आणि अस्ताव्यस्त' म्हणतानाच त्यानं नरेंद्र आणि विन्कलवॉसच्या संकल्पनेला धुडकावून लावलं. 'माझ्या मित्रांचा सामाजिक दृष्टिकोन मला जास्त योग्य वाटतो आणि लोकांना देण्यासाठी अशा प्रकारच्या वेबसाइटमध्ये काय असावं याची त्यांना या तिघांपेक्षा अधिक चांगली जाणीव आहे,' असं स्पष्ट मत झकरबर्गनं या पत्रात व्यक्त केलं. या त्रिकुटाच्या नियोजनासंदर्भातही त्यानं तक्रारीचा सूर लावला. 'साइट चालवण्यासाठी लागणारं हार्डवेअर, प्रचार-प्रसारासाठी आवश्यक त्या प्रमाणात जाहिरात करणं आणि ग्राफिक्स या साऱ्या गोष्टींची पूर्तता करण्यास ते असमर्थ ठरले. (मागच्या वेळी मी पाहिलं तर हे लोक अजूनही साइटच्या ओपनिंग पेजवर गुची या कंपनीच्या जाहिरातीतील छायाचित्राचा वापर ग्राफिक म्हणून करताहेत.)'

'मला जरा धक्काच बसला,' त्यानं पुढे लिहिलं, 'मी एवढं काम या साइटसाठी अगदी विनामूल्य करूनही या तिघांनी जेव्हा मला धमकी दिली... एक छोटीशी बाब समजून मी दुर्लक्ष करण्याचा प्रयत्न केला, कारण कुठल्याही यशस्वी गोष्टीत लोक आपला वाटा लाटण्याचा प्रयत्न करीत असतात.' एक अत्यंत फालतू धमकी, असं लिहून मार्कनं शेवटी लिहिलं, 'माझ्या आणि त्यांच्या साइटमधील फरक शोधण्याचा मी प्रयत्न केला नाही आणि करणारही नाही. कारण त्या दोन्ही साइट संपूर्णपणे वेगळ्या आहेत.' पत्र वाचून या फंदात न पडण्याचा डीननं निर्णय घेतला.

पण खरंच या दोन सेवांमध्ये फरक होता का? कॅमरॉन विन्कलवॉसनं पाठवलेल्या ई-मेल्सवरून लक्षात येतं की त्यांना हार्वर्ड कनेक्शन एक पार्टी गाईड आणि डेटिंग साइट म्हणून सादर करायची होती. नाईट क्लब प्रमोटर्ससोबत एक करार करून सवलत मिळवणं, हा उद्देश तर स्पष्टच होता. द फेसबुक अव्यावसायिक होतं. ऑफलाईन फेसबुकला पर्याय म्हणून ही साइट तयार केली गेली होती. एकेका व्यक्तीबद्दलची माहिती देणारी गोष्ट, शिवाय जे काही या साइटवर दिसणार होतं ते त्याच्या युजरकडून येणार होतं. त्यात स्वत:चं असं काहीच असणार नव्हतं. पण हार्वर्ड कनेक्शनमध्ये काही माहिती पुरवली जाणार होती ज्यात नाईट क्लबच्या परीक्षणांचा समावेश होता.

शेवटी २००४मध्ये कनेक्टयु या नवीन नावानं हार्वर्ड कनेक्शन खुलं करण्यात आलं. त्यांच्या प्रतिष्ठित आणि श्रीमंत वडिलांसोबत काम करणाऱ्या वकिलाच्या मदतीनं विन्कलवॉस बंधुंनी झकरबर्गवर बोस्टनच्या कोर्टात एक खटला दाखल केला. झकरबर्गनं आपली संकल्पना चोरली याबरोबरच त्याच्यावर या खटल्याच्या माध्यमातून अनेक आरोप लावण्यात आले. त्यात 'कॉलेज किंवा विद्यापीठातील मुलांसाठी पहिलं सोशल नेटवर्क तयार करण्याची कल्पना' चोरणं, 'आपल्या आवडीच्या लोकांची वैयक्तिक माहिती पुरविण्याचं माध्यम तयार करणं, आपल्या विचारांना आणि कल्पनांना एक व्यासपीठ देणं आणि सुरक्षित नेटवर्क कनेक्शन

उपलब्ध करून देणं' यासारख्या वैशिष्ठ्यांच्या चोरीचे आरोप प्रमुख होते. इतकंच नाही तर मुलांना या साइटचं सदस्यत्व मिळवण्यासाठी 'डॉट एज्यु' या ॲड्रेसची सक्ती करणं, साइटला इतरही कॉलेज आणि विद्यापीठांपर्यंत नेणं आणि भविष्यात 'स्थानिक आणि आंतरराष्ट्रीय स्तरावरील सगळ्याच नोंदणी असलेल्या कॉलेजपर्यंत साइटचा प्रसार करणं' या नियोजनांचीही चोरी केल्याचं त्यांनी म्हटलं होतं.

कदाचित हार्वर्ड कनेक्शनसाठी काम करताना झकरबर्ग, आपणही एका सोशल नेटवर्क प्रकल्पावर काम करत आहोत, या विचारानं अस्वस्थ झाला असेल. याबाबत त्यानं विन्कलवॉस आणि नरेंद्रला कल्पना देणं आवश्यक होतं. असं न करता तो खूप विक्षिप्तासारखा आणि तुसडेपणानं वागला. त्यानं असहकार्याची भूमिका घेतली. बिझनेस इनसायडरमध्ये छापून आलेल्या मेसेजेसवरून स्पष्ट होतं की मार्कनं या तिघांनाही भ्रमात ठेवलं आणि फसवणूक केली. पण विन्कलवॉस आणि नरेंद्रला भेटण्याच्या खूप आधीपासून त्याच्या डोक्यात कुठल्या प्रकारचं सोशल नेटवर्क इंटरनेटवर चालेल हे विचारचक्र सुरू होतं. म्हणूनच हार्वर्ड कनेक्शनच्या प्रकल्पानं त्याला भुरळ घातली. पण या खटल्यात त्याच्या विचित्र वर्तनापेक्षाही जास्त गंभीर गोष्टींबाबत आरोप लावण्यात आले होते. 'लेखाधिकाराचं उल्लंघन, प्रत्यक्ष किंवा अप्रत्यक्ष कराराचा भंग, विश्वासार्हतेचा भंग, गैरमार्गानं संपत्ती मिळवणं, अयोग्य व्यावसायिक वर्तणूक, अंदाजित व्यावसायिक नफ्यात फेरफार, विश्वासार्हता आणि योग्य व्यावहारिक अपेक्षांची पूर्तता न करणं आणि फसवणूक' अशी ही आरोपांची यादी होती. तक्रारकर्त्यांनी, संपूर्ण फेसबुक ताब्यात घेऊन त्याच्या मूल्यांकनाइतका मोबदला त्यांना मिळावा, अशी मागणी केली. आपल्या फक्त दहा तासांत तयार झालेल्या कामासंदर्भातील या अशा प्रतिक्रियेची झकरबर्गनं कल्पना केली नव्हती. त्यानं तर याबाबत कुठलाही करार केला नव्हता आणि त्याला यातून कमाईही नव्हती.

हार्वर्ड कनेक्शनचं काम करताना झकरबर्गला स्वत:च्या प्रकल्पात आणखी सुधारणा करण्याचा विचार आला असण्याची शक्यता नाकारता येत नाही. पण या साइटसाठी आवश्यक असलेल्या बहुतांश गोष्टींचा वापर आणि त्याबद्दलच्या कल्पनांना खूप आधीच मूर्त स्वरूप मिळालं होतं. इतकंच नाही तर जगात जितक्या सोशल नेटवर्क साइट अस्तित्वात होत्या त्या फ्रेंडस्टरनं प्रभावित होत्या. द फेसबुककरता 'डॉट एज्यु' हा ॲड्रेस वापरणं जरा कठीण झालं खरं. पण कॉलेजस्तरावर काढण्यात आलेल्या प्रत्येक साइटनं हीच पद्धत अमलात आणली होती. २००१मध्ये स्टॅनफोर्डला तयार झालेल्या क्लब नेक्ससनही विद्यापीठाच्या ई-मेल ॲड्रेसवर आधारित मेल ॲड्रेसच तयार केले होते.

द फेसबुकला कोर्टात खेचलं तेव्हा कनेक्टयुनं २०० कॉलेजांत आपलं जाळं

पसरवलं आणि साइटच्या युजरची संख्या १५,००० पर्यंत नेली. द फेसबुकनं त्यांना चांगलीच टक्कर दिली. कनेक्टयुच्या प्रणेत्यांना मात्र यातून बराच फायदा झाला. पण तो द फेसबुकशी झालेल्या तडजोडीच्या स्वरूपात. हा खटला मागे घेण्यासाठी त्यांना तब्बल २० मिलियन डॉलर्स रक्कम आणि फेसबुकमध्ये १० मिलियन डॉलर्सची भागीदारी देण्यात आली. तसंही कनेक्टयुची पीछेहाट सुरू झालीच होती. पण या खटल्याच्या तडजोडीनंतर ही साइट बंद करण्यात आली.

ॲरॉन ग्रीनस्पॅनंही झकरबर्गवर आपली संकल्पना चोरल्याचा आरोप लावला. त्याच्या 'Authoritas: One Student's Harvard Admission and the Founding of the Facebook Era' या आत्मचरित्रात त्यानं लिहिलं आहे की त्यानं स्वत: हार्वर्डला असताना फेसबुकची निर्मिती केली. एप्रिल २००८मध्ये त्यानं युएस पेटंट आणि ट्रेडमार्क ऑफिसला अर्ज करून फेसबुक या ट्रेडमार्कला रद्द करण्यात यावं, अशी मागणी ही केली होती. आपण हाऊससिस्टिम चालवत असताना या शब्दाचा उपयोग केल्याचं आणि फेसबुक हे नाव नसून ते सामूहिक कृतीशी संबंधित आहे, असा युक्तिवाद त्यानं केला होता. ग्रीनस्पॅननं आपला खटला स्वत:च लढवला. ट्रेडमार्क ट्रायल आणि अपील बोर्डाला त्याच्या भूमिकेत दम वाटला आणि या दाव्यांवर आधारित कारवाई होऊ शकते, या निर्णयाप्रत ते आले. काही महिन्यांनी फेसबुकनं ग्रीनस्पॅनशीही तडजोड केली आणि खटला मागे घेतला. यासाठी झालेला आर्थिक व्यवहार मात्र गुलदस्तातच ठेवण्यात आला.

ग्रीनस्पॅननं फक्त झकरबर्गवरच नाही तर विन्कलवॉस भावंडं आणि दिव्य नरेंद्रवरही चौर्याचा आरोप लावला होता. हार्वर्ड कनेक्शनही हाऊससिस्टिमवर आधारित असल्याचा त्याचा दावा होता.

❖

सोशल नेटवर्कचं जाळं आता संपूर्ण विश्वात पसरलं आहे. फेसबुक यात पहिल्या क्रमांकावर आहे. शाळा-कॉलेजात जाणारी मुलं फेसबुक आणि मायस्पेसचे सदस्य नाहीत, अशी परीस्थिती फारच कमी आढळून येतं. आता तर हे इतकं रुजलं आहे की संवाद साधण्यासाठी सर्व वयोगटांतील लोक ई-मेलऐवजी या सेवांचाच वापर करताना आढळून येतात. सिक्सडिग्री ते फ्रेंडस्टर ते फेसबुक, सोशल नेटवर्कचा हा प्रवास अद्‌भुत आहे आणि आता या सेवा प्रत्येक कुटुंबाचा आणि इंटरनेटचा अविभाज्य अंग बनल्या आहेत.

❖

४

२००४चा शिशिर

'जरा आजूबाजूला जगाकडे पहा. जरा प्रयत्न केलात– योग्य त्या ठिकाणी– तर ते जग पादाक्रांत करणं अगदी शक्य आहे.'

२००४चा हिवाळा आणि कॉलेजच्या परीक्षांचा तो काळ द फेसबुकसाठी एक गंभीर समस्याही घेऊन आला. उन्हाळ्यात साइटच्या सदस्यांची संख्या जवळपास दुप्पट म्हणजे १००,००० पासून २००,००० पर्यंत गेली होती. या घटनेत आनंद आणि दु:ख दोन्ही सामावलं होतं. "आमचं नशीब बलवत्तर म्हणून उभारलेला डोलारा कोसळला नाही," डस्टीन सांगतो. हे असं काही अघटित घडू नये यासाठी प्रयत्न आणि वेळ दोन्ही देणारा तो एकटाच होता. "आधीच सर्व्हरवर ताण यायला सुरुवात झाली होती आणि हिवाळ्यात कॉलेज सुरू होताच तो ताण दुप्पट होणार होता. सेवा पुरवताना व्यत्यय यायला सुरुवात झालीच शेवटी."

पण हे संकट फक्त तांत्रिक नव्हतं. द फेसबुक चालवणाऱ्या या छोट्याशा टीमचं विचारचक्र जोरात फिरू लागलं होतं. हा प्रकल्प आपल्यासाठी किती महत्त्वाचा आहे आणि तो एकच आपल्या प्राधान्य यादीवर आहे का? हा प्रश्न आता साऱ्यांना भेडसावू लागला. द फेसबुकच्या सदस्यांना फोटो आणि इतर माहिती आपल्या समवयस्कांपर्यंत नेता यावी यासाठी तयार होतं असलेल्या 'वायरहॉग'नं मार्क झकरबर्गला खिळवून ठेवलं होतं.

अख्खा उन्हाळाभर देशाच्या कानाकोपऱ्यांतील कॉलेज आणि विविध विद्यार्थ्यांच्या कॉलेजस्तरावर कार्यरत समूहांकडून द फेसबुकवर मेल, मेसेज आणि फोनचा वर्षाव झाला. द फेसबुक त्यांनाही हवं होतं. कधी कधी तर पत्र आणि बरोबर एखादं फूल किंवा चॉकलेटही द फेसबुकच्या टीमला मिळायचं. विनंती एकच, आम्हालाही द फेसबुकमध्ये सामील करा. काहींनी पालो ऑल्टोच्या कार्यालयात प्रत्यक्ष भेटीही दिल्या. अगदी काकुळतीला येऊन ही मुलं सांगत होती की त्यांनाही या साइटचं सदस्यत्व हवं आहे.

तिकडे सॅव्हरीननं आपला हेका सोडला नाही आणि बँक खात्यावर तो अढी मारून बसला. त्यामुळे सगळी बिलं मार्कला आपल्या स्वत:च्या खिशातून भरावी लागत होती. त्याचे पालकही मदतीला धावून आले. त्यांनीही हजारो डॉलर्स द फेसबुकला दिले. कारण जर सर्व्हर पुरवण्यात अपयश आलं तर हिवाळ्यात कॉलेज सुरू होताच सगळी यंत्रणा धाडदिशी कोसळणार याची या मुलांना पूर्ण कल्पना होती. ''आपणही फ्रेंडस्टरच्या मार्गावर आहोत, ही काळजी आम्हा सगळ्यांना सतावत होती,'' डस्टीनला आजही ते दिवस आठवतात. ''कॉलेजस्तरावर फ्रेंडस्टर आपली पावलं रोवू शकले नाही कारण त्यांना येणाऱ्या अडचणी व समस्या वाढतच चालल्या होत्या, हे आम्हाला जाणवलं होतं.'' तो सांगतो. (खरं तर नॉन-नेटच्या भाषेत या स्थितीलाच 'प्रगती' म्हणतात.)

शिवाय एक आणखी 'फ्रेंडस्टर'सदृश आव्हान त्यांच्या पुढ्यात उभं ठाकलं होतं. ऑर्कुटनं हळूहळू मायस्पेसवर कुरघोडी करायला सुरुवात केली होतीच. तिकडे ब्राझीलमध्ये ऑर्कुटला तरुणांनी डोक्यावर घेतलं आणि त्यामुळे सेवेची गुणवत्ता टिकवून ठेवण्यात त्याच्यासाठी अनेक अडचणी निर्माण झाल्या होत्या. सोशल नेटवर्किंगला तगवून ठेवण्यात गुगलसारख्या मोठ्या कंपनीचीही दमछाक होताना दिसत होती.

आर्थिक व्यवहाराच्या भाषेत बोलायचं झालं तर द फेसबुक अंड्यातून नुकत्याच बाहेर आलेल्या पिलाच्या अवस्थेत होतं. आत्तापर्यंत बाहेरून पैसा मिळवण्याची गरज भासली नव्हती. अशा परीस्थितीत सिलीकॉन व्हॅलीतील द फेसबुकसारख्या दुसऱ्या एखाद्या छोट्या कंपनीनं लगेच जोड भांडवलदारीतून मिळणाऱ्या गुंतवणुकीचा आसरा घेत आपली आर्थिक स्थिती सावरायला कोट्यवधींचा निधी स्वत:साठी मिळवला असता. पण मग भांडवलदारांनी कंपनीतील भागीदारीसाठी मागण्यांचा धोशा लावला असता. कंपनीतील एक चतुर्थांशपेक्षा जास्त भाग काढून घेण्यासाठी त्यांनी प्रयत्न केला असता. प्लाक्सोच्या काळात या दुष्टचक्राचा पार्करनं पुरेपूर अनुभव घेतला होता. भांडवलदारांचा कंपनीत प्रवेश झाल्यानंतर आपल्या मनासारखं काम घडवून आणण्याच्या तारांबळीत पार्कर हरला आणि शेवटी त्याच्या स्वत:च्या कंपनीतूनच हाकललं जाण्याची पाळी आली. त्यामुळे या जोड भांडवलदारीच्या फसवेगिरीपासून दूर राहाण्यासाठीची सावधता त्यानं अगदी यशस्वीपणे मार्कमध्येही रुजवली. कंपनीच्या भवितव्यावर आपलं पूर्ण नियंत्रण टिकवून ठेवण्यासाठी या दोघांनीही वाट्टेल ते सहन करण्याचा निश्चयच केला. कारण सर्व्हर घेण्यासाठी त्यांना फक्त काही हजार डॉलर्सची गरज होती.

❖

द फेसबुकला आल्यावर शॉन पार्करनं लगेच आपल्या मित्राला, रीड हॉफमनला फोन केला. लिंक्डइन या साइटची निर्मिती करणाऱ्या हॉफमनला इंटरनेट उद्योग जगतात 'देवदूत गुंतवणूकदार' म्हणून पाहिलं जात असे. प्लाक्सोच्या दुर्दैवी दिवसांत त्यानं पार्करला खूप मानसिक आधार दिला आणि त्यामुळं या दोघांत मैत्री निर्माण झाली. पार्करही थोडा धोरणी होताच. हॉफमनच्या रूपात सिक्सडिग्रीकडून मिळवलेलं पेटंट द फेसबुकच्याही कक्षेत राहाणं फायद्याचं आहे, हे त्यानं ओळखलं होतं.

हॉफमनला द फेसबुकची क्षणात भुरळ पडली. पण लिंक्डइनमध्ये एक भूमिका निभावत असताना लगेच द फेसबुकचा मुख्य गुंतवणूकदार बनण्यास त्याची मानसिक तयारी नव्हती. सोशल नेटवर्किंग नावाचं हे जाळं एक दिवस एका मोठ्या नेटवर्कमध्ये परिवर्तित होणार, याची जाणीव २००४च्या मध्यावधीत इंटरनेट उद्योगातील अनेकांना झाली होती. अर्थात हॉफमनला असं अजिबात वाटतं नव्हतं. पण द फेसबुकमध्येही गुंतवणूक केली तर तणावाची स्थिती निर्माण होऊ शकते, एवढं मात्र त्याला वाटलं. म्हणून त्यानं पार्कर आणि झकरबर्गची पीटर थिएलशी गाठ घालून दिली. आर्थिक व्यवहारातील चाणाक्ष अशी ही गंभीर दिसणारी व्यक्ती पे पालच्या (Pay Pal) निर्मात्यांपैकी एक आणि मोठी व्यावसायिक गुंतवणूकदार होती.

पे पालला काम केलेल्या धनाढ्य हॉफमननं सिलीकॉन व्हॅलीतील एका विशिष्ट वृत्तीची नेहमीच तारीफ केली आहे आणि ती वृत्ती त्याच्या स्वत:तही आहे. त्यानं कंपनी सोडल्यानंतरही पे पालच्या आपल्या इतर सहकाऱ्यांसोबत संबंध जपून ठेवले होते. त्यात थिएलही होता. ऑनलाईन पेमेंट पद्धतीची अतिशय यशस्वी सुरुवात करणारी पे पाल ही पहिली कंपनी होती. कालांतरानं १.५ बिलियन डॉलर्सला ईबेनं (eBay) ही कंपनी विकत घेतली. पे पालच्या आधीही थिएल भांडवलदारीत सक्रिय होता. आता तर तो नव्यानं सुरू होणाऱ्या कंपन्यांत गुंतवणूक करणं आणि हेजफंडिंगमध्ये व्यग्र होता. फ्रेंडस्टर आणि लिंक्डइन या दोन्ही साइटमध्ये त्यानं गुंतवणूक केली होती.

द फेसबुकला थिएलच्या रूपात योग्य आणि आवश्यक असलेला भांडवलदार लाभला. पे पालच्या माध्यमातून त्यानं जगाकडे आर्थिक दृष्टीकोनातून व्यवस्थित पाहिलं होतं. शॉन पार्करचा तो चाहता होता. फ्रेंडस्टर आणि प्लाक्सोच्या काळात त्यांची ओळख झाली. थिएल जगावेगळा विचार करणारा होता. ग्राहकसेवा देणाऱ्या इंटरनेट कंपन्यांच्या भवितव्याबाबत गुंतवणूकदारांमध्ये अजूनही साशंकतेचं वातावरण होतं. डॉट कॉमचा फुगा फुटल्यावर त्यांना भोगाव्या लागणाऱ्या परिणामांचा पगडा त्यांच्या मनावर होता. "त्यामुळे आता गुंतवणुकीसाठी योग्य वेळ आल्याची जाणीव आम्हाला प्रकर्षानं झाली," थिएल सांगतो. "ग्राहकांशी निगडित इंटरनेट सेवांबाबत बोलायचं झालं तर त्या वेळी सोशल नेटवर्किंग उंच भरारी घेण्यास सज्ज आहे, हे

हळूहळू स्पष्ट झालं होतं. पण काही काळाकरता फोफावलेली फॅशन, असंच या सेवेकडे पाहिलं जात होतं. निदान २००४मध्ये आर्थिक चष्मे लावून पाहाणाऱ्यांचा हा एकच दृष्टीकोन होता. त्यामुळे अशांसाठी सोशल नेटवर्किंगमध्ये गुंतवणूक म्हणजे जीन्सच्या एखाद्या ब्रॅन्डमध्ये किंवा तत्सम प्रकारात गुंतवणूक करण्यासारखं होतं,'' थिएल विश्लेषण करताना सांगतो.

पण द फेसबुकबद्दल थिएलचं आकलन त्याचा आत्मविश्वास वाढवणारं होतं. प्लाक्सोत पार्करसोबत काम केलेल्या स्टीव्ह वेनुटोला द फेसबुकनं उन्हाळ्यात कंपनीचा वकील म्हणून नियुक्त केलं होतं. तो, शॉन पार्कर आणि मार्क झकरबर्ग एक दिवस थिएलच्या कार्यालयात बसले होते. हॉफमननं ही बैठक घडवून आणली होती. लिंक्डइनमधला त्याचा विश्वासू सहकारी मॅट कोहलरही त्याच्या बरोबर होता. मॅट येल विद्यापीठाचा पदवीधर होता. फक्त २४वर्षांचा असला तरीही पार्कर आता या अशा प्रकारच्या व्यवहारांत पक्का मुरला होता. या बैठकीत तोच पूर्ण वेळ बोलत राहिला. सदस्य होण्यासाठी 'डॉट एज्यु' हा अॅड्रेसच आवश्यक असल्यामुळे द फेसबुकचा आवाका या घडीला खूप मर्यादित असल्याचं जाणवतं, हे त्यानं थिएलला पटवून दिलं. या एका नियमामुळे ज्या वर्गापर्यंत फेसबुक पोचू शकतं त्या कक्षाच छाटल्या गेल्या आहेत आणि फक्त विद्यार्थीच या सेवेचा लाभ घेऊ शकतात, हे सारं त्यानं व्यवस्थित स्पष्ट केलं. पण एकदा कुठल्याही कॉलेजमध्ये ही सेवा पोचल्यानंतर जे घडतं ते ऐकून थिएल एकदम आश्चर्यचकित झाला. विद्यार्थी लगेच या साइटचे सदस्य बनतात आणि ही साइट सतत वापरणाऱ्यांची संख्या ८० टक्क्यांएवढी आहे! कुठल्याही नवीन कंपनीत एवढी प्रगती आणि साइटचा इतका वापर आजपर्यंत त्यानं पाहिला नव्हता.

झकरबर्गचा पेहराव नेहमीप्रमाणे होता. एक टी-शर्ट, जीन्स आणि पायाची बोटं दिसतील अशा आदीदासच्या रबरी सॅन्डल्स. अशा या वेशभूषेनं तो कुणाला आकर्षित करू शकण्याची अजिबात शक्यता नसायची. तो खूप एकलकोंडा आणि कायम गप्प राहाणारा वाटला, असं थिएल सांगतो. बैठकीतही तो फार कमी बोलला. काही विचारलेल्या प्रश्नांना उत्तरं दिली आणि कधी एखादा प्रश्न विचारला. पण हो! द फेसबुकनं आपल्याही कॉलेज कॅम्पसमध्ये यावं यासाठी शेकडो कॉलेजांतून त्यांना विनंती केली जात होती, हे मात्र खरं होतं. या आपल्या प्रकल्पाच्या आणखी काही शक्यतांच्या संदर्भात तो बोलला. वायरहॉगची संपूर्ण माहिती त्यानं दिली. कुठल्याही प्रकारचं दडपण त्याच्यावर जाणवत नव्हतं. शिवाय द फेसबुकला मिळालेल्या प्रतिसादानं तो अजिबात भारावलेला नव्हता. किंबहुना जे घडलं ते त्याला अपेक्षित होतं, याच आविर्भावात मार्क होता. त्याच्या याच स्वाभाविकतेनं कदाचित इतरांना प्रभावित केलं. यशस्वितेकडं वाटचाल करणारे आपणही एक

उद्योजक आहोत आणि आपल्याला मदत करण्यात कुठलाही धोका नाही हे इतरांना पटवून द्यायला मार्कला टाय आणि कोटची गरज नव्हती.

पण त्याच वेळी आपल्याला जे माहिती नाही आणि कळत नाही ते जाणून घेताना त्यानं कुठलीही भीड बाळगली नाही. बैठकीतील बोलचाल जेव्हा गुंतवणुकीच्या तंत्रांकडे वळली आणि थिएल या करारासंदर्भात जेव्हा तांत्रिक आणि खूप कठीण भाषेत बोलू लागला, तेव्हा मार्कनं प्रत्येक वेळी त्याला थांबवून, "हे मला समजावून सांगा," किंवा "याचा अर्थ काय?" असं वारंवार विचारायलाही मागेपुढे पाहिलं नाही.

पार्करसोबत थोडा आणखी विचारविनिमय करून आणि हो-नाही म्हणता म्हणता काही दिवसांतच थिएलनं या कराराला होकार दिला. जगातील गुंतवणुकीच्या इतिहासातील एक खूप मोठी घटना म्हणून ज्याचा कायम उल्लेख होईल असा हा करार होता. द फेसबुकला ५००,००० डॉलर्स इतकं कर्ज द्यायला थिएल तयार झाला. या कर्जाचं नंतर कंपनीत १०.२ टक्के भागीदारीत रूपांतर होईल असंही या वेळी ठरवण्यात आलं. या आधारावर द फेसबुकचं मूल्यमापन तेव्हा ४.९ मिलियन डॉलर्स इतकं करण्यात आल्याचं लक्षात येतं. थिएलनं ही रक्कम कर्ज म्हणून द फेसबुकला दिली कारण सॅव्हरीननं निर्माण केलेल्या कायद्याच्या अडचणीमुळे रीतसर रोख्यांच्या गुंतवणुकीत आडकाठी निर्माण झाली होती. एक अट मात्र या कर्जाबरोबर थिएलनं टाकली. जर ३१ डिसेंबर २००४ पर्यंत – म्हणजे करारानंतरच्या सहा महिन्यांत – द फेसबुक १.५ मिलियन युजर मिळवू शकले तर हे कर्ज रोख्यामध्ये परिवर्तीत करण्यात येईल आणि कंपनीला ते परत करण्याची गरज राहणार नाही. झकरबर्ग आणि पार्करला आपल्या प्रगतीचा वेग कायम राखण्यासाठी खूप आवश्यक असं कारण मिळालं होतं.

यापूर्वी झकरबर्गला दाखवण्यात आलेल्या लालुचींपेक्षा ४.९ मिलियनचं हे मूल्यमापन अर्थातच खूप कमी होतं. पण त्याच्या कार्यक्षमतेवर आणि तो दावा करत असलेल्या गोष्टींवर विश्वास ठेवणारा गुंतवणूकदार मिळाला, याचा मार्कला जास्त आनंद झाला होता. तरीही थिएलनं त्याला, "फक्त या संधीची वाट लावू नको," असा सल्ला दिला. फेसबुक सीईओ आता म्हणतो की कंपनीच्या सुरुवातीच्या काळात त्याला थिएलनं दिलेला तो एकमेव सल्ला होता. "या मुलांना जे करायचं होतं ते सुरू राहाण्याचा मला कुठलाही त्रास नव्हता," थिएल ते जुने दिवस आठवत सांगतो. "आणि ते मूल्यांकन न्याय्य होतं. सगळ्यात सुरक्षित अशी ती गुंतवणूक होती, असं मला वाटलं," तो पुढे म्हणतो.

थिएलनं घातलेली डिसेंबर ३१ची अट द फेसबुकला पूर्ण करता आली नाही. पण थिएलनं काही काळानंतर कर्जाचं रोख्यात रूपांतर करून घेतलं. त्याला यातून

मिळालेल्या भागभांडवलापैकी अर्धं त्यानं २००९मध्ये विकले. पण आज त्याच्याजवळ शिल्लक असलेल्या भागाचीही किंमत कमीतकमी ९०० मिलियन डॉलर्सच्या आसपास आहे. कर्ज दिल्यानंतर थिएलनं कंपनीच्या संचालक मंडळातही प्रवेश मिळवला.

हॉफमननं अतिरिक्त ४०,००० डॉलर्स दिले आणि त्याचा मित्र मार्क पिनकस व आणखी काही मित्रांनी मिळून ही संपूर्ण रक्कम ६००,००० डॉलर्सपर्यंत नेली. या गुंतवणुकीसंदर्भात कंपनीकडून एक सादरीकरण करण्यात आलं होतं. हॉफमनसोबत लिंक्डइनमध्ये काम करणारा कोहलर ते पाहून खूपच प्रभावित झाला आणि द फेसबुकमध्ये आपणही गुंतवणूक करावी असं त्याला वाटलं. तसं त्यानं बोलूनही दाखवलं. पण कंपनीची गरज भागली असताना आणखी हावरटपणा नको, म्हणून मार्क आणि पार्करनं त्याला नकार दिला. पण कोहलरनं द फेसबुकमध्ये प्रवेशाचे आपले मार्ग कालांतरानं शोधलेच.

❖

२००४च्या हिवाळ्यात कॉलेज सुरू झालं आणि हार्वर्डमध्ये दाखल झालेल्या विद्यार्थ्यांना कॉलेजचे अध्यक्ष लॉरेन्स समर्स यांनी आश्चर्याचा धक्काच दिला. अमरीकेचे माजी ट्रेझरी सचिव असणाऱ्या समर्स यांनी मुलांना सांगितलं की त्यांच्या द फेसबुक प्रोफाईलवरून त्यांनी आधीच त्यांचा परिचय करून घेतला आहे. हार्वर्डच्या स्नातकांमध्ये ही सेवा इतकी भिनली की विद्यापीठात प्रवेश घेण्यापूर्वीच अनेकांनी आपलं प्रोफाईल तयार केलं होतं आणि द फेसबुकवर जाण्यास ते उत्सुक होते. पण त्यात दिलेली माहिती ही आपल्या वर्गमित्रांना प्रभावित करण्याच्या उद्देशानं लिहिली गेली होती. कॉलेजचे अध्यक्ष ती पाहतील हे त्यांना स्वप्नातही वाटलं नाही. आपली वैयक्तिक माहिती अशी अधिकारी स्तरावरील लोकांनाही दिसू शकते हे कळल्यावर काहींची अवस्था मात्र फारच विचित्र झाली. स्वत:संदर्भातील कुठली माहिती आणि ती किती सार्वजनिक असावी हा एक प्रश्न या युवकांपुढे द फेसबुकमुळे उभा ठाकला होता. या प्रश्नानं त्यांना अस्वस्थ केलं.

पण हार्वर्ड आणि इतर कॉलेजमध्ये द फेसबुकची विद्यार्थ्यांना खरंच गरज होती. कॉलेजतर्फे देण्यात येणाऱ्या छापील फेसबुकमध्ये त्यांचा एक फोटो, नाव आणि हायस्कूलचं नाव एवढाच तपशील असायचा. पण कॉलेजला आल्यावर त्यांना आपल्या सामाजिक जीवनात बरीच मोठी भूमिका बजावण्याची गरज भासे. एखाद्या पार्टीत कुणाशी मैत्री झाली तर दुसऱ्या दिवशी छापील फेसबुक काढून तुम्ही तुमच्या इतर मित्रांना त्याचा फोटो दाखवू शकता. त्यातही इतरांना ज्युनियर असणाऱ्यांचे फोटो दोन वर्षांपूर्वी काढलेले असणार. पण यावर काहीच उपाय नव्हता. हे छापील

फेसबुक काही कॉलेजमध्ये ‘फ्रेशमेन्यू’ म्हणून उल्लेखलं जात असे. सिनियर मुलं शुक्रवारी रात्री कंटाळली की हे पुस्तक घेऊन वेगवेगळे गेम खेळत असतं आणि टवाळक्या करीत. उदाहरणार्थ कुठलंही एक पान ते उघडायचे. कमीतकमी पानं उलगडत जर तुम्ही ज्यांच्यासोबत रात्र घालवली आहे अशा दहा लोकांची नावं आली, तर तुम्ही विजेता ठरणार! आणि तत्सम.

त्यामुळे हार्वर्ड, डार्टमाउथ, कोलंबिया, स्टॅनफोर्ड, येल आणि इतर विद्यापीठांत द फेसबुक लगेच एक महत्त्वाचं सामाजिक साधन बनलं. त्या छापील पुस्तकापेक्षा त्यांना यात काही तरी अधिक मिळालं होतं. आता जर एखादी तरुणी तिच्या समवयस्क विद्यार्थ्यांच्या पार्टीत एखाद्या मुलाला भेटली तर विस्तृत ‘तांत्रिक’ सोपस्कार पार पाडले जात असत. आणि जर तुम्ही यापूर्वीच कुणासोबत रात्र घालवली असेल तर या सोपस्कारांना अधिकच महत्त्व प्राप्त होत असे. सगळ्यात महत्त्वाचा प्रश्न मग हा निर्माण होत असे की या मुलानं द फेसबुकवर पाठवलेली आपली मैत्रीची विनंती लगेच स्वीकारली होती का? जर तसं घडलं नसेल तर मग ती धोक्याची सूचना ठरायची. याचबरोबर आणखी एक महत्त्वाची गोष्ट पार पाडली जायची. आपल्या या नव्यानं तयार झालेल्या मित्राच्या सर्व मित्रमंडळींच्या कारवायांवर बारकाईनं लक्ष ठेवण्यात येई. तुमचे कुठले मित्र तुमच्या एखाद्या विशिष्ट मित्रासोबत ‘कॉमन’ आहेत, हे सांगण्याची जबाबदारी द फेसबुकची होती. जितके जास्त मित्र तेवढी तुमची प्रतिष्ठा अधिक, असं ते गणित होतं.

द फेसबुकला लैंगिकतेची छाप होती आणि ती प्रकर्षानं जाणवणारी होती. सदस्य होण्यासाठी त्या व्यक्तीनं आपल्या सामाजिक आणि वैयक्तिक संबंधांची माहिती देणं अनिवार्य होतं. ‘सिंगल’ आहात की प्रेमसंबंधात आहात; पुरुष जास्त आवडतात की स्त्रिया, असे काही प्रश्न यात होते. साइटच्या सर्वसामान्य रचनेत ‘लुकिंग फॉर’ असाही एक रकाना आहे. इथे अपेक्षित उत्तरांमध्ये डेटिंग, रिलेशनशिप, रॅन्डम प्ले आणि काही जे मिळेल ते, अशासारखे पर्याय देण्यात आले आहेत. फ्लर्टिंग ही तर द फेसबुकवर एक कला ठरली आहे आणि ‘पोक’ या वैशिष्ट्यामुळे साइटवर फ्लर्टिंगला खूप मोठा वाव आहे.

या पोकिंगचं त्या काळी मुलांमध्ये खूप आकर्षण निर्माण झालं. अगदी हार्वर्डच्या सुसंस्कृत समजल्या जाणाऱ्या मुलांना याचा नाद लागला. पोकिंग हे फ्लर्टिंगच आहे असं मानण्याचं कुठलंही कारण द फेसबुकवर स्पष्ट केलेलं नव्हतं. निदान शास्त्राप्रमाणे त्याला मैत्रीतील एक संकेत समजला जायचा आणि म्हणूनच अगदी शामळू विद्यार्थ्यालाही याचा वापर करण्याचा मोह आवरत नसे. या वैशिष्ठ्याच्या अर्थासंदर्भातील अनिश्चितताच त्याचं वैशिष्ठ्य होतं. तुम्ही पोक केलेल्या व्यक्तीला पसंत करता किंवा तुम्हाला ती व्यक्ती आकर्षक वाटते किंवा

त्यानं वर्गात आज जे वक्तव्य केलं ते तुम्हाला आवडलं आहे किंवा तुम्हाला त्याच्या अभ्यासात व्यत्यय आणण्याचा मोह अनावर झाला आहे किंवा फक्त त्याचं लक्ष आकर्षित करण्यासाठी तुम्ही हे केलं आहे, असं खूप काही यात अभिप्रेत होतं. ज्या व्यक्तीला पोक कराल तो या कृतीचा कुठलाही अर्थ काढण्यास मोकळा असायचा. मग याला उत्तर काय द्यायचं? तर द फेसबुकचं सॉफ्टवेअर तुम्हाला विचारणार की तुम्हालाही या व्यक्तीला पोक करायचं आहे का? बस्स!

फ्रेंडस्टर आणि मायस्पेसच्या काळापासून ते फेसबुकपर्यंत मैत्री करणं हा स्पर्धात्मकतेचा घटक होता. तुमच्या होस्टेलच्या रूममेटचे साइटवर ३०० मित्र आहेत आणि तुमचे फक्त १०० असतील तर आपली ही परीस्थिती सुधारण्यासाठी तुमचे प्रयत्न सुरू! "या स्पर्धेमुळेच डार्टमाऊथला फेसबुकचा प्रसार संसर्गासारखा झाला," २००६च्या बॅचची सुझान गॉरडॉन सांगते. एका इटालियन अभ्यासक्रमासाठी ती रोममध्ये होती. मार्च २००४मध्ये फेसबुकनं अख्ख्या डार्टमाऊथला आपल्या अखत्यारित घेतलं होतं. तिनं लगेच फेसबुकवर अकाऊंट निर्माण केला नाही तर परत आल्यावर ती इतरांच्या खूप मागे राहाणार, अशा मेलचा भडिमार तिच्या मित्र-मैत्रिणींकडून तिच्यावर होत होता. "आमच्यासाठी हे सगळं त्या वेळी खूप अर्थपूर्ण आणि महत्त्वाचं होतं," ती सांगते. "एक ऑनलाईन ग्रीनबुक! झकास!!" हीच त्या सगळ्यांची प्रतिक्रिया होती. (त्या वेळी डार्टमाऊथच्या छापील फेसबुकच्या मुखपृष्ठाचा रंग हिरवा होता.) फक्त आयव्ही लीगमधील कॉलेजमध्येच ही सेवा असल्यामुळे ती या विशिष्ट वर्गासाठीची खास अशी सेवा होती. शिवाय हार्वर्डमध्ये सुरू झाली आहे तेव्हा चांगलीच असणार, हाही भाग त्यात होताच.

स्वत:च्या व्यक्तिमत्त्वासंदर्भातील प्रत्येक गोष्ट व्यवस्थित जोखून आपलं प्रोफाईल अधिक चांगलं बनवण्यासाठी त्यात समाविष्ट करणं आणि एक अधिक योग्य मित्र म्हणून स्वत:ला इतरांसमोर आणण्यामध्ये या आयव्ही लीगमधील नव्यानं नेटवर्कच्या कक्षेत आलेल्यांचा जास्तीतजास्त वेळ जाऊ लागला. योग्य छायाचित्र निवडणं, ते वरचेवर बदलणं आणि स्वत:च्या आवडी-निवडी व्यक्त करताना त्या वारंवार तपासून पाहणं, हे द फेसबुकवरील नित्यकर्माचा भाग झालं होतं. सगळ्यांचे कोर्स आणि वर्गही यात नमूद केलेले होते. म्हणून काही विद्यार्थी तर स्वत:ला इतरांसमोर प्रस्तुत करण्याच्या धडपडीत आपण कुठला अभ्यास केला आहे, हेसुद्धा सुचवू लागले होते. कित्येकांनी तर कुठल्या अभ्यासक्रमाला जायचं याचे निर्णयही, द फेसबुकवर इतर मुलं जास्त प्रमाणात ज्या क्लासेसला प्राधान्य देतात, त्यानुसार घ्यायला सुरुवात केली होती. इतरांवर पाळत ठेवण्याच्या वृत्तीची लागणही द फेसबुक वापरणाऱ्यांना झाली. जर एखादी व्यक्ती आवडली तर तिच्यावर नजर ठेवण्यात येत असे. दोघांत कॉमन असणाऱ्या मित्रांची संख्या जास्त

असेल तर ही प्रक्रिया सहज घडायची. तुमचं 'फेसबुक' तुमचा समाजासमोर असलेला चेहरा झाला होता. ते तुमच्या व्यक्तिमत्त्वाला अधोरेखित करणारं होतं.

इतरांची प्रोफाईल्स पाहण्यात या मुलांचे तासन्‌तास खर्ची पडू लागले. पूर्वी हे त्यांच्या कॉलेजपुरतं मर्यादित होतं आणि मग हे लोण इतर कॉलेज व विद्यापीठांच्या कक्षेत आल्यावर आणखी पसरलं. कोलंबियाच्या २००५ मधील एक विद्यार्थी निक समर्सचा द फेसबुकवर ७९६ क्रमांक होता. तो सांगतो की 'अ ते ज्ञ'पर्यंत एकजात सगळ्या युजरचे चेहरे पाहाणं तेव्हा त्याच्यासारख्या अनेक मुलांकडून अगदी सहज घडायचं. स्वतःचं प्रोफाईल सांभाळण्याव्यतिरिक्त बऱ्याच गोष्टी केल्या जायच्या – मित्र बनवणं, पोक करणं आणि इतरांची प्रोफाईल्स पाहाणं. विद्यार्थी आपले हजारो तास असे इतरांची प्रोफाईल्स अगदी निरखून पाहण्यात घालवू लागले होते. स्वतःच्या व्यक्तिमत्त्वाला साजेशा दहा व्यक्ती सुचवण्याची विनंती द फेसबुकला करता येई. त्यांना आपले मित्र बनवण्यासाठी प्रयत्न करायचे आणि आणखी काही व्यक्ती वैशिष्ठयांवर आधारित लोकांना शोधायचं, हाच एकमेव उद्योग झाला होता. ही एक संपूर्ण पिढीच या अशा नाक खुपसण्याच्या आणि लैंगिकतेकडे झुकणाऱ्या आवडी-निवडी जपण्यासाठीच्या अट्टाहासानं पछाडलेली दिसू लागली होती.

सप्टेंबर महिन्यात द फेसबुकमध्ये आणखी दोन वैशिष्ट्यं टाकण्यात आली. ही मुलं आणखी काही तास द फेसबुकला खिळून राहण्यास बाध्य झाली. आता प्रोफाईलला एक 'वॉल' नावाचा प्रकार जोडण्यात आला होता. इतरांच्या प्रोफाईलवर वाट्टेल ते लिहिण्याची संधी म्हणजे *वॉल!* मग तो तुमच्यासाठी एखादा निरोप असेल किंवा तुमच्याबद्दल व्यक्त केलेलं मत असेल– सार्वजनिक ई-मेल असंही समजू शकता. तुमचं प्रोफाईल पाहाणाऱ्या इतरही मित्रांना हे वाचणं शक्य होतं. आणि त्याचबरोबर आता तुम्ही जे काही इतरांबद्दल जाणून घ्याल त्या संदर्भातील तुमची प्रतिक्रिया तुम्ही या वॉलवर लिहू शकणार होतात. किंवा कॅफेटेरियात भेट, असं कुणाला तरी कळवू शकणार होतात. फक्त एखादं आकर्षक किंवा साहित्यिक वाक्य लिहू शकणार होतात. मग दुसरा आणखी एक मित्र या वाक्यावर त्याची प्रतिक्रिया देणार. अचानक द फेसबुकचा एक सार्वजनिक बुलेटिन बोर्डच तयार झाला होता.

हा प्रकार पाहून मॉस्कोव्हिट्झ, झकरबर्ग आणि पार्करनं एक विशेषण निर्माण केलं. मुलांना हे असं सारखं द फेसबुक वापरताना पाहून त्याला ते 'द ट्रान्स' असं संबोधू लागले. कारण एकदा का तुम्ही द फेसबुकमध्ये शिरलात की तुमचा अखंड प्रवास सुरू झालाच म्हणून समजा. "हे संमोहित करणारं होतं," पार्कर सांगतो. "या प्रोफाईलनंतर त्या प्रोफाईलवर आणि तिकडून आणखी एका प्रोफाईलवर तुम्ही फक्त क्लिक करत जाणार व तपशील पाहणार." युजरनं अगदी भान हरपून या

सेवेच्या प्रत्येक गोष्टीचा लाभ घेत जाणं, हाच या वॉलच्या निर्मितीचा उद्देश होता. आणि तो यशस्वीही झाला. काही दिवसांतच वॉल द फेसबुकचं सर्वाधिक लोकप्रिय वैशिष्ठ्य ठरलं.

दुसरी विशेष गोष्ट होती ग्रुप. कुठल्याही कारणासाठी द फेसबुकवर एक ग्रुप तयार करण्यासाठी ही सोय दिली गेली. ग्रुप तयार करतानाही त्याला प्रोफाईलप्रमाणे स्वत:चं पेज होतं आणि प्रतिक्रियांसाठी वॉलही होती. मग काय, हार्वर्डमध्ये लगेच अगदी वेड्यासारखं, वाट्टेल त्या कारणांसाठी ग्रुप तयार करण्याचा छंदच विद्यार्थ्यांना जडला. 'I puke vitamin water' यासारख्या तयार झालेल्या ग्रुपचं सदस्यत्व १००० विद्यार्थ्यांनी लगेच स्वीकारलं. २००५मध्ये हार्वर्डला असलेल्या एमा मॅक्‌किनॉनला तो काळ स्पष्ट आठवतो. तिच्या प्रबंधाचा विषय तत्त्ववेत्ता इमान्युएल लेविनाससंदर्भात होता. त्याच वेळी द फेसबुकवर 'I hate the guy my thesis is about' नावाचा एक ग्रुप अस्तित्वात होता आणि एमा त्याची सदस्य होती. "पण ती व्यक्ती का आवडते? याचंही थोडंसं वर्णन त्यात असायचं," ती सांगते.

बहुतेक विद्यार्थ्यांनी त्यांच्या अ‍ॅड्रेस बुकलाही रामराम ठोकला. कारण द फेसबुकवर नाव टाकलं की कुठल्याही व्यक्तीची संपूर्ण माहिती एका क्षणात तुमच्यासमोर हजर असायची. त्यामुळे इतरांचे ई-मेल अ‍ॅड्रेस लक्षात ठेवण्याची किंवा नोंदवून ठेवण्याची गरजच उरली नव्हती. इतकंच काय पण कुणाला लगेच संपर्क साधायचा असेल तरीही प्रत्येकानं आपला फोन नंबर आणि AIM instant message अ‍ॅड्रेस आपल्या प्रोफाईलला हमखास जोडला होता. शिवाय AOLच्या काळातील चॅटरूमसाठी वापरण्यात येणाऱ्या माहितीसारखी ही निनावी नव्हती. इंटरनेटनं एका नव्या युगाकडे वाटचाल सुरू केली होती. ते आणखी वैयक्तिक बनलं होतं.

❖

कॅलिफोर्नियातील द फेसबुकच्या कार्यालयात पूर्णवेळ काम करणाऱ्यांमध्ये पार्कर, मार्क, मॉस्कोव्हिट्झ आणि संयंत्रणा व्यवस्थापक हालीसिऑग्लूचा समावेश होता. तो कॅलिफोर्नियाच्या दक्षिणेकडे २० मैलांवर सॅन जोसला राहायचा. ॲन्ड्र्यू मॅक्‌कोलम या त्रिकुटासोबत पालो आल्टोलाच राहायचा. अजूनही त्याचा सगळा वेळ आणि सगळं लक्ष वायरहॉगवरच होतं. थिएलमुळे आलेल्या पैशांनी नवीन सर्व्हर घेणं शक्य झालं. आणि विशेष म्हणजे द फेसबुकचा पसारा फारच झपाट्यानं वाढत चालला होता. कॉलेजच्या नवीन वर्षात पहिल्या सेमिस्टरपर्यंतच त्यांनी १५ पेक्षा जास्त नवीन कॉलेजपर्यंत द फेसबुक पोचवलं होतं. पण त्यामुळे द फेसबुकला असलेली उच्चभ्रूपणाची किनार हळूहळू लोपू लागली. सप्टेंबरपर्यंत यात युनिव्हर्सिटी ऑफ ओक्लाहोमा आणि मिशिगन टेकसारखी कॉलेजेसही सामील करण्यात आली होती.

उन्हाळ्यात भाड्यानं घेतलेल्या या छोटेखानी जागेतून बाहेर पडण्यासाठी सगळेच उत्सुक होते. लगेच या साऱ्यांनी लॉस आल्टोस हिलला एक नवीन जागा भाड्यानं घेतली. या घराचं परसदार इंटरस्टेट २८० (सॅनफ्रान्सिस्को आणि सॅन जोस या दोन भागांमधून जाणारा भाग) मध्ये होतं. त्यामुळे शेजाऱ्यांची समस्या या मुलांसाठी कायमची संपली. इथल्या प्रचंड आवाजामुळे या घरी होणाऱ्या पार्ट्या आणि रात्री-बेरात्री चालणारे प्रकार कुणाला कळायचा काही मार्ग नव्हता. पण बांधकामाच्या साइटवरून घरात येणाऱ्या धुळीनं सारेच हैराण झाले. शॉन पार्करला तर इथे थांबणंच अशक्य होतं. कारण त्याला धुळीची अॅलर्जी होती. सुदैवानं त्याच्या मैत्रिणीनं त्याला आपल्या घरात राहू दिलं आणि तो प्रश्न सुटला.

वेबसाइट चालवण्याचं कौशल्य या टोळक्यात होतं पण घर चालवणं त्यांना जमणारं नव्हतं. दिवाणखान्याचं रूपांतर एका तात्पुरत्या ऑफिसमध्ये करण्यात आलं. त्याच्या चारी बाजूला व्हाईटबोर्ड लावण्यात आले होते. सगळ्या टेबलांवर लॅपटॉप ठेवले होते आणि काही पेपर्स इतस्त: विखुरलेले होते. एक दिवस झकरबर्गचा वर्गमित्र या घरी गेला. त्यानं पाहिलं, सगळी टेबलं सरकवून एका भिंतीलगत ठेवली होती. एकाच वेळी खूप विजेची उपकरणं जोडल्यानं सर्किटब्रेकरवर प्रचंड ताण आला आणि वीजपुरवठा खंडित झाला होता. सर्किटब्रेकर शोधून ते दुरुस्त करण्याऐवजी या महाभागांनी घराच्या दुसऱ्या भागातील सर्किटवर काम भागवायला सुरुवात केली होती आणि म्हणून सगळी टेबल्स एकाच भिंतीजवळ आणून ठेवली होती. आलेल्या मुलांनी मग सर्किटब्रेकर शोधून त्याचं बटणं ऑन केलं आणि या सगळ्यांना जरा मोकळेपणानं काम करण्याची सोय करून दिली. बाकी घर रिकामंच होतं. बिछाने इतस्तत: पसरले होते आणि कधीही न उघडलेले काही बॉक्सही कोपऱ्यात नुसते पडून होते.

स्वच्छता वगैरे असा काही प्रकार जर असलाच तर तो या घरात आढळून येणं जरा कठीणच होतं. स्वयपाकघरात सिंकमध्ये वापरलेल्या थाळ्यांचा ढीग साचला होता आणि कचऱ्याचे डबे रिकामे करण्याची उसंतही कुणाला नव्हती. घरभर मुंग्यांचं साम्राज्य होतं. मार्कची जुनी सवय अजून कायम होती. रिकामे कॅन्स संपतील त्या ठिकाणी सोडणं आजही तसंच होतं. विशीतली मुलं ही अशीच राहतात, हे सत्य आहे.

घर चालवण्यात असा गलथानपणा असला तरी पण कंपनी मात्र दिवसेंदिवस आणखी प्रगल्भतेकडे वाटचाल करताना आढळून आली. रचनेत नव्यानं केलेला बदल आणि दिवसागणिक वाढणारी सदस्यसंख्या कंपनीच्या प्रगतीचं द्योतक होती. सप्टेंबरमध्येच सदस्यांची संख्या दुप्पट म्हणजे ४००,००० पर्यंत गेली. अर्धा मिलियनचा आकडा गाठला तो दिवस २१ ऑक्टोबर होता. नवीन कॉलेजना

सामील करून घेताना अमलात आणावी लागणारी कार्यपद्धती स्वयंचलित करण्याची क्लृप्ती त्यांना उन्हाळ्यातच सापडली होती. त्यामुळे सगळ्या होस्टेलना एकसूत्रात आणणं आणि वर्गांची वेळापत्रक नियंत्रित करण्याच्या कामातून त्यांना जरा बऱ्यापैकी उसंत मिळाली होती.

पण या झपाट्यानं होणाऱ्या प्रगतीच्या तुलनेत थिएलनं पुरवलेले पैसेही कंपनीच्या सर्वसामान्य खर्चासाठी अपुरे पडणार याची पुरती जाणीव या मुलांना लगेच झाली. नवीन सर्व्हर जोडणं हे नित्यकर्म होतं. सगळ्या आर्थिक उलाढालींची जबाबदारी मार्कनं पार्करवर टाकली होती. प्लाक्सोच्या त्याच्या आणखी एका ओळखीतून त्यानं लगेच वेस्टर्न टेक्नालॉजी इन्व्हेस्टमेंट नावाच्या कंपनीशी संपर्क साधला. WTI म्हणून ओळखल्या जाणारी ही कंपनी कर्ज पुरवठा करणाऱ्यांपैकी एक होती. ही कंपनी नव्यानं सुरू झालेल्या कंपन्यांना अल्पमुदतीनं कर्ज देण्याचं काम करणारी होती. तीन महिन्यांच्या आत कर्जाची परतफेड करण्याची त्यांची अट होती व व्याजाचा दर १० ते १३ टक्क्यांपर्यंत होता. मॉरीस वेरडेगर WTI मध्ये भागीदार होता. त्यानं पार्करबरोबर बोलणी करून ३००,००० डॉलर्स तीन वर्षांसाठी उसनवारीनं दिले. द फेसबुकसाठी आवश्यक असलेल्या कॉम्प्युटर हार्डवेअर आणि इतर स्थावर मालमत्तेच्या गरजांसाठी हा पैसा वापरण्याची अट घातली, जे WTI कडे या पैशांच्या मोबदल्यात गहाण ठेवण्यात आलं होतं. जुलैमध्ये परताव्याची मुदत संपणार होती, पण द फेसबुकनं त्याआधी डिसेंबर २००४मध्येच हे पूर्ण कर्ज फेडलं. प्लाक्सोतल्या स्पष्ट व्यवहारामुळे वेरडेगरचे पार्करशी चांगले संबंध होते आणि त्याला पार्कर मनापासून आवडायचा. त्यामुळे त्याच्याकडून सतत द फेसबुकसंदर्भात ऐकल्यावर त्यानं पार्करजवळ कंपनीच्या भवितव्याबाबत सविस्तर चर्चा केली. थिएलनं केलेल्या मूल्यांकनाच्या आधारे WTI ही २५,००० डॉलर्स कंपनीत गुंतवू शकते का, हे त्यानं पार्करला स्पष्टचं विचारलं.

WTI मध्ये कनिष्ठ भागीदार असताना ऑक्टोबर २००४मध्ये वेरडेगरनं आपल्या आणखी दोन कंपनी भागीदारांना पार्करसोबतच्या एका बैठकीला आमंत्रित केलं. द फेसबुकसोबत नव्यानं कामाला लागलेली एक आयरिश अकाऊंटंट मार्टिनी नाय थॉमनेलही या बैठकीला हजर होती. बैठक सुरू होण्यापूर्वी वेरडेगरनं पार्करला सांगितलं की त्याच्याशी पुन्हा एकदा व्यवहार करताना त्यांना आनंद होतो आहे. पण ज्या कंपनीसंदर्भात ही बोलणी होणार आहेत ती कर्ज आणि रोख्यांच्या गुंतवणुकीपर्यंत जाण्याच्या परिस्थितीत दिसत नाही.

पण हे विधान लगेच बदललं. ''दीड तास झालेल्या या चर्चेनंतर आम्ही बाहेर पडलो आणि मला तर हे आयुष्यभर लक्षात राहील की आम्ही, या रोख्यांमध्ये आमचा वाटा किती राहाणार, असा सरळ सवालच पार्करला केला,'' वेरडेगर

सांगतो. पार्कर बोलायचा थांबला नाही आणि त्यानं सत्य परिस्थिती आणखी प्रभावीपणे त्यांच्यापुढे सादर केली.

थिएलनं केलेल्या गुंतवणुकीमुळे कंपनीच्या नवीन प्रशासकीय रचनेत सोयीस्कर संधी निर्माण झाल्या होत्या. संचालक मंडळात चार पदं निर्माण झाली होती; ज्यातील एक थिएलला, म्हणजे कंपनीबाहेरच्या व्यक्तीला – मुख्य गुंतवणूकदाराला – देण्यात आलं होतं. एक झकरबर्ग आणि एक पार्करकडे होतं आणि उर्वरित एकावर झकरबर्गचा हक्क होता. म्हणजे या पदावर कुणाला बसवायचं हा निर्णय घेण्याचा हक्क त्याचा होता. थोडक्यात बाहेरून येणाऱ्या व्यक्तींचं कंपनीतलं वर्चस्व रोखण्यासाठी ही उत्तम सोय केली होती. थिएल स्वत:ही एक उद्योजक होता आणि संस्थापकानं आपल्या निर्मितीवर संपूर्ण नियंत्रण ठेवण्याच्या बाजूनं तोही होताच. त्यामुळे या रचनेशी तो पूर्ण सहमत होता.

पार्करसाठी कंपनीतील आपलं स्थान पक्कं करण्याच्या दृष्टीकोनातून ही रचना खूप महत्त्वाची होती. नॅपस्टर आणि प्लाक्सोमधून त्याला हाकलून लावण्यात आलं होतं आणि तेच पुन्हा द फेसबुकमध्ये होऊ नये यासाठी ही अशी सोय केली की झकरबर्गलाही त्याला काढणं शक्य होणार नाही. ''मी मार्कला एक गोष्ट सांगितली,'' तो आता सांगतो, ''मी त्याच्याकरीता कायम अशी व्यक्ती बनून राहीन ज्यांची मला स्वत:ला काही काळापूर्वी अत्यंत गरज होती– अशी व्यक्ती जी त्याला सर्व अधिकार सुपूर्द करून त्यावर कायम लक्ष ठेवून असेल आणि तो अधिकारांचा पुरेपूर उपभोग घेताना आपल्या स्वत:च्या चुकांमधून शिकत जाईल.''

कंपनीच्या या करारात आणखी एक गोष्ट नमूद करण्यात आली होती. कुठल्याही कारणास्तव जर कंपनीच्या संस्थापकांपैकी कुणीही कंपनी सोडून गेलं तर त्याला कंपनीचा ई-मेल ॲड्रेस आणि त्याचा लॅपटॉप वापरता यावा. ही बाब कंपनीच्या कॉर्पोरेट कागदपत्रांमध्ये विशेष म्हणून टाकण्यात आली होती. प्लाक्सोमधून काढण्यात आल्यानंतर पार्करला या दोन गोष्टींपासून वंचित ठेवण्यात आलं होतं. त्याला कंपनी सोडल्यानंतर इतरांशी संपर्क साधणं शक्य होऊ नये म्हणून हे करण्यात आलं होतं.

''शॉन आमच्यासोबत असणं आमचं सुदैवच होतं. तो असा संस्थापक होता ज्यानं हरप्रकारच्या खस्ता खाल्ल्या होत्या,'' त्या वेळच्या परीस्थितीचं मॉस्कोव्हिट्झ वर्णन करतो. ''आमच्यापैकी कुणालाही कंपनी कशी तयार करतात आणि भांडवल कसं मिळवतात याबद्दल काडीचीही माहिती नव्हती. त्यामुळे पार्करसारख्या जुन्याजाणत्याचं आमच्यासोबत राहून कंपनीसाठी सारं काही जुळवून आणणं आणि आम्हाला सुरक्षित ठेवणं हे खूप महत्त्वाचं होतं.'' इथे मॉस्कोव्हीट्झनं पार्कर जुनाजाणता हे त्याच्या व्यक्तिमत्त्वाला उद्देशून म्हटलेलं नाही. पार्कर विक्षिप्तही

होता. नंतरच्या काही कटू आठवणी सोडल्यास पार्करसोबतचे त्याचे कंपनीतील सुरुवातीचे दिवस खूप वैविध्यपूर्ण होते, हे मॉस्कोव्हीट्झ मान्य करतो. इतर मुलांमध्ये तो वयानं मोठा असल्यामुळे मद्य आणण्याचं काम त्याच्याकडेच असायचं आणि एखादी पार्टी कशी आयोजित करावी याची त्याला उत्तम जाण होती. शिवाय भांडवल, गुंतवणूक यासारख्या विषयांवर बोलणारा तो एकमेव होता. "त्याचं असणं खूप आश्वासक वाटायचं," डस्टीन सांगतो. "शॉन स्वत: मात्र खूप उतावळा आणि विचित्र होता. पण तुम्ही जर विशीतली, एका टेबलाभोवती कोंडाळं करून संगणकावर सतत काम करणारी मुलं असाल तर शॉनसारख्याच्या अस्तित्वानं आयुष्यात काहीतरी उत्साही आणि चित्तवेधक असल्यासारखं वाटतं." या सगळ्यांमध्ये २४ वर्षांचा शॉन जरा सुसंस्कृत वाटायचा.

शॉनच्या तुलनेत मार्क कामावर जास्त केंद्रित आणि नियमित वाटायचा. पण त्याच्याही स्वभावात तऱ्हेवाईकपणा होताच. तो बौद्धिक आणि शाब्दिक असायचा. उदाहणार्थ, मार्कला मध्येच उठून बोलण्याची उर्मी यायची आणि एखादा संवाद जेव्हा निर्णायक क्षणी यायचा तो एकदम उद्गारायचा, "Now you know who you're fighting!" (आता तुला कळलं असेल तू कुणाशी लढतो आहेस!) 'ट्रॉय' या चित्रपटातील हा संवाद मार्कचा आवडता होता. वर्षभरापूर्वी मे महिन्यात आपल्या विसाव्या वाढदिवसाला सर्व मित्रांसोबत बसून त्यानं हार्वर्ड स्क्वेअरला हा चित्रपट पाहिला होता. तसंही मार्कला अभिजात साहित्य, कला आणि भाषांचं आकर्षण होतंच. या चित्रपटात एका अत्यंत महत्त्वाच्या दृश्यात ग्रीक योद्धा अकिलीस (ही भूमिका ब्रॅड पिट या हॉलिवूडच्या प्रसिद्ध अभिनेत्यानं साकारली आहे) आणि ट्रोजनचा युवराज हेक्टर हे समोरासमोर उभे ठाकतात तेव्हा त्यांच्यात हा संवाद घडतो.

Hector: Let us pledge that the winner will allow the loser all the proper funeral rituals.

(हेक्टर : जिंकणाऱ्यानं हरणाऱ्याच्या सन्मानपूर्वक अंत्यसंस्काराची ग्वाही देण्याची शपथ घेऊ या.)

Achilles: There are no pacts between lions and men

(अकिलीस : सिंह आणि मनुष्यांत करार होत नसतात.)

(stabs spear into ground, and takes off helmet, throwing it to the side)

(भाला जमिनीत खुपसून शिरस्त्राण काढून भिरकावून देतो)

Achilles: Now you know who you're fighting.

(अकिलीस : आता तुला कळलं असेल तू कुणाशी लढतो आहेस.)

तलवारबाजीत रूची असल्यामुळे मार्क कायम प्राचीन योद्ध्यांच्या आविर्भावात जगाकडेही एक तलवारबाजीचा सामना म्हणूनच पाहायचा. प्रतिस्पर्ध्याला गाफील क्षणी गाठणं यावरच त्याचा सारा भर असायचा.

असाच एक गुंगवून टाकणारा सामना त्याला विन्कलवॉस बंधू आणि दिव्य नरेंद्र यांच्यासोबत खेळावा लागला. बॉस्टनच्या कोर्टात सुरू झालेल्या या खटल्यासाठी म्हणून कंपनीनं एका नवीन लॉ फर्मला नियुक्त केलं होतं. कारण कंपनीच्या मर्यादित मालमत्तेतून वकिलाला मासिक २०,००० पगार देणं जिवावर येणारं होतं. वकिलांकडून फोन आले की मार्क डस्टीनला सगळा वृत्तांत थोडक्यात सांगायचा आणि मग लगेच उभं राहून आपलं आवडतं वाक्य उद्गारायचा, "आता तुला कळलं असेल तू कुणाशी लढतो आहेस." इतर वेळी तसा या वाक्याला फारसा अर्थ राहत नसे.

तासन्तास मूग गिळून बसणाऱ्या मार्कला या चित्रपटातील संवादांमुळे अवर्णनीय आनंद मिळायचा. द फेसबुकमध्येही त्यानं यांचा समावेश केला होता. पूर्वी द फेसबुकवर तुम्ही सर्च करण्यासाठी काही टाईप केलं की त्याच्या खाली एका चौकटीत बारीक अक्षरात लिहून यायचं, 'इथे (म्हणजे सर्चच्या चौकटीत) देण्यासाठी मी काहीतरी शोधतो आहे.' काही काळानी या जागी दुसरं एक वाक्य आलं. *जो द वेडिंग क्रॅशर* या चित्रपटातील तो एक संवाद होता: 'I don't even know what a quail looks like.' ('क्वेल (लावा पक्षी) कसा दिसतो हेसुद्धा मला माहीत नाही' याचाच अर्थ असा की सर्च इंजीनमध्ये टाकलेल्या गोष्टीबद्दल मला माहीत नाही, पण शोध सुरू आहे.) आणखी एक संवाद इथे दिसायचा, "Too close for missiles. Switching to gun." टॉम क्रूझ या अभिनेत्याच्या टॉप गन चित्रपटात पायलट असलेल्या हिरोनं हा संवाद एका खूप महत्त्वाच्या क्षणी म्हटला आहे.

शाळकरी मुलाच्या उत्साहानं वारंवार वापरले जाणारे हे संवाद कंपनीचं स्वरूप फार छान पद्धतीनं स्पष्ट करतात– खेळकर, स्पर्धात्मक आणि तांत्रिकदृष्ट्या सुसज्ज असलं तरी तेवढंच पोरकटही. अमेरीकेतील विद्यार्थ्यी वर्ग या अशा वाक्यांचा नेमका अर्थ आणि महत्त्व काय यावर चर्चा करण्यात व्यग्र झाले होते. लवकरच ॲरॉन सिटीगनं कंपनीसाठी टी-शर्ट डिझाईन केला, ज्यावर एक फायटर विमान आकाशात उडणाऱ्या क्वेल्सना मागे टाकतंय असं चित्र होतं.

पार्करनं पार्किंग नियमाचं उल्लंघन केल्याबद्दल झालेले दंड न भरल्यामुळे १२ वर्षं जुनी फोर्ड एक्सप्लोरर गाडी सरकारजमा झाली. त्याची नोंदणीही झाली नव्हती त्यामुळे ती परत मिळण्याचा प्रश्नच नव्हता. मार्क आणि पार्करनं एका बोर्ड मीटिंगमध्ये थिएलकडून कंपनीसाठी गाडी घेण्याचा प्रस्ताव मान्य करून घेतला. त्यानं या दोघांना पैसे जपून वापरायचा सल्लाही दिला. त्यांनी लगेच एक काळ्या रंगाची इनफिनिटी एफएक्स३५ ही SUV (Sport Utility Vehicle) घेतली.

कारचा आकार थोडा आक्रामक होता. एखाद्या सावजावर एकदम हल्ला करण्यास सज्ज असा तिचा आविर्भाव असल्यासारखा भास व्हायचा. आता तुम्हाला कळलं असेल तुम्ही कुणाशी लढता आहात! त्या गाडीचं नाव त्यांनी 'द वारथॉग' ठेवलं. हालो नावाच्या व्हिडिओ गेममधल्या एका टॅन्कचं हे नाव आहे. या मुलांना एक्सबॉक्सवर हा गेम खेळण्याचाही छंद होता हे आता तुमच्या लक्षात आलंच असेल.

❖

द फेसबुक प्रगतीपथावर होतं, पण झकरबर्गचं विचारचक्र वायरहॉगसंदर्भात जास्त वेगात फिरत होतं. ''द फेसबुकसंदर्भात जर तेव्हा काही घाबरवणारं होतं तर ते म्हणजे मार्कला त्यात अजिबात विश्वास नव्हता आणि त्याला दुसरं बरंच काही करायचं होतं,'' शॉन सांगतो. त्यामागं काही कारणंही आहेत असं मार्कचं म्हणणं होतं. त्याला भीती वाटत होती की एकदा का फेसबुक कॉलेज आणि विद्यापीठांच्या बाहेरही गेलं तर त्याला विरोधाला सामोरं जावं लागणार. आपल्या कुठल्या प्रकल्पात एक चांगल्या उद्योगात परिवर्तित होण्याची ताकद आहे याबाबत तो खरंच कमालीचा अनिश्चित होता. आणि हे फक्त कामासंदर्भातच नव्हतं. डिएन्जेलोसोबत केलेल्या सायनॅप्स प्रकल्पात लाखो डॉलर्स गमावल्यानंतर आणि एक्सेटरमधून बाहेर पडूनही मार्कमध्ये फारसे बदल घडलेले नव्हते.

एक गोष्ट मात्र होती. आपला एक तरी प्रकल्प अगदी हिट होणारच याचा मार्कला विश्वास होता. कदाचित तो वायरहॉगही असू शकतो. ''काहीतरी नवीन सुरू करणं त्याला किती आवडतं हे मार्क कायम सांगायचा,'' डस्टीन सांगतो. ''त्याचं म्हणजे असं होतं की त्याला एक गठ्ठाभर वेगवेगळे ॲप्लिकेशन्स तयार करायचे होते जे इतर लोक त्याच्यासाठी वापरतील.''

दुसरीकडे पार्कर वायरहॉगच्या अगदी विरोधात उभा ठाकला होता. ''वायरहॉग एक भयंकर कल्पना आहे आणि त्याच्यामुळे फक्त लक्ष विचलित होत होतं, हे माझं स्पष्ट मत होतं. आम्ही त्यावर अजिबात काम करू नये, हेच मला म्हणायचं होतं,'' पार्कर सांगतो. पण मार्कनं त्याच्याकडे वायरहॉगला एका कंपनीत रूपांतरीत करण्यासाठी हट्ट धरला. नाइलाजानं प्लाक्सोच्या स्थापनेत ज्याचा सहभाग होता अशा स्टिव वेनुटोला वकील नियुक्त केलं. पार्करचा विरोध घालवण्यासाठी मार्कनं त्याला वायरहॉगच्या पाच भागभांडवलदारापैकी एक म्हणून नियुक्त केलं. मॅकेलम आणि डिएन्जेलो व्यतिरिक्त डस्टीनलाही यात भागीदारी देण्यात आली. तोही वायरहॉग संदर्भात तसा संभ्रमातच होता. ''मार्कनं आपलं पूर्ण लक्ष फेसबुकवर केंद्रित करावं, असं मलाही प्रामाणिकपणं वाटायचं,'' डस्टीन कबूल करतो. आता मागे वळून पाहताना मार्कला वाईट वाटतं की आपल्या भागीदारांसाठी त्यानं कधीच

काही सोपं आणि सरळ ठेवलं नाही. ''आम्ही जे करत होतो (द फेसबुक) त्यात डस्टीन अगदी गढला होता. आणि मी मात्र नेहमी, याच्यापुढे नवीन काय, याच विचारात गुंतलेलो होतो. ही स्थिती येईपर्यंत मला मात्र वाटत होतं की हे जे काम मी करतो आहे त्यापेक्षा माझी क्षमता बरीच जास्त आहे,'' मार्क त्या स्थितीचं विश्लेषण करतो.

मग दोन गट तयार झाले. मॅकेलम आणि डिएॅन्जेलो फक्त वायरहॉगवर काम करत होते. पार्कर आणि मॉस्कोव्हिट्झसाठी द फेसबुक महत्त्वाचं होतं. झकरबर्गची तारेवरची कसरत चालली होती. ''आमच्यापैकी बऱ्याच जणांना वायरहॉगमध्ये जास्त रस होता,'' डिएन्जलो सांगतो. ''सोशल नेटवर्क साइट खूप होत्या. पण मला स्वत:लाही वापरायला आवडलं असतं असं वायरहॉग होतं. तांत्रिक दृष्टीकोनातूनही ते खूप मस्त होतं,'' त्याला अजूनही वाटतं.

वायरहॉग पूर्ण स्वतंत्र असा कॉम्प्युटर प्रोग्राम होता. द फेसबुकच्या युजरला तो आपल्या संगणकावर डाऊनलोड करण्याची सोय होती. एक संक्षिप्त प्रोफाईल बॉक्स द फेसबुकमध्येच तयार करण्यात आलं म्हणजे तुमचे मित्र कोण आणि त्यांनीही वायरहॉग डाऊनलोड केलं आहे का हे कळून घेणं सिस्टिमला शक्य होणार होतं. ही एक अशी सोय होती की तुमच्या मित्रांना तुमच्यासोबत कुठल्या गोष्टी – विशेषत: फाईल्स, फोटो किंवा गाणी – शेअर करायला आवडेल हे सांगणार होतं. मुख्यत: फोटो शेअर करण्यासाठीच याचा वापर व्हावा, असा या मुलांचा प्रयत्न होता, कारण द फेसबुकच्या युजर्सची मागणी तीव्र झाली होती. त्यांना आपल्या मित्रांसोबत फोटोंची देवाण-घेवाण करण्यात जास्त रस होता. (तेव्हा फक्त एक फोटो टाकण्याची सोय होती.) वायरहॉगमुळे तर व्हिडिओ, गाणी आणि मजकूर इतरांना दाखवणं शक्य होणार होतं. ''द फेसबुकवर पहिलं ॲप्लिकेशन वायरहॉगच असावं, असा आमचा प्रयत्न होता,'' डिएन्जलो सांगतो. वायरहॉगसारखी इतर ॲप्लिकेशन्स सादर करणारं एक व्यासपीठ म्हणूनच द फेसबुककडे ते पाहत होते, हे मार्कही वायरहॉगसंदर्भात बोलताना कबूल करतो. कॅलटेकला परत गेल्यानंतरही डिएन्जलो वायरहॉगसाठी कोड तयार करत राहिला.

पार्कर आणि डस्टीनचा विरोध असतानाही वायरहॉग नोव्हेंबर २००४मध्ये लॉन्च करण्यात आलं. पण ते फक्त काही कॉलेजसाठी मर्यादित ठेवण्यात आलं होतं. एक निवेदनही टाकण्यात आलं : ''वेबवर आपल्या मित्रांमध्ये सर्व प्रकारच्या फाईल्सची देवाण-घेवाण करण्याकरिता निर्माण करण्यात आलेलं *वायरहॉग* हे एक सामाजिक साधन आहे. द फेसबुक आणि वायरहॉग एकत्रित करण्यात आलं आहे. म्हणजेच तुमचे मित्र कोण हे वायरहॉगला ठाऊक असणार आणि फक्त त्यांनाच तुमच्या फाईल्स पाहण्याची मुभा असेल. छायाचित्रं आणि इतर माध्यम आता तुम्ही

तुमच्या मित्रांना पाठवा; वेबवरच्या भरपूर फार्सल्स चाळा आणि तुमच्यासाठी सेव्ह करा. वेबवर वाट्टेल तसे काम करा; फायरवॉलच्या माध्यमातून फाईल्सची देवाण-घेवाण करा.''

पण पार्करनं व्यक्त केलेली शंका खरी ठरली. द फेसबुकच्या युजरना वायरहॉग खूप किचकट वाटलं. एखादा कायदेशीर खटला सुरू होण्याची शक्यता त्याला जाणवत असताना हा प्रकार बंद व्हावा असं पार्करला मनापासून वाटत होतं. खरं तर त्या दोन वेगवेगळ्या कंपन्या होत्या, पण वायरहॉग डाऊनलोड करण्यासाठी द फेसबुक माध्यम होतं, हेही खरं होतं. लवकरच झकरबर्गही थोडा शांत झाला. ''आपण खरंच या एका गोष्टीला किती वेळ देतो आहे, याची त्याला जाणीव झाली होती,'' डस्टीन सांगतो.

❖

नोव्हेंबर २ तारखेला मायस्पेसनं ५ मिलियन युजरचा आकडा गाठला. इकडे लॉस आल्टोस हिल्सला मुलं चकित झाली. मायस्पेसच्या अगदी विरुद्ध आपण काहीतरी आधीच तयार केलं आहे याची त्यांना अचानक जाणीव झाली. मायस्पेस म्हणजे मोकळं रान होतं– जिथे भडकपणा होता आणि कुठलीही बंधनं नव्हती. इकडे द फेसबुक खूप मर्यादित स्वरूपाचं होतं आणि वापरणाऱ्यांना रंगरंगोटीचं स्वातंत्र्य अजिबात नव्हतं. तुम्ही किंवा सेवा वापरणारी व्यक्ती कोण आहे याचं मायस्पेसला सोयरसुतक नव्हतं. इकडे द फेसबुकनं आपल्या युजरला त्यांच्या विद्यापीठानं दिलेल्या ई-मेल अ‍ॅड्रेसमधून दिलेली आधिकारीक ओळख वापरण्याचा आग्रह धरून स्वत:ला स्वत:चा व्यवस्थित परिचय करून द्यायला भाग पाडलं होतं. मायस्पेसवर तुम्हाला कुणाचंही प्रोफाईल पाहता यावं अशी व्यवस्थाच होती. पण द फेसबुकवर तुमच्या स्वत:च्या कॉलेजपर्यंतच हे स्वातंत्र्य मर्यादित होतं आणि ज्यांनी तुम्हाला मित्र म्हणून स्वीकारलं असेल त्यांचंच प्रोफाईल तुम्ही पाहू शकत होतात. तुमचं खाजगी आयुष्य जपण्याचा प्रयत्न द फेसबुकवर केला गेला होता. ''मायस्पेसवर प्रोफाईलमध्ये हवं ते आणि हवं तसं टाकण्याची मुभा होती,'' मार्क सांगतो, ''आम्हाला मात्र वाटायचं की जर वापरणाऱ्यांना तेवढं स्वातंत्र्य दिलं नाही तर त्यांना अधिक काही तरी सांगण्याची उर्मी जपता येईल आणि त्यात त्यांना एक प्रकारचा व्यवस्थितपणाही राखता येईल.''

मायस्पेसची वाढती लोकप्रियता झकरबर्गला जराही विचलित करू शकली नाही. पण तो अन्य एका कारणानं अस्वस्थ झाला होता. विद्यापीठांसाठी तयार होणाऱ्या सोशल नेटवर्क साइटची संख्या झपाट्यानं वाढू लागली होती. या साऱ्यांवर मात करणं आता कंपनीसाठी प्राथमिक काम झालं होतं. पूर्णत: द

फेसबुकची प्रतिकृतीच वाटावी अशी कॉलेजफेसबुकडॉटकॉम ही साइट तयार झाली होती. दिसायलाही आणि वृत्तीनंही. द फेसबुकनं ज्या कॉलेज किंवा विद्यापीठांना आतापर्यंत आपल्या सेवा कक्षेत आणलं नव्हतं अशा थोड्या छोट्या शैक्षणिक संस्थांना गाठण्याचं काम या आणि अशा सर्व साइटचं होतं. काही काळाकरता या साइटनी काही हजार विद्यार्थ्यांना युजर बनवलं होतं. पण मग मे महिन्यात विन्कलवॉस आणि नरेंद्र यांनी हार्वर्ड कनेक्ट कनेक्टयु या नावानं सुरू केलं आणि खऱ्या संघर्षाची ठिणगी पडली, कारण त्यांनी ती सेवा सगळ्या कॉलेजेससाठी खुली केली. कोलंबिया विद्यापीठातील सीयूकम्युनिटीला 'कॅम्पस नेटवर्क' असं नाव देऊन ती साइट सुरू केली गेली आणि इतर कॉलेज कॅम्पसपर्यंत मजल मारण्याची त्यांची तयारी होती. द फेसबुकपेक्षाही जास्त वेगानं या इतर साइटच्या प्रगतीचा आलेख वाढू लागला होता. प्रत्येक कॅम्पसमध्ये या साइटचे युजर द फेसबुकपेक्षा कमी होते हे खरं, पण त्यामुळेच इतर कॉलेजला सेवा पुरवताना त्यांना द फेसबुकप्रमाणे सिस्टिमवर ताण येण्याची चिंता नव्हती. पण त्यांचं हे इतर अनेक कॉलेजपर्यंत पसरणं मार्क आणि मित्रांसाठी चिंतेचं कारण बनलं होतं.

मग या परीस्थितीवर नियंत्रण मिळवण्यासाठी त्यांनी 'surround strategy' आखली. या साइट ज्या कॉलेजपर्यंत जाण्याच्या प्रयत्नात आहेत तिथेच नाही तर त्या परिसरातील असतील नसतील त्या सर्व कॉलेजांत द फेसबुकला पोचवण्याचा सपाटाच या मुलांनी लावला. परिसरातील कॉलेजच्या मुलांनी द फेसबुक वापरायला सुरुवात केली की क्रॉस नेटवर्क तयार होणार आणि ज्या मुख्य कॉलेजला सेवा पुरवण्याचा उद्देश आहे तिथल्या विद्यार्थ्यांना द फेसबुक वापरणं भाग पडणार, अशी ही योजना होती. उदाहणार्थ, टेक्सास येथील वेकोच्या बेलोर विद्यापीठात आधीपासून त्यांचं स्वतःचं सोशल नेटवर्क कार्यरत होतं. द फेसबुकनं त्यामुळे अर्लिंग्टनच्या उत्तरेकडे युनिव्हर्सिटी ऑफ टेक्सासमध्ये, साउथवेस्टर्न युनिव्हर्सिटी आणि टेक्सास ए अॅन्ड एम युनिव्हर्सिटीत आपली सेवा सुरू केली. या अगदी सूक्ष्म गोष्टींचा उपयोग व्हायला लागला होत्या. कारण द फेसबुक सुरू झालं तेव्हापासूनच एक गोष्ट कायम घडली. ज्या कॉलेजमध्ये सोशल नेटवर्क नाही तिथे ते सुरू होताच लागण लागावी तसा त्याचा वापर वाढायचा. मार्क फक्त वीस वर्षांचा होता, पण त्याच्या प्रतिस्पर्ध्यांना त्यानं आपल्या व्यूहरचनेनं मात दिली होती.

आकर्षण म्हणून जाहिरातींचा वापर न करता मार्कनं त्यांचाही व्यवस्थित उपयोग करून घेतला. कंपनीचा खर्च वाढत असेल तर जाहिरातींतून होणारी मिळकतही वाढावी, अशी सर्वसाधारण अपेक्षा होती. कंपनीचा खर्च द फेसबुकच्या उत्पन्नातूनच निघावा यासाठी मार्क आग्रही होता. तेव्हा दर महिन्याला सगळ्या खर्चासाठी तब्बल ५०,००० डॉलर्स लागायचे. "किमान १००,००० डॉलर्स

सर्व्हरसाठी आणि ५००,००० लोकांसाठी लागत असतील तर जाहिरातीतून किती उत्पन्न व्हायला हवं?" हार्वर्ड क्रिमसनला दिलेल्या एका मुलाखतीत त्यानंच हा प्रश्न सगळ्यांपुढे ठेवला होता.

कंपनीचं जाहिरात प्रतिनिधित्व करणाऱ्या वाय२एमनं कंपनीसाठी एक मोठं जाहिरात कंत्राट मिळवलं. पॅरामाऊंट पिक्चरनं नोव्हेंबरमध्ये येणाऱ्या त्यांच्या द स्पॉन्जबॉब स्क्वेअर पॅन्ट चित्रपटाच्या शुभारंभाच्या जाहिराती द फेसबुकवर दिल्या. तेव्हा द फेसबुकवर एकच जाहिरात असायची. होमपेजच्या डाव्या बाजूला एका उभ्या आयताकृती जागेत ही जाहिरात दिसायची. पॅरामाऊंटनं या जाहिरातीच्या ५ मिलियन इम्प्रेशनकरता १५,००० डॉलर्स दिले होते. (जाहिरात जगतात त्याला ३ C&M डॉलर्स किंवा प्रत्येकी हजार व्ह्यूजची किंमत असं म्हटलं जातं.) पॅरामाऊंटनं आणखी एक अभिनव कल्पना द फेसबुकसोबत दिलेल्या जाहिरातीसोबत राबवली. नंतर हीच गोष्ट फेसबुकचा अविभाज्य घटक बनली. चित्रपटांच्या फॅनसाठी एक ग्रुप तयार करण्यात आला. ग्रुपमध्ये युजरला आमंत्रित करून त्यांच्यात चर्चा घडवून आणली जात असे. ग्रुपसाठी एक वाक्य टाकण्यात आलं होतं, जे अत्यंत मूर्खासारखं आहे असं वाटणाऱ्या लोकांनी तशी प्रतिक्रिया लगेच त्या चित्रपटाच्या पेजवर टाकली. ज्या लोकांना चित्रपट आवडला त्यांच्यावर टीकेची झोड उठवणाऱ्या प्रतिक्रियांचा जणू पाऊस पडला. पण ही कल्पना यशस्वी ठरली. द फेसबुकच्या २,५०० पेक्षा जास्त युजर्सनी आपल्या प्रोफाईलमध्ये या चित्रपटाचा उल्लेख केला होता.

डिसेंबरमध्ये वाय२एमनं ॲपल कॉम्प्युटरसोबत एक करार केला. आपल्या उत्पादनांच्या फॅनग्रुप व्यतिरिक्त ॲपलनं एक आणखी घोषणा केली. दर महिन्याला या ग्रुपमध्ये सामील होणाऱ्या प्रत्येक युजरमागे १ डॉलर ॲपलकडून कंपनीला देण्यात येणार, असा तो करार होता. ग्रुप लगेच लोकप्रिय झाला आणि कमीतकमी ५०,००० डॉलर्सची जी मर्यादा ठेवण्यात आली होती ती काही दिवसांतच सतत वाढतच गेली. द फेसबुकच्या आतापर्यंतच्या छोट्याशा इतिहासातील हा कंपनीला सगळ्यात मोठी आर्थिक कमाई करून देणारा करार ठरला. कंपनीचा खर्च कमीअधिक प्रमाणात या एका जाहिरात करारातूनच भरून निघू लागला. ॲपलमधील अधिकारीही प्रचंड खूष होते कारण आपल्या उत्पादनांच्या फॅनसोबत सतत संपर्क ठेवण्यासाठी त्यांना एक अप्रतिम व्यासपीठ मिळालं होतं. कॉलेजमधील आपल्या या आवडत्या ग्राहकांना मग त्यांनीही काही बक्षिसं द्यायला सुरुवात केली, ज्यात मोफत आयट्यून्सचा समावेश होता. झकरबर्गही या जाहिरात करारावर खूष होता. साचेबद्ध जाहिरातींचा त्याला तिटकारा होता आणि ॲपलची जाहिरात त्या प्रकारात मोडणारी नव्हती.

विद्यार्थी स्वत:ही काही जाहिराती तयार करू शकतील अशी सोय द फेसबुकवर होती– ज्याला फ्लायर्स म्हटलं जात असे. कॉलेजातील इतरांसाठी हे फ्लायर्स

फायद्याचे होते. अगदी मोठ्यातील मोठ्या कॅम्पसमध्येही अशा फ्लायर्ससाठी दिवसाला १०० डॉलर्स इतकी छोटी रक्कम द्यावी लागत असे. कॅम्पसमधील विविध गटांकडून त्यांच्या कार्यक्रमाच्या प्रचारासाठी किंवा फ्रॅटर्निटीच्या पार्टीची घोषणा करण्यासाठी फ्लायर्स विकत घेतले जात होते. कंपनीत काम करणाऱ्या या मुलांना ही गोष्ट आणखी पुढे जावी असं वाटत होतं. कॉलेज परिसरात विक्री करणाऱ्या काही व्यावसायिकांनाही विद्यार्थ्यांपर्यंत पोचायला या फ्लायर्सचा उपयोग झाला असता आणि कंपनीची कमाई होत राहिली असती. पार्करनं मग त्याच्या एका जुन्या रूममेटला, एझ्रा कॅलाहनला कंपनीत याच कामासाठी नियुक्त केलं. कॅलाहन *स्टॅनफोर्ड डेली*करता अशाच जाहिराती मिळवून देण्याचं काम करायचा. तो युरोपमध्ये फिरायला गेलेला असताना पार्करनं एक ई-मेल करून ही नोकरी त्याला बहाल केली. काही आठवड्यांनी एका रात्री १ वाजता तो एअरपोर्टवरून तडक दाखल झाला. पार्कर आपल्या मैत्रिणीसोबत चित्रपट पाहायला गेला होता आणि या नवीन मुलाबद्दल आणि त्याला दिलेल्या कामाबद्दल कुणाला काही माहीत नव्हतं. त्यामुळे डस्टीननं डोळे चोळत दार उघडलं तेव्हा कॅलाहन कोण याची त्याला अजिबात कल्पना नव्हती. ''मी एझ्रा आणि मी तुमच्यासाठी काम करतो,'' हे त्यानं अगदी ठासून सांगितलं. डस्टीननं त्याला आत घेतलं. कॅलाहनकडे रोख्यासंदर्भातील काही भन्नाट कल्पना होत्या. पण त्या फालतू आहेत हे त्याचं त्यानीच जाहीर केलं. त्याला तसंही लॉ कॉलेजला परत जायचं होतं. त्याचा बहुतेक वेळ स्थानिक व्यावसायिक उत्पादनांच्या व्यवहारातच जात होता. शिवाय हे सगळं येत्या काही महिन्यांसाठी होतं आणि विशेष म्हणजे ते कधीच सुरू झालं नाही. येणाऱ्या इतर जाहिरातींचं वेळापत्रक सांभाळण्याचं काम सालेरीयनकडून शिकून घेणं हासुद्धा कॅलाहनच्या कामाचा भाग होता. तिकडे ईस्ट कोस्टला बसून सॅव्हरीन हे सारं करीत होता. सॅव्हरीनशी असलेल्या मार्कच्या संबंधांमध्ये बरीच प्रगती होताना दिसत असली तरीही त्याच्या इतर जबाबदाऱ्या हळूहळू कमी करण्याची तयारीही मार्कनं चालवली होती.

नोव्हेंबर ३०ला द फेसबुकला त्याचा दहा लाखावा युजर मिळाला. त्यांना द फेसबुक सुरू करून फक्त दहा महिने झाले होते. पीटर थिएलनं नुकतंच सॅन फ्रान्सिस्कोला 'फ्रिझन' नावाचा नाईट क्लब आणि रेस्टॉरंट काढलं होतं. पार्टी करण्यासाठी त्यानं आपलं VIP lounge द फेसबुकच्या टीमला दिलं. पार्करनं दुहेरी फायदा करून घेत स्वत:च्या वाढदिवसाची पार्टीही त्यात समाविष्ट केली. डिसेंबर ३ला तो २५ वर्षांचा होणार होता.

ई-मेलद्वारे पाठवण्यात आलेलं निमंत्रण खूप काही सांगणारं होतं. शीर्षकाच्या जागी माल्कम ग्लॅडवेलच्या The Tipping Point या पुस्तकातील एक वाक्य

टाकण्यात आलं : 'Look at the world around you. With the slightest push – in right place – it can be tipped.' "जरा सभोवती जगाकडे पहा. जरा प्रयत्न केलात – योग्य त्या ठिकाणी – तर ते जग पादाक्रांत करणं अगदी शक्य आहे." पुढे लिहिलं होतं : 'And tip it has...' पार्कर ज्या प्रकारे कंपनीबद्दल बोलायचा किंवा विचार करायचा त्याचंच हे प्रतिबिंब होतं. जे कंपनीला मिळालं आहे ते तर मिळणारच होतं, हे त्याचं ठाम मत होतं. मार्कलाही दहा लाखाचा आकडा इतक्या लवकर गाठल्याचं आश्चर्य वाटलं होतं.

डिएन्जलो आणि सॅव्हरीनही या पार्टीकरीता सॅन फ्रान्सिस्कोला आले. बरोबर ख्रिस ह्यूजेसही होता. भांडवलदार, मित्र आणि येणारे-जाणारे सारेच त्या रात्री अगदी झिंगेपर्यंत प्यायले आणि पार्टीचा आनंद लुटत राहिले. कंपनीच्या मुख्य टीममधील अनेक जणांना कायद्यानं मद्यपान करण्याची परवानगी नाही याचं त्या वेळी कुणालाच भान नव्हतं. शिवाय आयुष्यात नेमकं काय महत्त्वाचं आहे यावरही प्रश्नचिन्ह कायम होतंच. पार्टीत एकानं डिएन्जलोला विचारलं की द फेसबुकमध्ये तो काय काम करतो? "अरे नाही," तो उद्गारला, "मी वायरहॉगसाठी काम करतो."

❖

फेसबुकच्या यशाची वार्ता सर्वदूर पसरली होती. सिलीकॉन व्हॅलीत यश म्हणजे पैशाची आवक, हे समीकरण ठरलं होतं. त्यामुळेच भांडवलदारांकडून कंपनीवर प्रस्तावांचा वर्षाव होऊ लागला. मार्कला त्यात काडीचंही स्वारस्य नव्हतं.

यातील एक प्रस्ताव सेक्वोया कॅपिटल या फर्मचा होता. जोड-भांडवलदारीच्या क्षेत्रातील सगळ्यात नावाजलेल्या अर्थसाहाय्य करणाऱ्यांपैकी ती एक आहे. या क्षेत्रातील सर्वच बड्या कंपन्यांना सेक्वोयानं अर्थसाहाय्य केलं आहे. त्यातील काही नावं घ्यायची तर त्यात ॲपल, सिस्को, गुगल, ओरॅकल, पे पाल, याहू आणि यूट्यूबचा समावेश आहे. सिलीकॉन व्हॅलीत अत्यंत गंभीर आणि कडक व्यवहारासाठी (कु?)प्रसिद्ध अशी ही कंपनी होती आणि मायकल मोरिट्झ त्याचा सर्वेसर्वा होता. मोरिट्झ प्लाक्सोच्या संचालक मंडळावर होता आणि पार्करला ओळखायचा. पण ही बाब फारशी आनंददायी नव्हती. पार्कर मोरिट्झला आपल्या प्लाक्सोतील अधोगतीसाठी कारणीभूत मानायचा. "माझ्यासोबत जे काही झालं होतं त्या पार्श्वभूमीवर सेक्वोयाकडून आम्ही पैसे घेण्याचा प्रश्नच उद्‌भवत नव्हता," पार्कर सांगतो.

पण एक गमतीचा भाग म्हणून वायरहॉगसाठी त्यांचा उपयोग केला जाणं शक्य असल्याची कल्पना त्यांना जरा भावली. तसं पाहिलं तर हे घडणं अतार्किक होतं पण सेक्वोयाशी जोडून घेण्यापलीकडेही याची एक सांकेतिक उपयोगिता होती. वायरहॉग आता मरणासन्न स्थितीत आहे, हे पार्करचं म्हणणं आता मार्कच्याही गळी

उतरण्याची चिन्हं दिसू लागली होती. "आम्ही अगदी प्रयत्नांची पराकाष्ठा केली आणि दोन-तीनदा वायरहॉगला तगवण्याचा प्रयत्न केला. पण आता या प्रकल्पासंदर्भात कुणाला काहीही घेणं-देणं उरलं नाही, याची जाणीव आम्हाला झाली होती," मार्क सांगतो, "त्यांना फक्त द फेसबुक हवं होतं." पण फेसबुकशी संबंध जोडण्यासाठी सेक्वोया इतकं उत्सुक होतं की त्यांचा एक भागीदार रोलॉफ बोथानं वायरहॉगचा प्रस्ताव स्वीकारला.

मुलांनी मग एक योजना बनवली. ज्या दिवशी हा करार होणार होता, ते सगळे उशिरापर्यंत झोपून राहिले. सकाळी आठ वाजता बोथाला भेटायची वेळ दिली होती. आठ वाजून पाच मिनिटांनी त्याचा फोन आला. "अरे तुम्ही मुलं कुठे आहात?" त्यानं विचारलं. मार्क आणि त्याचा वायरहॉगमधील भागीदार मॅकॅलम तडक सेक्वोयाच्या मेन्लो पार्कच्या सॅन्ड हिल रोडवरील दिमाखदार कार्यालयात पोचले. अंगावर टी-शर्ट आणि घरी झोपताना घालायचे पायजमे होते. ते मुद्दाम जास्त वेळ झोपले होते. "खरं तर आमची योजना याहीपेक्षा भयंकर होती," मार्क सांगतो, "आम्ही तिथे जाणारही नव्हतो." ताठरपणे पण लक्षपूर्वक ऐकणाऱ्या सेक्वोयाच्या त्या पार्टनरसमोर मार्कनं आपल्या प्रकल्पाचं सादरीकरण केलं.

त्यानं दहा स्लाईड दाखवल्या. वायरहॉगबद्दल कुठलाही मुद्दा त्यानं धरून ठेवला नाही. डेव्हिड लेटरमॅन पद्धतीनं 'वायरहॉगमध्ये गुंतवणूक न करण्यासाठीची दहा कारणं' असं ते सादरीकरण केलं होतं. 'कारण नंबर १० : वायरहॉगकडे अजिबात पैसे नाही'; 'कारण नंबर ९ : संगीत उद्योगाकडून आमच्यावर खटले भरले जाण्याची शक्यता आहे'; आणि नंतर तर हा प्रकार अत्यंत लाजिरवाण्या स्थितीला आला. मार्कनं इतर कारणं सांगितली. 'कारण नंबर ३ की आम्ही तुमच्या कार्यालयात पायजमे घालून आलो आहोत; कारण नंबर २ : या प्रकल्पात शॉन पार्करचाही सहभाग आहे आणि कारण नंबर १ : आम्ही आलोत कारण रोलॉफनं आम्हाला इथे यायला भाग पाडलं.'

मार्कला आता या प्रकाराचा खूप पश्चात्ताप होतो. तो सांगतो की ते सारेच जण प्रत्येक गोष्ट फार लक्षपूर्वक ऐकत होते. "मला वाटतं आम्ही त्यांचा खूप अपमान केला आणि आता मला त्याबद्दल मनापासून वाईट वाटतं," तो कबूल करतो. "काहीतरी चांगलं घडावं यासाठी प्रयत्न करणारे ते प्रगल्भ लोक होते आणि आम्ही त्यांचा वेळ वाया घालवला. मला कायम लाजेनं मान खाली घालायला लावणारी ती कृती होती," मार्क सांगतो. सेक्वोयानं नंतर कधीच फेसबुकमध्ये गुंतवणूक केली नाही.

शेवटी एकदाचा वायरहॉगचा विषय बाजूला झाला. मग फक्त फेसबुकवर लक्ष केंद्रित करण्यात आलं. आता मार्कवरही विजय मिळवता आला होता. प्रेसिडन्ट

पार्करनं इतर पदांसाठी सगळ्यात हुशार आणि बुद्धिमान लोकांचा शोध घेण्यास प्रारंभ केला. त्याच्या यादीतील पहिली व्यक्ती होती मॅट कोहलर. मॅट थिएलचा उजवा हात होता आणि गुंतवणुकीसाठी झालेल्या कराराच्या वेळी तो थिएलसोबत उपस्थित होता. पार्करला ज्या प्रकारच्या गुणांची अपेक्षा होती, कोहलरकडे ते सर्व होते. तो जात्याचं कुशाग्र बुद्धीचा होता; त्याला इंटरनेटची खडान्‌खडा माहिती होती आणि अप्रतिम सामाजिक जाण होती. मॅटनं येलमधून म्युझिकॉलॉजीत प्राविण्यासह पदवी मिळवली होती त्यामुळं द फेसबुकच्या हार्वर्डमधील जनतेसाठी तो एकदम योग्य होता. शिवाय त्याला आंतरराष्ट्रीय स्तरावर काम करण्याचा अनुभवही होता. एका इंटरनेट कंपनीसोबत काम करताना तो काही काळ चीनला होता. पण कोहलर लिंक्डइनमध्ये समाधानी होता. सिलीकॉन व्हॅलीत तेव्हा नवीन सुरू झालेल्या कंपन्यांपैकी लिंक्डइनला एक उज्ज्वल भवितव्य असलेली सगळ्यात लोकप्रिय कंपनी म्हणून गणलं जात होतं.

पार्करचा प्रस्ताव स्वीकारावा की नाही याबाबत कोहलरनं आपल्या काही मित्रांशी चर्चा केली. त्याचं वय त्या वेळी अठ्ठावीस वर्षं होतं आणि मॅकेन्झीसारख्या सन्माननीय कन्सल्टिंग कंपनीत त्यानंही काम केलं होतं. बेधडक काहीही करणाऱ्यांपैकी तो नव्हता. प्रिन्सटनमध्ये शिकणाऱ्या आपल्या लहान भावाला शेवटी त्यानं फोन लावला आणि द फेसबुक असा काही प्रकार तुम्हाला माहिती आहे का, असं विचारलं. ''तुमच्याकडे वीज वगैरे आहे का रे? या प्रकारातला माझा प्रश्न आहे की काय असं त्याला वाटलं.'' कोहलरला तो क्षण आजही आठवतो. भावाशी बोलल्यानंतरही द फेसबुक युजरचा जो आकडा मार्क आणि पार्कर अभिमानानं मिरवत होते त्यावर विश्वास ठेवणं कोहलरला शक्य होत नव्हतं.

शेवटी त्यानं मार्कलाच फोन करून द फेसबुकच्या डाटाबेसमध्ये थोडी ढवळाढवळ करू का, म्हणून विचारलं. त्याला जे आढळून आलं त्यानं तो पार चक्रावून गेला. तो, मार्क आणि पार्कर शेवटी एका निर्णयापर्यंत पोचले. त्या वेळी कंपनीत बहुतांशी सगळ्यांना वार्षिक ६५,००० डॉलर्सपर्यंत पगार होते आणि रोख्यांमध्ये एक मर्यादित हिस्साही होता, जो कोहलरसाठी खूप महत्त्वाचा भाग होता. द फेसबुक एक दिवस खूप भव्य होणार याची कोहलरला आता पूर्ण खात्री झाली होती. त्याला वायरहॉगमध्ये अजिबात रस नव्हता. द फेसबुकला कंपनीचं रूप देणं, हे त्याचं काम होतं. पण त्याला भविष्यात प्रामुख्यानं मार्कच्या सल्लागाराचं काम करायचं होतं.

❖

५

गुंतवणूकदार

'मला या कंपनीत गुंतवणूक करायलाच हवी.'

कंपनीचा अधिकृत प्रवक्ता असलेल्या ख्रिस ह्यूजेसची हार्वर्डमध्ये ऑलिव्हिया मा नावाची एक मैत्रीण होती. ऑलिव्हियाचे वडील ख्रिस मा वॉशिंग्टन पोस्ट कंपनीत अधिग्रहण आणि गुंतवणूक विभागात वरिष्ठ व्यवस्थापक होते. फेसबुक एकदा तरी पहा, म्हणून आपली मुलगी मागे लागल्यावर ख्रिस मार्क झकरबर्गला २००४च्या ख्रिसमस आणि नवीन वर्षाच्या मधल्या एका रविवारी पालो आल्टोतील फेसबुकच्या ऑफिस शेजारीच मेन्लो पार्कला जेवायला घेऊन गेले.

पोस्टनं यापूर्वीच ट्राईबडॉटनेटमध्ये गुंतवणूक केली होती. पण मार्कशी बोलताना ख्रिसला फेसबुकनं भुरळ घातली. कॉलेजचे विद्यार्थी हे या साइटचं मुख्य धेय्य होतं. झकरबर्गच्या व्यक्तिमत्त्वावरही आपण भाळलो आहे, हे त्यांच्या लगेच लक्षात आलं. ''मार्कला मानसशास्त्राची जाण आहे आणि तेच त्याला आणि द फेसबुकला यश मिळवून देत आहे, हा निष्कर्ष मी अगदी पहिल्याच भेटीत काढला,'' मा सांगतात. ''एक सामाजिक संवाद निर्माण व्हावा, ही या साइटची मध्यवर्ती कल्पना होती. असा संवाद घडावा ही प्रत्येक विद्यार्थ्याची आंतरिक इच्छा असते आणि त्याची ही इच्छाच त्याला मित्रमंडळींत सामील होण्यास प्रवृत्त करते. ते काय काय करतात, कसा विचार करतात आणि पुढे काय करणार हे जाणून घेण्याची त्यांची इच्छाही प्रबळ असते. मार्कचा दृष्टीकोन अगदी साधाच पण अत्यंत सूक्ष्म आणि प्रभावी होता,'' ते सांगतात. पोस्टच्या गुंतवणुकीसंदर्भातील आक्रमक आणि थोड्याफार प्रमाणातील अनिश्चित भूमिकेबद्दल त्यांनी मार्कला आगाऊ कल्पना दिली आणि द फेसबुकमध्ये गुंतवणूक करण्यास आवडेल, असे संकेतही दिले. मार्कनं त्यांना नंतर कळवतो म्हणून सांगितलं. पण या पहिल्याच भेटीतच ख्रिसशी मार्कचं सूत जुळलं ते ऑलिव्हिया मैत्रीण आहे म्हणून नाही, तर ते मार्क जिथे शिकला त्या एक्सेटर अकॅडमीचेच विद्यार्थी होते. दोन आठवड्यांनी मार्कनं त्यांना फोन केला आणि

वॉशिंग्टनला येऊन गुंतवणुकीसंदर्भात चर्चा करायची आहे, असं कळवलं.

शॉन पार्करचे पालक वॉशिंग्टनलाच राहत होते. त्यामुळे तो ही मार्कसोबत जायला निघाला. पोस्टच्या कार्यालयात दोघं पोचले तर तिथे फक्त ख्रिस आणि त्यांचे गुंतवणूक अधिकारीच नाही तर स्वत: पोस्टचे सीईओ डॉन ग्रॅहमही बसले होते. पोस्टच्या कार्यालयात तेव्हा डागडुजीचं काम सुरू होतं. म्हणून त्या लहानशा कॉन्फरन्स रूममध्ये खूप गर्दी झाली होती. या धडाडीच्या नवीन उद्योजकांना पाहाण्यासाठी म्हणून ग्रॅहमनं थोडा वेळ या बैठकीला यावं, अशी ख्रिसनं त्यांना विनंती केली होती. अमेरिकेच्या उद्योग जगतातील अग्रणी नेता मानले जाणारे ग्रॅहम १९३० पासून वॉशिंग्टन पोस्ट चालवणाऱ्या कुटुंबाचे सदस्य होते. त्यांचा चेहरा लालबुंद होता. झकरबर्गनं त्यांना द फेसबुकची संकल्पना समजावून सांगितली आणि आता ते स्वत: कबूल करतात की त्यांना ती संकल्पना लगेच आवडली. ''मला लगेच वाटलं की ती एक भन्नाट व्यावसायिक कल्पना आहे,'' ग्रॅहम सांगतात. द फेसबुकची हार्वर्डमधील यशोगाथा ऐकताना हा एकोणसाठ वर्षांचा गृहस्थ आठवणीत रमला होता. ते स्वत:ही हार्वर्डमध्येच शिकले होते. त्यांनी १९६०च्या दरम्यान हार्वर्ड क्रिमसनमध्ये आधी एक वार्ताहर म्हणून काम केलं आणि नंतर त्याचंच अध्यक्षपदही भूषवलं.

त्या काळी क्रिमसनमध्ये दोन मोठी लेजर बुक्स ठेवली होती. एक रोजच्या वर्तमानपत्रातील काही महत्त्वाच्या बातम्या कापून चिकटवण्यासाठी वापरलं जायचं. या बातम्यांच्या खाली विद्यार्थी आपल्या प्रतिक्रिया लिहीत असत. दुसऱ्या वहीत कुणालाही काहीही लिहण्याची मुभा होती. ''मला अजूनही स्पष्ट आठवतं. त्या रूममध्ये गेलं की त्या लेजरमधली प्रत्येक बातमी वाचायची आणि त्यावर प्रतिक्रिया द्यायची, हा आमचा नित्यनेम होता,'' ग्रॅहम सांगतात, ''आणि मला नेहमी या प्रतिक्रियांच्या ताकदीची कल्पना करून वाटायचं की यांना समाविष्ट करणारं किंवा त्या व्यक्त होण्यासाठी एक असं हे (त्यांच्या वर्तमानपत्रासारखं) व्यासपीठ असावं,'' ते सांगतात. ''मार्कची द फेसबुकची कल्पना ऐकताच मी आश्चर्यचकित झालो आणि वाटलं, हा मुलगा तेच करतो आहे जे मला करायचं होतं.'' यानंतर ग्रॅहम पोस्टसाठी स्वतंत्र वेब व्यवसाय तयार करण्यात गुंतले होते.

द फेसबुक वापरासाठी युजरकडून दिल्या जाणाऱ्या वेळेची आकडेवारी ऐकून ग्रॅहम अचंबित झाले. मार्क झकरबर्गच्या संदर्भातही त्यांची हीच प्रतिक्रिया होती. ''आतापेक्षाही जास्त तो त्या वेळी बुजलेला होता,'' ते पुढे सांगतात, ''आपण काही बोललो तर तो एक क्षण थांबून विचार करून मगच प्रतिक्रिया देत होता. पण त्यानं त्या दिवशी उच्चारलेला शब्दन्‌शब्द महत्त्वाचा होता. त्याचं वीस वर्षांचं हे वय लक्षात घेता ते वागणं आश्चर्यकारक होतं,'' अशी कबुली ग्रॅहम देतात.

या मीटिंगचा वृतांत पार्कर सांगतो. ''ग्रॅहम आपल्या कंपनीच्या इतिहासाबद्दल

सांगत असताना त्यांनी मध्येच एक उल्लेख केला. '....आणि अचानक आमच्या आयुष्यात वॉरन बफेट नावाच्या माणसाचं आगमन झालं.' " या भेटीपूर्वी मार्क आणि पार्कर दोघांनाही ग्रॅहम यांच्या कुटुंबासंदर्भात काहीही माहिती नव्हती. पण वॉरेन बफेट या जगातील सर्वात श्रीमंत व्यक्तींपैकी एक असलेल्या गुंतवणूक क्षेत्रातील सम्राटाबद्दल त्यांनी खूप काही ऐकलं होतं. बफेट यांच्या बर्कशायर हॅथवे कंपनीचा पोस्टमध्ये १९७० पासून गुंतवणुकीत भरपूर मोठा वाटा होता. "ग्रॅहम म्हणाले की बफेट यांचं आगमन त्यांच्या कंपनीसाठी परिवर्तनाची नांदी ठरली," पार्कर सांगतो. पोस्टला दीर्घकालीन व्यावसायिक रूपरेषा ठरवणं सहज शक्य झालं, कारण ग्रॅहम परिवाराचं कंपनीतील भागभांडवलावर मोठ्या प्रमाणात नियंत्रण होतं. शिवाय गुंतवणूक करताना, ती दीर्घकाळाकरता असेल, असं आश्वासन बफेटनं ग्रॅहम परिवाराला दिलं होतं. ही गोष्ट ग्रॅहम यांनी आवर्जून या मुलांना सांगितली होती.

आजपर्यंत आणि त्यानंतरही कधीही कुणासमोर ठेवला नाही असा अगदी उत्फूर्त प्रस्ताव त्यांनी बोलता बोलता मार्कसमोर ठेवला. त्यांना आजही आठवतं: "जोड भांडवलदारी आणि त्या संदर्भातील संभावित धोक्यांबद्दल मार्कच्या बोलण्यात आलेला उल्लेख लक्षात घेत मी म्हणालो, 'मार्क, सरतेशेवटी तू हे असं करणार नाहीस. पण जर तुला कधी वाटलंच की जोड-भांडवलदार आपल्याला नकोत आणि भांडवल देताना आपल्यावर कुठल्याही प्रकारचा दबाव येऊ नये, तर आम्ही कदाचित तुझ्या कंपनीत गुंतवणूक करू.' "

ग्रॅहमच्या व्यावसायिक ज्ञानानं मार्क खूपच प्रभावित झाला. तो स्पष्ट करतो: "अनेक अशा भांडवलदारांनी आमच्याशी संपर्क साधला होता. पण आम्हाला सिलीकॉन व्हॅलीत प्रचलित असलेल्या या पद्धतीतून जायचंच नव्हतं. भांडवलदारीतून पैसे मिळवा, मग सार्वजनिक व्हा किंवा लवकरात लवकर कंपनी विका. मग झटपट एक व्यावसायिक संचालक मंडळ स्थापन करा आणि बरंच काही. मला ते नको होतं. पण या सगळ्या तंत्रज्ञान क्षेत्रातील कंपन्यांपेक्षा वॉशिंग्टन पोस्ट अगदीच वेगळी कंपनी होती. मी या दोन गोष्टींच्या संस्कृतीतील फरक पाहून अगदी चकित झालो होतो. तिथे दूरदृष्टी होती, आपलं नाव टिकवण्यासाठीचा निग्रह आणि वॉशिंग्टन पोस्टनं आत्तापर्यंत कमावलेला विश्वास. 'वॉव! मलाही या व्यक्तीप्रमाणे व्हायला आवडेल,' ही माझी पहिली प्रतिक्रिया होती. त्या क्षणी मी कंपनीसाठीच्या गुंतवणुकीसंदर्भात नव्यानं आणि अधिक गंभीरतेनं विचार करायला सुरुवात केली. या लोकांबरोबरच आपणही नवी सुरुवात करावी असं मला प्रकर्षानं जाणवलं. फक्त डॉनच अशी व्यक्ती आहेत ज्यांच्याबरोबर मी भविष्यात काम करू शकतो, ही जाणीव मला त्या क्षणी झाली." ठरवलं होतं त्याच्या अगदी उलट ग्रॅहम या

बैठकीत ९० मिनिटं थांबले. शेवटी ते जेव्हा जायला निघाले तेव्हा मार्कनं उभं राहून त्यांना निरोप दिला. त्यानं ग्रॅहमच्या नजरेला नजर भिडवली आणि म्हणाला "You're cool." ग्रॅहम प्रसन्न हसून निघून गेले.

यानंतर सगळ्या घडामोडींना अचानक वेग आला. पोस्टनं आणखी एक मोठं शिष्टमंडळ पालो आल्टोला पाठवलं. पोस्टच्या ऑनलाईन विभागातील व्यवस्थापकांचाही या ताफ्यात समावेश होता. नव्यानं नियुक्त झालेल्या सीईओ कॅरलीन लिटील आणि वित्त व व्यवसाय विकास विभागाचे उपाध्यक्षही त्यांच्याबरोबर आले होते. "द फेसबुक ही सोन्याची खाण आहे, हे पाहताक्षणीच लक्षात आलं" लिटील सांगतात. "मार्क जाहिरातींच्या अगदी विरोधात होता हे आमच्या ध्यानात आलं होतं," त्या पुढे म्हणाल्या, "पण मी तिथे बसून जेव्हा या सगळ्यातून होऊ शकणाऱ्या आर्थिक लाभाची नुसती कल्पना केली आणि माझ्या तोंडाला अगदी पाणी सुटलं. पण मला हा विचार टाकून द्यावा लागला कारण या संदर्भात ग्रॅहमला काहीही ऐकायचं नव्हतं."

गुंतवणुकीच्या संदर्भात मार्कच्या विचारांत आलेल्या या बदलामुळे शॉन पार्करनं या संधीचा फायदा घेऊन आणखी काय काय मिळवता येईल, या दिशेनं जोरदार प्रयत्न सुरू केले. "आम्हाला त्या वेळीही अर्ध्या बिलियन डॉलर्सइतक्या मूल्यमापनाची अपेक्षा होती," पार्कर अजूनही तेवढ्याच निग्रहानं आणि ठासून सांगतो. "आम्ही जगावर राज्य करायला निघालो होतो हे दिसतच होतं." पण खरं तर त्या क्षणाला पार्करही कंपनीच्या मूल्यमापनासंदर्भात जरा मोजून मापूनच बोलत होता. आता मिबो या मेसेजिंग कंपनीचा सीईओ असलेला सेथ स्टेनबर्ग पार्करचा मित्र होता. पार्करनं त्याचाही सल्ला घेतला होता, असं स्टेनबर्ग सांगतो. स्टेनबर्ग स्वत:ही फक्त सव्वीस वर्षांचा होता. पण तो IBM सारख्या कंपनीत कॉर्पोरेट डेव्हलपमेंट विभागात नोकरीवर होता आणि त्याचा सल्ला नक्कीच मोलाचा होता. त्यानं कमीतकमी ४० मिलियन डॉलर्सची मागणी करण्याचं सुचवलं. कंपनीच्या कागदपत्रांनुसार पार्करनं स्टेनबर्गनं सुचवलेल्या आकड्यात थोडी वाढ करून आकडा ४० ते ६० मिलियन डॉलर्सच्या दरम्यानचा असावा, अशी अपेक्षा व्यक्त केली. फक्त एक वर्ष जुन्या कंपनीला ही एवढी किंमत मिळाली असती तर ते एक आश्चर्यच मानलं गेलं असतं. कारण ही कंपनी चालवणारी सगळी मुलं वीस वर्षांच्या आतली होती आणि काम करणारे फक्त सात जण होते. शिवाय या कंपनीचं वार्षिक उत्पन्न एक मिलियन डॉलरपेक्षाही कमी होतं. पण पार्करचा अंदाज चुकीचा ठरला. त्याला याहीपेक्षा जास्त किंमत मिळाली.

द फेसबुक गुंतवणुकीसाठी तयार आहे, हे कळताच सिलीकॉन व्हॅलीत खळबळ माजली. चौकशांचा भडिमार होऊ लागला. द फेसबुकमधला प्रत्येक मोबाइल खणखणत होता. सिलीकॉन व्हॅलीतील सगळ्यात जास्त संपर्क असलेला

आणि एक मोठा भांडवलदार रॉन कॉनवे पार्करला कुणाशी बोलावं आणि कुणाशी नाही यासंदर्भात सल्ले देत होता. सिलीकॉन व्हॅलीतील मोठाल्या भांडवल पुरवणाऱ्या कंपन्यांना ई-मेल पाठवण्याचा सपाटाही त्यानं लावला होता. (झकरबर्ग सांगतो की त्या वेळी चाललेल्या या घडामोडींपैकी अनेक घडामोडींची त्याला अजिबात कल्पना नव्हती.)

जानेवारी २३ला अचानक लॉस एन्जेलीस टाइम्समध्ये द फेसबुकबद्दल तेव्हापर्यंतची कुठल्याही मोठ्या आणि महत्त्वाच्या वर्तमानपत्रातील सगळ्यात मोठी बातमी अगदी पहिल्या पानावर झळकली. मग भांडवलदारांच्या उत्साहाला आणखी उधाण आलं. 'संपूर्ण युएसमध्ये कॉलेज तरुणांना मंत्रमुग्ध करणारी साइट' अशा मथळ्याखाली आलेल्या या बातमीत म्हटलं होतं, "चतुर की मूर्खपणाचं की उद्दामपणाचं काहीही म्हणा, पण या साइटचा आपल्या सदस्यांवर जबरदस्त पगडा आहे." रेबेका ट्राऊन्ससनं लिहिलेल्या या बातमीत पुढे म्हटलं होतं की याचा प्रत्येक सदस्य अगदी दररोज एकदा तरी या साइटवर लॉग-इन करतो.

आता द फेसबुकचा डिझाईनर गुरू बनलेल्या सिटीगकडून पार्करनं एक पॉवर पॉइंट प्रेझेंटेशन बनवून घेतलं आणि आणखी काही भांडवलदारांना गाठण्यास तो बाहेर पडला. ते सहा पानी सादरीकरण साधं पण अत्यंत प्रभावी आणि खिळवून ठेवणारं होतं. यात दावा करण्यात आला होता की द फेसबुकवर दोन मिलियन सदस्य आहेत (ही मध्यातली फेब्रुवारीच्या आकडेवारी होती) आणि ३७० कॉलेजमध्ये ही सेवा पुरवण्यात येत आहे. पण साइटवर युजर जो वेळ देत होते त्याची आकडेवारी या भांडवलदारांना थक्क करणारी होती. तब्बल ६५ टक्के युजर साइटवर रोज काही वेळ देत होते तर ९० टक्के आठवड्यांतून एकदा तरी या साइटचा वापर करताना आढळून आले होते. वाढ कमालीची झपाट्यानं होताना दिसत होती. काही वेळा ती दिवसाला ३ टक्के नोंदवली गेली.

सादरीकरणातील साधे आलेखच पाहाणाऱ्यांना आकर्षित करणारे होते. पार्करनं सिटीगसोबत बसून मुद्दाम यावर काम केलं होतं. त्यात नाट्य निर्माण करण्याचाही थोडा प्रयत्न केला होता. सर्वप्रथम ज्या कॉलेजांत ही सेवा सुरू आहे त्यांचा आलेख पार्कर सादर करायचा. ते सारं वर जाणाऱ्या पायऱ्यांप्रमाणे होतं. बॅचेस सुरू होण्याच्या काळात कॉलेजमध्ये प्रवेश करण्यावर साइटचा भर होता. एका ठिकाणी सेवा सुरू केल्यावर काही काळ थोडा विराम घेऊन मगच दुसऱ्या कॉलेजची माहिती त्या आलेखात जोडली जात असे. हेच युजर्सच्या संख्येच्याही बाबतीत होतं. यात कॉलेज सुरू होण्याचा काळ आणि मिळणारे सदस्य यांच्यातील संबंधही स्पष्ट होत असे. शाळेच्या आलेखात एक पायरी वर गेलं की इकडे कमीतकमी काळात सदस्य संख्येतही अशीच वाढ दिसायची. यातून खात्रीलायक विकासाची ग्वाही मिळत होती

आणि जोपर्यंत देशातील १६ मिलियन कॉलेजचे विद्यार्थी द फेसबुकला सदस्य म्हणून मिळत नाही तोपर्यंत तरी हा विकास असाच राहणार होता.

आपल्या या साध्या आणि सोप्या व्यावसायिक योजनेच्या सादरीकरणात पार्करनं आतापर्यंत अगदी नियमानं चालत आलेल्या इंटरनेट बॅनर जाहिरातींचा उल्लेखच केला नाही. दफसेबुकचं जे काही थोडंथोडकं उत्पन्न होतं त्यात या जाहिरातींतून मिळालेल्या महसूलाचाच मुख्य वाटा होता, ही खरी परिस्थिती होती. त्याच्या सादरीकरणाच्या पान क्रमांक चारवर त्यानं 'स्थानिक जाहिराती' असा मथळा दिला होता. कॉलेज परिसरातील फ्लायर्सना जर आणखी प्रोत्साहन दिलं तर त्यातून ३.६५ मिलियन डॉलर्स एवढं उत्पन्न मिळवणं शक्य आहे, असा अंदाज पार्करनं यात व्यक्त केला होता. पण त्यासाठी द फेसबुकला ४०० कॉलेजमध्ये पोचावं लागणार होतं. याहीपेक्षा एझ्रा कॅलाहनला घेऊन त्यानं स्थानिक उत्पादनांच्या जाहिरातीसंदर्भात जे काम हाती घेतलं होतं त्यातून याहीपेक्षा जास्त म्हणजे वार्षिक ३६.६ मिलियन डॉलर्स उत्पन्न मिळवता येईल, असा त्याचा अंदाज होता. अशा साठ विविध व्यावसायिक कल्पनांची ४०० कॉलेजमध्ये आकर्षक सवलतींसह जाहिरात करावी लागणार होती.

नंतरच्या पानावर निव्वळ मार्केटिंगसंदर्भातील विविध आकर्षक कल्पनांचा गोषवारा होता. गुगलच्या ॲडसेन्सकडून प्रेरणा घेत, ॲडसीड या नावानं ही कल्पना मांडण्यात आली. ॲडसेन्सद्वारे गुगलनं एक नवीन संकल्पना अमलात आणली होती. विषयाला धरून असलेल्या उत्पादनांच्या फक्त भाषिक जाहिरातींना त्यांनी जागा करून दिली होती. हळूहळू ही कल्पना रुजू लागली होती. ॲडसीड चालवून गुगलची हवा काढून घेण्याचा द फेसबुकचा प्रयत्न होता. या स्लाईडमध्ये लिहिलं होतं : 'products, brands, and media propeties (movies, books, music) receive a 'home' in social space.' ॲपलनं प्रायोजित केलेल्या पूर्ण पान जाहिरातीसाठी काहीतरी वेगळं करण्यासाठीची तयारी द फेसबुकनं सुरू केलीच होती. उदाहरण म्हणून तेच सादर करण्याचं ठरलं. द फेसबुकच्या काही महत्त्वाच्या जाहिरातदारांकडून व ॲडसीडच्या माध्यमातून महिना ४०,००० डॉलर्स एवढी कमाई होते आहे, असा दावा यात करण्यात आला होता. मात्र ॲडसीड हे नाव कधीच वापरलं गेलं नाही, हे विशेष.

कंपनीच्या दस्तावेजानुसार फेब्रुवारी ९ पर्यंत भांडवल पुरवणाऱ्या बारा वेगवेगळ्या कंपन्या, चार मोठ्या तंत्रज्ञान कंपन्या आणि पोस्ट हे सगळे द फेसबुकसोबत कुठल्या ना कुठल्या तरी प्रकारचा करार करण्यासाठी प्रयत्न करत होते. ज्या भांडवलदारांच्या मागे जावं लागेल अशांचा विचारही करायचा नाही, असं पार्करनं ठरवलं होतं. काही नावाजलेले भांडवलदार या शर्यतीत नव्हतेच. क्लेनर पर्किन्स आणि बेन्चमार्क

कॅपिटल या व्हॅलीतील दोन महत्त्वाच्या भांडवलदार कंपन्यांचे हात फ्रेन्डस्टरमधल्या गुंतवणुकीमुळे आधीच पोळले होते. त्यामुळे पुन्हा सोशल नेटवर्किंगच्या फंदात पडायचं नाही हे त्यांनी ठरवून टाकलं. म्हणूनच द फेसबुकशी कुठल्याही प्रकारचा व्यवहार करण्याचा काही प्रश्नच निर्माण होत नव्हता.

या प्रभावी आणि आकर्षक सादरीकरणानंतरही द फेसबुकसंदर्भात काही शंका कायम होत्या. कारण ही साइट पाहाण्यासाठी ज्याला गुंतवणूक करायची आहे त्यालाही आपल्या कॉलेजचा ई-मेल ॲड्रेस मिळवणं आवश्यक होतं. मर्यादित वापर असलेली ग्राहक वेबसाइट ही संकल्पनाच तशी नवीन होती. यापलीकडेही काही वैयक्तिक बाबीही होत्या आणि त्यातील सगळ्यात मोठी म्हणजे कंपनीचा सीईओ एक वीस वर्षांचा अननुभवी मुलगा होता व त्याच्या भागीदाराचा भूतकाळ गौरवास्पद नव्हता.

पोस्टसोबत बोलणी सुरू असताना इतर घडामोडींना वेग आलेला होता. द फेसबुकला त्या क्षणी पैशांची गरज निर्माण झाली होती. WTI च्या मॉरीस वेरडेगर या आपल्या मित्राकडून काही पैसे उसनवारीनं घेण्याचं पार्करनं ठरवलं. त्याच्याकडून आठ महिन्यांच्या मुदतीवर घेतलेले ३००,००० डॉलर्स या मुलांनी मुदतीआधीच परत केले होते. पार्करनं पुन्हा तेवढ्याच रकमेसाठीचा प्रस्ताव ठेवला. ज्या कंपनीत आधीच कुठल्यातरी जोड भांडवलदार कंपनीनं पैसा लावला आहे त्या कंपनीला भांडवल किंवा व्याजानं पैसे देण्याचा WTI चा नियम होता. यासाठी भांडवलदार कंपनीनं केलेल्या मूल्यमापनाच्या आधारावरच ते आपल्याही परताव्यांचे दर किंवा व्याज ठरवायचे. पण द फेसबुक या नियमात बसत नव्हतं. त्यांनी कुठल्याही भांडवल देणाऱ्या कंपनीला अजून तरी सामील केलेलं नव्हतं. त्यामुळेच आणखी रक्कम द फेसबुकला देताना हमी काय घ्यायची आणि मूल्यमापनाचा आधार काय असणार, हा मोठा प्रश्न वेरडेगरपुढे उभा राहिला. पार्करशी बोलणी करताना त्यामुळे कुठलाच निष्कर्षाप्रत येण्याची शक्यता दिसत नव्हती. थिएलचे पैसे लागले असताना फक्त विश्वासाच्या बळावर द फेसबुकला पैसे देऊन WTI नं आधीच नियमांना कलाटणी दिली होती.

जर ही पुढील रक्कम देणं मान्य केलं तर WTI चा द फेसबुकवर केलेला एकूण खर्च ६२५,००० डॉलर्स होणार होता ज्यात २५,००० डॉलर्सच्या रोखे गुंतवणुकीचाही समावेश होता. थिएलनं द फेसबुकचे शेअर घेताना जी किंमत लावली होती त्याच किमतीची हमी या नवीन कर्जावरही लागू व्हावी, अशी मागणी त्यानं पार्करपुढे ठेवली.

पार्कर त्याला कंपनीच्या येणाऱ्या काळातील गुंतवणुकीसंदर्भात सांगू लागला तेव्हा वेरडेगरला WTIचे पैसे लवकरात लवकर परत मिळणार याची कल्पना

आली. जर खरंच अशी एखादी मोठी गुंतवणूक द फेसबुकमध्ये येणार असेल तर पुन्हा पैसे देण्यात फार धोका नव्हता. पण पार्करला, येणाऱ्या गुंतवणुकीच्या मूल्यमापनाच्या किमतीला आधारभूत ठेवून हमी हवी होती. शिवाय त्यानं वेरडेगरला सांगितलं की कंपनीचं मूल्यमापन हे किमान ५० मिलियन डॉलर्सच्या घरात असणार आहे. यावर वेरडेगरचा विश्वास बसण्याचं काहीच कारण नव्हतं. शिवाय गुंतवणूक लवकरच होणार आहे यावरही त्यानं विश्वास ठेवला नाही.

शेवटी एक तोडगा काढण्यात आला. कर्जाच्या करारात एक कलम टाकण्यात आलं. भांडवलाच्या माध्यमातून द फेसबुकला १५ मे २००५ पर्यंत (म्हणजे ही बोलणी झाली तेव्हापासून तीन महिन्यांत) जर दोन मिलियन किंवा त्यापेक्षा जास्त रक्कम मिळाली तर त्या भांडवलदार कंपनीला दिल्या जाणाऱ्या किमतीपेक्षा थोड्या कमी किमतीत WTI ला, दिलेल्या हमीच्या बदल्यात द फेसबुकचे भाग विकत देण्यात यावे. पण येत्या तीन महिन्यांत अशी कुठलीही गुंतवणूक मिळवण्यात कंपनीला अपयश आलं तर थिएल आणि स्वत: WTI नंही ज्या किमतीला पूर्वी कंपनीनं भाग घेतले त्यापेक्षा कमी किमतीत आणखी भाग विकत घेण्याची संधी WTI ला मिळावी. या नवीन करारातून मिळालेले ३००,००० डॉलर्स द फेसबुकनं नंतरच्या काळात फक्त नवीन सर्व्हरवर खर्च केले.

❖

पोस्टसोबतची बोलणी सुरू असतानाच मार्च महिन्यात या सगळ्या प्रक्रियेत अचानक व्हायकॉम (Viacom)चा प्रवेश झाला. त्यांनी द फेसबुकला सुमारे ७५ मिलियनमध्ये पूर्ण विकत घेण्याचा प्रस्ताव ठेवला. द फेसबुकला MTV.com सोबत जोडण्याची त्यांची इच्छा होती. ही बातमी द फेसबुकमधल्या प्रत्येकासाठी एक मोठा धक्का होता. द फेसबुकनं सगळीकडे माजवलेल्या खळबळीचं ते प्रमाण होतं. हा प्रस्ताव स्वीकारला असता तर आपल्या एक वर्षाच्या मेहनतीसाठी मार्कला तब्बल ३५ मिलियन डॉलर्सची निव्वळ कमाई झाली असती. पण त्याच्यासाठी हे अजिबात महत्त्वाचं नव्हतं. त्याला कंपनी विकण्यात स्वारस्य नव्हतं. पण हे असे प्रस्ताव पचवण्यासाठी प्रत्येकाला बराच वेळ लागला आणि प्रयत्नही करावे लागले. एका कंपनी सल्लागारानं पार्करला हा प्रस्ताव स्वीकारण्याचा सल्लाही दिला. त्याला आणि मॉस्कोव्हीट्झला यातून १० मिलियन डॉलर्स मिळाले असते.

खूप विचाराअंती पोस्टनं मार्च महिना संपता संपता एक चांगला प्रस्ताव पाठवला. दहा टक्के मालकीहक्काच्या बदल्यात ६ मिलियन डॉलर्सची गुंतवणूक करण्यास ते तयार होते. या आधारावर कंपनीचं मूल्यमापन झालं होतं ६० मिलियन डॉलर्स! म्हणजे व्हेंचर कॅपिटल (venture capital – VC) च्या भाषेत '$54 million pre'!!

पार्करला हर्षवायू होणं शिल्लक राहिलं होतं. त्यानं केलेल्या कल्पनेपेक्षाही हे खूप मोठं होतं. सॅन फ्रान्सिसकोत त्यानं सल्लागार कॉनवेला फोन केला. तो ही रक्कम ऐकून किंचाळलाच आणि ताबडतोब हा प्रस्ताव स्वीकारावा, असा सल्ला द्यायलाही विसरला नाही. पण पार्कर आणि झकरबर्गला अजिबात घाई नव्हती. मार्कचा सहकारी मॅट कोहलरनं त्याला इतर व्हीसीसोबत बोलणी सुरू ठेवायला सांगितलं. त्यानं द फेसबुकमध्ये प्रवेश केल्यापासून त्यालाही खूप लोकांनी गुंतवणुकीसंदर्भात विचारणा केली होती.

शिवाय पोस्टसोबत पैशासंदर्भात आणखी घासाघीस करणं शक्य होतं. मध्यस्थांनी द फेसबुकमध्ये संचालक मंडळातील एका जागेची मागणीही केली होती. ती द्यायला पार्कर आणि मार्क तयार नव्हते. स्वत: ग्रॅहम जर ती जागा स्वीकारणार असतील तरच ही गोष्ट मान्य करण्यास मार्क तयार होता. पण एका वर्तमानपत्रासोबत असलेल्या त्यांच्या नात्यामुळे अशा प्रकारचा प्रस्ताव स्वीकारणं ग्रॅहमला जरा विचित्र वाटत होतं. त्यातून चुकीचे संकेत गेले असते. मार्कनं स्वत: यासंदर्भात ग्रॅहमशी बोलणी केली आणि ही एक अट वगळून हा करार स्वीकृतीच्या मार्गावर पुढे गेला.

❖

पालो आल्टोतील आणखी एक मोठी व्हीसी, एक्सेल पार्टनर्स ही गुंतवणुकीसाठी एका मोठ्या संधीची वाट पाहत होती. गेल्या दशकात या कंपनीनं बऱ्याच मोठमोठ्या कंपन्यांसाठी भांडवल उभं केलं होतं. १९९०मध्ये मोठ्या टेलिकम्युनिकेशन आणि सॉफ्टवेअर कंपन्यांत त्यांनी यशस्वी गुंतवणूक केली. उदाहरणं द्यायची झाली तर यूयूनेट, मॅक्रोमीडिया, रियलनेटवर्क आणि व्हेरिटाज यांची नावं इथं देता येतील. आता इंटरनेट क्षेत्राला चांगले दिवस आले होते. पण एक्सेलजवळ कुणी चांगला ग्राहक नव्हता. एक्सेलच्या चमत्काराचे दिवस संपलेत की काय, अशी चर्चाही आताशा सिलीकॉन व्हॅलीत सुरू झाली होती.

२००१-२००२मध्ये डॉटकॉमची हवा निघाल्यानंतर एक्सेलनं आपल्या पैसा पुरवण्यावर आणि आकड्यांवर थोडं नियंत्रण आणलं होतं. पण २००४ पासून पुन्हा त्यांनी भांडवलं उभी करायला सुरुवात केली आणि ते किमान ४०० मिलियन डॉलर्सच्या घरात गेलं होतं. पण तरीही, एक्सेलचा सर्व प्रकारच्या नफ्यात ३० टक्के वाटा आणि २.५ टक्के इतकी मॅनेजमेंट फी, या अटीमुळे काही जुन्या गुंतवणूकदारांच्या कपाळावर आठ्या आल्याच होत्या. इतर भांडवलदार कंपन्यांच्या तुलनेत हा आकडा जास्त होता. म्हणून या कंपनीसोबत संबंध तोडण्याचा पहिला निर्णय हार्वर्ड विद्यापीठाच्या देणगी पेढीनं घेतला. पण नजीकच्या काळातील घडामोडींच्या संदर्भात पाहिल्यास या

एका निर्णयामुळे हार्वर्डनं आपल्याच एका माजी विद्यार्थ्यांच्या सगळ्यात मोठ्या उद्योगात आपला वाटा गमावला.

आपल्या नव्यानं आलेल्या गुंतवणूकदारांपुढे शक्तिप्रदर्शन करण्यासाठी एक्सेलचा सहव्यवस्थापकीय भागीदार जिम ब्रेअर उत्सुक होता. सिलीकॉन व्हॅलीत आशावादाचं वारं वाहू लागलं होतं आणि पुन्हा एकदा थोडा धोका पत्करण्याचीही वेळ आली होती. दाट काळेभोर केस आणि निळेशार डोळे असलेल्या ब्रेअरचं व्यक्तिमत्त्वच खूप सकारात्मक आणि उत्साही होतं. तो खूप हसरा आणि इतरांनाही आत्मविश्वास देणारा माणूस होता. त्याला, त्याच्याच शब्दात सांगायचं तर *बाख*पासून ते *निर्वाणा*पर्यंत सगळ्याच प्रकारचं संगीत आवडायचं आणि पिकासो ते गेहार्ड रिश्टरपर्यंत सगळ्यांची चित्र जमवण्याचाही शौक होता. त्यामुळेच त्याचं व्यक्तिमत्त्व हे जगावर अधिराज्य गाजवणाऱ्याप्रमाणे आहे, हे निर्विवाद सत्य आहे. *वॉलमार्ट*च्या संचालक मंडळातील त्याच्या भूमिकेमुळे अमेरीकेच्या उद्योगजगतातील उच्चभ्रू लोकांतील तो एक आहे हेही स्पष्ट होतं. एक्सेलमधला सगळ्यात मोठा गुंतवणूकदार असलेल्या ब्रेअरला इंटरनेट क्षेत्रातील घडामोडींचा पूर्ण अंदाज होता. आता इंटरनेटचं युग येणार याबाबत त्याची खात्रीही झाली होती.

एक्सेलमध्ये अजून भागीदार न बनलेला केविन ॲफ्रूझी व्हीसी बनण्यासाठी प्रशिक्षण घेत होता. ब्रेअरनं त्याला एक नवीन काम सोपवलं. भविष्यात आकाशात भरारी मारणार आहेत अशा इंटरनेट कंपन्या शोधण्याची जबाबदारी त्याला देण्यात आली. त्यातल्या त्यात सोशल नेटवर्किंगमध्ये या फर्मला जास्त उत्सुकता होती. कुठल्याही काळात, जे काही जास्त चालणार अशांची एक यादी करणं आणि त्यावर लक्ष केंद्रित करणं ही एक्सेलची काम करण्याची ठरावीक पद्धत होती. त्या वेळी त्यांच्या यादीवर पहिल्या तीन क्रमांकांत सोशल आणि नवीन माध्यम साधनांचा समावेश होता. परंतु फ्रेंडस्टरच्या वाईट अनुभवांमुळे एकंदरित या क्षेत्रात काम करण्यात धोका आहे, हे सगळ्यांचं मत होतं. "थोडक्यात, सोशल नेटवर्किंगचं नाव बदनाम होतं," ॲफ्रूझी अशा साइटवर टाकण्यात येणाऱ्या लैंगिकतेकडे जाणाऱ्या गोष्टी आणि या साइट वापरणाऱ्यांच्या उत्तान वागण्याचा संदर्भ देत सांगतो. "पण एका विशिष्ट वयोगटाला किंवा वर्गाला ध्यानात ठेवून त्यांना उपयोगी पडणारं पण उत्तानतेला आणि लैंगिकतेला जराही वाव नसणारं 'पवित्र' नेटवर्क तयार करण्यासंदर्भात आम्ही विचारविनिमय करत होतो," ते सांगतात. भांडवलदारी क्षेत्रात वावरणाऱ्या इतर व्यक्तिमत्त्वांसारखाच ॲफ्रूझीही गंभीर आणि थोडा आक्रामक होता.

ब्रेअर एक्सेलमार्फत लवकरच एका *टिकल* नावाच्या साइटमध्ये गुंतवणूक करण्याच्या विचारात होता. शब्दकोडी आणि प्रश्नमंजुषेसाठी प्रसिद्ध असलेली ही साइट आता सोशल नेटवर्कच्या कक्षेत प्रवेश करण्यास उत्सुक होती. २००४मध्ये

फ्रेंडस्टरनंतरची सगळ्यात जास्त वापरली जाणारी सोशल नेटवर्क साइट म्हणून *टिकल* नावारूपाला आली होती आणि दुसऱ्या क्रमांकावर होती. दोन मिलियन युजर ही साइट वापरत होते. एक्सेलनं यात गुंतवणुकीसाठीचा प्रस्ताव तयार केला आणि नेमका तेव्हाच *टिकल*नं ही साइट Monster.comला विकण्याचा निर्णय घेतला. मे २००४मध्ये हा निर्णय झाला. एक्सेलच्या आणखी एका भागीदारानं, पीटर फेन्टन यानं, फ्लिकर नावाच्या एका फोटो देवाण-घेवाण करणाऱ्या साइटमध्ये गुंतवणुकीचा सल्ला दिला. या साइटची काही वैशिष्ट्यं सोशल नेटवर्क साइटप्रमाणे होती. पुन्हा प्रस्ताव तयार झाला आणि पुन्हा काही घडण्यापूर्वीच याहूनं फ्लिकर आपल्या खिशात घातलं. मग डिसेंबर २००४मध्ये स्टॅनफोर्डचा पदवीधर असलेल्या ची-हू चिआननं अ‍ॅफ्रूझी आणि ब्रेअरला द फेसबुकबद्दल सांगितलं. चिआन एक्सेलमध्ये करार संशोधन विभागात नोकरी करायचा.

दोघांनी थोडं डोकं लढवलं आणि अ‍ॅफ्रूझीनं स्टॅनफोर्ड विद्यापीठातील स्वत:चा ई-मेल अ‍ॅड्रेस मिळवला. त्याच्या साहाय्यानं तो द फेसबुकवर गेला आणि स्तिमित झाला. ''नाईटक्लब बाहेरच्या जगातील तुमच्यातील दुवा साधणारा हा एक धागा होता,'' तो सांगतो. ''सगळे संदर्भ तुमचे तुमच्यापाशी होते आणि तेही तुमच्या कॉलेजमध्ये. ते फेसबुक स्टॅनफोर्ड होतं, फेसबुक वर्ल्डवाइड नाही.'' पण त्याला यात एक कच्चा दुवा आढळला. ज्या लोकांजवळ, म्हणजे विद्यार्थ्यांजवळ पैसाच नाही, अशांसाठी सुरू केलेल्या सेवेतून धंदा कसा करायचा आणि कमाई कशी होणार? नंतर त्याच्या बिझनेस स्कूलमधल्या एका मित्रानं त्याला सगळा प्रकार समजावून सांगितला. कुठल्याही उत्पादकासाठी आणि निर्मात्यासाठी विद्यार्थी वर्ग हा सगळ्यात मोठा ग्राहक वर्ग आहे. याच काळात आयुष्यावर प्रभाव पाडणाऱ्या सवयी जडतात आणि खरेदी संदर्भातील सवयींचा यात प्रामुख्यानं समावेश असतो. उदाहरणार्थ तुमची पहिली कार, बँक अकाउंट किंवा क्रेडिट कार्ड. ''पण पूर्वी कॉलेजमध्ये या संभावित ग्राहकांच्या एवढ्या मोठ्या संख्येपर्यंत पोचणं अशक्य होतं,'' अ‍ॅफ्रूझी सांगतो. ''कॉलेज असं जग आहे जिथे गेल्यावर तुमचं टीव्ही पाहाणं बंद होतं आणि तुम्ही वर्तमानपत्र वाचणं बंद करता,'' तो म्हणाला. अशा परीस्थितीत द फेसबुक हेच कदाचित प्रसारणाचं आणि संवादाचं एकमेव माध्यम होऊ शकत होतं.

द फेसबुक किती भराभर वाढतं आहे, हे तो ऐकून होता. त्याच्या एका मित्राला द फेसबुकमध्ये नोकरीसाठी बोलावणं आलं होतं. तो मुलाखतीला गेला. अफ्रूझीनं त्याच्याकडून पार्करचा नंबर मिळवला आणि त्याला फोन लावला. पार्करनं तो घेतला नाही. मग मॅट कोहलर द फेसबुकला आहे हे त्याला कळलं. लिंक्डइनमध्ये तो कोहलरला भेटला होता. त्यानं त्याला पार्करशी गाठ घालून देण्याची विनंती केली. पण द फेसबुकला कुठल्याही भांडवलदार कंपनीशी बोलायचं नाही, हे कोहलरनं

अगदी शांतपणे ॲफ्रूझीला सांगितलं. नंतर एक महिन्यांनी एक्सेलच्या थेरेसिया रान्झेटाला, द फेसबुक पैसा उभा करण्यासाठी भांडवलदारांशी बोलणी करत आहेत, ही बातमी कळली. त्या वेळी, या मुलांना आता भेटलंच पाहिजे, असा निर्धारच ॲफ्रूझीनं केला. कितीही झालं तरी ते एकमेकांचे 'शेजारी' होते. त्यानं मेल पाठवली. पण उत्तर आलं नाही. शॉन पार्कर त्यानं केलेल्या फोनला प्रतिसाद देत नव्हता.

अफ्रूझी इतक्या लवकर हार मानणाऱ्यांपैकी नव्हता. रीड हॉफमननंही द फेसबुकमध्ये पैसा लावला आहे, ही माहिती त्याच्या कानावर आली. हॉफमनला ओळखणाऱ्या पीटर फेन्टनला त्यानं हॉफमनमार्फत या मुलांपर्यंत पोचण्याचा काही मार्ग निघतो का, हे पाहायला सांगितलं. हॉफमनकडूनही निराशाच हाती आली. VC कधीच द फेसबुकचं महत्त्व समजू शकणार नाही आणि त्यामुळे ते त्यांच्या योग्यतेइतका पैसा त्यांच्या या कंपनीत लावणार नाही, असं द फेसबुकच्या मंडळींचं स्पष्ट मत असल्याचं हॉफमननं त्याला सांगितलं. खरं तर त्या वेळेपर्यंत पार्करनं इतर VC बरोबर गंभीर स्तरावर बोलणी सुरू केली होती. तो मुद्दाम ॲफ्रूझीला टाळत होता. एक्सेलची पूर्वीची मजा आता राहिली नाही, हे त्यानंही जवळपास मान्य केलं होतं आणि त्यामुळे त्यांच्याशी बोलण्यात वेळ घालवण्यात त्याला अजिबात रस नव्हता. झकरबर्गची सर्व भिस्त आणि लक्ष फक्त पोस्टच्या प्रस्तावावर होतं. पार्कर इतर VC बरोबर किती वेळ घालवतो आहे याची त्याला पुसटशीही कल्पना नव्हती.

ॲफ्रूझीनं फेन्टनला पुन्हा हॉफमनला भेटायला सांगितलं. या वेळी तो जरा नरमला आणि पार्कर व कोहलरसोबत एक भेट घालून देण्याचं वचन त्यानं दिलं. कोहलर आता जवळपास सगळाच आर्थिक व्यवहार सांभाळू लागला होता. कुठलाही सामान्य स्तरावरील प्रस्ताव कुठल्याही VC पुढे ठेवायचा नाही, हे हॉफमननं त्यांना पुन्हा एकदा बजावलं. कारण आधीच एका मोठ्या भांडवलदाराशी सौदा करण्याच्या दिशेनं द फेसबुकनं पाऊल टाकलं होतं.

तसं पाहिलं तर ज्याला भांडवलाची गरज आहे असे उद्योजक VC च्या कार्यालयात जातात आणि आपले प्रस्ताव ठेवतात. इकडे ॲफ्रूझीनं कोहलरशी बोलणं करून त्याच्या कंपनीच्या भागीदारांना एक्सेलच्या ऑफिसमध्ये येण्याचं आमंत्रण दिलं. पण या मुलांनी त्यालाही निराश केलं. "ते अगदी आमचा पिच्छाच सोडत नव्हते," कोहलर सांगतो. ॲफ्रूझीला एक्सेलमध्ये येऊन फक्त दोनच वर्षं झाली होती आणि आतापर्यंत त्यानं एकही मोठा सौदा कंपनीला मिळवून दिला नव्हता. त्यामुळे द फेसबुकसोबत करार करून त्याला स्वत:ला सिद्ध करायचं होतं.

शेवटी एप्रिलच्या पहिल्या तारखेला म्हणजे एप्रिल फूल डेच्या दिवशी त्यानं द फेसबुकचं ऑफिस गाठायचं ठरवलं. आपण तिथे असू, असं पार्करनं कळवलं होतं. ॲफ्रूझीला हे नंतर कधी उमगलं नाही, पण त्याच्या या भेटीची वेळ अगदी

योग्य होती. पोस्टबरोबरच्या प्रस्तावावर अजूनही चर्चा सुरू होती आणि संचालक मंडळातील एका जागेच्या मागणीसंदर्भात अजूनही निर्णय झालेला नव्हता. पालो आल्टोच्या युनिव्हर्सिटी अव्हेन्यूवरून पायी चालत ॲफ्रूझी द फेसबुकच्या नवीन कार्यालयाकडे निघाला होता. स्टॅनफोर्डपासून साधारण एक मैलावर एमरसन स्ट्रीटवर हे कार्यालय होतं. एक्सेलचा सह-संस्थापक असलेला आर्थर पॅटरसनही त्याच्याबरोबर निघाला. एका एवढ्या लहानशा प्रकल्पाबाबत ॲफ्रूझीला इतकी उत्सुकता का आहे, हे जाणून घ्यायची त्याला उत्सुकता होती म्हणून तो जायला तयार झाला. नव्यानंच स्प्रे पेंटिंग केलेल्या व ग्रॅफिटी काढलेल्या पायऱ्यांवरून ते वर गेले. वर दर्शनी भिंतीवर एक मोठं चित्र होतं. एक स्त्री एका खूप मोठ्या कुत्र्यावर बसलेली आहे, असं ते चित्र होतं. कार्यालयाचं पूर्ण स्थानांतरण अजूनही या जागेत झालेलं दिसत नव्हतं. इतर भिंतींवरही आणखी खूप भडक रंगांतील चित्रं होती, ज्यात काही नग्न आकृत्याही होत्या. फर्निचर इतस्ततः विखुरलं होतं. या नवीन कार्यालयाचं उद्घाटन कोहलरच्या २८व्या वाढदिवसाची पार्टी देऊन करण्यात आलं होतं. दारूच्या रिकाम्या बाटल्या वापरल्या तिथेच टाकण्यात आल्या होत्या आणि त्या आत्ताही तशाच होत्या.

पार्करनं आपण तिथे असू म्हणून सांगितलं होतं. पण तो तिथे नव्हता. कोहलर आणि मॉस्कोव्हिट्झही अशा गंभीर आर्थिक व्यवहारासंदर्भातील बैठकीसाठीच्या तयारीत असल्याचं दिसतं नव्हतं. आकियातून नुकतंच आणलेलं फर्निचर लावण्यातच ते व्यग्र होते. एका आलमारीला आपटून डस्टीननं आपला कपाळमोक्ष करून घेतला होता आणि त्या जखमेतून रक्त वाहात होतं. नेहमी अगदी टापटिप राहणारा कोहलरही अगदी गबाळ्या वेषात होता. त्याची जीन्स पावलांशी लोळणं घेत होती आणि डाव्या कंबरेवरून ती खाली घसरून त्याचं अंर्तवस्त्र डोकावत होतं. ‘‘हे केविन,’’ ॲफ्रूझीला पाहून कोहलरनं त्याचं स्वागत केलं.

पण या गोंधळानंही चिडून जाऊन मागे हटणाऱ्यांपैकी तो नव्हता. मोहीम फत्ते करायलाच तो निघाला होता. ‘‘आमची पहिली बैठक फक्त मॅटसोबतच होती,’’ तो किस्सा ॲफ्रूझीला आजही आठवतो. ‘‘मार्क आणि शॉन आजारी आहेत म्हणून ते या बैठकीला उपस्थित राहू शकत नाही, असं आम्हाला सांगण्यात आलं. त्यामुळे कोहलरनंच आम्हाला सगळ्या कारभाराविषयी माहिती दिली. आकडेवारी आणि इतर ठळक वैशिष्ट्यांसंदर्भात बोलण्यात तो खूपच पटाईत वाटला. साइटच्या वापराबाबतची आकडेवारी त्यानं पुन्हा सांगितली. मला ते सारं माहीत होतं. पण आर्थर मात्र खूप प्रभावित झाला. तेवढ्यात मार्क आणि शॉननं प्रवेश केला. ते अजिबात आजारी दिसत नव्हते आणि बरीटोज खात खात ते तिकडे आले.’’

‘‘आम्ही त्यांना खूप प्रश्न विचारू असा त्यांचा कयास असावा. पण मी एकदम बोलायला सुरुवात केली, ‘हे काम किती महत्त्वाचं आहे याची आम्हाला जाणीव

आहे आणि म्हणून तुम्ही सोमवारी आमच्या भागीदारांच्या मीटिंगला या. मी तुम्हाला वचन देतो की आम्ही तुमचा वेळ अजिबात घेणार नाही. त्या दिवसाच्या अखेर एकतर मी तुम्हाला पटेल असा प्रस्ताव तुमच्या हातात ठेवीन आणि तसं झालं नाही तर आयुष्यात आम्ही पुन्हा तुमच्याशी संपर्क साधणार नाही. मी हे सारं अजिबात रेंगाळत ठेवणार नाही.' ''

ते जायला निघाले आणि अचानक पार्कर एकदम सरसावला. अत्यंत अभिमानानं त्यानं ॲफ्रूझीला स्त्रियांच्या प्रसाधनगृहात नेलं आणि तिथल्या भिंतीवरच्या आणखी एका चित्राकडे बोट दाखवलं. ते त्याच्या मैत्रिणीनं काढलं आहे, अशी माहिती त्यानं ॲफ्रूझीला दिली. एक नग्न मुलगी दुसऱ्या मुलीच्या पायाला मिठी मारते आहे आणि झाडातून एक लहानगा फ्रेंच बुलडॉग त्यांच्याकडे पाहतो आहे, असं त्या चित्रात दर्शवलं होतं. ॲफ्रूझी ते पाहून गोंधळून गेला आणि त्याला काय बोलावं काही कळेना. ''शॉन, तुमच्या कार्यालयातील महिला हे पाहून अस्वस्थ होत नाही का? तुमच्यावर लैंगिक शोषण केल्याचा आरोप वगैरे लागण्याची तुम्हाला भीती वाटत नाही?'' ॲफ्रूझीनं न राहवून त्याला विचारलं. आपण या सगळ्या गोष्टींना फारस महत्त्व देत नाही आणि आपल्याला त्याची काळजीही वाटतं नाही, असं पार्करनं स्पष्ट सांगितलं. ॲफ्रूझीनं त्याला पुन्हा भेटायला म्हणून आग्रह धरला आणि दुसऱ्याच दिवशी संध्याकाळी बिअर प्यायला ये, म्हणून आमंत्रण दिलं. दुसरा दिवस शनिवार होता.

परत ऑफिसकडे निघाले असता पॅटरसननं ॲफ्रूझीच्या पाठीवर थाप मारली. ''हे सगळं फारच मजेदार होतं. खूपच इंटरेस्टींग. आपल्याला हा सौदा करायलाच हवा,'' तो ॲफ्रूझीला म्हणाला. त्याच्या ऑफिसमध्ये पॅटरसन एक आग्रही, गंभीर आणि थोडा संशयी म्हणून गणला जायचा. त्याची ही प्रतिक्रिया त्याच्या व्यक्तिमत्त्वाच्या अगदी विरुद्ध होती.

आठवडा संपताना ॲफ्रूझी एकदम जोशात आला आणि द फेसबुकसंदर्भातील आपलं संशोधन त्यानं सुरू ठेवलं. शनिवारी दुपारी तो आपल्या पत्नीसह स्टॅनफोर्डला गेला आणि विद्यापीठ परिसरातील विद्यार्थ्यांच्या आवडत्या जागेजवळ – ट्रेसिडर मेमोरियल युनियनजवळ – रेंगाळला. त्यानं द फेसबुकबद्दल त्यांना प्रश्न विचारायला सुरुवात केली. त्यांना ही साइट माहिती आहे का? तिचा वापर ते करतात का? वगैरे प्रश्नांना त्याला अपेक्षित होती तीच आणि तशीच उत्तरं येत गेली. ''मी त्याबद्दल ऐकलं आहे का? मी त्याच्यापासून वेगळंच राहू शकत नाही.'' ''मी अभ्यास करत नाही. मला त्याचं व्यसन जडलं आहे.'' ''आता एकूण एक विद्यार्थी द फेसबुकचे सदस्य आहेत. इतर कॉलेजमधील मित्रांच्या संपर्कात तुम्ही राहता. तुमचे शिक्षकही तुम्हाला इथे भेटतात. माझ्या आयुष्यातील सगळ्या महत्त्वाच्या घडामोडींचं ते

केंद्रस्थान आहे,'' अशी ती सगळी उत्तरं होती.

एक दिवस ॲफ्रूझीनं आपल्या कार्यालयातील मुख्य वित्त अधिकाऱ्याच्या बहिणीला फोन केला. ती पीटर्सबर्गमध्ये डूक्वेसन युनिव्हर्सिटीत दुसऱ्या वर्षाला होती. ''ती म्हणजे एकदम उत्साहानं सांगू लागली, 'हो, द फेसबुक ना! ते आमच्या विद्यापीठात ऑक्टोबर २३ला सुरू झालं' मी चाटच पडलो आणि तुला तारीखही आठवते, असं विचारलं तर ती म्हणाली, 'आठवते म्हणजे काय! आम्ही अगदी आतुरतेनं ते आमच्या कॉलेजमध्ये सुरू व्हावं म्हणून वाट पहात होतो. आमचं कॉलेज प्रतीक्षा यादीत सातव्या नंबरवर होतं.' माझ्यासाठी हे सारं नवीन होतं. मागणीचं हे स्वरूप फारच आक्रमक होतं. मी बायकोशी बोललो आणि म्हणालो, 'मला या कंपनीत गुंतवणूक करायलाच पाहिजे.' ''

त्या रात्री तो पार्कर आणि त्याच्या मैत्रिणीला भेटला. सोबत मॅट कोहलरही होता. बोलणं काही वेळातच पैशांवर येऊन थांबलं. ''केविन,'' पार्कर बोलू लागला, ''आमच्यासाठी आमची ही कंपनी खूप मौल्यवान आहे. तुला मात्र तसं वाटणार नाही आणि त्याची तितकी किंमतही देण्याची इच्छा होणार नाही.'' ॲफ्रूझी एकदम काकुळतीला आला आणि आपल्याला एक संधी देण्याची विनंती त्यानं पार्करला केली. पार्करला त्याच्या या अशा प्रतिक्रियेचीच प्रतीक्षा होती. सोमवारी सकाळी मार्कला घेऊन बैठकीला येण्याची त्यानं पार्करला पुन्हा विनंती केली. ते येतील याची अजिबात शाश्वती नव्हती.

पण सोमवारी बरोबर १० वाजता झकरबर्ग, पार्कर आणि कोहलर एक्सेलच्या कार्यालयात पोचले. मार्क नेहमीप्रमाणे आपल्या नेहमीच्या पोशाखात होता. टी-शर्ट, शॉर्ट्स आणि आदिदासच्या चप्पल. पार्कर आणि कोहलरही फार काही वेगळ्या परीस्थितीत नव्हते. इतर VC कंपन्यांत केलेलं सादरीकरणही इथे करण्याची गरज त्यांना वाटली नाही आणि त्यांनी ते केलंच नाही. पूर्ण वेळ पार्करच बोलत होता. खूप तयारी करून आणि अतिशय कौशल्यानं काही गोष्टी एक्सेलसमोर खुल्या न करण्याचा त्यांचा प्रयत्न होता. झकरबर्ग स्वत: फारच कमी बोलला. नंतर ते निघून गेले.

''मग तुम्हाला सगळ्यांना काय वाटतं?'' आपल्या सहकाऱ्यांकडे पाहत ॲफ्रूझीनं विचारलं. एका वरिष्ठ सहकाऱ्यानं बोलायला सुरुवात केली. ''हे सगळं ऐकून वाटतं आहे की तुम्हाला त्यांना पटवून द्यायला खूप प्रयत्न करावे लागणार आहेत,'' ते म्हणाले. ''तो मुद्दा जरा बाजूला ठेवू या. मला एक सांगा, तुम्हाला या बिझनेसबद्दल काय वाटतं?'' ॲफ्रूझीनं विचारलं. सगळ्यांचं एकमत होतं. त्यांना ते आवडलं होतं यात काही शंकाच उरली नव्हती. पॅटरसनचा उत्साह तर ओसंडून वाहात होता. जिम ब्रेअरचीही तीच अवस्था होती. पण पार्कर जेव्हा साइट

दाखवत काही गोष्टींची माहिती देत होता तेव्हा एक अत्यंत महत्त्वाची गोष्ट ब्रेअरला आढळून आली होती. "साइटचं पहिलं पान," स्वत:साठी केलेल्या टिपणात ब्रेअरनं लिहिलं होतं, "त्यावर लिहिलं होतं की 'This is Mark Zuckerberg company.' म्हणजे मार्क झकरबर्ग हा खरा या सगळ्यातील मुख्य आहे." तोपर्यंत एक्सेलमध्ये आणि डॉन ग्रॅहमव्यतिरिक्त इतरही सगळ्याच भांडवलदार कंपन्यांना, कंपनी नेमकी कुणाची याबाबत स्पष्ट कल्पना नव्हती. मार्क हाच सगळे निर्णय घेणारा आहे आणि त्याच्या संमतीशिवाय कुठलाही करार होणार नाही, याची त्यांना अजिबात कल्पना नव्हती. ॲफ्रूझी खरं तर मार्कशी फार काही बोललाच नव्हता. बैठकीत ब्रेअरनं मार्कला स्वत:बद्दल काही तरी सांगण्याची विनंती केली होती. कंपनीसंदर्भात त्याचा काय दृष्टीकोन आहे आणि काय स्वप्नं आहेत हे त्यानं सांगावं अशी ब्रेअरची अपेक्षा होती. पण मार्क उभा राहिला आणि फक्त दोनच मिनिटं बोलून थांबला. कुठल्याही भांडवल देणाऱ्या कंपनीसमोर खरं तर भांडवल मागणाऱ्या कंपनीच्या संस्थापकाचं भाषण हे सर्वसमावेशक आणि अगदी खिळवून टाकणारं असतं. इथे मात्र मार्कचं हे असं त्रोटक वागणं सगळ्यांना बुचकळ्यात टाकणारं होतं.

एक्सेलच्या भागीदारांची ही बैठक लगेच रणनीती आखण्याच्या कामी वळली. पहिला मुद्दा होता की ॲफ्रूझी द फेसबुकला एक्सेलचा पैसा घेण्यासाठी तयार करणार कसं? कारण पार्करनं सांगितल्याप्रमाणे द फेसबुक पोस्टचा प्रस्ताव स्वीकारण्याच्या मार्गावर आहेत आणि पोस्टनं या कराराचा आराखडाही तयार केला आहे. एक्सेलनी मग आपला आराखडा आणि इतर बाबींवर आधारीत एक प्रस्ताव लगेच तयार करून द फेसबुकला देण्याचा निर्णय घेतला. एक्सेलच्या वकिलाला बोलवून ॲफ्रूझी आणि ब्रेअरनं त्याला असा प्रस्ताव तयार करण्यास सांगीतलं. पोस्टनं केलेल्या मूल्यमापनाचा त्यांना अंदाज होताच. त्यांनी तो आकडा तसाच ठेवला. पण फक्त गुंतवणुकीच्या रकमेत पोस्टच्या तुलनेत थोडी आणखी वाढ केली. प्रस्ताव त्याच दिवशी रात्री द फेसबुकला पाठवण्यात आला. रात्री खूप उशिरा कोहलरनं ॲफ्रूझीला मेल करून प्रस्ताव मिळाल्याचं सांगितलं आणि द फेसबुक पोस्टलाच होकार देण्याच्या मन:स्थितीत असल्याचंही त्यानं या मेलमध्ये नमूद केलं होतं. पण इकडे ब्रेअरनं बैठकीनंतर संध्याकाळी स्वतंत्रपणे आणि पार्कर व कोहलरच्याही नकळत मार्कबरोबर मेलच्या माध्यमातून बोलायला सुरुवात केली होती. मंगळवारी आपण पुन्हा एकदा भेटावं, अशी इच्छा ब्रेअरनं मार्कजवळ व्यक्त केली.

सत्य परिस्थिती वेगळी होती. एक्सेलला द फेसबुकमध्ये एवढी रूची आहे हे पाहून पार्कर खूप खूष होता. याच्या आधारावरच इतर ज्या VC कंपन्या द फेसबुकच्या संपर्कात होत्या त्यांना जोखणं आता पार्करला शक्य होतं. यातच

पोस्टसोबत करार करण्याची गरजच पडू नये अशी परिस्थितीही निर्माण होणं शक्य होतं. दुसऱ्या दिवशी सकाळी पार्कर ड्रेपर फिशर जरव्हेटसनच्या टीम ड्रेपरशी बोलला. टीमनं एक्सेलइतकी गुंतवणूक करण्याचे संकेत दिले. हेच त्यानं लगेच फोन करून ॲफ्रूझीला सांगितलं. ॲफ्रूझीनं मग, आपण आकडा आणखी थोडा वाढवू शकतो, असं म्हणत त्यानं लगेच आकडाही सांगीतला. पार्कर अत्यंत मुरलेला आणि पक्का धंदेवाईक होता. आकडा ऐकताच तो ओरडला, "शक्यच नाही. आम्ही याचा विचारही करणं शक्य नाही. आम्हाला याहून जास्तची अपेक्षा आहे." त्यानंतर त्यानं फोन ठेवून दिला. स्पीकरफोनवरचं हे सगळं संभाषण ऑफिसातील इतर मुलांनी ऐकलं आणि ते खिदळायला लागले.

तिकडे एक्सेलच्या कार्यालयात ॲफ्रूझी ब्रेअरशी घासाघीस करायला लागला होता. हा सौदा व्हावा असं ॲफ्रूझीइतकाच ब्रेअरलाही वाटत होतं. त्यालाही या कंपनीबद्दल उत्सुकता निर्माण झाली होती आणि काही तरी मोठं करण्याची ताकद यात आहे हे त्याला खूप दिवसांनी पहिल्यांदा जाणवत होतं. पोस्टबरोबर सौदा करण्याची त्यांची इच्छा असली तरी काहीतरी करणं शक्य आहे, असं त्याला वाटत होतं. डॉन ग्रॅहम आणि ब्रेअरचा परिचय होता. ते दोघंही एका कंपनीच्या संचालक मंडळात एकत्र होते. वुडसाईड येथील व्हिलेज पब नावाच्या त्याच्या आवडत्या हॉटेलमध्ये ब्रेअर दुपारच्या जेवणासाठी थांबला. त्याच्या मदतनिसाला त्यानं ग्रॅहमला फोन लावायला सांगितलं. बऱ्याचं वेळानं तो फोन लागला. इतरांची माफी मागून तो बाहेर पडला.

"डॉन, मला माहिती आहे तुम्ही द फेसबुकसोबत गुंतवणुकीसंदर्भात बोलता आहात. त्यांनी आमच्याशीही संपर्क साधला आहे. यातून काहीतरी मार्ग काढून आपण दोघांनीही यात अर्धी-अर्धी भागीदारी केली तर मला आनंद होईल," ब्रेअरनं आपला मुद्दा मांडला.

"मला नाही वाटत जिम, असं काही करण्याचा मला अधिकार आहे," ग्रॅहमनं अगदी स्पष्ट सांगितलं आणि पुढे म्हणाला, "मार्कनं म्हटल्याप्रमाणेच सगळं निश्चित झालं आहे आणि आमचा सौदा पक्का झाला आहे."

"मला वाटतं तुमचा प्रस्ताव तयार आहे पण अजून सौदा झाला नाही, अशी माझी माहिती आहे," ब्रेअर बोलत राहिला, "पण तू जर ठरवलं तर आपल्या दोघांनाही यात गुंतवणूक करता येईल."

दुपारचं जेवण आटोपल्यावर ब्रेअरनं त्याच हॉटेलात रात्री ७ वाजताचं जेवणाचं रिझर्वेशन केलं. कार्यालयात परत आल्यावर इतर भागीदारांशी पुन्हा चर्चा करून एक्सेलनं द फेसबुकला किंमत आणखी वाढवून देण्याबाबत निर्णय घेतला. मंगळवारी दुपारी ॲफ्रूझी, थेरेझिया रॅनझेटा आणि पिंग ली या आपल्या सहकाऱ्यांना घेऊन विनापरवानगीच द फेसबुकच्या ऑफिसमध्ये धडकला. तिथे द फेसबुकची बैठक

सुरू होती. त्यानं सरळ तिथेच प्रवेश केला. हातातील प्रस्ताव त्यानं टेबलवर आपटला. त्यात मूल्यांकनाचा आकडा होता ७० मिलियन डॉलर्स आणि गुंतवणुकीची रक्कम होती १० मिलियन डॉलर्स! म्हणजे द फेसबुकची एकूण किंमत त्यांनी आखली होती ८० मिलियन डॉलर्स!! ''आता मात्र तुम्हाला हे स्वीकारावंच लागेल,'' त्यानं एकदम ठणकावून सांगितलं, ''हा सौदा आमच्याशीच होणार याची आम्हाला आता खात्री आहे. ही कंपनी यशस्वी करण्यासाठी आम्ही अगदी आकाश-पाताळ एक करू.'' पार्कर थक्क झाला होता. स्वत:ला सावरून तो उद्गारला, ''बरोबर. हा प्रस्ताव विचार करण्यायोग्य आहेच.'' ॲक्रूझी वळला आणि चालू लागला. बाहेर पडताना त्याच्या लक्षात आलं की जी चित्रं त्यानं पहिल्या भेटीत या ऑफिसमध्ये पाहिली होती त्यात काही दुरुस्त्या करण्यात आल्या होत्या. कुणीतरी अगदी काळजीपूर्वक या चित्रातील आकृत्यांच्या काही अवयवांवर छोट्या चिकटपट्ट्या लावून तो भाग झाकण्याचा प्रयत्न केला होता.

ॲक्रूझी बाहेर पडताच मुलांनी एकमेकांकडे नजर टाकली. त्यांच्या चेहऱ्यांवर विजयी हास्य होतं. ८० मिलियन? झकास! ''पण मग पोस्टला दिलेल्या शब्दाचं काय?'' झकरबर्गनं विचारलं. याचं समाधानकारक उत्तर कुणाकडेच नव्हतं. फक्त कंपनीला कुणीतरी ८० मिलियनची ऑफर देत आहे, ही एकच गोष्ट त्यांच्यासाठी त्या क्षणी महत्त्वाची होती.

पण हा निर्णय तसा सरळ-साधा नव्हता. एकीकडे ग्रॅहम होता जो कंपनीच्या स्वायत्ततेचा भोक्ता होता आणि मार्क आणि पार्करला गुंतवणुकीनंतरही पूर्ण स्वातंत्र्य देण्याकडेच त्याचा कल राहाणार होता. जरी कागदोपत्री कुठलाही निर्णय झाला नव्हता तरी मार्कनं ग्रॅहमला शब्द दिला होता. जास्त पैसे देऊन एक्सेलचं येणं म्हणजे कंपनीच्या स्वातंत्र्याशी तडजोड करणं भाग पडणार होतं. कारण दोन्हींची कार्यालयं अगदीच एका रस्त्यावर होती. पण त्याचबरोबर हा सौदा व्हॅलीतील त्यांच्या प्रतिष्ठेसाठी उपयोगी ठरणार होता. पार्करला पोस्टसोबतच्या सौद्याचं तसं फारसं सोयरसुतक नव्हतं आणि मॅट कोहलर, जो या साऱ्यांमध्ये सगळ्यात अनुभवी होता, त्यालाही जास्तीतजास्त भांडवल कंपनीकडे यावं असंच वाटत होतं. एक्सेलचं पारडं जड होताना दिसत होतं. तयार केलेल्या करारपत्रात एक्सेलनं पोस्टकडून येणाऱ्या संभावित गुंतवणुकीसही मार्ग मोकळा ठेवला होता. पण द फेसबुकला यात जास्त रस नव्हता. तसं केल्यास कंपनीचा मोठा हिस्सा विकल्यासारखं होणार होतं.

काही फोन केल्यावर पार्करची खात्री झाली की टीम ड्रेपर किंवा इतर कुठलीही VC कंपनी एक्सेलइतकं भांडवल देणं शक्य नाही. आता फक्त पोस्ट की एक्सेल, एवढाच निर्णय घ्यायचा होता.

त्या रात्री द फेसबुकच्या या तरुण उद्योजकांना ब्रेअरनं व्हिलेज पबमध्ये जेवणाचं

आमंत्रण दिलं. झकरबर्ग, पार्कर, कोहलर, ॲफ्रूझी आणि ब्रेअर एका टेबलवर होते. हा पब त्याच्या वाईन संग्रहासाठी प्रसिद्ध होता आणि ब्रेअर वाईनचा शौकीन व माहीतगार होता. त्यामुळे त्यानं अत्यंत महागडी अशी Quilceda Creek Cabernet ची संपूर्ण एक बाटली मागवली. वीस वर्षांच्या मार्कला मद्य पिण्याची कायदेशीर परवानगी नव्हती. त्यानं एक स्प्राईट मागवलं. झकरबर्गला आणखी चांगल्या प्रकारे जाणून घेण्याच्या उद्देशानं ब्रेअर आणि ॲफ्रूझीनं हा बेत आखला होता. पण मार्क गप्पच होता.

ब्रेअरनंही मग आपल्या हार्वर्डच्या संबंधांविषयी बोलायला सुरुवात केली. त्यानं MBA हार्वर्डमधूनच केलं होतं. काही काळाकरता तो हार्वर्ड बिझनेस स्कूलच्या संचालक मंडळावरही होता. हे सारं सांगून त्याला मार्कला बोलतं करायचं होतं. मग काही विषयांवर गंभीर चर्चा सुरू झाल्यावर ब्रेअर आणि ॲफ्रूझीनं पुन्हा एकदा द फेसबुकसोबत आणि विशेषत: मार्क व त्याच्या सहकाऱ्यांसोबत काम करण्यासाठी एक्सेल किती आतुर आहे, याचा पुनरुच्चार केला. या तरुण सीईओच्या स्पष्ट विचार करण्याच्या पद्धतीविषयी, त्याच्या कामावरील अढळ श्रद्धेविषयी आणि तन्मयतेबद्दलही ते दोघं बोलत राहिले. पण मार्क अस्वस्थ होता हे स्पष्ट होतं. कारण काय असावं, याचा सगळेच अंदाज घेत होते. नंतर तर तो एकदम कोषात गेल्यासारखा झाला.

अनेकदा संभाषणांमध्ये लोकांचा गैरसमज होतो की झकरबर्गचं त्यांच्या बोलण्याकडे लक्ष नाही. काहीही न बोलणं आणि बोलण्यात इंटरेस्ट नाही, हे दाखवण्याची मार्कची खास अदा आहे. तो ऐकतो आहे, हे कळण्यासाठीचा कुठलाच संकेत तो इतरांना देत नाही. त्याच्या देहबोलीतून आणि चेहऱ्यावरील हावभावांवरूनही काही कयास लावता येत नाही, इतका तो निश्चल असतो. पण अशा वेळी बोलणं त्याच्या कानावर पडत नाही, असं मात्र नसतं. तो असाच अचानक एकदम निश्चल होतो आणि गहन विचारात गढून जातो. तो जर कंटाळला असेल किंवा त्याला बोलण्यात रस नसेल तर हे असं घडतं. मग अशा वेळी तो मध्येच 'बरं बरं' असं काहीसं पुटपुटत राहतो. त्याला जे ओळखत नाहीत अशांचा मात्र त्यामुळे गैरसमज होतो. व्हिलेज क्लबमध्ये जेवत असताना त्या दिवशी मार्क अशाच अवस्थेत असल्याची जाणीव मॅट कोहलरला झाली.

अचानक तो बाथरूमकडे गेला आणि खूप वेळ बाहेर आलाच नाही. कोहलरही मग त्याला शोधायला तिकडे गेला. पाहतो तर काय, मार्क त्या बाथरूममध्ये मांडी घालून खाली बसला होता आणि रडत होता. "त्याच्या अश्रूंतूनच सारं काही स्पष्ट झालं. बाहेर जे चाललं आहे ते बरोबर नाही; मी हे करू शकणार नाही; मी शब्द दिला आहे, हे तो न बोलताही मला कळलं. तो लहान मुलांसारखा हमसून हमसून

रडत होता,'' कोहलर सांगतो. ''शेवटी मी त्याला म्हणालो की त्यानं सरळ डॉनलाच फोन करून हे सगळं सांगावं आणि त्याला याबद्दल काय वाटतं ते विचारावं.'' हे ऐकून तो सावरला आणि मग थोड्या वेळानं बाहेर आला.

दुसऱ्या दिवशी खरोखरीच त्यानं ग्रॅहमला फोन केला. ''डॉन, सगळ्या अटी आणि नियमांवर चर्चा व सहमती झाल्यानंतर मी तुझ्याशी काहीही बोललो नाही, पण इकडे एका VC कडून आम्हाला खूपच मोठा प्रस्ताव आला आहे आणि आता माझ्यापुढे तात्विक पेच निर्माण झाला आहे,'' झकरबर्ग सांगू लागला होता.

ग्रॅहमचं ब्रेअरशी बोलणं झालं होतं. त्यामुळे त्याला या घडामोडींची कल्पना होती. या प्रकारानं तो थोडा नाराजही झाला होता. पण त्याला याचं आश्चर्य वाटलं नव्हतं. आता मात्र तो प्रभावित झाला. ''मी स्वत:लाच म्हणालो, 'एका वीस वर्षाच्या मुलाने असं करणं खरंच प्रभावित करणारंच आहे. आपण दुसऱ्या कुणाकडून तरी पैसे घेतो आहे, हे सांगायला त्यानं फोन केलेला नाही, तर मी त्या संदर्भात मत द्यावं, काहीतरी बोलावं, अशी त्याची इच्छा होती!' हे खरंच वाखाणण्यासारखं होतं,'' ग्रॅहम सांगतो. इतक्या छोट्या आणि नवख्या कंपनीच्या तुलनेनं त्यानं स्वत: आधी दिलेला प्रस्तावही खूप मोठा होता हे त्याला ठाऊक होतं. त्यामुळे या मुलांना वाढीव प्रस्ताव देण्याचं प्रयोजनही त्याला दिसत नव्हतं. आपण काहीही केलं तरी एक्सेल आणखी पुढे जाणार, हे उगाच त्याला वाटलं.

''मार्क, पैसा तुझ्यासाठी महत्त्वाचा आहे का?'' ग्रॅहमनं मार्कला विचारलं. मार्कनं होकारार्थी उत्तर दिलं. पुढे तो म्हणाला की पैसा ही एकच अशी एक गोष्ट आहे ज्यामुळे द फेसबुक धोक्यात येणार नाही आणि त्यांना सारखं कर्ज घ्यावं लागणार नाही.

''तुला हे ही माहिती आहे की त्यांचा पैसा घेणं आणि आमच्याकडून पैसे येणं यात फरक आहे, आहे ना?'' ग्रॅहम त्याला सांगू लागला. ''तुमच्यासाठी ते काहीतरी योजना आखतील आणि ती यशस्वी व्हावी यासाठी ते तुम्हाला त्या दिशेनं जायला मदत करतील. आमच्याकडे तुमच्या क्षेत्राशी संलग्न असं संपर्काचं जाळं नाही. ते त्यांच्याकडे आहे. आमच्याकडे तशी आधुनिक तंत्रंही नाहीत जी एक्सेलकडे आहेत, ज्यामुळे तुम्हाला, कंपनी कशी चालवावी, हे ते सांगू शकतील. आम्ही तुम्हाला असं मार्गदर्शन करू शकणार नाही,'' त्यानं मार्कला समजावलं. ग्रॅहम आता म्हणतो, ''जर हे सगळं Initial Public Offering (IPO) पर्यंत गेलं नसतं तर मला आनंद झाला असता. पण मार्क म्हणाला की VCच्या तोट्यांबद्दल त्यानं खूप विचार केला आणि त्याला तरीही ते मान्य होतं.''

''मार्क, तुला मी या पेचातून मोकळं करतो आहे,'' वीस मिनिटं त्याच्याशी बोलल्यानंतर ग्रॅहम त्याला म्हणाला. ''पुढे हो आणि हा सौदा मान्य कर आणि आपल्या कंपनीचा विकास कर. माझ्या शुभेच्छा तुझ्या पाठीशी आहेत.'' मार्कला हे

ऐकून एकदम शांत वाटलं. ग्रॅहमकरता त्याच्या मनात असलेला आदर त्यामुळे द्विगुणीत झाला.

एक मेल करून मार्कनं ब्रेअरला एकटं भेटण्यास होकार कळवला.

त्या दिवशीच म्हणजे बुधवारी, ६ एप्रिलला, दुपारी मार्क एक्सेलच्या ऑफिसकडे निघाला. ब्रेअरच्या एका छोट्या कॉन्फरन्स रूममध्ये तो बसला. जरी त्यानं मागवलेल्या महागड्या वाईनची चव त्याला घेता आली नाही तरी त्याच्या मैत्रीपूर्ण वागण्यासाठी मार्कला ब्रेअर आवडला होता. इकडे पार्कर मार्कला या एवढ्या मोठ्या सौद्यासंदर्भात सतत पढवत होता. त्यामुळे थोडं करारी बनण्याचा प्रयत्न करत त्यानं ब्रेअरला सांगितलं की या प्रस्तावात त्याला आणखी काही सुधारणांची अपेक्षा आहे. त्यानं स्पष्ट केलं की एक्सेलनं ७० मिलियन ऐवजी ७५ मिलियन डॉलर्स हा आकडा द्यावा आणि ब्रेअरनं स्वत: द फेसबुकच्या संचालक मंडळातील जागा स्वीकारावी, तरच हा सौदा मान्य केला जाईल. ॲफ्रूझी खूप चांगला होता हे खरं, पण तो अननुभवी होता आणि ब्रेअरइतका वरिष्ठ नव्हता. ''हे ऐकून मला खरंच खूप वाईट वाटलं,'' ॲफ्रूझी सांगतो, ''पण मला सारं काही कळतं होतं.'' झकरबर्गनं स्पष्टच सांगितलं होतं की ब्रेअर जर द फेसबुकच्या संचालक मंडळावर येणार नसेल तर तो पोस्टशी करार करणार. सिलीकॉन व्हॅलीतील ब्रेअरसारख्या इतक्या मुरलेल्या व्यावसायिकाला आपल्या सोबत आणणं मार्कच्या आणि कंपनीच्या भवितव्याच्या दृष्टीकोनातून खूप खूप महत्त्वाचं होतं.

दुसरीकडे द फेसबुकमध्ये थोडा आणखी मालकीहक्क मिळवण्याकडे ब्रेअरचा कल होता. एक्सेलला कंपनीत १५ टक्के हक्क हवा होता. पण पार्कर आणि झकरबर्गला एक्सेलकडून आणखी पैसे नको होते. हा मुद्दा ब्रेअरसोबत जेवायला गेले असताना निघाला होता. शेवटी यात एक मध्य मार्ग काढण्यात आला. एक्सेल आणखी २.७ मिलियन गुंतवणुकीच्या रकमेत टाकेल आणि मार्क, पार्कर आणि डस्टीनला प्रत्येकी १ मिलियन डॉलर्सचा विशेष बोनस देण्यात येईल.

अशा VC सौद्यामध्ये खरं तर गुंतवणूकदार कुठलीही प्रत्यक्ष गुंतवणूक करण्याआधीच मालकांना आपल्या हक्कांवरची त्यांची पकड सैल करण्यास भाग पाडतात. ज्यासाठी भागभांडवलाचा एक अतिरीक्त 'पूल' तयार केला जातो आणि त्याचं वाटप केलं जात नाही. याचा फायदा असा असतो की भविष्यात जे लोक कंपनीत येतील त्यांनाही भागभांडवलात आपला हक्क मिळू शकेल. या सगळ्यांचा हिशेब फारच किचकट असतो, पण शेवटी याचा जास्त फायदा गुंतवणूक करणाऱ्या VC ला होतो आणि मूळ मालकांना नुकसान सहन करण्याशिवाय पर्याय उरत नाही. या एकत्रित भागभांडवलाच्या पूलमध्ये किमान २० टक्के मूळ भागभांडवलदारांचे असावेत असा सर्वसामान्यत: VC चा आग्रह असतो.

पण मार्कला पार्करनं या सगळ्या व्यवहारासाठी पक्कं तयार केलं होतं आणि

ब्रेअरला द फेसबुकमध्ये येण्याची जी आतुरता होती ती या दोघांनीही त्या रात्री अनुभवली होती. म्हणून मार्कनं २० टक्क्यांचा प्रस्ताव अमान्य केला आणि तो १० टक्क्यांवर आणला. पण मूळ भागभांडवलदारांच्याच हिश्श्यातून असा पूल करण्याऐवजी यात गुंतवणूकदारांनीही अर्धा हिस्सा द्यावा असा आग्रहही मार्कनं ब्रेअरकडे धरला. ''मार्कनं या वाटाघाटी करताना खूपच जोर लावला होता,'' ब्रेअर सांगतो.

गुंतवणुकीनंतर द फेसबुकचं बाजारातील मूल्यांकन ९८ मिलियनपेक्षा थोडं कमी राहील असा सौदा शेवटी या सगळ्या वाटाघाटीनंतर ठरला. इतक्या छोट्या कंपनीकरता तब्बल १२.७ मिलियनची प्रत्यक्ष गुंतवणूक करायला एक्सेलनं होकार दिला. त्या बदल्यात त्यांना कंपनीच्या मालकीहक्कात १५ टक्के भागीदारी मिळणार होती. ''ही किंमत खूप जास्त आहे याची मला जाणीव होती,'' ब्रेअर सांगतो, ''पण सौदा करताना कधी कधी हे असं होतं.'' ब्रेअरनं संचालक मंडळावर यायला कबुली दिली, पण त्याचबरोबर त्याचे स्वतःचे १ मिलियन कंपनीत गुंतवण्याचा प्रस्ताव ठेवला. दोघांनी हस्तांदोलन केलं आणि मार्क बाहेर पडला. ब्रेअर खूष होता.

हात मिळवण्यापूर्वी मार्कनं ब्रेअरला काही गोष्टी स्पष्ट केल्या. कंपनीत आणखी काही छोट्या गुंतवणुकी येण्याची शक्यता असल्याचं त्यानं सांगितलं. त्यात डॉन ग्रॅहमच्या पोस्टमधून किंवा सिग्राम लिक्यॉरच्या संपत्तीचा वारस एडगर ब्रॉन्फमन यांचा समावेश होता. ब्रॉन्फमन वॉर्नर म्युझिकचा सीईओ होता. मार्क आणि पार्करची ब्रॉन्फमनशी लॉस एन्जेलीसमध्ये गाठ पडली होती जेव्हा ते वॉर्नर म्युझिकला भेट द्यायला गेले होते. नॅपस्टरमुळे पार्कर आणि ब्रॉन्फमनमध्ये पूर्वी फार तणाव निर्माण झाला होता. पण ती कटुता बाजूला ठेवून ब्रॉन्फमन दोघांशीही खूप छान वागला होता. मात्र त्यानं द फेसबुकमध्ये पैसे न गुंतवण्याचा निर्णय घेतला. (जर त्यानं पैसे गुंतवले असते तर त्याच्या ३००,००० डॉलर्सची किंमत आज १०० मिलियन झाली असती.) व्हायकॉमचा प्रस्तावही तसाच कायम होता. पण मार्क आणि पार्करनं त्याचा विचारही करायचा नाही, असं ठरवलं.

हा सौदा पूर्ण व्हायला काही आठवडे लागले. पार्करनं आणखी काही महत्त्वाचे मुद्दे ऐनवेळी उचलून धरले. कंपनीवरील झकरबर्गचं नियंत्रण अबाधित ठेवण्यासाठी त्यानं व्यवस्थापकीय रचनेत काही बदल सुचवले आणि ते घडवूनही आणले. संचालक मंडळातील मार्कची एक अतिरिक्त जागा त्यानं कुणालाही दिली नाही. त्यामुळे ब्रेअर आणि थिएलच्या असण्यानंही मूळ रचनेत कुठलाही बदल झाला नाही. मार्क आणि पार्कर मिळून पाचपैकी तीन जागांवर कंपनीच्या मूळ भागभांडवलदारांचा हक्क राहाणार होता. यामुळेच कंपनीतील मार्कचं साम्राज्य अबाधित राहाणार होतं. या सगळ्यासाठी एक्सेल तयार झाले, यातूनच त्यांना या एका सौद्याची किती आतुरता होती हे पुन्हा एकदा सिद्ध झालं होतं. शिवाय मार्कवर त्यांचा विश्वासही

आता पक्का झाला होता. ब्रेअर तर या तरुण सीईओचा मोठा चाहताच बनला होता. असामान्य, हे एकच विशेषण तो त्याच्यासाठी वापरायचा.

मार्कच्या अधिकारात असलेल्या त्या रिकाम्या जागेबद्दल बऱ्याच सहकाऱ्यांचा कयास होता की मार्क ती जागा आपल्या वडिलांना देणार. कारण कुठलीही अडचण आली की तो लगेच मेसेज करून त्या संदर्भात वडिलांना कळवायचा. नुकत्याच झालेल्या आर्थिक व्यवहारातही त्यानं त्यांचा सल्ला घेतला होता. पण ही जागा त्यांनाही देण्यात आलेली नाही.

द फेसबुकला मिळालेल्या आर्थिक फायद्यांसंदर्भातील काही गोष्टी खूपच आश्चर्यकारक होत्या. पहिलीच बाब म्हणजे एका इंटरनेट कंपनीला, जी फक्त दहा महिने जुनी आहे, त्याचं झालेलं मूल्यांकन न भूतो न भविष्यती असं होतं. गुगलसारख्या कंपनीचंही पहिलं मूल्यांकन ७५ मिलियनच्याही खाली होतं. याशिवाय कंपनीतील या मूळ भागभांडवलदारांना मिळालेला बोनसही अशक्य प्रकारातील होता. त्याबद्दल गुप्तता बाळगण्यात आली होती. अशा स्थितीत सगळा पैसा कंपनीलाच मिळावा असा एक प्रघात आहे, म्हणून ही खबरदारी घेण्यात आली होती. असा बोनस यापूर्वी कधी कुठल्या कंपनीच्या भागभांडवलदारांना अगदी पहिल्याच गुंतवणूक सौद्यात मिळाल्याचं सिलीकॉन व्हॅलीतील जुन्या-जाणत्यांच्याही स्मरणात नाही. WTI सोबत लावलेली पैज आठवते? "मी जिंकलो," पार्कर आजही अगदी लहान मुलाच्या उत्साहानं सांगतो. WTIजर ही बाजी जिंकले असते तर त्यांच्या हमीपत्रांना आजच्या घडीला दहा पट जास्त किंमत मिळाली असती. पण तसं झालं नाही आणि तरीही वेरडेगर आजही पार्कर आणि द फेसबुकचा प्रेमी आहे. जुलैमध्ये WTI नं आणखी ३ मिलियनचं कर्ज द फेसबुकला दिलं. पुन्हा हा पैसा फक्त संगणकांच्या हार्डवेअर आणि इतर स्थावर मालमत्तेच्या देखरेखीसाठी होता.

तिकडे एडवार्डो सॅव्हरीनला एक्सेलच्या अटींसंदर्भात पत्ता लागला आणि त्यानं आकांडतांडव केलं. उन्हाळ्यात त्याच्या भागभांडवलाचा हिस्सा ३४.४ टक्के होता आणि आता नवीन गुंतवणूक आल्यामुळे आणि मालमत्तेच्या पुनर्रचनेमुळे तो १० टक्क्यांवर आला. हे असं सगळं काही होईल याची मला कल्पना नव्हती आणि मी आता खटला भरणार आणि असं बरंच काही तो त्यानंतर बोलत राहिला. पण नवीन रचनेमुळे त्याच्या या बोलण्याला आणि कंपनीतील त्याच्या भूमिकेला फारसा अर्थ उरला नव्हता. कॅलाहननं तोपर्यंत सॅव्हरीनची भूमिका पार पाडण्यासाठी आवश्यक ते सगळं शिकून घेतलं होतं. संतापलेल्या सालेरीयननं द फेसबुकसाठी काम करणं बंद केलं. (पण भागभांडवल मात्र कायम ठेवलं.) मार्कनं त्याचं ई-मेल अकाऊंट बंद केलं आणि वाय२एमला त्याच्याशी कुठलाही संबंध न ठेवण्याच्या सूचना दिल्या.

पार्करनं या करारासाठी ज्या प्रकारे वाटाघाटी केल्या त्यानं मार्क, मॉस्कोव्हीट्झ

आणि कोहलर अगदी भारावून गेले होते. अगदी एखाद्या अभ्यासक्रमात समाविष्ट करावा, असा हा सगळा प्रकार होता. मागे वळून पाहताना कोहलरला आजही जाणवतं की पार्करमुळेच हे सगळं शक्य झालं होतं. ''या वाटाघाटीत तोच आघाडीवर होता. लोकांना आज कल्पना नाही की तो कंपनीसाठी किती महत्त्वाचा होता. त्यानं केलेलं काम अतुलनीयच होतं,'' तो सांगतो. झकरबर्गनं आपल्या मित्रांनाही सांगितलं की एक्सेलशी झालेल्या या सगळ्या सौद्यात पार्करनं जी व्यावसायिकतेची जाण दाखवली तसं आजपर्यंत त्यानं कुणालाही करताना पाहिलं नाही.

❖

ऐन तारुण्यात अनुभवायला मिळालेल्या या सगळ्यात मोठ्या सौद्याच्या दिवसाचा अंत मात्र मार्कसाठी थरारक झाला होता. एक्सेलसोबतच्या करारावर त्यानं सही केली. आता तो लक्षाधीश झाला होता. त्या रात्री या विजयाचा उत्सव जरा आटोक्यात ठेवण्याचा त्याचा विचार फारच विचित्र पद्धतीनं सत्यात आला.

मार्कची मैत्रीण त्या वेळी बर्कलीला शिकत होती. मध्यरात्री हा तिला भेटायचं म्हणून तिकडे निघाला. गाडीत पेट्रोल भरण्यासाठी म्हणून तो पालो आल्टोच्या पूर्वेकडील एका पेट्रोल पंपावर थांबला. उर्वरीत पालो आल्टोच्या तुलनेत या वस्तीत आर्थिकदृष्ट्या जेमतेम असलेल्या लोकांचं वास्तव्य जास्त प्रमाणात होतं. टाकी भरून हा निघणार तेवढ्यात एक मुलगा झिंगलेल्या अवस्थेत हातात पिस्तूल घेऊन मार्कच्या दिशेनं आला. पण तो प्रचंड प्यायलेला असल्यानं त्याला धड उभंही राहता येत नव्हतं. बरळत त्यानं मार्ककडे पैशाची मागणी केली. मार्क घाबरला होता. पण त्यानं थोडा विचार करीत गाडीत प्रवेश केला आणि तिथून पोबारा केला. काहीच झालं नाही. ''मला वाटतं मी नशीबवान होतो म्हणून बचावलो,'' मार्क सांगतो. द फेसबुक तयार करणं आणि या नवीन आर्थिक व्यवहारासंदर्भात मार्क या प्रसंगाचं उदाहरण देतो.

शेवटी द फेसबुकजवळ आता भरपूर पैसा होता. आता खरंखुरं ऑफिस आणि कर्मचारी आणि सहकारी निवडण्याची वेळ आली होती. आता पुन्हा कधीही सर्व्हरना वायरनी बांधून ठेवण्याची गरज पडणार नव्हती. खऱ्या विकासाला आणि प्रगतीला आता सुरुवात झाली होती.

❖

६

कंपनीची मुहूर्तमेढ

'कंपनीत सीईओ होणं आणि कॉलेजमध्ये रूममेट असणं या दोन भिन्न गोष्टी आहेत.'

अचानक, द फेसबुक काय काय सिद्ध करू शकतं आणि मिळवू शकतं, या शक्यतांना कुठल्याच सीमा उरल्या नव्हत्या. पैशांचा अडसर आता राहिला नव्हता. विद्यार्थ्यांमध्ये उत्साह कायम होता आणि त्यांना सेवा पुरवण्यात द फेसबुक कुठेही मागे नव्हतं. अगदी क्षुल्लक शंकाही झकरबर्गच्या मनात आली तर ती लगेच निस्तरली जात होती. आता वेळ होती खरीखुरी कंपनी स्थापन करण्याची. पण थांबा – कंपनी कशी स्थापन करतात?

मार्क झकरबर्ग आणि डस्टीन मास्कोव्हीट्झ फक्त २१ वर्षांचे होते. त्यांचे दृष्टीकोन, त्यांची कौशल्यं आणि त्यांच्या निष्ठा अजूनही कॉलेज तरुणांच्या मन:स्थितीतीलच होत्या. एक उद्योग कसा उभा करायचा याबाबतचं त्यांचं ज्ञान शून्यचं होतं. शॉन पार्कर पंचविशीचा होता खरा, पण त्याच्या गाठीशी असलेला अनुभवही दोन नवख्या कंपन्या काही काळ चालवण्याचा होता. अशा ठिकाणी येणाऱ्या आडकाठ्यांनी तोही बेजार झाला होता. शिवाय तो जात्याच बंडखोर वृत्तीचा होता. मार्कचा उद्योगाबद्दलचा अनुभव हा पार्करच्या व्यवसायातील प्रघातांसंदर्भातील अनादराइतकाच तीव्र होता. मग उरला फक्त येलचा पदवीधर मॅट कोहलर. अठ्ठावीस वर्षांचा कोहलर या सगळ्यांमध्ये अनुभवी होता आणि तोच द फेसबुकच्या अंतर्गत कारभाराचा सूत्रधारही होता. मॅकॅन्झीसारख्या कंपनीत त्यानं काही काळ नोकरी केली होती आणि रीड हॉफमनसारख्या जाणत्या उद्योजकाचा तो उजवा हात होता. त्यामुळेच एखाद्या नव्यानं सुरू झालेल्या कंपनीत काय काय अडचणी येतात आणि त्या कशा निस्तरायच्या याची त्याला बऱ्यापैकी कल्पना होती. पण या कंपनीसोबत तसा काहीच प्रश्न नव्हता. ही कंपनीच मुळात सामान्य नव्हती आणि त्यामुळे तिच्यापुढे येणारी आव्हानंही सामान्य कशी असणार?

आता द फेसबुकचं पहिलं काम होतं कंपनीत नवीन भरती करणं. त्याच्यासाठी पैशांची सोय केली होती. पण या क्षेत्रातील लोकांच्या मनात, द फेसबुकमध्ये काम करायचं की नाही, याबाबत अनिश्चितता होती. २००५च्या सुरुवातीच्या काळात मायस्पेसला मिळणाऱ्या अभूतपूर्व प्रतिसादानंतरही सिलीकॉन व्हॅलीतील लोकांसाठी सोशल नेटवर्किंग म्हणजे फक्त एक 'फॅड' होतं. सोशल नेटवर्किंगचं एका व्यवसायात रूपांतर होऊन ते चालू शकतं याबाबत ते अनिश्चित होते. त्या काळी ब्लॉगिंग आणि पॉडकास्टिंग या दोनच गोष्टी इंटरनेट कंपन्यांसाठी चलतीवर होत्या. शिवाय द फेसबुक एका मर्यादित वयोगटासाठी होतं. इथे काम करण्यास आलेल्या एखाद्या मोठ्या व्यक्तीला, म्हणजे कॉलेजला न जाणाऱ्याला, जर ही साइट पाहायची असेल तर त्याला तेही शक्य नव्हतं.

या सगळ्या समस्यांनी ग्रासलेल्या आणि पूर्णपणे विकसित न झालेल्या कंपनीची प्रतिमा उथळ आणि उत्तान अशीच होती. कोहलरनं आपलं सारं लक्ष नवीन लोकांना कंपनीत आणण्याकडे केंद्रित केलं. रोजगार संधी उपलब्ध करून देणाऱ्या एका कंपनीत काम करणाऱ्या रॉबीन रीड या महिलेला कंपनीला अभियांत्रिकी विभागासाठी उपाध्यक्ष शोधण्यासाठी मदत करण्याची विनंती केली. गोल चेहऱ्याची, छोटे सोनेरी केस असलेली मध्यमवयीन रीड मनगटावर लाकडी मण्यांचं ब्रेसलेट घालायची. तिला द फेसबुकसाठीच्या या शोध मोहिमेत अजिबात रस नव्हता. "मी त्यांच्याबद्दल बरंच काही ऐकलं होतं. चांगलं जे ऐकलं ते अविश्वसनीय वाटलं," ती आता सांगते. "शॉन पार्कर तेव्हा कुविख्यात म्हणूनच गणला जात होता." पार्ट्या करणं आणि प्लाक्सोमधून झालेल्या त्याच्या हकालपट्टीमुळे तो एक 'बॅड बॉय' म्हणूनच व्हॅलीत ओळखला जात होता. रीडनं आपल्या अनेक मित्रांना या संदर्भात विचारपूसही केली. त्यापैकी अनेकांनी द फेसबुकमध्ये आपलं नशीब आजमावण्याचा प्रयत्न केला होता आणि अयशस्वी ठरले होते.

या सगळ्यांना वदंता म्हटलं काय आणि जरा फुगवून सांगितलं म्हटलं काय, पण या कंपनीत खरोखरीच काही कॉलेज तरुणांचं साम्राज्य होतं. कुठल्याही व्यावसायिक बैठकीला गेले असता आपलं व्हिजिटिंग कार्ड देताना मार्कला दक्षता घ्यावी लागायची. कारण त्यानं दोन प्रकारची कार्ड बनवून घेतली होती. एकावर फक्त सीईओ लिहिलं होतं आणि दुसऱ्यावर होतं – 'I am CEO... bitch!'

देशातील सगळ्याच कॉलेज प्रशासनांनी होऊ घातलेल्या राष्ट्रीय बिअर पॉन्ग स्पर्धेविरुद्ध आवाज उठवला होता. पण इकडे कंपनीत नोकरी करण्यास उतावीळ झालेल्या ट्रिसिया ब्लॅकनंसुद्धा, ही स्पर्धा रद्द केली नाही तर आपण कंपनीत येणार नाही असं जाहीर केलं. ती वाय२एमला काम करत होती आणि २००४ पासूनच द फेसबुकमध्ये काम करण्याची संधी मिळावी म्हणून सॅव्हरीनच्या मागे लागली

होती. शेवटी तिला बोलावण्यात आलं. द फेसबुकला येताच तिनं आधी कंपनी अंतर्गत एका जाहिरात विभागची स्थापना केली. कार्यालयातील रंगरंगोटी आणि इतर सजावटीबद्दल बोलायचं झालं तर पार्करच्या मैत्रिणीनं काढलेल्या 'त्या' चित्रांवर रंग लावण्यात आला होता. हा बदल एक्सेलचे १२.७ मिलियन कंपनीत येताच घडला होता.

नोकरी देण्याच्या पद्धतीतही व्यावसायिकता शून्य होती. अगदी सुरुवातीला, एका इटालियन खानसाम्याच्या लाकडी प्रतिकृतीच्या हातातील बोर्डवर विविध पिझ्झाच्या नावांच्या जागी भरतीसाठी उपलब्ध असलेल्या पदांची नावं लिहिण्यात आली होती. उदाहरणार्थ 'अभियांत्रिकी विभाग उपाध्यक्ष'. दिसायला हे सारंच पोरकट होतं.

कोहलरनं आणलेली पहिली व्यक्ती म्हणजे पे पालमधील प्रोग्रॅमर स्टीव्ह केन. पण स्टीव्हनं काही आठवड्यातच नोकरीला रामराम ठोकला आणि आपली स्वत:ची कंपनी सुरू करण्यासाठी तो पे पालमधील त्याच्या दोन सहकाऱ्यांसोबत कामाला लागला. त्याला थांबवण्यासाठी कोहलरनं खूप प्रयत्न केला. द फेसबुक खूप वाढणार आहे आणि ही कंपनी सोडून तू भली मोठी चूक करतो आहेस; आयुष्यभर तुला याचा पश्चाताप होणार आणि असंच बरंच काही त्यानं स्टीव्हला सांगितलं. पण तो थांबला नाही. त्याला त्याची व्हिडिओ साइट काढायची होती. कोहलरनं त्याच्या या कल्पनेलाही धुडाकवून लावलं होतं. अशा शेकडो व्हिडिओ साइट अस्तित्वात आहेत. पण द फेसबुकसारखं काही नाही, असंही तो त्याला म्हणाला. पण त्याचा काही उपयोग झाला नाही. पुढे जाऊन स्टीव्हनं युट्यूब नावाची आपली कंपनी चालू केली. ती कशी आहे आणि किती नफा मिळवते आहे, याबद्दल वाचकांना सांगण्याची गरज नाही, असं मला वाटतं.

मार्कला लवकरच लक्षात आलं की सिलीकॉन व्हॅलीतील चांगल्या लोकांना कामावर घेण्यासाठी द फेसबुकची सरळ स्पर्धा गुगलबरोबर आहे. कारण कुठलाही उत्तम सॉफ्टवेअर इंजिनियरचं फक्त गुगलमध्येच काम करण्याचं स्वप्न होतं. द फेसबुकनं अशांनाच कामावर घ्यायला हवं होतं. कुणीही गुगलमध्ये नोकरीसाठी मुलाखत द्यायला गेलं की मार्क त्या व्यक्तीला आपल्या कंपनीत आणण्यासाठी अक्षरश: कासावीस व्हायचा.

प्रिन्सटनला आपल्या लहान भावाला भेटायला गेला असता कोहलरला तिथे गुगलच्या नवीन भरतीसाठी बैठक सुरू असल्याचं कळलं. लगेच द फेसबुकसंदर्भातील काही पत्रकं त्यानं छापली आणि अगदी दारात उभं राहून मुलांना वाटली. तिकडे मार्कही स्टॅनफोर्डच्या कॉम्प्युटर सायन्स विभागात एक टेबल लावून बसला. तिथे एका बोर्डावर लिहिलं होतं : 'Why work at Google? Come to thefacebook.' त्यांना ॲडम डिएन्जलोचीही मनधरणी करावी लागली, कारण त्यालाही गुगलमध्ये इंटर्नशिपसाठी बोलावणं आलं होतं.

एक्सेलसोबतच्या सौद्याला मूर्त रूप देणारा केविन ॲफ्रूझी आता नियमितपणे द फेसबुकला येऊ लागला होता आणि झकरबर्गला मार्गदर्शन करायचा. त्यानंच जेफ रॉथशिल्डला अर्धकालीन सल्लागार म्हणून कंपनीत आणण्याचं सुचवलं. रॉथशिल्ड 'व्हेरीज' या व्यावसायिक सॉफ्टवेअर कंपनीचा सहसंस्थापक होता. त्याच्याकडे डाटा सेंटरसंदर्भातील प्रचंड ज्ञान आणि वयाची पन्नाशी गाठल्यानंतर येणारी प्रगल्भता होती. मार्कला जाणवलं की द फेसबुकची फ्रेंडस्टरसारखी अवस्था होण्यापासून रॉथशिल्डसारखा व्यक्तीच रोखू शकतो. त्याला रोख्यामध्ये काही भाग देऊन आठवड्यातून एकदा येण्यासाठी आग्रह करता येईल, असं ॲफ्रूझीनं मार्कला सुचवलं. "तो पूर्णवेळ नाही येणार का?" मार्कनं त्याला विचारलं. "शक्यच नाही. तो निवृत्त झाला आहे," ॲफ्रूझीनं माहिती पुरवली. काही दिवसांनी मार्क आणि ॲफ्रूझी भेटले तेव्हा मार्कनं अभिमानानं त्याला सांगितलं की त्यानं रॉथशिल्डला पूर्ण वेळ कामासाठी तयार केलं. एखादी गोष्ट होऊ शकत नाही म्हणणं म्हणजे मार्कच्या कार्यक्षमतेला आव्हान देण्यासारखं असायचं.

"या मुलांनी एक डेटिंग साइट काढली आहे असाच माझा समज होता," रॉथशिल्ड ते दिवस आठवत सांगतो. द फेसबुक पाहताच तो खूप भारावून गेला होता आणि पाहताक्षणी त्याला ती संकल्पना फारच आवडली होती, हे तो कबूल करतो. "मार्कचा दृष्टीकोन समजून घेतल्यानंतर मला लगेच लक्षात आलं की ही गोष्ट मायस्पेसपेक्षा खूपच वेगळी आहे. फक्त लोकांना शोधणं हा या साइटचा हेतू नाही, तर अशा शोधलेल्या व्यक्तींच्या कायम संपर्कात राहाण्याचं हे अत्यंत प्रभावी माध्यम आहे," तो सांगतो. रॉथशिल्डसारख्या अनुभवी आणि जाणकार व्यक्तीला आणल्यामुळे कंपनीला कायद्याच्या कक्षेत आणण्यासाठी मदत झाली.

रॉथशिल्ड कंपनीत आल्यानं कोहलरलाही रॉबीन रीडला भरतीसाठी मदत करण्यासाठी मागे लागता आलं होतं. ती शेवटी मार्कला भेटायला तयार झाली. ठरलेल्या वेळेस, म्हणजे ११ वाजता जेव्हा ती द फेसबुकच्या त्या रंगीबेरंगी पायऱ्यांवरून वर ऑफिसमध्ये आली तेव्हा सगळीकडे सामसूम होती. ती थोडावेळ रेंगाळली आणि शेवटी बाहेर पडली. कोहलर तिला रस्त्यातच भेटला. परत तिची मनधरणी करून तो तिला आत घेऊन आला. नंतर त्यांना कळलं की झकरबर्ग पूर्ण वेळ ऑफिसमध्येच होता. फक्त तो गच्चीत उभा होता. डॉर्मरूम म्हणून असलेल्या एका खोलीच्या टेबलवर उभं राहिलं आणि खिडकीतून बाहेर डोकावलं तर एका मोठ्या गच्चीत प्रवेश करता यायचा. तिथे बीच चेअर्स ठेवल्या होत्या आणि थोडं खाजगी काही बोलण्यासाठी किंवा कुणाला फोन करण्यासाठी ही मुलं या जागेचा उपयोग करीत असत. सगळ्यांनाच ही जागा फारच आवडायची. विशेषत: छान ऊन पडलं असेल तर इथे बसण्यात वेगळाच आनंद होता. रीडला कोहलर तिथे घेऊन

गेला. मार्कनंही मग तिला अभियांत्रिकी विभागासाठी भरती करायला मदत करण्यासाठी गळ घातली. सगळं पाहिल्यानंतर रीडलाही हे सगळं खूप उत्साही आणि प्रभावित करणारं वाटलं. ती शेवटी तयार झाली.

पण लोकांना नोकरी देण्याचा द फेसबुकचा आपला एक नियम होता जो एकमेवाद्वितीय होता. त्यांचं तरुणांवर विशेष प्रेम होतं आणि कॉलेज सोडणं हा तर या कॉलेजमधून निघालेल्या, जगातील इतर सर्व गोष्टींना तुच्छ मानणाऱ्या आणि स्वानुभवातून शहाणे झालेल्यांच्या लेखी एक मोठाच गुण होता. ''जर एखादी गोष्ट तुम्ही करू शकता मग ती शिकण्यात काय अर्थ आहे?'' हा झकरबर्गचा कुणालाही नोकरी देतानाचा ठरलेला सवाल असायचा. इतकंच नाही तर जर कुणी कॉलेज सोडून नोकरी करायला तयार झालं आणि कालांतरानं त्याला कॉलेजला परत जायचं असेल तर त्याला त्याची फी देण्याचीही द फेसबुकची तयारी होती. इंटर्नशिपसाठी जाहिरात केल्यावर कोहलरनं काही चांगल्या मुलांना निवडलं आणि मुलाखतीसाठी आल्यावर त्यांना सांगण्यात आलं की द फेसबुक फक्त पूर्णकालीन नोकरीसाठीच भरती करत आहेत. यामुळे अनेक मुलं कॉलेज सोडण्याचा निर्णय घेताना आढळून आली. यातूनच त्यांना मिळालेला पहिला चांगला सहकारी म्हणजे स्कॉट मारलेट, ज्यानं द फेसबुकसाठी आपला इलेक्ट्रिकल इंजिनियरिंगचा अभ्यासक्रम सोडला.

उंच, मृदुभाषी, अस्ताव्यस्त केस असलेला ॲडम डिएन्जलो कंपनीतला सगळ्यात हुशार आणि असामान्य असा प्रोग्रामर होता. वायरहॉगचा नाद त्यानं सोडून दिला होता. आता तो द फेसबुकचा पहिल्या क्रमांकाचा अभियंता बनला होता. पहिल्यांदा कुणाशीही बोलणी झाली असली तरीही मार्क तांत्रिक विभागासाठी आलेल्या प्रत्येक उमेदवाराला ॲडमकडे पाठवायचा. जर त्याला ती व्यक्ती हुशार वाटली तरच आलेल्याला नोकरी मिळायची.

कुणाला नोकरी मिळाली की त्याचं पहिलं काम असायचं स्वत:साठी लॅपटॉप विकत घेणं. ऑफिसात फर्निचरही पुरेसं नव्हतं. नोकरी मिळाल्यावर पहिल्या आठवड्यात स्कॉट मारलेटला जमिनीवर बसूनच काम करावं लागलं होतं. मुख्य रूमच्या मध्यभागी फक्त दोन टेबलं ठेवली होती ज्यावर इतरांच्या सामानाचा ढीग झाला होता. काही दिवसांनी स्कॉटनं स्वत:साठी एक टेबल-खुर्ची विकतच घेतली.

जूनमध्ये ३ मिलियन युजरपासून ते ऑक्टोबर २००५ मध्ये पाच मिलियन युजरपर्यंत साइटचा विकास झाला. ही प्रगती असामान्य होती आणि त्यांनी याचा जल्लोष साजरा केला. तरीही इथे काम करणाऱ्यांसाठी ही सेवा आणि त्याची गुणवत्ता टिकवून ठेवणं म्हणजे तारेवरची कसरत होती. सदस्यसंख्या इतक्या झपाट्यानं वाढत असताना तांत्रिक बाबींतही भराभर सुधारणा होणं आवश्यक होतं.

फ्रेंडस्टरसारखी अवस्था व्हायला नको, म्हणून सगळ्यांचा आटापिटा सुरू होता. ॲडमचा प्रत्येक दिवस नवनवीन समस्यांना तोंड देण्यात जात होता. त्याला ते दिवस आजही स्पष्ट आठवतात. तो सांगतो : "आज काय तर हा डाटाबेस ओव्हरलोड झाला आहे तो ठीक करा. तिकडे ई-मेल पाठवणं शक्य नाही, ते पाहा. एका आठवड्यात अगदी टोकापर्यंत सारं काही येऊन ठेपलं आहे, दुसऱ्या आठवड्यात ते मर्यादेच्या बाहेर असेल आणि मग संपूर्ण सिस्टिम कोसळणार आणि साइट चालूच शकणार नाही, अगदी इतकं सगळं गळ्याशी यायचं." आणखी सर्व्हर जोडण्यासाठी सॅन्टा क्लाराच्या डाटा सेंटरला फेऱ्यांच प्रमाण खूपच वाढलं होतं. वर्षाच्या शेवटी द फेसबुकला ४.४ मिलियन फक्त सर्व्हर आणि नवीन नेटवर्कसाठी आवश्यक उपकरणं खरेदी करण्यासाठी खर्च करावे लागले होते.

युजरचा आकडा वाढत असला तरीही सगळी सिस्टिम सुरळीत चालावी यासाठी सगळे अक्षरश: जिवाचं रान करत असतानाच काही तरुण इंजिनियर मंडळींनी मोठमोठ्या चुकाही केल्या. काहींच्या या कारनाम्यांमुळे अख्खी साइट कोलमडण्याची वेळ आली होती. यातील अगदी प्राथमिक स्तरावरील सॉफ्टवेअर कोड एका विशिष्ट क्रमानं जर मांडलं नाही तर अशी परीस्थिती निर्माण होते आणि या सॉफ्टवेअर कोडच्या सूचनांची फाईल भलीमोठी आणि लांबलचक होती. (सरते शेवटी ॲडम आणि स्कॉटनं ते विभाजित करून जरा सोपं केलं होतं.) एकदा कंपनीचा प्राथमिक IP म्हणजेच बौद्धिक संपत्ती असलेला सोर्स कोडच अनेकांच्या प्रोफाईलमध्ये प्रविष्ट झाला होता. एका इंजिनियरनं चुकून एक व्हायरस सिस्टिममध्ये सोडला आणि त्यामुळे कुणालाही आपलं अकाऊंट उघडताच येईना. एकदा एका उमेदवारी करणाऱ्या मुलानं कोडिंगमध्ये काहीतरी चूक केली आणि त्यामुळे युजरनं कुठल्याही जाहिरातीवर क्लिक केलं तरी तो सरळ फक्त एकाच जाहिरातीच्या साइटवर जात होता आणि ते म्हणजे ऑलपोस्टरडॉटकॉम.

कुठेही काहीही गडबड झाली आणि ही अशी संकटं आली तर निस्तरण्याची संपूर्ण जबाबदारी डस्टीन मॉस्कोव्हीट्झची असायची. हे करताना पूर्ण दिवस जातो आहे की रात्र याची गणती नसायची. काही मूर्खासारख्या चुका घडताना दिसल्या की मग त्याचं डोकं ठणकायचं आणि तो आकांडतांडव करायचा. टेबलावर जोरात हात आपटणं किंवा हाती लागेल ते रागात भिरकावणं वगैरे प्रकारही व्हायचे. पण तोच एक व्यक्ती होता जो हे सारं पुन्हा सुरळीतही करायचा. त्याच्या या झोकून देण्याच्या वृत्तीमुळे आणि कामासंदर्भातील तत्वांमुळे त्याच्याबद्दल प्रत्येकाच्या मनात आदर होता. हा आदर हीच त्याची खरी कमाई होती.

"डस्टीन म्हणजे कंपनीचा आणि आम्हा काम करणाऱ्यांचा आधारस्तंभ होता," रूची संघवी सांगते. गोल चेहरा, लांबसडक काळेभोर केस आणि चेहऱ्यावर कायम

शांतता आणि प्रसन्नता असलेली ही कारनेंजिया-मेलॉनमधून इंजिनियर झालेली युवती द फेसबुकची पहिली महिला इंजिनियर होती आणि अनेक वर्षं ती कंपनीच्या अंतर्गत कारभारातही महत्त्वाची म्हणून गणली जात होती.

कोण कोण काय काय करत आहेत हे पाहण्याचा प्रयत्न करत असताना रॉथशिल्डला आढळून आलं की द फेसबुकचं कस्टमर सपोर्टचं काम बर्कलीतील काही विद्यार्थी अंशकालीन तत्वावर आपल्या घरी बसून करतात. ज्यांना मदत हवी आहे अशा ७५,००० द फेसबुकच्या ग्राहकांचा बॅकलॉग त्याच्याकडे तयार झाला होता. रॉथशिल्डनं मग लगेच द फेसबुकवरच जाहिरात करून कस्टमर सपोर्ट प्रतिनिधीसाठी अर्ज मागवले आणि त्यातून स्टॅनफोर्डमधून पदवी घेतलेल्या पॉल जॅन्झरला निवडलं. या दोघांच्याही लगेच लक्षात आलं की त्यांना खूप मोठ्या कर्मचारीवर्गाची गरज आहे. आलेल्या अर्जांतून आणखी सहा जणांची निवड करण्यात आली आणि रॉथशिल्डनं स्वत: समूह मुलाखतींच्या माध्यमातून या सहाही जणांना नोकरीवर रुजू होण्यास सांगितलं. मात्र आजही मदतीसाठीच्या प्रश्नांची यादी खाली जाण्याऐवजी कधी कधी १,५०,००० पर्यंत गेलेली आहे. युजरना हरतऱ्हेचे प्रश्न पडताना आढळून आलं आहे. अगदी प्रोफाईल पिक्चर कसं बदलायचं यापासून तर लग्नानंतर प्रोफाईलमध्ये नाव बदलता येईल का, यापर्यंतचे प्रश्न कस्टमर सपोर्ट सांभाळणाऱ्यांना येतात.

कंपनीच्या सारासार विचाराचं प्रतिनिधित्व करण्याची भूमिका ॲफ्रूझीनं स्वत:कडे घेतली आणि यासाठी मार्कनं त्याला एक बिझनेस कार्ड दिलं, ज्यावर लिहिलं होतं 'Chief worry Officer'. पण काळजी करण्यासारखी कारणं त्याच्याकडे होती. साइटवर टाकण्यात येणारे फीचर्स कुठल्याही परीक्षणाशिवाय सरळ साइटवरच दिसायचे. मार्क सहज गप्पा करत बसला असताना काहीतरी टाईप करायचा आणि साइटवर 'लाईव्ह' बदल करायचा. ही गोष्ट ॲफ्रूझीच्या सहनशक्तीच्या पलीकडची होती.

नवीन भरतीसाठी रीडही अपेक्षेपेक्षा जास्त वेळ घेताना दिसत होती. एकीकडे अनुभवी इंजिनियर व्यक्तींना एका २० वर्षांच्या पोरसवदा सीईओसोबत काम करण्याची कल्पनाच सहन होत नव्हती. त्यानं स्वत: कधी कुठली नोकरीही केली नाही आणि तो आम्हाला हाताखाली ठेवणार, या एका मुद्यावर येऊन सारं काही थांबत होतं. अनेकांना आत यायचं होतं. पण त्यांना पार्करच्या भूतकाळानं आणि त्याच्या (कु)प्रतिष्ठेनं रोखून धरलं होतं. त्याचं कंपनीतील पद – अध्यक्ष – ऐकून तर त्यांनी द फेसबुककडे जाण्याचा विचारही झटकून टाकला होता. याही उप्पर रीडला नोकरीसाठी येणाऱ्या लोकांना कुठल्या अटी आणि नियमांच्या आधारानं घ्यायचं, याबाबत कुठलेही स्पष्ट संकेत मार्क किंवा इतरांकडून देण्यात आले नव्हते. ती अंधारातच चाचपडत होती. मार्कला कशा प्रकारचे लोक हवेत यासंदर्भातील

त्याची मतं वारंवार बदलायची. त्यानं फक्त एवढं स्पष्ट केलं होतं की उत्पादन विकास विभाग आणि त्याची सर्व जबाबदारी तो स्वत:कडे ठेवणार आहे. पण हे असं सगळं अपरीपक्व आणि गोंधळलेल्या अवस्थेत असूनही कंपनीत सारं काही प्रगतीपथावरचं होतं.

झकरबर्गनं रीडला कंपनीत निदान सहा महिन्यांसाठी तरी पूर्ण वेळ काम करण्यासाठी आग्रह केला. तिनं पूर्वी असं कधी केलं नव्हतं, पण रोख्यांतून मिळणाऱ्या उत्पन्नाचा पर्याय तिला जास्त भावला होता. तिचा पण कंपनीतील या मुलांवर आणि कंपनीच्या विशेष असण्यावर हळूहळू विश्वास बसू लागला होता. ''मला आत्तापर्यंत वाटायचं की आपण मोठमोठ्या उद्योजकांसोबत काम केलं आहे आणि बरंच काही त्यांच्याकडून शिकलो आहे,'' रीड सांगते. ''पण ज्या क्षणी मी द फेसबुकमध्ये प्रवेश केला तेव्हा माझी ही घमेंड पार उतरली. या विशीतल्या मुलांना जेवढं येत होतं त्यातलं मला काहीच माहिती नव्हतं. सगळे या मुलांना बेजबाबदार म्हणायचे. उशिरापर्यंत ते उगवायचेच नाही आणि काही तर फक्त रात्रीच काम करायचे. पण मार्क मात्र प्रचंड जबाबदार होता. खरं तर ते सगळेच जबाबदार होते. त्यामुळे मी आत्तापर्यंत मला जे काही यायचं ते विसरून पुन्हा नव्यानं सारं काही शिकण्याचा निर्णय घेतला आणि एक विद्यार्थी बनले.''

बुद्धाच्या तत्वज्ञानाबरहुकूम चालणारी आणि रोज ध्यान करणारी रीड आणि मार्क चर्चा करण्यासाठी सॅन फ्रान्सिसकोच्या म्युझियम ऑफ मॉडर्न आर्टच्या कॅफेत एका शनिवारच्या सकाळी बसले होते. त्यांनी एक करार केला. जर रीड कंपनीत काही महिन्यांकरता पूर्ण वेळ काम करायला तयार झाली तर तो ध्यान शिकायला आणि करायला तयार आहे. तोपर्यंत रीडला मार्कच्या या यशाचं एखाद्या आईला आपल्या मुलाचं वाटावं तसं कौतुक वाटायचं. तिनं त्याला एक विशेष कॉम्प्युटर सॉफ्टवेअर दिलं, ज्याच्या बायोफीडबॅक मॉनिटर क्लिप जर बोटांवर लावल्या तर तुमची मानसिक शांतता ते संगणकावर दर्शवतं. बोलणं संपलं आणि रीडनं कंपनीत यायला होकार दिला तेव्हा मार्क तिला म्हणाला, ''मला वाटतं आता तुला मिठी मारण्यास काही हरकत नाही.''

त्या दिवसांमध्ये तणावांनी मार्कवर जणू हल्लाच केला होता. पण तो कधीही त्यामुळे कोसळताना दिसला नाही. उलट तो जास्त शांत दिसायचा. कंपनीसाठी अत्यंत महत्त्वाच्या दिवसांमध्ये होणाऱ्या एवढ्या घडामोडींमध्येही मार्क कधीच चिडला नाही की संतापला नाही. (त्यानं रीडला नंतर कळवलंही की तिनं दिलेल्या त्या उपकरणामुळे आणि ध्यान करण्याच्या तंत्रामुळे त्याला हे शक्य झालं आहे.)

ही बाहेर प्रकट होणारी शांतता मार्कच्या व्यक्तिमत्त्वातल्या करीष्म्याचा एक महत्त्वाचा घटक होती. त्यामुळे लोक त्याच्याकडे आकृष्टही व्हायचे आणि काही

लोक त्याच्या याच शांततेमुळे चिडचिडही करायचे. तो भावनाशून्य आहे, एवढंच नाही तर आपल्या भावनांची फसवणूकही करतो, असा एक समज आहे. इतरांचं बोलणं ऐकण्याची त्याची पद्धत म्हणजे त्या व्यक्तीकडे एकटक पाहाणं. त्या व्यक्तीचं बोलणं तो ऐकतो आहे, याचा कुठलाही संकेत तो देत नाही. क्वचितच एखाद्याच्या बोलण्यावर तो प्रतिक्रिया देतो. तो काय विचार करतो आहे हे जाणून घेण्याची तुम्हाला गरज वाटत असेल तर तुमच्या नशिबी ते नाही, असं गृहीत धरा. ''त्याला जाणून घेणं खूपच कठीण आहे,'' ख्रिस ह्यूजेस सांगतो. मार्कचा हा रूममेट या काळात कंपनीसाठी जनसंपर्क अधिकाऱ्याची सगळी जबाबदारी आपल्या होस्टेलच्या रूममधून नियंत्रित करीत होता. ''त्याच्यासोबत अगदी साधं संभाषणही करणं एक कठीण कर्म असतं,'' तो सांगतो.

द फेसबुकमध्ये आता प्रत्येकाला प्रत्येक गोष्ट कळेल इतका लहान कारभार राहिला नव्हता. स्वत:चे काही निर्णय आणि काही महत्त्वाच्या सूचना कार्यालयात तयार झालेल्या प्रत्येक स्तरापर्यंत जाण्यासाठी प्रयत्नपूर्वक काळजी घेण्याची गरज निर्माण झाली होती. आपल्या योजना, रणनीती आणि त्याच्या अंमलबजावणीची पद्धत यासंदर्भात टिपणं काढण्याचा आग्रह ॲक्रूझीनं मार्ककडे धरला होता. दुसऱ्याच आठवड्यात मीटिंगला येताना मार्कनं एक छोटीशी लेदर बाईंडिंग असलेली डायरी बरोबर आणली होती. ''अध्यक्ष माओनी वापरावी तशी ती डायरी होती,'' ॲक्रूझी सांगतो. ''त्यानं ती उघडली. प्रत्येक पानावर अगदी छोट्या सुबक अक्षरांत दोन-दोन पॉइंटची टिपणं त्यानं काढली होती.'' मार्कचं अक्षर फारच सुबक आहे. एखाद्या कलाकाराच्या खुबीनं तो लिहितो. ॲक्रूझीला ती टिपणं वाचायला द्यायला त्यानं नकार दिला. ''मी त्याला सांगितलं की इतरांपर्यंत हे पोचावं हा या लिखाणाचा उद्देश आहे. तर त्यानं माझ्याकडे जणू मी कुठला नवीन मुद्दा मांडतो आहे अशा आविर्भावात पाहिलं आणि 'ओह्! खरंच?' एवढं उद्गारला.''

मार्क ही डायरी सतत आपल्या जवळ बाळगू लागला होता. पण तरीही काही सहकाऱ्यांना तिचं आतून दर्शन घडलं. कंपनीला कुठवर घेऊन जायचं आहे, याबद्दल त्यानं या डायरीत लिहिलं होतं. पहिल्या पानावर त्याचं नाव आणि पत्ता होता आणि खाली एक सूचना होती : ''ही डायरी सापडल्यास वरील पत्त्यावर आणून द्यावी. त्याला १,००० डॉलर्सचं बक्षीस दिलं जाईल.''

डायरीचं शीर्षक होतं 'The Book of Change' आणि त्याच्या अगदी खाली एक सुविचार लिहिला होता : 'Be the change you want to see in the world - Gandhi'

आतल्या पानांवर मार्कच्या वळणदार अक्षरांत येत्या काळात ज्या नवीन गोष्टी त्याला द फेसबुकमध्ये आणायच्या होत्या त्या सगळ्यांची विस्तृत माहिती होती.

यात भविष्यातील न्यूजफीड, युजरसाठी सगळ्या प्रकारच्या सेवा आणि द फेसबुकला इतरांनी तयार केलेल्या कॉम्प्युटर ॲप्लिकेशनचा परिचय करून देणारं एक व्यासपीठ म्हणून प्रस्थापित करणं, या गोष्टींचा उल्लेख होता. काही विभागात तर त्याच्या जाणिवांना व्यक्त होण्याचा एक मार्ग मिळाला होता आणि त्याच्या नोंदी त्या पानांवर उमटल्या होत्या. काही ठिकाणी समासात त्यानं लिहून ठेवलं होतं, 'ही गोष्ट पुढे कुठे जाताना दिसत नाही.' पण जे कंपनीसंदर्भातील घटनांशी निगडीत होते त्यांना ही डायरी म्हणजे मायकल एन्जेलोच्या स्केचबुकइतकी महत्त्वाची वाटायची.

दरम्यान एक आणखी खूप मोठी व्यक्ती द फेसबुकच्या आयुष्यात प्रवेश करती झाली. नंतर मार्कचे खूप जवळचे सल्लागार बनलेले मार्क ॲन्ड्रीसन यांची कोहलर आणि थिएलनं झकरबर्गशी गाठ घालून दिली होती. ॲन्ड्रीसन सिलीकॉन व्हॅलीत बदल घडवून आणणारे, नवनवीन प्रकल्प सुरू करणारे एक अत्यंत नावाजलेले उद्योजक होते. मार्कप्रमाणे तेही अगदी लहान वयातच कॅलिफोर्नियात आले होते आणि युनिव्हर्सिटी ऑफ इलिनॉसमध्ये असताना त्यांनी पहिलं वेब ब्राउजर तयार करण्यात हातभार लावला होता. नंतर नेटस्केप कम्युनिकेशनचे ते सहसंस्थापक होते. आणखी दोन खूप मोठ्या कंपन्या सुरू करण्यात आणि काही कंपन्यांना भांडवल पुरवून त्यांनी मदत केली होती. इथेही मार्कसारख्या तरुणाला ते द फेसबुकला यशस्वी करण्यासाठी आणि मोठं बनवण्यासाठी मदत करतील ही थिएल आणि कोहलरची अपेक्षा होती. झकरबर्गलाही त्यांना भेटताच त्यांच्या स्वभावातील ठामपणा आणि खुषमस्करी न करण्याची त्यांची वृत्ती फार आवडली. त्यांना स्वत:बद्दल प्रचंड आत्मविश्वास होता. कुणी आपल्यासंदर्भात काय बोलतात याची त्यांना पर्वा नव्हती. झकरबर्गला त्यांचा हाच गुण फार आवडला. ते इतरांशी जितक्या करडेपणा बोलायचे, मार्कसाठीही त्यांचं वागणं तसंच होतं.

पार्कर व कोहलर आणि ॲन्ड्रीसन व ॲफ्रूझी यांचं बोट धरून चालताना मार्कही आता खऱ्या नेत्याच्या भूमिकेत शिरताना दिसत होता. कंपनीच्याच एका भागात तो राहत होता. पण नंतर त्यानं तिथून बस्तान हलवलं. त्याच वेळी त्यानं जाहीर केलं की आता तो यापुढे सॉफ्टवेअर लिहिणार नाही. त्यानं त्याहीपेक्षा मोठ्या गोष्टींवर लक्ष केंद्रित करण्याची आता गरज निर्माण झाली होती. मार्कनं लिहिलेला शेवटचा कोड लोड करताना एक छोटासा समारंभ आयोजित करण्यात आला होता. नंतर एकदा स्टॅनफोर्डला मुलांसमोर एका भाषणात त्यानं अत्यंत खेदानं उल्लेख केला होता की एका कंपनीचा मुख्य अधिकारी बनून लोकांना हाताळणं आणि आपल्या कॉलेज होस्टेलच्या रूममध्ये मित्रांसोबत असणं या दोन फार भिन्न गोष्टी असतात. कधी कधी मग मार्क, कोहलर आणि मॉस्कोव्हीट्झ एखाद्या शनिवारी आधुनिक व्यवस्थापनाचा पितामह म्हणून गणल्या जाणाऱ्या पीटर ड्रकरची पुस्तकं वाचताना आढळून येत.

मार्कनं व्यवस्थापनातील आदर्श मानलेल्या डॉन ग्रॅहमसंदर्भातही अभ्यास करण्याचा निर्णय घेतला. तुम्ही कसं काम करता हे पाहाण्यासाठी पोस्टच्या कार्यालयात येऊ का, म्हणून त्यानं परवानगीही मागितली होती. त्या क्षणी नफा किंवा तोटा काय असतो याची पुसटशी जाणीवही नसताना, एक सीईओ ते कसं सांभाळतो हे त्याला पाहायचं होतं. मार्क मग वॉशिंग्टनला गेला आणि आपल्या या आदर्शासोबत त्यानं चार दिवस काम केलं. दोन दिवस तो सतत ग्रॅहमसोबत पोस्टच्या मुख्यालयात वावरत होता. त्यानंतर तो त्याच्यासोबत न्यूयॉर्कला गेला जिथे डॉनला वित्त समीक्षकांसमोर एक सादरीकरण करायचं होतं. पोस्ट कंपनीचं भागभांडवलाचं दोन भागांत विभागलं गेलं होतं. एक भाग सार्वजनिक भागभांडवल होता आणि दुसरा भाग पूर्णतः कुटुंबाच्या नियंत्रणात होता ज्यात मतदानाला खूप महत्त्व होतं. सार्वजनिक न्यास आणि नफा मिळवणारी वित्त संस्था अशा एकत्रित उद्देशानं चालवल्या जाणाऱ्या एका वृत्तपत्र संस्थेसाठी निर्माण केलेली ती रचना होती ज्यात एक विशेष संवेदनशीलता जपून लोकार्थ संस्था निर्माण केली गेली होती. या रचनेमुळेच कंपनीच्या निर्णय प्रक्रियेत ग्रॅहम परिवाराच्या मतांचं महत्त्व भरपूर होतं. कुटुंबाच्या नियंत्रणात असल्यामुळेच ग्रॅहमला कंपनीत काही दीर्घकालीन योजना राबवणं शक्य होतं. ही अशीच संरचना आपल्याही कंपनीत असावी हा विचार त्याच वेळी झकरबर्गच्या मनात आला आणि तो रुजलाही.

कुठल्याही संस्थेत लोक आणि व्यवस्थापन यांच्यात निर्माण होणाऱ्या आव्हानांचा कसा सामना करायचा यावर तोडगा काढण्याच्या दिशेनं मार्क विचार करू लागला होता. इतरांसाठी खूप महत्त्वाच्या आणि संवेदनशील असलेल्या गोष्टी तो कधी कधी अगदीच गमतीत घेत असे. एकदा कंपनीत काम करणारी तरुणी त्याच्याकडे तक्रार घेऊन आली की जेवणासाठी रांगेत ती उभी असताना एका कर्मचाऱ्यानं तिला त्रास दिला. त्या कर्मचाऱ्याला त्याच्या या कृतीसाठी सगळ्यांसमोर लाजवण्याचं मार्कनं ठरवलं. मग मीटिंगमध्ये त्यानं हा विषय काढला. "माझ्या कानावर आलं आहे की तुमच्यापैकी कुणीतरी एका मुलीला 'I want to put my teeth in your ass' असं म्हटलं." त्यानं एक निःश्वास टाकला. सगळीकडे शांतता पसरली होती. तो पुढं म्हणाला, "पण मला प्रश्न पडला आहे, म्हणजे नेमका काय अर्थ आहे या विधानाचा?" सगळे हसायला लागले आणि तो विषय तिथेच थांबला.

होस्टेलमध्ये आढळून येणारा बेदरकार किंवा बेजबाबदारपणा व एकदम टोकाची एकनिष्ठता आणि थकवा यांच्या एका संस्था स्वरूपात एकत्रित येण्याला कॉर्पोरेट संस्कृती असं म्हणता येईल. ही कंपनीत काम करणारी वीसएक मुलं बहुतेकदा गठ्ठ्यांनीच बाहेर पडायची. ऑफिसशेजारी असलेल्या अक्वारियस थिएटरमध्ये त्यांना फुकटात सिनेमा पाहायला मिळायचा, कारण कंपनीचा एक इंजिनियर इथे

पार्टटाईम काम करायचा; तर कधी, काही अंतरावर पालो आल्टोच्या पूर्वेकडे असलेल्या मॅकडोनाल्डमध्ये; तर कधी ऑफिसच्या कोपऱ्यावर असलेल्या विद्यापीठाच्या कॅफेमध्ये. ही जागा तर त्यांची मीटिंग घेण्याची अनधिकृत जागा झाली होती. ''इथे आम्ही सदासर्वदा काम केलं,'' रूची संघवी सांगते. ''आम्ही एकमेकांचे सर्वांत चांगले मित्र होतो. आम्हाला काम कधी काम वाटलंच नाही. ख्रिसमस काय आणि आठवडी सुटी काय, काहीच महत्त्वाचं नव्हतं. पहाटे पाचपर्यंतसुद्धा आम्ही काम केलं आहे.'' ती स्वत:ही उशिरापर्यंत काम करायची. एकदा पहाटे पहाटे तिच्या सॅन फ्रान्सिस्कोतील अपार्टमेंटला गाडी चालवत परत जात असताना दोनदा तिचा डोळा लागला आणि रस्त्याच्या दुभाजकांवर आदळण्याआधी तिनं स्वत:ला कसंतरी सावरलं. अखेर हायवेवर गाडी बाजूला घेऊन ती तिथेच झोपली. नंतर तिनं ऑफिसजवळच नवीन घर शोधलं. जे ऑफिसजवळ राहायला आले त्यांना द फेसबुककडून दरमहा ६०० डॉलर्स जादा देण्यात येत असत.

दुपारपूर्वी कुणी ऑफिसमध्ये फिरकायचे नाही. स्वत:च प्रकाशित केलेल्या Inside Facebook या पुस्तकात, कंपनीत इंजिनियर म्हणून काम करणाऱ्या कारेल बलाऊन यानं लिहिलं आहे की हा पायंडा स्वत: झकरबर्गनंच पाडला होता. ''तो आला की सगळीकडे एक नजर टाकायचा. कुठलीही खुर्ची रिकामी नसेल तर तो बिनधास्त कोपऱ्यातल्या एका कार्पेटवर उताणा पडायचा आणि आपल्या छोट्याशा मॅक आयबुकवर टाईप करायला सुरुवात करायचा.'' कामाची खरी सुरुवात नेहमी संध्याकाळनंतरच होताना दिसायची. रेड बुल घशाखाली टाकल्यानंतर प्रोग्रॅमर आपापल्या लॅपटॉपवर नजर गाडून सतत टाईप करताना दिसायचे तेही संध्याकाळनंतरच. इतरांशी संवाद व्हायचा तो फक्त इन्स्टंट मेसेजिंगमार्फत पन्नाशीला आलेली रीडही मग पहाटे ३ आणि ४ वाजेपर्यंत IM वर काम करत थांबायची. तिचा आता पूर्ण विश्वास बसला होता की हीच खरी कामाची वेळ असते आणि याच वेळी महत्त्वाचे निर्णय घेतले जातात.

AOL (America online) IM झकरबर्गचंही संवादाचं माध्यम होतं. वयानं मार्कपेक्षा जरा मोठ्या असलेल्या एका व्यक्तीला मार्कनं IM वर 'hey' असं लिहून पाठवलं. तो मार्कपासून साधारण सहा फुटांवरच बसला होता. कंपनीत आल्यानंतर पहिल्यांदाच त्याला त्याच्या बॉसकडून असा IM मिळाल्यामुळे त्यानं लगेच उभं राहून मार्ककडे पाहिलं आणि अगदी मित्रत्त्वाच्या स्वरात तो त्याला 'hey' म्हणाला. मार्कनं आपल्या लॅपटॉपवरून नजरही बाजूला केली नाही. जणू काही त्याला ते ऐकूच आलं नव्हतं. तुम्हाला जर बोलायचं असेल तर IMच्या माध्यमातून बोला, हाच इथला प्रघात होता. ऑफिस रिकामं व्हायला लागलं की मग मार्क जास्त उत्साहात यायचा.

अगदी एखाद्या चित्राप्रमाणे कंपनीतील वातावरण अनौपचारिक ठेवण्याचा द फेसबुकचा प्रयत्न होता. रॉथशिल्ड जेव्हा द फेसबुकमध्ये आला तेव्हा तो कायम सिलीकॉन व्हॅलीतील एका मध्यमवयीन, गंभीर स्वभावाच्या इंजिनियरसारखा राहायचा. अगदी व्यवस्थित कडक इस्त्रीचे कपडे, इन केलेला शर्ट, चकाकणारे जोडे वगैरे. इकडे आल्यानंतर एक महिन्यातच तो एअरपोर्टवर एका जुन्या मित्राच्या नजरेस पडला तेव्हा त्यानं एक डिझायनर जीन्स घातली होती आणि त्याच्या शर्टाचं एक टोक बाहेर लोंबत होतं. "जेफ, हे काय झालं तुला?" त्या मित्रानं चमकून विचारलं. "अरे काही नाही. माझ्या कंपनीतील मुलांना वाटतं की माझ्यामुळे ते वाईट दिसतात," त्यानं स्पष्ट केलं. "ते मला ऑफिसात परत घ्यायलाच तयार नव्हते." एका इंजिनियरनं तर त्याचं 'जे-रो' असं बारसही केलं.

"सिलीकॉन व्हॅलीतील सगळ्यात कूल कंपनी आपलीच असावी, हा आमच्या ध्येयाचाच एक भाग होता," पार्कर सांगतो. "जिथे काम करणं म्हणजे आनंद असेल, ही माझी संकल्पना होती," म्हणून त्यानं डेव्हिड कोयी या ग्राफिटी कलाकाराला ऑफिस सजावटीचं काम सोपवलं. पार्करनं आपल्या मैत्रिणीलाही थोडा हातभार लावायची परवानगी दिली आणि महिला प्रसाधनगृहातील 'त्या' चित्रात तिनं रंग भरले. (या कामासाठी कोयीलाही रोख्यांच्या स्वरूपातच मोबदला दिला गेला होता, ज्याचा बाजारभाव आता लक्षावधी आहे.) ऑफिसच्या परिसरातील काही घरं भाड्यानी घेऊन ती आपल्या कर्मचाऱ्यांना देण्याचं कामही द फेसबुकनं केलं. एक घर ऑफिसपासून अगदी हाकेच्या अंतरावर होतं आणि इथे सुट्टीच्या दिवशी पार्टी करायला सगळे एकत्र यायचे.

दरम्यान ट्रिसिया ब्लॅकनं न्यूयॉर्कमध्ये नियुक्त केलेल्या केविन कॉलरॅन या जाहिरात प्रतिनिधीला भेटण्यासाठी मार्क तिकडे गेला. केविन यापूर्वी एका म्युझिक रेकॉर्ड क्षेत्रात कामाला होता. त्याचं प्रोफाईल मार्कनं पाहिलं होतं. एका पार्टीत ५० सेंट नावाच्या रॅप गायकाच्या गळ्यात हात टाकून उभी असलेली एक व्यक्ती असा तो फोटो होता. ती व्यक्ती छोटीशी दाढी आणि दागिन्यांनी मढलेली आणि अत्यंत मग्रुर दिसणारी होती. न्यूयॉर्कच्या युनियन स्क्वेअरमधील व्हर्जिन मेगास्टोअरसमोर भेटायचं ठरलं. केविनला यायला उशीर झाला तेव्हा मार्कनं त्याला शेवटी फोन केला. "तू कुठे आहेस?" मार्कनं विचारलं. फोन उचलून केविननं उत्तर दिलं, "मी तुझ्यासमोरच आहे झक." त्याला पाहून मार्कचा चेहरा खर्रदिशी उतरला. त्याला वाटलं होतं की फोटोतील गंभीर चेहऱ्याची कृष्णवर्णीय व्यक्ती केविन आहे.

द फेसबुकमधील काही 'सोशल फंक्शन' कंपनीतही वापरले जायचे. एक दिवस कंपनीत नव्यानं कामाला लागलेल्या स्टॅनफोर्डमधून पदवी घेतलेल्या नायोमी ग्लेटला मॅट कोहलरनं सांगितलं की तिच्या सोरोरीटी सिस्टर्स (अमेरीकेतील विविध

विद्यापीठांमध्ये असलेले फक्त मुलींचे गट) ग्रुपना विनंती करून जिम ब्रेअरला 'पोक' करायला सांग. आपल्याच निर्मितीसंदर्भात जरा चांगलं वाटावं यासाठी बोर्डावरील सदस्यांवर हे असले प्रयोग केले जात असत.

प्राचीन साहित्यात मार्कला असलेली रूची आणि विनोदबुद्धीही आपली झलक दाखवत असे. बलाऊननं आपल्या पुस्तकात यासंदर्भात एक नोंद केली आहे. तो लिहितो, ''मार्कनं आपल्या ऑफिसच्या भिंतीवर मोठ्या अक्षरांत 'Forsan' हा शब्द लिहिला आहे. इसवीसनापूर्वी २९ आणि १९ दरम्यान व्हर्जिल नावाच्या ग्रीक कवीनं लिहिलेल्या Aeneid या महाकाव्यातील एका ओळीत हा शब्द आहे ज्याचा अर्थ 'Perhaps, one day, even this will seem pleasant to remember' (कदाचित एक दिवस, हे सारे ही एक सुखद आठवण बनणार) असा होतो.''

या सगळ्या धावपळीत तंत्रज्ञान आणि माध्यम कंपन्यांनी द फेसबुकच्या या प्रगतीची नोंद घ्यायला सुरुवात केली होती. याचा फायदा कसा घेता येईल याबाबत सगळ्यांचे प्रयत्न सुरू होते. मायस्पेस स्थापन करणाऱ्या ख्रिस डिवोल्फ आणि टॉम अँडरसननं लॉस एन्जेलीसहून पालो आल्टोकडे धाव घेतली. आपण द फेसबुक विकत घेणार, अशी हवा पसरवायला त्यांनी सुरुवात केली. युनिव्हर्सिटी अव्हेन्यूवरील कॉफी शॉपमध्ये पार्कर, कोहलर आणि मार्क त्यांना भेटले. पण ती दोघं छान आहेत आणि मायस्पेसबद्दल मनात कुतूहल होतं, म्हणून ही भेट होती, असं या भेटीनंतर स्पष्टीकरण देण्यात आलं. नंतर जुलैमध्ये मायस्पेसच विकल गेलं. रूपर्ट मरडॉकच्या न्यूज कॉर्पोरेशननं ही कंपनी ५८० मिलियनला विकत घेतली. त्या वेळी मायस्पेसचे २१ मिलियन युजर होते.

द फेसबुकमध्ये त्या दिवशी आनंदोत्सव साजरा करण्यात आला. सोशल नेटवर्कमधली त्यांच्या सेवेसारखी सेवा देणाऱ्या एका कंपनीला एवढी किंमत मिळाली म्हणून नाही, तर न्यूज कॉर्पोरेशनसारखी जुनी माध्यम कंपनी या नवीन प्रकारच्या सेवेची अगदी वाट लावणार, म्हणून ते खूष होते. त्यांनी असा समज करून घेतला की न्यूज कॉर्पोरेशनला हा प्रकार काही हाताळता येणार नाही आणि सगळी सिस्टिम त्यामुळे ठप्प व्हायला वेळ लागणार नाही. पार्करनं मग डिवोल्फ आणि त्याचा भागीदार टॉम यांना फोन केला. स्पीकरफोनवर त्यांच संभाषण संपूर्ण द फेसबुकच्या स्टाफनं ऐकलं. या दोघांचंही पालक कंपनीत फारसं आर्थिक योगदान नव्हतं. त्यामुळे कंपनी विकली गेल्यानंतर त्यांना आपल्या या निर्मितीचा फारसा आर्थिक फायदा उचलता आला नाही. पालो आल्टोतील या सगळ्या मुलांनी मग फोनवर हळहळ व्यक्त केली.

झकरबर्गला मात्र आपल्या कलाकृतीचा अभिमान होता. त्याला कुठल्याही परीस्थितीत ते विकण्याचा विचारही मनाला पटत नव्हता. स्टॅनफोर्डला मार्कच्या

भाषणानंतर एका मुलानं त्याला विचारलं, "सरतेशेवटी द फेसबुकच्या माध्यमातून पैसा मिळवण्यासंदर्भात किंवा त्यातून बाहेर पडताना जास्तीतजास्त आर्थिक लाभ कसा काढायचं ठरवलं आहे?" त्या रात्री तुसडेपणानं दिलेलं मार्कचं ते एकमेव उत्तर होतं. तो म्हणाला, "मी माझा वेळ द फेसबुक कसं घडवत न्यायचा याचा विचार करण्यात घालवतो. त्यातून बाहेर कसं पडायचं, हा विचारही मी कधी करत नाही.

"आम्ही जे करतो आहे ते इतरांपेक्षा जास्त चांगलं आणि लोकांना भावणारं आहे. करत राहाणं, हे जास्त मजेशीर असतं. त्यामुळे त्यातून बाहेर पडण्यासंदर्भात कुठलाही विचार डोक्यात नाही. सॉरी," असं बोलून तो थांबला.

जाहिरातींना मार्कनं कधीच फारसं महत्त्व दिलं नाही. तरीही द फेसबुककडे बऱ्याच प्रमाणात जाहिराती येत होत्या. अगदी सुरुवातीच्या काळातच हे स्पष्ट झालं होतं की ही वेबसाइट जाहिराती दाखवण्यासाठी किंवा पाहाण्यासाठी तयार केलेली नाही. ही बाब चांगली आणि वाईट दोन्ही होती. आणखी एक गोष्ट द फेसबुक आणि जाहिरातींच्या संदर्भात नमूद करावी लागेल. या साइटवर कधीच कुणी मोठ्या प्रमाणात जाहिराती क्लिक करताना, म्हणजेच पाहताना आढळून आलं नाही. त्यामागच्या कारणांचा विचार करताना अनेकांनी असा निष्कर्ष काढला की आपल्या मित्रांना शोधण्यात, नवीन मित्र तयार करण्यात आणि त्यांच्याशी गप्पा करण्यात गुंग झालेल्या युजरला या व्यावसायिक संदेशांकडे पाहाण्याची सवडच नाही आणि रसही नाही. गुगलमध्ये चाललेलं जाहिरातींचं मॉडेल द फेसबुकसाठी चालणार नाही, याची जाणीव लगेच सगळ्यांना झाली. गुगलवर जाहिराती पाहण्यासाठी जर युजरनं त्यावर क्लिक केलं तर जाहिरातदाराला पैसे मिळायचे. ते इथे लागू पडणारं नव्हतं.

न्यूयॉर्कमध्ये आता कोलरॅनलाही मोठं आव्हान पेलायचं होतं. त्याला असा जाहिरातदार गाठायचा होता जो cost per thousand view या प्रमाणे द फेसबुकला जाहिरात देईल. टीव्हीवरील जाहिरातींचा दर अशाच पद्धतीनं ठरवला जातो. अशा प्रकारच्या जाहिरातींना युजरनं क्लिक केलं तरच जाहिरातदार पैसे देणार असं नाही, तर किती लोकांनी ती दिसली याप्रमाणे हिशेब केला जाईल. (गुगलची खासियत असणारी, प्रत्येक क्लिकवर पैसे या पद्धतीच्या एकदम विरुद्ध) पण तरीही त्या वेळी द फेसबुक ही फक्त कॉलेजला जाणाऱ्या विद्यार्थ्यांसाठी तयार केलेली एक खूप खास अशी साइट होती आणि मॅडिसन अव्हेन्यूच्या आसपास राहणाऱ्या फार कमी मुलांना याबद्दल माहिती होती. त्याहूनही कमींना ही साइट म्हणजे काय भानगड आहे, हे कळलं होतं. त्यामुळे न्यूयॉर्कमध्ये असा जाहिरातदार शोधणं कोलरॅनसाठी महाकठीण काम होतं.

काही महिने तरी कोलरॅन हा द फेसबुकसाठी जाहिरातीचं काम करणारा एकुलता एक प्रतिनिधी होता, पण तो लवकरच वैतागला. कुठल्याही परिस्थितीत आपल्याला हवं ते मिळवणाऱ्यांपैकी तो होता. त्यामुळेच काहीही माहिती नसताना

त्यानं अनेकांना द फेसबुकला जाहिराती देण्यासाठी राजी केलं होतं. मात्र इकडे किस्सा काही वेगळाच होता. त्यानं आणलेल्या जाहिरातींच्या बऱ्याचशा कल्पना खुद्द मार्कनं धुडकावून लावल्या होत्या. साइटच्या सरळ, साध्या आणि सोप्या वापरात अडथळा आणणारी प्रत्येक गोष्ट मार्क असाच उडवून लावत असे. मग जाहिरातींची काय बिशाद! उदाहरणार्थ, कुठलंही वेबसाइटचं पेज ओपन करण्यासाठी क्लिक केल्यावर आधी पॉप होणाऱ्या, म्हणजे दिसणाऱ्या जाहिराती द फेसबुकसाठी वर्ज्य होत्या. जो उद्देश उराशी बाळगून या साइटचा प्रवास सुरू होता त्या तत्वाच्या विरुद्ध जाणारी ही जाहिरातीची संकल्पना होती. सरतेशेवटी कुठलीही गोष्ट मार्कला सुचवण्याआधी खूप विचार करण्याची आणि सावधता बाळगण्याची सवयच कोलरॅननं स्वत:ला लावून घेतली.

मार्क आणि मॉस्कोव्हीट्झच्या आणखी एका गोष्टीनं कोलरॅनच्या डोक्यात तिडीक जायची. नवीन कॉलेज भराभर द फेसबुकला जोडायचे नाही, हा निर्णय त्याच्यासाठी खूप त्रासदायक होता. जास्त युजर म्हणजे जाहिराती मिळवणं जास्त सोपं, त्याचा हा साधा हिशेब होता. पण मार्क आणि मॉस्कोव्हीट्झचं काम अति पद्धतशीर होतं. ज्यांच्या कॉलेजमध्ये अजून द फेसबुक सुरू झालेलं नाही अशा विद्यार्थ्यांनी जर साइटवर लॉग-इन करण्याचा प्रयत्न केला तर त्यांची नावं प्रतीक्षा यादीत टाकली जायची आणि त्या कॉलेजमध्ये साइट सुरू करायच्या वेळी त्या मुलांना तशी सूचना दिली जात असे. प्रतीक्षा यादीचा क्रम त्यांच्यासाठी महत्त्वाचा होता आणि तो पाळला जाण्यावर विशेष भर देण्यात यायचा. इतकंच नाही तर अशा कॉलेजमधील जर २० पेक्षा जास्त मुलांची नावं प्रतीक्षा यादीत आली तर साइट तिथे हमखास सुरू केली जायची. ''मला कायम ही पद्धत अतिशय चुकीची वाटायची. पण आता लक्षात येतं की तेच आमच्या यशाचं एक मुख्य कारण आहे,'' कोलरॅन सांगतो. आवश्यक तेवढी मागणी जोपर्यंत निर्माण होत नाही तोपर्यंत पुरवठा करायचा नाही, या विचारामागे एक दूरदृष्टी होती. पुरवठा सुरू होईल तेव्हा मागणीचा स्फोटच व्हायला हवा, इथपर्यंत ती परिस्थिती ताणून धरण्यानंच यश मिळत होतं.

कोलरॅनलाही जास्त पैसा देणारी एक जाहिरात कंपनी मिळाली. तो त्याचा पहिला मोठा सौदा होता. *Cost per view* नाही पण *cost per acquisition* या तत्वावर आपल्या 'पार्टी पोकर' या ऑनलाईन गेमची जाहिरात देण्यासाठी एक ब्रिटिश कंपनी तयार झाली होती. त्यांच्या गेमसाठी साईन अप करणाऱ्या आणि किमान ५० डॉलर्सची बेट लावणाऱ्या प्रत्येक युजरपाठी ३०० डॉलर्स एवढी रक्कम कंपनी द फेसबुकला देणार होती. कंपनीसाठी हा सौदा फारच फायद्याचा ठरला. दरमहा सरासरी २०० नवीन सदस्य साइटवर येत होते आणि या गेमसाठी

त्यांनी साईन अप केल्यामुळे कंपनीला दर महिन्याला ६०,००० डॉलर्सची निव्वळ कमाई होऊ लागली. कंपनीला जाहिराती मिळवून देणाऱ्या वाय२एमला हे कळताच धक्काच बसला. कारण कॉलेजसाठी जाहिरात करणाऱ्याकडून इतका पैसा निघताना त्यांना पहिल्यांदाच आढळून आलं होतं. साधारण वर्षभरानी अमेरिकेत ऑनलाईन जुगारावर बंदी आली आणि मग द फेसबुकनंही लगेच पार्टी पोकर बंद केलं.

या पद्धतीनं जाहिरात देणाऱ्या कंपन्यांमध्ये तरुणांना काम देणाऱ्या संस्थांचा जास्त समावेश होता. सुट्यांमध्ये घरं रंगवण्याच्या कामासाठी, सेल्सपर्सन म्हणून ज्यांना तरुणांची गरज होती ते द फेसबुकच्या माध्यमातून या संभावित काम करणाऱ्या वर्गापर्यंत पोचू लागले होते. यातील एक मोठी जाहिरातदार कंपनी स्वयंपाकघरात उपयोगी पडणाऱ्या चाकूंचं उत्पादन करायची. सामाजिक कार्याकरता निधी गोळा करण्यासाठी आयोजित केल्या जाणाऱ्या कार्यक्रमांमध्ये विकल्या जाणाऱ्या गोष्टींच्या उत्पादकांकडूनही इथे मोठ्या प्रमाणात जाहिराती येत होत्या. एका जाहिरातदाराला प्रत्येकी हजार जाहिरात पाहणाऱ्यांच्या मागे ५ डॉलर्स खर्च करावे लागायचे. या दरानं दरमहा ५,००० डॉलर्स ते द फेसबुकला देत होते.

पण 'पार्टी पोकर' व्यतिरिक्त ज्या कंपनीकडून जाहिरातीपोटी सगळ्यात जास्त कमाई द फेसबुकला मिळत होता ती कंपनी ॲपल होती. प्रत्येक युजरसाठी एक डॉलर याप्रमाणे हा दर होता. ॲपलनं द फेसबुकवर तयार केलेला त्यांचा गट जसजसा वाढत गेला, येणाऱ्या रकमेत वाढच होत गेली. लवकरच ही रक्कम हजारो डॉलर्सच्या घरात गेली. द फेसबुकचा २००५ मधला हा एकुलता एक कमाईचा मार्ग होता. इतर कंपन्यांनी स्थापन केलेल्या ग्रुपच्या कमाईतून एकत्रित स्वरूपात दरमहा २५,००० डॉलर्स यायचे. या कंपन्यांमध्ये व्हिक्टोरिया सिक्रेटचा समावेश होता.

सोशल नेटवर्क हे जाहिरातीचं एक अत्यंत प्रभावी माध्यम आहे, हे सिद्ध होण्याचे संकेतही याच काळात मिळू लागले होते. इंटरस्कोप रेकॉर्ड कंपनीनं २००५मध्ये ग्वेन स्टिफनी या गायिकेचा 'होलाबॅक गर्ल' नावाचा अल्बम काढला. या अल्बममधील एक गाणं जणू विविध सांघिक स्पर्धांमध्ये टीमला चिअर करणाऱ्या चिअरग्रुपसाठीच बनवलं गेलं आहे, असं होतं. त्यामुळे इंटरस्कोपनं या गाण्याचा प्रचार जाहिरात स्वरूपात फक्त वेगवेगळ्या कॉलेजमधील चिअरग्रुपमध्येच करायचा निर्णय घेतला. मग अशा समूहांना गाठायचं एकमेव साधन म्हणजे फक्त विद्यार्थ्यांसाठी असलेली वेबसाइट! याशिवाय दुसरा पर्याय काय असणार होता? द फेसबुकवरील प्रोफाईलच्या आधारानं विविध प्रकारच्या विषयआधारित गटांचा शोधग्रंथ फक्त डस्टीन मॉस्कोव्हीट्झकडे उपलब्ध होता. असे चिअरलीडर ग्रुप शोधून जाहिरातदारांना पुरवणं त्याला सहज शक्य होतं.

आपल्या जाहिरातीसाठीचा ठरावीक वर्ग शोधण्याची ही पद्धत आता स्वाभाविक वाटते. पण यापूर्वी इंटरनेटच्या माध्यमातून युजरनीच पुरवलेल्या माहितीच्या आधारावर असे वर्ग फार कमी साइट शोधू शकत असत. इंटरनेट वापरणाऱ्यांच्या स्वभावाचं त्यांनी पुरवलेल्या माहितीच्या आधारावर विश्लेषण करून काही निष्कर्ष काढण्याचं काम इंटरस्कोपला एखाद्या कंपनीला देणंही शक्य होतं. जाहिरात क्षेत्रातील काही कंपन्या इंटरनेट वापरणाऱ्यांच्या ब्राउजरमध्ये कुकीज नावाचं एक सॉफ्टवेअर टाकून कुठली साइट किंवा कुठली माहिती युजर वारंवार पाहतो याचं सर्वेक्षण करायच्या. उदाहरणार्थ, जर एक २० वर्षांची तरुणी इंटरनेट वापरत असेल आणि ऑनलाईन जर ती एखाद्या विशिष्ट प्रकारच्या संगीताची खरेदी किंवा चौकशी करत असेल तर अशा विशिष्ट पानांवर अशा तरुणांना पाहाव्याश्या वाटणाऱ्या जाहिराती टाकणं शक्य असतं. या त्यांच्या वापराच्या दैनंदिन पद्धतीचा अभ्यास करून काही निष्कर्ष काढता येतात. त्या व्यक्तीच्या आवडीनिवडी आणि त्यांचा नेमका कल कशाकडे आहे, याचा अंदाज सहज बांधता येतो.

मान्य करावेच लागतील इतके हे निष्कर्ष अचूक असतात. म्हणूनच तत्काळ फायदा मिळवण्यासाठी त्यांचा उपयोग होतो. अशा काही जाहिरातींना मग ज्यांना त्यात रस नाही अशा पाहणाऱ्यांचा वर्ग मिळतो. त्यामुळे स्त्रियांसाठीच किंवा पुरुषांसाठीच असलेल्या जाहिरातींच्या संदर्भातही अचूक विश्लेषण शक्य नाही. कारण जर एखादी मुलगी आपल्या मित्राच्या लॅपटॉपवर इंटरनेट वापरत असेल तर तिच्यासाठीच्या जाहिराती फक्त तिलाच मिळतील हे शक्य नाही. इंटरस्कोपला फक्त चिअरलीडर्सच्या गटांपर्यंत पोचायचं होतं आणि त्यांना तसं करण्यासाठीचा अगदी नक्की मार्ग कुठलाही नव्हता.

पण द फेसबुकच्या संदर्भात हे लागू पडत नव्हतं. त्यांना ज्यांच्यापर्यंत पोचायचं होतं ते हमखास देण्याची तयारी फक्त द फेसबुकचीच होती. स्वत: चिअरलीडर असलेल्या किंवा चिअरलीडरींगसंदर्भात आपल्या प्रोफाईलमध्ये काहीतरी उल्लेख केलेल्या मुलींच्या गटाला बाजूला काढणं द फेसबुकला शक्य होतं. इंटरस्कोपलाच एका साइटच्या माध्यमातून हे करता येणार होतं. या मुलींच्या होमपेजवर इंटरस्कोपची जाहिरात दाखवण्यात आली. ती किती वेळा दाखवली याची आकडेवारीही जाहिरातदारांना देण्यात आली. त्यावर्षी चिअरलीडर्सच्या अनेक ग्रुपमध्ये 'होलाबॅक गर्ल' खरंच खूप लोकप्रिय झालं. त्याचा प्रत्ययही अनेकांना विविध स्पर्धांना गेल्यावर आला. फक्त द फेसबुकवरच्या जाहिरातीमुळे हे गाणं लोकप्रिय झालं असा दावा करायला कुठलाही आधार नाही. पण द फेसबुक ज्या ज्या कॉलेजमध्ये सेवा पुरवत होतं त्या प्रत्येक कॉलेजमधल्या चिअरलीडर्सनी ही जाहिरात पाहिली होती हे मात्र सत्य आहे.

अशा प्रकारच्या टारगेटींगचा निश्चित फायदा होत होता. कोलरॅननं मग एक यादी तयार केली आणि प्रत्येक जाहिरातदाराला ज्या कुठल्या विद्यार्थी वर्गाला नेमकं कुठल्या गोष्टीसाठी एक ग्राहक म्हणून गाठायचं आहे, यासंदर्भात तो आकडेवारीसकट माहिती पुरवू लागला. मुलांची भौगोलिक स्थिती, लिंग, अभ्यासक्रम, प्रोफाईलमधील काही महत्त्वाच्या शब्दांचा वापर, अभ्यासक्रमाचं वर्ष, रिलेशनशिप स्टेटस, आवडीची पुस्तकं, सिनेमा किंवा संगीत, राजकीय संलग्नता आणि विद्यापीठातील त्यांची स्थिती – म्हणजे ते विद्यार्थी आहेत की माजी विद्यार्थी की काम करणारा वर्ग आहे – शिक्षक किंवा इतर कर्मचारीवर्ग – अशीही वर्गवारी करण्यात आली. मग ज्यांना घर रंगवणाऱ्यांची गरज आहे किंवा किचन नाईफ विकणारे हवेत, ते फक्त मुलांच्या पेजेसवर या जाहिराती दाखवण्यास सांगत. अगदीच नेमका गट हवा असेल तर मग नव्यानं कॉलेजात प्रवेश घेतलेले फुटबॉल टीममध्ये असलेले आणि उत्तरेतर ओहियोच्या शाळांमधून आलेले, अशीही वर्गवारी उपलब्ध करूनं देणं द फेसबुकला शक्य होतं.

एव्हाना कंपनीत काम करणाऱ्या मुलांनाही ही गोष्ट लक्षात आली होती की त्यांच्या हाती खूप अनोख्या अशा आकडेवारीचा खजिनाच लागला आहे. युजरचा खरा परिचय आणि तोही विद्यापीठानं अधिकृत केलेला! अशा युजरकडून मिळालेली त्यांच्या संदर्भातील सत्य माहिती असं हे समीकरण यापूर्वी कुठल्याही इंटरनेट सेवेबाबत घडून आलेलं नव्हतं. गणितातील अत्यंत बुद्धीमान विद्यार्थी म्हणून गणले गेलेले एक्सेटरमधील दोन मित्र – मार्क आणि डिएन्जलो – तो अख्खा उन्हाळा एकत्र बसून द फेसबुकच्या या माहितीच्या पेटाऱ्यातून आणखी काय काय काढता येऊ शकत यासाठी अल्गोरिदम लिहीत बसले. युजरच्या आवडींच्या आधारावर काही गोष्टींचा आलेख तयार करता आला. ज्यात सिनेमा पहिल्या क्रमांकावर होते. त्या वेळच्या ३ मिलियन युजर्सना आवडलेल्या पाच सिनेमांमध्ये नेपोलियन डायनामाईट, द नोटबुक, ओल्ड स्कूल, फाईट क्लब आणि गार्डन स्टेट या चित्रपटांचा समावेश होता. आवडत्या पुस्तकात द दा विंची कोड होतं आणि आवडत्या संगीतकारांमध्ये डेव्ह मॅथ्यूला पसंती मिळाली होती. लवकरच मग द फेसबुकच्या फीचर्समध्ये आणखी एक रकाना टाकण्यात आला, ज्याचं 'पल्स' असं नामकरण करण्यात आलं. त्याच्या माध्यमातून द फेसबुकवर आणि त्या विशिष्ट कॉलेज परीसरात कुठलं पुस्तक, चित्रपट आणि संगीत सध्या गाजतं आहे याचा अंदाज घेणं शक्य झालं.

पण एवढं सगळं उपलब्ध करून दिल्यानंतरही द फेसबुकला मिळणाऱ्या जास्तीतजास्त जाहिराती या बॅनर जाहिराती होत्या. ज्या कंपन्यांशी जाहिरातीसाठी करार केला होता ते त्यांच्या मर्जीप्रमाणे कशाही जाहिराती द्यायचे. शिवाय यातून होणारी मिळकतही समाधानकारक नव्हती. अजूनही सगळ्या कामांसाठी कंपनी एक्सेलकडून मिळालेल्या गुंतवणुकीच्या पैशांचाच वापर करत होती. वर्षाअखेरपर्यंत

आलेल्या १२.७ मिलियन डॉलर्सपैकी ५.७ मिलियन फक्त शिल्लक होते. द फेसबुक एक खराखुरा उद्योग म्हणून अजून स्थापित झाला नव्हता.

❖

द फेसबुक नेमकं काय आहे आणि यातून काय साध्य होतं, यावर अहोरात्र चिंतन करण्यात ही कॉलेज आणि अभ्यास गुंडाळून बाहेर पडलेली अतिशय बुद्धिमान मंडळी गुंग झाली होती. खरं तर त्यांनी तयार केलेल्या वेबसाइटसारखी वेबसाइट कुठेही अस्तित्वात नव्हती. म्हणून मग त्यांनी आपल्या या निर्मितीसंदर्भात अगदी सर्वांगानी विचार करण्याचं ठरवलं. मार्कसाठी द फेसबुक म्हणजे लोकांची डिरेक्टरी होती. ही साइट बनवण्याचा मूळ उद्देश तोच होता, हे त्याचं मत. पार्करनं थोडा कल्पनाविलास करून या साइटचं जरा वेगळ्या पद्धतीनं वर्णन केलं. त्याच्या मते हे एक असं उपकरण आहे जे तुम्ही आपल्याबरोबर कायम बाळगू शकता आणि ज्या व्यक्तीसमोर रोखाल त्याच्याबद्दलची सगळी माहिती आपल्याला मिळू शकते. कोहलरसाठी हे एका सेलफोनसारखं होतं. इतरांच्या आयुष्यात प्रवेश मिळवण्याचा एक सोपा मार्ग, जो मोबाइल फोनमुळे निर्माण झाला आहे. या मंडळींना तेव्हाही 'द फेसबुक म्हणजे निव्वळ वेळेचा अपव्यय' या टीकेला सतत सामोरं जावं लागायचं. मार्कचं यावर ठरलेलं उत्तर असायचं, "लोकांना समजून घेणं म्हणजे वेळ वाया घालवणं मुळीच नाही." तो सगळ्यांना ठासून सांगायचा की द फेसबुक हे लोकांना त्यांचा परिसर आणि जग समजून घेण्यासाठी मदत करतं.

अर्थतज्ज्ञांच्या लेखी 'नेटवर्क इफेक्ट' म्हणून मान्यता पावलेल्या द फेसबुकसंदर्भात सतत बोलायला या मुलांना आता आवडू लागलं होतं. ते त्यावर तासन्‌तास चर्चा करायचे. हा इफेक्ट निर्माण झाला होता. गेल्या शंभर वर्षांत संवादाची माध्यमं आणि सॉफ्टवेअरमधल्या वैविध्यपूर्ण शोधांनी जे सिद्ध केलं होतं तेच आज द फेसबुकही पटवून देत आहे. कुठल्याही उत्पादनाच्या किंवा सेवेच्या अस्तित्वात असलेल्या उपभोक्त्यांना किंवा युजरना, नवीन युजर त्याच्या कक्षेत आल्यानंतर आणखी फायदा मिळतो आणि त्यालाच नेटवर्क इफेक्ट असं म्हटलं जातं. अशी प्रत्येक ग्राहकाच्या येण्यानं सेवा मजबूत होण्यास मदत मिळते आणि त्यातूनच पुढे आणखी प्रगती होत जाते. द फेसबुकच्या बाबतीत हे घडत होतं. हीच गोष्ट AOLलाही लागू होती आणि टेलिफोनलाही हेच साध्य करता आलं. ज्या व्यवसायाला किंवा तंत्रज्ञानाला असा नेटवर्क इफेक्ट प्राप्त करता आला त्यांची निरंतर प्रगती झाल्याचं आढळून आलं आहे. शिवाय त्यांच्या बाजारातील अस्तित्वालाही जादा आयुष्य मिळतं.

द फेसबुक कामाची जागा म्हणून अगदी 'कूल' असावी अशी त्यांची इच्छा होती – याचा कर्मचारीभरतीला फ़ायदा होई – तरी त्यांचं उत्पादन किंवा सेवा ही

अगदीच वेगळी गोष्ट होती. फ्रेंडस्टर ही झकास म्हणता येईल अशी सेवा होती, पण ती आता मरणासन्न अवस्थेत होती. झकरबर्गनं द फेसबुकला 'उपयुक्त' गोष्ट म्हणून स्थापित करण्यासाठीचा प्रयत्न सुरू केला. ऐकताच कानाला आणि मनाला खूप रटाळ वाटणारा आणि कंटाळा आणणारा असा हा शब्द आहे. शिवाय त्याची व्याप्तीही बरीच मोठी आहे. द फेसबुकला उपयुक्त म्हणून प्रस्थापित करणं म्हणजे टेलिफोन किंवा इतर संवाद माध्यमांचं ते वापरणाऱ्यांच्या आयुष्यात जे स्थान आहे तेच द फेसबुकसाठीही मिळवणं. ''संवादाचं एक नवीन माध्यम निर्माण करण्याचा आमचा प्रयत्न होता,'' पार्कर सांगतो. ''द फेसबुक कूल आहे. पण हे असं कूल असणं बदललं म्हणजेच द फेसबुकचं स्वरूप बदललं; तरीही वापरणाऱ्यांच्या आयुष्याचा अविभाज्य अंग बनून राहाणं जेव्हा जमेल तेव्हाच आम्ही यशस्वी झालो, असं म्हणता येईल, हे आम्हाला कळत होतं,'' तो पुढे स्पष्ट करतो. डस्टीन सांगतो की कॉलेज परीसराशी जुळलेली द फेसबुकची जी पाळंमुळं होती तिच्यापासून थोडं दूर जाणंही आवश्यक झालं होतं. ''आमच्या या कामाकडे आणि द फेसबुककडे तद्दन फालतू आणि बाष्कळ अशा नजरेनं पाहिल्या जायचं; विशेषत: सिलीकॉन व्हॅलीत आमची ही जी प्रतिमा तयार झाली होती, ती बदलणं आता अतिशय आवश्यक झालं होतं,'' तो सांगतो. बिअर पाँग स्पर्धेला डस्टिनचा प्रचंड विरोध होता तो त्याच्या या अशा दृष्टिकोनामुळेच.

साधी-सोपी पण अत्यंत कार्यक्षम अशी प्रतिमा तयार करण्यावर जास्त भर देण्याचा निर्णय झाला. मायस्पेसच्या झगझगीत आणि भडक रूपापुढे द फेसबुकचं तेव्हाचं स्वरूप बऱ्याच प्रमाणात भकास आणि अनाकर्षक होतं हे अगदी खरं आहे. त्याचं डिझाईन फार विचित्र आणि अकार्यक्षम होतं आणि कॉलेज होस्टेलच्या खोलीत ते तयार झालं आहे हे त्यात अगदी स्पष्टपणे जाणवायचं. द फेसबुकचं ग्राफिक डिझाईन करणारा पार्करचा जिवाभावाचा मित्र ॲरॉन सिटीग आता कंपनीत पूर्णवेळ कामाला आला होता. ''कामाच्या पहिल्याच दिवशी मी मार्कला विचारलं की मी काय करावं अशी तुझी अपेक्षा आहे,'' तो सांगतो. ''त्याचं उत्तर खास होतं. 'तू कलाकार आहेस, तर साइट पुन्हा डिझाईन कर', तो मला म्हणाला,'' सिटीग तो प्रसंग आठवत सांगतो. या कामाला मग फेसलिफ्ट प्रोजेक्ट असं नाव देण्यात आलं होतं. मार्कसोबत बसून त्यानं सॉफ्टवेअर कोडचा सगळा गुंता आधी सोडवला. सगळी प्रक्रिया सोपी व वापरण्यास योग्य केली. हाच साधेपणा कालांतरानं द फेसबुकच्या व्यक्तिमत्त्वाचं वैशिष्ट्य बनलं. ''साइटचा एक विशिष्ट स्वभाव राखण्यापेक्षा आम्हाला ती अगदी वेगळी वाटायला हवी होती,'' सिटीग सांगतो. ''वापरणाऱ्यांनी द फेसबुकच्या स्वरूपात गुंतून पडावं अशी आमची इच्छा नव्हती,'' तो स्पष्ट करतो.

२००५च्या उन्हाळ्यातील आणखी एक महत्त्वाचं काम होतं द फेसबुकसाठी फेसबुकडॉटकॉम हा इंटरनेट ॲड्रेस मिळवणं. कारण तेव्हाच द फेसबुकचं नामकरण शक्य होणार होतं. विशेषत: पार्करला हे 'द' फेसबुकमध्ये नको होतं. त्याला ते कायम विचित्र वाटायचं. फेसबुकडॉटकॉम हा ॲड्रेस वापरणाऱ्या अबाऊटफेस या नोकरी शोधणाऱ्यांची डिरेक्टरी पुरवणाऱ्या कंपनीशी पार्करनं बोलणी सुरू ठेवली होती. अबाऊटफेसची ॲड्रेस विकायची तयारी होती, पण त्यांना त्याची किंमत द फेसबुकच्या रोख्यांच्या स्वरूपात नको होती. शेवटी पार्करनं त्यांना रोख २००,००० डॉलर्स दिले. लोगो नव्यानं बनवतानाही त्यानं विशेष लक्ष घातलं. द फेसबुकला जी अवतरणं होती ती त्यानं काढायला सांगितली आणि कंपनीच्या नवीन नावासाठी म्हणजे फेसबुकसाठी एक विशिष्ट टाईप ठेवण्यावरही त्याचा आग्रह होता. होमपेजच्या डाव्या कोपऱ्यात अल पचिनोच्या अस्पष्ट चेहऱ्याचं चित्र होतं तेही त्यानं जरा छोटं करायला सांगून जरा नीटनेटकं केलं. सरतेशेवटी २० सप्टेंबर २००५ला द फेसबुक फेसबुक या नावानं स्थापित झालं आणि कंपनीला एक नाव मिळालं.

❖

पार्करच्या यशस्वितेचा आलेख वर जाणाराच होता. पण दर दिवशी मार्क आणि इतरांनाही सतत जाणवत होतं की कंपनी सांभाळण्यासाठी आणि व्यवस्थापनाचा कारभार सांभाळण्यासाठी तो योग्य व्यक्ती नाही. त्यानं स्वत: कंपनी 'चालवावी' असं मार्कला वाटायचं. आपण जबाबदार आणि इतरांच्या भरवशास लायक अशी व्यक्ती नाही हे स्वत: पार्करही कबूल करायचा. "पुढे येऊन एखाद्या नवीन गोष्टीचा निर्णय घेणं आणि यशस्वी होणं हे जसं होतं, तसंच अचानक मी गायबही होत असे," तो सांगतो. "कुठल्याही कंपनीचा दैनंदिन व्यवहार पाहाणाऱ्या व्यक्तीनं हे असं वागणं अजिबात योग्य नाही," तो कबूल करतो. त्याचं गायब होणं नित्याचं झालं होतं. शिवाय त्याच्या विचित्र स्वभावाची प्रचिती इतर कर्मचाऱ्यांनाही येत होती.

फेसबुकची पुनर्निर्मिती हे पार्करनं कंपनीचा अध्यक्ष म्हणून केलेलं शेवटचं काम ठरलं. ऑगस्टच्या शेवटच्या आठवड्यात पार्कर सुटी घेऊन उत्तर कॅरोलिनाला गेला आणि तिथे त्यानं समुद्रकिनाऱ्यावर एक घर भाड्यानं घेतलं. त्याचे काही मित्रही त्याच्या सोबत होते. त्यात फेसबुकला त्याची साहाय्यक म्हणून काम करणारी तरुणीही होती. ती अजून वीस वर्षांची व्हायची होती आणि तिचं हे कमी वय पार्करसाठी संकटाचं कारण बनलं. एक दिवस ही मौजमजा सुरू असतानाच त्यानं एक पार्टी दिली. ज्या काईट बोर्डिंगसाठी तो सुटी घेऊन गेला होता त्याच्या प्रशिक्षकलाही पार्करनं या पार्टीत आमंत्रित केलं. त्यानं आपल्या काही मित्रांनाही तिथं

बोलवून घेतलं. पार्टी दोन दिवस चालली आणि ती इतकी व्यापक बनली की बीचवर आलेल्या अनोळखी लोकांनीही तिथं प्रवेश केला. तिसऱ्या दिवशी या प्रशिक्षकासोबत आणखी एका छोट्या पार्टीचं आयोजन करण्यात आलं. ही मंडळी बिअरचा आस्वाद घेत असतानाच अचानक पोलिसांचं एक पथक मादक द्रव्यांचा पाठलाग करणाऱ्या श्वानपथकाबरोबर 'स्कॉट पाल्मर'च्या (तो प्रशिक्षक) नावाचा वॉरंट घेऊन आत दाखल झाले. त्यांना माहिती मिळाली होती की त्या घरात मोठ्या प्रमाणात मादक द्रव्यं साठवली आहेत. त्यांनी घराची झडती घ्यायला सुरुवात केली.

त्यांना मिळालेली माहिती चुकीची आहे आणि असं कुठलंही कृत्य आम्ही केलेलं नाही, हे पार्कर आणि त्याच्या मित्रांनी पोलिसांना पटवून द्यायचा आटोकाट प्रयत्न केला. तेवढ्यात एक पोलीस कर्मचारी हातात पांढऱ्या पावडरनं भरलेली एक प्लास्टिक पुडी घेऊन विजयी मुद्रेनं एका खोलीतून बाहेर आला. घर पार्करनं स्वत: सही करून भाड्यानं घेतलं होतं. त्यामुळे त्याला पोलिसांनी पकडलं. तिथे गेल्यावर त्याला कळलं की दोन रात्रींआधी झालेल्या पार्ट्यांमध्ये हे मादक पदार्थ कुणीतरी आणल्याची माहिती पोलिसांना मिळाली होती आणि म्हणून ते तिसऱ्या रात्री धाड घालायला आले होते. खूप चर्चा आणि वादावादी झाल्यानंतर पार्करला कोकेन बाळगल्याच्या आरोपाखाली अटक करण्यात आली. त्याच्यावर या गुन्ह्यासाठी कारवाई झाली नाही. त्यासाठी ठोस पुराव्यांची गरज होती जे पोलिसांकडे नव्हते. त्याला लगेच सोडण्यातही आलं.

या प्रकारानं हादरलेला पार्कर लगेच कॅलिफोर्नियात परत आला. आपण काहीही केलेलं नाही, हे तो वारंवार पटवून देण्याचा प्रयत्न करत होता. झकरबर्ग, कंपनीचा वकील व्हेन्युटो, डस्टीन आणि कोहलरला त्यानं सगळं सांगितलं. कंपनीने कारवाई करण्यासारखं यात काही नाही, असं या चौघांना वाटलं. त्यानंतर मार्कनं ब्रेअरला झाला प्रकार सांगीतला. पार्करसाठी हे घातक सिद्ध झालं.

ब्रेअरनं हे सगळं खूप मनावर घेतलं. एका कंपनीच्या अध्यक्षाला मादक द्रव्य ठेवल्याच्या आरोपाखाली अटक होते आणि तो त्याच्याच कार्यालयातील एका अल्पवयीन मुलीसोबत पकडला जातो, ही गोष्ट त्याला अजिबात आवडली नाही. प्लाक्सोतही पार्करवर हाच आरोप होता आणि ब्रेअरनं फेसबुकमध्ये गुंतवणूक करण्यापूर्वीच यासंदर्भात प्लाक्सोच्या माईक मोरीट्झ आणि इतर गुंतवणूकदारांपाशी खूप चौकशी केली होती.

त्यातही एक्सेलसोबत आपले संबंध सुधारण्याचा पार्करनं यापूर्वीही कधी प्रयत्न केला नव्हता. त्याच्याशी सौदा करताना पार्कर विचित्र वागला होता. त्यामुळे ब्रेअरही हा सगळा प्रकार असाच विसरून जायला आणि दुर्लक्ष करायला तयार नव्हता.

पार्करनं काही केलं, हेच झकरबर्गला मान्य नव्हतं. कारण कुठलाही आरोप

सिद्ध झाला नव्हता आणि कुठलाही गुन्हा दाखल करण्यात आला नव्हता. (नंतर कधीही तो दाखल झालाही नाही). मार्कला पार्करशी असलेल्या आपल्या मैत्रीचीही खूप कदर होती. या कंपनीतील मार्कचा अधिकार आणि अधिसत्ता कायम राहावी यासाठी आणि एक्सेलसारख्यांकडून एवढी मोठी गुंतवणूक आणण्यात पार्करनं निभावलेली भूमिका मार्क विसरणं शक्यच नव्हतं.

पण ब्रेअर असा विचार करायला तयार नव्हता. पार्कर कंपनीचा माणूस आहे आणि उत्तर कॅरोलिनात जे झालं ते विसरणं शक्य नाही. त्याच्या बुद्धिमत्तेविषयी ब्रेअरला प्रचंड आदर होता. पण त्याच वेळी त्याच्या या अशा बेजबाबदार वागण्यानं तो कंपनीच्या वातावरणात आणि व्यवस्थापनात एक चुकीचा पायंडा पाडण्यास जबाबदार ठरू शकतो, असंही ब्रेअरचं मत होतं. त्याच्यासारख्या VCसंदर्भात पार्करचं काय मत आहे हेही त्याला चांगलं ठाऊक होतं.

कंपनीतील इतर लोकांची या प्रकारात फारच गोची झाली. इतकंच नाही तर कंपनीतील पार्करचे मित्र असलेल्या इतर लोकांनी स्पष्ट केलं की हा प्रकार बाजूला ठेवला तरीही पार्करनं कंपनीत दीर्घकाळ अध्यक्ष म्हणून राहणं कंपनीच्या हिताचं नव्हतं. कॅरोलिनातील घटना म्हणजे कावळा बसायला आणि फांदी तुटायला एकच वेळ झाली. कंपनीतील सर्व तरुण कर्मचाऱ्यांची, पार्करचा यात काही दोष नाही, हे मान्य करायला काहीच हरकत नव्हती. पण त्याच्या कंपनीत राहाण्याबद्दल मात्र कुणाचाही आग्रह नव्हता. शिवाय पार्करच्या कंपनीतील सहकाऱ्यांना पार्करचं फेसबुकचा चेहरा बनून राहणं नको होतं. पार्कर आजपर्यंत फेसबुकचं प्रतिनिधित्व करीत होता आणि मार्कपेक्षाही त्यालाच लोक जास्त ओळखायचे. त्याच्या या बेधडक वृत्तीमुळे कंपनीच्या प्रतिष्ठेला धक्का पोचू शकतो ही शंका प्रत्येकानं बोलून दाखवली होती.

या सगळ्या आरोप-प्रत्यारोपाच्या फैरी झडत असताना कंपनीत एखाद्या संकटासारखी परीस्थिती निर्माण झाली. पार्करनं कंपनी सोडून जावं, असा ब्रेअरचा आग्रह होता. मार्कवर प्रचंड दबाव होता. दरम्यानं रॉथशिल्ड, जो आधी कंपनीत यायला तयार नव्हता आणि मार्कच्या आग्रहास्तव रुजू झाला होता, एव्हाना या मुलांशी त्याचं एक नातं निर्माण झालं होतं आणि वयानं मोठी व्यक्ती म्हणून तो मध्यस्थी करण्यात आघाडीवर होता. तासन्‌तास तो मार्क आणि पार्करशी बोलला आणि व्हेन्युटोला हाताशी घेऊन त्यानं यातून मार्ग काढण्याचा प्रयत्न केला.

हे सारं काही दोन-तीन दिवसांच्या कालावधीत घडलं. ब्रेअरनं पार्करच्या पदच्युतीची मागणी केली आणि, आपल्याला या घटनेची माहिती दिली नाही, म्हणून कायदेशीर कारवाईची धमकीही त्यानं दिली. पीटर थिएललाही पार्करचं कंपनी सोडणं योग्य वाटत होतं. कंपनीच्या एका खोलीत पार्कर आणि मार्क बसले

आणि त्यांच्यातील भावनिक गुंतागुंतीला बोलण्यातून मोकळी वाट मिळाली. सरतेशेवटी पार्करनं आपलं पद सोडण्याचा निर्णय घेतला.

पण या वेळी, ज्या कंपनीला घडवण्यात पार्करनं इतके कष्ट घेतले होते त्यातून बाहेर काढलं जात असताना त्याच्या पथ्यावर पडतील अशा अनेक बाबी होत्या. त्यानं तशी व्यवस्थाही फार काळजीपूर्वक करून घेतली होती. अधिकारी म्हणून बाहेर गेल्यानंतरही त्याची संचालक मंडळातील जागा आणि भागभांडवलातील हिस्सा सुरक्षित होता. पण ब्रेअरला तो तिथेही नको होता. त्यानं मंडळातील आपली जागा सोडावी आणि कंपनीसोबत तो फक्त एकच वर्ष असल्यामुळे, त्याचे मालकीहक्क दीर्घकाल राहिल्यास भागभांडवलाचे जे फायदे देण्यात येतात तेही सोडावे, अशी मागणी ब्रेअरनं धरून लावली. त्याच्या या हक्कांना कंपनीनं आणखी एक वर्षाची मुदत वाढ दिली आणि त्यानं आपल्या अर्ध्याहून जास्त हक्कांवर पाणी सोडलं. (पार्करने जर तसं केलं नसतं तर त्याला एक बिलियनच्या आसपास फायदा झाला असता.)

पार्करला त्याची मंडळातील जागा अबाधित ठेवण्याचा अधिकार होता. पण त्यानं तीही कुणाला तरी देण्याची तयारी दाखवली. ती मार्कलाच देणंही त्याला तसं नको होतं. कारण त्यानंतर मार्क कंपनीचा सम्राट झाला असता. पण जर इतर कुणाच्या ताब्यात ही जागा गेली तर कंपनीसाठी ते योग्य होणार नाही, याचीही त्याला चिंता होतीच. कारण इतर कुठलाही गुंतवणूकदार जर त्या जागेवर आला तर आलेली व्यक्ती, थिएल आणि ब्रेअर एकत्र येऊन मार्कसाठी आणि पर्यायानं कंपनीसाठी अडचण निर्माण करू शकतात, हे त्याला पक्कं ठाऊक होतं.

शेवटी त्यानं ती जागा कंपनीच्या सीईओला देऊ केली आणि यामुळे मार्कला व्यवस्थापनातील पाच पैकी तीन जागा आपल्याकडे ठेवून मताधिक्य राखता आलं. अजून तरी मार्कची एक आणि पार्करनं दिलेली एक अशा दोन्ही जागा रिकाम्या आहेत. पण जर थिएल आणि ब्रेअरशी वाद निर्माण झाला तर स्वत:च्या बाजूनं उभे राहू शकतील असे दोन नवीन संचालक आणणं मार्कला कधीही शक्य आहे. ''यामुळे आत्ता तरी मार्कच्या कंपनीतील साम्राज्याला काही धोका नाही. तो फेसबुकचा अनभिषिक्त सम्राट आहे,'' पार्कर सांगतो. ''एक कौटुंबिक व्यवसाय म्हणूनच मी फेसबुककडे पाहतो. कालांतरानं मार्क आणि त्याचे वारस या कंपनीचे सर्वेसर्वा होतील,'' तो म्हणतो.

आजही मार्क आपल्या या माजी सहकाऱ्याचा सल्ला घ्यायला नेहमी जातो.

❖

७

२००५ चा हिवाळा

'फेसबुक नेमकं काय आहे याचा एक विस्तृत सिद्धांत तो रचत होता.'

२००५ला हिवाळ्यात कॉलेजचं नवीन सत्र सुरू झालं तोपर्यंत कंपनीचं फेसबुक हे नाव प्रस्थापित झालं होतं. त्याच बरोबर अमेरीकेतील एकूण विद्यार्थी संख्येच्या ८५ टक्के मुलांनी साइटचं सदस्यत्व स्वीकारलं होतं आणि त्यातील ६० टक्के मुलं साइट नियमित वापरत होते. आता मार्कला सदस्यत्वाच्या कक्षा वाढवायच्या होत्या. आणखी एक वयोगट किंवा एक विशिष्ट समूह या कक्षेत यावा, अशी इच्छा त्यानं व्यक्त केली. पण कंपनीत सगळ्यांच्या चेहऱ्यावर प्रश्नचिन्ह होतं. म्हणजे नेमकं काय, हे कुणालाच कळतं नव्हतं. "चर्चेचा विषय होता 'पुढे काय?' " जिम ब्रेअर सांगतो. "म्हणजे आपण आता आंतरराष्ट्रीय होणार का? तरुण आणि वृद्ध आणि जे पदवी शिक्षण घेताहेत त्यांनाही यात घेणार का? पण एक मात्र पक्कं कळलं होतं की जर प्रगती करायची असेल आणि मोठं व्हायचं असेल तर आता शाळांमध्ये जाणाऱ्यांची मनं आणि मानसिकता, बुद्धी जिंकायला हवी होती."

मार्क आणि फेसबुकचा सहसंस्थापक मॉस्कोव्हिट्झला लक्षात आलं होतं की 'सगळ्यांसाठी'कडे साइटचा प्रवास सुरू झाला आहे. फेसबुक सगळ्यांसाठी आणि सगळीकडे या प्रक्रियेला आता सुरुवात झाली आहे, हे त्यांना जाणवलं होतं. त्यामुळे आता पुढचं पाऊल म्हणजे हायस्कूल हे स्वाभाविक होतं. ही फेसबुकची मोठी झेप ठरणार होती. हायस्कूलमध्ये मायस्पेसनं आपली जागा निर्माण करण्याचा जो सपाटा लावला होता त्याला कुठेतरी बांध घालण्याचीही गरज निर्माण झाली होती. एकदा झकरबर्गच्या मनात आलं तर व्यवस्थापन मंडळ काय मत देणार हे वेगळं सांगायची गरज नाही.

मग या उन्हाळ्यात हायस्कूलच्या विद्यार्थ्यांना यात सामावून घेण्याची प्रक्रिया सुरू करण्याचा निर्णय झाला. ब्रेअर मॅट आणि कोहलरनं एक मुद्दा उपस्थित केला. त्यांचं म्हणणं होतं की कॉलेजमधला प्रत्येक युजर फेसबुकला फक्त आपलं

समजतो आणि अशात हायस्कूलच्या लोकांना त्यांच्या कक्षेत आणलेलं त्यांना अजिबात पटणार नाही. हायस्कूलसाठीचं फेसबुक पूर्णत: वेगळं चालवण्यात यावं आणि तेही इतर कुठल्यातरी नावानं, अशी सूचना त्यांनी केली. फेसबुकहायडॉटकॉम हे नाव त्यांना आवडलं, पण ते इतर कुणीतरी वापरत होतं. शिवाय ते नाव विकण्याची तो व्यक्ती मोठी किंमत मागत होता.

दुसरा प्रश्न आणखी मोठा होता. जर हायस्कूलच्या मुलांनी फेसबुकचं सदस्यत्व घ्यायचं ठरवलं तर त्यांच्या परिचयाला दुजोरा आणि अधिकृत मान्यता मिळणार कशी? अस्सल ओळख किंवा खरा परिचय पुरवणाऱ्या युजरसाठीची साइट हीच फेसबुकची खरी ओळख होती आणि ही संस्कृती स्विकारूनच त्यांनी आपली सेवा दिली होती. जर अशा ओळखीला अधिकृत करण्याचं साधन नसेल तर मग ही संस्कृती जपणं कठीण होतं. कॉलेज विद्यार्थ्यांसाठी विद्यापीठाकडून मिळालेल्या डॉटएज्यु या ई-मेल अॅड्रेसमुळे फेसबुकचं काम सोपं झालं होतं. त्यामुळेच लोकांच्या परिचयाची खात्री करूण घेणं शक्य झालं होतं, त्यांनी पुरवलेल्या माहितीचं संरक्षण करता आलं होतं आणि ते ज्या लोकांशी या माहितीची देवाण-घेवाण करतात, त्यांच्यावरही विश्वास ठेवता यावा, अशी ही संपूर्ण व्यवस्था तयार झाली होती. विश्वास निर्माण झाला आणि इतका की अर्ध्यापेक्षा जास्त युजरनी आपले दूरध्वनी किंवा मोबाइल नंबरही आपल्या प्रोफाईलमध्ये टाकले होते.

हायस्कूलबद्दल बोलायचं झालं तर काही खाजगी, अगदीच मोजक्या शाळांनी आपल्या विद्यार्थ्यांना ई-मेल अॅड्रेस दिले होते. नवीन जनरल कॉन्सिल ख्रिस केली यांनी यासंदर्भात एक मोहीमही सुरू केली होती. मुलांच्या ऑनलाईन सुरक्षिततेसाठी प्रत्येक शाळेनं आपल्या विद्यार्थ्याला असा ई-मेल अॅड्रेस द्यावा, ही त्यांची भूमिका होती. अशी परीस्थिती आली तर मग फेसबुकला राष्ट्रीय हायस्कूल ई-मेल सेवा सुरू करता आली असती. शेवटी एक तोडगा काढून हा तिढा सोडवण्यात आला. फेसबुकवर एखाद्या व्यक्तीच्या ओळखीला त्याच्या फेसबुकवर असलेल्या मित्रांकडून दुजोरा मिळायचा आणि मग ती ओळख अधिकृत म्हणून गणली जायची. या सोयीलाच एक पर्याय म्हणून वापरून फेसबुकनं नव्यानं कॉलेजला प्रवेश घेतलेल्यांना आणि दुसऱ्या वर्षाला शिकणाऱ्या विद्यार्थ्यांना त्यांच्या हायस्कूलमधल्या मित्रांना साइटवर आमंत्रित करण्यासाठी प्रोत्साहित केलं. अशांच्या ओळखी मैत्रीतून अधिकृत झाल्यानंतर मग त्यांनाही त्यांच्या मित्रांना साइटवर आणण्यासाठी परवानगी देण्यात आली. यातून शाळांच्या स्तरावर फेसबुकनं हळूहळू आपली सुरुवात केली. यासाठी पूर्णत: स्वतंत्र यंत्रणा उभारण्यात आली, सदस्य गट तयार करण्यात आले. ही सगळी व्यवस्था देशातील एकूण ३७,००० सार्वजनिक आणि खाजगी शाळांसाठी केली गेली.

अगदी सुरुवातीला हायस्कूल साइट स्वतंत्र स्तरावर फेसबुक म्हणूनच चालवण्यात

येत होती. या मुलांना फेसबुकडॉटकॉम हा अॅड्रेस वापरूनच लॉग करता यायचं. पण कॉलेजच्या विद्यार्थ्यांपर्यंत जाण्याची आणि त्यांचे प्रोफाईल पाहाण्याची परवानगी त्यांना नव्हती. सुरुवात अगदीच नगण्य अशा सदस्य संख्येनं झाली असली तरी नंतर मात्र हे लोण भराभर पसरलं. ऑक्टोबरच्या दुसऱ्या आठवड्यानंतर हजारोंच्या संख्येनं विद्यार्थ्यांनी यावर उड्या घेतल्या. (तेव्हा किमान २०,००० नवीन युजर दरदिवशी नोंदवले जात होते.)

यानंतर फेसबुक फक्त कॉलेजस्तरावरील एक चमत्कार राहिला नव्हता. लवकरच मॉस्कोव्हीट्झच्या मदतीनं त्यानं या दोन्ही सेवा एकत्रित करण्यासाठीचा प्रस्ताव संचालक मंडळापुढे ठेवला. फेब्रुवारी २००६ पर्यंत सगळे अडथळे दूर करत फेसबुकनं वयोगट आणि शैक्षणिक वर्षाच्या मर्यादा काढून टाकत या दोन गटांना एकत्र येण्यास मार्ग मोकळे केले. (सदस्यत्वासाठी वयोमर्यादा किमान १३ ठेवण्यात आली होती.) कोहलर आणि ब्रेअरला काळजी वाटू लागली होती. ही शाळेची मुलं मोठ्याप्रमाणात फेसबुकवर दिसायला लागली तर कॉलेज विद्यार्थ्यांची संख्या नक्की रोडावणार.

त्यामुळे ज्या दिवशी या दोन यंत्रणा एकत्र करण्यात आल्या तो दिवस खूपच नाट्यमय होता. पण आश्चर्य घडलं. जे दूर जातील असं वाटलं होतं त्या कॉलेजच्या मुलांना एका आणखी मोठ्या वर्गाशी संवाद साधला गेल्याचा आनंद झाला होता. पण पूर्वी असलेल्या आपल्या एका विशेष समूहाचं कुंपण तोडलं गेल्यानं काही जणांच्या पोटात दुखलंही. अशांनी एक ग्रुप तयार केला आणि त्याला नाव दिलं : 'You're still in high school and you're friending me? That's awkward... Now go away.' पण मार्क आणि मॉस्कोव्हीट्झला जे अपेक्षित होतं त्याला दुजोरा देणारे आकडे समोर येत होते. कॉलेज आणि शाळेच्या विद्यार्थ्यांमध्ये संवाद घडण्याकडेच कल दिसत होता. एप्रिल २००६पर्यंत हायस्कूल युजर्सची संख्याही मिलियनच्या घरात गेली.

❖

पालो आल्टोच्या एमरसन स्ट्रीटवर असलेल्या चायना डिलाईट हॉटेलच्या वरच्या बाजूला असलेल्या छोट्या आणि अरुंद खोल्यांच्या पलीकडे आता फेसबुकचा पसारा वाढला होता. मोठी जागा हवी म्हणून मग एक प्लॉट सोडून युनिव्हर्सिटी अव्हेन्यूवरच दुसरी जागा त्यांनी घेतली. स्टॅनफोर्डपासून ही जागा अगदीच जवळ होती आणि गुगलच्या पूर्वीच्या मुख्यालयाच्या समोर होती. एका आधुनिक, काचेच्या आणि आकारानं मोठ्या ऑफिसमध्ये फेसबुक स्थानांतरित होताना त्यातूनच साइटच्या प्रगतीचे आणि गंभीरतेकडे मार्गक्रमणाचे संकेतही मिळाले. फेसबुकच्या परंपरेला साजेसा

असाच कार्यालय बदलाचा 'समारंभ'ही होता. प्रत्येक जण आपलं सामानं घेऊन नवीन बिल्डिंगकडे निघाला होता. आपली खुर्ची आणि एक मोठा मॉनिटर असलेला कॉम्प्युटर घेऊन ही टी-शर्ट घातलेल्यांची जत्रा त्या दिवशी रस्त्यावरून निघाली होती.

ऑक्टोबर २००५ मध्ये जेव्हा फेसबुकनं पाच मिलियन युजरचा आकडा पार केला तेव्हाही पार्टी झाली. एक मिलियन युजर मिळाल्यावर, पीटर थिएलनं मिळवून दिलेल्या हॉटेलमध्येच ही जंगी पार्टी झाली. फेसबुकनं सगळ्यांना भारावून टाकलं होतं, हे रोजच्या आकडेवारीवरून आणि इतर गोष्टींवरून सिद्ध होताना दिसत होतं. नवीन शालेय सत्र सुरू झाल्याबरोबर सदस्य कॉलेजची संख्या दुप्पट झाली – आता ही सेवा १,८०० कॉलेजात सुरू झाली होती. सेवा सुरू होताच फेसबुक स्वीकारण्याची टक्केवारीही ५० टक्क्यांपर्यंत गेली होती. दररोज लॉग-रन करणाऱ्यांचा आकडाही याच घरात होता. तिकडे युजर वाढत होते आणि इकडे कार्यालयातील इंजिनियरच्या इनबॉक्समध्ये हजारोंच्या संख्येनं क्वेलच्या चित्रांचा भरणा होत होता. सगळ्या सदस्य झालेल्या मुलांच्या नजरेस वेडिंग क्रॅशर चित्रपटातील मार्कनं टाकलेलं ते वाक्य 'I dont't even know what a quail looks like,' पडत होतं. त्यांना हा विनोद कळत नव्हता म्हणून किंवा मुद्दाम कंपनीतल्या लोकांची गंमत करण्यासाठी किंवा दोन्हीसाठी ही चित्रं युजर पाठवू लागले होते. त्यांना कळलं होतं की नाही हा भाग अलाहिदा. पण त्यांना फेसबुकबद्दल वाटणारं विशेष प्रेम या चित्रांमधून प्रदर्शित होताना दिसलं.

युजर रोज फेसबुकवर किमान २३० मिलियन पेजेस पहात होते. कमाई दरमहा एक मिलियनपर्यंत गेली होती. पण फक्त जाहिरात यंत्रणेमार्फत आलेल्या जाहिरातींतून अपेक्षेपेक्षा कमी कमाई होताना दिसत होती. ॲपल आणि व्हिक्टोरिया सीक्रेटसारख्या कंपन्यांच्या प्रायोजित जाहिरातींचे हजारो डॉलर्स मात्र नियमित येत होते. शाळांच्या स्तरावर केलेल्या घोषणांमुळेही आवक आणखी वाढली. पण ती पुरेशी नव्हती. कंपनीचा दरमहा खर्च १.५ मिलियन डॉलर्सच्या घरात पोचला. ६ मिलियन वार्षिक या दरानं रक्कम खर्च होत होती. यातील बहुतांश रक्कम ही एक्सेलनं केलेल्या गुंतवणुकीच्या रकमेतली लागत होती. मात्र झकरबर्गला त्याची चिंता नव्हती. हे सारं त्याच्या गावीच नव्हतं. मॉस्कोव्हिट्झलाही याची जाणीव झाल्याचं जाणवलं नव्हतं. तो कंपनीसाठी अहोरात्र राबत होता. पण काम नसलं की मग तो आपली नवीन कोरी BMW 6 series सेडान घेऊन रपेट मारताना आढळायचा. त्यानं ही गाडी सप्टेंबर महिन्यात घेतली होती.

कुठल्यातरी ऐतिहासिक महत्त्वाच्या कार्यात त्यांचा हातभार लागत असल्याची जाणीव कंपनीतल्या अनेकांना होती. येल विद्यापीठातून संगीताची पदवी घेतलेल्या कोहलरला यात काही समानता आढळून आली. ''एखाद्या कलाकृतीनं जन्म घ्यावा

किंवा कलाकृती जन्माला येण्यासाठी योग्य असा तो काळ होता,'' तो म्हणतो. ''म्हणजे जसं न्यूयॉर्कमध्ये १९४०मध्ये जॅझचा किंवा १९७०मध्ये पंक रॉक आलं आणि अठराव्या शतकाच्या उत्तरार्धात पहिल्या व्हेनेस प्रकाराचा जन्म झाला होता,'' तो समानतांची उदाहरणं देत होता. इतिहासाच्या जडण-घडणीत आपण आहोत, हा विश्वास मग इथल्या प्रत्येकाला आणखी काम करण्यासाठी प्रोत्साहित करताना दिसला.

पण तेव्हा फक्त फेसबुक इतिहास घडवत नव्हतं. इतरही अनेक लोक आणि त्यांनी सुरू केलेल्या कंपन्या सामाजिक रचनेत आणखी काहीतरी वेगळं घडवून आणण्यासाठी, सामाजिक संवादाची काही नवीन माध्यम निर्माण करत होते. निंग या मार्क अ‍ॅन्ड्रीसननं सुरू केलेल्या कंपनीनं एक असं सॉफ्टवेअर तयार केलं होतं ज्यामुळे प्रत्येक व्यक्तीला आपलं स्वत:चं एक सोशल नेटवर्क तयार करणं शक्य होणार होतं. तिकडे सॅन फ्रान्सिस्कोच्या उत्तरेकडे डिगनं शोधलेल्या सॉफ्टवेअरमुळे लोकांना, इंटरनेटवर मिळालेल्या चांगल्या आणि त्यांना आवडलेल्या काही गोष्टी आपल्या मित्रांसोबत ऑनलाईन शेअर करता येणार होत्या. आणखी एक-दोन सोशल नेटवर्क अगदी फेसबुकसारखी होती आणि त्यांचा ग्राहकवर्गही फेसबुकचाच होता. त्यातील दोन महत्त्वाच्या साइट म्हणजे हाय ५ आणि बेबो. फरक फक्त इतकाच होता ते हे काम आंतरराष्ट्रीय स्तरावर चालवण्यासाठी करीत होते.

इतिहासाच्या जडण-घडणीपेक्षा मॉस्कोव्हिट्झला युजरच्या संख्येमध्ये जास्त रस होता. त्याच्यासाठी ते फार महत्त्वाचं होतं. मायस्पेसनं जानेवारीपर्यंत ६ मिलियनपासून एकदम २४ मिलियन इतकी मजल मारली होती. ''काय स्थिती आहे त्यांची?'' त्यानं एक दिवस मार्कला विचारलं. ''खड्ड्यात गेलं ते!'' त्याचं उत्तर फक्त एवढंच होतं.

त्याला काही दिवसांनी हीच प्रतिक्रिया खुद्द मायस्पेसच्या काही अधिकाऱ्यांना ऐकवण्याचीही संधी मिळाली. मार्क आणि कोहलर लॉस एन्जेलीसला गेले आणि एका हॉटेलमध्ये रॉस लेव्हिनसॉहनला भेटले. रॉस रूपर्ट मरडॉकच्या न्यूज कॉर्पशी फॉक्सतर्फे बोलणी करणाऱ्या टीमचा प्रमुख होता. तो मायस्पेसवर देखरेख करायचा. त्यांचा प्रतिस्पर्धी पुन्हा त्यांचं मन वळवण्याचा प्रयत्न करत होता. रॉस झकरबर्गशी संबंध वाढवण्याच्याही प्रयत्नात होता, कारण त्याला त्याच्या 'डिजिटल' प्रतिष्ठेत भर घालण्यासाठी फेसबुक विकत घ्यायचं होतं. मार्कनं त्याच्या नेहमीच्या सवयीप्रमाणे त्यालाही तिष्ठत ठेवलं होतं. ज्युलिया अ‍ॅन्वीननं तिच्या स्टीलिंग मायस्पेस या पुस्तकात रॉसला, फेसबुक आपली झपाट्यानं होणारी प्रगती हाताळण्यात अयशस्वी ठरेल, असं वाटत होतं, असा दावा केला आहे. मार्कच्या लेखी रॉसची ही प्रतिक्रिया आणि त्याचा व्यवसाय दोन्हींना काही महत्त्व नव्हतं. ''लॉस एन्जेलीस आणि

सिलीकॉन व्हॅली या दोन ठिकाणच्या कंपन्यांमधला हा फरक आहे,'' मार्क म्हणाला. ''आम्ही टिकण्याकरता हे (फेसबुक) उभारलं आहे आणि या (मायस्पेसच्या) लोकांना याचा जराही अंदाज नाही.''

❖

पाच मिलियन युजरचा आकडा पार केल्याच्या काही आठवड्यांनी सेवेत काही महत्त्वाचं परीवर्तन करण्याच्या उद्देशानं फेसबुकनं नवीन फीचर साइटवर टाकण्याचा निर्णय घेतला. जरी हे फीचर यशस्वी झालं तरी एका कर्मचाऱ्याच्या भाषेत सांगायचं झालं तर ते फारच साधं होतं. कुणीही त्याचा वापर करू शकणार होतं. स्वत:चं प्रोफाईल तयार केल्यावर इतरांनी प्रोफाईलमध्ये काय काय टाकलं आहे ते पाहता येण्यासाठीच या सॉफ्टवेअरचा उपयोग होणार होता. खूप विशेष किंवा अनोखं असं या सॉफ्टवेअरमध्ये काही नव्हतं. पण इतरांची माहिती देण्याची पद्धत पाहून आपल्या प्रोफाईलमध्ये बदल करण्यासाठी मुलांनी या फीचरला पसंती दिली. प्रोफाईलमध्ये फक्त एक फोटो टाकण्याची सोय होती. पण मुलांना आणखी फोटो टाकणं आणि इतरांना दाखवणं, यात जास्त रस होता. मग ते आपला प्रोफाईल फोटोच वारंवार बदलायचे. कधी कधी दिवसातून दोन ते तीन वेळा हे बदल घडताना दिसत.

इंटरनेटवर छायाचित्र हाताळणाऱ्या साइट लोकांना हव्या होत्या आणि त्यामुळेच त्या वर्षी अशा साइटच्या निर्मितीचा इंटरनेटवर सुकाळ झाला. छायाचित्रांना इंटरनेटवर मोफत टाकण्यासाठी आणि आपल्या आवडत्या लोकांना ते छायाचित्र पाठवण्यासाठी ज्याचे tagging (टॅगिंग म्हणजे जोडणे) असे नामकरण करण्यात आले – फ्लिकर या साइटनं प्रथमत: सोय केली. काही काळानं याहूनं ही साइट विकत घेतली. टॅगिंग हा एक अत्यंत कलात्मक बदल होता. छायाचित्राच्या विषयाप्रमाणे त्याला विशिष्ट विभागात टॅग करण्याची ही सोय छान होती. एकच फोटो विविध शिर्षकाअंतर्गत विभागाला 'निसर्गचित्र' किंवा 'व्हेनिस' किंवा 'होडी' या शिषर्कांचा युजरला छायाचित्र शोधण्यास व्हायचा.

फेसबुकमध्ये अशी सोय निर्माण करायची अथवा नाही या संदर्भात एक खूप मोठी चर्चा झाली. यापूर्वी वायरहॉगच्या माध्यमातून ही अशी सोय करण्याची जी खटपट मार्कनं केली होती ती सपशेल धुळीला मिळाली होती. काही काळाकरता जेव्हा वायरहॉग फेसबुकवर होतं तेव्हा काही युजरनी ते वापरण्याचा प्रयत्नही केला होता. पण मार्कला भीती वाटली. इतक्या मोठ्या प्रमाणात फेसबुक प्रगती करत असताना ही छोटीशी गोष्ट उगाच काहीतरी अडचण निर्माण करू शकते. पण आता या अशा परीस्थितीत पार्कर आणि इतरांनी मार्कला समजावून सांगितलं की फेसबुकवर एक फोटो फीचर तयार करण्याचा प्रयत्न करणं फायद्याचं ठरेल.

“साइटवर एक वेगळं ॲप्लिकेशन असण्यापेक्षा फेसबुकवरच फोटो टाकता आला पाहिजे असा आमचा प्रयत्न होता,” पार्कर सांगतो.

कंपनीत नव्यानं रुजू झालेल्या काही हुशार आणि कल्पक मुलांनी हा प्रकल्प आपल्या हातात घेतला. इंजिनियर स्कॉट मार्लेटनं सॉफ्टवेअरचा कोड लिहिला. सिटीगनं युजरच्या संवादाची पद्धती आणि डिझाईन यांची सांगड घालण्याकडे लक्ष दिलं. या सगळ्या प्रक्रियेची व्यवस्था पाहाण्याचं काम नवीन उपाध्यक्ष डव हिर्शला सोपविण्यात आलं होतं. रीडच्या अथक प्रयत्नांनंतर तिला डवसारखी अत्यंत हुशार व्यक्ती कंपनीसाठी मिळाली होती. डव ३४ वर्षांचा होता आणि इंटरनेट व ऑनलाईनच्या क्षेत्रातील जाणकार होता. याहूनं कंपनीत घेतलेल्या पहिल्या ३० जणांमध्ये डव होता, हे विशेष.

काही आठवडे लोटले आणि एक दिवस सिटीग, मार्लेट आणि हिर्शनं एक छान आकर्षक डिझाईन असलेलं फोटो शेअरींग सॉफ्टवेअर मार्कसमोर ठेवलं. इतर साइटप्रमाणेच यातही फोटो लोड करण्याची व्यवस्था होती आणि पाहणाऱ्यांना त्यावर प्रतिक्रिया (comment) देण्याची सोयही केली होती. पण यात काहीतरी कमतरता आहे हे त्यांना सतत जाणवत होतं. हवं तसं ते काही जमलं नव्हतं. इंटरनेट विश्वाचा प्रदीर्घ अनुभव घेतलेल्या हिर्शनं पुन्हा एकदा सगळ्या गोष्टींचा विचार केला आणि या सॉफ्टवेअरला ‘द फेसबुक इफेक्ट’ असावा असं त्यानं सुचवलं. असं काही तरी वेगळं आणि विशेष जे फक्त फेसबुकच देऊ करेल. “फक्त एक आणि एकच सामाजिक वैशिष्ट्य यात असावं असं मला वाटतं,” तो मीटिंगमध्ये म्हणाला. म्हणजे नेमकं काय, या प्रश्नाचा डिझायनर सिटीग विचार करू लागला. “मी आपल्या जागी परत गेलो आणि विचार करू लागलो,” तो आठवून सांगतो. “आणि मला असं लक्षात आलं की फोटोंच्या संदर्भात सगळ्यात जिव्हाळ्याची गोष्ट जर काही असेल तर ती म्हणजे त्यात कोण कोण आहेत,” सिटीग सांगत होता.

बस्स! हेच होतं ते. त्यांनी लगेच निर्णय घेतला. फेसबुकवरही इतरांप्रमाणे मोठ्या प्रमाणात फोटो टाकता येतील आणि ते इतरांच्या प्रोफाईलला टॅगही करता येतील. पण ते त्यांनाच टॅग करता येतील, जे या छायाचित्रात आहेत. तशी खूपच प्राथमिक स्तरावरची कल्पना वाटली तरीही आजपर्यंत असं कुठल्याही साइटनं केलेलं नव्हतं. फोटो त्यांनाच टॅग होतील ज्यांच्याशी तुमची मैत्री आहे आणि त्यांनीही ती मान्य केली आहे; म्हणजेच जे फेसबुकवर तुमच्या मित्रांच्या यादीत आहेत. आणखी एक वैशिष्ट्य म्हणजे जे लोक या छायाचित्रात आहेत त्यांना याबाबत सूचना दिली जाईल. ज्यानं फोटो टाकले आहेत त्याच्या नावापुढे एक आयकॉन दिसणार आणि मग तुम्ही ते फोटो पाहू शकणार.

छायाचित्रांचा विभाग सांभाळणाऱ्यांनी आणखी दोन गोष्टींसंदर्भात महत्त्वाचे

निर्णय घेतले. त्यातील एक म्हणजे पुढचा फोटो पाहण्यासाठी 'नेक्स्ट'चं बटण दाबण्याची गरजच ठेवली नाही. जो फोटो समोर आहे त्यावर कुठेही क्लिक केलं की दुसरा फोटो दिसणार होता. यातून 'फेसबुक धुंदी'त असलेला युजर, जो फक्त प्रत्येक पानावर क्लिक करतो आणि एका नवीन अनुभवाला किंवा माहितीला सामोरा जातो, त्याला त्या मन:स्थितीतून बाहेर येऊ द्यायचं नव्हतं. फक्त क्लिक करणं त्याला आवडतं आणि म्हणून दुसरा फोटो पाहण्यासाठीही तो फक्त क्लिक करणार होता. यामुळे फोटो पाहाणं खूप सोपं झालं. क्लिष्टता निघून गेल्यानं या प्रक्रियेचा छंद युजरना जडणं स्वाभाविक होतं. याबरोबरच एक धाडसी निर्णयही त्यांनी घेतला. फोटो फेसबुकवर आल्यावर इतर युजरकडे तो दिसण्यापूर्वी त्याचा आकार छोटा करण्याचं या टीमनं ठरवलं. म्हणजे मग पाहाणाऱ्याला अनेक फोटो आपल्या कॉम्प्युटरवर लवकर डाऊनलोड करून ते पटापट पाहाणं शक्य होणार होतं.

पण असे छोटे किंवा कमी रिझोल्युशनचे फोटो पाहाणं युजरना आवडणार की नाही? टॅगचा उपयोग ते करतील? ऑक्टोबर संपता संपता फेसबुक टीमनं हे ॲप्लिकेशन एक दिवस सर्व्हरवर टाकलं आणि ऑफिसमधल्या मोठ्या स्क्रीनसमोर सगळे गोळा झाले. तिथे फेसबुकवर युजरकडून येणारी सगळी छायाचित्रं दिसणार होती. सगळ्यांच्या पोटात कालवाकालव होत होती. चेहऱ्यावर आणि मनातही अस्वस्थता होती. त्यांच्या नजरा स्क्रीनवर खिळल्या होत्या. पहिला फोटो आला आणि सगळ्यांनी एकमेकांकडे पाहिलं. तो फोटो एका मांजरीचं कार्टून होतं. अस्वस्थता आणखी वाढली. मग काही मिनिटांत दुसरा फोटो आला आणि मग येत राहिले. सगळी छायाचित्रं मुलींची होती. मुली, मैत्रिणींचा ग्रुप, त्यांचा पार्टीतील जल्लोष, एकमेकींचे फोटो काढतानाचे त्यांचे फोटो आणि असं बरंच काही. फोटो येत राहिले. मुलींचे फोटो जास्त होते आणि मुलांचे अगदी नगण्य. मुली आपल्या मैत्रीचा जणू उत्सव साजरा करत होत्या. किती फोटो टाकायचे याला कुठलीही मर्यादा नव्हती त्यामुळे फोटो येत राहिले आणि येतच राहिले. विशेष म्हणजे सगळे फोटो टॅग केले जात होते.

या एका फीचरमुळे अगदी सामान्य अशा छायाचित्राला असामान्य असा अर्थ प्राप्त झाला होता. त्यातून एक साधा आणि सोपा निरोपही जात होता. फोटो टॅग झाला की तुमची मैत्री आणि तुमच्या संबंधांची व्याप्ती वाढत होती. "आमच्या लवकरच ध्यानात आलं की ही मुलं फोटो एकमेकांशी शेअर करताना फक्त एवढंच सांगण्याचा प्रयत्न करताहेत की या फोटोतील व्यक्तीचं माझ्या आयुष्यात विशेष स्थान आहे आणि ही गोष्ट मला सगळ्यांना सांगायची आहे," सिटीगनं याचं विश्लेषण केलं. आता फेसबुकवर आपल्या लोकप्रियतेचं प्रदर्शन करण्यासाठी युजरना दोन माध्यमं उपलब्ध होती. एकतर तुमचे किती मित्र आहेत किंवा किती

लोकांनी तुमचा मित्र म्हणून स्वीकार केला आहे आणि इतरांनी किती वेळा तुमचं नाव फोटोत टॅग केलं आहे.

डिजिटल फोटोग्राफीच्या या युगात छायाचित्रांच्या नवीन पद्धतीनं होणाऱ्या वापरासंदर्भात सिटीग, मार्लेट आणि हिर्श थोडे अडखळले. कॅमेरा असलेल्या मोबाइलचं प्रस्थ वाढलं होतं आणि बहुतेकांच्या हातात असे फोन होते. या कॅमेऱ्यातून आपल्या दैनंदिन जीवनातील काही रोचक क्षण पटकन आपल्या कॅमेऱ्यात कैद करणं सगळ्यांना सहज शक्य झालं होतं. आता हे असे फोटो फेसबुकवर टाकण्याची सोय झाली होती. असे हजारो क्षण आपल्या मित्रांपर्यंत काही सेकंदांत पोचवणं त्यांना शक्य झालं होतं. फोटो अपलोड होताच तो क्षणात टॅगही होत होता. मायस्पेसवरच्या फोटो फीचरपेक्षा हे खूप वेगळं होतं. तिथे युजर टाकत असलेले फोटो हे खूप औपचारिक होते. म्हणजेच अगदी काळजीपूर्वक आपलं व्यक्तिमत्त्व इतरांसमोर 'प्रदर्शित' करण्यासाठी अगदी पोज देऊन, खूप व्यवस्थित तयार होऊन ते काढण्यात आले होते. फेसबुकवर आता कुठलाही फोटो हा नवख्या फोटोग्राफरच्या कलेचं प्रदर्शन नव्हतं. त्यानं एका छोट्याशा संवादाचं आणि निरोपाचं रूप धारण केलं होतं.

लवकरच हे फोटो फीचर इतर कुठल्याही फोटो साइटपेक्षा जास्त लोकप्रिय झालं आणि फेसबुकचं ते सर्वात आवडतं फीचर बनलं. ही सुविधा सुरू केल्यानंतर एक महिन्याच्या आतच फेसबुकवरचे ८५ टक्के युजर किमान एका तरी फोटोत टॅग केले गेले होते. कुणाची इच्छा असो अथवा नसो, ते या चक्रात अनायसे आले. आपल्या प्रोफाईलमध्ये बदल करून कुणी फोटोत टॅग केल्यावर त्याबाबत ई-मेलनं त्याची सूचना आपल्याला मिळावी अशी सोयही युजरनी केली. स्वत:ला अशा छायाचित्रांमध्ये पाहायला कुणाला आवडणार नाही! शिवाय एकदा तुमचं छायाचित्र फेसबुकवर टाकलं गेल्याचं ई-मेलनं कळताच कुणी स्वत:ला ते बघण्यापासून रोखू शकेल का? हे फीचर अंतर्भूत झाल्यानंतर फेसबुकवर लॉग करण्याची युजरची इच्छा वाढली आणि त्यामुळे अशा घटनांची संख्याही वाढली. मार्कसाठी हे खरंच खूप आनंददायी आणि थक्क करणारं होतं. युजर किती वेळा साइटवर परत लॉग करतो यातच साइटचं यश आहे, असं मानणाऱ्यांपैकी तो एक आहे. किमान ७० टक्के विद्यार्थी आता रोज फेसबुकवर लॉग इन करायला लागले आणि ८५ टक्के आठवड्यातून किमान एकदा तरी साइटवर येत असत. कुठल्याही इंटरनेट साइटकरता किंवा कुठल्याही व्यवसायाच्या संदर्भात बोलायचं झालं तर ग्राहकांची ही विश्वासार्हता चकित करणारी होती आणि आहेही.

पण प्रश्न किंवा अडचणी संपल्या नव्हत्या. आता सगळ्यांना चिंता होती की हा जो फोटोंचा प्रचंड ओघ आहे तो हाताळण्याची ताकद फेसबुककडे आहे का? हा डाटा सांभाळणं आणि माहितीचा ट्रॅफिक म्हणजेच सर्व्हरवर दबाव, हे सरळ

समीकरण होतं. हे ॲप्लिकेशन टाकल्यानंतर सहा आठवड्यांतच आलेले फोटो सांभाळण्यासाठी, सर्व्हरची होती नव्हती तेवढी सगळी साठवण क्षमता वापरावी लागली. फेसबुकनं ती पुढच्या सहा महिन्यांसाठी राखून ठेवली होती. डाटा सेंटर हाताळण्यात कुशल असलेल्या रॉथशिल्डचं कंपनीत असणं किती आवश्यक होतं याची जाणीव या काळात सगळ्यांना झाली. त्यानं रात्र-रात्र जागून सर्व्हर कोसळण्यापासून वाचवले. कंपनीतल्या प्रत्येकाला डाटा सेंटरवर पिटाळून नवीन सर्व्हर लावण्यासाठी मदत करण्याची प्रक्रियाही सुरूच होती. इथे काम करणाऱ्या प्रत्येकाच्या लेखी मार्लेट हा प्रोग्रॅमिंगचा राजा होता, त्यामुळे फोटो ॲप्लिकेशन सॉफ्टवेअर नव्यानं डिझाईन करून ते अधिक कार्यक्षम आणि धासू बनविण्यासाठी तो काहीतरी नक्की करणार असा प्रत्येकालाच विश्वास वाटत होता. आणि तसंच झालंही. २००९च्या उत्तरार्धात फेसबुकवर ३० बिलियन फोटोंचा डाटा होता आणि ती जगातील सगळ्यात मोठी छायाचित्रांची साइट बनली.

फोटो फीचर संदर्भातील हा चमत्कार सगळ्यांच्याच कौतुकाचा विषय बनला होता. अगदी मार्कच्यासुद्धा. खरं तर जे काही या टीमनं तयार केलं होतं ते अगदीच साधं आणि सर्वसामान्य ॲप्लिकेशन होतं. पण त्याला सामाजिक नातेसंबंधाचा स्पर्श देताच त्याचं रूपांतर एका चमत्कारात झालं होतं. एक साधी कृती फेसबुकच्या यंत्रणेत गुंफून अशा काही पद्धतीनं युजरसमोर सादर करण्यात आली की ती त्यांच्या गळ्यातला ताईत झाली. हे श्रेय सर्व टीमचं होतं, हे निश्चित.

फेसबुकच्या अधिकाऱ्यांनी प्रथमच फेसबुक इफेक्ट अनुभवला होता. युजर स्वत:ला जोडत इतरांशी जोडून घेत होते. त्यांना ही कृती अगदी स्वत:हून करावीशी वाटत होती. या नात्यांच्या गुंफणीतून इंटरनेटवर तयार झालेल्या त्या गोफाला मार्क 'सोशल ग्राफ' म्हणायचा. तो आता त्याबाबत भरभरून बोलू लागला होता. फोटो, मित्र, टाकली जाणारी माहिती यातून परस्पर मानवी संबंधांचा एक आलेख तयार होण्याची प्रक्रिया सुरू झाली होती. या नात्यांना आणि संबंधांना एक नवीन अर्थ – तोही विस्तृत – प्राप्त झाला होता.

पण हे फोटोसंदर्भात घडलं होतं. असे फोटो लोकांच्या नावानिशी टॅग केले जात होते म्हणून त्यांना सूचित करणं फेसबुकला शक्य होतं. टॅग केल्यामुळे ते कशा पद्धतीनं वाटप करायचे हे यंत्रणेला कळत होतं. "टॅग करण्याच्या या चमत्कारिक कृती वाढताना पाहत असताना पहिल्यांदा 'व्वा!'चा अनुभव आम्ही घेत होतो. यातून तयार होणाऱ्या सोशल ग्राफचा वापर वितरण व्यवस्था म्हणून करणं शक्य होणार होतं आणि वितरणाची ही यंत्रणा म्हणजे युजरमधील परस्परसंबंध होते," कोहलर सांगतो.

या सोशल ग्राफचा वापर इतरही ऑनलाईन वापराकरता करणं शक्य होतं. पण फेसबुक हे साध्य करणार कसं? जर फोटो ॲप्लिकेशन आघाडीवर आहे तर इतर

आणखी काय बनवता येईल? असे प्रश्न म्हणजे मार्कच्या उत्साहाचा स्त्रोत होते. अगदी फेसबुकची सुरुवातही झाली नव्हती तेव्हा डीएन्जलोबरोबर केलेला संवाद त्याला आठवला. अख्खी इंटरनेट सेवा अधिकाधिक 'सोशल' असण्यावर त्यानं भर दिला होता. त्याचं वायरहॉगचं स्वप्न शेवटी साकार होण्याच्या मार्गावर होतं. ''फोटोसंदर्भात मिळालेल्या यशाकडे पाहताना मार्कची दूरदृष्टी आणि त्याची स्वप्न सत्यात येण्यासाठी मार्ग खुले झालेले दिसू लागले होते,'' पार्कर सांगतो. ''फेसबुक नेमकं काय आहे याचा एक विस्तृत सिद्धांतच तो रचत होता,'' तो अभिमानानं सांगतो.

❖

फेसबुकच्या या कथेत हार्वर्ड आणि काही पात्रं कायम येत राहिली आहेत. फोटो फीचरनंतर साइटमध्ये आणखी काही नाट्यमय बदल करावे असं मार्कच्या मनात होतं. पण त्यासाठी त्याला काही हुशार प्रोग्रॅमर हवे होते. सिलीकॉन व्हॅलीतून येणाऱ्या अर्जांमुळे तो अगदी विटला होता. यातील कुणीही फेसबुकच्या संस्कृतीत सामावून घेण्यासारखा नव्हता. ते पुरेसे बंडखोर आणि पुरेसे सर्जनशीलही नाहीत, असं मार्कला आढळून आलं होतं. त्यामुळे त्यानं फेसबुकवर, हार्वर्डमध्ये त्याला ज्यांनी प्रभावित केलं होतं अशा काही पदवीधरांचा शोध घ्यायला सुरुवात केली. अशांची एक यादी करून त्यानं ती रीडला दिली. तिनं त्यांच्याशी संपर्क साधला. त्यातील अनेक जण सिएॅटलमध्ये वास्तव्यास आहेत अशी माहिती तिच्या हाती लागली.

हार्वर्डच्या २००३ आणि २००४ या सत्रातील चार माजी कॉम्प्युटर सायन्स शिकवणाऱ्या साहाय्यक शिक्षकांना फेसबुकनं बोलवून घेतलं. यातील तिघांनी मायक्रोसॉफ्टमध्ये आणि एकानं ॲमेझॉनडॉटकॉमला काम केलं होतं. यातील एक मायक्रोसॉफ्टमध्ये असलेला चार्ली शिवर होता. मार्कला हा आपल्यासारखाच वाटायचा कारण त्यानंही हार्वर्डच्या डाटाबेसमधून काही माहिती स्वत:च्या एका प्रकल्पासाठी वापरण्याचं ठरवलं होतं. त्यालाही कारवाईसाठी व्यवस्थापनाला सामोरं जावं लागलं होतं.

या नवीन लोकांची भरती होताच फेसबुकच्या अभियंता विभागात उत्साहाचा संचार झाला. तरुण असल्यामुळे फेसबुकला ज्या पारदर्शकतेची आणि मोकळेपणाची अपेक्षा होती ती समजून घेणं त्यांना सहज शक्य होतं. पण त्याहीपेक्षा त्यांचं जगातील सर्वोत्तम अशा सॉफ्टवेअर कंपनीत कामाचा अनुभव असणं जास्त महत्त्वाचं होतं. इंटरनेट विश्वात काहीतरी अद्‌भुत, अद्वितीय करण्याची त्यांची इच्छा होती.

❖

८

सीईओ मार्क झकरबर्ग

'तू आधी सीईओ कसा असतो ते शीक!'

प्रत्येक बदलानंतर एकएक पाऊल पुढे टाकणाऱ्या आणि विकसित होणाऱ्या फेसबुकची आता तंत्रज्ञान आणि माध्यम जगतातील दिग्गजांनी दखल घ्यायला सुरुवात केली होती. १९९०च्या मधल्या काळात इंटरनेटचं वारं वाहू लागलं आणि तेव्हापासून प्रत्येक कंपनीच्या अधिकाऱ्यांच्या स्वप्नातील ग्राहकसेवेचं मूर्तरूप फेसबुकमध्ये प्रत्यक्षात आलं होतं. अचानक लॉस एन्जेलीस आणि ईस्ट कोस्ट मधल्या सर्व वयोगटातील आणि सुसंस्कृत, सभ्यतेचा आदर्श असलेल्या मित्रांची गर्दी मार्कच्या सभोवती होताना दिसू लागली.

स्वत: मार्क मात्र एखाद्या प्रस्थापित तंत्रज्ञान किंवा माध्यम कंपनीच्या मुख्य अधिकाऱ्याच्या भूमिकेत अजूनही शिरला नव्हता. नफा कमावणं, हा शब्दप्रयोग अजून त्याच्या मानसिकतेनं अंगीकारला नव्हता. शिवाय जाहिरातींबद्दल त्याला असलेला तिटकाराही सर्वज्ञात होता. मार्कच्या आजूबाजूच्या चाहत्यांना आणि त्याच्या कंपनीत रस असणाऱ्यांना मात्र त्याची ही मानसिकता समजून घेणं फारच कठीण होतं. मार्कसोबतची एक अत्यंत वैताग आणणारी मीटिंग आजही एका तंत्रज्ञान कंपनीच्या अधिकाऱ्याला आठवते. आपल्या कंपनीला भरघोस कमाई व्हावी अशी त्याची इच्छाच नव्हती, असं या अधिकाऱ्याला मार्कशी बोलताना जाणवलं होतं.

''आपल्याला काय कळत नाही हेच त्याला माहीत नव्हतं,'' तो सांगतो. ''पण जेव्हा त्यानं बोलायला तोंड उघडलं तेव्हा त्याच्या बोलण्यात कुठेही अस्पष्टता नव्हती, तो चाणाक्षही होता आणि फेसबुक हे एक 'सामाजिक साधन' आहे या एका गोष्टीवर त्याची अगदी अंधश्रद्धा म्हणावी इतकी अढळ श्रद्धा होती. त्या वेळी त्याचं वागणं खूप परोपकारी असल्यासारखं वाटलं. म्हणून मग मी त्याला स्पष्टच विचारलं, ''म्हणजे आणखी पुढे जाण्यासाठी वापरायचं साधन आहे का?'' तर नकार देत तो पुढे म्हणाला की त्याला ते खरोखरीच एक सामाजिक जाणिवांचं माध्यम म्हणूनच जपायचं आहे. माझा निष्कर्ष होता की एकतर हा युवक खूप

योजनाबद्ध रितीनं काम करणारा आहे आणि त्याची रणनीती मला कळू नये हा त्यामागे उद्देश आहे किंवा त्याच्यासाठी हा खरोखरीच एक खेळ आहे, याचा जराही अदमास मला घेता आला नाही,'' तो सांगतो.

फेसबुकचं आणि आपलं चांगलं जमणार असा एकतर्फी विचार करत २००५मध्ये व्हायकॉमच्या MTV या दुय्यम कंपनीनं एक घोषणा केली. आपल्या धोरणी स्वभावासाठी प्रसिद्ध असलेल्या व्हायकॉमचा सर्वेसर्वा डेन्मार्क वेस्टनं ठरवून टाकलं की ते ७५ मिलियन डॉलर्स देऊन फेसबुक ताब्यात घेणार. पण या घोषणेला काहीही आगापिछा नव्हता. त्याचा मैत्रीचा हात धरण्यास अपेक्षित असलेला नकार आल्यानंतर काही महिन्यांच्या आतच MTV च्या गळाला मायस्पेय लागलं आणि हा सौदा अगदी पक्का होणार तर अचानक मरडॉकच्या न्यूज कॉर्पनं मायस्पेस पळवलं. व्हायकॉमचा वयोवृद्ध मुख्य अधिकारी समनर रेडस्टोनचा संताप संताप झाला होता. मरडॉकला आपला शत्रू समजणाऱ्या रेडस्टोननं, मायस्पेसला त्यांनी देऊ केलेली किंमत पळवल्याचा आरोप मरडॉकवर लावला. त्यामुळे आता फेसबुकसाठी त्यांनी अगदी जिवाचं रान करण्याचं ठरवलं. हा सौदा व्हायलाच हवा म्हणून तो मागे लागला. वेस्ट आणि MTV तील अनेकांना त्यांच्या आणि फेसबुकच्या प्रेक्षकांमध्ये किंवा ग्राहकांमध्ये इतकं साम्य आढळलं की फेसबुकही MTV ची डिजिटलमधली रणनीती आहे, असा निष्कर्ष त्यांनी काढला होता.

वेस्टनं एक दिवस कोहलरशी संपर्क साधला. पण बोलणी सीईओच्या स्तरावर होणार हे कोहलरनं आधीच स्पष्ट केलं. व्हायकॉमचा सीईओ टॉम फ्रेस्टन जर मीटिंगला येणार असेल तरच झकरबर्ग येणार, अशी अटच घालण्यात आली. मीटिंग फारच लवकर बोलवण्यात आली. कोहलर आणि मार्कला या मीटिंगसाठी न्यूयॉर्कला जावं लागलं. फ्रेस्टनसोबत MTV नेटवर्कची ज्युडी मॅकग्रा पण या मीटिंगला उपस्थित होती. MTV आणि फेसबुक यांच्यात खूप साम्य आहे आणि या दोघांचे ग्राहकही सारखे आहेत, हे फ्रेस्टननं खूप अगत्यपूर्वक मार्कला समजावून सांगितलं. दोघांनाही एकत्र काम करण्यासाठी नक्की काहीतरी मार्ग काढायला त्यांना आवडेल, असंही त्यांनी कळकळीनं सांगितलं. उदाहरणार्थ ते म्हणाले की फेसबुक युजरची वाढती संख्या लक्षात घेता व्हायकॉम त्यांच्यासाठी काही गोष्टी पुरवायला मदत करू शकतील. ''फेसबुक आमच्यासाठी आवश्यक असलेली गोष्ट आहे,'' मार्क अचानक उद्गारला. त्यानं फ्रेस्टनचा प्रस्ताव अक्षरश: धुडकावून लावला. फ्रेस्टननं आपलं बोलण थांबवलं नाही. तो पुढे म्हणाला की MTV च्या जुन्या प्रेक्षकांपर्यंत पोचण्यासाठी व्हायकॉम फेसबुकला मदत पुरवू शकतात. ''माझं पूर्ण लक्ष मी कॉलेज आणि हायस्कूलवर केंद्रित केलं आहे,'' मार्कनं पुन्हा ही सूचना स्पष्ट नाकारली. हे दोघं एवढा विमानाचा खर्च करून न्यूयॉर्कला का आले, हा प्रश्न

आता व्हायकॉमच्या अधिकाऱ्यांच्या चेहऱ्यावर दिसू लागला होता. ''व्हायकॉमला फक्त 'नो, थँक्स' म्हणायला ही पूर्ण मीटिंग होती की काय असंच सगळ्यांना वाटलं,'' या मीटिंगला तेव्हा उपस्थित असलेला एक अधिकारी सांगतो. पण इतकं झाल्यावरही व्हायकॉमनं आपले प्रयत्न सोडले नाही.

नोव्हेंबर २००५मध्ये मॅक्नेझी अॅन्ड कंपनीतील मीडिया इंडस्ट्री सल्लागार म्हणून काम पाहणाऱ्या मायकेल वोल्फनं MTVमध्ये अध्यक्ष म्हणून प्रवेश केला. मॅकग्रासोबत त्याला काम करायचं होतं. त्यानं लगेच झकरबर्गचं मन वळवण्याची मोहीम आपल्या हाती घेतली.

कॉलेज विद्यार्थ्यांबरोबर कुठलाही कार्यक्रम करताना MTV काहीही करून त्यांच्याशी फेसबुकबद्दल नक्की बोलायचे. फेसबुक नावाच्या या चमत्कारासंदर्भात खोलवर जाऊन आणखी जाणून घेण्यासाठीचं हे चांगलं माध्यम त्यांच्या हाती लागलं होतं. या नवीन पद्धतीनं आपल्याला फायदा होणार आणि फेसबुकसंदर्भात एक पाऊल पुढे टाकता येणार या आशेवर MTVचे अधिकारी काम करत होते. दुसरीकडे फ्रेस्टनला सारखी काळजी वाटत होती की न्यूज कॉर्पची कंपनी असलेलं फॉक्स नेटवर्क मायस्पेसचा वापर त्यांच्या टेलीव्हिजन जगतातील प्रकल्पांसाठी करून घेणार. त्यामुळे तरुणांसाठी असलेल्या माध्यमांच्या संदर्भात विचार करताना सोशल नेटवर्क आणि माध्यम कंपन्या, असं एक एकत्रित काम करणारं पॅकेज येत्या काळात आवश्यक आणि यशस्वी होणार, असं चित्र निर्माण झालं होतं.

वोल्फ लगेच मार्कची गाठ घ्यायला स्वत: पालो आल्टोकडे रवाना झाला. ज्या फेसबुकच्या सीईओला तो भेटायला आला होता, तो आपल्या नेहमीच्या कपड्यांमध्ये म्हणजे टी-शर्ट, शॉर्ट्स आणि आदिदासचे सँडल घालून होता. वोल्फ कार्यालयाकडे निघाला तेव्हा त्याला कंपनीतील एक जण एका बोर्डवर जुना सँडल खिळ्यानं ठोकताना दिसला. फेसबुकच्या एका प्रोग्रॅमरला हा बोर्डवर लावलेला सँडल पुरस्कार म्हणून दिला जाणार होता. या मुलाला आपण सुधारायला हवं, पण त्यासाठी त्याच्याशी एक पुरेसा मित्रत्वाचा संवाद या मीटिंगमध्ये सुरू करायचा एवढाचं विचार डोक्यात ठेवून वोल्फ आत गेला. पण तरीही त्यानं या तरुण सीईओला, कंपनी विकण्यासंदर्भात काही विचार केला आहेस का, हे विचारून टाकलं. ''मला नाही विकायची कंपनी,'' मार्कनं ठरलेलं उत्तर दिलं. ''पण तरीही एखादा असा आकडा असेलच जो ऐकून कदाचित तुला तुझा विचार बदलावासा वाटेल?'' वोल्फ प्रयत्न करत होता. ''मला वाटतं याची किमान २ बिलियन एवढी किंमत यावी,'' फक्त २० महिन्यांपूर्वी आपल्या होस्टेलच्या खोलीत सुरू केलेल्या प्रकल्पाबद्दल मार्क बोलत होता.

या घटनेच्या अगदी काही दिवसांपूर्वीच अॅमेझॉनडॉटकॉममधील ओवेन व्हॅन

नॅटा नावाची व्यक्ती फेसबुकच्या व्यवसाय विकास विभागाची व्हाईस प्रेसिडंट म्हणून आली होती. प्रभाव आणि अधिकार या दोन गोष्टींसाठी काहीही करण्याची तयारी असलेल्या या व्यक्तीत प्रचंड काम करण्याची ताकद होती. पाचच आठवड्यांत मार्कनं त्याला मुख्य यंत्रणा अधिकारी म्हणून बढती दिली होती. त्यानं लगेच काही योजना आखल्या आणि आतापर्यंत अस्ताव्यस्त असलेल्या कामाच्या सगळ्या पद्धती आणि काम करणाऱ्यांनाही वठणीवर आणायला सुरुवात केली. आपल्या अधिकारांचा वापर करण्यासाठी कधीही मागे-पुढे पाहिलं नाही. एका वर्षापूर्वी महत्कष्टानं ज्या लोकांची फेसबुकमध्ये भरती करण्यात आली होती, त्यातील काही जणांना नॅटनं अक्षरशः बाहेरचा रस्ता दाखवला. पण ॲमेझॉनमध्ये असतानापासूनचं त्याचं खरं कसब एखादा सौदा मार्गी लावण्यात होतं. इथेही त्याला आपली खरी ताकद दाखवण्याची संधी लवकरच मिळणार होती.

वोल्फनं फक्त मेसेज करून थेट कंपनीच्या सीईओशी मीटिंग ठरवली, हे कळताच नॅटचा पारा चढला. त्यानं लगेच वोल्फला कळवलं की पुढल्या वेळेस अशी मीटिंग फक्त त्याला विचारूनच ठरवता येईल. वोल्फनं या सूचनेकडे दुर्लक्ष केलं. तो त्यानंतरही मार्कला मेसेज करत राहिला की त्याला पुन्हा एकदा पालो आल्टोला यायचं आहे. खरं-खोटं देवच जाणे, पण एकत्र जेवायला जाण्याबद्दलही त्यानं मार्कला सुचवलं. जर मार्कची हरकत नसेल तर तो विमानानं पालो आल्टोला येईल, असं या अनेक मेसेजमध्ये वोल्फनं लिहिलं होतं.

झकरबर्गच्या अक्षरशः मागावर असलेल्या अनेक नामांकित माध्यम आणि तंत्रज्ञान कंपन्यांच्या प्रतिष्ठित अधिकारी-प्रतिनिधींपैकी वोल्फही एक होता. फेसबुक तेव्हा एकदम चर्चेत होतं. फेसबुकचं ऑफिस आणि नेहमी भेटायची जागा असलेलं युनिव्हर्सिटीचं कॉफी शॉप आता या मोठमोठ्या लोकांच्या येण्याचं आणि भेटण्याचं ठिकाण झालं होतं. आज काय तर NBCचे लोक दुपारी येणार आहेत किंवा मायक्रोसॉफ्टबरोबर मीटिंग कधी आहे? किंवा पीटर चेरनीन आज आला आहे (तो मरडॉकच्या न्यूज कॉर्पमधला खूप मोठा अधिकारी होता) किंवा अरे, तुला कळलं का? झक आज याहूच्या डॅन रोझॅनस्वेगला भेटला, असे संवाद रोजचे झाले होते. मार्क आणि त्याच्या फेसबुकमधील प्रत्येक जणच नाही तर अमेरिकेतील लाखो लोक रोज वापरत असलेल्या मेसेजिंग सेवेचे प्रणेते अमेरिका ऑनलाइनसोबतही एका करारासंदर्भात अशा अनेक बैठकांच्या फेऱ्या झाल्याचीही वार्ता सर्वदूर पसरली होती. फेसबुकच्या युजरसाठी एक विशेष मेसेजिंग सेवा सुरू करावी, या प्रस्तावावर अनेक मीटिंगमध्ये चर्चा झाली होती. शेवटी सौदा झाला आणि इन्स्टंट मेसेजिंगमधल्या मित्र समूहांना फेसबुकचं सदस्यत्व देण्याचं ठरलं. ते यशस्वी ठरलं, हे सांगण्याची गरज नाही.

स्वतःच्या विचारांसंदर्भात कुठल्याही प्रकारचं काही स्पष्टीकरण देण्याची गरज

मार्कला कधी भासली नाही. या सर्व बैठका आणि त्यातील बोलणी हे शिकण्याचं एक माध्यम आहे आणि ते आपल्या सहकारी किंवा कर्मचाऱ्यांनाही सांगावं, असं त्याला कधीच वाटलं नव्हतं. कारण मुळात त्याला आपली कंपनी कुणालाही विकायचीच नव्हती. पण त्याच्या चांगुलपणातूनच काही समस्या निर्माण व्हायला सुरुवात झाली होती. मोठमोठे अधिकारी आणि कंपन्यांच्या प्रतिनिधींनी भेटायची इच्छा व्यक्त केली की मार्क अगदी नम्रपणे आणि काहीसा उत्सुकतेनं त्यांना भेटायला तयार असायचा. नॅट आणि कंपनीतील काही जुन्या-जाणत्या लोकांनी यासंदर्भात त्याची चांगली कानउघाडणी केली. त्यानं ते सगळं किमान ऐकून घेतलं. एका रात्री तो आपल्या विश्वासू सहकाऱ्यांशी, विशेषतः कोहलर, डस्टीन आणि मॉस्कोव्हिट्झशीही यासंदर्भात बोलला. पार्करचा सल्ला तर तो घ्यायचाच. पण तरीही कधीकधी मार्क काय करेल आणि कुणाला भेटायला तयार होईल, काय बोलेल याबाबत तेही अंधारातच असायचे. शिवाय तो कंपनीचा सर्वेसर्वा आहे आणि कुठलाही निर्णय घ्यायला मोकळा आहे, याची त्यांना पुरेपूर जाणीव असल्यामुळे त्यांना अधिक काळजी वाटायची.

रीड तर अगदी वैतागली होती. तिनं मोठ्या मिनतवारीनं ज्या वरिष्ठ आणि अनुभवी लोकांना कंपनीत आणलं होतं, त्यांना दुर्लक्षित झाल्यासारखं वाटत होतं आणि मोठ्या कंपन्यांशी होणाऱ्या बैठकांमुळे चर्चेला जे उधाण यायचं त्यानं ते व्यथितही होत होते. तिनं आणलेल्या लोकांची गुणवत्ता आणि काम करण्याच्या क्षमतेसंदर्भात तिला अत्यंत अभिमान होता. मात्र गॉसिपिंगसारख्या प्रकारातून बाहेर पडणाऱ्या अत्यंत तथ्यहीन आणि बिनबुडाच्या माहितीमुळे या लोकांमध्ये जी अस्वस्थता निर्माण व्हायची त्यानं ती खरी वैतागली होती. तिच्या मते पार्कर कंपनीच्या अध्यक्षपदावर राहण्यास योग्य व्यक्ती नसली तरीही ऑफिसमध्ये सुसंवाद राखण्यासाठी तो कायम उत्सुक असायचा. तो गेल्यापासून मार्कला जास्त अधिकार मिळाले होते, पण त्याला ते नको होते. पार्कर कंपनीत असताना रीडचं त्याच्याशी कधीच जुळलं नाही. पण त्याच्या जाण्यानंतरची परीस्थिती दयनीय होती, हेही तिला मान्य करावं लागलं. एकमेकांमध्ये आवश्यक असलेला संवादच संपल्यात जमा होता.

हे सगळं पुरेसं नव्हतं की काय म्हणून आता आपापसातील राजकारणलाही ऊत आला होता. फेसबुकचा उपाध्यक्ष आणि याहूतून इकडे आलेला हिर्श नव्यानं आलेल्या अनेक अधिकाऱ्यांचा अपमान करताना आढळून आला होता. अनेकांचा गैरसमज झाला होता की ज्या कंपन्यांना फेसबुक विकत घ्यायचं आहे त्या कंपन्यांशी बोलण्यात आणि सौद्यासंदर्भात बोलणी करण्यात हिर्श आघाडीवर असतो. तो आपल्या प्रॉडक्शनच्या कामावर लक्ष देत नाही ही सगळ्यांची तक्रार होती. त्याच्या विरोधी हे असं वातावरण तयार होण्याचं कारणही होतं. याहूसारख्या ठिकाणी काम

करताना अनेक मोठ्या लोकांशी त्याचा संपर्क होता आणि त्यातील अनेक जण कंपन्यांतील व्यवहारांशी संबंधित होते. हिर्श फेसबुकला आल्याचं कळल्यावर त्यांनी त्याच्याशी संपर्क साधायला सुरुवात केली. फेसबुकशी काही व्यवहार करता येईल का याचा त्यांना हिर्शमार्फत अंदाज घ्यायचा होता. त्याचं झकरबर्गशीही फारसं चांगलं नव्हतं. मार्कनं त्याला कंपनीत आणलं कारण प्रॉडक्शन सांभाळण्याची जबाबदारी मार्कनं स्वत:कडे न ठेवता इतर कुणाला द्यावी आणि स्वत: फक्त कॉर्पोरेट जबाबदाऱ्यांवर लक्ष द्यावं, असं त्याला सगळ्यांनी सुचवलं होतं. पण मार्क तेव्हा यासंदर्भात कुठलाही निर्णय घेण्याच्या मन:स्थितीत नव्हता. प्रॉडक्शन त्याला त्याची मक्तेदारी वाटायची. "हिर्शला आपण या कंपनीत, वयानं मोठी व इतरांवर लक्ष ठेवणारी व्यक्ती म्हणून आलो आहे, असंच वाटायचं," कोहलर तेव्हाच्या त्या परीस्थितीबद्दल सांगतो. "त्याला जे वाटत होतं ते आमच्यापैकी कुणाच्याही मनात नव्हतं," कोहलर म्हणतो. हिर्श स्वत:ही आता कबूल करतो की इकडे येण्यापूर्वी तो जेव्हा अनेकांशी या नवीन नोकरीसंदर्भात बोलला तेव्हा त्यांनी त्याला संकेत दिला की ही नोकरी तुला कालांतरानं सीईओच्या पदासाठी योग्य अशी व्यक्ती म्हणून स्थापित करणारी ठरणार आहे.

रीड या सगळ्या दु:खद घटनाक्रमाची जवळची साक्षीदार होती, कारण तिलाच फक्त तिच्या कामासाठी आवश्यक म्हणून एक खाजगी खोली देण्यात आली होती, जिथे ती आलेल्या उमेदवारांच्या मुलाखती घ्यायची. एका कोपऱ्यातील एक अवजड मशीन बाहेर काढून ती जागा रीडच्या हवाली करण्यात आली. तिथं तिनं जपानी पडदा लावून जरा खाजगी वाटावं असं वातावरण निर्माण केलं होतं. तिच्या टेबल शेजारी विघ्नहर्त्या गणपतीची मोठी मूर्ती होती. पण विघ्नं दूर व्हायला त्याची मदत होईल, अशी परिस्थिती तेव्हा नव्हती. ऑफिसातील सहकारी आपल्या समस्यांवर उपाय शोधायला तिच्या या जागेत यायचे. तक्रारींना वाट मोकळी करून देण्याची ही जणू त्यांची हक्काची जागा झाली होती. झकरबर्ग कुणाचंही काहीही ऐकून घेत नाही आणि कधी ऐकणारही नाही; त्याची जागा इतर कुणाला तरी द्यावी किंवा या कंपनीचं नेमकं काय करायचं आहे हेच त्याला कळत नाही, असं या तक्रारींचं स्वरूप असायचं.

शेवटी रीडच्या सहनशक्तीचा अंत झाला. "कंपनीतील काम करणाऱ्यांचाही संयम आता सुटत चालला होता," तिला आजही ते दिवस आठवतात. "अफवांचं पेव फुटलं होतं आणि जे काही चाललं होतं त्याबाबत मार्क कुणाशीही काहीही बोलायला अजिबात तयार नव्हता. कर्मचारी अगदी बंडखोरी करण्यापर्यंत आले होते," ती सांगते. अशाच एका मीटिंगसाठी मार्क ईस्ट कोस्टला गेला होता. तो ऑफिसला परतायच्या आत या संदर्भात मार्कशी बोलण्याचा रीडनं निश्चय केला.

त्याला तिनं एक मेसेज केला आणि एअरपोर्टवरून ऑफिसला जाण्याआधी भेटायला सांगितलं. पण नेमकं त्या दिवशी त्याचं विमान उशिरा आलं आणि त्यांना रात्री २.३० पर्यंत भेटता आलं नाही. रीड तेवढ्या रात्री आपल्या गोल्डन गेट ब्रिज येथील मरीना काऊंटीतल्या घरून निघाली आणि मार्क सॅन फ्रान्सिस्को एअरपोर्टवरून निघाला. शहराच्या मध्यभागी एका ठिकाणी ते भेटले. कुणीतरी चुकून एक मोठी भाड्याची लिमोझीन मार्कला एअरपोर्टवरून घ्यायला म्हणून पाठवली होती. तो त्यातून एका रात्रभर चालणाऱ्या भोजनालयापाशी उतरला.

रीडनं आपल्या संतापाला वाट करून दिली. "मार्क, आपण मोठ्या कष्टानं अतिशय चांगल्या, अनुभवी, कर्तबगार आणि प्रतिष्ठित सहकाऱ्यांची टीम तयार केली आहे. पण आता त्यांना अधांतरी असल्यासारखं वाटत आहे. कंपनीत नेमकं काय सुरू आहे किंवा घडत आहे, याची कुणालाच काही कल्पना नाही. तुला जर कंपनी विकायची असेल तर तसं स्पष्ट सांग आणि इकडे तिकडे फिरत बसण्यापेक्षा सांग की तुला या कंपनीसाठी एक बिलियन डॉलर्स किंमत हवी आहे. किंवा दोन बिलियन हवी असेल तेही सांग. ओवेन सगळ्यात चांगला सौदा घडवून आणेल तुझ्यासाठी. आणि जर नसेल विकायची तर तसंही सांग, पण बोल काहीतरी," ती त्याला म्हणाली.

"मला कंपनी खरंच विकायची नाही," आपल्या नेहमीच्या शांत आवाजात मार्कनं तिला सांगितलं.

"मग तू व्हायकॉम आणि टाईम वॉर्नर आणि न्यूज कॉर्प या सगळ्यांबरोबरच्या मीटिंग्ज ताबडतोब बंद कर. यातून चुकीचा संकेत जातो." नंतर तिनं शेवटचा वार केला. "आणि सगळ्यात महत्त्वाचं म्हणजे सीईओ कसा असतो ते तू आधी शीक. नाहीतर हे जे तू सुरू केलं आहेस त्याला काहीही भवितव्य राहणार नाही." ती बोलायची थांबली.

"म्हणजे आता खरंतर तू माझ्याशी स्पष्ट बोलते आहेस," उत्तेजित होऊन तो तिला म्हणाला. "मला वाटतं की आज पहिल्यांदा मला तू नेमका काय विचार करतेस हे सांगते आहेस."

मार्कच्या या वक्तव्यानंतर रीडचा संताप कुठल्या कुठे पळाला. ती शांत झाली होती. कारण मार्क तिचं बोलणं मनापासून ऐकत होता.

नंतरच्या काही आठवड्यांतच मार्कच्या वागण्या-बोलण्यात तिला बदल दिसू लागले. तिच्या म्हणण्याप्रमाणे त्यानं लगेच एक शिक्षक नियुक्त करून चांगला अधिकारी बनण्यासाठी आणि उत्तम नेतृत्व गुण अंगिकारण्यासाठी धडे घ्यायला सुरुवात केली होती. आपल्या कार्यालयातील वरिष्ठ अधिकाऱ्यांना तो जास्त वेळ द्यायला लागला आणि त्यांच्याशी एकांतात गप्पाही करू लागला. रीडबरोबरच्या त्या चर्चेनंतर

त्यानं फेसबुकमधली पहिली एकत्रित मीटिंग बोलावली. त्या दिवशी त्याला थोडं बरं नव्हतं म्हणून ऑफिसमध्ये मीटिंग घ्यायला तो मांडी घालून खालीच बसला होता.

तो एक दिवस अधिकाऱ्यांना ऑफिसपासून दूर निवांत ठिकाणी घेऊन गेला आणि तिथं एक मीटिंग झाली. कंपनीची उद्दिष्ट आणि आव्हानं यासंदर्भात चर्चा झाली. त्यानं या अधिकाऱ्यांकडून संवादाच्या प्रभावी माध्यमांसाठी सूचनाही मागवल्या. डस्टीननं हे सगळं ऐकलं आणि त्याला काय बोलावं आणि काय प्रतिक्रिया द्यावी हेच कळेना. "म्हणजे तुला म्हणायचं आहे की मी सगळं काही लोकांच्या म्हणण्यानुसार करावं आणि त्यांच्या भरवशावर सारं काही सोडून द्यावं?" त्यानं मार्कला विचारलं. "कारण मी हा असा मूर्खपणा अजिबात करणार नाही," त्यानं स्पष्ट सांगितलं.

कंपनीचा प्रवास कुठल्या दिशेनं व कसा-कसा व्हावा याबाबत तो काय विचार करतो हे मार्क आता इतरांपर्यंत व्यवस्थित पोचवू लागला होता. इंटरनेटवर असलेल्या प्रत्येक सेवेत फेसबुक अग्रस्थानी असावं ही आपली इच्छा त्यानं वारंवार बोलून दाखवायला सुरुवात केली. पण ही कंपनी इतर कुणा व्यक्तीच्या हातात जाता कामा नये, ते त्याला बिलकूल आवडणार नाही, हे ही तो निक्षून सांगायचा. त्याच्या लेखी काय महत्त्वाचं आहे आणि त्यांचा प्राधान्यक्रम काय, हे आपल्या कर्मचारी वर्गाला सांगताना आता त्याला अजिबात संकोच वाटेनासा झाला. त्याच्या सादरीकरणाची भाषा सोपी झाली होती आणि त्यातील काही स्लाईडवर तर अगदी मोजक्या शब्दात सूचना असायच्या. उदाहरणार्थ 'company goal: grow site usage.' त्याची टीम आता जास्त शांत झाली होती. रीडचा आनंदही तिच्या चेहऱ्यावर झळकू लागला होता.

झकरबर्गनं एक दिवस हिर्शला आपल्या ऑफिसमध्ये बोलावलं. दोघांनाही हे पटलं होतं की आता हिर्शच्या संदर्भात परीस्थिती सामान्य होणं शक्य नाही. त्याला काढून टाकण्यात आलं नाही. पण यापुढे इथे थांबण्यालाही काही अर्थ नाही, याची जाणीव त्याला करून देण्यात आली. हिर्शच्या कामासंदर्भात मार्कनं आपली नाराजी स्पष्ट केली आणि त्यानंही मार्कच्या काही प्रकल्पांवर आणि योजनांवर टीका केली. फेसबुकच्या माध्यमातून कंपनीला जास्तीतजास्त महसूल मिळवता यावा यासाठी हिर्शनं हिरीरीनं प्रयत्न केले होते आणि त्यात काही वावगं नव्हतं. कारण इतर सर्वच कंपन्यांच्या प्रथेचा तो भाग होता. मात्र फेसबुकमध्ये त्या काळी याला गुन्हा समजलं जात असे. फेसबुक संस्कृतीची पायमल्ली करणारं हे कृत्य होतं आणि असं करण्याचा आग्रह करणारी व्यक्ती बंडखोर वृत्तीची मानली जायची. यात आणखी भर टाकणारी गोष्ट म्हणजे फेसबुक विकत घेण्याचा किंवा कुठलातरी सौदा करण्यासाठी धडपडणाऱ्या काही मोठ्या कंपन्यांशी हिर्श गुप्तपणे बातचीत करतो आहे, अशी कुणकुणही मार्कच्या कानावर आली होती. काही तरुण सहकाऱ्यांनी

मार्कजवळ बोलताना, 'हिर्श कंपनी विकण्यास निघाला आहे,' असा स्पष्ट आरोपही केला. पण त्यात फारसं तथ्य नव्हतं. तसा निर्णय घेणं हिर्शच्या अखत्यारित नव्हतं.

या घडामोडी अगदी जवळून पाहणाऱ्या मॉस्कोव्हीट्झच्या दृष्टीकोनातून हे सारं सर्वसामान्य होतं. "कंपनीतील बहुतांश अधिकाऱ्यांवर ही गोष्ट लागू होत होती," डस्टीन सांगतो. "मार्कला आपल्या या अपत्याला आधी मोठं करायचं होतं; वाढवायचं होतं आणि पैसा त्याच्यासाठी दुय्यम होता. पण या अधिकाऱ्यांसाठी आधी धंदा आर्थिकदृष्ट्या सक्षम करणं गरजेचं होतं," तो सांगतो.

फेसबुकच्या व्यवस्थापनाला ज्या रचनेची गरज होती ती रीडनं योग्य व्यक्ती कंपनीत आणून पूर्ण केली होती. पण तिनं आणलेले लोक दीर्घकाळ टिकणारे नव्हते. एक वर्षाच्या आत कंपनी सोडून गेलेल्यांमध्ये हिर्श पहिला होता. झकरबर्गच्या गोटातील लोकांना रीडबद्दल बरेच आक्षेप होते. तिनं जे लोक आणले आहेत ते फेसबुकच्या संस्कृतीत न बसणारे आहेत आणि त्यांना फेसबुकच्या मुख्य उद्देशाविषयी आपुलकीच नाही, हा त्यातील सगळ्यात महत्त्वाचा आरोप होता. यातील काही दिग्गजांनी – जे बराच काळ टिकले – मार्कच्या शिक्षकाचं 'वर्म टंग' असं नामकरण केलं होतं. लॉर्ड ऑफ द रिंग या चित्रपटातील राजाच्या दुष्ट सल्लागाराचं हे नाव होतं. पण टीका फक्त आत असणाऱ्यांकडून होत नव्हती. बाहेरही टीकेची झोड उठलीच होती. तंत्रज्ञान क्षेत्रातील ब्लॉग लिहिणाऱ्या काहींनी फेसबुकच्या अधिकारीक स्तरावरील बदलांवर बोट ठेवलं होतं आणि यातून अंतर्गत गोंधळाचा कयास बांधता येतो, असं लिहिलं होतं. पण झकरबर्गचा सल्लागार बनलेल्या मार्क ॲन्ड्रीसननं या तरुण सीईओचं भरभरून कौतुक करताना एका गोष्टीचा विशेष उल्लेख केला होता. अंतर्गत कारभाराला फायदा होत नाही असं आढळून आल्यावर अशां लोकांच्या संदर्भात मार्कनं अत्यंत जबाबदारीनं आणि खंबीरपणानं निर्णय घेतले. तो म्हणतो की कुठल्याही प्रचंड वेगानं वाढणाऱ्या कंपनीत नेहमीच योग्य लोकांची भरती होईल याची खात्री देता येत नाही. पण या संदर्भात केलेल्या चुकांचं तातडीनं परिमार्जन करणं मात्र केव्हाही चांगलं.

झकरबर्गचा समवयस्क लोकांसोबत काम करण्यावर विशेष भर होता. त्याच्या इथे काम करणारा तरुण वर्ग हा जास्त चांगलं प्रोग्रॅमिंग करतो आणि ते चांगले प्रोग्रॅमर असतात, असा त्याचा विश्वास होता. काही काळानं एका कॉन्फरन्समध्ये बोलताना मार्कनं आपल्या यशस्वितेतील या विशिष्ट घटकाचा उल्लेख करून म्हटलं होतं की तांत्रिकता आणि तारुण्य यांना फार महत्त्व आहे आणि मी स्वत: या गोष्टीवर भर देतो. त्याच्या या वक्तव्यांचा उल्लेख VentureBeat या ब्लॉगमध्ये आहे. "तरुण लोक अत्यंत चाणाक्ष व बुद्धिमान असतात. जगातील बुद्धिबळातील सगळे मास्टर तिशीच्या आत का आहेत?" तो म्हणाला होता. हे

वाचल्यावर फेसबुकमधल्या तिशी आणि चाळिशीतल्या, संख्येनं जास्त असलेल्या अधिकाऱ्यांना काय वाटलं असेल, याची निव्वळ कल्पना केलेलीच बरी.

मार्क त्याच्या अधिकारांचा योग्य वापर कसा करायचा आणि आपल्या टीमच्या व्यवस्थापनाची हाताळणी कशी करायची. या गोष्टींची काळजी घेत होता, आपल्या प्रकृतीकडे मात्र त्यानं खूप दुर्लक्ष करायला सुरुवात केली होती. फेसबुकच्या तणावानं आपले रंग दाखवायला सुरुवात केली होती. ऑफिस आणि इतर ठिकाणीही त्याचं चक्कर येऊन पडण्याचं प्रमाण फारच वाढलं होतं. कधी कधी मीटिंग सुरू असतानाच त्याला चक्कर यायची आणि कधी तर तो आपल्या कॉम्प्युटरवर काम करत असतानाच कोसळायचा. त्याला शांत झोपेची आणि योग्य वेळी जेवण्याची नितांत गरज आहे, असं त्याच्या मित्रांनी सांगायला सुरुवात केली होती.

❖

फॉर्च्युन मासिकाचा कार्यक्रम संचालक म्हणून काम करत असताना डिसेंबर २००५मध्ये ब्रेनस्टॉर्म ही तंत्रज्ञान विषयक परिषद मी आयोजित केली होती. तेव्हा सगळे जेवणासाठी एकत्र आलेलो असताना मी सगळ्यांना विनंती केली की त्यांना महत्त्वाच्या वाटत असलेल्या किंवा सध्या सतत चर्चेत असलेल्या काही विषयांबद्दल त्यांनी सांगावं. न्यूज कॉर्पमध्ये मरडॉकचा विशेष सल्लागार म्हणून काम पाहाणारा जेरेमी फिलीप बोलायला उभा राहिला. त्यानं सांगितलं की कंपनीला मायस्पेस विकत घेतल्याचा खूप आनंद झाला आहे. पण त्यानं बोलताना फेसबुकचाही उल्लेख केला की ही कंपनीसुद्धा फार चांगली आहे आणि त्याच्या कंपनीला ती आश्वासक वाटली.

व्हायकॉमचा मायकेल वोल्फही तिथे होता. "बापरे! हे लोक फेसबुकशीही बोलताहेत की काय?" म्हणत अस्वस्थ मन:स्थितीत तो बाहेर पडला. त्याला चिंता होती की हे जर त्याच्या बॉसच्या म्हणजेच रेडस्टोनच्या कानावर गेलं तर तो आकांडतांडव करणार हे निश्चित. मरडॉककडून आणखी एक मात स्वीकारणं त्याला मंजूर नव्हतं. वोल्फनं लगेच झकरबर्गला फोन लावला आणि आधी, तो फेसबुक न्यूज कॉर्पला विकतो आहे का, असं सरळ विचारलं. या दोन कंपन्यांची बातचीत सुरू आहे, हे मार्कनं मान्य केलं. पण तो पुढे म्हणाला की न्यूज कॉर्पची वृत्ती हॉलीवूडसारखी आहे. शिवाय अशा वृत्तीची कुठलीही माध्यम कंपनी त्याची फेसबुकची संकल्पना आणि तंत्रज्ञान समजून घेण्याच्या योग्यतेची नाही, अशी पुस्तीही त्यानं जोडली. म्हणजेच व्हायकॉमसारखी कंपनीही आपल्याला आकर्षित करू शकत नाही, हे मार्कला वोल्फला सुचवायचं होतं. पण वोल्फला बहुदा हा संकेत कळलाच नाही.

डिसेंबर महिन्यातच वोल्फनं पुन्हा मार्कशी संपर्क साधून भेटण्यासाठी उत्सुक

असल्याचं सांगितलं. या वेळी फक्त जेवायचं आमंत्रण नव्हतं. मार्कला प्रभावित करण्यासाठी त्याहीपेक्षा जय्यत तयारी त्यानं केली होती. व्हायकॉमचं स्वत:चं जेट घेऊन तो स्वत: सॅन फ्रान्सिसकोला जाणार होता, असा दावा तो करतो. या जेटमधून न्यूयॉर्कला सुट्या घालवायला यायला मार्कला आवडेल का? असा तो प्रस्ताव होता.

मार्कनं ते मान्य केलं. व्हायकॉमचं कॉर्पोरेट जेट नेमकं त्या दिवशी उपलब्ध नव्हतं त्यामुळे वोल्फनं एक अत्युच्च दर्जाचं गल्फस्ट्रीम G5 भाड्यानं घेतलं. सॅन फ्रान्सिस्को ते वेस्टचेस्टर काऊंटी एअरपोर्टपर्यंत या विमानातून दोघं प्रवास करणार, अशी ती योजना होती. मार्कचे आई-वडील डॉब्स फेरी, न्यूयॉर्कला राहतात जे वेस्टचेस्टर काऊंटीलगत आहे.

वोल्फ अमेरीकन एअरलाईन्सनं सॅन फ्रान्सिसकोला आला आणि भाड्यानं घेतलेल्या गल्फस्ट्रीम G5 मध्ये तो मार्कची प्रतीक्षा करीत बसला. जणू आपल्यासाठी ही गोष्ट अगदी नित्याची आहे असं दाखवण्याचा त्याचा प्रयत्न होता. मार्क नेहमीप्रमाणे उशिरा आला. साधारण ५.३०ला ते निघाले. तब्बल साडेपाच तास या विमानात मार्क आणि वोल्फ एकत्र प्रवास करणार आणि या पाच तासांत व्हायकॉमला फेसबुक विकत घेता यावं, या दृष्टीनं काहीतरी मार्ग काढता येईल अशी वोल्फची योजना होती.

प्रत्यक्षात मात्र या पूर्ण प्रवासात घडलेल्या संवादात मार्कचा वरचष्मा राहिला. त्यानं MTVच्या व्यावसायिक घडामोडी आणि कामाच्या पद्धतीबद्दल वोल्फला खूप प्रश्न विचारले. व्हायकॉमसारख्या कंपन्यांची कमाईची साधनं काय आहेत? MTV वर जाहिरातींचा दर काय असतो? त्यातून नफा किती होतो? तुमच्या प्रेक्षकांची संख्या वाढवण्यासाठी तुम्ही काय करता? वोल्फ हा सगळा संवाद मूळ मुद्द्यावर आणण्यासाठी धडपडत होता. फेसबुक आणि MTV कसं एकत्र काम करण्यास योग्य आहे, हे त्याला मार्कला सांगायचं होतं. MTV ची जाहिरात टीम फेसबुकला जाहिराती संदर्भात कितीतरी मदत करू देऊ शकते, वोल्फ मार्कला सांगत होता. शिवाय MTV चे लगुना बीच किंवा द हिल्ससारखे शो तरुणांमध्ये अत्यंत लोकप्रिय आहेत आणि फेसबुकची जाहिरात करण्यासाठी यापेक्षा उत्तम असं व्यासपीठ मिळणं शक्य नाही, असं तो वारंवार बोलत होता. त्यावर मार्कचं उत्तर होतं की ज्या वेळेत हे शो दाखवले जातात तेव्हाच नेमकं फेसबुकचं ट्रॅफिक खूप स्लो झाल्याचं त्यांच्याही लक्षात आलं आहे.

या प्रवासात मार्क वारंवार G5चं कौतुक करत होता. ''हे विमान फारच अप्रतिम आहे,'' तो वोल्फला सांगत होता.

''तू आपल्या कंपनीचा एक छोटासा भाग जरी आम्हाला विकलास तर तुलाही

असं विमान विकत घेणं सहज शक्य होईल,'' वोल्फनं पुन्हा संधीचा फायदा घेत सौद्याचा मुद्दा छेडला.

वेस्टचेस्टरला विमान खाली उतरताना वोल्फनं मार्कला कॉकपिटमध्ये बसायला बोलावलं. त्या खाजगी धावपट्टीवर विमान उतरलं तेव्हा तिथे दोन गाड्या उभ्या होत्या. त्यातली एक वोल्फच्या कंपनीची काळ्या रंगाची मोठी गाडी होती आणि दुसरी एक मिनीव्हॅन होती ज्यात मार्कचे आई-वडील आपल्या मुलाची वाट पाहत बसले होते. त्याला पाहताच दोघांचेही चेहरे उजळले आणि त्यांनी मार्कला घट्ट मिठी मारली. कॉलेजातून सुट्यांमध्ये घरी आलेल्या मुलाचं जसं कौतुक करावं, तसं त्यांनी मार्कला जवळ घेतलं.

❖

जानेवारी २००६ला पुन्हा एकदा MTVच्या जाहिरात विभागाच्या मुख्य व्यक्तीला घेऊन वोल्फ पालो आल्टोला आला. मार्कनं त्यांना वुडसाईडच्या व्हिलेज पबमध्ये जेवायला येण्याचं सुचवलं. याच जागी त्याच्या आयुष्याला वळण देणारी घटना घडली होती. जिम ब्रेअरसोबत त्याची खरी ओळख आणि एक्सेलसोबतचा करार इथेच झाला होता. त्यानी कोहलर आणि मॅटला बरोबर घेतलं. आपल्या या दोन कंपन्या कशा एकत्र काम करू शकतात, याबाबतच्या शक्यता त्यानं एका पॉवर पॉइंट प्रेझेंटेशनमध्ये विस्तृतरीत्या मांडल्या होत्या. ते झाल्यावर वोल्फनं प्रस्ताव ठेवला. फेसबुकचा एक भाग व्हायकॉमला विकल्यास फेसबुकसोबत MTV एक मोठा जाहिरात करार करतील आणि त्याप्रमाणे फेसबुकची या जाहिरातींमध्ये भागीदारी राहील. मार्क अगदी शांतपणे हे सर्व ऐकत होता. पण आपल्याला या कंपनीतील काहीही विकायचं नाही आणि आपल्या कंपनीवरील संपूर्ण नियंत्रण धोक्यात आणायचं नाही, हेही त्यानं स्पष्ट करायला सुरुवात केली होती.

फेब्रुवारीत वोल्फ पुन्हा पालो आल्टोला आला. दोघांमध्ये आता हळूहळू मैत्री निर्माण झाली होती. रात्री दोघंही पायी फिरायला निघाले. अचानक मार्कनं त्याला आपल्या एक बेडरूमच्या अपार्टमेंटमध्ये नेलं. आत परीस्थिती वाईट होती. घरात फर्निचर अगदी नावलाच होतं. एका कोपऱ्यात एक गादी पडली होती आणि त्यावरची चादर चुरगळलेली होती. पुस्तकांचे ढीग लागले होते, एक चटई जमिनीवर टाकली होती आणि एक दिवा होता. तिथून ते एका हॉटेलात जेवायला गेले. वोल्फनं पुन्हा विमानात विचारलेला प्रश्न मार्कला विचारला.

"तू कंपनी आम्हाला विकत का नाही? तू खूप श्रीमंत होऊ शकतोस,'' वोल्फ मार्कला म्हणाला.

"तू आत्ताच माझं घर पाहिलंस,'' मार्कनं त्याला उत्तर दिलं, "मला खरंच

पैशांची गरज नाही. आणि विशेष म्हणजे पुन्हा मला असं काही अद्भुत सुचेल याची काहीच खात्री नाही.''

हा संवाद असाच सुरू राहिला. प्रत्येक वेळी वोल्फनं फेसबुक विकण्यासंदर्भात काही विषय काढला की मार्क त्याला पुन्हा सांगत होता की ही गोष्ट त्याच्यासाठी अमूल्य आहे. त्याही उप्पर जर कुणी किंमत काढायचा प्रयत्न केला तर या घडीला ती दोन बिलियन आहे. त्यापेक्षा एकही डॉलर कमी किमतीत तो फेसबुक कुणालाही देणार नाही. ''तो जे बोलत होता त्यात 'मला दोन बिलियन हवे' असा भावच नव्हता,'' वोल्फ तो प्रसंग आठवून सांगतो. ''त्याला म्हणायचं होतं की तुम्ही मला दोन बिलियन दिले तरीही मला फेसबुक विकायचं नाही, धन्यवाद!'' शेवटी मार्कनी त्याला समजावलं आणि या विकण्याच्या-विकत घेण्याच्या मुद्द्यांवर बोलण्यापेक्षा दोघांनी एखादी भागीदारी करण्यासंदर्भात विचार केला तर बरं होईल, असं सुचवलं.

अपयश पदरी घेऊन वोल्फ न्यूयॉर्कला परत गेला. मॅकग्रा आणि फ्रेस्टनला त्यानं भागीदारीसंदर्भात सांगितलं. पण त्यांना भागीदारीत कसलाच रस नव्हता. त्यांना, म्हणजेच रेडस्टोनला कुठल्याही परीस्थितीत फेसबुक त्यांच्या ताब्यात यायला हवं होतं. फ्रेस्टननं शेवटी एक प्रस्ताव पाठवण्याची तयारी केली. त्यांनी झकरबर्गला एक पत्र पाठवून व्हायकॉम त्याची दोन वर्ष जुनी कंपनी १.५ बिलियनला विकत घ्यायला तयार असल्याचं सांगितलं. या पूर्ण रकमेपैकी ५१ टक्के रोख देण्यात येतील आणि उर्वरीत रक्कम आगामी काळात फेसबुकच्या कार्यक्षमतेचं विश्लेषण करून मग हळूहळू देण्यात येणार, असंही या पत्रात लिहिलं होतं. तोपर्यंत फेसबुकला आलेली ही सगळ्यात आकर्षक आणि मोठी ऑफर होती. मार्कनं मात्र या पत्राला उत्तरही दिलं नाही.

एक आठवड्यांनी वोल्फनं मार्कला फोन करून इकडच्या-तिकडच्या गप्पा केल्या, ज्याचा काहीही उपयोग झाला नाही. मार्ककडे आपली डाळ शिजत नाही हे पाहून वोल्फनं जिम ब्रेअर आणि पीटर थिएलाही गाठलं. पण त्यांनीही हात वर केले. नॅट मात्र वोल्फशी सहमत होता. तो स्वत:ही कंपनी विकण्यासाठी मार्कचं मन वळविण्याचा प्रयत्न करतो आहे, हे त्यानं वोल्फला सांगितलं.

मध्यंतरी व्हायकॉमला बातमी मिळाली की फेसबुक विकत घेण्यासाठी आता याहू सरसावलं आहे. माध्यम जगतातील ही राजे मंडळी आणि त्यांची राज्यं म्हणजे एका लहानशा विहिरीसारखं आहे. याहूचा सीईओ टेरी सेमेलबरोबर लॉस एन्जेलीसला रोज टेनिस खेळणाऱ्या व्हायकॉमच्या फ्रेस्टनला मग राहावलं नाही आणि त्यानं हा विषय काढलाच. आडून-मोडून त्यानं सेमेलशी बोलताना, याहू फेसबुक घेण्याबाबत काही विचार करत आहे का, हे जाणून घेण्याचा प्रयत्न केला. स्पष्ट उत्तर मिळालं नाही. पण विचार सुरू आहे, असा अंदाज फ्रेस्टनला आला. मग काय, व्हायकॉममध्ये

सगळ्यांना पुन्हा रुखरुख लागली.

आतापर्यंत फेसबुकशी जी काही बोलणी सुरू होती ती गुप्त राखण्यासाठी मात्र वोल्फनं फार मेहनत घेतली. व्हायकॉममधल्या फारच कमी लोकांना याबाबत माहिती होती. फ्रेस्टन आणि मॅकग्राला वाटायचं की मायस्पेसचा सौदा पटकन करण्यात मरडॉक यशस्वी ठरला कारण त्याची भरपूर चर्चा झाली होती. मार्चच्या शेवटच्या आठवड्यांत बिझनेस वीकलीच्या ऑनलाईन एडिशनमध्ये 'Facebook's on the Block' हा लेख प्रसिद्ध झाला. अपूर्ण माहितीच्या आधारावर लिहिलेल्या या लेखात फेसबुकनं ७५० मिलियनची ऑफर नाकारून आता २ बिलियनची मागणी करण्यापर्यंत मजल मारल्याचा उल्लेख करण्यात आला होता. व्हायकॉमनं ही रक्कम देऊ केली किंवा व्हायकॉमलाच फेसबुक विकत घ्यायचं आहे, असा सरळ उल्लेख नसला तरीही वाचणाऱ्याला तसे संकेत मात्र या लेखातून मिळत होते. वोल्फ आणि त्याच्या विश्वासू सहकाऱ्यांसाठी ही अत्यंत लाजिरवाणी गोष्ट होती. इतरही आणखी मोठी बोली कुणी लावायला येतील या उद्देशानं मार्क आणि फेसबुकनंच ही माहिती उघड केली, असं वोल्फनं एकतर्फी ठरवून टाकलं. विशेष म्हणजे खरंच एक दिवस मार्कनं त्याला फोन करून आपण अजूनही बोलणी करायला तयार आहे, असं सांगितलं.

आता फेसबुक विकलं जाण्याच्या अगदी तयारीत दिसू लागलं. नॅट आणि मार्क न्यूयॉर्कला गेले. वोल्फ पुन्हा एकदा पालो आल्टोला आला. फेसबुकच्या एका कॉन्फरन्स हॉलमध्ये तो व त्याचे सहकारी थांबले. मार्क कोहलर आणि नॅटसोबत तिथे येऊन काहीतरी बोलून जात. दुसऱ्या खोलीत मग पुन्हा खलबतं होत होती. व्हायकॉमचे लोक बाहेर फेऱ्या मारत होते. पुन्हा हॉलमध्ये जात होते. पुन्हा बोलणी होत होती. मार्कला मिळणारी रोख रक्कम वाढवून हवी होती. व्हायकॉमला उर्वरित १.५ बिलियन देण्यापूर्वी फेसबुकच्या कार्यक्षमतेच्या आणि कामगिरीच्या सातत्याची हमी हवी होती. सरतेशेवटी रोख रकमेची मर्यादा ८०० मिलियन डॉलर्स करण्यासाठी वोल्फ तयार झाला. पण उर्वरित ७०० मिलियनसाठी घोडं अडून बसलं होतं. अशा वाटाघाटीत मदत करण्यास नेहमी तत्पर असणाऱ्या गुंतवणूकदार बँका या दोन्ही पक्षांजवळ नव्हत्या. वोल्फ झकरबर्गला चांगलं ओळखून होता आणि वॉल स्ट्रीटच्या अत्यंत व्यवहारी आणि रूक्ष आर्थिक सल्लागारांचा अंतर्भाव या बोलण्यांमध्ये केला तर त्याचीच गोची होणार होती.

त्यातही वोल्फला या वाटाघाटींत आर्थिक उलाढालीची मर्यादा होती. व्हायकॉमच्या मुख्य वित्त अधिकाऱ्याला अशा छोट्याशा ऑनलाईन कंपनीसाठी एवढा पैसा ओतण्यात काहीही स्वारस्य वाटत नव्हतं. त्याबाबत तो अति सावध होता. त्याला कारणही होतं. फेसबुकच्या आर्थिक व्यवहाराची व्याप्ती फारच नगण्य होती.

कंपनीच्या छोट्याशा कार्यकाळात २० मिलियन डॉलर एवढीच मजल मारली होती. नफ्याचा तर साधा उल्लेखही नव्हता. २००६ या वर्षात २२ मिलियन तर २००७मध्ये ५५ मिलियन महसूल कमावता येईल अशी त्यांची योजना आहे, हे फेसबुकच्या अधिकाऱ्यांनी वोल्फ आणि त्याच्या टीमला सांगितलं. पण या मुलांना हा आकडा पार करणं जमणार की नाही, ही शंका त्यांना रोखून धरत होती. एकदम ८०० मिलियन रोख देणं त्यांच्यासाठी तसं आवाक्याबाहेरचं होतं.

शेवटी या ७०० मिलियन संदर्भात निर्णय घेण्यात दोन्ही पक्षांना अपयश आलं. फेसबुकच्या मध्यस्थांना सौद्याच्या अटी अति किचकट असल्याचं जाणवलं आणि उर्वरित रकमेबाबत खात्रीही वाटत नव्हती. मार्कचं मन तर यातून आधीच उडालं होतं. ''गुगलनं खरं चांगलं केलं की त्यांनी आधीच कंपनी विकली नाही आणि सार्वजनिकही केली नाही. त्यांचं किती छान सुरू आहे,'' ही आणि अशासारखी वक्तव्य तो सारखी करत होता. सार्वजनिक होण्यापूर्वी गुगलनं शेकडो मिलियन डॉलर्सचा नफा कमावला होता आणि फेसबुकजवळ नफाच नाही, ही प्रतिक्रिया होती वोल्फची. पण मार्कसाठी त्याहीपेक्षा जास्त महत्त्वाचं जे होतं ते म्हणजे त्याच्या साइटला मिळणारा प्रतिसाद. कॉमस्कोर मीडिया मेट्रिक्स या कंपनीनं प्रसिद्ध केलेल्या आकडेवारीनुसार फेसबुक इंटरनेटवर सातव्या क्रमांकाची सगळ्यात जास्त वापरली जाणारी साइट बनली होती आणि त्याचबरोबर फेब्रुवारीत या साइटवर ५.५ बिलियन पेजेस पाहिली गेली होती.

व्हायकॉम हा सौदा करण्याबाबत विचार करत असतानाच फेसबुकनं स्वत:च्या स्तरावर काही आर्थिक उलाढालींना हात घातला. काही VC कडून आणखी भांडवल उभं केलं. पण या दुसऱ्या VC फेरीसाठी (या फेरीला Series C असं नाव देण्यात आलं होतं, कारण कंपनीच्या आर्थिक मिळकतीची ही तिसरी फेरी होती.) कंपनीचं गुंतवणूकपूर्व मूल्यांकन ५०० मिलियन एवढं करण्यात आलं, जे अकरा महिन्यांपूर्वी एक्सेलशी करार करताना ठरलेल्या ९७ मिलियनपेक्षा पाचपट होतं. एप्रिल महिन्यात ग्रेलॉक पार्टनर्स या मोठ्या भांडवलदार कंपनीनं फेसबुकमध्ये पैसे गुंतवले. त्यांच्या पाठोपाठ मेरीटेक कॅपिटल पार्टनर्स यांनी करार केला. पीटर थिएल आणि एक्सेलच्या भागीदारांनीही आणखी रक्कम कंपनीत गुंतवली. एकूण कंपनीनं २७.५ मिलियन जमविण्यात यश मिळवलं. कंपनीवर या काळात जो काही आर्थिक ताण आला होता तो या आलेल्या पैशामुळे बराच कमी झाला. त्यामुळेच व्हायकॉमशी सुरू असलेल्या या चर्चेच्या प्रक्रियेतून बाहेर पडण्याचा मार्कचा मार्ग प्रशस्त झाला.

❖

फेसबुकच्या यशाची दखल घेणारा आणखी एक वर्ग होता. आंतरराष्ट्रीय

स्तरावर कार्यरत असणाऱ्या या वर्गाचं काम फेसबुकची प्रतिकृती तयार करणं एवढंच होतं. अमेरीकेबाहेरच्या काही इंग्रजी-भाषिक देशांतील प्रतिष्ठित कॉलेजमध्ये फेसबुक नेण्यात ही मुलं यशस्वी झाली होती. आशियात त्यांनी थोडासा प्रवेश मिळवला होता. पण युरोपमध्ये त्याची उपस्थिती अजिबात नव्हती. जर्मनीत studiVZ (जर्मनीत त्याचा अर्थ student directory असा होतो) नावानं एक साइट काढण्यात आली होती ज्याचं डिझाईन पूर्णत: फेसबुकचं होतं. फक्त फेसबुकच्या निळया रंगाऐवजी लाल रंग वापरण्यात आला होता. निर्लज्जपणाचा कळस गाठून त्यांनी बाकी सगळं अगदी फेसबुकसारखं ठेवलं होतं. ऑक्टोबर २००५मध्ये जर्मन विद्यापीठांत ही साइट सुरू करण्यात आली आणि लगेच ती लोकप्रियही झाली. जानेवारी २००७ मध्ये त्यांच्याकडे १.५ मिलियन युजर झाले आणि मग Holtzbrinek या प्रसिद्ध प्रकाशन संस्थेला ती विकण्यात आली. २००७च्या उत्तरार्धात जर्मनीत फेसबुकला सुरू करताना या साइटच्या अस्तित्वाचा कदाचित मोठा परिणाम युजरच्या संख्येवर होणार, या विचारानं फेसबुकची झोपच उडाली होती. शेवटी त्यांनी studiVZ विकत घेण्याचा निर्णय घेतला. फेसबुकच्या एकूण भागभांडवलाच्या ४ टक्के इतकी किंमत त्यासाठी मोजावी लागली होती. दोन सेवा एकत्रित करताना अजिबात त्रास झाला नाही, कारण दोहोंतील साम्य अगदी पूर्णत्वाकडे जाणारं होतं.

फेसबुकचं आणखी एक जुळं चीनमध्ये जन्माला आलं होतं. Xiaonei नावानं तयार केलेल्या या साइटनं फेसबुकचे काही सॉफ्टवेअर कोड जसेच्या तसे वापरले होते. इतकंच नाही तर काही दिवस ते चक्क पहिल्या पेजवर खाली 'A Mark Zuckerberg Production' ही ओळही टाकायचे. ही साइटदेखील लोकप्रिय झाली होती आणि लाखो युजरच्या गळ्यातील ताईत बनली होती.

मायस्पेस विकत घेतल्यानंतरही मरडॉकची फेसबुकमधला रस संपला नव्हता. झकरबर्ग आणि त्याच्यात आता बऱ्यापैकी मैत्री झाली होती. माध्यम जगताचा हा सम्राट या तरुण सीईओच्या कामगिरीवर आणि त्याच्या जिद्दीवर भारी खूष होता. माध्यम विश्वातील सत्ता उपभोगत असतानाही मरडॉकनं मान्य केलं होतं की इंटरनेटने माध्यम कंपन्यांना परिवर्तनासाठी सज्ज केलं आहे. त्याच्या कंपनीनं मायस्पेस विकत घेणं भविष्यातील काही महत्त्वाच्या घडामोडींची नांदी आहे, असं तो स्पष्टपणे सांगायचा. पण त्याला एका गोष्टीचा उलगडा होत नव्हता. इतकी कमी युजर संख्या असताना आणि इतकी नवखी कंपनी असतानाही तिचं मूल्य मायस्पेसकरता मरडॉकनं मोजलेल्या किमतीपेक्षा जास्त आहे, असा विश्वास मार्कला का वाटतो, या प्रश्नानं त्याला भंडावून सोडलं होतं. फेसबुकनंही, व्हायकॉमशी जितक्या गंभीरतेनं बोलणी केली तितकी त्यापूर्वी कधीही कुणाशी केली नव्हती. तिला जरा कुठे गती मिळाली होती तर मार्कचं सगळ्या प्रकारातून मनच उडालं.

मार्कचा आत्मविश्वास आता कधी कधी गर्वाकडे कलू लागला होता. प्रत्येकाला त्याच्याशी बोलायचं होतं. प्रत्येकाला त्याची कंपनी विकत घेण्यात रस होता आणि प्रत्येकाला त्याचा व्यवस्थित वापरही करायचा होता. इतकंच नाही तर प्रत्येकानं प्रस्तावित किंमतही आधीच्या प्रस्तावापेक्षा वाढवून द्यायची तयारी दर्शवली होती, याचीही त्याला जाणीव झाली होती. दरम्यान फेसबुकच्या प्रगतीचं सातत्यही टिकून होतं. जर हे असंच नियमित वाढत राहिलं तर ते आणखी मूल्यवान होणार होतं. तसंही त्याला हे विकायचं नव्हतं आणि म्हणून या सगळ्या बोलण्यांना त्याच्या लेखी काही अर्थ नव्हता.

पण कंपनीवर मोठ्या प्रमाणात पैसा खर्च होत होता, हे सत्य होतं. सतत होणाऱ्या तोट्याची भरपाई म्हणून वारंवार गुंतवणुकीचे पर्याय शोधावे लागत होते. जाहिरातींचा कितीही तिटकारा असला तरीही मार्कपुढेही आता पर्याय शिल्लक नव्हते. गुगल, मायक्रोसॉफ्ट आणि याहूसारख्या बड्या इंटरनेट कंपन्यांना फेसबुक विकतच घ्यायचं होतं. ते शक्य होण्याची चिन्हं नव्हती. पण निदान फेसबुकसोबत जाहिरातीसंदर्भात तरी एखादा सौदा व्हावा यासाठी सुदैवानं त्यांचीही धडपड सुरू होती. गरज असूनही मार्क या सगळ्या दिग्गजांच्याही जाहिरातींना आपल्या साइटवर भरपूर जागा द्यायच्या मन:स्थितीत नव्हता.

❖

हजारो शाळा आणि कॉलेजमध्ये आता फेसबुकनं यशस्वितेचे सगळेच उच्चांक गाठले होते. बहुतांश शाळांमध्ये फेसबुकचा प्रवेश झाला होता आणि मोठ्या संख्येनं विद्यार्थ्यांनी स्वत:ला युजर म्हणून नोंदवून घेतलं होतं. कुठल्याही नवीन समूहात प्रवेश करताच प्रचंड प्रतिसाद मिळवण्याची फेसबुकची क्षमता आहे, हा जो झकरबर्गचा विश्वास होता, तो शाळांमध्ये कमावलेल्या लोकप्रियतेतून पुन्हा एकवार सिद्ध झाला. प्रश्न फक्त होता तो या युजर गटांनी या साइटच्या माध्यमातून जास्तीजास्त नात्यांची गुंफण करण्याचा.

आणि मग अशा अनेक नात्यांची गुंतागुंत असलेला सगळ्यात मोठा आणि अग्रणी गट कुठला? अर्थात कामाची ठिकाणं. मार्कनं ठरवलं– नोकऱ्या करणाऱ्या लोकांसाठी, म्हणजेच कॉलेज पूर्ण केल्यानंतरच्या प्रत्येक वयोगटातील व्यक्तींसाठी ही सेवा सुरू करण्याचं त्यानी ठरवलं. या कामाला ते 'वर्क नेटवर्क' म्हणून संबोधणार होते. कॉलेजमध्ये ज्या पद्धतीनं फेसबुक राबवण्यात आलं तीच पद्धत कार्यालयांतही वापरण्याचं ठरलं. या समूहातील लोक परस्परांच्या संपर्कात येतील व एकमेकांची प्रोफाईल्स पाहू शकतील अशी संरचना याही प्रकल्पात वापरण्यात येणार होती. वर्क नेटवर्क कंपनीच्या सर्वव्यापकतेमुळे एका संस्थेतून संपूर्ण देशात

आणि पर्यायानं अख्ख्या जगात किंवा जगभरात अशा कंपनीचे जे काही लोक आहेत त्यांच्यापर्यंत सहज पोचू शकेल, असा मार्कला विश्वास होता. फेसबुकमध्ये आता गुंतवणूकदार असलेल्या रीड हॉफमनच्या लिंक्डइनपेक्षा हे फार वेगळं होतं. नोकरी करणाऱ्यांच्या आणि शोधणाऱ्यांच्या अर्जांवर आधारीत लिंक्डइनमध्ये युजरचे दैनंदिन संवाद आणि कामाच्या ठिकाणी निर्माण झालेल्या किंवा होऊ शकणाऱ्या सामाजिक नात्यांना मदत होईल, असं काहीही नव्हतं.

२००६च्या मे महिन्यात वर्क नेटवर्कची सुरुवात करण्यात आली. पण प्रतिसाद अगदीच नगण्य होता. कुणीही त्याची दखल घेतली नाही. अनेक कंपन्यांसाठी फेसबुकनं आपल्या सेवेची कवाडं उघडली होती. पण कुणीही आत आलं नाही. याला अपवाद फक्त एकच होता आणि आश्चर्य म्हणजे तो सरकारी होता. युनायटेड नेशन्सच्या आर्मी, नेव्ही आणि एअर फोर्समध्ये फेसबुकचं जोरदार स्वागत झालं. या तिन्ही ठिकाणी काम करणाऱ्या तरुणांना आपल्या अनुभवांची देवाण-घेवाण करण्याची प्रचंड उत्सुकता होती, जी कॉलेज विदयार्थ्यांमध्ये होती. त्यांच्यासाठी फेसबुकचं असणं खूप महत्त्व होतं. पण ज्या मोठ्या कंपन्यांसाठी हे वर्क नेटवर्क तयार केलं गेलं तिथे मात्र कुणीही त्याची दखल घेतली नाही.

काही व्यावसायिकांना फेसबुक त्यांच्याहीसाठी येत आहे, ही कुणकुण लागली होती. पण फेसबुकबद्दल गैरसमजांचं पेव फुटलं होतं. लोकांमध्ये त्याच्याविषयी फारसं चांगलं मत नव्हतं. वर्क नेटवर्कची सुरुवात होण्याच्या काळात न्यूयॉर्कर या ऑनलाईन मासिकानं झकरबर्ग आणि त्याच्या फेसबुकवर एक खूप विस्तृत लेख लिहिला होता. फेसबुकला या लेखापूर्वी इतकी प्रसिद्धी कुणीही दिली नव्हती. यात लेखक जॉन कासिडी यानं फेसबुकचं फक्त 'एक कुतूहल' म्हणून वर्णन केलं होतं. उर्वरीत लेखात विन्कलवॉस आणि दिव्य नरेंद्र यांनी मार्कवर भरलेल्या खटल्यासंदर्भात लिहिलं होतं. या साइटच्या युजर्सचा लेखकानं 'असामाजिक तत्व' म्हणून उल्लेख केला होता. 'साइटच्या लोकप्रियतेचं एकच सर्वसामान्य कारण इथे आढळून येतं. खऱ्या नात्यांमधला जो अविभाज्य तणाव आहे, त्याचा इथे या साइटवर युजरला सामना करावा लागत नाही आणि म्हणून ही पळवाट सगळ्यांना आवडते आहे,' असं यात लिहिलं होतं. एका समाजशास्त्रज्ञाच्या विश्लेषणावर आधारित काही निरीक्षणं या लेखात देण्यात आली होती. त्या समाजशास्त्रज्ञाचं म्हणणं होतं की इतरांच्या खाजगी आयुष्यात रस असणाऱ्यांना आणि ज्यांना स्वत:च्या गुणांचं (?) प्रदर्शन करण्याची खुमखुमी आहे त्यांनाच ही साइट आवडते.

फेसबुक ज्यांनी कधीच पाहिलं नव्हतं, वापरलं नव्हतं त्यांच्यासाठी ती फक्त एक डेटिंग साइट होती, ज्यावर त्याचे युजर निरर्थक काहीतरी करायचे. त्यांचा आक्षेप पोकिंगबद्दल होता. तेव्हाच्या फेसबुक डिझाईनप्रमाणे एखादा नवीन मित्र

आपल्या यादीत जोडताना एक चौकट दिसायची. 'तुम्ही परस्परांना कसे ओळखता?' असा प्रश्न त्यात असायचा आणि निवडण्यासाठी जे पर्याय दिले होते त्यातील एक पर्याय या आक्षेपांचं समर्थन करण्यास पुरेसा ठरेल. त्यातील एक पर्याय होता 'We hooked up'. असल्या प्रकारची साइट वयानी मोठ्या आणि प्रतिष्ठित व्यक्ती वापरणार? शक्यच नव्हतं. ही गोष्ट मोठ्यांनी फेसबुकचं सदस्य बनण्याच्या आड आली होती. आधी कोंबडी की अंडं, या प्रश्नाप्रमाणेच, अनेकांना त्यांची समवयस्क मंडळी जोपर्यंत फेसबुकवर येत नाही तोपर्यंत स्वत:ही सदस्य व्हायचं नव्हतं. त्यामुळे ही कोंडी फुटण्याचा कुठलाच मार्ग दिसत नव्हता.

म्हणजे फेसबुक फक्त विद्यार्थ्यांसाठीच आहे, हेच यातून सिद्ध होताना दिसलं. कंपनीच्या अधिकाऱ्यांची जणू खात्रीच झाली की कदाचित फेसबुकसारख्या सेवेची ज्येष्ठांना गरज नाही. सगळ्यांच्या चेहऱ्यांवर निराशेचं सावट पसरलं होतं. शाळा-कॉलेजातील विद्यार्थ्यांकडून प्रचंड प्रतिसाद असला तरीही, जर ही सेवा मोठ्या माणसांनी स्वीकारली नाही तर नक्कीच मार्कच्या सिद्धांतात काही तरी गडबड आहे. मार्क खूप निराश आणि अस्वस्थ होता. त्याच्यासाठी हा सगळ्यात मोठा धक्का होता आणि त्याला तो पचवणं कठीण जात होतं. कदाचित जगातील लोकांना अजूनही त्यांच्या आयुष्यात फारशी पारदर्शकता नको होती, जी त्याला अपेक्षित होती किंवा ते अजून तशी पारदर्शकता स्वीकारायच्या मन:स्थितीतच नाही. "ही पहिली वेळ होती जेव्हा फेसबुकसंदर्भात त्याचं काही तरी चुकलं होतं आणि तेही एवढ्या मोठ्या प्रमाणात चुकण्याची ती पहिलीच वेळ होती," कोहलर सांगतो.

मार्कला फेसबुकमध्ये बरेच बदल करायचे होते. पण जर ज्येष्ठांकडून अजिबात काहीच प्रतिसाद मिळणार नसेल तर यातील काही बदलांना फारसा अर्थच उरणार नव्हता. उन्हाळ्याची सुरुवात झाली होती आणि इकडे फेसबुकच्या बोर्डरूममधल्या चर्चाही गरम व्हायला लागल्या होत्या. समस्या गंभीर होती. नुकतंच ग्रेलॉकमधून फेसबुकसाठी गुंतवणूक आणणाऱ्या डेव्हिड स्झीचीही मोठी गोची झाली होती. तो आता ग्रेलॉकसाठी फेसबुकच्या संचालक मंडळावर देखरेख ठेवत होता आणि फेसबुकला आलेल्या या पहिल्याच अपयशानंतर त्याला त्याच्या कंपनीतील लोकांच्या प्रश्नांना तोंड द्यावं लागत होतं. तो त्यांना परोपरीनं समजवण्याचा प्रयत्न करत होता. एका अशाच मीटिंगमध्ये ऑब्झर्व्हर म्हणून आलेल्या मॉस्कोव्हिट्झनं डेव्हिडला सरळ प्रश्न केला की कंपनीत गुंतवणूक केल्याचा त्याला पश्चाताप होतो आहे का? मात्र त्या क्षणी फेसबुकच्या बोर्ड सदस्यांपेक्षाही डेव्हिडच फेसबुकच्या भविष्याबाबत आणि साइटच्या क्षमतेबाबत जास्त आशावादी होता.

❖

२००६च्या उन्हाळ्यात कंपनीत नव्यानं नोकरीवर आलेल्यांसाठी सलग तिसऱ्याही वर्षी फेसबुकनं घरं भाड्यानी घेतली होती. कंपनीच्या एका वकिलानं मार्कला याबाबत थोडं सजग करण्याचा प्रयत्न केला. अशी घरं पुरवणं कंपनीसाठी एक खर्चिक बाब आहे, हे त्याचं मत मार्कनं मात्र अक्षरश: धुडकावून लावलं. या घरांचं अर्धं भाडं कंपनी भरणारच, असा या तरुण सीईओचा आदेश होता आणि त्याचं कारणही होतं. घरासोबत असलेला स्वीमिंग पूल इतरांनाही वापरता यावा म्हणून ही भाडं भरण्याची तरतूद होती. पण प्रत्यक्षात हा पूल वापरातच नव्हता, कारणं त्याचं हीटर निकामी झालं होतं आणि पाण्याचं तापमान नेहमी १०० डिग्रीच्या आसपास असायचं.

झकरबर्गनं या घरात आपल्यासाठी एक खोली ठेवली होती. आठवड्याच्या शेवटी कधी वाटलं तर थांबता यावं म्हणून त्यानं ही सोय केली होती. इतर वेळी तो आपल्या अपार्टमेंटवर जायचा. बर्कलीला शिकणाऱ्या मैत्रिणीशी त्याचं नुकतंच फाटलं होतं आणि हार्वर्डमधली त्याची जुनी मैत्रीण प्रिसिला चॅन त्याच्या आयुष्यात परत आली होती. हार्वर्डच्या एका पार्टीत मार्क प्रसाधन गृहाच्या रांगेत उभा असताना प्रिसिलाशी त्याची ओळख झाली होती. २००६मध्ये तिनं हार्वर्डमधून पदवी मिळवली होती. मार्कजवळ पदवीऐवजी एक ५०० मिलियन डॉलर्स किंमत असलेली कंपनी आणि काम करणारे १०० लोक होते. खूप चर्चा आणि वाद झाल्यानंतर मार्कनं चॅनपुढे हात टेकले होते. त्यांनी एक करार केला की एकत्र राहू शकत नसलो तरी दोघांनी एकमेकांना प्रत्येक आठवड्यात कमीतकमी १०० मिनिटं भेटायचं आणि आठवड्यातून एकदा फेसबुक आणि त्याच्या फ्लॅटव्यतिरीक्त दुसरीकडे कुठंतरी डेटवर जायचं.

मार्कच्या कंपनीत मात्र अजूनही कॉलेजच्या वातावरणाची मजा कायम होती. ऑफिसच्या परिसरात मुलांनी आणखी एक घर घेतलं होतं आणि त्याला 'फ्रॅट हाऊस' म्हणून ते वापरत असत. चार बेडरूम्स असलेल्या या घरात नऊ लोक राहायचे. त्यातले बरेच जण हार्वर्डमधून नुकतेच आलेले प्रोग्रामर्स होते. घराच्या खिडकीवर तीन ग्रीक अक्षरं मोठ्या आकारात लिहिली होती. ती पूर्वी एमरसन स्ट्रीटवरच्या फेसबुकच्या पहिल्या ऑफिसवर लिहिलेली होती Tau Phi Beta म्हणजे 'फेसबुकसाठी'.

कंपनीच्या वकिलाची चिंता नाहक नव्हती. या घराच्या डायनिंग हॉलला मुलांनी बैरुत बिअर पाँग स्पर्धा खेळण्याची जागा बनवलं होतं. चिंतेची बाब म्हणजे यातील एक मुलगा, क्रिस पुटनॅम, फक्त एकोणीस वर्षांचा होता. या मुलाच्या फेसबुकमध्ये नोकरी मिळण्यामागेही एक कहाणी होती. जॉर्जिया सदर्न युनिव्हर्सिटीत दुसऱ्या वर्षाला असलेल्या क्रिसनं फेसबुकच्या सर्व्हरमध्ये प्रवेश मिळवला होता आणि फेसबुकच्या दोन हजार प्रोफाइल्सचा चेहरामोहरा मायस्पेस सारखा करून ठेवला.

त्याने त्या कोडमधे कंपनीसाठी एक निरोपही ठेवला होता. आपल्याला काहीही घातक करायचं नव्हतं, हे त्याचं स्पष्टीकरण आणि त्याची एकंदर कामगिरी पाहून मार्क आणि डस्टिननं त्याला बोलावून घेऊन सरळ नोकरीच दिली.

या फ्रॅट हाऊसमध्ये मस्तीबरोबरच कधी कधी भन्नाट निर्मितीही व्हायची. एक प्रोग्रॅमर डेव फेटरमन सांगतो की काम आटोपल्यावर या घरात येताच एक तर मुलं आपापल्या लॅपटॉपवर कोडिंग करत बसायची किंवा पार्टी करायची किंवा लॉस्ट (स्टार वर्ल्ड या वाहिनीवरील एक मालिका) पाहायची. ''कंपनीतल्या कुणालाही पार्टीमध्ये सहभागी होण्याची मुभा होती. रात्री बिअर प्यायल्यानंतर टीव्ही पाहाणं किंवा कुणाला एखादा नवीन कोड सुचला तर तो लिहिणं, असा सगळा कार्यक्रम असायचा. लॅपटॉप घेऊन कुणी व्हरांड्यात असायचं किंवा कुठल्यातरी एका खोलीत असायचं. कधी कधी मार्क आणि डस्टीन तिकडे चक्कर टाकायचे. मग सगळी मुलं लॅपटॉप घेऊन त्यांच्याकडे धाव घ्यायची,'' तो सांगतो. पार्टी आणि कामाच्या एकत्रीकरणाला त्यांनी 'पुश पार्टी' असं नाव दिलं होतं. साइटवर जाऊन सॉफ्टवेअर कोड लोड करणं आणि त्याचक्षणी युजरना वापरायला म्हणून पुश करणं, अशी ती संकल्पना होती.

❖

मोठ्या जाहिरातदारांनी आता फेसबुकसोबत प्रयोग करताना खबरदारी घ्यायला सुरुवात केली होती. कुठल्यातरी गायिकेच्या गाण्यांच्या जाहिराती करणाऱ्या त्या लहानसहान कंपन्या नव्हत्या. मार्केटिंग जगतातील अग्रणी कंपन्यांना फेसबुकशी जाहिरातीचे करार करायचे होते. पण या कंपनीतील सगळाच प्रकार त्याच्या परिचयाचा नव्हता. सगळ्याच बाबतीत लहान असलेल्या कंपनीचे जाहिरात प्रतिनिधी मार्कची परंपरागत जाहिरात पद्धतीसाठी असलेली नापसंती ध्यानात ठेवून जाहिरातदारांशी बोलत. (मार्च २००६मध्ये माईक मर्फीला मार्कनं आपल्या जाहिरात विभागाचा मुख्य अधिकारी म्हणून नोकरीवर ठेवलं. त्याला मार्कनं स्पष्ट केलं की त्याला जाहिरातींचा तिटकारा अजिबात नाही. पण ज्या जाहिराती जुनाट आहेत, त्या त्याला फेसबुकवर नको होत्या.) व्हॅन नॅटलाही मोठ्या कष्टानं आपले विचार बाजूला ठेवून अनिच्छेनं मार्कच्या संकल्पनेचा स्वीकार करावा लागला होता. फेसबुकच्या युजरला ज्या जाहिरातींची गरज आहे आणि त्यांना ज्या उपयोगी पडणार असतील, त्याच जाहिराती फेसबुकवर जातील, ही मार्कची आज्ञा होती. महसूल आणि नफा या गोष्टींना त्याची मान्यता असली तरी तो आपल्या काही विचारांवर ठाम होता. ''साइटच्या गुणवत्तेत ज्या जाहिरातींमुळे भर पडत नाही अशा जाहिरातींतून पैसा येणार असला तरी मला त्या नको आहेत,'' त्यानं स्पष्ट केलं.

चेस क्रेडिट कार्ड हे या प्रक्रियेतील पहिलं पाऊल होतं. नॉईज मेकिंग या न्यूयॉर्कच्या छोट्या जाहिरात संस्थेसोबत काम करताना त्यांनी चेस –१ नावाचं एक क्रेडिट कार्ड कॉलेजला जाणाऱ्या मुलांसाठी काढलं होतं आणि त्यातही ते फक्त फेसबुकच्या युजर्ससाठी होतं. कार्डचा रंग काळा होता कारण तो मुलांनीच निवडला होता. हे कार्ड घेणाऱ्यांसाठी कर्मा पॉइन्ट अशी पुरस्काराची सोय करण्यात आली होती. पॉइन्ट गोळा केल्यानंतर ते एखाद्या गाण्याच्या कार्यक्रमाची तिकिटं किंवा तत्सम गोष्टी घेण्यासाठी वापरता येत असत. याचं वैशिष्ट्य म्हणजे इतर कार्डप्रमाणे भरमसाठ पैसे खर्च केल्यानंतर पॉइन्ट मिळतील असा कुठलाही दंडक इथे नव्हता. मुलांना ध्यानात ठेवूनच ही सोय केली होती, कारण कुठलाही विद्यार्थी कधीही खूप मोठ्या रकमेची खरेदी करत नाही. कितीही लहानशी खरेदी का असेना, त्यांना त्याचे २० पॉइन्ट मिळायचे. त्याचबरोबर चेसनं फेसबुकवर आपला एक ग्रुप तयार केला होता. सोबतच आपल्या खर्चाचं नियोजन कसं करावं, असा एक ऑनलाईन कोर्सही त्यांनी आणला होता. या ग्रुपचे सदस्य बनणाऱ्यांना आणि हा कोर्स करणाऱ्यांनाही पॉइन्ट दिले जात. इतकंच नाही तर चेस कार्डला एक सामाजिक बांधिलकीचा स्पर्शही देण्यात आला होता. कुणाला जर आपले पॉइन्ट आपल्या फेसबुक मित्राला द्यायचे असतील, तर तशी सोयही होती.

हा कार्यक्रम जाहीर केल्यानंतर एकाच आठवड्यात ३४,००० विद्यार्थ्यांनी या ग्रुपमध्ये भाग घेतला. चेसला लगेच हजारो मुलांना कार्ड द्यावी लागली होती. पैसे पुरवणाऱ्या बँकेचा आनंद गगनात मावत नव्हता आणि फेसबुकनं आणखी एकदा सिद्ध केलं की ग्राहकांच्या उपयोगितेवर आधारित जाहिराती तयार केल्या तर त्याला चांगलाच प्रतिसाद मिळतो.

काही महिन्यांनी प्रॉक्टर अॅन्ड गॅम्बलनं (P&G) असाच एक प्रयोग केला. या कंपनीचे सीईओ ए.जी. लाफ्ले होते. या व्यक्तीचाही विचार असाच होता की कंपनीनं आपल्या ग्राहकांपर्यंत पोचण्याची गरज आहे. त्यांचं हे वक्तव्य वाचल्यावर फेसबुकच्या कोलराननं, कंपनीला त्यांचं कुठलं विशिष्ट प्रॉडक्ट कॉलेज मार्केट आणि तिथल्या ग्राहकांपर्यंत न्यायची गरज वाटते का, यासंदर्भात अंदाज घ्यायचं ठरवून P&G शी संपर्क साधला. माहिती हाती आली की कंपनीनं दातांच्या आरोग्यासाठी काढलेलं क्रेस्ट व्हायटनिंग स्ट्रिप हे उत्पादन फक्त तरुणांसाठी म्हणून कधीच विकलं गेलं नव्हतं. पण एका सर्वेक्षणात असं लक्षात आलं की कॉलेज परीसराजवळच्या वॉल मार्टमध्ये या स्ट्रिप सगळ्यात जास्त खपल्या होत्या. कॉलरॅन आणि P&G च्या मार्केटिंग टीमनं मग फेसबुकसाठी एक नवी योजना आणि नवी मोहीम सुरू केली आणि त्याचं नाव होतं– स्माईल स्टेट.

चेस आणि अॅपलनं ज्याप्रमाणे आपल्या उत्पादनांसाठीचे ग्रुप फेसबुकवर तयार

केले होते त्याप्रमाणे P&G नं पण एक ग्रुप तयार केला. मात्र हा ग्रुप फक्त राज्य पातळीवरील मोठ्या विद्यापीठांपैकी जी वीस विद्यापीठं वॉलमार्टच्या जवळ होती, तिथल्या विद्यार्थ्यांच्या फेसबुकवर टाकण्यात आला. ज्यांनी या ग्रुपचं सदस्यत्व घेतलं त्या प्रत्येक विद्यार्थ्याला We Are Marshall या फक्त तरुणांसाठी असलेल्या चित्रपटाची तिकिटं देण्यात आली होती. या व्यतिरिक्त ज्या कॉलेजमधून सगळ्यात जास्त विद्यार्थ्यांनी या ग्रुपमध्ये सहभाग घेतला होता त्या कॉलेजमध्ये P&G नं एक कॉन्सर्ट आयोजित केली होती. तब्बल २०,००० विद्यार्थी या ग्रुपचे सदस्य बनले होते. असे २०,००० लोक त्यांच्या खऱ्या परिचयासह क्रेस्ट व्हायटनिंग स्ट्रिप वापरण्याचा दावा करतात ही बाब विक्रेत्यांना वेड लावणारी होती. फेसबुक आणि P&G करता हा एक मोठा विजय होता.

या सगळ्याचा मार्कवर काहीही परिणाम झाला नाही. फेसबुकच्या युजरला त्यांच्या साइटच्या वापरात अडथळा निर्माण करणारी किंवा त्यांचं लक्ष इतर कुठल्यातरी गोष्टीकडे वेधण्याचा प्रयत्न करणारी कुठलीही गोष्ट मार्कला खपत नसे; मग ती कितीही आकर्षक असेल आणि त्यातून कितीही आर्थिक लाभ होणार असेल तरीही. मे २००६मध्ये स्प्राईट या शीतपेयाच्या उत्पादकांनी हे पेय नव्या स्वरूपात आणि अत्यंत मोहक अशा जाहिराती तयार करून पुन्हा बाजारात आणण्याचा निर्णय घेतला होता. या पेयाची जाहिरात करणाऱ्या कंपनीनं फेसबुकला या जाहिरातीसाठी एक मिलियन डॉलर देण्याची तयारी दाखवली. अट फक्त एकच होती की एक दिवस फेसबुकचा रंग निळ्याऐवजी हिरवा करण्यात यावा. झकरबर्गनं या कल्पनेला क्षणभरही विचार न करता सरळ नकार दिला.

सॅन फ्रान्सिसकोतील एका प्रथितयश जाहिरात कंपनीनं फेसबुकला जाहिराती देण्यासंदर्भात निर्णय घेतला आणि कंपनीचे काही लोक पालो आल्टोला धडकले. ऑफिसमध्ये प्रवेश घेताना नेमकं त्यांना झकरबर्ग भेटला. त्याच्या पायात चपला नव्हत्या आणि त्यानं एक ढगळ हाफपॅन्ट घातली होती.

कैक जाहिरातदारांना फेसबुक नेमकं काय आहे हेच माहीत नव्हतं आणि त्यामुळे तिथे दिल्या जाणाऱ्या जाहिरातींचा काय फायदा आहे, याची त्यांना कल्पना असणं शक्यच नव्हतं. पण जून महिन्यात जगातील तिसऱ्या क्रमांकाच्या जाहिराती बनवणाऱ्या कंपनीनं फेसबुकसोबत एक मोठा करार करण्यासाठी पाऊल टाकलं. इंटरपब्लिक ग्रुपनं १० मिलियन किमतीच्या जाहिराती येत्या एक वर्षात फेसबुकला देण्याचा निर्णय घेतला. फार नाट्यमय अशी ही घटना होती. फेसबुकचं अर्धा टक्के भागभांडवलही त्यांनी खरेदी केलं. "तंत्रज्ञानाची कास धरलेल्या तरुण ग्राहकांनी आता जुन्या पद्धतीची माध्यम तंत्र टाकून द्यायला सुरुवात केली होती. स्वत: एका वेगळ्या पद्धतीनं ते तयार करत होते आणि समवयस्कांसोबतच्या संवादातही हे

वेगळेपण स्पष्ट होतं,'' असं इंटरपब्लिकच्या सीईओला – मायकेल रॉथला – जाणवलं होतं. त्यानं आणखी एक गोष्ट पाहिली होती की देशातील ६५ टक्के कॉलेज विद्यार्थी फेसबुकवर होते.

❖

त्याच वर्षी ऑगस्टमध्ये फेसबुकची दखल घ्यायला लावणारी आणखी एक घटना घडली. या वेळी तंत्रज्ञान जगताच्या बादशहानं फेसबुकला त्यांच्या वेगळेपणाची पोच दिली होती. मायस्पेसनं तीन वर्षांसाठी ९०० मिलियन डॉलरचा एक करार गुगलबरोबर केला. गुगलचं सर्च इंजीन मायस्पेसच्या पानांवर वापरण्यासाठी हा करार होता. या कराराची जी रक्कम होती त्यातूनच मरडॉकनं मायस्पेसमध्ये लावलेल्या पैशांची पूर्ण भरपाई झाली. मायस्पेसच्या या यशाच्या झळाळीनं मात्र फेसबुकचं भाग्य दुसऱ्यांदा उजळून निघणार होतं. पहिल्या वेळी जेव्हा मरडॉकनं मायस्पेस विकत घेतलं तेव्हा फेसबुकचं मूल्य वाढलं होतं. या वेळी फेसबुक जाहिरातदारीत सोन्याची खाण असल्याचा साक्षात्कार झाला.

नॅट आणि बिझनेस डेव्हलपमेंट विभागाचा नवीन उपाध्यक्ष डॅन रोज यांनी फेसबुकला जाहिराती देण्यास तयार असणाऱ्या काही अत्यंत मोठ्या कंपन्यांशी नव्यानं बोलणी सुरू केली. या कंपन्यामध्ये गुगल, मायक्रोसॉफ्ट आणि याहूचाही समावेश होता. मायक्रोसॉफ्टच्या MSN सोबत फेसबुकनं यापूर्वीच एक छोटासा करार केला होता आणि त्यांना जाहिरातीसाठी जागा उपलब्ध करून दिली होती.

गुगलसारख्यांना पछाडण्याची एकही संधी मायक्रोसॉफ्ट सोडत नाही याची पुरेपूर जाणीव असलेल्या डॅन रोजनं मग मायस्पेस-गुगल करारानंतर लगेच मायक्रोसॉफ्टशी संपर्क साधला. मायक्रोसॉफ्टनं मायस्पेस विकत घेण्याचा भरपूर प्रयत्न केला होता, मात्र त्यांना हार पत्करावी लागली होती.

रोजच्या चौकशीला लगेच सकारात्मक उत्तर आलं. मायक्रोसॉफ्टच्या अधिकाऱ्यांनी, मायस्पेस-गुगलप्रमाणेच एक करार करण्यास कंपनीला आवडेल असं रोजला सांगितलं. ''तुमच्या अपेक्षा काय आहेत?'' त्या अधिकाऱ्यानं विचारलं. नॅट आणि रोजनं लगेच विचार करून एक अत्यंत आकर्षक आणि फायदेशीर प्रस्ताव तयार केला. फेसबुकच्या बॅनर जाहिरातींच्या यादीचं प्रतिनिधित्व करण्यासाठी मायक्रोसॉफ्टनं त्यांच्या जाहिरात विक्रीचं नेटवर्क वापरावं आणि फेसबुकवर टाकलेल्या प्रत्येक जाहिरातीला हजार युजरपाठी पैसे द्यावे. यावर त्यांच्याकडून एक साधा प्रश्नही विचारला गेला नाही. ''बरं. सगळ्या अटी आणि इतर नियमांच्या बोलणीसाठी आम्ही उद्या येतो,'' मायक्रोसॉफ्टच्या व्यवसाय विकास विभागाच्या उपाध्यक्षानं रोजला सांगितलं.

''पण मार्क हट्टाला पेटला होता. त्याला युजरच्या फेसबुक वापरात आणि

लेआऊटमध्ये कुठलाही बदल करायचा नव्हता. जाहिरात विभागाच्या लोकांचंही अगदी डोकं फिरायची वेळ आली होती, कारण काही सर्वसाधारण इंटरनेट जाहिराती दाखवणं त्यांच्यासाठी मोठं कठीण कर्म होणार होतं,'' मायक्रोसॉफ्टचा एक अधिकारी सांगतो.

हा करार फेसबुकसाठी बदलाची नांदी होता. त्यांना खूप मोठा आणि आकर्षक असा महसुलाचा स्रोत मिळाला होता. मायक्रोसॉफ्टमुळे २००६ हे फेसबुकसाठी एक नफा कमवणारं वर्ष बनणार होतं. व्हायकॉमच्या वोल्फशी बोलणी सुरू असताना कंपनीच्या २००६च्या महसुलातील अंतर्गत अंदाजित वाढ २२ मिलियन दाखविण्यात आली होती, जी दुप्पट मिळाली होती. यातील अर्धा वाटा मायक्रोसॉफ्टसोबतच्या या करारानं निर्माण झाला होता. २००७ करता मायक्रोसॉफ्टनं फेसबुकसाठी ही वाढ १०० मिलियन राहणार याची खात्री करून दिली होती.

शेवटी मार्कनं सीईओ बनण्यासाठी घेतलेले धडे त्याला उपयोगी पडू लागले होते. नॅटला त्यानं त्याची भूमिका बजावण्यासाठी मोकळीक दिली होती. यापूर्वी पार्कर ज्याप्रमाणे त्याला फेसबुकवर लक्ष देण्यास मोकळं सोडून व्यवसाय उभारण्यासाठी आवश्यक त्या सगळ्या गोष्टी स्वत: पाहत असे, ती स्थिती आता नव्हती. नॅट आता इंटरपब्लिक आणि मायक्रोसॉफ्टसारख्या ग्राहकांबरोबर मोठमोठे सौदे हाताळत होता. रॉबिन रीडनं निवडलेल्या आणि काही महिन्यांपूर्वी बंडखोरी करण्यास तयार झालेल्या लोकांची आता एक व्यवस्थित टीम बनली होती. सहाच महिन्यांसाठी आलेल्या रीडला बऱ्याच वेळा थांबवण्यात आलं होतं. पण या घडामोडी घडेपर्यंत ती गेली होती. रीडनं कंपनीला मोठं होण्यासाठी आणि विकसित होण्यासाठी खूप मदत केली होती. अर्थात आता कुणीही ते मान्य करायला तयार नाही.

फेसबुक विकत घेण्याचे प्रयत्न व्हायकॉमनं सोडून दिले होते. पण वोल्फशी सौदा आणि बोलणी करताना मार्कला धंदा नेमका कसा करायचा आणि माध्यम कंपन्या कसा व्यवसाय करतात अशासारख्या खूप गोष्टी शिकायला मिळाल्या होत्या. त्याचा फायदा त्याला येणाऱ्या काळात होणार होता. कंपनीच्या अंतर्गत कारभारात वावरताना मार्क आता एका नेत्याच्या भूमिकेत वावरू लागला होता.

❖

९

२००६

'मित्रांचं काय सुरू आहे याचा अंदाजच घेता येत नाही!'

फोटो ॲप्लिकेशनच्या यशानं कंपनीतील प्रत्येकाच्या डोक्याला भुंगा लावला. नेमकं हे शक्य झालं तरी कसं? घ्यावं असं काय होतं त्यात? युजरनी डोक्यावर घेतलं? मार्क आणि त्याचे सगळे सहकारी याचाच विचार करत होते. युजरना मात्र एक चांगलं झालं होतं. कुण्या मित्रानं नवीन फोटो टाकला की ती माहिती व तो फोटो दोन्ही चटकन कळायचं. प्रत्येकाच्या प्रोफाईल पेजवर एक 'डॅशबोर्ड' नावाचा प्रकार होता. कुठल्याही आणि कुणाच्याही फोटो अल्बममध्ये नवीन फोटो आला क्री अपडेट मेसेज इतर मित्रांना मिळायचे. नवीन जे काही आहे ते इतरांना सांगण्यात त्यांना आनंद आणि उत्सुकता दोन्ही होती. इतरांची प्रोफाईल्स पाहून स्वत:च्या प्रोफाईलमध्ये बदल करण्याच्या सोयीलाही खूप प्रतिसाद मिळाला होता. 'टाईमसॉर्टिंग' म्हणून सुरू केलेल्या या प्रकाराला युजरकडून प्रशंसेची थाप मिळाली होती. कारण प्रत्येक वेळी कुणीही त्यांच्या प्रोफाईलमध्ये जरासाही बदल केला की युजर फेसबुकवर वेळ घालवायचा आणि त्यानंतर किमान २५ पानं पाहायचा, असं आढळून आलं.

इतरांची माहिती पाहाणं, हे फेसबुकच्या युजरला आवडू लागलं होतं. नवीन काय घडतं आहे, कुठे काही बदल झाला आहे का किंवा त्यांना माहीत नाही, असं काही त्यांच्या ओळखीच्या लोकांच्या आयुष्यात घडतं आहे का, हे जाणून घेण्याची त्यांना प्रचंड उत्सुकता असल्याचं दिसत होतं. मित्रांच्या प्रोफाईल्सचं बारकाईनं परीक्षण करण्याची सवय त्यांना जडली होती. पण तसं करणं जरा कटकटीचं होतं. कारण मागल्या वेळी प्रोफाईल पाहिलं त्यानंतर या मित्राच्या आयुष्यात काही बदल झाले आहे का हे आठवणं अशक्य होतं. पण फक्त प्रोफाईल पाहून अंदाज घेता येणं जरा कठीण होतं. हा मुलगा अजूनही 'सिंगल' आहे का? तिच्या फोटोवरून लक्षात येतं आहे की ती कॅरेबियनला गेली होती, खरंच की काय? तो पार्टीला गेला आणि मला साधं कळवलंही नाही? हे आणि असेच अनेक प्रश्न मनात सोडवत

एकेका पानावर क्लिक करत जाण्याशिवाय या चौकस युजरला इतर काही पर्याय नव्हते. माहिती भरपूर होती, चांगली होती, ती जाणून घेण्याची प्रत्येकाची इच्छाही होती, पण तिचा मागोवा घेण्याची पद्धत फारच किचकट होती.

मग कंपनीतल्या या तरुण मंडळींनी एक शक्कल लढवली. फेसबुकवर असं एक पान त्यांना तयार करायचं होतं, जिथे फक्त नव्यानं टाकलेल्या फोटोंचीच माहिती नाही, तर मित्रांनी त्यांच्या प्रोफाईलमध्ये जे काही नवीन बदल केले असतील ते सगळे या पानावर युजरला दिसतील किंवा असे काही बदल झाले आहेत याची माहितीही मिळेल. ''आम्हाला प्रश्न पडला होता की ज्या लोकांबद्दल आपण सगळ्यात जास्त विचार करतो, ज्यांची काळजी करतो अशांबद्दलची माहिती आपण कुठून मिळवतो? आणि मग आम्ही स्क्रीनवर एक असं एक पेज तयार करायचं ठरवलं जिथे त्या व्यक्तीसंदर्भात सर्व माहिती दाखवता येईल. 'न्यूज फीड'चा जन्म या सगळ्या चर्चेनंतर झाला,'' मॉस्कोव्हिट्झ सांगतो.

फेसबुकच्या युजरसाठी, त्यांच्या आयुष्यात जे काही महत्त्वाचं होतं त्याची माहिती घेऊन तयार करण्यात येणारी ही नवीन गोष्ट होती. कुठला मित्र येत्या शुक्रवारी कुठल्या पार्टीला जाणार आहे किंवा अगदी तिकडे तजाकिस्तानमधल्या राजकीय परिस्थितीबाबत कुणी कुठली वेबलिंक पाहिली, अशा सगळ्याचा या माहितीत समावेश होणार होता. तुम्हाला महत्त्वाच्या असलेल्या लोकांच्या दृष्टीनं जे काही आवश्यक होतं त्याबाबत तुम्हालाही कळावं, मग ते काहीही असू देत, या एका मुद्द्यावर न्यूज फीड आधारलं होतं. फेसबुकवर युजरनं ज्या पद्धतीनं स्वत:ला सादर केलं आहे, जे मुद्दे त्याच्यासाठी महत्त्वाचे आहेत आणि त्याबाबत फेसबुकवर सांगितलं असेल किंवा युजरच्या सततच्या ऑनलाईन सवयीतून जे निष्कर्ष निघतात, ते सगळे लक्षात घेऊन त्यांच्यापर्यंत अशी संबंधित माहिती पोचवण्यासाठी न्यूज फीड तयार केलं जाणार होतं. झकरबर्गनं मग आपल्या शैलीत सहकाऱ्यांना समजावून सांगितलं, ''दारासमोर एखादा पक्षी मरून पडला असेल तर कदाचित एखाद्या व्यक्तीसाठी ते आफ्रिकेत मरणाऱ्या लोकांपेक्षा महत्त्वाचं आणि सयुक्तिक असू शकतं.''

या सगळ्या गरमागरम चर्चा आणि वितंडवाद आणि बरंच काही २००५च्या हिवाळ्यात घडलं होतं. त्यानंतर लगेच ॲडम डीॲन्जलोनं कंपनीत नव्यानं रुजू झालेल्या क्रिस कॉक्सला न्यूज फीड तयार करण्यासंदर्भात सूचना केल्या. ''मार्कच्या डोळ्यात एक वेगळी चमक मला त्या वेळी दिसली,'' क्रिस सांगतो. ''यातून पैसा कमवणं हे त्याच्यासाठी गौण होतं. तो म्हणाला, 'हा कायम मनात येणारा प्रश्न आहे की माझ्या मित्रांच्या आयुष्यात काय घडतं, याची मला काहीच कल्पना नाही? इंटरनेटचं एक बटण दाबलं की जगाच्या पाठीवरच्या वाट्टेल त्या प्रश्नाचं उत्तर

मिळतं. पण सकाळी डोळे उघडताच, 'मला ज्यांची काळजी वाटते ते सगळे कसे आहेत?' हा प्रश्न सोडवणारं कुणी नाही.' '' तो सांगतो.

न्यूज फीड तयार करण्यासाठी मग सगळ्यांची लगबग सुरू झाली. ''पुढले सहा महिने ते आमचं सगळ्यात आवडतं काम बनलं,'' उंच, रुबाबदार आणि अत्यंत हुशार असा, स्टॅनफोर्डमध्ये कॉम्प्युटर सायन्स, मानसशास्त्र आणि भाषाशास्त्र शिकलेला कॉक्स या कामात फारच रमला होता. ही कल्पना तशी फारच महत्त्वाकांक्षी होती आणि तांत्रिकदृष्ट्या आव्हानात्मक होती. यात फेसबुकवर युजर टाकत असलेल्या प्रत्येक माहितीचं विश्लेषण करून त्याची छाननी करणारं एक सॉफ्टवेअर अल्गोरिदम बनवावं लागणार होतं; ज्याच्यामुळे युजरनी प्रोफाईलमध्ये जरासाही बदल केला किंवा कुठलीही कृती केली की ते टिपून त्या युजरच्या कुठल्या मित्राला या माहितीत रूची आहे हे ठरवता येणं आणि परतून ती माहिती त्या युजरला पुरवणं यासारख्या गोष्टी करणं शक्य होणार होतं. आणि या सगळ्या भानगडीनंतर युजरचं स्वत:चं फेसबुक पेज त्याच्या संपर्कातील मित्रांच्या कृतींवर आधारित राहणार होतं. ''कंपनीसमोरील हे सगळ्यात मोठं असं तांत्रिक आव्हान होतं,'' शॉन पार्कर सांगतो.

त्या वेळी फेसबुक वापरणाऱ्या प्रत्येक युजरचे सरासरी १०० मित्र होते. या प्रत्येकाच्या साइटच्या प्रत्येक कृतीवर या नवीन येणाऱ्या सॉफ्टवेअरला लक्ष ठेवायचं होतं. एका युजरनं लॉग केल्याबरोबर त्याच्या कक्षेतील मित्रांच्या कृतींचा आढावा घेऊन त्या युजरला त्या क्षणी कुठल्या गोष्टींमध्ये स्वारस्य वाटू शकतं आणि त्याप्रमाणे त्याला मित्रांच्या फेसबुकवर घडणाऱ्या बदलांबाबत कळवण्याचं काम हे सॉफ्टवेअर करणार होतं. हे सगळं विश्लेषण युजरच्या आतापर्यंतच्या इंटरनेटवर असलेल्या वागणुकीला, म्हणजेच त्यानं नोंदवलेल्या आवडी-निवडी, पुस्तकं, संगीताचा प्रकार आणि जे विषय सगळ्यात जास्त हाताळले आहेत, यातून केलं जाणार होतं. उदाहरणार्थ, जर युजरनं त्याला त्या दिवशी उदास वाटतं म्हणून एखाद्या विशिष्ट गाण्याचा उल्लेख फेसबुकवर केला किंवा एखाद्या चित्रपटाला जात असल्याचा उल्लेख असेल तर हे सॉफ्टवेअर चटकन ही नवीन माहिती नोंदवून त्या युजरच्या मित्रांच्या यादीतील सगळ्यांच्या प्रोफाईल्सचा आढावा घेणार आणि त्यांच्या प्रोफाईलमधील ज्या गोष्टी या युजरच्या त्या क्षणीच्या भावनांना किंवा मूडला ओळखून काही माहिती पुरवणार. हीच प्रक्रिया या युजरच्या मित्रांच्या संदर्भातही घडणार अशी व्यवस्था या सॉफ्टवेअरमध्ये होती. दर पंधरा मिनिटांनी हे बदल युजरला दिसणार होते. ही सगळी प्रक्रिया, प्रत्येक पंधरा मिनिटांनी पुन्हा पुन्हा घडणार आणि तीही सहा मिलियन युजरसोबत! अभियांत्रिकी आणि तंत्रज्ञान यासाठी हे असं सॉफ्टवेअर डिझाईन करणं एक मोठं आव्हान होतं यात काही शंकाच नाही.

या एका सॉफ्टवेअरमुळे फेसबुकचं रूप पार पालटून जाणार होतं. ''फक्त एक

नवीन फीचर किंवा वैशिष्ट्य असं त्याचं स्वरूप नाही. ते परिवर्तन आहे,'' असं मार्कनं त्या वेळी सगळ्यांना सांगितलं. ती पुनर्निर्माणाची प्रक्रिया होती. मार्कनं ज्या नवीन गोष्टी आणि काही महत्त्वाचे बदल फेसबुकमध्ये घडवण्याची तयारी केली होती, हा बदल म्हणजे त्याचा पाया असणार होता. कंपनीतल्या इंजिनिअर मुलांना आणि डिझाईन विभागातील लोकांना हा बदल त्यांनी अंगीकारावा म्हणून आटोकाट प्रयत्न करून पटवून देत होता, पण त्याला प्रत्येक वेळी यश येत नव्हतं. ''आमच्यापैकी अनेकांच्या कपाळावर आठ्या होत्या आणि आम्ही या बदलाला अगदी 'नको, नको, नको' म्हणत होतो. हे आम्हाला अजिबातच आवडलं नव्हतं,'' न्यूज फीडच्या वेळी उत्पादन व्यवस्थापक म्हणून काम केलेल्या नोयोमी ग्लेटला ते दिवस अजूनही आठवतात.

❖

मार्क कंपनी विकण्याच्या विरोधात होता. पण त्याच्याच आजूबाजूला असणाऱ्या प्रत्येकाला ते पटणारं नव्हतं. फेसबुक विकत घेण्याची स्वप्नं पाहाणाऱ्या आणखी इतर घटकांचं काय मत आहे आणि विशेषत: ते काय किंमत लावतात, हे जाणून घ्यायला हरकत नाही, असं या लोकांना वाटत होतं. या अशा सौद्यांसंदर्भात इत्थंभूत जाणून घेण्यात आणि माहिती काढण्यात ओवन व्हॅन नॅटचा हातखंडा होता. व्हायकॉमशी चाललेल्या बोलण्यांना आता अक्षरश: मूठमाती मिळाली होती. अशात २००६मध्ये हिवाळा संपत असताना झकरबर्ग आणि व्यवस्थापनातील इतरांनी ठरवून टाकलं होतं की कुणी जर एक बिलियन डॉलर रोख देणार असतील तर फेसबुक विकत देण्याचा विचार केला जाईल. व्हायकॉमचा सौदा ८०० मिलियन रोख रकमेवर येऊन थांबला होता. याला मार्कनं दिलेली सहमती असहायतेतून आली होती. वर्क नेटवर्कला मिळालेलं अपयश आणि आता नव्यानं सुरू असलेल्या या कामाला जर पुन्हा चांगला प्रतिसाद मिळाला नाही तर आपण फेसबुकसाठी पाहिलेली स्वप्नं पूर्ण होणार नाहीत. कदाचित फेसबुकला जेवढं मोठं करायची स्वप्नं आपण पाहतो आहे, तेवढं वाढण्याची त्याची ताकदच नाही, या भीतीपोटी मार्कनं या निर्णयाला सहमती दिली होती.

दरम्यान काही अंतरावर दक्षिणस्थित असणाऱ्या याहूच्या अधिकाऱ्यांच्या पोटात गोळा आला होता. सोशल नेटवर्कचा वाढता प्रभाव त्यांना दिसत होता. याहूचा सीईओ टेरी सेमेल तर फेसबुकच्या आकंठप्रेमात बुडाला होता. त्यांचा मुख्य व्यवहार अधिकारी डॅन रोझेनवेग तर आधीच फेसबुकपायी वेडा झाला होता आणि मार्कशी ओळख वाढवण्यासाठी त्यानं २००५मध्ये काय वाट्टेल ते केलं होतं. या काळात त्यानं अनेकदा मार्कजवळ याहूला फेसबुक विकत घेण्यात किती स्वारस्य आहे, हा

विषय काढला होता. मार्क विकणार असेल तर याहू घ्यायला तयार आहे, हे त्यानं अनेकदा सांगितलं आणि प्रत्येक वेळी 'नाही' म्हणून मार्कनं हा प्रस्ताव धुडकावून लावला होता.

जूनमध्ये याहूच्या सगळ्या अधिकाऱ्यांनी एकमतानं फेसबुक विकत घेण्याचा प्रस्ताव मान्य केला. सेमेलनं मार्कशी संपर्क साधला आणि त्या दोघांमध्ये बोलणी सुरू झाली. याहूला एक बिलियन रोख देण्यास काहीच हरकत नाही, हे लवकरच लक्षात आलं होतं. सेमेल, रोझेनवेह आणि याहूचा स्ट्रॅटेजी ऑफिसर टॉबी कोपेल हे व्हॅन नॅट, कोहलर आणि मार्कशी बोलणी करायला सरसावले. चर्चेच्या फेऱ्या झडू लागल्या. यातील बऱ्याच बैठका पालो आल्टोला नॅटच्या घरी व्हायच्या. कारण कंपनीच्या सीईओचं, म्हणजेच मार्क झकरबर्गचं फर्निचर नसलेलं घर अशा महत्त्वाच्या बैठकींसाठी अजिबात योग्य नव्हतं.

एवढ्या मोठ्या घटनेचा आनंद साजरा करायचा की सारं उधळून टाकायचं? मार्क द्विधा मन:स्थितीत होता. कोंडी फोडावी म्हणून त्यानं आपल्या एका व्यवस्थापकाला ५०० डॉलर दिले आणि आतिषबाजीसाठी फटाके मागवले. कंपनीच्या सगळ्यांची पार्टी ४ जुलैला करण्यात आली. ही आतिषबाजी बेकायदेशीर होती. दुसऱ्या दिवशी पालो आल्टोतील पोलीस आणि फेसबुक यांच्यात वादावादीची आतिषबाजी झडली आणि दुसरीकडे सेमेलनं मार्कला टर्म शीट पाठवली.

सीईओ आणि मॉस्कोव्हिट्झसारख्या सहकाऱ्यांच्या दृष्टिकोनातून पाहिलं तर हे सगळं त्यांना नको होतं. डस्टीनलाही कंपनी विकण्यात अजिबात रस नव्हता. "माझ्यापुढे हे सगळं मांडताना, कंपनी विकण्याचा प्रश्नच येत नाही, पण तिचं मूल्यांकन बाजारात काय आहे हे न पाहाणं अत्यंत बेजबाबदार वर्तन आहे, अशी काहीशी भूमिका इतरांनी घेतली होती," डस्टिन सांगतो, "आणि नंतर एकदम, आता टर्म शीट आली आहे आणि आपण बोलणी करतो आहे, असं आपल्याला त्यांना भासवायचं आहे, असं सांगण्यात आलं."

व्यवस्थापनात एक्सेलचं प्रतिनिधित्व करणाऱ्या ब्रेअरचा या संदर्भातील विचार जरा वेगळा होता. सर्वसामान्यत: खूप पैसा किंवा नफा मिळण्याची शाश्वती मिळाली की VC आपल्या 'बाहेर' पडण्यावर विशेष भर देतात. ब्रेअरलाही तेच वाटत होतं. जर हा सौदा झाला तर फक्त अकरा महिन्यांच्या कालावधीत एक्सेलला त्यांच्या गुंतवणुकीच्या दहा पट जास्त रक्कम मिळणार होती. "व्यवस्थापनाच्या बैठकीत या विषयावर चर्चा व्हावी यासाठी मी प्रयत्न करीत होतो," ब्रेअर आता सांगतो. "जी काही बोलणी सुरू होती त्याला कागदोपत्री आणण्यासाठी आणि नंतर चर्चा करून त्याचं विश्लेषण करण्यात यावं, असं मी त्यांना सांगत होतो. कारण एकदम आलेली एवढी चांगली संधी काहीही विचार न करता धुडकावून लावणं

मला अजिबात पटत नव्हतं. एका मोठ्या कामगार वर्गाची जबाबदारी आमच्यावर होती आणि त्यांच्यासाठी या रकमेला खूप महत्त्व होतं,'' तो सांगतो. कंपनीच्या तरुण नेतृत्वाबाबत तो म्हणतो, ''कुठलीही आणि कशीही ऑफर येऊ देत, ही मुलं नकार देण्यास सज्ज असायची. याही वेळी तीच परिस्थिती होती. टर्म शीट हातात होती आणि मार्कला कंपनी विकायची नाही, हे स्पष्टच दिसत होतं. म्हणून त्या वेळी खूपच तणावाचं वातावरण निर्माण झालं होतं.''

एका बोर्ड मीटिंगमध्ये मार्कचा तोल गेलाच. त्याचा संयम संपला होता. ''जिम, हे बघ, मला जर हे विकायचं नसेल तर ते आपल्याला विकता येणार नाही,'' त्यानं ताडकन म्हटलं होतं.

''मला माहीत आहे ते मार्क,'' ब्रेअर उद्‌गारला. ''पण आपणच एक बिलियन आकडा घोषित केला होता. तेव्हा आता थोडं विश्लेषण करायलाच हवं,'' त्याला थोडं प्रोत्साहित करण्याच्या उद्देशानं तो म्हणाला.

मार्कला कंपनी विकण्यासाठी उद्युक्त करणाऱ्यांमध्ये ब्रेअर फक्त एकटाच नव्हता. पुन्हा एकदा कंपनीत दोन गट तयार झाले होते आणि याही वेळी तरुण विरुद्ध वयस्क अशीच विभागणी होती. वयानं मार्कपेक्षा थोडे जास्त मोठे असलेले व्हॅन नॅट आणि कोहलर यांना कंपनीनं ही ऑफर स्वीकारावी असं वाटतं होतं. मात्र डस्टिन आणि मार्कबरोबरच शॉन पार्करलाही या प्रस्तावाबाबत मुळीच उत्सुकता आणि आकर्षण नव्हतं. तो अजूनही कंपनीत भागभांडवलदार होता आणि मार्कचा मित्रही. वयानं मोठा असला तरी पीटर थिएल मात्र मार्कच्या बाजूनं होता. तो या काळात मार्कला या सगळ्याचा अर्थ समजावून सांगताना, कंपनीला मिळणाऱ्या प्रतिसादासंदर्भात सतत बोलत होता. मार्कनी या प्रस्तावाचा गंभीरतेनं विचार करावा असं त्यालाही वाटतं होतं. पण या सगळ्याचा काहीही परिणाम मार्कवर झाला नाही. ''शेवटी तो माझ्या बाजूनं उभा राहिला,'' मार्क सांगतो. ''जिमनं बराच प्रयत्न केला. कंपनीतील इतरही अनेक जण कंपनी विकण्याच्या बाजूनं होतेच,'' मार्क आज सांगतो.

मार्कच्या एकमेव जुन्या आणि खूप वर्षं सोबत असलेल्या मित्राला, भागीदाराला आणि फेसबुकसाठी प्रचंड आस्था असणाऱ्या डस्टिन मॉस्कोव्हिट्‌झला हा प्रस्तावच मान्य नव्हता. फेसबुक विकणं योग्य नाही यावर तो मार्कप्रमाणेच ठाम होता. ''याहूनं विकत घेताच ते फेसबुकची वाट लावतील, असं मला का कुणास ठाऊक पण सारखं वाटत होतं,'' तो सांगतो. ''शॉन तर सारखं सांगत होता की विलिनीकरणानंतर ९० टक्के कंपन्या अयशस्वी होतात,'' डस्टीन म्हणतो. तेव्हा नुकतंच गुगलमध्ये विलीन झालेल्या डॉजबॉल या मोबाईलच्या माध्यमातून युजरचा ठावठिकाणा शोधणाऱ्या कंपनीचं काय झालं आहे हे मार्क आणि डस्टीन अगदी बारकाईनं अभ्यासत होतेच. ''डॉजबॉलचं वाटोळं होताना आम्ही स्वत: पाहत होतोच. खरं म्हणजे नवीन

संकल्पनांसाठी गुगल म्हणजे अगदी पंढरी होती. असं असतानाही गुगल डॉजबॉलला सांभाळू शकत नव्हतं. मग इकडे तर काळाच्या जरा मागे असलेल्या एका कंपनीला फेसबुक विकण्याचा निर्णय घेणं म्हणजे माझ्यासाठी स्वत:हून विहिरीत उडी घेणं होतं,'' तो सांगतो.

इकडे मार्कला अगदी खात्री होती की एकदा न्यूज फीड सुरू झालं की जो प्रतिसाद मिळणार आहे त्यानं कंपनी एका वेगळ्याच दिशेनं वाटचाल करणार आहे. भविष्यात, हा याहूचा प्रस्ताव फार छोटा होता, असं म्हणण्याची वेळ येणार, याचीही त्याला खात्री होती. शाळांचं नवीन सत्र दोन महिन्यांनी सुरू होणार होतं आणि त्याच वेळी न्यूज फीडची सुरुवात करण्याची योजना होती. आणखी एक कल्पना या मुलांच्या डोक्यात होती. साधारण न्यूज फीड सुरू करतानाच फेसबुक सगळ्यांसाठी खुलं करण्याचं मार्कच्या मनात होतं. म्हणजे आता शाळा, कॉलेज, संस्था किंवा वयोगटाच्या कुठल्याही मर्यादा फेसबुकच्या सदस्यत्वासाठी ठेवल्या जाणार नव्हत्या. हा एक नाट्यमय बदल फेसबुकच्या तेव्हापर्यंतच्या आयुष्यात घडणार होता. या खुल्या सदस्यत्वाला 'ओपन रेज' (registration) असं संबोधलं जाणार होतं. वर्क नेटवर्कच्या संदर्भात झालेल्या काही चुका इथे दुरुस्त करण्याचा प्रयत्न केला गेला होता. उदाहणार्थ कॉलेजसाठीच्या फेसबुकचं जे आरेखन होतं तेच वर्क नेटवर्कसाठी वापरलं होतं. ते इथे राहाणार नव्हतं. पण जुनं पूर्णपणे टाकलंही जाणार नव्हतं. विभागणी होती, पण ती आता वेगळ्या प्रकारची राहाणार होती. युजर जर शाळा, कॉलेज, संस्था यापैकी कुठे नसेल तर त्याला त्याच्या शहराचा संदर्भ देऊन सदस्य बनता येणार होतं. विद्यार्थ्यांच्या कक्षेबाहेर जाण्याचा हा निर्णय फेसबुकसाठी अक्षरश: अग्निपरीक्षाच ठरणार होती.

कोहलर आणि ब्रेअरला भीती वाटत होती. वर्क नेटवर्कला मिळालेल्या अपयशाचा संदर्भ या भीतीला होता. तो धक्का कसाबसा पचवता आला होता. ओपन रेजला अपयश आलं तर ते फेसबुकवर कुऱ्हाडीसारखं कोसळणार होतं. फेसबुक विद्यार्थ्यांच्या पलीकडे जाऊच शकत नाही, यावर शिक्कामोर्तब व्हायला मग एवढं कारण पुरेसं ठरलं असतं.

''कॉलेजमध्ये आम्ही पूर्णपणे घुसलो होतो,'' कोहलर सांगतो, ''तीच अवस्था शाळांचीही होती. वीस वर्षं आणि त्यापुढील वयोगटांवर मायस्पेसचा पगडा होता. अशा परीस्थितीत, ओपन रेज नक्कीच फेसबुकला एका वेगळ्या उंचीवर नेणार, हा त्याचा अंधविश्वास होता. तोपर्यंतच्या काळात मार्कनं जे काही वर्तवलं होतं ते खरं झालं होतं आणि आमचे सगळे अंदाज सपशेल आपटले होते. पण वर्क नेटवर्कबाबत हे घडलं नाही, हे ही तितकंच सत्य होतं,'' कोहलर सांगतो.

कॉलेज आणि हायस्कूलच्या पलीकडे झेप घेण्याची ताकद जर फेसबुकमध्ये

नव्हती तर मग फेसबुकनं आकाशात भरपूर वर झेप आधीच घेतली होती. म्हणून याहूनं ठेवलेला प्रस्ताव हा सगळ्यात योग्य होता, याची कोहलरला खात्री वाटत होती.

"मार्क, मी एक सांगू का? मी माझं मत बदलायला एका पायावर तयार आहे. पण तू मला सगळं स्पष्ट करून सांग, प्लीज," कोहलर मार्कची समजूत घालण्याचा प्रयत्न करत होता तेव्हा म्हणाला.

"मी ते सांगू शकणार नाही," मार्कनं शांतपणे त्याला सांगितलं होतं. "पण मला ते माहीत आहे," तो पुढे बोलला.

कंपनीतील अनुभवी आणि जाणत्या अधिकाऱ्यांनाच नाही तर काही कर्मचाऱ्यांनाही याहूनं दिलेला हा प्रस्ताव म्हणजे एक सुवर्णसंधीच वाटत होती. कॉलेजस्तरावर ज्या पद्धतीनं फेसबुक पोचलं आहे त्याचा मोबदला मिळवण्याची हीच वेळ आहे, असं अनेकांना सारखं वाटत होतं. विद्यार्थी ग्राहकांवर फेसबुकचा पगडा पूर्ण प्रस्थापित झाला होता. काहींचं निरीक्षण होतं की फेसबुक हे विद्यार्थ्यांनी काही प्रमाणात MTV च्या स्वरूपात स्वीकारलं आहे आणि ज्याप्रमाणे MTV नं रॉक व्हिडिओचा धमाका उडवून तरुणाईला बेभान केलं होतं, आज फेसबुकनंही तीच कमाल केली आहे. अशात काही वयस्क लोकांना या नेटवर्कमध्ये प्रवेश देणं म्हणजे मुलांच्या या साम्राज्यात अडगळ निर्माण केल्यासारखं होईल.

पण मार्क या निरीक्षणाच्या अगदी विरोधात होता. त्याला हे मान्य नव्हतं. त्याच्या दृष्टिकोनात स्पष्टता आणि सातत्य होतं. फेसबुक हे प्रत्येक वयोगटाला त्यांच्या मित्रांच्या समीप घेऊन जाणारं एक माध्यम आहे आणि ते शाळा-कॉलेजच्या भिंतींच्या पलीकडे जाणारच, हे त्याचं ठाम मत होतं.

तो, पार्कर आणि डस्टीननं अगदी २००५पासून आपली विधानं कायम ठेवली होती. फेसबुक हे फक्त मौजमजेसाठी नाही तर ती एक उपयोगिता आहे, हे त्यांना जाणवलं होतं म्हणून ते या विचारावर अढळ होते. जर मोठ्यांच्या येण्यामुळं तरुणांनी फेसबुकला नाकारलंच तर काही हरकत नाही. कारण मार्कला एक लक्षात आलं होतं की विद्यार्थी आपल्याच मित्रांच्या कक्षेत इतके मश्गुल आहेत की त्यांना मोठे लोक नेटवर्कमध्ये येता आहेत याचा अंदाजही येणार नाही. शिवाय वर्क नेटवर्कच्या अनुभवातून हेही सिद्ध झालं होतं की वयानं मोठ्या व्यक्तींना फेसबुकवर येण्यास जरा वेळ लागेल आणि येणाऱ्यांची संख्या कमी राहाणार. अशात कुणालाही त्यांच्या येण्याचा पत्ताही लागणार नाही.

तो कितीही ठाम असला तरीही ब्रेअरसंदर्भात निर्माण झालेला तणाव आणि शेवटी फेसबुक याहूच्या सुपूर्द करायचं की नाही, या निर्णयाप्रत येण्यासाठीच्या ओढाताणीचा परिणाम मार्कवर दिसू लागला होता. रात्रीबेरात्री तो कार काढून एकटाच भटकायला जायचा. ग्रीन डे आणि विझरच्या संगीतानं कार आणि ती पार

करीत असलेला परिसर दणाणून जात होता. तासन्तास तो कंपनीनं भाड्यानं घेतलेल्या घराच्या स्वीमिंग पूलजवळ फेऱ्या मारताना दिसायचा. त्याची ही अशी अवस्था पाहून प्रिसिला एकदा आपल्या मैत्रिणीला म्हणाली होती, ''यानं कंपनी विकायला नको. नाहीतर हा स्वत:चं काय करेल काही सांगता येत नाही.''

दरम्यान मार्क आपल्या मोठ्या बहिणीशी, रॅन्डीशीही या संदर्भात सल्लामसलत करत होताच. ती फेसबुकच्या वितरण विभागात काम करायची.

''तो खरंच कचाट्यात सापडला होता,'' ती सांगते. ''एकदा तो मला बोलला की ही रक्कम खरंच खूप मोठी आहे आणि जे लोक माझ्यासाठी काम करतात त्यांचं आयुष्यच यानं बदलून जाईल. पण फेसबुकजवळ, अर्थात आमच्या सगळ्यांजवळ अशा काही संधी आहेत ज्यानं जग पार बदलेल, असं त्याला सारखं वाटत होतं. त्यामुळे ती रक्कम स्वीकारताना आपण चुकतो आहोत, याची बोच त्याचा मनाला लागली होती,'' रॅन्डी सांगते.

व्हॅन नॅटच्या निवासस्थानी वाटाघाटींच्या बैठका जुलैच्या पहिल्या दोन आठवड्यांपर्यंत सुरू होत्या. याहूच्या वकिलानं फेसबुकच्या आर्थिक व्यवहाराचा पूर्ण अभ्यास केला होता. शेवटी याहू फेसबुकला एक बिलियन रोख रक्कम देऊन विकत घ्यायला तयार झालं होतं. एवढं सगळं होत असतानाही मार्कची सहमती झालेली दिसत नव्हती, असं त्या वेळी याहूकडून या बैठकांमध्ये सहभागी झालेले काही अधिकारी आजही सांगतात. तो प्रत्येक बैठकीला आणि चर्चेच्या प्रत्येक फेरीत काही तरी कारण काढून वेळकाढूपण करतो आहे, हेही त्यांच्या लक्षात आलं होतं. व्हॅन नॅटनं कितीही त्यांना पटवून दिलं असलं तरीही मार्क या सौद्यासाठी पूर्णत: तयार आहे हे काही त्यांना पटत नव्हतं. आणि त्यांचं निरीक्षण अगदी बरोबर होतं. झकरबर्गच्या वागण्यानं काही वेळा तर त्यांच्या डोक्यात तिडीकही गेली होती. या सौद्यात याहूकडून आलेल्या एका मध्यस्थाला एक असाच प्रसंग आठवतो. याहूच्या टीमचं माथं त्या घटनेनं अगदी ठणकलं होतं. ''फेसबुकमध्ये जाहिराती समाविष्ट करण्यासाठी त्यानं साफ नकार दिला होता,'' तो अधिकारी सांगतो.

पण हा सगळा तणाव एक दिवस अचानक पूर्णत: गायबच झाला. जुलै महिना अर्धा संपला होता. आपल्या दुसऱ्या अर्धवार्षिक आर्थिक परीस्थितीचा आलेख याहूनं जाहीर केला. घोर निराशा करणारी स्थिती, म्हणून वॉल स्ट्रीटनं याहूची ही आर्थिक परीस्थिती फारच मनावर घेतली आणि याहूच्या भागभांडवलाची किंमत एका दिवसात २२ टक्क्यानं घसरली. व्हायकॉमच्या मुख्य वित्त अधिकाऱ्याची जी अवस्था काही महिन्यांपूर्वी होती, आता तीच याहूच्या सेमेलची झाली होती. एक जबाबदार आणि हुशार सीईओ म्हणून त्याची ख्याती असताना एक विना नफा चालणारी छोटीशी कंपनी एक बिलियनला विकत घ्यायची? वॉल स्ट्रीटची यावर

काय प्रतिक्रिया येईल? त्याच्या पोटात भीतीनं गोळाच आला. रक्कम कमी केली की हा सौदा रद्द होणार हा विचार करून त्यानं फेसबुकला कळवलं की याहू एक बिलियन ऐवजी ८५० मिलियन देऊ शकतं. त्याचा अंदाज अगदी बरोबर ठरला. सेमेलनं रोझनवेगला फोन करून रकमेसंदर्भात मार्कला कळवायला सांगितलं. त्यानं फोन खाली ठेवला नाही तोच मार्कनं मॉस्कोव्हिट्झच्या टेबलकडे अक्षरश: धाव घेतली आणि त्याला जोरात टाळी दिली. त्याच्या चेहऱ्यावर आनंद ओसंडून वाहात होता. दहा मिनिटांचा एक कॉन्फरन्स कॉल करून बोर्डच्या सगळ्या सदस्यांनी हा सौदा नाकारला. या निर्णयावर ब्रेअरलाही आक्षेप नव्हता.

इकडे ही एक ऑफर बाजूला गेली. मार्कचा आनंद अजून ओसरलाही नव्हता आणि दुसरीकडे याहूच्या या एक बिलियन ऑफरची चर्चा इतर माध्यम कंपन्या आणि तंत्रज्ञान जगतात जोरात सुरू होती. याहू नाही तर आपण काही करू शकतो का, या एका प्रश्नावर बैठकींच्या फैरी या कंपन्यांमध्ये झडू लागल्या.

टाईम वॉर्नरच्या कार्यालयात सुरू झालेल्या या चर्चेनं अचानक गंभीर स्वरूप घेतलं. AOLच्या सीईओनं, जोनाथन मिलरनंही फेसबुक विकत घेण्याची इच्छा व्यक्त केली. AOLच्या प्रत्येक सेवेच्या मध्यवर्ती फेसबुकचा उल्लेख होताच– मग ते चॅट रूम असो, की विविध व्यासपीठं आणि AIM सुद्धा. या सगळ्या सेवांसाठी फेसबुक अगदी एकजीव व्हावं इतक योग्य आहे, असं मिलरला जाणवलं होतं. पण AOLटाईम वॉर्नरचा एक विभाग, एवढंच त्याचं अस्तित्व होतं. पालक कंपनीतून जोपर्यंत कुणी या संदर्भात नेतृत्व करण्यासाठी पुढे येत नाही तोपर्यंत त्याला याबाबत काहीही करणं शक्य नव्हतं. गोची अशी होती की याआधीचा त्याचा प्रस्ताव नाकारण्यात आला होता. मिलर झकरबर्गला ओळखायचा आणि त्यामुळे फेसबुक देताना तो टाईम वॉर्नरकडून त्यांचे स्टॉक कधीही स्वीकारणार नाही, हा सौदा फक्त रोख रक्कम देऊनच होऊ शकतो, हे त्याला पक्कं माहीत होतं.

मिलरनं मग जरा डोकं खाजवलं. टाईम वॉर्नरच्याच दुसऱ्या विभागालाही या सौद्यासाठी तयार केलं तर आपसूकच कंपनीच्या कॉर्पोरेट प्रक्रियांना बगल देता येईल हे लक्षात येताच त्यानं अत्यंत कुशलतेनं टाईम Inc.च्या मासिक विभागात मुख्य असलेल्या ॲन मूरची यासाठी निवड केली आणि तिला हाताशी घेऊन एक योजना आखली. फेसबुकला रोख रक्कम द्यावी लागणार म्हणून त्याच्या विभागाच्या अखत्यारीतील काही तांत्रिक बाबींची विक्री करण्याचा निर्णय घेतला. मॅपक्वेस्ट आणि AOLमध्ये वापरण्यात येणारं टेजिक नावाचं सॉफ्टवेअर विकण्याचा निर्णय त्यानं घेतला ज्यातून किमान ६०० मिलियन एवढी रक्कम उभी करणं शक्य होणार होतं. मूर टाईम Inc.चं ब्रिटीश मासिक प्रकाशक IPC विकणार होती ज्यातून

कंपनीसाठी तिला ५०० मिलियन मिळवता आले असते. आणि मग या दोन्ही रकमांतून फेसबुकला प्रस्ताव पाठवणं शक्य होणार होतं.

पण ही सगळी योजना टाईम वॉर्नरचे अध्यक्ष जेफ ब्यूक्स यांच्या समोर येताच त्यांनी या दोघांना धारेवरच धरलं आणि प्रस्ताव नाकारला. या गोष्टी विकून ते आपल्या विभागाचा कारभार चालवू शकतात, तर त्यातून येणारी रक्कम आधी कंपनीला द्यावी आणि त्यानंतरही वाटलं तर फेसबुक विकत घेण्याचा प्रस्ताव त्यांच्यासमोर ठेवावा, असं त्यांनी दोघांनाही खडसावून सांगितलं. सगळं तिथेच संपलं. ही अशी काही योजना टाईम वॉर्नरकडून आखली गेली होती हे मार्कच्या गावीही नव्हतं.

❖

उन्हाळा सुरू झाला होता आणि कंपनीत एक उत्साहाचं वातावरण होतं. शाळांचं नवीन सत्र सुरू होणार होतं. पहिल्याच आठवड्यात फेसबुकच्या दोन नवीन गोष्टी युजरपर्यंत पोचवण्याची आता वेळ आली होती. न्यूज फीडची टीम आपल्या कामावरून शेवटचा हात फिरवण्यात व्यग्र होती. ओपन रजिस्ट्रेशनबरोबर मैत्रीचा आणखी एक मार्ग खुला होणार होता. युजरला हॉटमेल, याहू मेल, जीमेल आणि एओएल यापैकी कुठल्याही ई-मेल सर्व्हिसमधून स्वत:चं ॲड्रेस बुक फेसबुकवर डाऊनलोड करता येणार होतं आणि त्या यादीतील किती जण फेसबुकवर आहेत हे जाणून घ्यायला मग काही क्षणांचाच अवधी की युजर आपल्या प्रत्येक मित्राशी कनेक्ट होऊ शकला असता. जे मित्र फेसबुकवर नाहीत त्यांना मेल पाठवून फेसबुकवर येण्यासाठी आमंत्रित करण्याचीही सोय करण्यात येणार होती. यावर बरीच चर्चा झाली आणि काही बऱ्या-वाईट प्रतिक्रियाही आल्या. एका प्रतिक्रियेत, ओपन रजिस्ट्रेशन म्हणजे 'address book importer' आहे, असंही म्हटलं गेलं.

न्यूज फीड तयार करण्याची प्रक्रिया फेसबुकनं आतापर्यंत केलेल्या प्रत्येक कामापेक्षा अतिशय किचकट, आव्हानात्मक आणि खूपच वेळखाऊ ठरली. पण काही गोष्टी आता जुळून यायला लागल्या होत्या. एक टप्पा पूर्ण झाला. एक दिवस कॉक्सला त्याच्या होमपेजवर पहिलं न्यूज फीड मिळालं. ती फक्त एक ओळ होती : मार्कनं एक नवीन फोटो 'ॲड' केला आहे. "आपण निर्माण केलेल्या एखाद्या कलाकृतीनं जिवंत व्हावं, असा तो क्षण होता," कॉक्सला आठवतं. प्रत्येक युजरसाठी न्यूज फीड म्हणजे त्यांच्या वृत्तीला साजेशा अशा अनेक 'अलर्ट्स'ची एक मोठी यादी असणार होती. युजरला आवडतील अशा फेसबुकवरील त्याच्या मित्रांच्या आयुष्यातील घडामोडींचं वर्तमानपत्र अशी त्याची संकल्पना होती. ते प्रत्येक युजरसाठी, त्याला लक्षात घेऊन तयार होणार होतं म्हणजेच ते प्रत्येक युजरसाठी वेगळं असणार होतं. प्रत्येक अलर्टला 'स्टोरी' आणि कुठल्या युजरला

कुठली स्टोरी देण्यात यावी, याचा निर्णय घेणाऱ्या सॉफ्टवेअरला 'द पब्लिशर' असं नाव देण्यात आलं होतं.

न्यूज फीड प्रकाशित करण्याचा दिवस जसजसा जवळ येत होता, कंपनीत त्याची हवा फारच गरम व्हायला लागली होती. तर्कवितर्कांना कमालीचा ऊत आला होता. नेमकं अशा वेळी मार्क आणि पार्करनं ॲपलमध्ये काम करणाऱ्या डेव्हिड मोरीनला फेसबुकमध्ये नोकरी दिली. (पार्कर तेव्हा फेसबुकमध्ये नसला तरी त्याच्या फेसबुकवरच्या निष्ठेला तोड नव्हती.) मोरीनला न्यूज फीड सुरू होण्याच्या एक दिवस आधी पार्करसोबत झालेला त्याचा संवाद आजही स्पष्ट आठवतो. "मोरीन, फेसबुकच्या समर्पकतेवर शिक्कामोर्तब होण्याचा हा दिवस आहे. फेसबुक काळाच्या पडद्याआड जाणार की गुगलपेक्षाही मोठं होणार हे उद्या ठरणार आहे," तो मोरीनला म्हणाला होता. डस्टीनचा सूर आणखी वेगळा होता. त्याच्या डोळ्यात वेगळी चमक होती आणि तो मोरीनला उद्देशून म्हणाला, "उद्याचं तुझं होमपेज तुला प्रचंड आवडणार आहे. त्यानंतर तू इथे अगदी फुकटात काम करायला तयार होशील."

मंगळवार ५ सप्टेंबरला भल्या पहाटे फेसबुकवर न्यूज फीडचा श्रीगणेशा करण्यात आला. या एका गोष्टीसाठी गेले कित्येक महिने सगळे कामाला जुंपले होते. ऑफिसचा अवतार अगदीच वाखाणण्यासारखा होता. सगळीकडे कागदांचा पसारा आणि वायरची गुंतवळ पसरली होती. आनंदोत्सव साजरा करण्यासाठी मागवलेल्या स्वस्त शॅम्पेनच्या बाटल्यांनी ऑफिसचा फ्रिज खच्चून भरला होता. काही उत्साही मंडळींनी नवीन वर्षाच्या स्वागतासाठी वापरतात तसं आवाज करणारं काही साहित्यही आणलं होतं. न्यूज फीड त्यांच्यासाठी खूप महत्त्वाचं होतं. आणि मग ते सगळ्यांसाठी खुलं करण्यासाठी बटण दाबलं तेव्हा सगळे ऑफिसातील मोठ्या मॉनिटरपुढे श्वास रोखून उभे राहीले. लाल रंगाचा न्यूयॉर्कच्या CBGB नाईट क्लबचा टी-शर्ट, बॅगी हाफपॅन्ट आणि अनवाणी पायांनी मार्कही तिथे उभा होता.

न्यूज फीडची उत्पादन व्यवस्थापक रूची संघवी होती. तिचाही उत्साह वाखाणण्याजोगा होता. व्यवस्थापक या नात्यानं तिनं फेसबुक ब्लॉगवर एक संदेश टाकण्याचा निर्णय घेतला. "फेसबुकला आज एक नवीन चेहरा मिळतो आहे," तिनं लिहिलं. "आजपासून दोन नवीन फीचर्स फेसबुकमध्ये समाविष्ट करण्यात आली आहेत," अगदी प्रामाणिकपणानं ती लिहीत होती. "तुमच्या होमपेजवर दिसणार आहे ते न्यूज फीड आणि प्रत्येक युजरच्या प्रोफाईलमध्ये टाकण्यात आलं आहे ते म्हणजे मिनी फीड. फेसबुकवरच्या तुमच्या सोशल सर्कलमध्ये ज्या कुठल्या नवीन घडामोडी आहेत त्याची बित्तंबातमी तुमच्यासाठी न्यूज फीडच्या मार्फत पोचवण्यात येणार आहे. दिवसभरात व्यक्तीपरत्वे तयार करण्यात आलेल्या घडामोडींची यादी न्यूज फीडमध्ये स्टोरी म्हणून पाठवण्यात येणार आहे त्यामुळे मार्कनं आपल्या

आवडत्या व्यक्तींच्या यादीत ब्रिटनी स्पिअर्सला ॲड केलं किंवा तुम्हाला आवडणारी व्यक्ती आता कुठल्याही रिलेशनशिपमध्ये नाही, याची माहिती तुम्हाला लगेच मिळेल... मिनी फीड पण जवळपास असंच असणार आहे. फक्त यातील माहिती एकाच व्यक्तीवर केंद्रित असेल. त्या व्यक्तीनं आपल्या प्रोफाईलमध्ये केलेल्या प्रत्येक बदलाची माहिती तुमच्यापर्यंत पोचेल.''

प्रत्येक ॲप्लिकेशनसाठी तयार केलेल्या अल्गोरीदमप्रमाणे निवडली गेलेली माहिती आणि त्याची एक यादी, असं यापुढे प्रत्येक फेसबुक युजरच्या होमपेजचं रूप राहणार होतं. उदाहरणार्थ : अ मित्रानं नवीन फोटो 'ॲड' केला; ब आता 'सिंगल' आहे; क मित्रानं आपला प्रोफाईल फोटो बदलला; ड व्यक्तीनं त्याची फुटबॉल टीम सोडली; अ आणि क मित्र झाले आहेत; फ मित्रानं कुठलासा एक ग्रुप जॉइन केला आणि तत्सम.

अचानक एका अपडेटनं सगळ्यांचं लक्ष वेधून घेतलं. 'तुमच्या १४ मित्रांनी विद्यार्थी विरुद्ध फेसबुक न्यूज फीड (फेसबुकसाठी अधिकृत याचिका) या गटाचे सदस्यत्व स्वीकारले आहे' हो, न्यूज फीडसंदर्भात काहीतरी चूक झाली होती खरी. न्यूज फीड युजरना आवडलं नव्हतं. ज्या मिनिटाला न्यूज फीड अपलोड करण्यात आलं त्या क्षणापासून सगळे जण फेसबुकच्या ९.४ मिलियन युजर्सकडून काय प्रतिक्रिया येतात याची वाट पाहत होते. पहिल्याच प्रतिक्रियेनं सगळ्यांच्या उत्साहावर पाणी फिरवलं. कुणीतरी लिहिलं होतं, 'Turn this shit off!'. हातातले शॅम्पेनचे पेले टेबलांवर गेले आणि सगळ्यांच्या नजरा मॉनिटवर खिळल्या. विद्यार्थ्यांकडून तक्रारींचा पाऊस पडत होता. ज्याप्रमाणे न्यूज फीड फेसबुकच्या इतिहासातील सगळ्यात मोठा प्रकल्प होता त्याचप्रमाणे त्यातून निर्माण झालेली ही समस्याही फेसबुकसाठीची अत्यंत क्लिष्ट समस्या ठरली. न्यूज फीडसाठी येणाऱ्या शंभरातील फक्त एक प्रतिक्रिया सकारात्मक होती.

इलिनॉइस मधली नॉर्थवेस्ट विद्यापीठातील बेन पार नावाचा विद्यार्थी मंगळवारी सकाळी उठला आणि नित्यनेमाप्रमाणे त्यानं फेसबुक उघडलं. त्याच्या नजरेसमोर जे काही होतं ते त्याला अजिबात आवडलं नाही. त्यानं लगेच न्यूज फीड विरोधी एक गट तयार केला आणि त्याला नाव दिलं 'Students Against Facebook News Feed'. त्यानं गटाच्या प्रस्तावनेत वॉलवर लिहिलं, 'फेसबुक, या वेळी तुम्ही जरा अति केलं आहे. आम्ही जे काही करतो ती प्रत्येक गोष्ट प्रत्येकाला कळावी अशी आमची अजिबात इच्छा नाही... हे खूपच संतापजनक आहे. सतत कुणाकडे तरी टक लावून पाहत आहोत किंवा इतर आपल्याला पाहताहेत असा भास यातून होतो. काहीही असो, पण हे फीचर काढून टाकण्यात यावं.' जेमतेम तीन तासही लोटले नाही आणि या गटाची सदस्य संख्या १३,००० झाली. रात्री

दोन वाजता ती १ लाख झाली. बुधवारी मध्यरात्रीपर्यंत या गटाचे २८०,००० सदस्य झाले होते आणि आणखी दोन दिवसांनी ७००,०००!

या ग्रुपसारखे आणखी थोडेथोडके नाही तर पाचशे गट तयार झाले. संताप एकसारखा होता. पण गटांची नावं वेगवेगळी होती आणि विचित्रही. 'This new facebook set-up sucks!!!' हे एक प्रातिनिधिक नाव इथे देता येईल. युजर इथेच थांबले नाही. त्यांनी वॉलवर टाकलं 'Ruchi is the Devil'. साइटच्या एकूण युजर्सपैकी दहा टक्के सदस्यांनी या विरोधाचं समर्थन केलं होतं.

न्यूज फीडबद्दल संतापाचं पहिलं कारण जे समोर आलं ते म्हणजे यातून युजरची बरीच जास्त वैयक्तिक माहिती अनेकांपर्यंत जात होती. युनिव्हर्सिटी ऑफ ॲरिझोनाच्या 'ॲरीझोना वाईल्ड कॅट' या मासिकातील एका बातमीचं शीर्षक 'Student users say new Facebook feed borders on stalking' (नवीन स्वरूपातील फेसबुकमुळे कुणीतरी आपल्यावर सतत पाळत ठेवत असल्याचा किंवा आपण इतर युजरकडे सतत डोळ्यात तेल घालून लक्ष ठेवत असल्याचा भास होतो, असं युजरला जाणवत आहे). या फीचरमुळे इतर आपल्यावर आणि आपण इतरांवर सतत लक्ष ठेवून आहोत, असं वाटायला लागलं होतं, अशी विद्यार्थ्यांची प्रतिक्रिया होती. स्वत:ची माहिती एवढया मोठ्या प्रमाणात लोकांपर्यंत जाणं कुणालाही आवडलेलं नव्हतं. फेसबुकला आता संतापाच्या मोठ्या लाटेला सामोरं जाण्याची वेळ आली होती.

मंगळवारी उशिरा रात्री कंपनीनं स्वत:ची पहिली प्रतिक्रिया नोंदवली. झकरबर्गनं स्वत: ब्लॉगवर लिहिलं : 'शांत व्हा आणि जरा दमानं! तुमच्या भावना आमच्यापर्यंत पोचताहेत.' त्यानं जरा मग तात्विक सूर आळवला. 'फेसबुक विरोधात जे काही गट फोफावले आहेत त्याची माहिती आम्हाला आहे. (आणि हो, रूची संघवी अजिबात दुष्ट नाही.) आणि आम्हाला हे ही कळलं की इतरांवर लक्ष ठेवणं अजिबात योग्य नाही. पण आपल्याच मित्रांसंदर्भात आणि त्यांच्या आयुष्यातील घडामोडींबाबत जाणून घेणं योग्य आहे. आपण सारेच ज्यांच्यावर प्रेम करतो, ज्यांची काळजी करतो आणि ज्यांना आपल्या आयुष्यात महत्त्वाचं स्थान आहे अशा लोकांबाबत जाणून घेण्याची आपली रोजची धडपड असतेच. मग ती माहिती जर व्यवस्थित योजून आणि एका विशिष्ट पद्धतीनं आपल्याला मिळू लागली तर काय हरकत आहे?' न्यूज फीडसंदर्भात त्याचा आणि त्याच्या सहकाऱ्यांचा जो उद्‌देश होता तोही त्यानं या ब्लॉगमध्ये विस्तृतपणे मांडला. 'तुमच्या संदर्भातील कुठलीही माहिती तुम्ही बदलेपर्यंत कुणालाही दिसणार नाही,' ही बाब मात्र मार्क आणि सहकाऱ्यांच्या डोक्यात पक्की होती.

दुसऱ्या दिवशी फेसबुकच्या पालो आल्टो येथील कार्यालयासमोर टेलिव्हिजन

आणि प्रसार माध्यमांच्या प्रतिनिधींची गर्दी दाटली होती. कंपनीतील कर्मचाऱ्यांना आत-बाहेर करणंही मुश्किल झालं. शेवटी कंपनीनं जादा सुरक्षा व्यवस्था मागून घेतली. अनेक कॉलेज विद्यार्थ्यांनीही एक मोर्चा काढायचं ठरवलं आणि तेही गोळा होऊ लागले होते. "इकडे आत आम्ही सगळ्या प्रकारच्या शक्यतांचा विचार करत होतो ज्यात, न्यूज फीड ताबडतोब बंद करायचं का, हेही विचारात घेण्यात आलं होतं. हे एक फीचर फेसबुकच्या मृत्यूला कारणीभूत ठरू शकतं का, इथपर्यंत आमच्या चर्चेची कक्षा होती," रूची संघवी सांगते. इतकंच नाही तर फेसबुकच्या कॉन्फरन्स रूममध्ये बसलेल्यांनी, असे विरोध प्रगट करणारे सगळे मेसेजेस साइटवर जाण्याआधीच काढून टाकण्याची सूचना केली. युजरच्या न्यूज फीडमध्ये ते दिसलेच नाही तर आपोआप हा विरोध मावळेल किंवा नवीन सदस्य तरी तयार होणार नाहीत, असा या मागचा विचार होता.

मार्क त्या दिवशी एका महत्त्वाच्या कामासाठी न्यूयॉर्कला होता. त्यानं असं करण्यास सक्त विरोध केला. लोकांच्या अभिव्यक्ती स्वातंत्र्याची पायमल्ली करणं त्याला अजिबात मान्य नव्हतं. हा तत्वाचा प्रश्न होता. सगळ्या सहकाऱ्यांना मेल आणि फोनवरून त्यानं काही गोष्टी स्पष्ट केल्या. लोकांमध्ये संवाद घडावा आणि नात्यामध्ये किंवा समाजात या संवादातून पारदर्शकता यावी या उद्‌देशानं सुरू केलेल्या फेसबुकनं जर या संवादालाच कात्री लावण्याचा प्रयत्न केला, तर मूळ उद्देशावरच घाव घातल्यासारखं होईल. त्यामुळे विरोध फेसबुकच्या माध्यमातून जरी व्यक्त होत असला तरी तो थांबवण्याचा प्रयत्न न करण्यास त्यानं आपल्या लोकांना सांगितलं.

हा इतका गोंधळ उडालेला असताना मार्क आणि कंपनीतल्या इतरांच्याही एक गोष्ट लक्षात आली होती की विरोध करणाऱ्यांची संख्या फारच झपाट्यानं वाढली होती. याचाच अर्थ असा होता की न्यूज फीडला विरोध जरी होत असला तरी हे त्याच्या यशाचं द्योतक होतं. या एका फीचरमुळेच लोकांना इतक्या मोठ्या प्रमाणात संघटित होता आलं होतं. त्यांचे संदेश भराभर इतरांपर्यंत पोचले होते आणि त्यासाठी त्यांना न्यूज फीडची मदत झाली होती. मार्कनं मला त्या वेळी ही गोष्ट समजावूनही सांगितली होती. "न्यूज फीड तयार करण्याचा उद्‌देशच हा होता की जगात जे काही नवीन घडत आहे त्याची तुम्हाला माहिती व्हावी आणि हे जे फेसबुक विरोधी गटांचं पेव फुटलं ते खरं तर आमच्या सिस्टिमच्या मदतीनं तयार झालं होतं," त्यानं सांगितलं. न्यूज फीडच्या संकल्पनेचं यशच यात दडलं होतं याची मार्कला खात्री झाली होती.

पण या तार्किकतेनं कधीही संताप शमवता येत नाही. म्हणून मग मार्कनं सामंजस्याची भूमिका घेत थोडी माघार घेण्याची तयारी दर्शवली. रूची, कॉक्स, वरीष्ठ अभियंता ॲन्ड्र्यू (बॉझ) बोझवर्थ आणि आणखी काही लोकांना हाताशी

घेऊन मार्कनं एक अशी 'प्रायव्हसी पॉलिसी' तयार केली, ज्यामुळे बाहेर जाणाऱ्या माहितीवर युजरला थोडं तरी नियंत्रण ठेवता येईल. फक्त ४८ तासांत ही पॉलिसी तयार करून त्यांनी युजर्सच्या सुपूर्द केली. यानंतर एखादी विशिष्ट गोष्ट, प्रोफाईलमधील बदल आणि काही पोस्ट इतरांना दिसू नये, अशी सूचना करणं युजरला शक्य झालं होतं. त्यांची एक गोष्ट त्यांना इतरांना कळायला नको होती आणि कदाचित त्यामुळेच त्यांचा एवढा संताप झाला होता. स्वत:च्या रिलेशनशीप स्टेटसचं गुपित कुणालाही कळू नये, असा युजरचा आटोकाट प्रयत्न असायचा आणि न्यूज फीडमुळे यात केलेला बदल सगळ्यांना ताबडतोब कळला होता. म्हणून युजरच्या रागाचा पारा चढला असावा. नवीन प्रायव्हसी पॉलिसीनुसार हा बदल युजरची इच्छा नसेल तर कुणालाही कळवला जाणार नाही, अशी हमी देण्यात आली.

मार्क न्यूयॉर्कच्या आपल्या हॉटेलच्या खोलीत रात्रभर जागाच होता. त्यानं नवीन पॉलिसीवर ब्लॉग लिहिला. या वेळी त्यानं त्याच्या पहिल्या ब्लॉगमधील भूमिकेपेक्षा वेगळी भूमिका घेतली होती. 'झालेल्या या सगळ्या गोंधळास आम्ही कारणीभूत आहोत,' त्यानं लिहायला सुरुवात केली, 'नवीन फीचर काय आहे हे समजावून सांगण्यात आम्ही फार मोठी चूक केली आणि या सगळ्याचं नियंत्रण तुमच्या हाती सोपवणंही चूकच होतं. आमच्या कामात कसूर झाली. फीचर टाकतानाच एक योग्य अशी, वैयक्तिक माहितीची गुप्तता राखण्यासाठीची नियंत्रण व्यवस्थाही आम्ही तुम्हाला द्यायला हवी होती. आम्ही चुकलो आणि त्यासाठी मी सगळ्यांची माफी मागतो.' एवढ्यावर तो थांबला नाही. 'फ्रीडम ऑफ इन्फर्मेशन ऑन इंटरनेट' या ग्रुपनं आयोजित केलेल्या खुल्या चर्चेत सहभागी होण्याची तयारीही त्यानं दर्शवली. तशी घोषणा त्यानं या ब्लॉगमध्ये केली.

फेसबुक विरोधी गटाची त्या दिवशीची सदस्य संख्या ७५०,००० होती. ब्लॉग वाचून त्यांनी आपला मोर्चा रद्द केला. प्रायव्हसी पॉलिसी घोषित होताच विरोध मावळला.

एका झटक्यात एक छोटीशी प्रतिक्रिया आंदोलनात परिवर्तीत करण्याची ताकद न्यूज फीडमध्ये होती. हे असं यापूर्वी कधीही घडलं नव्हतं. तीन दिवसांत एक लाख व्यक्तींनी एकत्र येणं आणि एखाद्या गोष्टीविरुद्ध आवाज उठवणं, ही अशक्यप्राय वाटणारी गोष्ट फेसबुक आणि न्यूज फीडमुळं शक्य झाली होती. न्यूज फीडविरोधी गटाची पूर्ण हवा काढून टाकणं प्रायव्हसी पॉलिसीलाही शक्य झालं नाही. शिवाय शाळांमधील फेसबुक सदस्यांनी या घटनेवर आपलाही अभिप्राय देताना त्यांच्या बालिशपणाचा परिचयही दिला. ते थोडं अश्लीलतेकडे जाणारं होतं. पण असे अभिप्राय फारसे चघळले गेले नाहीत, हे नशीब. मात्र या सगळ्या गोंधळात न्यूज फीडच्या सामर्थ्याचा खरा आणि फेसबुकच्या टीमला अपेक्षित होता

तसा परिणामही झाला. पश्चिम सुदानमधल्या डारफर या प्रदेशातील राजकीय घडामोडींसंदर्भात तयार केलेला 'सेव्ह डारफर' हा ग्रुपही प्रभावी होताना आढळून आला. न्यूज फीडच्या उपयोगितेला मिळालेला हा पहिला सलाम होता.

न्यूज फीडमध्ये आवश्यक ते बदल करण्यास मार्कची हरकत नव्हती. पण ते पूर्णत: बंद करून टाकण्याच्या विचार क्षणभरही त्याच्या मनाला शिवला नव्हता. "जर न्यूज फीड चालू शकत नसेल तर फेसबुक लोकांना का आवडतं, या मार्कच्या मूलभूत सिद्धांतावरच प्रश्न उठणार होता. आणि न्यूज फीड जर योग्य नसेल तर मग फेसबुक का चालवायचं, हा त्याचा प्रश्न होता," कॉक्स सांगतो. न्यूज फीड युजरच्या पसंतीस उतरलं आहे याची मार्कला पूर्ण खात्री होती. आलेल्या प्रतिक्रिया काहीही असू देत, पण ही योजना त्यांना आवडली होती. ही गोष्ट सिद्ध करण्यासाठी त्याच्याकडे पुरावाही होता. हे एक फीचर फेसबुकवर टाकल्यानंतर युजरचा फेसबुक वापराचा वेळ वाढला होता. ऑगस्टमध्ये सगळ्या युजर्सनी मिळून फेसबुकवर १२ मिलियन पेजेस पाहिली. दोनच महिन्यांत म्हणजे न्यूज फीड टाकल्यानंतर ही संख्या होती २२ मिलियन!

मी मार्कला पहिल्यांदा भेटलो तो दिवस ८ सप्टेंबर, शुक्रवार होता. रात्रभर जागून त्यानं ब्लॉगवर आपल्या युजर्ससाठी काही गोष्टी लिहिल्या होत्या आणि काही तासांनी त्याला ऑनलाईन चर्चेतही सहभागी व्हायचं होतं. न्यूज फीड सुरू केल्यानंतरचे हे दिवस होते.

त्याच्या चेहऱ्यावर कुठल्याही प्रकारची अस्वस्थता किंवा चलबिचल नव्हती. ठरलेल्या हॉटेलात तो त्याच्या ठरलेल्या पेहरावात आला. बॅगी पॅन्ट, आखूड बाह्यांचा टी-शर्ट, त्यावर पक्ष्याचं जरा विचित्र वाटावं असं चित्र आणि पायात आदिदासच्या सॅन्डल. आल्या-आल्या त्यानं मुख्य विषयालाच हात घातला. सोशल नेटवर्कचं महत्त्व आणि फेसबुक कसं योग्य आहे, यावर तो बोलू लागला. आदल्या रात्री फेसबुकसंदर्भात जो काही गदारोळ झाला होता त्याची साधी दखलही न घेता त्यानं अगदी सहजतेनं त्या विरोधाची हेटाळणीच केली होती. त्याच्या बोलण्याचा रोख फेसबुकच्या महत्तेवर आणि दूरदृष्टीवर होता. न्यूज फीडला लोकांनी केलेल्या विरोधाचं विश्लेषण त्यानं माझ्यापुढे प्रभावीपणे तात्काळ मांडलं. त्याच्या बोलण्यात आवेश होता. एवढा विरोध त्यालाही अपेक्षित नव्हता. कारण जी माहिती न्यूज फीडमार्फत इतरांपर्यंत जाते आहे ती छुपी नाही. फेसबुकवर त्याच युजरनं ती टाकली आहे आणि म्हणूनच ती इतरांना एका विशिष्ट प्रकारानं गोळा करून न्यूज फीडच्या माध्यामातून सादर केली जाते, एवढंच; पण याची युजरला पुरेपूर जाणीव आहे, असा फक्त त्याचा गैरसमजच झाला होता. त्याला हे सगळं जरा उशिरा कळलं, अशी प्रामाणिक कबुलीही त्यानं मला दिली. फेसबुकच्या माध्यमातून इतरांवर सतत लक्ष ठेवण्याची युजरला जी सवय जडली

होती त्यातील सगळे अडथळेच फेसबुकनं काढून टाकल्यामुळे हा विरोधाचा सूर लागला होता आणि तोही वरच्या पट्टीतला. त्याला करायचे होते ते बदल कितीही आवश्यक आणि न टाळता येणारे असले तरीही फेसबुकच्या युजरला बदल स्वीकारायला जरा वेळ लागतो, हेही या घटनेनंतर मार्कच्या लक्षात आल्याचं त्यानं माझ्याजवळ कबूल केलं.

फक्त फेसबुकमधला एक बदल एवढंच न्यूज फीडचं महत्त्व नव्हतं. माहितीच्या देवाण-घेवाणीच्या रूढ पद्धतींमध्ये बदल घडण्याची ही एक सुरुवात होती. सामान्यत: संवादाची असलेली तऱ्हा आता पार उलटपालट होणार, याची ही नांदी होती. आतापर्यंत स्वत:बद्दल काही सांगायचं असेल तर माहिती पाठवण्याची एक प्रक्रिया सुरू करावी लागत असे. एक तर फोन करणं, पत्र पाठवणं किंवा मग मेल. त्यात इन्स्टंट मेसेजिंगची भर तेवढी पडली होती. पण त्यातही 'पाठवण्याची' प्रक्रिया करावी लागत असे.

हे सगळं न्यूज फीडनं बदललं. स्वत:ला सोशल नेटवर्किंगच्या फेसबुकसारख्या माध्यमातून प्रामाणिकपणे व्यक्त करताच ती माहिती तुमच्या जवळच्या प्रत्येक व्यक्तीपर्यंत जाईल याची जबाबदारी न्यूज फीडनं घेतली होती. तुम्हाला ज्यात रस आहे ती गोष्ट तुमच्यामार्फत फेसबुकवर येताच, तुमच्या नेटवर्कमधल्या याच गोष्टीत स्वारस्य असलेल्यांपर्यंत त्याची माहिती नेणं, यासाठीच न्यूज फीड तयार करण्यात आलं होतं. शिवाय ज्याला ही माहिती त्याच्या होमपेजवरच अगदी सहज मिळू लागली होती, त्याला आपला वेळ खर्ची न घालता स्वत:च्या जिवाभावाच्या व्यक्तींशी आणि आवडी-निवडींशीही जुळून राहाणं सहज शक्य झालं होतं. जगाचा पसारा आता एका छोट्या चौकटीत आला होता.

मित्रांच्या आयुष्यातील घडामोडी आणि त्यांच्या संदर्भातील माहिती जाणून घेण्यासाठी 'सबस्क्राईब' केलेली फेसबुक व्यवस्था होती, असं म्हणता येईल. मित्रांकडून माहिती येण्याची वाट पाहण्यापेक्षा फेसबुकला सांगायचा उशीर की तुम्हाला त्या व्यक्तीसंदर्भात सारं काही जाणून घेणं शक्य झालं होतं. त्या समोरच्या व्यक्तीचा मित्र असणं एवढी एकच अट त्यासाठी होती. मित्र झाल्यावरचा इतरांची माहिती पाहण्याचा अधिकार तुम्हाला प्राप्त होई आणि मग फेसबुक तुमच्यासाठी त्यांची अधिक माहिती तुमच्यापर्यंत पोचवू शकणार, अशी ही साखळी होती.

या सगळ्याची सुरुवात काही वर्षांपूर्वीच झाली होती आणि त्या वेळी अशी माहिती पुरवणारी सिस्टिम RSS (Really Simple Syndication) म्हणून ओळखली जायची. ब्लॉगिंग करणाऱ्यांमध्ये ही पद्धत फार प्रचलित झाली होती. ब्लॉग किंवा वेबसाइटमध्ये असलेल्या गोष्टी पाहाण्यासाठी याचा उपयोग व्हायचा. ब्लॉग किंवा वेबवर काम करणाऱ्यांसाठी अशा बातम्या, कॉमेन्ट्री किंवा इतर प्रकारची माहिती

मिळवणं नित्याचं होतं. पण ही पद्धत लोकांच्या दैनंदिन व्यवहारासाठी वापरणं आणि त्यातून त्यांच्या संदर्भातील काही विशिष्ट प्रकारची माहिती मिळवणं क्रांतिकारीच होतं आणि नेटवर्किंगच्या प्रवासातील एक धाडसी सुरुवात होती.

काहीतरी वेगळं घडलं होतं हे निश्चित. ज्या विद्यार्थ्यांनी न्यूज फीडला इतका कडाडून विरोध केला त्यांनाही जाणवलं की कुणीतरी आपल्यावर सतत लक्ष ठेवून असण्याचा त्रास होतो आहे खरा; पण हा बदल त्यांच्या वागण्यात बदल घडवून आणणारा आहे. फेसबुकवर आपण मित्र म्हणून स्वीकारलेली प्रत्येक व्यक्ती आता आपल्या घराभोवती गोळा झाली आहे आणि आपल्या प्रत्येक हालचालीवर त्यांचं काटेकोर लक्ष आहे, असा भास न्यूज फीडमधून निर्माण झाला होता. पण त्यामुळेच फेसबुक युजरनं स्वत:बद्दल जी काही माहिती पुरवली, त्याला एक तर तसंच वागावं लागणार होतं किंवा स्वत:चं व्यक्तिमत्त्व आहे तसं स्विकारून इतरांसमोर आपला खरा स्वभाव प्रगट करावा लागणार होता. न्यूज फीडनं जणू सत्य सांगण्याची सक्तीच केली होती.

लोकांना त्यांच्या वागण्यात नियमितता आणण्यासाठी किंवा अनियमितता उघड करण्याचा आग्रह करण्याची ताकद न्यूज फीडमुळे फेसबुकच्या हाती आली होती. एकदा स्वत:बद्दल व्यक्त होताना प्रकट केलेल्या गोष्टींची व्यवस्थित यादी तुमच्या मित्रांच्या हाती लागली की त्यांनाही आतापर्यंत तुमची जी स्वभाववैशिष्ट्यं ठाऊक नव्हती ती कळणार होती. चांगलं की वाईट, हा नंतरचा भाग होता. इथे काही उदाहरणं देता येतील. समजा, तुम्ही एखाद्या ठिकाणी सिगारेट ओढत उभे आहात आणि मित्रानं त्याचा फोटो काढून फेसबुकवर टाकला, तर तुम्ही धुम्रपान करता ही माहिती तुमच्या मित्रपरिवारालाही कळणार. तुम्ही पार्टी दिली आणि त्याची माहिती तुम्ही किंवा त्या पार्टीला आलेल्यापैकी कुणी फेसबुकवर टाकली, तर ज्या मित्रांना तुम्ही यात सहभागी केलं नाही त्यांनाही याची माहिती मिळणार. तुमच्या रिलेशनशिपलाही हीच गोष्ट लागू होते. तुम्ही सिंगल आहात की नाही हे लिहिल्यावर, एका मुलीला एक आणि दुसरीला दुसरं, असं सांगता येणं यापुढे शक्य नव्हतं.

न्यूज फीडवरच्या नाराजीचं आणखी एक कारण आढळून आलं. फेसबुक सुरू झाल्या झाल्या मुलांनी खूप मित्र बनवले होते. तसं पाहता मित्रांशी कुठल्या प्रकारचा आणि कसा संवाद असावा यासाठी फेसबुकची एक विशिष्ट रचना होती. पण वापरणाऱ्यांनी त्याला मित्र गोळा करण्याचं मशीन बनवलं. यातून एक स्पर्धाच निर्माण झाली. कुणाचे किती मित्र आहेत आणि आपले त्यापेक्षा किती कमी आहेत, याची चढाओढ सुरू झाली होती. पण न्यूज फीडमुळे या भाराभार मित्रांपर्यंत स्वत:ची कुठली माहिती जावी आणि कुठली नको यावर युजरचंच नियंत्रण राहिलं नाही.

म्हणून त्यांना संताप आला होता.

न्यूज फीडची सुरुवात आणि त्यावर आलेल्या प्रतिक्रियेतून मार्कनं स्वत:साठी एक गोष्ट काढून घेतली. भविष्यात अशी परीस्थिती उद्‌भवल्यास नेमकं काय करायचं याचा एक फॉर्म्युला त्याला या घटनेनंतर सापडला. फेसबुकची पुढची पायरी म्हणजे न्यूज फीड आणि ते तसं व्हायलाच हवं, हे मार्कनं स्वत:च ठरवलं आणि केलंही. त्यात युजरना काय वाटेल, त्यांच्या खाजगी आयुष्याचं काय आणि त्यांची यावर काय प्रतिक्रिया येऊ शकते यावर विचार करण्याची फारशी गरज त्याला भासली नाही. त्याला व्यक्तींच्या परस्पर संवादात जी पारदर्शकता अभिप्रेत होती ती प्रत्येकालाच अपेक्षित होती असं नव्हतं. पण त्यानं हा विचार केला नाही. प्रतिक्रिया आल्यावरही त्यानं त्याचा आधी प्रतिकार केला, पण नंतर पश्चात्ताप व्यक्त करून युजरची माफीही मागितली. हे सगळं मोजमाप फेसबुकनं नंतरही अवलंबलं आणि बऱ्याच प्रमाणात परीस्थिती जैसे थी ठेवण्यात त्यांना या सूत्राचा उपयोगही झाला.

❖

न्यूज फीडच्या 'धमाकेदार' सुरुवातीनं मार्क अजिबात विचलित झाला नाही. फेसबुकचा विस्तार आवश्यक आहे, यावर तो ठाम होता. विरोध झाला आणि पुढेही होणार असेल तरीही विस्ताराची साइटला गरज आहे, असं त्याला वाटत होतं. ओपन रजिस्ट्रेशनच्या दिशेन पावलं उचलण्याचं त्यानं ठरवलं. जास्त सदस्य म्हणजे जास्त पैसा, हे समीकरण त्याच्या या निर्णयामागे कधीच नव्हतं. पण जास्त सदस्य म्हणजे साइटचा जास्त वापर हा त्याचा उद्‌देश होता. ८ सप्टेंबरला दुपारी जेवताना तो मला बोलला होता, ''विस्तारानंतर नेटवर्क आणखी प्रभावी झाल्याचं लक्षात आलं आहे.''

ओपन रजिस्ट्रेशनची फक्त घोषणा करून हातावर हात धरून बसणंही मार्कला मान्य नव्हतं. आमच्या या मीटिंगदरम्यान मार्कनं ओपन रजिस्ट्रेशन ठरलेल्या तारखेला सुरू करायचं की न्यूज फीडमुळे झालेला गदारोळ निवळण्याची वाट पाहायची याबाबत ह्यूजेस आणि जनसंपर्क व्यवस्थापक मेलॅनी ड्येईचशी बराच वेळ चर्चा केली.

शेवटी आणखी दोन आठवडे, म्हणजे २६ सप्टेंबरपर्यंत थांबण्याचा निर्णय त्यांनी घेतला. या वेळेचा उपयोग प्रायव्हसी पॉलिसीत आणखी काही आवश्यक बदल करण्यासाठी होणार होता. येणाऱ्या नवीन युजर्समुळे विद्यार्थ्यांमध्ये दूर लोटले गेल्याची भावना निर्माण होऊ नये आणि येणाऱ्या गटांनीही त्यांना दाबून टाकता कामा नये, या संदर्भातील काही बदल पॉलिसीमध्ये करण्याचा प्रयत्न होता. एकाच

महिन्यात दोन चुका करणं मार्कला परवडणारं नव्हतं.

मात्र या कामात आणखी एक व्यत्यय आलाच. मार्क या पॉलिसी तयार करण्याच्या कामात गळ्यापर्यंत बुडाला होता आणि नेमकं तेव्हाच याहूचं पुररागमन झालं. जुलै महिन्यात भागभांडवलाची किंमत पडून कंपनीला बसलेल्या फटक्यामुळे एक बिलियन देण्याची क्षमता नसतानाही, सेमेलच्या डोक्यातून फेसबुक विकत घेण्याचा विचार जायला तयार नव्हता. न्यूज फीडमुळे उठलेलं वादळ आणि मार्कनं परतवून लावलेला हल्ला या सगळ्याची माहिती तो अगदी काळजीपूर्वक पाहत होता. याहूतील लोकांना मार्कचं फारच कौतुक वाटत होतं. सप्टेंबरमध्ये याहूची बाजारातील स्थिती थोडी आणखी सावरली आणि सेमेलच्या मनात पुन्हा आशेचा किरण निर्माण झाला.

सेमेलनं पुन्हा एकदा मार्कशी संपर्क साधला आणि आपली जुनी एक बिलियनची ऑफर त्याच्यासमोर ठेवली. ती वाढवण्याची शक्यता असल्याचे संकेतही त्यानं दिले. मार्कपुढे आता पुन्हा एक नवीन परीस्थिती निर्माण झाली होती, जिला संकटही म्हणता येत नव्हतं आणि तोंडही द्यावं लागणार होतं.

न्यूज फीडसंदर्भात जे झालं त्या वेळी मार्कनं रोखून धरलेला संयम आता संपला होता. फेसबुक युजर्सच्या वागण्यात काही ताळमेळ नव्हता आणि ही अस्थिरता मार्कच्या अस्वस्थतेला कारणीभूत होती. वर्क नेटवर्कला मिळालेलं अपयशही तो विसरू शकला नव्हता. अशात काही दिवसांवर येऊन ठेपलेल्या ओपन रजिस्ट्रेशनबद्दलही त्याला आता निश्चितता वाटत नव्हती. शेवटी त्यानं घोषणा केली. ओपन रजिस्ट्रेशनचा प्रयोग फसला तर तो एक बिलियनच्या या ऑफरचा गंभीरपणे विचार करणार.

याबाबत ब्रेअर आणि मार्कमध्ये अगदी स्पष्ट संवाद झाला. मागल्या वेळी या सौद्यामुळे निर्माण झालेला तणाव दोघंही अजिबात विसरले नव्हते. ब्रेअर जणू कंपनी विकायलाच निघाला होता, असाही मार्कचा समज झाला होता. या वेळी त्यानं ब्रेअरला सांगितलं, "मी पर्याय पूर्णपणे बाजूला सारणार नाही. जर ओपन रजिस्ट्रेशननंतर सदस्यसंख्या वाढली नाही किंवा किमान आहे तशीच राहिली, तर मी हे जे काय एक बिलियन वगैरे आहेत ते घ्यायचा विचार करणार."

या पार्श्वभूमीवर ओपन रजिस्ट्रेशन म्हणजे कंपनीच्या अस्तित्वाचा प्रश्न होता. चाललं तर कंपनी राहाणार. वर्क नेटवर्कसारखी अवस्था झाली तर मात्र कंपनी दुसऱ्यांच्या हातात जाणार. खरंच चालेल का ही नवी कल्पना? की त्यालाही वर्क नेटवर्कच्या मार्गाने जावं लागणार? खरंच, वयानं मोठ्यांनाही फेसबुकवर यायला आवडेल? प्रश्न खूप होते.

२६ सप्टेंबर या दिवशी ओपन रजिस्ट्रेशन आणि ॲड्रेस इम्पोर्टरचा शुभारंभ

करण्यात आला. यानंतर दोन आठवडे सहा जणांची टीम युजर्सच्या रोजच्या आकड्यांवर नजर ठेवून होती, ज्यात मार्क, ब्रेअर, थिएल, व्हॅन नॅट, कोहलर आणि सहसंस्थापक मॉस्कोव्हिट्झ यांचा समावेश होता. सप्टेंबरच्या शेवटच्या आठवड्यात संख्या खूपच अस्पष्ट होती आणि त्यामुळे आता सौदा पक्का होणार यावर जवळ जवळ शिक्कामोर्तब झालं होतं. याहूची वकीलमंडळी पुन्हा सगळ्या तयारीला लागली. हे सगळं बाहेरून पाहाणाऱ्या शॉन पार्करला तो आठवडा अजूनही स्पष्ट आठवतो. ''सगळं काही आता संपुष्टात आलं होतं. सौदा पक्का होणार होता कारण मार्कनं ऑफर स्वीकारण्यासाठी मानसिक तयारी केली होती,'' तो सांगतो. ''ही पहिली वेळ होती जेव्हा आपल्या सहकाऱ्यांनी निर्माण केलेल्या दबावाला आणि परीस्थितीला सामोरं जाणं मार्कला असह्य आणि अशक्य झालं होतं,'' पार्कर सांगतो.

पुन्हा आश्चर्य घडलं. फेसबुक युजरच्या अस्थिर वृत्तीसंदर्भातील मार्कचा अंदाज पुन्हा खरा ठरला. त्या वेळी मार्कच्या पांढऱ्याशुभ्र केबिनमध्ये उपस्थित असलेला एक सहकारी सांगतो की मार्कशी तो काहीतरी महत्त्वाचं बोलत असताना अचानक एक कर्मचारी आत डोकावला. ''दहा मिलियन!! ग्रेट नं!!!'' दहा मिलियन युजर्सचा आकडा पार करून कंपनीनं आपल्या शिरपेचात आणखी एका यशाची भर घातली होती.

आणखी एका आठवड्यात साऱ्यांच्या ध्यानात आलं की वयानं मोठ्या लोकांनी फेसबुकला फक्त सदस्य म्हणून स्वीकारलं नव्हतं, तर ते आपला भरपूर वेळही इथे देत होते. फोटो टाकणं, इतरांनी टाकलेले फोटो पाहणं आणि मित्रांना फेसबुकवर आमंत्रित करण्यासारख्या सगळ्याच कृतींमध्ये त्यांनी बऱ्यापैकी आघाडीही घेतली होती. ओपन रजिस्ट्रेशन सुरू करण्यापुर्वी फेसबुकवर नव्यानं युजर बनणाऱ्यांची संख्या दर दिवशी २०,००० एवढी होती. ऑक्टोबरनंतर हा आकडा ५०,००० झाला. शिवाय या नव्यानं आलेल्या वयस्क युजर्सविरुद्ध कदाचित विद्यार्थी आवाज उठवतील, हा संशयही फोल ठरला. किंवा न्यूज फीडमुळं त्यांना मिळणाऱ्या भारंभार माहितीचा गोषवारा घेताना त्यांना या नवीन युजर्सकडे लक्ष देण्यास वेळही उरला नसेल!

ओपन रजिस्ट्रेशनला मिळालेला प्रतिसाद ब्रेअरसाठी अस्वस्थ करणारा होता. पण त्यानं स्वतःला सावरलं होतं. ''फेसबुक खुलं करण्याचा निर्णय योग्य होता. वाढती युजरसंख्या म्हणजेच व्यवसायाची भरभराट, हे निश्चित झालं आणि त्यामुळे आम्ही लगेच 'आता आम्हाला कंपनी विकायची नाही,' हे ठरवून टाकलं,'' तो सांगतो.

कंपनी सुरक्षित राहिली. पण मार्कचे काही सहकाऱ्यांसोबतचे संबंध मात्र या तणावाचे बळी ठरले. यानंतर अनेक महिने मार्क आणि ब्रेअरमध्ये हा तणाव सतत जाणवत राहिला. याहूशी सौदा व्हावा यासाठी नॅटनं फारच जोर लावला होता आणि

त्यामुळे मार्कचा त्याच्यावरचा विश्वास उडाल्याचं मार्कच्या एका अत्यंत जवळच्या मित्राचं निरीक्षण होतं. नॅट त्यानंतरही जवळपास वर्षभर त्याच्या पदावर होता. या सगळ्या प्रकारात कोहलरही मार्कच्या विश्वासू लोकांच्या यादीतून बाद झाला. एकेकाळी दोघांमध्ये खूप विश्वास होता. पण याहू प्रकरणानंतर काही काळ कोहलरला मार्कच्या आतल्या गोटातून बाहेर राहावं लागलं. "कंपनीशी निष्ठा ही मार्कच्या लेखी अग्रस्थानी आहे. अशात जर कुणी कंपनीच विकायला निघालं असेल तर अशा व्यक्तीला त्याचा मित्र नाही बनता येत. याहूनं दिलेल्या ऑफरच्या वेळी कुणा कुणाला त्यात जास्त रूची होती, हे मार्कला पुरेपूर माहीत होतं," मार्कचा एक सल्लागार सांगतो.

काही वाईट आणि बरंच काही चांगलंही या घटनाक्रमाचा भाग होते. संकटकाळी मार्कनं जे काही केलं त्यामुळे कंपनीचं नेतृत्व करण्यास योग्य व्यक्ती म्हणून इतरांना ओळख पटली. त्याच्याशी बोलताना आता कर्मचारीही थोडे अदबीनं वागू लागले होते. न्यूज फीड काय किंवा ओपन रजिस्ट्रेशन काय, मार्क निश्चयी होता. तो जराही विचलित झाला नाही. "मार्ककरता हा गौरवाचा क्षण होता. भविष्यात कंपनी चालवण्यास योग्य व्यक्ती या त्याच्या लौकिकावर या एका प्रसंगामुळे फक्त शिक्कामोर्तब झालं नाही, तर ती लोकांची धारणाच बनली. आपल्या सदसद्‌विवेकबुद्धीला कायम राखून मार्कनं असा सुवर्णमध्य काढला की लोकांना आपला संवाद कायम ठेवताना त्यांच्या संदर्भातील माहितीच्या गुप्ततेचीही हमी मिळाली. मार्कनं त्यांना सगळ्यांना शांत केलं आणि विरोधाची पूर्ण हवाच काढून टाकली होती. काही दिवसांतच त्याच्या दूरदृष्टीचा परिचय सगळ्यांना झाला," एक वरिष्ठ कर्मचारी सांगतो.

याहूची ऑफर स्वीकारली असती तर अनेक जणांना कोट्यवधीचा आर्थिक फायदा होणं निश्चित होतं. पण कंपनीतील १३० कर्मचाऱ्यांना वाटतं की याहूची ऑफर नाकारून कंपनीच्या प्रगतीची सुरुवात अबाधित आणि कायम वरच्या दिशेनं जाण्याचा मार्ग खुला झाला. गेल्या काही महिन्यांमध्ये मनात ठेवलेल्या फेसबुकसंदर्भातील कल्पनांना ब्रेअरनंही वाट मोकळी करून दिली होती. उत्पादन व्यवस्थापक नायोमी ग्लेट या बदलांच्या अगदी विरुद्ध होती. पण तीही आता आपली चूक मान्य करते. "मार्क कायम आमच्या दोन पावलं पुढे होता. त्यानं कंपनीला धरून ठेवलं होतं आणि तो सतत टीका सहन करीत राहिला. पण तो नेहमी बरोबर होता," ती सांगते.

याहू करारासंदर्भात आलेली अस्वस्थता मार्कही विसरू शकलेला नाही. स्वतःच्या व्यक्तिमत्त्वातील त्रुटींसंदर्भात मार्क कधीही काही बोलत नाही. पण तोही कबूल करतो की याहूनं दिलेल्या या ऑफरच्या काळात आलेला ताण त्याच्याही ताकदीबाहेरचा होता. विशेषतः, कंपनी विकायची नाही, हा निर्णय कर्मचारी कसं स्वीकारतील याची सगळ्यात जास्त चिंता इतरांप्रमाणे त्यालाही होती. "मी खरा तसा नशीबवान आहे

असं म्हणायला हवं. कंपनीच्या नेतृत्वानं घेतलेले निर्णय योग्य होते, हे सिद्ध व्हायला वर्षानुवर्षं लागतात. पण माझ्याबाबत असं घडलं नाही, कारण निर्णय योग्य होता हे लवकरच इतरांना दिसलं,'' तो सांगतो.

त्या गोंधळाच्या काळात घेतलेल्या एका स्टाफ मीटिंगमध्ये मार्कनं आपल्या स्पष्टवक्तेपणानं सगळ्यांना चकित केलं होतं. हा असा काळ होता जेव्हा फेसबुकला कंपनी म्हणून आपल्या अस्तित्वाची निश्चिती नव्हती. ''तुमच्यापैकी अनेकांना माझ्या तोंडून हे ऐकताना विचित्र वाटेल, पण मी काम कसं करायचं हे इथे शिकतो आहे,'' मार्क त्यांना म्हणाला होता. या त्याच्या प्रामाणिकपणानं सगळ्यांची मनं जिंकली आणि तो त्यांच्या गळ्यातील ताईत झाला.

डिसेंबरच्या सुट्यांमध्ये हा सगळा ताण घालवायला आणि आनंदोत्सव साजरा करायला म्हणून कंपनीतील ही मंडळी (एकूण आकडा १५० होता) सॅन फ्रान्सिस्कोच्या ग्रेट अमेरिका म्युझिक हॉलला गेले. बसमध्ये बसल्या क्षणापासून सगळ्यांनी प्यायला सुरुवात केली होती. पार्टी प्रत्यक्षात सुरू होण्यापूर्वीच सगळे झिंगले होते. परतीच्या प्रवासात एक बसमध्येच ओकला. लक्झरी बसच्या एसीचं त्यामुळे नुकसान झालं आणि त्यासाठी भरपाई म्हणून काही हजार डॉलर्स बस कंपनीला द्यावे लागले. हा सगळा प्रकार फेसबुकच्या बालिशपणाचा शेवट ठरला. कंपनीकडे त्या क्षणी १२ मिलियन युजर होते. होस्टेलच्या खोलीतून चालवला जाणारा प्रकल्प, या ओळखीतून फेसबुक आता मुक्त झालं होतं.

❖

१०

गोपनीयता

'प्रत्येकाचा फक्त एकच परिचय – एकच ओळख आहे.'

स्वत:संदर्भात जगाला सांगायच्या अशा किती गोष्टी असाव्यात? फेसबुक हा एक प्रश्न प्रत्येकापुढे मांडताना दिसतं आणि त्याचा सामना करण्यासही सांगतं. मी फॉर्च्युनमध्ये बराच काळ, तंत्रज्ञान विषयावर लिहीणारा पत्रकार आहे आणि आता मी फेसबुकसंदर्भात एक पुस्तक लिहीत आहे, हे मला इतरांना सांगायची गरज आहे का? किंवा माझं वय ५७ वर्षं आहे आणि माझी बायको एक कलाकार आहे, एका तरुण मुलीचा मी बाप आहे, मी कविता करतो आणि मी काही काळापूर्वी कामगार संघटनेचा कार्यकर्ता होतो, हे मला तुम्हाला सांगायचं आहे? कदाचित काही काळापूर्वी एखादया सामाजिक संदर्भात बोलताना यापैकी एक कुठली तरी ओळख मी माझी करून दिली असती. पण फेसबुकमध्ये माझ्या या प्रत्येक परिचयाचा समावेश आहे.

हा योगायोग वगैरे अजिबात नाही. मार्कनं फेसबुक तसंच तयार केलं आहे. ''प्रत्येकाचा फक्त एकच परिचय किंवा एकच ओळख असते,'' २००९मध्ये मला दिलेल्या एका मुलाखतीत मार्कनं एका मिनिटात तीन वेळा हे वक्तव्य केलं होतं, तेही भरपूर जोर देऊन. फेसबुकच्या प्रारंभिक काळात अनेकांचा हा दावा होता की फेसबुकमुळे मोठ्या व्यक्तींना दोन प्रोफाईल उपलब्ध झाले आहेत– एक म्हणजे त्यांच्या व्यावसायिक आयुष्याचं आणि दुसरं 'हलकं-फुलकं सोशल प्रोफाईल'. पण मार्कला हे कधीच मान्य नव्हतं. ''सहकाऱ्यांसाठी एक आणि इतर मित्रांसाठी वेगळं प्रोफाईल तुम्ही तयार करताक्षणीच तुमच्या नात्यांचा अंत जवळ आला म्हणून समजा,'' मार्क म्हणतो.

तो या संदर्भात काही उदाहरणंही देतो. ''स्वत:चे दोन परिचय निर्माण करणं म्हणजे स्वत:च्या एकनिष्ठतेवर आणि प्रामाणिकतेवर प्रश्नचिन्ह निर्माण करणं आहे,'' असं म्हणत मार्क एकदम नीतिमत्तेचाच मुद्दा उपस्थित करतो. पण या त्याच्या विधानाला पुष्टी देणारा पुरावाही त्याच्याकडे आहे. ''जगात आता जी पारदर्शकता आली आहे त्यामुळे दोन परिचय किंवा ओळख घेऊन जगण्यास

तुम्हाला परवानगी मिळू शकत नाही,'' तो म्हणतो. दुसऱ्या शब्दात सांगायचं झालं तर जर कामासंदर्भातील आणि वैयक्तिक अशा दोन भागांत स्वत:च्या माहितीची विभागणी करणं आता शक्य नाही, कारण इंटरनेटच्या इतर माध्यमांमध्येही ही माहिती अस्तित्वात असणार आहे. त्याचप्रमाणे स्वत:ला एका विशिष्ट प्रकारे इतरांसमोर ठेवतानाही असे दोन परिचय जास्त काळ टिकवून ठेवता येत नाहीत, मार्क मानतो. एक तरुण मुलगा स्वत:च्या घरात एकदम शामळू आणि लाजरा-बुजरा असल्याचं भासवत असेल आणि आपल्या मित्रांसोबत तो मादक पदार्थांच्या आहारी गेलेला असेल, तर त्याच्या या दोनपैकी एका ओळखीला एक दिवस इतरांपुढे प्रकट व्हावंच लागेल.

आपण एक व्यक्ती म्हणून जसे आहोत तसेच जर सामाजिक स्तरावर आणि विशेषत: मित्रांमध्ये वागलो, आपल्या व्यक्तिमत्त्वाची खात्री जर दिली, तर एक सुदृढ समाज निर्माण करण्यात आपला हातभार लागेल, असा मार्क आणि त्याच्या काही सहकाऱ्यांचा ठाम विश्वास आहे. खुल्या आणि पारदर्शक जगात लोकांना त्याच्या कृत्यांच्या परिणामांसाठी जबाबदार धरता येईल आणि त्यातूनच नागरिकांना त्यांच्या बेपर्वा वर्तणुकीत बदल करण्याची गरज वाटेल, असा आशावादही मार्कच्या बोलण्यात जाणवतो. ''पण लोकांना या अशा खुलेपणासाठी तयार करणं हे एक खूप मोठं आव्हान आहे,'' तो म्हणतो. ''मला वाटतं आम्ही हे करण्यास समर्थ आहोत. फक्त त्याला थोडा वेळ लागेल. परस्परांमध्ये जितका जास्त संवाद असेल आणि माहिती देण्यात पारदर्शकता असेल तितकं जग चांगलं होणार, ही संकल्पना अनेकांना पचायला जड आहे आणि यात गोपनीयतेसंदर्भातील मुद्द्यांची मोठी भूमिका आहे,'' तो स्पष्ट करतो.

बहुतेकांना हा विचार सोयीचा वाटत नाही. पण मार्क आपल्या या संकल्पनेतल्या स्पष्टपणे दिसणाऱ्या उणिवांचा विचारच करायला तयार नाही. आणखी खुलं आणि मोकळं आणि स्पष्ट या नादापायी अनेकांच्या खाजगी गोष्टी त्यांच्या इच्छेविरुद्ध उघड झाल्या. प्रायव्हसी लॉमधल्या विधीतज्ज्ञानं नुकताच एक विचार करायला भाग पाडणारा प्रश्न उपस्थित केला. ''तुम्ही समलिंगी आहात, हा ठप्पा तुमच्यावर लागण्यासाठी समलिंगत्व उघडपणे मान्य करणारे नेमके किती मित्र सोशल नेटवर्कवर तुम्हाला अपेक्षित आहेत?'' युजरनं स्वत:च्या जीवनाच्या विविध पैलूंची केलेली विभागणी जेव्हा अशा विभाजनांना झुगारून परस्परांत मिसळू लागते तेव्हा फेसबुकवर गोपनीयतेबद्दलच्या समस्या निर्माण होतात. स्वत:ची एक विशिष्ट ओळख फेसबुकवर करून देण्याचा तुमचा प्रयत्न असेल. पण अभिप्रायांतून आणि कृतींतून तुमचे मित्र मात्र या तुमच्या परिचयाला छेद देऊ शकतात.

फेसबुकची स्थापनाच मुळात मूलभूत सामाजिक रचनेवर आधारित आहे. यात

कालांतरानं सर्वसमावेशक पारदर्शकता किंवा खुलेपणा येणं अटळ आहे. तो आधुनिक जीवनपद्धतीचा एक भाग असणार आहे.

निष्ठा, सातत्य आणि रणनीतीची लवचीकता यातून निर्माण झालेल्या ताकदीच्या भरवशावरच मार्कनं फेसबुकला या मूलभूत रचनेत बांधून ठेवण्यात यश मिळवलं आहे. याच ताकदीनं आजही ५०० मिलियनपेक्षाही जास्त युजरच्या माध्यमातून निर्माण झालेल्या दबावालाही तोंड देण्यास तो तयार आहे. फेसबुकचा इतिहास समजून घ्यायचा असेल तर आधी फेसबुकमध्ये ज्याला मूलभूत पारदर्शकता म्हणतात त्याच्यामागचा मार्कचा विचार समजून घ्यावा लागेल. न्यूज फीडची सुरुवात झाली त्या वेळी कंपनीला त्रासदायक घटनांचा सामना करावा लागला. युजरबद्दलची फेसबुककडे असलेली माहिती अनपेक्षितपणे एकदम उघड झाली होती, हे त्यामागचं मुख्य कारण होतं.

फेसबुकच्या भव्य यशानं या मूलभूत रचनेशी संलग्न धोक्यांची तीव्रता कमी असल्याचा भास निर्माण केला आहे. परस्पर नात्यांच्या आणि संबंधांच्या ज्या सीमारेषांच्या पुनर्निर्मितीची प्रक्रिया फेसबुकमुळे खूप मोठ्या प्रमाणात सुरू झाली आहे, ती चांगली की वाईट, हे मात्र या क्षणी सांगणं कठीण आहे. फेसबुक वापरणारा जो वर्ग आहे, विशेषत: तरुण वर्ग, त्यांना स्वत:बद्दल सगळं सांगायला मुळीच वावगं वाटत नाही. अनेक युजर त्यांचं करियर, नातेसंबंध, आवडी आणि आयुष्यात घडलेल्या घटना अगदी आग्रहानं विस्तृत स्वरूपात लिहितात. फेसबुकवरच्या अशा काही मित्रांना तुम्ही पूर्वी कितीही ओळखत असलात तरी त्यांची ही ऑनलाईन माहिती तुम्हाला चकित केल्यावाचून राहत नाही. मार्क पूर्वीपासूनच स्वत:ला गोपनीयतेच्या हक्कांचा खंदा समर्थक समजतो. त्याला अभिमान आहे की त्याच्या फेसबुकनं अगदी पूर्वीपासूनच युजरना, कुणाला कुठली माहिती दिसावी यावर नियंत्रण ठेवण्यासाठीच्या सोयी पुरवल्या आहेत. त्याच वेळी त्याला विश्वास आहे की युजर आपल्या माहितीवर विनाकारण मालकीहक्क गाजवायला फारसे उत्सुक राहिलेले नाही. लोक आणि त्यांच्या गोपनीयतेसंदर्भातील धारणा सतत बदलताहेत, हे पक्कं ठरवून मार्कनं फेसबुकमध्ये त्यानुसार बदल घडविण्याची प्रक्रिया सुरू ठेवली. हे बदल युजरला अधिकाधिक माहिती देण्यास प्रवृत्त करणारे आहेत. पण त्याच वेळी गोपनीयता राखण्यासाठी नियंत्रकही युजरला दिले गेले. कंपनीच्या इतिहासात जे काही वादाचे मुद्दे आणि प्रसंग आजपर्यंत आले – त्यात २००६मधला न्यूज फीडला झालेला विरोध, २००७ मध्ये बिकॉननं निर्माण केलेलं वादळ, २००९च्या अगदी सुरुवातीच्या काळात सेवासंबंधित अटींबाबतचा प्रसंग आणि त्याच वर्षाच्या शेवटाला सुरू केलेली सर्वसामान्य गोपनीयता राखणारी नियंत्रण व्यवस्था – ते या विरोधाभासातूनच जन्माला आले आहेत. आधी युजरकडे स्वत:ची

जास्तीतजास्त माहिती देण्यासाठी हट्ट धरायचा आणि मग माफी मागायची असेच प्रकार या सगळ्या वादग्रस्त घटनांमागे होते.

झकरबर्गचं मत काहीही असू देत, पण अजूनही सामाजिक मान्यता आणि व्यक्तिगत व्यवहार व्यक्त होण्याच्या अनेक तऱ्हा फेसबुकमधल्या तडजोडीस तयार नसलेल्यांना ओळखता आलेल्या नाहीत. फेसबुक त्याबाबत अनभिज्ञ आहे. कारण प्रोफाईल पाहून कुणाला काय वाटतं किंवा त्याचं नेमकं मत काय आहे, असा निश्चित निष्कर्ष काढणं आणखी कठीण झालं होतं. फेसबुकवरच्या माहितीमुळे युजरच्या वागण्यात सातत्य आहे की फक्त त्याच्याबद्दलची अती माहिती लोकांपर्यंत पोचली आहे, हे कळणार कसं?

फेसबुकचा मुख्य प्रायव्हसी ऑफिसर म्हणून काम केलेला ख्रिस केली मार्कच्या विचारांची पुनरुक्ती करताना दिसतो. ''सुरक्षित आणि जास्त भरवशाचं इंटरनेटवरील एक माध्यम आम्ही तयार केलं आहे. यात लोकांना त्यांच्या स्वत:च्या कृतीसाठी जबाबदार धरण्यात आलं आहे आणि स्वत:चा खरा परिचय देण्यास बाध्य करण्यात आलं आहे,'' तो म्हणतो.

तज्ज्ञ दुसराच मुद्दा मांडताना दिसतात. इलेक्ट्रॉनिक प्रायव्हसी इन्फर्मेशन सेंटरचा (EPIC) कार्यकारी संचालक म्हणून काम पाहणाऱ्या मार्क रोटनबर्गला यातील आणखी एक बाब खटकते. ''युजरच्या गोपनीयतेचं रक्षण करण्याऐवजी फेसबुक त्यात आणखी अडचणीच निर्माण करताना आढळून येतं,'' मार्क म्हणतो. त्याच्या मते युजरला स्वत:च्या माहितीवर नियंत्रण ठेवण्यासाठी फेसबुक पुरेशी साधनं पुरवताना दिसत नाही. पारदर्शकतेचा तोरा मिरवतानाच, युजरच्या माहितीचं नेमकं काय होतं याबाबत कंपनीच्या धोरणात अजिबात पारदर्शकता नाही, असं रोटेनबर्गचं ठाम मत आहे.

प्रत्येक युजरच्या माहितीचा जो साठा फेसबुकवर आहे त्यातून गोपनीयतेच्या सामान्य नीतीबद्दलही अनेक प्रश्न निर्माण होतात. याच काय पण कुठल्याही कंपनीच्या अखत्यारीत एवढ्या मोठ्या प्रमाणात माहिती असावी का? हे सरकारचं काम नाही का? लोकांना स्वत:च्या डिजिटल परिचयावर नियंत्रण हवं आहे. फेसबुकनं कितीही दावे केले तरीही त्या दाव्याप्रमाणे ते या माहितीचा योग्य वापर करताहेत की नाही आणि भविष्यातही करतील की नाही, याची सत्यासत्यता पारखून पाहायची तरी कशी? युजरनं पुरवलेल्या माहितीचा काही भाग फेसबुक जाहिरातदारांना पुरवतात आणि स्वत:चा आर्थिक फायदा त्यातून साध्य करतात. त्यामुळे फेसबुक आणि त्यांच्या आर्थिक व्यवहारातील भागीदारांना आपल्या सगळ्या युजर्ससंदर्भात ज्या प्रमाणात माहिती आहे, तेवढाच या माहितीचा वापर कसा-कसा केला जातो याबाबत युजर मात्र अनभिज्ञ आहे.

रोटनबर्ग असाच विचार करतो. ''भविष्यात आपल्या डिजिटल आयडेन्टिटिवर

कुणाचं नियंत्रण असणार आहे?'' तो प्रश्न उपस्थित करतो. ''आपल्याला आपल्या माहितीवर आपलं पूर्ण नियंत्रण हवं आहे, फेसबुकचं नाही.''

येणाऱ्या काळात फेसबुकला प्रायव्हसी पॉलिसीसंदर्भात सामान्य युजर आणि शासकीय यंत्रणेच्या या अशाच प्रकारच्या प्रश्नांना व आक्रमणांना सामोरं जावं लागणार आहे.

❖

जितकं तुमचं वय जास्त, तुम्हाला फेसबुकवर वैयक्तिक माहितीची होणारी प्रसिद्धी अतिरेकी आणि अनाहूत वाटण्याची शक्यता आहे. वयस्क युजर्सना अजूनही त्यांची वैयक्तिक आणि व्यावसायिक व्यक्तिमत्त्व एकाच प्रोफाईलमध्ये कोंबणं पचनी पडलेलं नाही. मग काही जण फेसबुक फक्त आपल्या व्यक्तिगत आयुष्यातील लोकांपुरतं मर्यादित ठेवताना दिसतात. यात त्यांच्या सहकाऱ्यांना आणि कर्मचाऱ्यांना प्रवेश नाही. तर काही जण खाजगी माहितीला फाटा देऊन फक्त आपल्या व्यावसायिक कामासाठीच या माध्यमाचा वापर करतात. रॉबर्ट राईट हा माझा मित्र एक लेखक आहे आणि नुकतच त्याचं The Evolution of God नावाचं पुस्तक प्रकाशित झालं आहे. फेसबुकवर आपलं खातं उघडण्याची त्याची अजिबातच इच्छा नव्हती. पण मग आपलं लिखाण वाचकांपर्यंत पोचवायला त्यानं फेसबुकचा आधार घ्यायचं ठरवलं. ''फेसबुकवर माहिती देताना कशाचीही भीड नसलेला एक प्रकारचा मोकळेपणा अपेक्षित असतो, जो निसर्गतःच माझ्या स्वभावात नाही. आधुनिक तंत्रं आणि माध्यमं वापरताना मी खूप सावध होतो,'' तो म्हणतो.

बाहेरीलच नाही तर कंपनीतील अनेक जण मार्कशी पूर्ण सहमत नाहीत. ''सामाजिक आणि खाजगी आयुष्यं वेगळी असतात, यावरच मुळात मार्कचा विश्वास नाही,'' असं लिंक्डइनचा प्रणेता आणि फेसबुकचा पहिला भांडवलदार रीड हॉफमॅन म्हणतो. लिंक्डइनला त्यानं पूर्णतः व्यावसायिक स्तरावर वापरण्यासाठी बनवलं होतं, कारण मोठ्या प्रमाणात वैयक्तिक माहिती ऑनलाईन टाकण्याकडे त्याचा फारसा कल नाही. ''हा विचारच विद्यार्थीदशेचं प्रतिनिधित्व करणारा आहे. तुम्ही वयानं वाढायला लागल्यानंतर तुम्हाला प्रत्येक वागण्या-बोलण्याला वेगवेगळे संदर्भ असू शकतात आणि असतात, हे कळतं.'' तो म्हणतो.

फेसबुकला खूप काळ प्रोग्रॅमर म्हणून काम केलेला (आता माजी) चार्ली शिवरही असाच एक शंकेखोर होता. ''मला वाटतं मार्कचा गोपनीयतेवर वगैरे काही विश्वास नव्हता. किंवा त्याच्यालेखी वर जाण्याच्या मार्गातील ती फक्त एक पायरी होती. कदाचित त्याचं बरोबर होतं आणि कदाचित नाहीदेखील,'' तो म्हणतो. 'एक पायरी'चा अर्थ म्हणजे मार्कचं ठाम मत होतं की युजरना गोपनीयतेसाठीच्या

पर्यायांची गरज एका मर्यादित काळापुरती असते आणि ती गरज त्या काळापुरती भागवली की मग मात्र ती गरज व पुरवठा दोन्ही सयुक्तिक उरत नाही, असं शिवर त्याचं स्पष्टीकरण देतो.

पण काही सिद्धांतवाद्यांसाठी मार्कचा दृष्टिकोन स्तुत्य आहे. एकोणसाठ वर्षांचा डेलॉईट कन्सल्टिंगच्या जॉन हॅगेल या सल्लागार आणि संशोधकाचं मत आहे की "स्वत:ला सादर करणं म्हणजेच स्वत:चं सर्वसमावेशक व्यक्तिमत्त्व समोर ठेवणं आहे, जे आजच्या काळात अटळ आणि कदाचित फायद्याचंच आहे." याचं कारण देताना तो म्हणतो की समाज आणि व्यवसायामध्ये प्रचंड वेगानं बदल घडत आहेत. "आपण जर संपर्क माध्यमांच्या या मोठ्या जगातून प्रस्तुत होणाऱ्या ज्ञानापासून स्वत:ला वंचित ठेवलं तर काही दिवसांनी आपण अगदी कुचकामी ठरणार," तो म्हणतो. त्याच बरोबर, तो म्हणतो, एक दीर्घकाळ टिकणारा संपर्क किंवा नातं फार आवश्यक असतं. "पण ते निर्माण होण्यासाठी आपल्यालाही स्वत:बद्दल काहीही हातचं राखून ठेवता येणार नाही," तो म्हणतो. हॅगेलनं इंटरनेट आणि व्यवसायासंदर्भात अनेक पुस्तकं लिहिली जी खूप लोकप्रिय ठरली आहेत.

पण मार्कला स्वत:लाही स्वत:संदर्भात प्रत्येकच गोष्ट इतरांना किंवा जगाला कळावी असं मुळीच वाटतं नाही. फेसबुकमधल्या महत्त्वाच्या घडामोडी तोही स्वत:च्या प्रोफाईलमध्ये किंवा फेसबुकमध्ये अजिबात उघड करत नाही. हेगलच्याही स्वत:च्या काही मर्यादा आहेतच. "मला माझ्या मुलीला रागवायचं असेल तर मी ती कृती फेसबुकच्या माध्यमातून करणार नाही, हे नक्कीच. पण मला दोन मुली आहेत किंवा मी दोन मुलींचा बाप आहे, ही माहिती इतरांना देणं फार उपयोगी ठरणारं आहे. मी काय आहे किंवा कुठल्या प्रकारची व्यक्ती आहे, याची इतरांना जाणीव करून देण्यासाठी ही माहिती त्यांना देणं मला आवश्यक वाटतं," तो म्हणतो.

अनियंत्रित आणि अति माहिती देण्यावरही काहींचा भर असतो. अशा लोकांच्या सामाजिक अस्तित्वासाठीच त्याची गरज असते, असं वाटतं. न्यूयॉर्कचा तंत्रव्यावसायिक आणि नेटवर्किंगचं व्यसन जडलेल्या जेफ पॅलरचा व्यवसाय मुख्यत: फेसबुक आणि ट्विटरसारख्या सोशल नेटवर्कच्या माध्यमातूनच चालतो. व्यवसायासंदर्भात कुणाला भेटायला बोलावण्यासाठी किंवा बैठकांचं आयोजन करण्यासाठीचे सगळे निरोप तो याच माध्यमातून देतो. पण या संवादांमध्ये तो स्वत: एक व्यक्ती म्हणून पूर्णपणे गुंग होतो. "I call it life 3.0," जेफ म्हणतो. "जास्तीतजास्त आयुष्य ऑनलाईन जगणं आणि खराखुरं संपर्काचं जाळं निर्माण करणं याला मी life 3.0 म्हणतो. जे लोक कोषात जगतात आणि एक बेधडक आयुष्य जगण्यासाठी कमकुवत आहेत त्यांना फेसबुक, ट्विटर किंवा सोशल नेटवर्किंगमध्ये असलेली

मजा कधीच कळणार नाही,'' तो हेटाळणीच्या सुरात म्हणतो.

लंडनची एक तंत्रज्ञ लिझा रॅकेल्टनं आपल्या एका ब्लॉगमध्ये मित्र, ग्रुप किंवा समर्थकांबरोबर मोकळा आणि स्वच्छ संवाद निर्माण करणाऱ्या फेसबुक आणि तत्सम नव्या माध्यमांसंदर्भात लिहिताना 'ambient intimacy' असा शब्दप्रयोग केला आहे. स्पष्टीकरण देताना ती म्हणते की काही लोकांना नियमित आणि खूप आपलेपणानं भेटण्यासाठीचं हे माध्यम आहे, कारण अशा भेटीसाठी आवश्यक असलेले वेळ आणि जागा याबाबतचे अडसर यात निर्माण होत नाहीत. जागतिक स्तरावर सोशल नेटवर्कमधील विद्यार्थ्यांसाठी हा शब्दप्रयोग 'अचूक' आहे. २००८मध्ये न्यूयॉर्क टाइम्स मासिकातील क्लाईव्ह थॉमसनच्या एका लेखाची बरीच चर्चा झाली होती ज्यात त्यानं स्वत:चे फेसबुक आणि ट्विटरबद्दलचे अनुभव लिहिले होते. ambient intimacy चे सामाजिक परिणाम उलगडून दाखवणारी उदाहरणं आणि त्याच्या फायद्यांचा उल्लेख या लेखात होता. 'नवजागृतीचा अनुभव... आपल्या प्रत्येक घडामोडीसंबंधी माहिती असलेल्या छोट्या समूहातील गावातील किंवा शहरातील आयुष्याच्या अंगांगाला स्पर्श करणारी अनुभूती...' असं थॉमसननं सोशल नेटवर्किंगमधून मिळणाऱ्या अनुभवांचं वर्णन केलं होतं.

❖

फेसबुकवरची कुठलीही माहिती गोपनीय नाही, ही सत्य परीस्थिती आहे. या बाबतचं कंपनीचं धोरण अत्यंत स्पष्ट आहे. कुठलीही वैयक्तिक माहिती 'कदाचित सार्वजनिक स्तरावर उपलब्ध होऊ शकते' असं त्यात नमूद केलं आहे. 'कुठल्याही युजरनी आपल्या पोस्टमध्ये लिहीलेला मजकूर एखाद्या अनधिकृत व्यक्तीला वाचण्यास उपलब्ध होणार नाही, याची खात्री आम्ही देऊ शकत नाही,' असाही उल्लेख त्यात आहे. कुठलीही कायदेशीर अडचण निर्माण होऊ नये यासाठी अशा प्रकारची भाषा वापरली जाणं अगदी आवश्यक आहे आणि म्हणून ती वापरली गेली आहे. पण प्रत्यक्षात युजरच्या खाजगी आणि गोपनीय माहितीच्या रक्षणासाठी कंपनी पुरेपूर प्रयत्न करताना दिसते. पण त्याच वेळी एक गोष्ट लक्षात येते की युजर एकतर माहितीच्या संरक्षणासाठी जी नियंत्रण व्यवस्था आहे ती जाणून घ्यायचा प्रयत्न करत नाही किंवा ते त्यांच्या आकलनशक्तीच्या बाहेर आहे. फेसबुकची नियंत्रण व्यवस्था किचकट आहे, हेही मान्य करावंच लागेल. परिणामत: काहींना लाजिरवाण्या परीस्थितीला आणि गैरसमजुतींना सामोरं जावं लागतं.

स्वत:चं व्यक्तिमत्त्व फेसबुकसारख्या माध्यमातून एकदा पूर्णत: उघड केल्यानंतर जर तुम्ही एखादं बेधडक वर्तन केलं किंवा मूर्खासारखं वागलात, तर तुमची सार्वजनिक बदनामी अटळ आहे, असं समजा. अँग्लो-आयरिश बँकेच्या एका

तरुण कर्मचाऱ्यानं आपल्या वरिष्ठाकडे कुटुंबातील काही महत्त्वाच्या समारंभाला उपस्थित राहण्यासाठी सुटी मागीतली. त्याच दिवशी रात्री एका पार्टीत या मुलाचा हातात जादूची छडी घेतलेला आणि झगा घातलेला फोटो त्याच्या एका मित्रानं फेसबुकवर टाकला. ऑफिसमध्ये सुटी देणाऱ्या अधिकाऱ्यासह सगळ्यांनी तो पाहिला आणि त्याची चोरी पकडली गेली. कॅनडातील व्हॅंकुव्हरला एका उमेदवाराला निवडणुकीच्या शर्यतीतून बाहेर पडावं लागलं कारण दोन लोक त्याची अंतर्वस्त्रं खाली ओढण्याचा प्रयत्न करत असतानाचा त्याचा 'आनंदी अवस्थेत'ला फोटो कुणीतरी फेसबुकवर टाकला होता. आणखी एक प्रसिद्ध उदाहरण म्हणजे बराक ओबामांच्या निवडणुकीदरम्यान त्यांची भाषणं लिहीणाऱ्या जॉन फॅव्यूला एका अत्यंत लाजिरवाण्या परीस्थितीला सामोरं जावं लागलं. एका पार्टीत हिलरी क्लिंटनच्या भव्य कटआऊटमधील स्तनांवर हात ठेवून उभा असलेला त्याचा फोटो फेसबुकवर टाकला गेला. हे कृत्य त्याच्या एका मित्राचं होतं. पण बेजबाबदारपणे वागण्यानं युजरचं याहीपेक्षा मोठं नुकसान होतं, याचीही काही उदाहरणं आहेत. अमेरीकेतील नोकरी देणाऱ्यांच्या सर्वेक्षणात असाही एक निष्कर्ष निघाला की अर्ज करणाऱ्यांच्या फेसबुकवरील माहितीमुळे ३५ टक्के लोकांना नोकरी देण्यास नकार देण्यात आला. फेसबुकवर त्यांनी पोस्ट केलेली भडक आणि उत्तान वक्तव्यं, फोटो आणि माहितीमुळे त्यांना नोकरी देणं शक्य नाही, हे पहिलं कारण होतं. इतकंच नाही तर आता कॉलेजच्या प्रवेश प्रक्रियेदरम्यान कॉलेज प्रशासन फेसबुकवरील त्या विदयार्थ्याच्या वागण्याची तऱ्हा पाहूनच त्याला प्रवेश देतात. आणि असं करण्याची प्रथाही रूढ होत आहे.

व्हर्जिनियात सप्टेंबर २००९मध्ये विद्यार्थ्यांशी बोलताना ओबामांच्या भाषणात फॅव्यूबरोबर झालेल्या प्रकाराचे काही पडसाद उमटले. "मी इथे उपस्थित सगळ्यांना विनंती करेन की फेसबुकसारख्या माध्यमांवर काहीही व्यक्त करण्यापूर्वी तुम्ही खूप सावध असायला पाहिजे. कारण तुम्ही तरुण असताना चुका करता किंवा काहीतरी बालिश वागता. पण युट्यूबच्या युगात हे वागणं काही काळानी तुमच्या आयुष्यात कधीही पुन्हा वर येण्याची दाट शक्यता आहे आणि त्यामुळे तुमचं नुकसान होणं अटळ आहे," ओबामा म्हणाले होते.

या अशा सावधतेच्या इशाऱ्यांची जास्त गरज येत्या काळात भासणार आहे, कारण फेसबुकवर सदस्य बनण्याचं वय जरी तेरा असलं तरीही अकरा आणि त्याही खालील वयाची मुलं मोठ्या प्रमाणात फेसबुककडे आकृष्ट होताना दिसतात.

पण चुका करण्यासाठी वयाची काही मर्यादा नाही. काही जबाबदार व्यक्तींकडूनही

अशा मोठमोठ्या चुका झाल्याचं आढळून आलं आहे. इंग्लंडच्या लँकेस्टरमधल्या तुरुंगातील एका गार्डला फेसबुकवर कैद्यांशी मैत्री केल्याबद्दल नोकरीवरून काढण्यात आलं. फिलाडेल्फियाच्या एका कोर्ट ऑफिसरला काही काळाकरता पदच्युत केलं होतं कारण कोर्टातील एका ज्यूरीनं तक्रार केली की या अधिकाऱ्यानं तिला फेसबुकवर मैत्री करण्यासाठी आमंत्रित केलं होतं. विविध घटनाक्रमांत काही ज्यूरींवरही आरोप लागले, जेव्हा त्यांनी न्यायालयात खटला चालू असतानाच अशा खटल्यासंदर्भातील स्वत:ची मतं फेसबुकवर प्रकाशित केली होती. अशा खटल्यांचे निर्णय रद्द करून मग खटले पुन्हा चालवण्यात आले.

ज्या व्यक्तींना आपलं खाजगी आयुष्य गोपनीय ठेवण्याचीच गरज आहे अशांनाही फेसबुकवरच्या पारदर्शकतेचा मोह टाळता आलेला नाही, असं काही उदाहरणांवरून दिसतं. पुर्वी M16 म्हणून ओळखल्या जाणाऱ्या इंग्लंडच्या सीक्रेट इन्टेलिजन्स सर्व्हिसच्या मुख्य गुप्तहेरपदी सर जॉन सॉर्ज यांच्या नियुक्तीची घोषणा २००९मध्ये झाल्यानंतर डेली मेल या वर्तमानपत्रानं एक बातमी प्रसिद्ध केली होती. देशातील सर्वोच्च गुप्तहेर संस्थेच्या मुख्य व्यक्तीच्या बायकोनं फेसबुकवर आधीच त्यांच्या कुटुंबाची, ज्या ठिकाणांना ते सुट्यांमध्ये भेटी देतात त्याची आणि कुटुंबातील व्यक्तींची छायाचित्रं फेसबुकवर टाकली होती. ही सगळी माहिती सार्वजनिक होती.

फेसबुकच्या पारदर्शकतेचा काही निखळ आणि जवळिकीच्या संबंधांवरही परिणाम झाल्याचं आढळून आलं आहे. आपल्या अत्यंत जवळच्या व्यक्तीसंदर्भातील खडान्‌खडा माहिती पाहाण्याची किंवा वाचण्याची प्रत्येकालाच सवय असणं गरजेचं नाही. तुमचा मित्र एखाद्या इतर मुलीबरोबर फेसबुकवरच्या फोटोत आढळून आला तर कदाचित तुम्हाला वाईट वाटणार नाही. पण कुणी सांगावं, वाटूही शकतं. तुम्ही ज्याच्यासोबत आहात त्या व्यक्तीनं फेसबुक प्रोफाईलमध्ये रिलेशनशिप स्टेटसमध्ये स्वत:ला सिंगल घोषित केलं असेल तर हे असं जाणून घेणं मनस्ताप देणारं नाही का? याचे अत्यंत दुर्दैवी परिणामही होऊ शकतात. नुकतंच आपल्या पत्नीपासून वेगळं झालेल्या एका ब्रिटीश नागरीकानं, बायकोनं लगेच फेसबुकवर स्वत:ला 'विवाहित' ऐवजी 'सिंगल' लिहिल्याबद्दल तिची हत्या केल्याचा प्रकार घडला आहे.

सर सॉर्ज यांच्यासंदर्भात घडल्याप्रमाणे, फोटोतून युजरसंदर्भातील अनेक गोष्टी स्पष्ट होतात. तुम्ही कुणाबरोबर किती वेळ घालवता, कशा प्रकारच्या वातावरणात तुमचा वावर असतो आणि तुमच्या सतत संपर्कात असणाऱ्या व्यक्ती कुठल्या, अशा प्रकारचे तपशील फोटोमधून सहज मिळू शकतात. फेसबुकवर अगदीच पारदर्शक आणि बिनधास्त जर कुणी आयुष्य जगत असतील तर ते आहेत शाळा आणि कॉलेजातील विदयार्थी. त्यांना कुठल्याही प्रकारची बंधनं नसतात. फेसबुकच्या वॉलवर टाकला जाणारा मजकूर इतरांनाही दिसू शकतो हे माहीत असूनही ही मुलं

आपला खाजगी संवाद वॉलच्या माध्यमातून करण्यास अजिबात कचरत नाही. शाळेतल्या कुठल्याही व्यक्तीला ही माहिती अगदी सहज उपलब्ध होऊ शकते.

हा सगळा प्रकार घडत असताना तरुणाईचं प्रतिनिधित्व करणाऱ्या काहींना, फेसबुकमुळे निर्माण झालेलं हे जे स्वप्रदर्शनाचं जे खूळ आहे, ते 'हानिकारक' असल्याचं वाटतं. न्यूयॉर्कच्या एका मीडिया कंपनीत साहाय्यक पदावर काम करणाऱ्या २५ वर्षीय शॉन डोलननं स्वत:ला अगदी निश्चयपूर्वक फेसबुकपासून दूर ठेवलं आहे. ''माझ्या पिढीच्या युवकांची आत्मप्रौढी अगदी उबग आणणारी आहे,'' मला लिहीलेल्या एका ई-मेलमध्ये तो म्हणतो. ''मित्रांसोबत कुठेही बाहेर गेलं की फेसबुकवर फोटो टाकता यावा या उद्देशानं बरोबर एक तरी कॅमेरा असतोच. जणूकाही फेसबुकवर या घटनेच फोटो रूपानं पुरावा नसेल तर त्या घटनांना काही अस्तित्वच उरणार नाही. कुणी आपल्याला कुठला फोटो पाठवला आहे, काय माहिती दिली आहे, काही निरोप आहे का आणि आपल्या फोटोवर कुणी काय प्रतिक्रिया दिली हे पाहण्यासाठी ही मुलं सतत फेसबुकला चिकटलेली असतात. इतरांपुढे एका विशिष्ट पद्धतीनं व्यक्त होण्याची त्याची ही केविलवाणी धडपड उबग आणणारी आहे,'' तो म्हणतो.

ही सगळी स्वप्रदर्शनाची स्पर्धा असल्याचंही अनेकांचं मत आहे. फॉर्च्युनमध्ये बराच काळ सोबत असलेल्या ब्रेन्ट स्लेंडर या माझ्या सहकाऱ्याला हा प्रकार 'डिजिटल प्रसिद्धी'चा मार्ग वाटतो. एखाद्या लोकप्रिय कलाकाराच्या आयुष्यातील प्रत्येक घटना माहिती करून घेण्याची जी चढाओढ असते, तशीच स्पर्धा इथे स्वत:च्या मित्रांच्या आयुष्याचा पाठलाग करण्यासाठी सुरू आहे, असं स्लेंडर म्हणतो. अॅन्डी वॉरहॉलचं प्रसिद्ध वक्तव्य आहे की, 'everybody will be famous for fifteen minutes'. 'प्रत्येक व्यक्ती १५ मि.साठी प्रसिद्ध होऊ शकते' पण फेसबुकसंदर्भात बोलायचं झालं तर वेळेपेक्षाही इथे प्रमाणाचे संदर्भ आहेत. प्रसिद्धी किती काळ टिकली यापेक्षा ती किती मोठ्या प्रमाणात होती, याचं महत्त्व अधिक आहे. मग ते मित्रांच्या एका गटापासून ते शाळा आणि संपूर्ण कॉलेजपर्यंत असू शकतं. इंटरनेटचा अभ्यासक डेव्हीड वॅनबरजरनं तर मान्यच केलं आहे की फेसबुकवर प्रत्येक व्यक्ती ही १५ लोकांमध्ये लोकप्रिय असतेच.

इतरांना स्वत:बद्दल भारंभार माहिती देणं किंवा सतत लोकांपुढे व्यक्त होणं किती धोकादायक आहे याची जाणीव तरुणाईला नाही. ओहियोतील अॅक्रॉनच्या पेटलॅन्ड डिस्काऊंटमध्ये काम करणाऱ्या एका २० वर्षीय तरुणीनं दोन सशांसोबतचा स्वत:चा फोटो फेसबुकवर टाकला आणि प्राण्यांच्या हक्कांसाठी लढणाऱ्या एका संस्थेचा रोष ओढवून घेतला. प्राण्यांवर अत्याचार केल्याच्या आरोपाखाली तिला अटकही झाली होती. मद्यपान करतानाचे किंवा मादक द्रव्यांचं सेवन करतानाचे

मित्रांसोबतचे फोटो फेसबुकवर बेधडक पोस्ट करताना या मुलांना हेही भान नसतं की त्यांना कायद्यानं हे सगळे प्रकार करण्याची परवानगी नाही. मॅसेच्युसेट्सच्या ॲमहर्स्ट रिजनल हायस्कूलमधल्या एका विदयार्थिनीनं, शाळेतील लोकप्रिय विद्यार्थी दारू पिताना किंवा कदाचित गांजा सारखं (marijuana) मादक द्रव्य सेवन करतानाची सगळी छायाचित्रं एकत्र करून शाळेच्या मुख्याध्यापकांना आणि तिच्या ग्रुपमधील इतरांना पाठवली. दुसऱ्या एका शाळेत तिथल्या खेळाडूंपैकी अनेकांची मुख्याध्यापकांनी हकालपट्टी केली. कारण होतं त्यांचं बिअर पिणं, ज्याचे काही फोटो फेसबुकवर उपलब्ध होते.

अल्पवयीन मुलांचं हे फेसबुक वेड जगभरातील पालकांसाठी भीतीचं कारण झालं आहे. प्रदर्शन आणि प्रकटीकरणासंदर्भात या दोन पिढ्यांच्या वृत्तीतील मूलभूत फरक या भीतीचं प्रमुख कारण आहे. सॅन फ्रान्सिसकोतील एका महिला अधिकाऱ्याशी तिच्या सहकारी मैत्रिणीच्या मुलानं फेसबुकवर मैत्री केली. उन्हाळ्याच्या सुट्यांमध्ये युरोपला गेलेल्या या मुलानं ॲमस्टरडॅम गाठलं आणि त्यानं जी काही मजा या ट्रिप दरम्यान केली ते सारं त्यानं आपल्या मित्रांना फेसबुकवर ऑनलाईन कळवलं होतं. या त्याच्या धाडसी प्रवासात त्यानं पॉट स्मोकिंगचा अनुभव घेतला होता आणि त्याबद्दलचं वर्णन अगदी रंगवून रंगवून फेसबुकवर लिहिलं होतं. हा प्रकार पाहून ही महिला अगदी गारद झाली. आपल्या मैत्रिणीच्या मुलाचे हे उद्योग तिला सांगायचे की नाही या द्विधा मनस्थित ती अडकून पडली होती. एका आणखी घटनेत एका साठ वर्षीय महिलेच्या लक्षात आलं की तिचा पुतण्या फेसबुकवर, प्रचंड संतापून इतरांना वाट्टेल तशा भाषेत बोलतो आणि त्यांचा अपमान करतो. या त्याच्या वागण्यासाठी त्याची त्याच्या शिस्तप्रिय शाळेतून सहज हकालपट्टी होऊ शकते याची तिला पुरेपूर कल्पना होती. त्यामुळे तिनं त्याच्या पालकांच्या कानावर ही गोष्ट घालण्याऐवजी स्वत:च त्याची चांगली कानउघाडणी केली.

ही अशी तारुण्याच्या उंबरठ्यावर असलेली मुलं आपल्या पालकांना फेसबुकवर येऊ देत नाहीत, मग त्यांना मित्र बनवणं तर दूरच राहिलं. अशातच काही पालकांनी संगणक घेऊन देताना आणि फेसबुकवर वापरण्याची परवानगी देताना मुलांना प्रोफाईल पाहू देण्याची अट घातली आहे. पण जे काही त्यांना पाहायला मिळतं त्यानं त्यांच्या या भीतीत भर पडते आहे. अनेकांना तर निराशेनं घेरलं आहे.

❖

आपल्या युजरना माहिती उघड करण्यासाठी किती प्रमाणात प्रोत्साहित करावं याबाबत फेसबुकच्या छोट्याशा इतिहासात अनेक वेळा वाद-प्रतिवाद झाले. ''समाजाला आणखी आणखी बोलतं करण्याचं आमचं अगदी पहिल्या दिवशीपासूनचं ध्येय

आहे,'' असं फेसबुकच्या वितरण विभागात काम केलेला आणि मार्कच्या आतल्या गोटात बराच काळ वावर असलेला डेव्ह मॉरीन म्हणतो. ''हाच मुख्य उद्देशही आहे, बरोबर? लोकांना वेगवेगळ्या स्तरांवर आणि पद्धतीनं खुलण्याची संधी आम्ही देतो. आपण असे आहोत, याची चिंता करण्याचं आता लोकांनी सोडून द्यावं,'' तो म्हणतो. पण ३९ वर्षीय मुख्य ऑपरेशन अधिकारी शेरील सॅन्डबर्ग याकडे थोडं वेगळ्या दृष्टिकोनातून पाहते. ''मार्कचा खरोखरीच पारदर्शकतेवर आणि खुलेपणावर खूप विश्वास आहे. म्हणून त्याला समाज आणि जगही असंच खुलं, पारदर्शक असावं, असं प्रकर्षानं वाटतं. त्यासाठी तो लोकांनाही असं वागण्यासाठी प्रवृत्त करतो,'' ती सांगते. ''हा उद्देश साध्य करण्यासाठी या लोकांना थोडंफार नियंत्रण आणि निवांतपणा द्यावा लागेल याची त्यालाही जाणीव आहे. पण याच आशेवर की लोक आणखी मोकळे होतील आणि त्यासाठी त्यांना मदत पुरवायला तो एका पायावर तयार असतो. त्याच्यासाठी हा शेवटपर्यंत जाण्यासाठीचा मार्ग आहे. मला विचारलं तर याबाबत मला अजिबात शाश्वती नाही,'' ती म्हणते. मार्कपेक्षा १३ वर्षांनी मोठ्या असलेल्या सॅन्डबर्गची मतं स्पष्ट आहेत. कुणाला जर जास्त मोकळं होणं आवडतं नसेल तर त्यात तिला वावगं असं काही वाटतं नाही.

जिथे युजरच्या वैयक्तिक माहितीचे स्रोत उघडतात फेसबुकनं नेमकं तिथेच त्याचा प्रवाह नियंत्रित करण्याची अतिशय उत्तम आणि आगळी सोय केलेली आहे. युजरला त्याची खरंच मदत होते. फेसबुकनं केलेल्या युजरच्या अस्सल परिचयाच्या सक्तीमुळेच हे शक्य झालं होतं. फेसबुकवर आढळून आलेल्या व्यक्तीच्या परिचयासंदर्भात काही शंका असली तर अशा व्यक्तीशी कुणीही मैत्रीच करणार नाही, मैत्री झाली नाही तर इतरांच्या माहितीपर्यंत अशा कुठल्याही अनोळखी व्यक्तीला पोचताच येणार नाही, अशी ही सोय आहे. याशिवाय ज्या व्यक्तीशी फारशी ओळख नसेल, तर माहितीचे काही अंश अशा व्यक्तीपासून दूर ठेवण्याची व्यवस्थाही यात आहे – त्यांना वेगवेगळ्या ग्रुपमध्ये टाकून ते साध्य करता येतं. मित्र, कुटुंब, कॉलेज मित्र किंवा सहकारी, अशी 'गट'बाजी युजरला करता येते. मग माहिती पाठवताना यातील कुणाला ती मिळावी हे ठरवता येणं शक्य असतं. ''पण दुर्दैवानं एकूण फेसबुक युजरपैकी फक्त २५ टक्के युजर या सगळ्या व्यवस्थांचा वापर करतात,'' फेसबुकचा माजी मुख्य प्रायव्हसी ऑफिसर केली सांगतो. युजरना या सोयी किचकट वाटतात.

नेटवरच्या इतर कुठल्याही साइटच्या तुलनेत फेसबुकवर अगदी सुरुवातीपासूनच युजरच्या माहितीवर नियंत्रण ठेवण्यासाठी आणि गुप्तता राखण्यासाठीच्या या सोयी उपलब्ध आहेत. या गोष्टींमुळेच संपूर्ण नेट जगतात फेसबुक ''माहितीच्या एका नवीन मॉडेल'चं प्रतिनिधित्व करत आहे,'' ॲडम डिएन्जलो मानतो. ''कुणाला किती माहिती दिसावी, या एका आडकाठीमुळेच फेसबुकवर टाकण्यात आलेली

प्रत्येक माहिती सुरक्षित आहे,'' तो म्हणतो. ''एका विशिष्ट समूहात असलेले लोकच ती माहिती पाहू शकतात.'' ॲडमचा दावा बरोबर आहे. कारण खरंच माहिती रोखणाऱ्या सोयी जगातील इतर कुठल्याही नेटवर्क साइटवर नाहीत. कारण इतक्या मोठ्या प्रमाणात माहिती टाकावी लागेल अशी कुठली साइटच अस्तित्वात नाही. फक्त फेसबुकवरच वैयक्तिक माहितीचा साठा आहे.

२००९च्या शेवटी फेसबुकनं गोपनीयतेच्या त्यांच्या धोरणाची पुनर्बांधणी केली आणि युजरना ग्रुप बनवण्यापासून ते त्या ग्रुपप्रमाणे माहिती वेगवेगळ्या पद्धतीनं प्रवाहित करण्यासाठी प्रशिक्षित केलं. हे करत असतानाच कंपनीला सर्वसामान्यांसाठी एक 'डिफॉल्ट सेटिंग' तयार करावं लागलं. त्यामुळे ज्या युजरनी या नवीन गोपनीयतेसाठीच्या सोयींची दखल घेतली नाही त्यांना असं लक्षात आलं की त्यांनी टाकलेली माहिती मोठ्या प्रमाणात इतरांपर्यंत पोचते आहे. हे 'डिफॉल्ट सेटिंग'मुळे झालं होतं. या संदर्भात उमटलेली प्रतिक्रिया फारच भयंकर होती. मार्क रोटेनबर्गच्या नेतृत्वाखाली युएसनं फेडरल ट्रेड कमिशनकडे तक्रार नोंदवून याबाबत सखोल चौकशी करून फेसबुकवर कडक कारवाईची मागणी केली. तक्रार करणाऱ्यांमध्ये अमेरिकन लायब्ररी असोसिएशन आणि कन्झ्यूमर फेडरेशन ऑफ अमेरिका यांसारख्या महत्त्वाच्या संस्थांचा समावेश होता. गोपनीयतेसंदर्भातील बदल करण्यापुर्वी फेसबुकच्या अधिकाऱ्यांनी त्याबद्दल खूप चर्चा केली. यामुळे युजरना त्यांच्या माहितीवर खात्रीलायक नियंत्रण मिळणार, असं त्यांना वाटत होतं. नेमकं ईपीआयसीनं केलेल्या दाव्यात याच्या अगदी उलट बाजू स्पष्ट करण्यात आली होती. 'फेसबुकनं गोपनीयतेसंदर्भात केलेल्या बदलामुळे युजरची पुर्वी गोपनीय असलेली वैयक्तिक माहिती आता एकदम सार्वजनिक झाली आहे... या बदलांनी युजरच्या अपेक्षांचा भंग झाला आहे, युजरच्या गोपनीयतेचा खातमा झाला आहे आणि हा प्रकार फेसबुकच्या दाव्यांना खोटं ठरवणारा आहे.' गोपनीयतेसंदर्भात युजरला वाटणारी काळजी आणि त्यांची निष्काळजी वृत्ती या दोन्हींचा नेमका मेळ कसा घालायचा आणि हा मुद्दा कसा हाताळायचा हे अजूनही फेसबुकच्या ध्यानात आलं नव्हतं. एक निष्कर्ष मात्र स्पष्ट होता की लोक अजूनही पारदर्शकतेसाठी मानसिकरीत्या तयार नव्हते.

आत्तापर्यंत फेसबुकच्या युजरना हवं असलेलं त्यांच्या माहितीवरचं नियंत्रण त्यांना देण्यात मार्कला थोड्याफार प्रमाणात यश आलं होतं. पहिल्या काही काळात हार्वर्डच्या युजरनी स्वत:बद्दल खूप काही मोकळेपणानं सांगितलं होतं, कारण ती माहिती फक्त हार्वर्डच्या लोकांनाच दिसणार होती. पण नंतरच्या काळात फेसबुकची प्रगती झाली आणि लोकांचा समावेश वाढला. सगळ्या युजरचा समावेश हा एका नेटवर्कमध्येच होत होता. कॉलेज, शाळा, कामाची ठिकाणं आणि भौगोलिकता या आधारावर तयार झालेले युजर मग या डिफॉल्टमुळे एकाच नेटवर्कचा भाग बनले

होते. मी स्वत: अनेक वर्षं Time Inc. आणि New York या दोन गटांचा सदस्य होतो. गोपनीयतेसाठी जे पर्याय साइटवर होते ते जर हाताळले नाही तर इतरांची माहिती पाहणं आणि स्वत:ची माहिती त्या लोकांपर्यंत जाणं अगदी सहज शक्य होतं. (मी या दोन्ही नेटवर्ककरता हे पर्याय अगदी आग्रहानं वापरतो). तुम्ही जोपर्यंत इतर भौगोलिक भागातील युजरना परवानगी देत नाही, तोपर्यंत त्यांना तुमच्या प्रोफाईलपलीकडच्या माहितीपर्यंत पोचणं अवघड होतं. आता जे काही महत्त्वाचे बदल फेसबुकनं केले आहेत त्यात युजरचं भौगोलिक विभाजन काढून टाकण्याची प्रक्रिया सुरू झाली आहे. यामुळे युजर डाटा पाहू शकणाऱ्यांची संख्या अचानक कमी होणार आहे. म्हणजे एका विशिष्ट भौगोलिक भागातून मिळालेल्या सदस्यत्वामुळे माझी माहिती त्या भागातील इतर युजरनं पाहाणं सहज शक्य होतं. मात्र आता ती सीमारेषा नसल्यामुळे मी एका मोठ्या नेटवर्कचा भाग झालो आणि जोपर्यंत मी कुणाशी मैत्री करीत नाही तोपर्यंत माझी वैयक्तिक माहिती इतरांपर्यंत पोचणं शक्य होणार नाही.

फेसबुकसमोर उभी ठाकलेली गोपनीयतेसंदर्भातील आव्हान पाहता एक गोष्ट सहज लक्षात येते की सर्वसामान्यत: फेसबुकच्या युजरला जे काही सुरू आहे त्याचा फारसा काही त्रास नाही. इंटरनेट साइटची तपासणी करणाऱ्या TRUST आणि Ponemon Institute यांनी मिळून केलेल्या सप्टेंबर २००९च्या सर्वेक्षणात फेसबुकला सगळ्यात जास्त विश्वासार्ह दहा कंपन्यांपैकी एक मानलं आहे. विशेष म्हणजे या यादीत फेसबुकचं स्थान ॲपल, गुगल आणि मायक्रोसॉफ्ट यांच्या वर आहे.

फेसबुकच्या कार्यालयात फेरफटका मारला तर मार्कच्या दृढनिश्चयाची ग्वाही देणारं वातावरण अनुभवायला मिळतं. काम करणारे काही 'ultimate transparency' किंवा 'radical transparency' असे शब्दप्रयोग सर्रास करताना दिसतात. शिवाय जगभरातील लोक आता खरोखरीच स्वत:ला आणखी मोकळेपणानं इतरांशी जुळवून घेण्यास उत्सुक असल्याचं प्रकर्षानं जाणवू लागलं आहे. तेव्हा, फेसबुकवरच्या सगळ्याच गोष्टी त्यांच्याही अंगवळणी पडतील, असा प्रतिवादही इथे घडताना दिसतो. कदाचित काही दिवसांनी काहीही लपवून ठेवण्याची गरजच पडणार नाही, अशीही शक्यता त्यामुळे वाटते.

फोटो ॲप्लिकेशन हे फेसबुकवर माहिती उघड होण्याचं सगळ्यात मोठं माध्यम आहे. इथे युजरला स्वत:च्या माहितीवर नियंत्रण ठेवणं फारच कठीण जातं. इतर कुणीही तुमचा फोटो नेटवर्कवर टाकू शकतं. यावर कुठल्याही युजरचं नियंत्रण असू शकत नाही. तरीही अशा एखाद्या छायाचित्रात तुम्ही दिसत असाल तर 'टॅग' डिलीट करण्याची मुभा तुम्हाला आहे आणि त्यामुळे तुमच्या इतर मित्रवर्गात ही माहिती पसरण्यापासून थांबवता येते. पण तुम्ही टॅग डिलीट करायच्या आधीच तो

फोटो न्यूज फीडमधून सगळ्यांपर्यंत पोचलेला असतो. (आणखी एक उपाय म्हणजे, जर युजरनं गोपनीयतेसंदर्भातील पर्यायांचा वापर केला तर तुम्हाला कुणी छायाचित्रांमध्ये टॅग करू शकणार नाही, अशीही एक सोय प्रायव्हसी सेटिंगमध्ये आहे.) फेसबुकच्या अंगभूत रचनेमुळे फोटो दिसण्यासंदर्भातील फारच कमी नियंत्रण युजरच्या हाती आहे. तो टाकला की नेटवर्कमध्ये सर्वदूर दिसतोच. तो दिसू नये यासाठी प्रायव्हसी सेटिंगचा वापर करणं अत्यावश्यक असतानाही युजर त्याकडे दुर्लक्ष करतात ही वास्तविकता आहे.

इतरांनी काढलेले स्वत:चे काही आक्षेपार्ह फोटो फेसबुकनं काढून टाकावे यासाठी अनेक वर्षांपासून युजर्स फेसबुकच्या मागे लागले आहेत. पण कंपनीनं याबाबत आपलं धोरण स्पष्ट ठेवलं आहे. युजर टॅगवर आपलं नियंत्रण ठेवू शकतो पण फोटोवर नाही. फोटो ज्यानं काढला त्याच्या अधिकाराचा तो भाग असतो. मलाही हे चुकीचं वाटतं. पण फेसबुकचं धोरण फोटो टॅग होऊन इतरांपर्यंत जाण्यापूर्वी युजरला निर्णय घेण्याची संधी देण्यास तयार असल्याचं जाणवत नाही.

या पारदर्शकतेच्या पुरस्कर्त्यांजवळ बचावाची आणखीही काही कारण आहेत. त्याच्या मते फेसबुकवर तुमच्या फोटोचा प्रसार अधिक सोपा आणि वेगानं होतो. पण इंटरनेटवर अशा अनेक साइट आहेत ज्यांच्या माध्यमातून फोटो प्रसारीत होतात. म्हणून जगात कुठे घडत नाही अशी गोष्ट फक्त फेसबुकमुळे घडते आहे, असं काही नाही.

''जगरहाटी बनत चाललेल्या काही गोष्टींना जर फेसबुकनं रोखण्याचा प्रयत्न केला तर फेसबुकची उपयोगिता टिकणार नाही, असं मार्कचं स्पष्ट मत आहे,'' मितभाषी पण उत्कट ॲडम सांगतो. अगदी एक्सेटरपासून या दोघांनी हे सगळं योजून ठेवलं होतं आणि त्यावर भरपूर चर्चाही वारंवार केली होती. माहितीच्या प्रसारणाची गती कमालीची वाढली आहे आणि झपाट्यानं वाढतेच आहे, ॲडम पुढे सांगतो. ''फेसबुकची भूमिका काय आणि ते काय करत आहे याहीपेक्षा तंत्रज्ञान विकसित होत असताना जग हे असंच झपाट्यानं पुढे जाणार, हे मान्य करावं लागलं,'' तो मानतो. म्हणूनच सॅन्डबर्ग म्हणते की जोपर्यंत युजर स्वत:ला प्रामाणिकपणे सादर करत नाही तोपर्यंत त्याच्या फेसबुकवर येण्याला काही अर्थ उरत नाही.

म्हणून मग मार्कसकट त्याच्या टीममधले जेवढे पारदर्शकतेला प्रोत्साहन देणारे लोक आहेत त्यांचं ठाम मत आहे की ही पारदर्शकता आणि स्वभावाचा मोकळेपणा आपल्याला एक चांगली व्यक्ती बनण्यास मदत करते. काहींचा तर दावा आहे की फेसबुकवर असलेल्या तरुणांसाठी इतरांची, विशेषत: बॉयफ्रेन्डची किंवा गर्लफ्रेंन्डची फसवणूक करणं जरा मुश्किलच झालं आहे. जास्त पारदर्शकतेमुळे सहनशील समाजाची निर्मिती होण्यास मदत होते, हे त्यांनीही आता मान्य करायला

सुरुवात केली आहे. प्रत्येक व्यक्तीच्या हातून कधी तरी काहीतरी चूक किंवा लाजिरवाणं कृत्य घडण्याची शक्यता असते, ही जाणीव रुजू लागली आहे. असा हा महत्त्वाचा घटक अगदी टाळता येणं शक्य नाही हे फेसबुकमध्ये २००६ला न्यूज फीडचा आरंभ करताना अगदी स्पष्ट झालं. हे फीचर युजरच्या वागण्याला अगदी एकसारखी वागणूक देणारं होतं. युजरच्या व्यक्तिमत्त्वाच्या पैलूचे अगदी बारकाईनं पाहून-जोखून आणि त्याला असलेले विविध संदर्भ त्यातून वजा करून फक्त एक माहिती म्हणून या फीचरद्वारे जगापुढं ठेवण्यात आले होते.

❖

जे युजर फेसबुक वापरतात आणि फेसबुकला अपेक्षित असलेली पारदर्शकता, मोकळेपणाने, स्वत:चे प्रामाणिक विचार किंवा जे काही डोक्यात चाललं आहे ते बेधडक व्यक्त करून त्याप्रमाणे वागतात त्यांना त्यांच्या या सर्व गुणांसाठी (?) छोट्या छोट्या लढ्यांना तोंड द्यावं लागल्याचीही काही उदाहरण सापडतात. इंग्लंडच्या एसेक्सच्या १६ वर्षीय किम्बरले स्वान या मुलीला एक नोकरी मिळाली. आपल्या काही सहकाऱ्यांना तिनं फेसबुकवर आपल्या मित्र परिवारात आमंत्रित केलं होतं. काही आठवड्यांनी मन मोकळं करताना आपल्या कामाचं स्वरूप फारच नीरस आणि कंटाळवाणं आहे, अशा अर्थाचा मजकूर तिनं फेसबुकवर टाकला. तिच्याशी फेसबुकवर मैत्री असणाऱ्या कुणीतरी ते लगेच बॉसच्या कानावर घातलं आणि स्वानला आपली नोकरी गमवावी लागली. "मी तर कंपनीचं नावही लिहिलं नव्हतं," डेली टेलीग्राफला दिलेल्या एका मुलाखतीत तिनं युक्तिवाद केला. आपल्या सगळ्याच गोष्टीत हे कार्यालय आणि अधिकारी फारच नाक खुपसण्याचा प्रकार करत होते, असा आरोपही तिनं केला होता. हा प्रकार तेव्हा बराच काळ चर्चेत होता.

काही हायस्कूल विद्यार्थ्यांना तर आपल्या हक्कांसाठी न्यायालयाची पायरी चढायचीही वेळ आली होती. फ्लोरिडातील पेमब्रोक पाईन्स चार्टर हायस्कूलच्या कॅथरीन इव्हान्स नावाच्या विद्यार्थिनीनं आपल्या एका शिक्षिकेच्या विरोधात मत व्यक्त करण्यासाठी फेसबुकवर एका ग्रुपची निर्मिती केली. आयुष्यात भेटलेली सगळ्यात वाईट शिक्षिका म्हणून तिनं या शिक्षिकेबद्दल स्वत:च्या रागाला फेसबुकवर वाट मोकळी केली होती. मुख्याध्यापकांना कळताच त्यांनी कॅथरीनला तीन दिवसांसाठी शाळेत येण्यास बंदी केली. कॅथरीननं गप्प न राहता आपल्या अभिव्यक्ती स्वातंत्र्याचं उल्लंघन झालं म्हणून मुख्याध्यापकांविरुद्ध कोर्टात खटला भरला.

मार्कच्या मतांना अप्रत्यक्षरीत्या समर्थन देताना ही तरुण मंडळी फेसबुकवरच्या आपल्या या बेधडक वागण्याबद्दल तसे बेफिकीर आहेत. त्यांच्या मते या गोष्टींमुळे आत्ता त्यांना टक्केटोणपे खावे लागत असतील तरीही कालांतरानं या परीस्थितीत

नक्की बदल घडणार आहे. ज्या मुद्द्यांवर विरोध होतो आहे ते मुद्देच राहाणार नाहीत किंवा मतपरिवर्तनाची तर त्यांना जणू खात्रीच आहे. हे असं स्वच्छंद वागणं म्हणजे स्वत:च्या प्रतिष्ठेसंदर्भात जुगार खेळण्यासारखं असलं तरी या त्यांच्या वागण्याला समाजातील इतर स्तरांतूनही समर्थन करणारे काही संदर्भही मिळतातच. अमेरीकेचे राष्ट्राध्यक्ष बराक ओबामा यांनी आपल्या आत्मचरित्रात तरुणपणी एकदा कोकेन चाखल्याची कबुली दिली आहे. विशेष म्हणजे लोकांच्या लेखी या त्यांच्या कृतीला काही विशेष महत्त्व नव्हतं.

कुठलाही आडपडदा न ठेवता स्वत:बद्दल सांगण्याची इच्छा होणं आणि कदाचित एखाद्या लाजिरवाण्या परिस्थितीचा सामना करावा लागणार ही जाणीव असतानाही सुरक्षिततेची हमी मनात बाळगणं, हे समजण्यासारखं आहे. पण त्यांना असं करता येणार नाही याचं कारणही फेसबुकमध्येच दडलेलं आहे. 'Saving Facebook' या २००९मध्ये लिहिलेल्या आपल्या लेखात न्यूयॉर्क लॉ स्कूलचे असोसिएट प्रोफेसर असलेले जेम्स ग्रीमेलमेन यांनी काही महत्त्वाचे मुद्दे नमूद केले आहेत. ''गोपनीयतेसंदर्भात काही समस्या (फेसबुकमध्ये) आहेत, पण त्याचबरोबर माहितीच्या संरक्षणासाठी केलेली रचनाही वाखणण्याजोगी आहे... ज्या काही गोपनीयतेच्या समस्या आहेत... लोक स्वाभाविकपणे उत्साहानं ज्या प्रकारे फेसबुकचा वापर करतात त्यातून ते निर्माण झालेले आहेत,'' ते लिहीतात. ''इतरांनी दिलेल्या माहितीसाठी विश्वासार्ह नियंत्रणाची सोय असण्याची जबर इच्छा आणि एक सहज सामाजिक संवाद घडावा हे मनस्वी स्वप्न या दोन्हीमध्ये अत्यंत मोठा आणि टाळता न येण्यासारखा एक तणाव आहे आणि त्यातून या समस्यांचा जन्म होताना दिसतो,'' ग्रीमेलमेन म्हणतात.

ग्रीमेलमेन यांच्या लेखातील सगळ्यात उल्लेखनीय मुद्दा म्हणजे गोपनीयतेचं जे उल्लंघन फेसबुकवर होताना दिसतं ते कंपनीमुळं नाही, तर युजर ज्या पद्धतीनं मित्रांना साइटवर समाविष्ट करतात त्याच्या परिणामस्वरूप आहेत. फोटो काढून फेसबुकवर पोस्ट होणं थांबवण्यासाठी काही कॉलेजमध्ये आता कॅमेरे आणि मोबाइल फोनवरच बंदी घालण्यात आली आहे. काही समारंभांत आणि विशेषत: तरुणांनी आयोजित केलेल्या पार्ट्यांमध्ये आता एक नवी संकल्पना रुजते आहे. पार्टीच्या ठिकाणी एक काळोखी 'शॉटरूम' ठेण्याचा प्रघात आहे. काळोखात मग कुणीही फोटो काढूच शकत नाही. मग या रूमचा वापर मुलं दारू पिण्यासाठी किंवा मादक द्रव्य चाखण्यासाठी करतात. खेळाडू आणि इतर विद्यार्थ्यांसाठी हे फारच घातक आहे, त्यामुळे तेही चिंतेनं ग्रासलेले असतात. कुठल्याही पार्टीला गेल्यानंतर ते लगेच फेसबुक तपासतात आणि कुणी आपल्याला एखाद्या आक्षेपार्ह स्थितीत घेतलेल्या फोटोला टॅग तर केलं नाही ना, याचा आधी तपास घेतात. पण असं हे फोटो घेणं आणि टॅग करणं हे ज्यांना युजरनं आपला मित्र म्हणून स्वीकारलं आहे

तेच करताना आढळून येतात. ग्रीमेलमेन याला 'peer-to-peer pirvacy violation' असं म्हणतात. मित्रांनीच मित्रांचं खाजगी आयुष्य चव्हाट्यावर आणण्याचाच हा प्रकार आहे. अशा प्रकारातून खरे मित्र ओळखण सोपं होतं.

स्वत:ची खरी ओळख वापरून आपण फेसबुकवर प्रवेश मिळवला असल्यानं आपल्या प्रत्येक कृतीची जबाबदारी आपली स्वत:ची आहे. इतर काही इंटरनेट साइटवर खोट्या नावांनी किंवा टोपणनावांच्या पडद्याआड राहून अश्लील शेरे, काही अपमानास्पद टिप्पणी आणि नको तशी टीका केली जाते. फेसबुकवर हे शक्यच नाही. न्यूयॉर्कमधल्या हॅरीसन इथे, राष्ट्राध्यक्षपदी ओबामांची निवड झाल्यानंतर एका पोलीस विभागातील गुप्तहेरानं फेसबुकवर आपलं मत नोंदवलं होतं. 'the rose garden will be turned into the watermelon garden' त्याला पदच्युत करून २००९मध्ये सेवानिवृत्ती घेण्यास सांगण्यात आलं होतं.

तरीही फेसबुकची सदस्यत्वासाठी खऱ्या परिचयाची अटही पूर्ण सुरक्षितता आणण्यास अपयशी ठरली आहे. अनेक व्यक्ती आपली खोटी नावं वापरून गंमत म्हणून प्रोफाईल तयार करतातच. तुम्हाला अशा खोट्या नावांची चलती फेसबुकवर दिसेल. पण अशांना ओळखणं फार सोपं असतं. आपल्या परिचयाला आपल्या मित्रांकडून अधिकृततेची पावती मिळालेली असते. खोट्या प्रोफाईलमध्ये त्यामुळे फार कमी किंवा कधी कधी एकही मित्र नसतो. काही खोटी प्रोफाईल्स ओळखणं कठीण असतं, अशीही उदाहरणं आहेत. एक प्रयोग म्हणून २००८मध्ये सिमेंटेक सुरक्षा व्यवस्था कंपनीनं एका तरुणीला सिलीकॉन व्हॅलीतील एका कॉलेजची विद्यार्थिनी दर्शवून तिचं खोटं प्रोफाईल तयार केलं होतं. काही तासांतच या प्रोफाईलवर त्या महाविद्यालयातील शेकडो मुलांनी मैत्रीसाठी निमंत्रणं पाठवली होती. तिला डेट करण्यासाठीची धडपड त्यातून स्पष्ट होत होती. काही अत्यंत दुर्दैवी उदाहरणं म्हणजे काही विकृत मनोवृत्तीच्या पुरुषांनी स्त्रीवेषात फोटो काढून फेसबुकवर प्रोफाईल्स बनवली आहेत. मुलांकडून काही अश्लील छायाचित्रं मिळवण्यासाठी त्यांनी हा प्रकार केल्याचं आढळून आलं.

लोकप्रिय आणि प्रसिद्ध लोकांनाही फेसबुकच्या या रचनेला नाकारावं लागलं आहे. मायक्रोसॉफ्टचे अध्यक्ष बिल गेट्स यांना आपलं फेसबुक प्रोफाईल २००८च्या सुरुवातीला बंद करावं लागलं ते दोन कारणांसाठी. एकतर त्यांना हजारोंच्या संख्येनं मैत्रीची आमंत्रणं यायला लागली होती. तीही इतकी की त्यांच्या सहायकालाही ती सांभाळणं कठीण झालं होतं. दुसरं म्हणजे त्यांच्या नावानं पाच आणखी प्रोफाईल तयार झाली होती आणि त्यावर मित्रांची संख्या वाढू लागली होती. शेवटी त्यांनी आपलं प्रोफाईल फेसबुकवरून काढून टाकलं.

ज्या लोकांची नावं जरा निराळी आहेत अशांना फेसबुकशी बरंच झगडावं

लागलं आहे. काहींना फेसबुकचं सॉफ्टवेअर प्रोफाईलच बनवू देत नाही. एल्मो कीप नावाच्या एका ऑस्ट्रेलियन महिलेला फेसबुकच्या रचनेत प्रवेशच घेता आला नाही. शेवटी तिला आपला पासपोर्ट आणि इतर अधिकृत कागदपत्रं दाखवल्यानंतर परवानगी देण्यात आली. कॅलिफोर्नियातील कोस्टा मेसाच्या ५२ वर्षीय व्ही. ऍडेमनलाही फेसबुकच्या सॉफ्टवेअरनं परवानगी नाकारली. त्यांचं पहिलं नाव हे फक्त एक अक्षर आहे, असं त्यांना कारण देण्यात आलं होतं. फेसबुकच्या ग्राहक सेवेशी खूप वादावादी केल्यानंतर आणि काही कायदेशीर पुरावे दिल्यानंतर त्यांना फेसबुकवर स्वत:चं प्रोफाईल बनवता आलं. ज्यांना परवानगी नाकारण्यात आली त्यातील काही म्हणजे जपानी लेखक हिरोको योडा, न्यूझीलंडच्या रोवेना गे आणि ज्यांच्या ज्यांच्या नावात बिव्हर, जेली, बीअर किंवा डक हे शब्द होते त्यांना प्रोफाईल बनवण्यासाठी खूपच मेहनत घ्यावी लागली. इतकंच काय पण फ्लिकर या सुप्रसिद्ध इंटरनेट साइटची सहसंस्थापक असलेल्या कॅटरीना फेकलाही फेसबुक प्रवेश शक्य झाला नव्हता. (२००९ पर्यंत, अशा तक्रारी सोडवण्यासाठीची फेसबुकची व्यवस्था फारच अपुरी होती. त्यानंतर आणलेल्या नवीन धोरणानंतर या गोष्टी जरा सोप्या झाल्या होत्या.)

मात्र फेसबुकवरच्या जास्तीतजास्त युजरना स्वत:चा व्यवस्थित परिचय देता येतो, ज्यामुळे फेसबुकलाही काही विशिष्ट आणि व्यावहारिक क्षमता प्राप्त होतात. कार्डिफ या वेल्समधल्या एका व्यक्तीला आपल्या सावत्र भावाला ३५ वर्षांनंतर फक्त आडनावाच्या आधारे फेसबुकवर शोधता आलं, कारण त्या दुसऱ्या व्यक्तीनंही आपली व्यवस्थित माहिती फेसबुकवर टाकली होती. अशा कौटुंबिक एकत्रीकरणाच्या क्षणांची भरपूर उदाहरणं फेसबुककडे आहेत.

आता लोकांनी आपले मोबाइल नंबर आणि ई-मेल इतरांना देणंही थांबवलं आहे कारण संपर्कासाठी त्यांना फेसबुकच उत्तम माध्यम वाटू लागलं आहे. ही साधी सोपी डिरेक्टरी फेसबुकची आणखी एक जमेची बाजू ठरली आहे. फेसबुकवर नसलेली व्यक्तीही कुठल्या ना कुठल्या ग्रुपमध्ये संदर्भ म्हणून सापडू लागली आहेत.

आपल्याबद्दल एवढं सगळं एकाच वेळी फेसबुकवर उघड झाल्यावर त्यातून बाहेर पडता आलं नाही तर ते धोकादायक ठरेल का? एखाद्या मित्राकडे झालेल्या पार्टीत माकडासारखी टोपी घालून थोडी चढली असतानाचा आपला फोटोच लोकांच्या लक्षात राहणार का? आपल्याबद्दल एकदा मतं बनली तर मग एक व्यक्ती म्हणून स्वत:ची काही प्रगती आपल्याला शक्य होणार नाही का? एखाद्या प्रसंगानं खचून गेल्यानंतर किंवा काही तरी लपवण्यासाठी एक गाव सोडून दुसऱ्या गावी पुन्हा नव्यानं आयुष्य सुरू करणं पूर्वी शक्य होतं. फेसबुकमुळे ते शक्य होणार नाही का?

त्यामुळे फेसबुकवर स्वत:ची किती माहिती जावी यावर नियंत्रण ठेवण्याची

गरज आहे हे एक निर्विवाद सत्य आहे. मी स्वत:ही 'front page'च्या नियमानं स्वत:ला बांधून घेतलं आहे. तसं स्वत:संदर्भात भरपूर आणि अचूक माहिती देण्यात मला अजिबात अडचण नाही आणि म्हणून मी माझ्या प्रोफाईलमध्ये स्वत:संदर्भातील भरपूर माहिती देतो आणि इतरांबरोबर वारंवार संवादही साधत असतो. पण वर्तमानपत्राच्या पहिल्या पानावर मला हादरवून टाकणारं काहीतरी छापून येऊ नये यासाठीही माझा प्रयत्न असतो.

झकरबर्गच्या, जगाला मोकळा श्वास घ्यायला भाग पाडण्याच्या या आग्रही प्रवासात त्याला साथ द्यायला आता अनेक लोक पुढे आले आहेत. हे लोक फार 'इंटरेस्टिंग' आहेत. न्यूज फीड सुरू केल्यावर ज्यानं 'Students Against Facebook news feed' काढलं तो बेन पार हा नॉर्थवेस्टर्न विद्यापीठाचा विद्यार्थी आता तंत्रज्ञानासंदर्भात लिहीतो. तेव्हा विरोध करणारा बेन आता मार्कच्या विचारांचा पुरस्कर्ता झाला आहे. ''गेल्या दोन वर्षांत झालेला हा सगळ्यात मोठा बदल आहे असं मी मानतो,'' एका लेखात बेन लिहीतो. ''आता आम्ही अगदी सहजपणे आपली आयुष्यं परस्परांसोबत शेअर करतो आणि आपली मतं क्षणात हजारो लोकांपर्यंत पोचवू शकतो. नवीन तंत्रज्ञान आणि मार्कनं जो वेगळा मार्ग चोखाळला त्यामुळे हे बदल घडून आले आहेत... न्यूज फीडमुळे ही क्रांती घडली आहे. ती पाहाणं आणि त्याचं कौतुक करणं एवढंच आमच्या हाती आहे. गोपनीयता नाहीशी झालेली नाही, तर ती नव्या स्वरूपात येऊन वापरण्यास आणखी सोपी झालेली आहे. जे मला सगळ्यांना सांगायचं आहे ते मी सहज सांगू शकतो आणि जे नाही सांगायचं ते मी स्वत:जवळ ठेवू शकतो,'' बेन म्हणतो.

❖

११

व्यासपीठ

'आपण एकत्र, एका चळवळीचा शुभारंभ करीत आहोत.'

फेसबुकच्या प्रारंभापासूनच मार्क झकरबर्गच्या डोक्यात एका विशिष्ट उद्देशानं घर केलं होतं. मे २००४ ला शॉन पार्करला ट्रिबिया नावाच्या त्या चायनीज हॉटेलमध्ये मार्क जेव्हा पहिल्यांदा भेटला, तेव्हाही दोघांमधल्या संवादात मार्कचा हा विचार सतत डोकावत राहिला. पार्कर सांगतो त्याप्रमाणे, झकरबर्ग पूर्ण वेळ त्यांच्या चर्चेत द फेसबुकला एका व्यासपीठात परिवर्तीत करण्यासंदर्भात वारंवार बोलत होता. त्याला त्याची ही छोटीशी आणि नवजात सेवा इतरांच्या काही भन्नाट कल्पना प्रस्तुत करण्यासाठीचं व्यासपीठ म्हणून स्थापित करायची होती. मायक्रोसॉफ्टच्या विंडोज किंवा ॲपलच्या मॅकिंतोशसारखं, द फेसबुकलाही सॉफ्टवेअरचं माहेरघर म्हणून ओळखलं जावं ही त्याची अगदी सुरुवातीपासून इच्छा होती. असं करण्याची अजून वेळ आलेली नाही, असा प्रतिवाद पार्करनं तेव्हा केला आणि मार्कला थोडा धीर धरायला सांगितलं होतं.

एक्सेलमध्ये भागीदार असलेल्या केविन ॲफ्रूझीलाही असाच एक प्रसंग आठवतो. २००५ चा वसंत संपत असताना एक्सेलनं फेसबुकमध्ये गुंतवणुकीचा निर्णय घेतला त्या काळात झकरबर्गशी झालेल्या एका भेटीत या तरुण सीईओनं केविनला मदत मागितली.

''केविन, मला माझ्या या व्यासपीठ धोरणा संदर्भातील विचाराला मदत करणारं कुणीतरी शोधायचं आहे,'' तो ॲफ्रूझीला म्हणाला.

''अं? हां, कदाचित एक दिवस आपणही असं व्यासपीठ म्हणून प्रस्थापित होऊ,'' तो थोडा अडखळतच उत्तरला, ''पण या घडीला आपली कंपनी म्हणजे फक्त सहा जणांचा एक समूह आहे... म्हणजे मला म्हणायचं आहे की मी बिझीनेस सॉफ्टवेअर कंपनीतील (BEA) एका अशा व्यक्तीला ओळखतो ज्यानं या संदर्भात काही काम केलं आहे...''

''BEA? पण मी तर बिल गेट्ससारख्या कोणाबद्दल विचार करत होतो. बिल

गेट्सशी बोलण्यासाठी तू मदत करू शकतोस का?'' केविनचं वाक्य मध्येच तोडत मार्कनं त्याला विचारलं.

''अं... मला नाही माहीत...पण कदाचित जिम ब्रेअर तुला यात काही मदत करू शकेल,'' त्यानं मार्कला सुचवलं.

हा संवाद घडून साधारण एक आठवडा लोटला होता. केविन झकरबर्गला भेटायला त्याच्या ऑफिसमध्ये आला.

''ओके, मी बोललो त्याच्याशी,'' त्यानं केविनकडे पाहत सांगितलं.

''कुणाशी बोललास?''

''बिल गेट्स.''

लोकांना एकत्र येऊन गप्पा करणं शक्य व्हावं या एका उपयोगितेपलीकडे जाऊन आपण निर्माण केलेल्या या इंटरनेट सेवेचा आवाका आणखी मोठा करण्यावर मार्क झकरबर्गचा अगदी सुरुवातीपासूनच भर होता.

❖

ज्याची फक्त कल्पना केली होती त्यापेक्षाही काही तरी खूप भव्य आणि खूप व्यापक असं आपण निर्माण केलं आहे, अशी जाणीव घेऊन येणारे निदान दोन-तीन तरी प्रसंग किंवा क्षण प्रत्येकच लौकिकार्थानं मोठ्या ठरलेल्या तंत्रज्ञान कंपन्यांच्या आयुष्यात आलेच आहेत. सगळ्यात आधी हा साक्षात्कार बिल गेट्सला झाला. पॉल ॲलन या आपल्या भागीदारासोबत पर्सनल कॉम्प्युटरच्या हार्डवेअरवर काम करताना सॉफ्टवेअरचा स्वतंत्र उद्योग असावा ही जाणीव त्याला झाली होती. एक पाऊल आणखी पुढं टाकल्यावर त्याला प्रकर्षानं जाणवलं की निव्वळ एका ऑपरेटिंग सिस्टिमच्या भवती अख्खा एक संगणक तयार करणंही शक्य आहे. आणि मग मायक्रोसॉफ्ट ही जगाच्या इतिहासातील सर्वांत जास्त नफा मिळवणारी कंपनी बनली हे साऱ्यांनाच ठाऊक आहे.

याहूच्या संस्थापकांपैकी जेरी यॅन्ग आणि जेफ फिलोला एके रात्री जाणवलं की त्यांची सेवा ही फक्त इंटरनेटचा नकाशा नाही. नेट वापरणाऱ्यांच्या सर्वेक्षणासाठी आणि संशोधनासाठी त्याचा वापर करणं शक्य आहे आणि मग याहू ही जाहिरातींसाठीची जगातील पहिली व सगळ्यात मोठी इंटरनेट माध्यम कंपनी बनली. गुगलचाही कायापालट असाच काहीसा होता. युजरद्वारे केल्या जाणाऱ्या सर्चला फक्त डाटाबेसपर्यंतच नाही तर जाहिरातींच्या एका स्वतंत्र समूहापर्यंत नेणंही सहज शक्य आहे याची जाणीव सर्जी ब्रिन आणि लॅरी पेग यांना झाली आणि मग इंटरनेट जगतातील सगळ्यात प्रभावी अशा व्यावसायिक संकल्पनेचा जन्म झाला.

झकरबर्गला, त्यानं आणि मॉस्कोव्हिट्झनं जेव्हा फेसबुकला कॉलेजच्या परीसराच्या

पलीकडे नेण्याचा निर्णय घेतला, तो क्षण हा अशा साक्षात्काराचा क्षण होता असं वाटतं. पण फोटो ॲप्लिकेशनला मिळालेल्या अभूतपूर्व यशाचा आढावा घेताना त्याला आणखी एक जाणीव स्पर्श करून गेली. काहीतरी वेगळं त्याला जाणवलं होतं. ''इतरांच्या तुलनेत आमच्या या फोटो ॲप्लिकेशनमध्ये काही कमतरता होती खरी,'' मार्कनं मला मे २००७मध्ये बोलताना सांगितलं, ''हाय रेझोल्यूशन फोटो साठवण्याची आमच्याकडे सोय नव्हती. प्रिंटिंगलाही वाव नव्हता. इतकंच नाही तर अगदी काही काळ पूर्वीपर्यंत एकदा अपलोड केलेले फोटो पुन्हा व्यवस्थित क्रमानं लावण्याची कुठलीही सोय आमच्या ॲप्लिकेशनमध्ये नव्हती. पण तरीही, कसं काय कुणास ठाऊक, आत्तापर्यंतची इंटरनेटवर फोटो संदर्भात सगळ्यात जास्त वापरली जाणारी सेवा ही ठरली.'' फेसबुकच्या अभियंत्यांनी जेव्हा निमंत्रणांसंदर्भातील ॲप्लिकेशनवर काम केलं तेव्हाही अगदी असंच काहीसं घडलं. कुठल्याही कार्यक्रमासाठी निमंत्रण पाठवण्याची सोय असलेल्या या ॲप्लिकेशनला इतका भरघोस प्रतिसाद मिळाला की अनेक वर्षं अशी सेवा पुरवणाऱ्या Evite.com नावाच्या साइटचीही पीछेहाट झाली.

''मग फोटो आणि इव्हेंटच्या संदर्भात हा असा चमत्कार घडला कसा?'' मार्क विचारतो, ''कारण इतर कितीही कमतरता असल्या तरीही इतरांच्या तुलनेत एक गोष्ट मात्र आमच्याकडे होती आणि ती म्हणजे सामाजिक आलेखाशी असलेलं या ॲप्लिकेशनचं नातं!'' फेसबुकच्या संकल्पनेतील हा परिवर्तनाचा क्षण होता. सामाजिक आलेख या शब्दप्रयोगाचा मार्कला अभिमान वाटायचा. ''मित्रांशी असलेलं संपर्काचं जाळं हेच फेसबुकच्या अंतरंगाचं खरं मूल्य आहे, हे आम्हाला विचार केल्यानंतर प्रकर्षानं जाणवलं,'' मार्क विश्लेषण करताना म्हणतो. ''यालाच मी सामाजिक आलेख म्हणतो. गणिताच्या नोड आणि कनेक्शनप्रमाणे ते आहे. इथे नोड म्हणजे एक व्यक्ती आणि कनेक्शन म्हणजे मैत्रीचं नातं असा अर्थ होतो,'' तो सविस्तर स्पष्ट करतो. इथे त्याच्या उत्साहाला अचानक वेगळं वळणं लागतं. या क्षणी बोलताना तो अति महत्त्वाकांक्षी असल्याचा भास होतो. ''या पिढीतील सर्वांत प्रभावी असं वितरणाचं माध्यम आम्ही निर्माण केलं आहे,'' तो म्हणतो. मग फक्त फोटो किंवा आयोजनांसाठीच नाही तर इतर कुठल्याही गोष्टीसाठी ते लागू पडतं, हे मार्क अगदी रोखठोकपणे पटवून देतो. त्याचा बोलण्यातील ही शाश्वती ऐकणाऱ्याला अस्वस्थ करणारी असते.

फेसबुकवर मित्रांशी निर्माण केलेल्या संपर्क जाळ्यातून – ज्याला मार्क सामाजिक आलेख म्हणतो – ज्या माहितीची देवाणघेवाण होते ते इथे वितरण या अर्थानं वापरलं आहे. एखादा फोटो तुम्ही टाकला तर त्याची माहिती तुमच्या मित्राला होते. त्याचप्रमाणे जर तुम्ही तुमचं रिलेशनशिप स्टेटस बदललं किंवा पुढल्या आठवड्यात

तुम्ही परगावी जाणार अशी माहिती स्वतःच्या प्रोफाईलमध्ये टाकली तर तेही तुमच्या मित्रांना कळणार. असंच, कुठल्याही सॉफ्टवेअरचा आधार घेऊन केलेली तुमची प्रत्येक कृतीही तुमच्या सामाजिक आलेखातील लोकांना कळणार. या वितरण क्षमतेचा आतापर्यंत फक्त फोटो, आयोजन आणि फेसबुकनं स्वत: निर्माण केलेल्या काही ॲप्लिकेशनसाठीच झाला होता.

ज्या सॉफ्टवेअर कंपन्यांमध्ये असं वैशिष्ट्यपूर्ण ॲप्लिकेशन तयार करण्याचं कसब आहे, त्यांचा आणखी अशाच ॲप्लिकेशनची निर्मिती करण्याकडे कल राहील, असा निष्कर्ष या कंपन्यांनी काढला आहे. त्यांच्या सामाजिक आलेखाशी संलग्न असं खरेदीचं किंवा खेळांचं किंवा उद्योगासाठीचं ॲप्लिकेशन तयार करण्यावर त्याचा भर असेल. पण फेसबुकनं मात्र, आत्तापुरता का असेना, पण अशा ॲप्लिकेशन निर्मितीच्या प्रक्रियेला विराम दिला. इतरांनी फेसबुकसाठी तयार केलेल्या ॲप्लिकेशनला एक व्यासपीठ उपलब्ध करून देण्याचं आपलं अनेक वर्षं मनात जोपासलेलं स्वप्न सत्यात आणण्याचा निश्चय मार्कनं २००६च्या हिवाळ्यात केला. बिल गेट्सनं वैयक्तिक संगणकांच्या संदर्भात जे केलं ते त्याला वेबच्या जगात करायचं होतं. अगदी सहज आणि साधेपणानं ॲप्लिकेशनची निर्मिती करता येईल असं सॉफ्टवेअरचं प्राथमिक साधन त्याला इतरांना पुरवायचं होतं. फक्त त्याला सामाजिकतेची झालर असणार होती. "एक पूर्ण ॲप्लिकेशन चालवू शकेल अशी यंत्रणा म्हणून फेसबुकला स्थापित करण्यावर आमचा भर होता." मार्क सांगतो.

मे २००७ मध्येच जेव्हा मी फेसबुकच्या मुख्य यंत्रणा अधिकारी व्हॅन नॅटशी बोललो तेव्हा फेसबुकच्या या क्षमतेविषयी त्याचं विश्लेषण वेगळं होतं. "आज कुठलीही एक इंटरनेटची साइट घ्या आणि ज्यांना आपली मत आहेत अशा तुम्ही ओळखत असलेल्या आणि तुमच्या विश्वासातील लोकांच्या नजरेतून त्याच्याकडे पाहा. हेच आम्हाला 'प्लॅटफॉर्म' स्थापून साध्य करायचं आहे. असा दृष्टिकोन मिळवण्यापेक्षा आणखी मौल्यवान असं काय असू शकतं?" नॅट सवाल करतो.

❖

पहिल्यावहिल्या वेळी कीबोर्डला स्पर्श केला तेव्हाच मार्क झकरबर्गच्या मनाला प्लॅटफॉर्मचा विचार शिवला. AOLवर चालतील अशा काही यंत्रणांसाठी कोडिंग करण्यापासून मार्कची प्रोग्रॅमिंगची सुरुवात झाली. तो तेव्हा पौगंडावस्थेत होता आणि AOLची तेव्हा ऑनलाईन क्षेत्रात अक्षरश: मक्तेदारी होती. मार्क स्वत:ही सदस्य असलेल्या एका हॅकर ग्रुपनं AOL चालवणाऱ्यांच्या विचारांची पर्वा न करता AOLला एका प्लॅटफॉर्ममध्ये परीवर्तीत केलं होतं. थोडं वय वाढलं आणि एक्सेटरमध्ये असताना त्यानं ॲडम डीॲन्जेलोसोबत MP3 (audio files) संगणकावर

ऐकण्यासाठी सायनॅप्स नावाचं सॉफ्टवेअर तयार केलं होतं. थोड्या काळाकरता का होईना, पण सायनॅप्सला लोकप्रियता मिळाली होती; कारण त्यावर आधारलेले काही नवीन प्रोग्रॅम तयार करण्याची, म्हणजेच plug in ची सोय त्यात होती. सायनॅप्स हे एक छोट्या स्वरूपातील प्लॅटफॉर्म होतं यात शंका नाही. पण त्याच्या सगळ्यात आवडत्या सॉफ्टवेअरवर, म्हणजेच वायरहॉगवर काम करताना तर त्यानं मनाशी पक्का निश्चय केला की फेसबुकला प्लॅटफॉर्म म्हणून तयार करायचंच. वायरहॉग प्रकल्प टाकून देताना त्याला अनेक यातना झाल्या होत्या. खरं तर फेसबुकच्या माध्यमातून चालवलं गेलेलं वायरहॉग हे एक पहिलं स्वतंत्र ॲप्लिकेशन होतं. पण दुर्दैवानं त्याला दीर्घायुष्य लाभलं नाही.

इतरांनी तयार केलेली ॲप्लिकेशन चालवणारं व्यासपीठ म्हणून कुठल्याही इंटरनेट साइटला यशस्वीरीत्या प्रस्थापित करणं हे तंत्रज्ञान क्षेत्रातील प्रत्येकासाठीचं अंतिम ध्येय मानलं जातं. वैयक्तिक संगणकातील एकमेव ऑपरेटिंग यंत्रणा म्हणून स्वत:ला प्रस्थापित करून मायक्रोसॉफ्टनं आपल्या विंडोजच्या माध्यमातून दोन दशकं तंत्रज्ञान उद्योगावर राज्य केलं. Personal computer (PC) करता कुणालाही कुठलंही ॲप्लिकेशन तयार करायचं असेल तर त्याला विंडोजशिवाय पर्याय नव्हता. (प्लॅटफॉर्म ही संकल्पना आणि हा शब्दप्रयोग बिल गेट्सनं लोकप्रिय केला आहे.)

कुठल्याही सॉफ्टवेअर कंपनीकरता प्लॅटफॉर्मची निर्मिती करणं म्हणजे पूर्णत: अशा सॉफ्टवेअरवर अवलंबून राहणाऱ्या आणखी ॲप्लिकेशन निर्मात्यांचं एक जाळं निर्माण करणं, असा सरळसोट उद्देश असतो. आणि एकदा का असं जाळं निर्माण करण्यात कंपनी यशस्वी झाली तर मग प्रतिस्पर्ध्यांना हे जाळं मोडून काढणं कुठल्याही परीस्थितीत शक्य होत नाही. अतिशय कुशलतेनं ॲपलनं मॅकिंतोशच्या माध्यमातून ऑपरेटिंग यंत्रणेवर असलेली विंडोजची मक्तेदारी मोडून काढली. त्यानंतर आयपॅड आणि मग त्याहीपेक्षा सरस अशा आयफोनच्या निर्मितीनं ॲपलनं मग त्यांच्या स्वत:च्या यशाची पुनरावृत्ती केली.

व्यासपीठ म्हणून स्थापित होतानाच फेसबुकवरही नकळत, जे ते करणार त्या प्रत्येक गोष्टीत यश संपादन करण्याची जबाबदारी आहे. फेसबुकच्या युजरना ज्या क्षेत्रात रूची आहे त्या त्या क्षेत्राशी निगडीत सर्वोत्तम ॲप्लिकेशन तयार करणं फेसबुकलाही नेहमीच शक्य होणार नाही. उदाहरणार्थ फक्त चॅटिंगची सुविधा पुरवणाऱ्या सॉफ्टवेअर कंपन्या कधीही फेसबुकला मात देऊ शकतात. खूप महत्त्वाकांक्षी प्रकल्प म्हणून २००८च्या मधल्या काळात फेसबुकनं चॅटची सुरुवात फेसबुकवर केली होती. माझ्या सतरा वर्षांच्या मुलीला मी या संदर्भात विचारलं. फेसबुकचं व्यसन जडलेलं असलं तरीही चॅटिंगसाठी ती आणि जर विचारलं तर अर्ध्याहून अधिक अमेरीकेतील तरुणाई उत्तर देईल की त्यांना आजही त्यासाठी AIM आणि

ॲपलचं आयचॅटच जास्त सोईचं वाटतं. फेसबुक चॅट त्यांना खूप पुरातन काळातील वाटतं. शिवाय ते वापरायलाही थोडं किचकट आणि हव्या तितक्या सुविधाही त्यावर नाहीत, असं या तरुण मुलांना वाटतं. स्वतःचं प्रोफाईल सांभाळता येईल आणि मित्रांशी एक नवीन पद्धतीनं जुळता येईल अशी वैविध्यपूर्ण यंत्रणा देण्याचा निर्णय मार्कचा होता. कारण शेवटी इतर आणखी गोष्टी करायला इतरही काही कंपन्या होत्याच.

❖

प्लॅटफॉर्म म्हणून तयार होण्याकडे पहिलं पाऊल टाकण्याचा प्रयत्न फेसबुकनं ऑगस्ट २००६मध्ये केला. पण इंटरनेट जगतानं त्याची साधी दखलही घेतली नाही. न्यूज फीडमुळे निर्माण झालेलं वादळ त्या वेळी सगळ्यांचं लक्ष वेधून घेणारं ठरलं. त्याच वेळी डोकं लढवून डेव्ह फेटरमॅन नामक प्रोग्रॅमरनं फेसबुक API नावाचं एक ॲप्लिकेशन तयार केलं होतं. या प्रोग्रॅमच्या माध्यमातून फेसबुक युजरला, फेसबुकच्या युजरनेम आणि पासवर्डच्या आधारानं इतर काही साइटवर जाणं शक्य होणार होतं. असं केल्यावर त्या साइटवरील मित्रांची यादी किंवा प्रोफाईलमधील आवश्यक ती माहिती घेण्याची मुभाही युजरना मिळणार होती. पण फेसबुकच्या काही वयस्क प्रोग्रॅमर मंडळींना हा प्रकार जराही आवडला नाही. अशा प्रकारे माहितीला सुरक्षिततेच्या कक्षेतून बाहेर जाण्याची परवानगी देणं त्यांना पटणारं नव्हतं. या सगळ्या प्रकारात कंपनी आपली अमूल्य माहिती गमावते आहे आणि त्याची कुठलीही परतफेड होत नसताना असं करणं म्हणजे कंपनीच्या तोट्यात भर घालणारं आहे, असं त्यांना वाटलं. पण झकरबर्गनं याला पाठिंबा दिला. APIच्या प्रयोगाकरता फेसबुकनं मग फेसबँक नावाच्या बाह्य वेबसाइटची व्यवस्था केली, जिच्या माध्यमातून मित्रांमधील लहानसहान देवाणघेवाणींच्या व्यवहाराचा मागोवा घेणं शक्य होतं. हेच नंतर Moochspot म्हणून प्रस्थापित करण्यात आलं होतं.

अनेक सॉफ्टवेअर विकसित करणाऱ्यांनी APIवर बरेच प्रयोग केले. पण मुळात कुणीही आणि त्यातही फेसबुक युजरनी या ॲप्लिकेशनचा वापर मात्र केला नाही.

APIसंदर्भात एक समस्या होती. बाहेरून काम करणाऱ्या या ॲप्लिकेशनचा फारसा उपयोग होत नव्हता. त्याचं मुख्य कारण म्हणजे ज्या वितरणाचा फेसबुकला अभिमान होता तेच यात समाविष्ट नव्हतं. फेसबुकमधून आपल्या मित्रांची यादी काढणं या ॲप्लिकेशनमुळे शक्य होतं, पण त्याद्वारे बाहेरच्या ॲप्लिकेशनमधून या मित्रांना निरोप पाठवणं मात्र शक्य नव्हतं. त्यामुळे हे ॲप्लिकेशन वापरण्यात काही अर्थ नाही, असा सगळ्यांचं मत पडलं. सामाजिक आलेखाचा पूर्ण वापर इथे केला गेला नव्हता. Moochspot द्वारे परस्परांतील व्यवहारावर नजर ठेवणं शक्य होतं.

पण प्रोफाईलपर्यंत माहिती पोचवण्याचा कुठलाच मार्ग यात नव्हता.

न्यूज फीडचं वादळ शमून त्याला मिळालेल्या स्वीकृतीमुळे फेसबुकमध्ये यशाचं वातावरण निर्माण झालं. या माध्यमातून मित्रांना फक्त त्यांच्या मित्रांच्या फेसबुकवरील घडामोडींचीच नाही तर त्यांनी नव्यानं कुठलं ॲप्लिकेशन वापरायला सुरुवात केली आहे हे कळण्याचे मार्गही मोकळे झाले होते. न्यूज फीडचं यश फेसबुकला प्लॅटफॉर्म म्हणून प्रस्थापित करू शकणार होतं. त्याचा पाया रचला गेला तो ओपन रजिस्ट्रेशनच्या माध्यमातून. विस्तृत आणि मोठ्या संख्येने प्रत्येक प्रकारच्या युजरपर्यंत पोचणार असलं तरच ॲप्लिकेशन तयार करणाऱ्यांनाही जरा उत्साह वाटणं स्वाभाविक होतं.

न्यूज फीड मार्गस्थ झाल्यावर फेसबुकला काम करणाऱ्यांनी मग आपला मोर्चा साइटला ॲप्लिकेशनचं व्यासपीठ बनवण्याकडे वळवला. चार्ली शिवर आणि डीॲन्जलोनं प्रोग्रॅमिंगच्या किचकट कामाची जबाबदारी उचलली. संभाव्य ॲप्लिकेशन विकसित करणाऱ्यापर्यंत पोचण्याची आणि त्यांना या संदर्भात माहिती देण्याची, म्हणजेच थोडक्यात मार्केटिंगची जबाबदारी डेव्ह मोरीनवर टाकण्यात आली. (मोरीन यापूर्वी ॲपलमध्ये कामाला होता आणि त्या वेळी ॲपलच्या मॅक ऑपरेटिंग सिस्टिममध्ये अशाच प्रकारे फेसबुकलाही समाविष्ट करण्याच्या त्याच्या प्रयत्नांना यश आलं नव्हतं.) यापूर्वी ॲप्लिकेशनसाठी व्यासपीठ म्हणून स्थापित झालेल्या काही यशस्वी कंपन्यांना भेटण्याचा मोरीन आणि फेटरमॅननं लावला ज्यात ई-बे, ॲपल आणि सेल्सफोर्स.कॉमचाही समावेश होता.

पण बाहेर कितीही नमुन्यांची पाहाणी केली तरीही आत एक प्रश्न मात्र सतत सगळ्यांना भेडसावत होता. ''फोटो ॲप्लिकेशनला मिळालेलं यश आमच्यापुढे होतं आणि आम्ही फक्त त्यालाच आदर्श मानून सगळ्या गोष्टी करत होतो,'' मोरीन सांगतो. ''फोटो ॲप्लिकेशनमुळं जे साध्य झालं तेच इतर प्रत्येक ॲप्लिकेशनसाठी कसं शक्य होईल यावर आम्ही डोकं खाजवत राहिलो,'' तो सांगतो. फोटो अल्बम करता प्रत्येक प्रोफाईलच्या पानावर एक चौकट दिली होती. त्यावर क्लिक केलं की फोटोचं पानं उघडायचं. ते एखाद्या वेबसाइटच्या पानाप्रमाणेच होतं. अल्बममध्ये युजरनं नवीन फोटो टाकताच त्याची माहिती त्या युजरच्या मित्रांना त्यांच्या मिनीफीडद्वारे होत असे. मग टीमनं निर्णय घेतला. ॲप्लिकेशन विकसित करणाऱ्यासाठीही त्यांनी प्रोफाईलवर अशीच एक चौकट निर्माण करण्याची सोय करून फेसबुकच्या आत अख्खं एक पान तयार करण्याची परवानगी देण्याचा विचार करण्यात आला. पण यातील कुठल्याही ॲप्लिकेशनवर कुठलीही कृती युजरनं केली की त्याची माहिती ही न्यूज फीडच्या माध्यमातून प्रसारित होणारच, अशीही सोय कायम ठेवण्यात आली.

थोडा आणखी तर्कवितर्क केल्यावर ते या निष्कर्षाप्रत पोचले की ॲप्लिकेशन

तयार करणाऱ्यांना जे शक्य होणार नाही असे कुठलेही बदल स्वत: फेसबुकही आपल्या स्वत:च्या ॲप्लिकेशनमध्ये करणार नाही. सामना बरोबरीचा ठेवण्याचं तत्व मान्य करण्यात आलं होतं. २००७मध्ये मार्कनं यासंदर्भात स्पष्टीकरणही दिलं होतं. "आमच्या स्वत:च्या ॲप्लिकेशनसाठी कुठल्याही प्रकारचा फायदा करून घेण्याचा आमचा अजिबात हेतू नाही. उलट ज्यात कुणावरही अन्याय होणार नाही अशा वातावरण निर्मितीवरच आमचा भर होता आणि आहेही." दिलेला शब्द फेसबुकनं पाळला. इतका की बाहेरच्या ॲप्लिकेशन विकासकांना जे तयार करता आलं नाही असे काही ॲप्लिकेशन फोटो फीचरमधून फेसबुकनं काढून टाकले होते.

आपल्या या नवीन प्रकारच्या भागीदारांसाठी फेसबुकनं खऱ्या अर्थानं मैदान मोकळं केलं होतं आणि त्यांना मोठ्या प्रमाणात स्वातंत्र्यही देऊ केलं. इतकंच नाही तर फेसबुकच्या माध्यमातून त्यांच्या ॲप्लिकेशनला कमाई करण्याचीही संधी देण्यात आली. मात्र फेसबुकचं व्यासपीठ वापरण्यासाठी अशा विकासकांना फेसबुकनं एक छदामही मागितला नाही. "लोकांसाठी हे व्यासपीठ मोफत आहे. त्यांना इथे हवं ते काम करण्याची मुभा आहे. त्यांनी फेसबुकच्या आत आपला उद्योग स्थापित करावा किंवा जाहिरात करावी, घ्यावीही. प्रायोजकत्व घेण्यासही ते मोकळे आहेत. इथे त्यांना कुठल्या गोष्टी विकायच्या असतील किंवा दुसऱ्या एखाद्या साइटवर जाण्यासाठीचा मार्ग निर्माण करायचा असेल तरी ते करू शकतात. आम्ही तटस्थ राहाण्याचं ठरवलं. फेसबुकच्या आत त्यांना आपली पूर्ण एक कंपनी स्थापन करण्याची आणि चालवण्याची मुभा होती," मार्कनं स्पष्ट केलं होतं.

पण मग यामुळं फेसबुकला एक उत्तम उद्योग म्हणून प्रस्थापित होता आलं होतं का? खरं ही गोष्ट फेसबुकच्या प्राधान्यक्रमातच नव्हती. "यातून पैसा कसा मिळवायचा या प्रश्नाचं उत्तर देण्यासंदर्भात आम्ही आग्रही नाही," तेव्हा प्रतिक्रिया देताना मार्क म्हणाला होता. "त्याचा विचार आम्ही नंतर करणार आहोत," त्याचं एकच उत्तर होतं.

झकरबर्गला ते दिसत होतं. त्याला ते कळलंही होतं. पण त्याच्या काही सहकाऱ्यांची अस्वस्थता शिगेला पोचली होती. त्यातही ज्यांनी फेसबुकसाठी जाहिराती मिळवल्या होत्या त्यांच्या पचनी पडावी अशी ही परीस्थिती नव्हती. फेसबुकलाच माध्यम बनवून आपल्या जाहिराती विकण्याची संधी या नव्यानं आलेल्या भागीदारांना का द्यायची, हा सवाल त्यांना भेडसावत होता. मग बैठकांच्या फैरी झडू लागल्या आणि तणातणीही प्रचंड होती. कुणी कितीही आरडाओरड केली तरीही मार्क मात्र शांत होता. ॲप्लिकेशन वापर वाढला की फेसबुकचा वापरही वाढणार, हेच त्याचं एकमेव उत्तर होतं. जास्त वापर म्हणजे युजर जास्त पानांवर जाण्याची शक्यता होती आणि त्यातही ॲप्लिकेशनच्या पानांवर स्वत:च्या जाहिरातींसाठी जागा मिळवणंही

फेसबुकला सहज शक्य होतं. झकरबर्गचं ही वृत्ती 'कॉर्पोरेट डार्विनिझम'कडे कलणारी होती. फेसबुकला स्वत:ची ॲप्लिकेशन उत्तम बनवून स्पर्धेसाठी लायक बनवण्याचा प्रामाणिक प्रयत्न करण्यासाठी प्रोत्साहित करावं, अशी मार्कची बाहेरच्या ॲप्लीकेशन्सकडून अपेक्षा होती.

त्या वेळी मी मार्कला भेटलो होतो. युनिव्हर्सिटी अव्हेन्यूपासून जवळच असलेल्या त्याच्या कार्यालयातील पांढऱ्याशुभ्र कॉन्फरन्स रूममध्ये आम्ही बसलो होतो. ऑफिस त्यानं स्वत: सजवलं नव्हतं पण त्याला ते आवडायचं. डिझाईन विदीन रीचमधून या रूमसाठी फर्निचर घेण्यात आलं होतं. पांढऱ्या खुर्च्या, सुबक आणि नाजूक पाय असलेलं मोठं पांढरं लोखंडी टेबल, पांढरे पडदे, पांढरेच ब्लाइंड, राखाडी जाजम, सोफा आणि एक खूप मोठी बीनबॅग. फेसबुकचे कर्मचारी या खोलीला 'interrogation room' म्हणायचे. खोलीचं वातावरण जेलसारखं होतं आणि त्यात मार्क जेव्हा प्रश्न विचारायचा तेव्हा समोर बसलेल्या व्यक्तीचं उरलंसुरलं अवसानही गळायचं. मी भेटलो तेव्हा मार्कचा तेविसावा वाढदिवस होता. अंगात A & Wचा टी-शर्ट, निळी जीन्स, दाढी वाढलेली आणि अनवाणी पाय असा मार्कचा अवतार होता. कोपऱ्यात एका बंद बॉक्समध्ये Transformerची रोबोट खेळणी ठेवली होती. प्रत्येक भिंतीवर लावलेल्या व्हाईटबोर्डवर मार्क कसल्या तरी आकृत्या काढण्यात व्यग्र होता. त्याला काही तरी खोडायचं होतं आणि पुसायला काही सापडेना. शेवटी खाली पडलेली टोपी त्यानं उचलली आणि बोर्ड पुसला.

पालो आल्टोच्या दक्षिणेकडे असलेल्या पेबल बीचला न्यूज कॉर्पनं एप्रिल महिन्यात एक परिषद आयोजित केली होती, जिथे मार्कनंही भाषण केलं. आपल्या काही संभाषणांमध्ये रूपर्ट मरडॉकनं जाहीरपणे काही संकेत दिले होते. मायस्पेस विकत घेऊन कदाचित आपण चुकीचं सोशल नेटवर्क निवडलं, असं काहीसं त्याच्या वक्तव्यांमधून जाणवलं होतं. या परिषदेत मरडॉक आणि मार्कमध्ये संवाद चांगलाच रंगला. रात्री जेवणाच्या वेळी ते दोघंही फार घनिष्ठ असल्यासारखे बोलत होते आणि मायस्पेसचा सीईओ ख्रिस डिवोल्फ जवळच्याच एका टेबलवर बसून अस्वस्थपणे त्या दोघांना न्याहाळत होता. शेवटी गर्लफ्रेंडला घेऊन चित्रपटाला जायचं आहे म्हणून मार्क तिथून निघाला. "तो उठला आणि लगेच मायस्पेसची मंडळी मरडॉककडे झेपावली," ब्लॉगर आणि लेखक असलेला जेफ हाविसने या डिनरला उपस्थित होता. " 'आता आमच्याहीकडे थोडं लक्ष द्या' असा त्यांचा आविर्भाव होता," जेफ सांगतो.

प्लॅटफॉर्म सुरू करण्याचे दिवस जसे जवळ येत होते, मार्कनं काही गोष्टी अगदी स्पष्टपणे बोलायला सुरुवात केली होती. मायस्पेसचं सोशल नेटवर्कमधलं वर्चस्व तेव्हा कायम होतं आणि प्लॅटफॉर्मच्या माध्यमातून मायस्पेसला मागे टाकण्यासाठी

प्रयत्न करण्यात येणार ही बाबही मार्कनं कधी लपवण्याचा प्रयत्न केला नाही. बाहेरच्या ॲप्लिकेशनला सामावून घेण्यास मायस्पेसनं स्पष्ट नकार दिला होता आणि त्याचबरोबर काही जे ॲप्लिकेशन सुरू होते त्यांनाही बाहेरचा रस्ता दाखवण्यात आला. मायस्पेसचा वापर करून ही मंडळी जाहिरातीतून पैसा कमावताहेत, अशी त्यांना शंका होती म्हणून लगेच मायस्पेसनं ॲप्लिकेशनसाठी आपली दारं बंद केली. मार्कला याची कल्पना होती. ''आमची तत्वं आणि जगाकडे पाहाण्याचे दृष्टिकोन फारच वेगळे होते,'' मार्क सांगतो. ''आम्ही तंत्रज्ञान कंपनी आहोत तर मायस्पेस एक माध्यम कंपनी आहे. त्यांच्यासाठी त्यांच्याकडे येणारी माहिती त्यांच्या मालकीहक्काची आहे आणि ती वितरीत करण्याची जबाबदारी त्यांची आहे, असं ते समजतात.''

❖

प्लॅटफॉर्म यशस्वी करण्यासाठी फेसबुकला स्वत:ला ॲप्लिकेशन बनवणाऱ्यांपुढे सादर करण्याची आणि काही गोष्टी पटवून देण्याची गरज होती. मोरीनबरोबरच मॅट कोहलरही काही नव्यानं सुरू झालेल्या तंत्रज्ञान कंपन्यांना आणि प्रस्थापितांनाही भेटून फेसबुकसाठी ॲप्लिकेशन तयार करण्याची विनंती करण्यात व्यग्र होते. त्यांनी अख्खं उद्योगजगत त्यासाठी पिंजून काढलं होतं. प्लॅटफॉर्मची घोषणा करण्यासाठी मग मे २४, २००७ ला एक झकास आणि चकाचक कार्यक्रमाचं आयोजन करण्याचंही ठरलं. त्याला f8 असं नाव देण्यात आलं. नाव अगदी समर्पक होतं कारण प्लॅटफॉर्मचं यश फेसबुकचं 'फेट' म्हणजेच नशिबाची दिशा ठरवणार होतं. मार्कही आपल्या कोषातून बाहेर येऊन जरा इतरांबरोबर आणि त्यातही पत्रकारांबरोबर मिसळायला लागला होता. मलाही त्यानं अगदी कंपनीतच बोलावून घेतलं आणि f8 संदर्भात त्यानं केलेल्या तयारीची माहितीही सांगितली. त्यावर आधारीत एक विशेष लेख मी लिहीला होता. 'Facebook's Plan to Hook Up the World' हा तो लेख, ज्या क्षणी f8 सुरू झालं त्या क्षणी फॉर्च्युनच्या छापील आणि ऑनलाईन अंकात प्रकाशित करण्यात आला होता.

Platformसाठीची तयारी जय्यत होती याची आणखी एक पावती म्हणजे फेसबुकनं हा कार्यक्रम आणखण्यासाठी आणि त्याच्या उत्कृष्ट आयोजनासाठी प्रथितयश आयोजक मायकेल ख्रिस्टमॅनला बोलावून घेतलं होतं. फेसबुकसाठी हे काम करण्याचं मान्य केल्या नंतर मायकेल पहिल्यांदाच फेसबुकच्या कार्यालयात आला आणि त्यानं एक लांबलचक चालणारी मीटिंग बोलावली. कॉन्फरन्स रूमच्या दाराजवळच्या भिंतीवर एक मोठा फ्लॅट स्क्रीन टीव्ही होता म्हणून तो तिथेच उभा राहून सगळ्यांशी बोलू लागला. याच खोलीत Nintendo Wii मशिनपण होतं. मायकल बोलत असताना अचानक रूमचं दार त्याच्या पाठीवर आपटलं आणि मागून दोन मुलं अवतरली. पण मीटिंग सुरू आहे हे लक्षात येताच ती दोघंही निघून

गेली. मीटिंग कदाचित संपली असावी असं वाटून ती मुलं पुन्हा आली आणि दार मायकल बसला होता त्या खुर्चीवर आपटलं. त्या मुलांना Wii वर गेम खेळायचा होता. तिसऱ्यांदा मात्र दार आपटताच मायकलनं मुलांना जरा कडक आवाजात सूचना केली. "हे पहा, तुम्हाला जर गेम खेळायचा असेल तर आत या, पण माझ्या खुर्चीला पुन्हा धक्का लावू नका." त्याचं हे वाक्य संपल्याबरोबर मेगन मार्क्स, जो फेसबुकच्या या कार्यक्रम आयोजनाची सगळी तयारी करत होता तो उभा राहिला आणि त्यानं मायकलला उद्देशून सांगितलं, "मायकल, मला वाटतं आमच्या सीईओशी ओळख करून देण्याची वेळ आता आली आहे. हा आहे मार्क झकरबर्ग." गेम खेळायला उतावीळ झालेल्या त्या दोन मुलांमधला एक मार्क झकरबर्ग होता.

जसजसा Platformचा दिवस जवळ येऊ लागला होता फेसबुकमधलं वातावरण उत्साह, गोंधळ आणि गडबडीचं होतं. आपण इतिहास रचणार ही जाणीव प्रत्येकालाच प्रोत्साहित करत होती. सगळे भारावलेले होते. ग्राफिटीनं सजलेल्या हॉलच्या भिंतींवर घोषवाक्यं लिहिली होती. 'We're gonna change the internet!' 'We're gonna finally put people on the internet!' 'We're gonna make the internet social!' 'We're creating a real economy on the Web!' अशी ती घोषवाक्यं होती. ॲपलमधून आलेल्या मोरीनला अजूनही ते भारावलेले दिवस स्पष्ट आठवतात. एक दिवस पहाटे चारला सगळी कामं आटपून घरी परतत असताना अचानक त्याच्या डोक्यात विचार आला. फेसबुकमध्ये आता जे घडत आहे, पहिला मॅकिंतोश बनवताना हे असंच काहीसं घडलं असणार. फेसबुकच्या या नवीन अवताराची तयारी करताना मोरीन १९व्या शतकातील अमेरीकेच्या राजकीय आणि आर्थिक पद्धतीवर भाष्य करणाऱ्या Alexis de Tocqueville यानं लिहीलेलं Democracy in America आणि ॲडम स्मिथचं The Wealth of Nations वाचत होता. मर्यादित किंवा साध्यासुध्या महत्त्वाकांक्षा हे कुठल्याही यशस्वी व्यक्तीचे गुण असू शकतात असं फेसबुकमध्ये कुणालाही मान्य नव्हतं.

प्रोग्रॅमिंग विभागात कामाची गती सगळ्यात जास्त होती. एका पाठोपाठ एक प्रोग्रॅम तयार केले जात होते. ॲडम डीॲन्जलो आणि त्याची टीम तर सलग तीन महिने 24x7 काम करत होते. कार्यक्रमाच्या अगदी आदल्या रात्री या टीमचं काम जवळपास पूर्ण झालं होतं. कंपनीतल्या अति महत्त्वाच्या लोकांचा गट सॅन फ्रान्सिसकोच्या W हॉटेलच्या एका खोलीत दाटीवाटीनं उभा होता. अनेकांनी तर गेल्या काही रात्री फक्त जागूनच काढल्या होत्या. पण त्याच वेळी त्यांच्या लक्षात आलं की Platformसाठी आवश्यक असलेलं एक सॉफ्टवेअर नीट काम करत नाहीये.

झोप लागू नये म्हणून काही प्रोग्रॅमरनी तर Provisual नावाचं एक औषध

घेतलं होतं. खरं तर त्यांची अवस्था वाईट होती. ते तसे अर्धवट गुंगीतच होते. गमतीत एक जण म्हणाला की हे औषध कोकेनमध्ये मिसळून प्यायलं तर त्याला Blow-visual असं म्हणावं लागेल. पण त्यांच्या या बाष्कळपणापेक्षा त्यांच्या कोडिंगची आणि प्रोग्रॅमिंगची गुणवत्ता चांगली होती. त्या रात्रीपर्यंत त्यांनी तग धरला होता. कार्यक्रम सुरू होण्याच्या काही तास आधी त्यांनी कोड लोड केले, स्विच खाली टाकला आणि सॉफ्टवेअर काम करू लागलं. पण यांची सगळ्यांची डोकी मात्र त्या क्षणी बंद झाली होती.

फेसबुक नेमकं काय नवीन देणार याची कंपनीबाहेर कुणालाही काहीच कल्पना नव्हती. ज्या ॲप्लिकेशन विकसित करणाऱ्यांना कंपनीनं ॲप्लिकेशनची मागणी केली होती त्यांना मात्र विश्वासात घेण्यात आलं होतं. फक्त f8 नावानं काहीतरी होणार एवढं बाहेर कळवलं होतं, पण ते नेमकं काय आहे आणि कशासाठी हे गुपित होतं. फेसबुक काहीतरी नवीन जाहीर करणार ही चर्चा मात्र सिलीकॉन व्हॅलीत जोरात सुरू होती. फेसबुकनंही हे असं काही यापूर्वी कधी केलं नव्हतं. शंभरएक पत्रकारांनी पहिल्या काही रांगांमध्ये गर्दी केली होती. कॅलिफोर्निया आणि इतरही काही ठिकाणच्या झाडून सगळ्याच सॉफ्टवेअर कंपन्यांनी आपल्या प्रतिनिधींना या कार्यक्रमासाठी पाठवलं होतं.

कार्यक्रमाची सुरुवात झाली आणि त्या हॉटेलच्या हॉलमध्ये दाटीवाटीनं बसलेल्या ७५० लोकांच्या नजरा लहानग्या मार्क झकरबर्गवर खिळल्या होत्या. त्याही दिवशी त्यानं टी-शर्ट, त्यावर जॅकेट आणि पायात त्याचे आवडते सॅन्डल घातले होते. तो व्यासपीठावर आला आणि त्यानं एक वाक्य उच्चारलं, "आज आपण सारे मिळून एका चळवळीचा शुभारंभ करीत आहोत." सॅनफ्रान्सिस्कोच्या एका आधुनिक मार्केटिंग तंत्राचा पुरस्कार करणाऱ्या एका सल्लागार कंपनीनं सुचवलेलं हे वाक्य होतं.

आतापर्यंत केलेल्या सादरीकरणातील f8मध्ये केलेलं सादरीकरण मार्कचं व्यवस्थित तयारी केलेलं एकमेव चांगलं सादरीकरण म्हणावं लागेल. उच्चारल्या जाणाऱ्या प्रत्येक शब्दावर त्यानं प्रचंड मेहनत घेतली होती. मात्र स्लाईडचा क्रम तो शेवटच्या क्षणापर्यंत बदलत राहिला. तो प्रचंड नर्व्हस झाला होता. सगळ्यांची नजर आपल्यावर असणार, प्रेक्षकांमध्ये आपले पालकही असणार, या गोष्टींचं त्याला दडपण आलं होतं. आणि अशात त्यानं स्लाईडचा जो घोळ शेवटच्या क्षणापर्यंत घातला होता त्याची त्याला किंमत चुकवावीच लागली. व्यासपीठावर पोचून त्यानं सादरीकरणाला सुरुवात केल्यावर त्याचं बोलणं आणि स्लाईड यांचा ताळमेळच नव्हता. मग क्षणभर तो अडखळला आणि संभ्रम त्याच्या चेहऱ्यावर स्पष्ट होता. आयोजकांच्या आणि फेसबुक कर्मचाऱ्यांच्या हृदयाचा ठोकाच चुकला होता. "ओह, वेल, हे माझ्या कार्यालयात मात्र व्यवस्थित चाललं होतं..." मार्कनं थोडं थट्टेच्या

सुरात म्हटलं. क्षणात सगळं वातावरण निवळलं. योग्य स्लाईड आली आणि मार्कनं आपलं सादरीकरण सहजतेनं पूर्ण केलं.

Platformनं सगळ्यांनाच चकित केलं होतं. एका झटक्यात फेसबुकनं मायस्पेसला मागे टाकलं. इतर कुठल्याही ग्राहकसेवा देणाऱ्या वेबसाइटमध्ये ही गोष्ट नव्हती. ब्लॉग, जरनल आणि इतरही प्रसार माध्यमांमध्ये याविषयी रकाने भरभरून लिहून आलं.

एका जबरदस्त इकोसिस्टिमची सुरुवात झाली होती. चाळीसपेक्षाही जास्त कंपन्यांनी आपापल्या ॲप्लिकेशनचं सादरीकरण या कार्यक्रमात केलं होतं. बलाढ्य मायक्रोसॉफ्टनंही दोन ॲप्लिकेशन सादर केली. वॉशिंग्टन पोस्टनं (आणखी कोण असणार!) पोलिटिकल कम्पास म्हणून एक ॲप्लिकेशन सादर केलं, ज्यातून आपल्या मित्रपरिवाराचा राजकीय कल जाणून घेणं शक्य होणार होतं. शॉन पार्करनंही मार्कच्या हार्वर्डमधील होस्टेलच्या ज्यो ग्रीन नावाच्या मित्राबरोबर एक ॲप्लिकेशन तयार केलं. 'कॉजेस' असं त्याचं नामकरण केलं होतं. नफा कमवण्यासाठी काही नवख्यांना मदत करणारं हे ॲप्लिकेशन होतं. या प्रसंगी आणखी एक जोरदार ॲप्लिकेशन युजरच्या स्वाधीन करण्यात आलं होतं. गाणी आणि लोकप्रिय संगीत मित्रांमध्ये शेअर करणारी एक सोशल नेटवर्क साइटच या विकासकांनी बनवली होती. त्यातील आयलाइक हे ॲप्लिकेशन त्यांनी फेसबुकच्या माध्यमातून चालवण्यासाठी f8मध्ये घोषणा केली होती.

यानंतर लगेच f8चं रूपांतर आठ तास चाललेल्या hackathonमध्ये झालं ज्यात ॲप्लिकेशन तयार करणाऱ्यांना मार्क आणि त्याच्या प्रोग्रॅमिंग टीमबरोबर काही सॉफ्टवेअर्स तयार करता येणार होती. एकीकडे कार्यक्रम बाराच्या सुमारास संपला, पण फेसबुकच्या कर्मचाऱ्यांसाठी मात्र अजूनही उसंत घेण्याची वेळ आलेली नव्हती.

W हॉटेलातून बाहेर पडून त्यांना आता platform सुरू करण्यासाठी कामाला लागयचं होतं. सगळ्यांनी मग कॉन्फरन्स रूममध्ये बस्तान मांडलं आणि आपापल्या कामासाठी सज्ज झाले. मॉस्कोव्हिट्झ आणि मोरीन आपले लॅपटॉप घेऊन हॉटेलच्या एका सोफ्यावर बसले आणि तिथल्या वाय-फायच्या मदतीनं त्यांनी platform 'लाईव्ह' केलं. काम फत्ते झालं होतं. platform सुरू झालं आणि मग हे सगळे लोक एकदम 'कोसळले'. निद्रेच्या अधीन होण्याआधी थोडी पार्टी करायला मात्र ते विसरले नाही.

❖

डेव्ह मोरीनला दुसऱ्या दिवशी सकाळी जाग आली. पाहतो तो काय? त्याच्या मोबाइलवर धडाधड मेसेज येत होते. 'साइटचा ट्रॅफिक अचानक इतका वाढला आहे की काय करावं सुचत नाही!' आयलाइकच्या एका अधिकाऱ्याचा निरोप होता.

‘आम्हाला आणखी सर्व्हर लागणार. तुम्ही मदत करू शकाल का?’ आदल्या रात्री फेसबुकच्या माध्यमातून जेवढी ॲप्लीकेशन्स सुरू करण्यात आली होती त्या प्रत्येक कंपनीची हीच अवस्था होती. त्यांना युजरचा प्रचंड प्रतिसाद मिळत होता आणि तो सांभाळण्यासाठीची पुरेशी तयारी त्यांनी केली नव्हती. या कंपन्यांशी मोरीननं संपर्क साधला होता. तोच या कामाचा प्रमुख होता. म्हणून त्या लोकांनी मोरीनला मदतीसाठी साकडं घातलं होतं. लगेच आयलाइकचे काही लोक U-Haul हा ट्रक घेऊन सिॲटलहून पालो आल्टोला आले. मग सिलीकॉन व्हॅलीतील कंपन्यांना जादा सर्व्हर मागत हा ट्रक फिरत होता. लॉन्च केल्यानंतर एकाच दिवसात फेसबुकच्या ४०,००० युजरनी आयलाइकला आपली पसंती दिली होती आणि ते ॲप्लिकेशन आपल्या प्रोफाईलवर घेतलं होतं. दोन दिवसांनी हा आकडा वाढून ४००,००० वर गेला.

सॅन फ्रान्सिस्कोच्या दक्षिणेकडे असलेल्या फेसबुकच्या डाटा सेंटरकडून मग मोरीनला मदत मिळाली. इथे फेसबुकच्याच सर्व्हर आणि नेटवर्ककरता उपयोगी असलेल्या यंत्रसामुग्रीचं साम्राज्य होतं. ‘केज’ म्हणून संबोधल्या जाणाऱ्या त्या पसाऱ्याला कुंपण घालून ठेवलं होतं. आणखी असंच एक केज ॲप्लिकेशन तयार करणाऱ्या इतर कंपन्यांचं traffic वाढलं तर त्यांच्यासाठी राखून ठेवण्यात आलं होतं. शेवटी फेसबुकनं मोठ्या डाटा सेंटरशी करार करून त्यांना त्यांच्या संपूर्ण सोयी फेसबुकच्या नव्यानं निर्माण झालेल्या भागीदारांसाठी खुल्या करण्याची विनंती केली.

तांत्रिक जगतात f8ला मिळालेला प्रतिसाद हा जवळपास प्रचंड होता. फेसबुकचं platform आणि एकच महिन्यांनी ॲपलनं बाजारात उतरवलेल्या आयफोन या दोन गोष्टींची चर्चा त्या वर्षी गाजली. कॉलेजच्या मुलांसाठी निर्माण करण्यात आलेला एक खेळ म्हणून फेसबुककडे पाहाणं आता कुणालाही शक्य नव्हतं. TechCruch नावाच्या महत्त्वाच्या गणल्या जाणाऱ्या ब्लॉगवर platformला ‘inspired thinking’ (प्रेरक विचार) म्हणून गौरवण्यात आलं होतं. हा विचार कृतीत आणताना आणि f8ची तयारी करताना, येत्या वर्षात platformच्या माध्यमातून किमान ५,००० ॲप्लिकेशन फेसबुकवर येतील आणि अर्ध्याहून अधिक युजर ते लोड करतील, असा मार्क आणि त्याच्या टीमचा अंदाज होता. पण त्यांचा अंदाज चुकला. फक्त सहा महिन्यांत २५०,००० विकासकांनी नोंदणी केली आणि २५,००० ॲप्लिकेशन फेसबुकवर कार्यान्वित झाले होते.

मात्र त्याच्या अंदाजाप्रमाणे या ॲप्लिकेशनच्या आधारानं मोठ्या प्रमाणात नवीन युजर मिळवणं सहज शक्य झालं होतं. हेच ते अपेक्षित वितरण होतं. न्यूज फीडमधून युजरना त्यांच्या मित्रांनी कुठलं नवीन ॲप्लिकेशन आपल्या प्रोफाईलमध्ये ॲड केलं आहे याची माहिती नियमित मिळू लागली होती. त्यामुळे जर थोडंफार बरं असं ॲप्लिकेशन असेल तर अगदी साध्या-साध्या ॲप्लिकेशन विकसकांना

कुठलाही प्रचार-प्रसार आणि वितरणासाठी मेहनत न घेता लाखो युजरपर्यंत एका रात्रीत पोचणं शक्य झालं होतं. न्यूज फीड अजूनही अल्गोरिदमवरच आधारीत होतं. मग फेसबुकनं त्यात थोडा फेरफार करून फक्त नवीन ॲप्लिकेशनचीच माहिती युजरपर्यंत जाणार याची खात्री करून घेतली. सहा महिन्यांत, सुरू करण्यात आलेल्या ॲप्लिकेशनपैकी किमान एक तरी ॲप्लिकेशन फेसबुकच्या अर्ध्या युजरच्या प्रोफाईलमध्ये घेण्यात आलं होतं.

फेसबुकच्या या platform नं कॉलेज होस्टेलमध्ये राहणाऱ्या मुलांपासून ते सॉफ्टवेअर जगतातील नामांकित कंपन्यांनाही फेसबुकसाठी एकतरी ॲप्लिकेशन तयार करण्यासाठी प्रेरीत केलं होतं. सगळीकडे आता फक्त platformचीच चर्चा होती. अगदी नवख्यांना आपलं कौशल्य दाखवण्याची आणि लोकप्रिय होण्याची सहज संधी फेसबुकनं उपलब्ध करून दिली होती. अगदी मायक्रोसॉफ्टसाठी तयार होणाऱ्या ॲप्लिकेशनच्या थाटात आणि तेवढाच प्रतिसाद मिळवण्याची ताकद या platform मुळे काही जणांना मिळाली होती. platform सुरू होताच मार्कनं फेसबुकचं स्वत:चं कोर्स ॲप्लिकेशन बंद केलं. कॉलेजमध्ये विद्यार्थ्यांना परस्परांच्या अभ्यासक्रमाचा आणि वेळापत्रकाचा मागोवा घेण्यासाठी मदत करणारं हे ॲप्लिकेशन होतं. न्यू जर्सीमध्ये राहणाऱ्या जेक हाविस या हायस्कूल विदयार्थ्यानं लगेच अशाच प्रकारचं एक सॉफ्टवेअर तयार केलं आणि सहा महिन्यांनी ते विकलंही गेलं. जेकच्या कॉलेजचा संपूर्ण खर्च निघावा इतकी ती रक्कम होती, असं त्याचे वडील सांगतात.

पूर्वी फेसबुकजवळ नसलेल्या आकर्षणांची उणीव platform नं पुरेपूर भरून काढली. वाटलं होतं त्यापेक्षाही खूप काही देण्याची क्षमता फेसबुकनामक या सेवेत आहे याची तीव्र जाणीव तंत्रज्ञ आणि प्रत्येक व्यक्तीला platformच्या यशानं करून दिली. सिलीकॉन व्हॅली आणि तंत्र जगतात आता फेसबुकवर स्वत:चं प्रोफाईल नसणं हे कमीपणाचं वाटू लागलं होतं.

फेसबुकवरील वावराच्या अनुभवातही platform नंतर खूप वेगळेपण आलं होतं. नवीन विस्तृत शक्यतांचं वातावरण इथे निर्माण झालं होतं. फोटो ॲप्लिकेशनमुळे फेसबुकच्या युजरमध्ये जास्तीतजास्त वेळ ऑनलाईन घालवण्याची ऊर्मी सहज निर्माण झाली होती. आता platform मुळे युजरना ते वेबचा भाग असल्याचा भास होत होता. प्रत्येक युजरचं एक स्वयंपूर्ण स्वतंत्र विश्वच मग फेसबुकवर निर्माण झालं होतं, जिथे त्याला समाधान मिळत होतं, आनंद अनुभवता येत होता.

कॉलेज आणि हायस्कूलच्या विद्यार्थ्यांचा ऑनलाइन वेळ मग फेसबुकवर जास्त खर्च होताना आढळून आलं. पण फक्त तरुण नाही तर प्रत्येक स्वभावाचे, प्रकृतीचे आणि वयोगटातील लोकही आता जादा काळ फेसबुकला देताना दिसू

लागले होते. मे २४, २००७ला f8चा शुभारंभ झाला त्या दिवशी फेसबुकच्या युजर्सची संख्या होती २४ मिलियन आणि १५०,००० युजर दररोज फेसबुकवर नोंदणी करत होते. यात आता वयाच्या सीमारेषा पुसल्या जात होत्या. नव्या युजर्सपैकी जवळपास ५ मिलियन हे २५ ते ३४ या वयोगटातील होते. त्याचबरोबर ३५ ते ४४ यातील एक मिलियन आणि २००,००० युजर हे ६०च्या वर होते. f8नंतर फेसबुकनं ७० मिलियन active युजरचा आकडा सहज पार केला होता.

❖

f8 आयोजनाच्या उत्साहात आणि धावपळीत मार्क आणि त्याच्या कुठल्याच सहकाऱ्यानं एका गोष्टीचा अजिबात विचार केला नाही. आश्चर्य म्हणजे तो त्यांना करावासा वाटला नाही. नेमकं फेसबुकसाठी कुठलं ॲप्लिकेशन चालू शकेल किंवा ते फेसबुककरता योग्य आहे की नाही, याचा थोडा विचार व्हायला हवा होता. पण आपली स्वप्नं, तत्वं आणि आदर्शांसाठी आग्रही असणाऱ्या एका सीईओच्या नेतृत्वाखालील या कंपनीचा तो स्वभावच होता. या नवीन तयार झालेल्या इकोसिस्टिम मध्ये साध्या पण मोठी उपयोगिता असलेल्या ॲप्लिकेशनलाच जास्त पसंती मिळणार अशी फेसबुकच्या टीमची एक सर्वसाधारण अपेक्षा होती. स्वत:च्या फोटो ॲप्लिकेशनमधून काही वैशिष्ट्यपूर्ण भाग वगळल्यानंतर काही लोक त्याहीपेक्षा वेगळं काहीतरी करून चांगल्या ॲप्लिकेशनची एक स्पर्धा निर्माण करतील, असं फेसबुकला आणि विशेषत: मार्कला वाटलं होतं. हे व्यासपीठ उत्तम, आवश्यक, सगळ्यात उपयोगी आणि अत्याधुनिक अशा ॲप्लिकेशनचं माहेरघर होणार, हीदेखील त्यांची अपेक्षा होती. मी f8 पूर्वी आणि २००७ मध्येच जेव्हा फेसबुकसंदर्भात लिखाण करीत होतो, तेव्हा फेसबुकनं मला कंपनीच्या एका हितचिंतकाशी बोलण्यास सांगितलं. "फेसबुकच्या आत जगतील अशा Adobes आणि इलेक्ट्रॉनिक कलाकृती आणि मनस्वी गोष्टींची एक पिढी निर्माण करण्याची संधी देणारी गोष्ट फेसबुक तयार करीत आहे," त्या व्यक्तीनं मला सांगितलं होतं. सांगणारे या उद्योगातील बलाढ्य कंपन्यांतील होते. यातून स्पष्ट होतं की फेसबुकची झेप भव्यदिव्य राहणार होती.

युजरच्या एकत्रित कृतीची परिणती हेच फेसबुकचं अस्तित्व आहे. युजरची रूची कशात असावी असं जे मार्क झकरबर्गला वाटतं त्याऐवजी, युजरना जे करायला आवडतं तेच अंतिमत: फेसबुकवर घडतं. या सत्यापर्यंत पोचण्याचा प्रवास मार्कसाठी फार त्रासदायक होता. पण बनवल्यानंतर त्याला हे सत्य पचवावंच लागलं.

लवकरच फेसबुकवर उत्तेजक आणि काही प्रमाणात विध्वंसकतेला चालना देणाऱ्या ॲप्लिकेशनची लयलूट झाली. आदर्शाचा लवलेशही नसलेल्या कृतींचं प्रमाण यात भरपूर होतं. ज्या खेळांना किंवा ॲप्लिकेशनला पटकन लोकप्रियता मिळाली ते सगळेच

मूर्खासारखेच होते; मात्र यापूर्वी कुठल्याही ऑनलाईन गेमसंदर्भात घडलं नाही तसं या खेळांबाबतीत घडलं, कारण त्याला एक सामाजिक स्पर्श होता. सगळ्यात आधी जे युजरना आवडला ते होतं Fluff Friend. इलेक्ट्रॉनिक जगतात निर्माण करण्यात आलेला कुत्रा किंवा मांजर ऑनलाईन पाळणं, असा या गेमचा प्रकार होता. पण यातील फरक एवढाच होता की खेळणाऱ्या व्यक्तीनं त्याच्या मित्राच्या प्राण्याला आपलंसं केलं की त्याचा फोटो त्या मित्राच्या प्रोफाईलमध्ये दिसायचं. युजरना ही कृती आवडली होती. मैत्रीतील प्रेम सुचवण्यासाठी उपयोगी पडणारा हा संदेशाचा प्रकार किमान ५ मिलियन युजरना आवडला होता. आणखी एक ॲप्लिकेशन लोकांच्या पसंतीस उतरलं आणि ते म्हणजे आपल्या मित्रांना 'व्हॅम्पायर बाईट' देणं. ऑनलाईन मित्रांवर खाद्यपदार्थ फेकून मारणारं 'फूड फाईट' हे ॲप्लिकेशन अवघ्या काही आठवड्यात दोन मिलियन युजरनी आपलंसं केलं होतं. मित्रांच्या फेसबुक पानांवर काहीही चित्रविचित्र रेखाटनं काढण्यास मदत करणारं 'ग्राफिटी' हे ॲप्लिकेशन दुसऱ्या क्रमांकापर्यंत झटपट पोचलं. सॅन फ्रान्सिसकोत एका फ्लॅटमध्ये राहाणाऱ्या दोन मुलांनी अक्षरश: आठवड्याच्या आत हा गेम तयार केला होता.

या सगळ्यांच गेममध्ये असलेला लोकांचा सहभाग त्यांना सामाजिक बांधिलकीकडे नेणारा ठरला. ऑफलाईन जगायचं आयुष्य अचानक ऑनलाईन आणि तेही मित्रांसोबत जगता येणं शक्य झालं होतं. शिवाय फेसबुकवर अजूनही ज्यांचं आधिपत्य होतं त्या कॉलेज आणि शाळांमधील तरुणाईसाठी तर ही एक पर्वणीच होती.

ट्राईब.नेटचा संस्थापक, सिक्सडिग्री सोशल नेटवर्कचा एक मालक आणि फेसबुकमध्ये अगदी सुरुवातीच्या काळात गुंतवणूक केलेल्या मार्क पिनकससोबत मोरीन f8च्या आयोजनापूर्वी काही आठवडे आधी कॉफी घेत गप्पा करत होता. फेसबुक platform करता आपल्यालाही एक पोकर गेम तयार करायचा आहे, अशी उत्साही घोषणा त्यानं मोरीनपुढे केली. ''अजिबात चालणार नाही. गेम्स संसर्गजन्य नसतात,'' मोरीननं अगदी तुटकपणे पिनकसला सांगितलं. पण पिनकसनं ते मनावर न घेता Texas HoldEm Poker हे ॲप्लिकेशन फेसबुकसाठी तयार केलं. यासाठी त्यानं Zynga नावाची कंपनीही सुरू केली. कालांतरानं फक्त एका गेममुळे या कंपनीला प्रचंड यश लाभलं. या सगळ्या ॲप्लिकेशनच्या मूर्खपणामुळे मार्क स्वत:ही खूप हताश झाला होता. लोकांनी काहीतरी अर्थपूर्ण करावं आणि त्याला आपल्या कंपनीमार्फत मदत मिळावी एवढी साधी अपेक्षा त्यानं platform तयार करताना केली होती. काही खेळ तयार करून त्यात लोकांनी आपला वेळ घालवणं त्याला अजिबात आवडलेलं नव्हतं.

याच काळात 'स्क्रॅब्युलस' नावाचा प्रकार फेसबुक platform वर अवतीर्ण झाला. भारतातील कलकत्ता (आता कोलकाता) शहरात राहाणाऱ्या रजत आणि जयंत अगरवाल या भावंडांनी 'स्कॲबल' या शब्दरचनांच्या बोर्डगेमचं इलेक्ट्रॉनिक

रूप फेसबुकसाठी तयार केलं. अनेक मित्रांसोबत वेगवेगळा गेम मांडून तो खेळता येत असल्यामुळे आणि यातून शब्दभांडार वाढत असल्यामुळे लगेच हा खेळ भलताच लोकप्रिय झाला. PC World या मासिकात २००८मधील १०० सर्वोत्तम उत्पादनांच्या यादीत स्क्रॅब्युलसचा क्रमांक १५ वा होता. Nintendo Wii चीही पिछेहाट झाली होती. या यादीत फेसबुकचा नंबर तिसरा होता. काही दिवसांत ३४२,००० युजरनी या गेमला पसंती दिली होती.

मार्कही या खेळाकडे आकृष्ट झाला. इतक्या वर्षांत मार्कला आपल्या आजी-आजोबांना फेसबुकचं सदस्य बनवण्यात यश आलं नव्हतं. त्यांनी ही गोष्ट नाकारली होती. पण आता त्यांनी होकार दिला, कारण त्या माध्यमातून त्यांना मार्कसोबत हा शब्दखेळ खेळता येणार होता. फेसबुकवरील खेळांसाठीचा त्यांचा तिरस्कार घालवण्यासाठीची सुरुवात या स्क्रॅब्युलसमुळे झाली होती. हा खेळ खेळताना तुम्ही तुमच्या प्रियजनांसोबत संवादही साधू शकता, असं त्याला वाटलं. शिवाय या खेळाचा संबंध बुद्धिमत्तेशी होता आणि हार्वर्डसारख्या शैक्षणिक संस्थेत असणाऱ्यासाठी बुद्धिमत्ता अत्यंत महत्त्वाची आहे. तेच अशा प्रकारचे खेळ खेळू शकतात, जिंकूही शकतात.

पण या खेळाच्या मालकांचा हा आनंद फार काळ टिकला नाही. अमेरिका आणि कॅनडामध्ये अशा खेळाचे मालकीहक्क असलेल्या हॅसब्रोनं अगरवाल बंधूंना १० मिलियन डॉलरला हा खेळ विकण्याची विनंती केली, जी नाकरली गेली. हॅसब्रोनं त्यांना मग कोर्टात खेचलं आणि कालांतरानं हा खेळ बंद करावा लागला. जगात इतरत्र स्क्रॅबल विकणाऱ्या मॅटेलनं फेसबुकसाठी तसाच खेळ तयार केला पण तो उत्तर अमेरीकेबाहेरच उपलब्ध होता. काही काळानी संपूर्ण अमेरीकेकरता हॅसब्रोनं कायदेशीरपणे 'जी.के.वर्ड गेम' फेसबुकसाठी तयार केला. दुसरीकडे अगरवाल भावंडांनीही स्क्रॅबलशी कमीतकमी साम्य असलेला आणखी एक खेळ तयार केला आणि त्याला लेक्युलस असं नावं दिलं. त्यांचा हा खेळही लोकप्रिय ठरला आहे.

लोकप्रियतेकडे वाटचाल करण्याची आता पिनकसच्या पोकर गेमची वेळ आली होती. एका अर्थानं मोरीनचं म्हणनं बरोबर होतं की ॲप्लिकेशनसारखी खेळांची लागण होतं नाही. पण त्यातून एक प्रकारची निष्ठा मात्र अनुभवायला मिळते. एकदा युजरनं खेळायला सुरुवात केली की तो परत येतोच येतो. आणखी दोन खेळ झिंगा तर्फे फेसबुकवर टाकण्यात आले होते. यात 'फार्मव्हिले' आणि 'माफिया वॉर्स'चा समावेश होता. झिंगा आता फेसबुकवरील ॲप्लिकेशन बनवणारी सगळ्यात मोठी कंपनी बनली आहे ज्यात १३०० कर्मचारी काम करतात आणि ५०० मिलियन इतका वार्षिक महसूल ही कंपनी कमावते आहे. पिनकस तर ठामपणे सांगतो की झिंगा नफा कमावणारी कंपनी आहे. नोव्हेंबर २०१०मध्ये पोकर गेम खेळणाऱ्या फेसबुक युजरची संख्या ३५ मिलियन होती. इंटरनेटवरील सर्वात

लोकप्रिय पोकर साइट म्हणून ती ओळखली जाते. पण फार्मव्हिलेला मिळालेला प्रतिसाद अवर्णनीय होता. या खेळात युजर एक शेत सांभाळू शकतो, पिकं घेऊन जनावरांना चारा पुरवू शकतो आणि त्यांचं पोषण करू शकतो. इतर मित्रांसोबत मिळून तुम्ही एका मोठ्या समूहाची निर्मिती करून एका भव्य आणि भरपूर पीक देणारी शेती करू शकता. या खेळाचे एकूण ५४ मिलियन युजर आहेत. सगळ्या खेळांचे मिळून झिंगाला एकंदर १९६ मिलियन युजर मिळाले आहेत, असं इनसाइड नेटवर्क या फर्मनं केलेल्या एका सर्वेक्षणात आढळून आलं आहे.

फेसबुकवर सद्यपरीस्थितीत असं गेम ॲप्लिकेशन यशस्वी ठरलं आहे ज्यात मोठ्या प्रमाणात खेळाडूंची संख्या युजरच्या रूपात आढळून येते. या यशाला अर्थ आहे. फेसबुकवर हे गेम कुणीही कुणाशीही खेळू शकतं आणि म्हणून ही एक सामाजिक कृती ठरते. नोव्हेंबर २०१० पर्यंत फेसबुकवर सुमारे अठरा गेम आणि ते खेळणारे १० मिलियन युजर अस्तित्वात होते. ऑनलाईन खेळांमध्ये ११.५ मिलियन युजर हा आकडा मिरवीत वर्ल्ड ऑफ वॉरक्राफ्ट या खेळानं आपलं अधिपत्य गाजवलं. पण फेसबुकवरच्या खेळांचं स्वरूप हे सहज होतं. ''फेसबुकवर गेम खेळणारे लाखो युजर असे आहेत जे ऑनलाईन खेळांमध्ये आढळून येणाऱ्या प्रस्थापित खेळाडूंप्रमाणे नाहीत. ते स्वत:ला तसं दाखवण्याचाही अजिबात प्रयत्न करत नाही,'' फेसबुक platformवर गेम सांभाळायची जबाबदारी असलेला गॅरेथ डेव्हिस सांगतो. ''फक्त आपल्या मित्रांसोबत थोडा विरंगुळा म्हणून ते या खेळांचा आसरा घेताना दिसतात.''

जगातील सगळ्या महत्त्वाच्या गेम निर्मात्यांशी संपर्क साधून डेव्हिस फेसबुकसाठी काही चांगले व्हिडिओ गेम मिळवण्यासाठी प्रयत्न करतो आहे, ज्यात त्याला सामाजिक बांधिलकी हवी आहे. ''येत्या तीन वर्षांत सगळेच खेळ सोशल होतील,'' तो भविष्यच वर्तवतो. ''रिमोटनं चालणारे, फोनवरचे किंवा टीव्हीवर असलेले कुठलेही खेळ काही काळानंतर फेसबुकशी जोडले जातील, हे निश्चित; ज्याच्या माध्यमातून तुमची माहिती आणि फेसबुकवरील डाटा सांभाळूही शकेल आणि वितरितही करू शकेल,'' तो सांगतो.

सोशल गेमिंग नेटवर्क या कंपनीनं टेनिसवर आधारित खेळ तयार केला आहे जो खेळताना आयफोनचा रॅकेटसारखा वापर केला जातो आणि हा खेळ फेसबुकला संलग्न आहे. यातील खेळाडूंना मग कुठल्याही स्थळकाळाचं बंधन असूच शकत नाही. जगाच्या कुठल्याही कोपऱ्यात आपल्या आयफोनला रॅकेट बनवून तुम्हीआम्ही परस्परांशी टेनिसही खेळू शकतो.

❖

फेसबुक platform च्या पहिल्या वर्षात असे अनेक मूर्खासारखे खेळ आणि

काही ॲप्लीकेशन्सचा भडिमार होत राहिला. या सगळ्यांना आवर घालणं आणि त्यावर लक्ष ठेवणं फेसबुकला अवघड वाटू लागलं होतं. कुणीही ॲप्लिकेशन तयार करू शकतं, ही एक गोष्ट प्रोत्साहित करणारी होती खरी; पण तयार करणारा प्रत्येकच व्यक्ती मार्कप्रमाणे तत्ववादी किंवा आदर्शवादी नव्हता. त्यांना ॲप्लिकेशनमधून झटपट पैसा कमवायचा होता.

यातूनच मग युजरना आनंद देण्याचा उद्देश मागे पडला आणि ॲप्लिकेशनसाठी जास्तीतजास्त युजर कसे मिळवता येतील याची स्पर्धाच सुरू झाली. त्यातून फेसबुकचं सॉफ्टवेअर आपल्या फायदयासाठी कसं वापरता येईल, यावरही काही प्रयोग सुरू झाले. फेसबुकच्या न्यूज फीडमध्ये शिरून युजरना आपलं ॲप्लिकेशन डाउनलोड करण्यासाठी आमंत्रित करण्याचा प्रयत्न होत होता. युजरच्या होमपेजपर्यंत ॲप्लिकेशन संदर्भातील माहिती प्रस्तृत करण्यासाठी निरनिराळया क्लृप्त्या लढवण्यात ॲप्लिकेशन बनवणाऱ्या कंपन्या तरबेज झाल्या होत्या. अशाच एका कंपनीनं 'फनवॉल' म्हणून ॲप्लिकेशन तयार केलं. याचा वापर करून युजर आपल्या प्रोफाईलवर एखादं ॲनिमेशन बनवू शकणार होतं किंवा एखादा व्हिडिओ त्यांना प्रोफाईलवर टाकता येणार होता. इथपर्यंत ठीक होतं. पण यात अगम्य आणि कुणालाही पटकन कळणार नाही अशा प्रकारे एक संदेश टाकण्यात आला होता. त्यावर क्लिक करताच युजरच्या मित्रांच्या यादीतील सगळ्यांना या ॲप्लिकेशनसंदर्भात माहिती आणि आमंत्रणं जायची, ज्यावर युजरचं कुठलंही नियंत्रण नव्हतं. काही तंत्रज्ञान कंपन्याही याला बळी पडल्या होत्या.

अशांना platform वरून काढून टाकून काही चांगल्या ॲप्लीकेशन्सना प्रोत्साहित करण्याचा फेसबुकचा प्रयत्न होता. पण बदल करताना चुकणाऱ्यांना शिक्षा देताना काही योग्य ॲप्लीकेशन्सच्या यंत्रणांना धक्का पोचत होता. "विकासकांशी संबंध आणि धोरण आखणी आणि तत्सम काही गोष्टी आम्हाला शिकण्याची गरज होती. विकासकांशी बोलणी करताना आम्ही अचानक गडबडलो होतो आणि आम्हाला थोडं थांबावं लागलं होतं," मोरीन सांगतो.

वायफळ ॲप्लिकेशन तयार करणाऱ्यांना वठणीवर आणण्यासाठी आणि अशा ॲप्लीकेशन्सना platform वर येण्यापासून रोखण्यासाठी कंपनीला नियमांच्या निर्मितीसोबत बरीच कसरत करावी लागली. युजरना विनंती करून त्यांना नको असलेल्या ॲप्लिकेशनला 'स्पॅम' म्हणून नोंदवायला सांगण्यात आलं. ॲप्लिकेशनसंदर्भातील माहिती न्यूज फीडमध्ये जायला बांध घालण्यासाठी सॉफ्टवेअरमध्येही काही दुरुस्त्या करण्यात आल्या. याशिवाय एका निष्णात व्यक्तीला platform सांभाळायला कंपनीत नियुक्त करण्यात आलं. 'गुगल चेकआऊट' ही सिस्टिम सांभाळलेल्या बेन लिंग या चिनी-अमेरीकन तंत्रज्ञाला कंपनीत समाविष्ट

करण्यात आलं. फेसबुकनं गुगल मधून आणलेला लिंग आतापर्यंतचा सगळ्यात महत्त्वाचा व्यक्ती होता. त्याला सगळे अधिकारी 'रॉकस्टार' म्हणायचे.

२००८च्या उन्हाळ्यापर्यंत platform वरचं फेसबुकचं नियंत्रण पार सुटलं होतं. कुणीही यावं आणि गोंधळ घालावा अशी त्याची अवस्था झाली होती. शेवटी जुलै महिन्यात भरवण्यात आलेल्या दुसऱ्या f8 आयोजनात कंपनीनं अनेक नियम आणि बऱ्याच सुधारणा घोषित केल्या, ज्यात ॲप्लिकेशनसाठी रेटिंगचीही व्यवस्था करण्यात आली. ज्याला जास्त रेटिंग ते चांगलं ॲप्लिकेशन म्हणून राखताना इतर कचरा बाहेर टाकता यावा असा यात उद्देश होता. ज्यात आनंद मिळेल आणि ज्याची काही उपयोगिता असेल अशा ॲप्लिकेशनला प्रोत्साहन देण्याचा फेसबुकचा मानस होता. एवढी सगळी मदत पुरवून काही मोजके अपेक्षित असे ॲप्लिकेशन तगवण्यात फेसबुकला थोडंफार यश आलं.

पार्कर आणि ज्यो ग्रीननं तयार केलेलं 'कॉजेस'ला मार्कची पसंती होती. नफा कमवण्यात अयशस्वी ठरलेल्यांना मदत करणारं हे ॲप्लिकेशन अशांसाठी पैसा उभारण्याचं काम करत असे. या कामासाठी देणगी देणाऱ्यांची कहाणी त्यांच्या मित्रांच्या न्यूज फीडमध्ये प्रसारित केली जायची. प्रेरीत होऊन मग ही मुलंही देणग्या देण्यास सरसवायची. ''मदत करण्याला सामाजिक बंधात खूप मोठं स्थान आहे. मोठाल्या देणग्या देणाऱ्यांना हॉस्पिटलच्या बिल्डिंगवर आपलं नावं कोरून घ्यायचं असतं. म्हणून कॉजेसला तुमच्या फेसबुकमधून जाणून घ्यायचं आहे की तुमच्यासाठी काय महत्त्वाचं आहे,'' ज्यो ग्रीन सांगतो. याला युजरचा अप्रतिम प्रतिसाद मिळाला आणि 'कॉजेस' फेसबुक सगळ्यात मोठं ॲप्लिकेशन म्हणून कायम राहिलं आहे.

Platformमुळे निर्माण झालेल्या या साखळीला, यंत्रणेला आता महत्त्व प्राप्त झालं आहे. फेसबुकवर ५५०,००० पेक्षा जास्त ॲप्लिकेशन चालवली जात आहेत. किमान १८० देशांतून एक मिलियनच्या वर नोंदणीकृत ॲप्लिकेशन निर्मात्यांनी या platformचा पुरेपूर वापर केला आहे; करताहेत. दर महिन्याला १ मिलियनहून जास्त युजर मिळवणारे २५० ॲप्लिकेशन फेसबुकवर आहेत. या नव्यानं निर्माण झालेल्या सॉफ्टवेअर कंपन्यांकडून आता गुंतवणूकदारांना अपेक्षा निर्माण झाल्या आहेत. त्यांना त्यांच्या उज्ज्वल भविष्याचं चित्र या कंपन्यांच्या यशात प्रतिबिंबित होताना दिसत आहे. झिंगा, प्लेफिश, रॉकयू!, क्राऊड स्टार आणि कॉजेस या फेसबुकवरील सर्वोत्तम पाच कंपन्यांनी एकत्रित ३५९ मिलियन इतकी भागभांडवलदारी निर्माण करण्यात सहज यश मिळवलं आहे. यातील झिंगा हे अग्रभागी आहे. डिजिटल स्काय टेक्नॉलॉजी या रशियन फर्मच्या नेतृत्वातील एका गुंतवणूकदारानं तब्बल १८० मिलियन झिंगाला दिले आहेत. ही २००९मधली ॲप्लिकेशन कंपनी जगातील सर्वात मोठी घटना ठरली. फक्त फेसबुकसाठी

ॲप्लिकेशन तयार करणं आणि ते platformवर चालवणं निव्वळ या उद्देशानं निर्माण झालेल्या ५० कंपन्यांना बाहेरून मोठ्या प्रमाणात भांडवल मिळालं आहे आणि त्यांच्या महसुलातही कमालीची प्रगती दिसते, असा निष्कर्ष जस्टीन स्मिथला एका सर्वेक्षणात आढळून आला. फेसबुकवर तरणाऱ्या कंपन्यांचा मागोवा घेण्यासाठी स्मिथनं इनसाइड फेसबुकची निर्मिती केली आहे. झिंगा ही अशी गुंतवणूक कमावणारी नंबर एक कंपनी आहे. दोन किंवा चार ॲप्लिकेशन विकसित करणाऱ्यांच्या २०० अशा संस्था आहेत ज्यांना फेसबुकवर ॲप्लिकेशन टाकून मोठी कमाई करणं शक्य झालं आहे. याहीउप्पर स्वतंत्रपणे चालणारे ३०० ॲप्लिकेशन निर्मातेही आहेत, ज्यांचे उदरनिर्वाह फक्त फेसबुकमुळे व्यवस्थित सुरू आहेत, असं स्मिथच्या इनसाइट फेसबुकला आढळून आलं आहे.

फेसबुकवरील या कंपन्यांची होणारी भरभराट जर पाहिली तर एकत्रितपणे या कंपन्यांनी कमावलेला महसूल फेसबुकच्या स्वतःच्या महसुलापेक्षा थोडा कमी म्हणजे ८३५ मिलियन इतका आहे. ही आकडेवारी २००९ची आहे, स्मिथ सांगतो. अगदी थोड्या काळात त्यांना हा महसूल कमावता येतो, हे विशेष. जाहिराती विकून थोडी त्यांना कमाई करता येते. त्यानंतर फेसबुकच्या इतर ॲप्लिकेशनची जाहिरात करताना जर या ॲप्लिकेशनवर युजरनं क्लिक केलं आणि दुसरं एखादं ॲप्लिकेशन युजरनं डाउनलोड केलं तर एकूण कमाईतील सरासरी ५० टक्के त्यांच्या ॲप्लिकेशनवर जाहिरात सादर करणाऱ्या कंपनीला मिळतात.

ॲप्लिकेशनवर उपलब्ध असलेल्या व्हर्च्युअल उत्पादनांच्या विक्रीतूनही भरपूर प्रमाणात कमाई करण्याची संधी या कंपन्यांना मिळाली आहे. २०१०मध्ये अशा विक्रितून ६७५ मिलियन इतकी निव्वळ कमाई झालेली आढळून आली. खेळाच्या पुढल्या टप्प्यात जाण्यासाठी किंवा त्या खेळाची आणखी आधुनिक प्रत विकत घेण्यासाठी हे व्यवहार होताना दिसतात. काही खेळांमध्ये, उदाहणार्थ, किकमॅनिया या खेळात आपल्या प्रतिस्पर्ध्याला ऑनलाईन मारण्यासाठी उत्तम दर्जाचे आणि देखणे जोडे विकत घेण्यासाठी (अर्थात ते फक्त कॉम्प्युटरवर दिसतात आणि मारही फक्त खेळ खेळतानाच बसतो) असे आर्थिक व्यवहार होताना दिसतात. व्हॅलेंटाईन्स डेला आपल्या मित्राला देण्यासाठी म्हणून एका खेळाच्या निर्मात्यांकडे पाच मिलियन गुलाब फुलांच्या चित्रांची मागणी होती. २००९मध्ये ही विक्रमी नोंद झाली, ज्यात प्रत्येक फुलाची किंमत दोन डॉलर होती. झिंगाच्या पोकर गेममध्ये खेळताना दिल्या जाणाऱ्या चिप्सव्यतिरिक्त आणखी चिप्स मिळवण्यासाठी त्या विकत घ्याव्या लागतात. जे अगदी सहज घडताना आढळून आलं. जिंकल्यावर याचा प्रत्यक्ष फायदा मिळण्याचा पर्याय नसतानाही युजर खरा पैसा लावून हे खेळ खेळताना दिसले. काही फेसबुक गेमची

दरमहा महसूल वसुली ३ मिलियन डॉलर आहे.

मार्केटिंगच्या नवनवीन पद्धती शोधणाऱ्यांनाही थेट ग्राहकांशी संपर्क साधण्याचं हे नवीन माध्यम आवडलं आहे. वॉशिंग्टन पोस्ट कंपनीनं पोलिटिकल कम्पास तयार करून हेच साध्य केलं होतं. २००८मध्ये बॉब डिलनची नवीन ध्वनिफीत बाजारात आल्यावर तिच्या निर्मात्यांनीही बॉबच्या एका जुन्या व्हिडिओ क्लिपचा अत्यंत योग्य वापर केला होता. या चित्रीकरणात तरुण बॉब काही फलक घेऊन झळकला होता. निर्मात्यांनी मग यावर आधारित असं ॲप्लिकेशन तयार केलं ज्यात युजरला या फलकावर हवा तो मजकूर टाकून ही फीत आपल्या स्वत:च्या प्रोफाईलमध्ये वापरता येणं शक्य होतं. अनेकांना हे फारच मजेशीर वाटायचं.

❖

कंपनीबाहेरच्या ॲप्लिकेशन निर्मात्यांना प्रोत्साहित करण्याच्या हेतूनं स्वत:च्या नेटवर्कला एक व्यासपीठ म्हणून उपलब्ध करून देताना फेसबुकनं काही चांगल्या गोष्टींचा पायंडा पाडला. पण त्याचबरोबर काही धोक्यांनाही आमंत्रण दिलं. युजरना खेळांतून मौजमजा करायची संधी देणं आणि त्यांना आनंदी करताना, अशा ॲप्लिकेशनचे निर्माते आपण युजरची माहिती कशा प्रकारे वापरतो आहोत याबाबत अत्यंत निष्काळजी असल्याचं आढळून आलं. कुठलंही ॲप्लिकेशन प्रोफाईलवर डाउनलोड करताना, युजरला माहिती देण्यासाठी भाग पाडताना त्यानंतर त्या माहितीवरचं युजरचं नियंत्रण पूर्णत: नष्ट होत होतं. फेसबुकनं संरक्षित केलेली माहिती अशा तऱ्हेनं सहज बाहेरील कंपन्यांच्या हातात बिनबोभाट जात होती. ही समस्या भयंकर होती आणि त्यासाठी फेसबुकनं लगेच पावलं उचलली.

मे २०१०मध्ये कंपनीनं एक डॅशबोर्ड तयार करून अशा ॲप्लिकेशन डाउनलोड करताना युजर स्वत:च्या कुठल्या आणि किती प्रमाणातील वैयक्तिक माहितीला मुकणार किंवा इतरांच्या स्वाधीन करणार याची आगाऊ माहिती देण्याची सोय फेसबुकनं केली. पण तरीही याला कुठलाही धरबंध नव्हता. हे निर्माते गेम पुरवताना आणखी आणखी माहिती युजरकडून काढून घेत आणि गेम मिळवण्याच्या नादात युजरला आपल्या हातून चूक होते आहे याचं भान राहत नसल्यानं हा प्रकार असाच सुरू राहिला. फेसबुकच्या गोपनीयता धोरणाच्या भूलभुलय्यातील ही आणखी एक गुंतागुंत होती.

इलेक्ट्रॉनिक प्रायव्हसी इन्फर्मेशन सेंटरचा मार्क रॉटनबर्ग म्हणतो की फेसबुक आणि त्याच्या व्यावसायिक सहकारी, भागीदारांपर्यंत युजरची अति जास्त माहिती पोचते आहे. ''युजरसंदर्भात त्यांना अती जास्त माहिती पोचते आहे. पण या संदर्भात युजर मात्र अनभिज्ञ आहे किंवा युजरच्या या माहितीचा वापर ते नेमका कसा, कुठे

आणि किती करणार याची कल्पना युजरला अजिबात नाही,'' तो म्हणतो.

फेसबुकच्या सोशल नेटवर्किंग जगतातील वाढत्या प्रभावामुळे आणि अधिकाधिक सॉफ्टवेअर कंपन्यांनी फेसबुकच्या platformला दिलेल्या प्रतिसादामुळे या सेवेचा सर्वार्थानं विकास होताना दिसतो आहे. भविष्यात कमीतकमी ॲप्लिकेशन फेसबुकच्या माध्यमातून चालवण्याकडे कंपनीचा कल आहे. निदान फेसबुकच्या वॉलवर त्यांना स्थान राहणार नाही, असा एक विचार कंपनी करते आहे. पण कंपनीनं फेसबुक कनेक्टची व्यवस्था केली आहे. हे असं माध्यम आहे ज्यातून इतर वेबसाइट युजर आणि त्यांच्या संपर्क समूहाची माहिती पाहू शकतील आणि त्यांच्या वेबसाइटवर युजरनं केलेल्या कृतीची माहिती फेसबुकच्या न्यूजफीडवर प्रसारित करता येईल. आपल्या भागीदारांना या संधीचा फायदा घेण्यासाठी फेसबुक प्रोत्साहन देत आहे. आतापर्यंत एक मिलियन वेबसाइटनं याला प्रतिसाद दिला आहे, ज्यातील अर्ध्याहून जास्त वेबसाइट जगातील नामांकित साइट म्हणून गणल्या जातात. झकरबर्गचं व्यासपीठ म्हणून प्रस्थापित होण्याचं स्वप्न पूर्ण होण्याच्या मार्गावर आहे.

❖

१२

डॉलर १५ बिलियन

'एक विश्वासपूर्ण शिफारस जाहिरातीच्या खजिन्यापर्यंत पोचवण्यास सक्षम असते.'

फेसबुक सगळ्यांसाठी सुरू करण्याची कल्पना फायद्याची ठरली होती. त्याला यश मिळालं होतं. २००७च्या हिवाळ्यापर्यंत एकूण फेसबुक युजरपैकी अर्ध्याहून जास्त साइट वापरणारे अमेरीकेबाहेरच्या देशांतील होते. फेसबुकच्या जागतिक स्तरावर वाढणाऱ्या आकर्षणाची ग्वाही या अविश्वसनीय प्रगतीतून मिळत होती. पण उत्तर अमेरीकेतील लोकांनी या सेवेला प्रतिसाद द्यावा यासाठी कंपनीनं कुठलाही प्रयत्न केला नव्हता. इतकंच काय पण साइटवर सगळा मजकूर पूर्णपणे इंग्रजी होता.

यशाकडे जाणारी ही वाट सुकर मात्र नव्हती. वाढतानाच कंपनीसमोर उद्योगाशी निगडीत काही समस्याही उभ्या ठाकल्या होत्या. जगभरात सेवा पुरवणं खर्चिक होतं आणि त्यासाठी कुठल्याही परिस्थितीत कमाईची साधनं शोधणं अत्यावश्यक होतं. फेसबुकवरच्या त्या वेळी असलेल्या सगळ्या जाहिराती अमेरीकेतील ग्राहकांसाठी होत्या. त्याचं स्वरूप या ग्राहकांना लक्षात घेऊन ठरण्यात आलं होतं. याचाच अर्थ असा होता की फेसबुकच्या एकूण युजरपैकी फक्त अर्ध्याच युजरकडून कमाई करणं कंपनीला शक्य होतं. वर्षभरापूर्वी मायक्रोसॉफ्टसोबत केलेल्या कराराचीही अंमलबजावणी फक्त संयुक्त राष्ट्रापुरतीच मर्यादित होती. जगभरातून मिळणाऱ्या प्रतिसादाचा योग्य आर्थिक फायदा करून घेण्यासाठी आता कंपनीला, परदेशातही फेसबुकवर जाहिराती झळकवू शकणाऱ्या भागीदाराचा शोध होता. मायक्रोसॉफ्ट आपल्या कराराच्या कक्षा अमेरिके बाहेरही वाढवण्यास तयार होतं. फेसबुकचा आंतराष्ट्रीय स्तरावरील अशा प्रकारचा भागीदार होण्यास ते एका पायावर तयार होते.

झकरबर्गला आधीच जाहिरातींचा तिटकारा होता. पण फेसबुकचे ५० मिलियन युजर होते आणि त्याच्याच प्रयत्नांनी तयार झालेल्या platformमुळे त्याची कंपनी तंत्रज्ञान जगातील अत्यंत लाडकी कंपनी बनली होती. याची किंमत चुकवण्याची आता वेळ आली होती. हजारोंच्या संख्येनं युजर दर आठवड्याला फेसबुककडे

वळताना दिसत होते. शिवाय फेसबुकला आपल्या अंतर्गत व्यवस्थाचा आणि यंत्रणेचा विस्तार करताना ही युजरसंख्या येत्या काळात अशीच वाढत जाणार, याची पुरेपूर जाणीव होती. म्हणजेच सर्व्हरवर खर्च करावा लागणार होता. तोही हजारो-लाखो डॉलर्स! जाहिरातींना पर्याय नव्हता आणि म्हणून मार्कचं विचारचक्र वेगात फिरू लागलं होतं. युजरच्या आनंदात कुठलाही अडथळा न आणता अशी काही व्यवस्था असावी की जेणेकरून जाहिरातींनाही फेसबुकवर हवी ती जागा देता येईल, यावर तोडगा काढण्याचा तो प्रयत्न करत होता. टीव्हीवर काहीतरी महत्त्वाचं, आवडीचं पाहत असताना मध्येच अनावश्यक जाहिरातींचा भडिमार होतो; अशी फेसबुकची अवस्था होणं त्याला अजिबातच खपणारं नव्हतं.

USसाठी केलेल्या जाहिरात करारामुळे फेसबुकवर बॅनर जाहिराती विकण्याचा संपूर्ण हक्क मायक्रोसॉफ्टला मिळाला होता. महसुलातील जास्त भागासाठी मायक्रोसॉफ्टवर अवलंबून राहणं कंपनीसाठी थोडं धोक्याचं होतं. फेसबुकला स्वत:चाही महसूल स्त्रोत शोधण्याची नितांत गरज होती.

फेसबुक कार्यकारी मंडळ आणि झकरबर्ग यांनी, आता आणखी पैसा उभारण्याची वेळ आली आहे हे जाणलं होतं. पीटर थिएलनं लगेच या कामाची तयारी दर्शवली. त्याला बाजारातील आर्थिक उलाढालींची चांगलीच जाण होती. डॉट कॉमची हवा निघून गेल्यानंतर भागभांडवलांच्या उलाढालीतील अस्थिरता आता बऱ्यापैकी निवळली होती आणि गुंतवणूकदारांमध्ये उत्साहाचं वातावरण पुन्हा दिसू लागलं होतं. फेसबुकनं आयोजित केलेल्या f8 आणि platformला मिळालेल्या अभूतपूर्व प्रतिसादामुळे कंपनीची प्रतिष्ठा उंचावण्यास भरपूर मदत झाली होती आणि या उत्साहाचाच फायदा घेण्याची संधी चालून आली होती. पण त्याच वेळी जर भांडवल उभारण्यासाठी बाहेर शब्दही काढला तरी कंपनी विकत घेण्यासाठीचे इतरांचे प्रयत्न पुन्हा सुरू होतील, याची थिएलला पुरेपूर कल्पना होती. थिएल आणि जिम ब्रेअरला ही कल्पना रुचली. पण तिकडे मार्कच्या तोंडचं पाणी पळालं. त्याला एका अनामिक भीतीनं पुन्हा घेरलं. (या अनामिक भीतीचा तोडगा म्हणून त्यानं मंडळातल्या दोन रिकाम्या जागा आपल्या अखत्यारीत ठेवल्या होत्याच.)

गिडॉन यु या नव्यानं नियुक्त केलेल्या मुख्य वित्त अधिकाऱ्याला (CFO) आणि व्हॅन नॅटला मार्कनं बोलावून घेतलं. गिडॉन यापूर्वी युट्यूबचा CFO होता. कंपनीसाठी छोटे भागीदार शोधण्यासाठी काय करायचं आणि कंपनीची प्रस्तावित किंमत किती ठेवावी यासंदर्भात मार्कनं दोघांनाही विचारलं. युची कल्पना होती की काही चांगले गुंतवणूकदार ४ बिलियनच्या प्रस्तावित किमतीच्या आधारावर फेसबुकमध्ये आणता येतील. कंपनीसाठी ही मोठी झेप ठरेल असंही त्याला वाटत होतं. अगदी एका वर्षापूर्वीच कंपनीसाठी गुंतवणूक आणण्याच्या तिसऱ्या फेरीत – ज्याला

सिरीज सी असं संबोधलं गेलं होतं – २७.५ मिलियन गुंतवणूक आणताना कंपनीचं प्रस्तावित मूल्य ५२५ मिलियन इतकं ठेवण्यात आली होती.

नेहमीप्रमाणे मात्र कंपनीनं या स्वाभाविक अपेक्षांची पूर्तता केली नाही. काही जोडभांडवलदार आणि खाजगी इक्विटी संस्थांनी कंपनीत प्रवेश मिळवण्यासाठी १० बिलियन एवढं कंपनीचं प्रस्तावित मूल्य ठरवलं होतं. आणि मग युला त्याचा पहिला धडा मिळाला. कंपनीसंदर्भातील त्याच्या कल्पना तोकड्या आहेत आणि तो खूप छोटा विचार करतो आहे, हे त्याच्याही लक्षात आलं. ही दहा बिलियन किंमतही मार्कला मान्य नव्हती. कंपनीतील एक जण सांगतो की त्याला ही किंमत तेव्हा २० बिलियन एवढी अपेक्षित होती. तरीही त्यानं आणि नॅटनं १५ बिलियनवर रेटा लावायचं ठरवलं. त्यांच्या अपेक्षेप्रमाणं काही लोकांनी याची दखल घेतली पण उत्साह मात्र दाखवला नाही. त्या वेळी कुठलीही गुंतवणूक पूर्ण विचार न करता आणि अटी-नियमांचा काथ्याकूट केल्याशिवाय करायला कुणीही तयार नव्हतं. ''बाजारपेठेची दिशा आम्हाला त्या वेळी कळली. आता त्या दिशेन कंपनीसाठी संधी शोधायच्या होत्या,'' यु सांगतो. ''अगदी १५ मिलियनवर आम्हाला गुंतवणूक मिळण्याची शक्यताही दृष्टिपथात आली होती.''

हीच ती वेळ होती जेव्हा मायक्रोसॉफ्टनं आंतरराष्ट्रीय जाहिरात करार करण्याची तयारी दाखवली होती. US करारही कायम ठेवण्यास या सॉफ्टवेअर जगतातील बलाढ्य खेळाडूची हरकत नव्हती. पण हा करार लवकरात लवकर करण्याचा मायक्रोसॉफ्टच्या अधिकाऱ्यांनी आग्रह धरला. USमधील जाहिरातींवर मायक्रोसॉफ्टचे ३ मिलियन डॉलर्स दरमहा खर्च होत होते. फेसबुकवरच्या बॅनर जाहिरातींत मायक्रोसॉफ्टनं मिळवलेल्या जाहिरातींचं प्रमाण अधिक होतं. फोटो ॲप्लिकेशनवरही या जाहिराती असायच्या. पण युजरचं या जाहिरातींकडे लक्ष जात नाही, हे त्यांच्या लक्षात यायला वेळ लागला नाही. त्यामुळे मायक्रोसॉफ्ट जाहिरातदारांना जास्त किंमत मागू शकत नव्हते. तरीही फेसबुकला एक ठरावीक रक्कम देण्याची त्यांची तयारी होती. जाहिरातदारांकडून कितीही पैसे मिळत असले तरीही मायक्रोसॉफ्ट फेसबुकला प्रत्येक हजार पानांसाठी ३० सेंट देणार, असा करार होता.

Googleच्या वाढत्या शक्तीला शह देण्यासाठी म्हणून ऑनलाईन जाहिरातींच्या जगतात मायक्रोसॉफ्ट आपले पाय रोवण्याचा प्रयत्न करत होतं. ऑनलाईन जाहिरातीतील अर्ध्यापेक्षा जास्त पैशांवर आपला हक्क सांगणाऱ्या गुगलसारख्या मोठ्या प्रमाणात नफा कमावणाऱ्या कंपनीनं आता मायक्रोसॉफ्टचं आधिपत्य असलेल्या PC उत्पादनांतही हातपाय पसरण्याचा प्रयत्न सुरू केला होता. मग या लढाईत मायक्रोसॉफ्टनंही गुगलला सरळ टक्कर देण्याचा निर्णय घेतला आणि ऑनलाईन जाहिरातींच्या क्षेत्रात प्रवेश केला. दुसरीकडे या लढाईचाच एक भाग म्हणून स्वतःचं एक सर्च इंजीन

सॉफ्टवेअर विकसित करण्यासाठी मायक्रोसॉफ्ट पाण्यासारखा पैसा ओतत होतं. इतकं करून ते थांबले नाही तर त्यांनी aQuantive या इंटरनेटवर जाहिरात वितरीत करणाऱ्या कंपनीला मे महिन्यात तब्बल ६ बिलियन डॉलर्सला विकत घेतलं. मायक्रोसॉफ्टनं तेव्हापर्यंत केलेला हा सगळ्यात मोठा सौदा होता. आता एकदा वितरण कंपनी हातात आल्यानंतर त्यासाठी कामही शोधणं अपरिहार्य होतं.

गुगलकडून सतत होणाऱ्या पराभवानं मायक्रोसॉफ्टचा सीईओ स्टीव्ह बॉलमर अगदी वैतागला होता. अगदी कराराच्या स्थितीत आलेल्या दोन अत्यंत महत्त्वाच्या भागीदारीच्या संधी त्याच्या हातून गेल्या होत्या. शेवटच्या क्षणी गुगल काहीतरी करून या संधींना स्वत:कडे वळवण्यात यशस्वी ठरलं होतं. टाइम वॉर्नरच्या AOLसाठी एक जाहिरात भागीदारीसंदर्भात करार करण्यासाठी डिसेंबर २००५मध्ये बॉलमर स्वत: न्यूयॉर्कला रवाना झाला होता. परतताना आपण करार मिळवला, याची त्याला खात्री वाटत होती. पण दोनच दिवसांत गुगलच्या जाहिरात विभागाचा प्रमुख टीम आर्मस्ट्राँग बॉलमरपेक्षाही चांगला प्रस्ताव घेऊन आला आणि AOLमध्ये एक बिलियनची गुंतवणूक करून मोकळा झाला. AOLचं प्रस्तावित मूल्य २० बिलियन एवढं ठेवण्यात आलं होतं. त्यानंतर २००६मध्ये ऑगस्ट महिन्यात मायक्रोसॉफ्टनं न्यूज कॉर्पसोबत मायस्पेससंदर्भात एक करार केला आणि १.१५ बिलियन देण्याची तयारी त्यांनी दर्शवली होती असं एक मध्यस्थ सांगतो. पण ऐनवेळी तीन वर्षांच्या गॅरंटीसह ९०० मिलियन देऊन गुगलनं मायक्रोसॉफ्टकडून हा सौदादेखील पळवला. न्यूज कॉर्पलाही गुगलशी जुळण्याची प्रबळ इच्छा होती आणि त्यासाठी त्यांनी नफा-तोटाही विचारात घेतला नाही. याचीच पुनरावृत्ती २००७मध्येही Double Click विकत घेतानाही झाली. मायक्रोसॉफ्टला मागे टाकून गुगलनं ही इंटरनेट जाहिरात क्षेत्रातील नामांकित कंपनी ३.१ बिलियनला आपल्या पदरी पाडून घेतली. या वेळी फेसबुकसंदर्भात कुठल्याही परीस्थितीत बॉलमरला हे घडू द्यायचं नव्हतं.

❖

वाटाघाटी करण्यात व्हॅन नॅटचा हातखंडा होता. मायक्रोसॉफ्टला त्यानं त्यांच्या कट्टर शत्रूच्या आधारानं बरंच झुलवलं. अपेक्षेपेक्षा जास्त आपल्या पदरात पाडून घेण्याचं कसब असलेल्या मायक्रोसॉफ्टला वठणीवर आणण्यासाठी 'गुगल' या शब्दाचा उच्चार पुरेसा आहे हे नॅटला पक्कं माहीत होतं. प्रत्यक्षातही फेसबुक आंतराष्ट्रीय स्तरावर जाहिरातीसाठी भागीदार शोधतो आहे हे कळताच गुगलनं फेसबुकला चांगला प्रस्ताव देऊन वाटाघाटींसाठी कंबर कसली होती.

स्वत:च्या सर्वोत्तम जाहिरातदारांसाठी दरवर्षीप्रमाणे ऑक्टोबर १०, २००७ला गुगलनं त्यांच्या प्रचलित Google Zeitgeist या कार्यक्रमाचं आयोजन केलं. या

दोन दिवसांच्या आयोजनासाठी गुगलनं नामांकित उद्योजकांना आणि जाहिरात क्षेत्रातील दिग्गज मध्यस्थ कंपन्यांना त्यांच्या कार्यालयाच्या परिसरात आमंत्रित केलं होतं. पण ही संधी साधून त्यांनी कंपनीच्या संचालक मंडळाची बैठकही आयोजित केली. अशाच वेळी उद्योगाच्या उत्तम संधी चालून येतात आणि वाटाघाटींसाठी हीच वेळ योग्य असते, हे त्यांनी आजपर्यंत पुरेपूर आजमावलं होतं. टीम आर्मस्ट्राँगनं व्हॅन नॅटशी बोलणं केलं. फेसबुकच्या जागतिक जाहिरात भागीदारीसाठी मायक्रोसॉफ्ट आटोकाट प्रयत्न करत आहेत याची टीमला माहिती होतीच. नेमकं Zeitgeist कार्यक्रमात गुगलनं मार्क झकरबर्गला वक्ता म्हणून बोलावलं होतं आणि त्या वर्षीच्या आयोजनात मार्कचं भाषण हा आकर्षणाचा विषय होता. संचालकांशी बोलून टीमनं या संधीचा फायदा घेण्याचा निर्णय घेतला. त्यानं मंडळाला विनंती केली आणि फेसबुकशी या जाहिरात भागीदारीसाठी अगदी गंभीर चर्चा छेडण्याची तयारी केली. यात मायक्रोसॉफ्टला मात देण्याचाही उद्देश होता. मंडळानं फक्त भागीदारीच नाही तर फेसबुक विकत घेण्यासाठीही बोलणी करायची तयारी दर्शवली.

फेसबुकशी जाहिरात भागीदारीसाठी उत्सुक असल्याची बाब गुगलनं लपवली नव्हती. त्यांना हे उघडपणे बोलण्यात काहीही भीती वाटली नाही. या आयोजनासंदर्भातील एका पत्रकार परिषदेत Googleचा सीईओ एरीक स्कीम्टनं सोशल नेटवर्कला 'एक अविश्वसनीय, विलक्षण सत्यघटना' म्हणून संबोधलं. एवढ्यावरच तो थांबला नाही. तो पुढे म्हणाला की इंटरनेट वापरताना उलगडणाऱ्या पानांमध्ये सोशल नेटवर्कचा किती व्यापक सहभाग आहे याची लोकांनी अजूनही दखल घेतलेली नाही. त्याचं हे वक्तव्य गुगलच्या अस्वस्थतेची झलक होती. इंटरनेटवरील मालकीहक्काच्या काही लोकप्रिय चिरेबंदी चौकटींना भेदण्यास गुगलसारखं शक्तिशाली सर्च इंजीन असमर्थ आहे, ही ती अस्वस्थता होती. फेसबुकशी करार करून जाहिरातीसाठी जागा मिळवणं एवढाच उद्देश न ठेवता फेसबुकसारख्या मोठ्या सोशल नेटवर्कशी सलगी वाढवून इंटरनेट जगतातील आपलं साम्राज्य आणखी मजबूत, किंबहुना अभेद्य करण्यासाठीची ही धडपड होती.

त्या दिवशी संध्याकाळी सगळ्यांना जवळच्याच एका पार्कमध्ये नेण्यात आलं. एक मोठा शुभ्र शामियाना इथे उभारण्यात आला होता. बराच वेळ चाललेल्या कॉकटेल पार्टीनंतर आयोजनात सहभागी झालेल्या २५०हून अधिक लोकांना मग जेवणासाठी आमंत्रित करण्यात आलं. त्या जेवणाचं स्वरूप अगदी शाही भोजनाचं होतं. सुरुवात करतानाच, बर्फापासून तयार करण्यात आलेल्या जाड प्लेटवर पहिल्या कोर्सचे पदार्थ सगळ्यांना वाढण्यात आले. या आयोजनावर गुगलनं अगदी पाण्यासारखा पैसा खर्च केला होता आणि त्यातून आपलं शक्तिप्रदर्शनही केलं. त्यांच्याशी करार केलेल्या किंवा त्यांना जाहिरात देताना कोट्यवधी रुपयांची कमाई

करून देणाऱ्या आपल्या भागीदारांचे गुगल एकीकडे आभार मानत होतं, ज्यात, आम्ही किती श्रीमंत आहोत याची दखल इतरांनी घेतलीच पाहिजे, हा आग्रहही डोकावत होता. या सर्व पसाऱ्यात मध्यभागी एका टेबलवर गुगलचा सहसंस्थापक लॅरी पेग, आर्मस्ट्रॉंग, मेगन स्मिथ, स्वत: झकरबर्ग, व्हॅन नॅट आणि फेसबुकच्या कॉर्पोरेट विकास विभागाचा प्रमुख डॅन रोज चर्चा करण्यात गढून गेले होते. आर्मस्ट्रॉंगनं, फेसबुकशी करार करण्यास गुगल कसं तयार आहे आणि तत्सम काही गोष्टींनी फेसबुकच्या अधिकाऱ्यांना बरंच प्रभावित केलं.

हे शाही भोजन रात्री दहापर्यंत चाललं. त्यानंतर फेसबुकचं त्रिकुट आणि गुगलचे अधिकारी त्यांच्या मुख्यालयाकडे रवाना झाले. यानंतरची चर्चा तिथे होणार होती. सौद्याची थोडीफार रूपरेषा खूप उशिरापर्यंत चाललेल्या या बैठकीत तयार झाली. US आणि त्याबाहेर दाखवायच्या जाहिरातींसाठी भागीदारी करण्यास गुगल तयार होतं. याशिवाय १५ बिलियनच्या आधारावर फेसबुकचे काही रोखे विकत घेण्याचीही इच्छा गुगलनं मार्क आणि मंडळींजवळ बोलून दाखवली. या रोखे खरेदीची साखरपेरणी करणं गुगलसाठी आवश्यक होतं, कारण मायक्रोसॉफ्टशी असलेल्या कराराशी फारकत घेताना फेसबुकलाही कडवटपणाचा सामना करावा लागणार होता. अशात नवीन भागीदारांकडून गुंतवणुकीच्या स्वरूपातील आर्थिक फायदाच फेसबुकला थोडं सावरू शकणार होता. USसाठी असलेला करार मोडीत काढणं म्हणजे कायदेशीर कारवाईला आमंत्रित करणं, असं सरळ समीकरण होतं. हा सगळा विचार करतानाच गुगलनं थोडं धाडस करत मार्कसमोर फेसबुक विकत घेण्याचा प्रस्ताव ठेवला. किंमत मार्कला अपेक्षित असलेल्या १५ बिलियनपेक्षा थोडी कमी झाल्यास हा सौदा करता येईल, असा गुगलच्या अधिकाऱ्यांच्या बोलण्याचा रोख होता. यावेळी मात्र मार्क जराही गुळमुळीत नव्हता. त्यानं लगेच सांगून टाकलं फेसबुक विक्रीसाठी उपलब्ध नाही!

जाहिरात करारासंदर्भात बोलणी करतानाही मार्कच्या बोलण्याचा रोख स्पष्ट नसला तरीही तो काहीतरी गोलमोल बोलतो आहे, हे गुगलच्या अधिकारी मंडळींच्या लक्षात आलं होतं. तो कुठल्याच गोष्टीवर शब्द देण्यास उत्सुक नव्हता. तर काही गोष्टींबाबत खूप जास्त चर्चा करून त्याबाबत स्वत:चा आग्रह स्पष्ट करत होता. यात जाहिरातींचा आकार, स्वरूप अशा गोष्टींचा समावेश होता. खरं तर मोठमोठ्या करारांमध्ये अशा गोष्टी कारकुनी स्तरावर बघितल्या जातात. पण इथे झकरबर्ग स्वत:च त्यावर काथ्याकूट करत होता आणि तेही करार व्हायच्या आधीच, याचं त्या लोकांना आश्चर्य वाटलं. याच सगळ्या बाबी मायक्रोसॉफ्टशीही बोलून सौदा आणखी फायदेशीर बनवण्याकडे मार्कचा कल असावा, असा कयास त्यांनी बांधला. शिवाय फेसबुक आणि मायक्रोसॉफ्टचा संबंध जुना आहे आणि हा सौदा

ठरताना त्याचा थोडा फायदा मायक्रोसॉफ्टला होणारच, ही गोष्टही त्यांना चांगली ठाऊक होती. त्यामुळे फेसबुकला स्वत:कडे ओढण्याच्या प्रयत्नातील यशाची शक्यता गुगलसाठी तशी धूसर होती.

इकडे मायक्रोसॉफ्ट झकरबर्गला स्वत:कडे वळवण्यासाठी पद्धतशीरपणे प्रयत्न करत होतं. बॉलमर पालो आल्टोला मार्कला भेटायला दोनदा गेला होता. या तरुण उद्योजकाविषयी त्यालाही उत्सुकता होतीच. त्याचबरोबर मायक्रोसॉफ्टचा मुख्य सॉफ्टवेअर आर्किटेक्ट रे ऑझी यानंही पालो आल्टोला भेटी दिल्या होत्या. नेहमीच्या सवयीप्रमाणं मार्कनं त्यांनाही फेरफटका मारायला नेलं. १५ बिलियन एवढं प्रस्तावित मूल्य ठरवून फेसबुक पैसा उभारण्याचा प्रयत्न करत आहे, ही बाब मार्कनं बॉलमरला स्पष्टच सांगितली.

पण बॉलमरच्या मनात काही वेगळंच होतं. एका अत्यंत विश्वासू व्यक्तीनं सांगीतल्याप्रमाणं त्यानं मार्कला एकच वाक्य म्हटलं, "पण जर आम्ही १५ बिलियनला फेसबुक विकतच घेतलं तर?" नेहमीप्रमाणं ही एवढी मोठी आकर्षक संधी ऐकल्यावरही मार्क मात्र अविचलितच होता. हा प्रस्ताव प्रचंड होता, यात शंकाच नव्हती. तो इतका भव्य होता की त्याची पूर्तता करता करता मायक्रोसॉफ्टच्या नाकी नऊ आले असते, कारण त्यांना त्यांच्या भागभांडवलदारांच्या प्रश्नांच्या भडिमाराला सामोरं जाणं अटळ झालं असतं.

"जोपर्यंत माझं स्वत:चं कंपनीवर पूर्णत: नियंत्रण राहाणार नाही, मला ती विकायची नाही," अशा परीस्थितीत मार्क यापूर्वी जे करायचा तेच त्यानं केलं आणि आपला विचार बॉलमरसमोर ठेवला. एकदा फेसबुक विकलं गेलं तर त्यावर नियंत्रण ठेवणं अशक्य होतं, हे तो जाणून होता. म्हणून त्यानं बॉलमरला एका वाक्यात उत्तर दिलं. थोडक्यात, तो संवाद तिथेच थांबावा यासाठीचा तो संकेतच होता.

बॉलमरनं मात्र याला आव्हान म्हणून स्वीकारलं. मायक्रोसॉफ्टला फेसबुक विकत घ्यायचंच आहे, हे त्यानं ठासून सांगितलं होतं. तो परत गेला. मायक्रोसॉफ्टच्या रेडमॉन्डच्या मुख्यालयात बसून त्यानं यातून मार्ग काढण्याचा निर्धार केला. झकरबर्गच्या अधिकारांना धक्काही लागणार नाही आणि मायक्रोसॉफ्टला हळूहळू फेसबुकही अधिग्रहीत करता येईल असा काहीसा थोडा क्लिष्ट प्रस्ताव तयार करण्याची त्याची धडपड होती. त्याच्या विश्वासातील काही लोक त्या वेळी बॉलमरच्या या प्रयत्नांचे साक्षीदार होते. ते सांगतात की १५ बिलियन या मूल्यावर आधारित काही भागभांडवल खरेदी करण्याचा प्रस्ताव त्यानं त्या वेळी मार्कसमोर ठेवला. मग दोन दशकांपूर्वी एक स्विस फार्मा कंपनी Hoffman-LaRoche आणि सिलीकॉन व्हॅलीतील प्रथितयश बायोटेक कंपनी Genetech यांच्यात झालेल्या कराराचा आधार घेऊन मायक्रोसॉफ्ट दर सहा महिन्यांनी फेसबुकचं पाच टक्के भागभांडवल विकत घेणार

हेही सुचवण्यात आलं होतं. अशा प्रकारे मायक्रोसॉफ्टला फेसबुकला पूर्ण विकत घेण्यास सहा-सात वर्षं लागणार होती. शिवाय अगदी सुरुवातीलाच, फेसबुक किती प्रमाणात अधिग्रहीत करता येईल यावरही हा वर्षांचा हिशोब ठरणार होता. प्रत्येक वेळी कंपनीचा काही भाग विकत घेताना किंमतही वाढीव ठेवण्याचं मायक्रोसॉफ्टनं आनंदानं मान्य केलं. त्यामुळे १५ बिलियन ही जी फेसबुकची अपेक्षा होती, ती त्यांना काही काळानं वाढीव स्वरूपातच मिळणार होती. यातही बॉलमरचा मुख्य रोख होता तो मार्कची, त्याच्या कंपनीवर त्याचा अधिकार व नियंत्रण कायम राहावं ही इच्छा पूर्ण करणं; आणि तशी सोय या प्रस्तावात होती. निदान पुढल्या काही वर्षांकरता मार्कला हा अधिकार नक्कीच उपभोगता येणार होता.

मायक्रोसॉफ्टच्या जाहिरातीसंदर्भातील सगळा कारभार पाहणाऱ्या केविन जॉनसनला सोबतीला घेऊन बॉलमर पुन्हा एकदा सॅन फ्रान्सिस्कोला आला. या मीटिंगचा जास्त गाजावाजा होऊ नये म्हणून व्हॅन नॅटनं त्याला स्वत:च्या पालो आल्टोच्या घरी येण्याची विनंती केली. पण हे एवढं सोपं नव्हतं. किंबहुना बॉलमरनं ते सोपं ठेवलं नाही. काळ्या रंगाच्या Cadillac Escalade मधून तो व्हॅनच्या घरापर्यंत आला. सोबत त्याचे इअरफोन आणि मायक्रोफोननी सुसज्ज अंगरक्षक होते. त्यांनी घराभोवती कडं केलं आणि आत मार्क, व्हॅन, बॉलमर आणि जॉनसन बसले. त्यांचा संवाद मायक्रोसॉफ्टचा सॉफ्टवेअर प्रमुख रे ओझी स्पीकरफोनवरून ऐकत होता. व्हॅननं मग फेसबुकचा निर्णय सांगण्याची जबाबदारी घेतली, जो मायक्रोसॉफ्टसाठी दु:खद होता.

मायक्रोसॉफ्टनं फेसबुकशी जाहिरातीसंदर्भात केलेल्या करारात त्यांना बदल करायचे होते. व्हॅननं मुद्याला हात घातला. इतकंच नाही तर फेसबुकला आता स्वत:च जाहिरात क्षेत्रात उतरून आपल्या साइटच्या जाहिराती स्वत:च विकायच्या होत्या. मायक्रोसॉफ्टला आवडो अथवा न आवडो, पण हा बदल फेसबुकला करायचाच होता. व्हॅन सांगत होता आणि बॉलमर स्तंभित होऊन ऐकत होता. आणि जर मायक्रोसॉफ्टला आंतरराष्ट्रीय जाहिरातींसाठी फेसबुकशी हातमिळवणी करायची असेल तर त्यांनी हा बदल करण्याची संमती द्यावी अशी अपेक्षाही फेसबुकनं व्यक्त केली. कारण कंपनीला जाहिराती जरा नवीन व वेगळ्या पद्धतीनं आपल्या साइटवर आणायच्या होत्या, व्हॅन सांगत होता. जर मायक्रोसॉफ्टला हे सगळं मान्य नसेल तर मग गुगल फेसबुकच्या आमंत्रणाच्या वाटेवर डोळे लावून बसलंच आहे, हे सांगायलाही तो विसरला नाही.

बॉलमर आणि व्हॅनमध्ये घडलेला हा प्रसंग नक्कीच 'प्रेक्षणीय' ठरला असावा. व्हॅन जरी निर्भय, आडमुठा, आणि स्वत:च्या निर्णयावर ठाम राहणारा असला तरी बॉलमरही काही कमी नव्हता. तो भव्य आहे, कर्कश आहे आणि आक्रमकही आहे. तुम्ही त्याला डिवचू शकत नाही. आणि त्याही उप्पर तो जगातील सगळ्यात मोठ्या

सॉफ्टवेअर कंपनीचा सीईओ आहे. पण तरीही त्यानं स्वत:ला आवर घातला. मागे केलेल्या करारात पुन्हा बदल करण्याची मायक्रोसॉफ्टला अजिबात गरज वाटत नाही, हे त्यानं आधी स्पष्ट केलं. मग त्यानं पुन्हा एकदा आपला हेतू बोलून दाखवला. या कराराऐवजी फेसबुकच विकत घेण्यासाठी ते उत्सुक आहेत.

मार्क सावध होता. वर्षभरापूर्वीच याहूशी यासंदर्भात बोलणी करताना तो काही गोष्टी शिकला होता. एकदा बोलणी सुरू झाली की मग त्यावर कुठलाही धरबंध राहत नाही, हे त्याला पक्कं माहीत होतं. त्यामुळे त्यानं कंपनी विकायची नाही, हे स्पष्ट केलं. बोलताना त्यानं संकेत दिले की जर तरीही मायक्रोसॉफ्ट हटून बसले तर त्यांना अनेक अटी मान्य कराव्या लागतील. मार्कची इच्छा ध्यानात ठेवून जो प्रस्ताव तयार केला होता त्यात मार्कला भरपूर स्वायत्ततेची अपेक्षा होती; नव्हे तशी त्याची मागणीच राहाणार होती. हे सगळं ज्यांनी प्रत्यक्ष ऐकलं त्यापैकी एक मार्कबद्दल सांगतो : "इतके डॉलर मोजले तर कंपनी तुमची, अशी त्याची भूमिकाच नव्हती. तो कंपनी विकायला तिथे बसलाच नव्हता. त्याच्या त्याहीपेक्षा खूप प्रचंड अपेक्षा होत्या." बॉलमरचा हा १५ बिलियनचा प्रस्ताव मान्य केला असता तर या २३ वर्षीय सीईओला फक्त त्याच्या स्वत:साठी चार बिलियन डॉलर्स मिळणार होते. पण त्याला त्याची पर्वा नव्हती.

फेसबुकशी निदान आंतरराष्ट्रीय जाहिरात करार तरी व्हावा यासाठी धडपडणाऱ्या या बलाढ्य कंपनीच्या अगतिकतेचा थोडा आणखी फायदा करून घेण्याचा दुष्टं विचार फेसबुकनं केला. हॉटमेल या मायक्रोसॉफ्टच्या मोफत ई-मेल सेवेसंदर्भात फेसबुकची काही जुनी दुखणी होती. फेसबुकला सर्वांसाठी खुलं करताना फेसबुकच्या यशासाठी कारणीभूत असलेली आणखी एक गोष्ट होती आणि ती म्हणजे कॉन्टॅक्ट इम्पोर्ट. ज्याच्या आधारानं कुठल्याही ई-मेल सर्व्हिसच्या लॉग-इन आणि पासवर्डच्या साहाय्यानं फेसबुकचं सदस्यत्व मिळवता येत असे. त्याचबरोबर अशा सदस्यांच्या ई-मेल यादीतील इतरांनाही फेसबुकवर आमंत्रित करण्याचं काम फेसबुक या युजरसाठी करणार, अशीही एक सोय त्यात होती. हॉटमेल त्या काळातील सगळ्यात जास्त सदस्य असलेली ई-मेल सेवा होती आणि त्यामुळे अशी जास्तीतजास्त आमंत्रणं हॉटमेल वापरणाऱ्यांसाठीचीच होती. पण यात एक गोची झाली. मायक्रोसॉफ्टनं या आमंत्रणांच्या मेल्सना त्यांच्या ग्राहकांपर्यंत पोचण्यात आडकाठी निर्माण केली. अशा मेल हॉटमेल ग्राहकांच्या इनबॉक्समध्ये सरळ 'स्पॅम' म्हणून जात असे. एक दिवस तर त्यांनी कॉन्टॅक्ट इम्पोर्टच ब्लॉक केलं. त्या काळात फेसबुक युजरचा विस्तार एकदम ७० टक्क्यांनी कमी झाल्याचं मॉस्कोव्हिट्झ सांगतो. म्हणून जाहिरात करारासंदर्भातील बोलणी सुरू झाल्यावर एक दिवस मॉस्कोव्हिट्झ, डिॲन्जेलो आणि सौदेबाजीत तरबेज व्हॅन नॅट मायक्रोसॉफ्टच्या रेडमॉन्ड मुख्यालयात

धडकले. एक-दोन दिवस व्यवस्थित बोलणी करून व्हॅननं मायक्रोसॉफ्टला हा सगळा प्रकार थांबवण्यास सांगितलं. यासाठी कंपनीला काही परतफेड वगैरे करण्याची कुठलीही तयारी नसतानाही फेसबुकनं मायक्रोसॉफ्टला नमवलंच.

❖

परस्परांना नमवण्यासाठी दोन्ही कंपन्यांचे निकराचे प्रयत्न सुरू होते. अमेरीकेसाठी केलेला जाहिरात करार कायम ठेवत, मायक्रोसॉफ्ट फेसबुकला त्यांच्या जाहिरातीसाठी परवानगी देणार नाही, हे कंपनीच्या अधिकाऱ्यांनी व्हॅन नॅटला स्पष्ट केलं. याला प्रत्युत्तर म्हणून कंपनीनं फोटो ॲप्लिकेशनमध्ये असलेल्या छोट्या जाहिरातींचा पैसा अडवायचा निर्णय घेतला आणि व्हॅननं ते मायक्रोसॉफ्टला स्पष्टपणे कळवलं. या जाहिरात करारातील एकूण एक अटी आणि नियमांचं पालन मायक्रोसॉफ्टसाठी अत्यंत महत्त्वाचं आहे आणि त्यासाठी आंतराष्ट्रीय जाहिरात करारावर पाणी सोडण्याचीही मायक्रोसॉफ्टची तयारी आहे, हे जॉन्सनचं उत्तर ऐकल्यावर व्हॅननं, ठीक आहे, एवढंच उत्तर दिलं. ''आम्ही गुगलबरोबर जायला मोकळे आहोत,'' त्यानं सांगितलं.

मायक्रोसॉफ्टच्या वॉशिंग्टनमधल्या रेडमॉन्ड इथल्या मुख्यालयात जॉन्सन परत आला, पण कंपनीसाठी करार-मदार करणारा हॅन्क व्हिजिल पालो आल्टोलाच थांबला. आता त्याला व्हॅनशी बोलणी सुरू ठेवायची होती. त्याला यात मार्ग दिसू लागला होता. आपली नोकरी या दोन कंपन्यांतील बोलण्यांच्या यशस्वितेवर अवलंबून आहे असं मायक्रोसॉफ्टला सांगणारा व्हॅन आता जरा डळमळला होता. अशात व्हिजिलनं त्याला सांगितलं की जर मायक्रोसॉफ्टनं फेसबुकला अमेरीकेसाठी जाहिरातीत १५ टक्के सहभागाची परवानगी दिली तर फेसबुकलाही त्यांना काही सवलती द्याव्या लागतील. व्हॅन आणि जॉन्सनमध्ये त्यानं मग दुसऱ्या दिवशी बातचीत घडवून आणली, ज्यात प्रस्तावावर आणखी थोडी चर्चा करण्याचं ठरलं. जागतिक जाहिरातीचा करार जर मायक्रोसॉफ्टला मिळाला तर अमेरीकेसाठी केलेल्या करारात बदल करायला कंपनी तयार होणार. तसंच फेसबुकनं फोटो ॲप्लिकेशनच्या माध्यमातून होणाऱ्या कमाईचा रस्ता मायक्रोसॉफ्टसाठी मोकळा करावा आणि कंपनीचं सर्च इंजीन फेसबुकसाठी वापरण्याची परवानगी मिळावी, अशीही मागणी या विस्तारित प्रस्तावात करण्यात आली होती. जॉन्सननं व्हिजिलला आपली टीम घेऊन फेसबुकच्या ऑफिसला सोमवारी जायला सांगितलं. जोपर्यंत सौदा होत नाही तोपर्यंत परतू नको, असा आदेशही त्याला दिला.

सोमवारी सकाळी ११ वाजता पालो आल्टो युनिव्हर्सिटी अव्हेन्यू येथील फेसबुक ऑफिसच्या दुसऱ्या मजल्यावर ही सगळी मंडळी एका कॉन्फरन्स हॉलमध्ये एकत्र झाली. काचेच्या भिंतीतून येणारा सूर्यप्रकाश अंगावर घेत ही मंडळी एका

काचेच्याच टेबलाभोवती बसली आणि फेसबुकची आतापर्यंतची प्रतिष्ठा बदलून टाकणारी बोलणी सुरू झाली. कंपनीच्या दुसऱ्या एका कार्यालयाच्या इमारतीत गुगलमधून आलेली एक छोटी टीम त्यांच्या एका प्रस्तावावर चर्चा करण्यात गुंतली होती.

नंतरचे बारा तास दोन्ही कंपन्यांची मंडळी कधी परस्परांवर कुरघोडी करण्यात तर कधी जुळवून घेण्यात मग्न होती. फेसबुकमध्ये आपल्या सर्च इंजीनला प्रवेश देण्यासंदर्भात करार करण्यात मायक्रोसॉफ्टला यश आलं. गुगलला मात देण्यासाठी हे पहिलं पाऊल होतं. जाहिरात टाकताना ती फेसबुकच्या पानावर अगदी वर बॅनर म्हणून किंवा डावीकडे खालच्या बाजूला टाकता येणार नाही व फक्त उजवीकडे खाली या जाहिराती दिसतील अशी स्पष्ट सूचना फेसबुकनं मायक्रोसॉफ्टला दिली. (ही मागणी गुगलनं बिनशर्त मान्य केली होती आणि त्यामुळे ही अट मायक्रोसॉफ्टसमोर ठेवताना फेसबुकला भक्कम आधार होता.) त्याचप्रमाणे वर्षभरापुर्वी केलेल्या करारानंतरही आता मायक्रोसॉफ्टनं किती जाहिराती द्यायच्या आणि त्याचा ठरावीक मोबदला फेसबुकला देणं यासारख्या अटींना बगल दिली गेली. यापुढे जाहिरातीतून येणारा मोबदला दोन कंपन्या सरळ विभागून घेणार असं ठरलं. त्यातही फेसबुकनं स्वत:साठी जास्त भाग मिळवण्यासाठी रेटा लावला आणि त्यांना यशही आलं. इतकंच नाही तर या सोशल नेटवर्कनं परंपरागत जाहिरातींच्या प्रसारणाला बगल देत, हा करार कायम ठेवत, १५ टक्के जाहिराती स्वत:च्या पद्धतीनं आणि हव्या तशा स्वरूपात टाकण्याची मुभाही मायक्रोसॉफ्टकडून मिळवण्यात सहज यश मिळवलं.

व्हॅन, रोझ, यु आणि जनरल कॉन्सिल रूडी गॅड ही फेसबुकची टीम होती. मध्येच उठून ते झकरबर्गशी सल्लामसलत करायला जात. त्याचं टेबल तिथे जवळच होतं. भूतकाळात जितके करार आणि प्रस्ताव आणि सौदे झाले, त्याच्या तुलनेत या वेळी हा तरुण सीईओ जरा जास्त प्रमाणात सहभागी झाला होता. वाटाघाटींत काही समस्या निर्माण झाली किंवा मायक्रोसॉफ्टला आणखी थोडं स्वत:च्या तालावर नाचवण्यासाठी व्हॅन वारंवार गुगलचा संदर्भ देत होता. जे काही मायक्रोसॉफ्टला मान्य नाही ते सगळं गुगलला मात्र मान्य आहे, हे व्हॅननं मायक्रोसॉफ्टला अनेक वेळा आडूनआडून सांगितलं. पण ती खरी परिस्थिती होती, हा भाग वेगळा.

रात्री अकराच्या दरम्यान सौदा आता होणार अशी चिन्हं दिसू लागली होती. अजूनही बऱ्याच बाबींवर निर्णय झाला नव्हता. उत्साह ओसरला होता आणि थकव्याची चिन्हं चेहऱ्यावर दिसत होती. इतक्यात अचानक कॉन्फरन्स रूमची शांतता भेदून कर्कश संगीताच्या आवाजानं सगळं वातावरण भरलं. चर्चेसाठी बसलेल्यांनी मग लगेच बाल्कनीत जाऊन हा काय प्रकार म्हणून डोकावून पाहिलं. त्यांना जे दिसलं ते जरा वेगळं होतं. कंपनीत प्रोग्रामर म्हणून काम करणारा एक अभियंता DJ stand वर उभा होता. संगीतच संगीत सर्वदूर पसरलं होतं. हॅकथॉन

सुरू होण्याची ती नांदी होती. सॉफ्टवेअर जगतातील असामान्य बुद्धीमत्तेची चमक दाखवण्याची ही संधी फेसबुकमधील कुठलीही व्यक्ती गमावणार नव्हती. फक्त हॅकथॉनचं त्यांनी 'कन्व्हरथॉन' असं नामकरण केलं होतं. रात्रभर चालणाऱ्या या आयोजनात तंत्रज्ञानातील अद्वितीय कामगिरी घडत असे. फेसबुकमध्ये तर हा जल्लोषाचा काळ असायचा. यावेळी कन्व्हरथॉन चा एक विशेष उद्देश होता. इंग्रजीशिवाय इतर भाषांमध्येही फेसबुक भाषांतरीत करता येणं सोपं होईल असं सॉफ्टवेअर फेसबुकला हवं होतं आणि तेच या वेळच्या कन्व्हरथॉनसाठीचं आव्हान होतं. आंतराष्ट्रीय स्तरावर फेसबुकला मिळणारा प्रतिसाद पाहून हे पाऊल उचलणं खूप आवश्यक झालं होतं आणि त्यासाठीची तयारीही सुरू झाली होती.

बाल्कनीतून परतून पुन्हा दोन्ही कंपन्यांचे प्रतिनिधी डोकी भिडवून बसले. मात्र पाय कानावर पडणाऱ्या संगीतावर थिरकत होते. ते कर्कश होतं, पण उत्साही करणारंही होतं. मायक्रोसॉफ्टचा एक सदस्य तर मध्येच उठून त्या मुलांमध्ये मिसळला. त्यांच्याप्रमाणं रांगेत उभं राहून त्यानं चायनीज फूडवर तावही मारला. गाणं-बजावणं थांबल्यावर पुन्हा एकदा वाटाघाटींना आणि चर्चेला सुरुवात झाली. पहाटे ३ वाजताच्या सुमारास प्रस्तावावर चर्चा संपुष्टात आली. सौदा नक्की झाला होता. मुख्य म्हणजे फेसबुकला जे काही हवं होतं ते यातून मिळालं होतं. थकून भागून मग सगळे तडक झोपायला खोलीकडे रवाना झाले.

या वाटाघाटीत गुंतवणुकीसंदर्भात कुठलीही चर्चा झाली नाही. पण दुसऱ्या दिवशी सकाळी हा मुद्दा समोर येणार होता. व्हॅननं मग त्याच्या नेहमीच्या खमक्या पद्धतीनं हा विषय छेडला. त्या वेळी व्हॅनचा सहकारी म्हणून काम पाहणारा रोझ तो प्रसंग सांगतो. "आम्ही त्यांना स्पष्ट सांगितलं– जर त्यांना गुंतवणुकीतून या दोन कंपन्यांचे संबंध आणखी दृढ करण्याची इच्छा असेल तर चर्चेच्या या फेरीत त्यांनी पुढाकार घ्यायला हवा. आम्ही कदाचित त्यांच्या प्रतिस्पर्ध्यांशीही बोलणी करू, हेही त्यांना स्पष्ट सांगण्यात आलं होतं," जर फेसबुक विकण्याची तयारी असेल तर मायक्रोसॉफ्ट विकत घेण्यास तयार आहे, हेच त्यांचं पालुपद होतं. पण मार्क कंपनी विकायच्या मन:स्थितीत नव्हता. फेसबुकचा काही भाग विकत घेण्यासाठी व्हॅन मायक्रोसॉफ्टला प्रोत्साहन देत होता. बॉलमरनं यापुर्वीच १५ बिलियन इतक्या किमतीला संमती दिली होती, त्यामुळे मूल्यांकनासंदर्भात आता इतर काही शंका उरल्या नव्हत्या. या अशा परिस्थितीत फेसबुक अगदी थोडा भाग विकूनही भरपूर कमाई करू शकणार होतं. कंपनीतील तोट्यात चाललेल्या काही यंत्रणा भविष्यातही चालवत ठेवायला आणि तगवायला तेवढी रक्कम पुरणार होती. आशियाचा वॉरेन बफेट म्हणून ओळखल्या जाणाऱ्या हाँगकाँगच्या ली का-शिंग या धनाढ्य व्यावसायिकानंही फेसबुकमध्ये गुंतवणुकीसाठी बरेच प्रयत्न चालवले होते. अगदी याच काळात तोही फेसबुकशी बोलणी करण्यात मग्न

होता आणि कंपनीच्या १५ बिलियन मूल्यांकनालाही त्याची हरकत नव्हती. "प्रचंड उलाढालींचा असा हा काळ होता," यु सांगतो. आर्थिक उलाढालींचं फेसबुक एक मोठं स्थान होणार, असं जणू प्रत्येकालाच वाटत होतं. पण प्रत्यक्षात, युजरच्या वाढणाऱ्या संख्येशिवाय भव्य असं फेसबुकबाबत काहीही नव्हतं.

एका दिवसात चर्चेच्या अनेक फैरी झडत राहिल्या आणि शेवटी मायक्रोसॉफ्टनं फेसबुकच्या १.६ टक्के भागासाठी, १५ बिलियन हा आकडा आधार ठेवून, २४० मिलियनची गुंतवणूक करण्याचा निर्णय घेतला. तिकडे ली का-शिंगनं ६० मिलियन देऊन ०.४ टक्के भागभांडवल आपल्या खाती जमा केलं. मायक्रोसॉफ्टच्या अधिकाऱ्यांच्या चेहऱ्यावर सरतेशेवटी आनंद होता. "गुगलशी छेडलेल्या सर्च वॉरसाठीची ही सगळी धडपड होती," एक जण सांगतो. "त्यांच्याशी सुरू केलेल्या लढ्याला सडेतोड उत्तर देण्यासाठी तब्बल २४० मिलियन खर्च करावे लागले होते, पण ते योग्य होतं," ती व्यक्ती म्हणते. सौदा पक्का करण्याचा ताण प्रचंड होता. कारण आर्थिक बाबी जोखून निर्णय घेण्यासाठी मायक्रोसॉफ्टला पुरेसा वेळ मिळाला नाही. पण आणखी कुणीतरी गुंतवणूकदार या फेरीत त्यांच्यासोबत असणं मायक्रोसॉफ्टसाठी महत्त्वाचं होतं. एक जाहिरात करार मिळवण्यासाठी उगाच तोट्याचा आर्थिक व्यवहार केला नाही, हे दाखवणंही त्यांना गरजेचं होतं. नंतर जर का फेसबुकचं मूल्यांकन १५ बिलियनहून कमी आहे असं कळलं असतं तर खरं मूल्यांकन आणि १५ बिलियन यामधली रक्कम त्यांना तोट्याच्या शीर्षकाखाली टाकावी लागली असती. त्यामुळे छोटीशी वाटली तरीही ली की-शिंगनं केलेली गुंतवणूक महत्त्वाची होती.

तरीही मायक्रोसॉफ्टला हा सौदा फारसा फायदेशीर नव्हता. अगदी कायद्याच्या संदर्भातही बोलायचं झालं तर हा सौदा मायक्रोसॉफ्टसाठी आकर्षक नव्हता. या डी सिरीज आर्थिक चर्चेच्या फेरीत स्वत:ला समाविष्ट करून घेण्यासाठी म्हणून मायक्रोसॉफ्टनं फेसबुकला त्यांच्या याआधीच्या गुंतवणूक फेरीसाठी तयार केलेली नियमावली या फेरीच्या करारांसाठी वापरण्यास संमती दिली होती. त्यामुळे विकत घेतलेल्या भागभांडवलाला 'विनासहभाग अवसायनात प्राधान्य' मिळणार होतं. म्हणजे कधी जर फेसबुक विकलं गेलं किंवा विक्रीस आलं तर मायक्रोसॉफ्टला त्यांनी गुंतलवलेले २४० मिलियन डॉलर किंवा १.६ टक्के भागभांडवलाची किंमत, यापैकी जे अधिक असेल, ते मिळणार होतं. भविष्यात कमी मूल्यमापन दरावर आधारित गुंतवणुकीवर मायक्रोसॉफ्टचं नियंत्रण राहाण्याची अजिबात शक्यता नव्हती. तसंच जर कधी काळी फेसबुकनं कंपनीचे रोखे सामान्य लोकांसाठी खुले केले तर मायक्रोसॉफ्टला फेसबुकमधील मालकीहक्काच्या टक्केवारीनुसार भागभांडवलही खुलं करावं लागणारच. मग त्या वेळी फेसबुकचं मूल्यांकन १५ बिलियन किंवा त्या

पेक्षा कमी असलं तरीही त्यांना बोलायला जागा उरणार नव्हती. जाहिरातीसाठीचा सौदा व्हावा म्हणून मायक्रोसॉफ्टनं ही उठाठेव केली होती आणि सगळ्याच अटींना सरसकट मान्यता दिली. तरीही सौदा पक्का करताना त्यांनी शेवटच्या क्षणी फेसबुकसमोर एक मागणी न विसरता ठेवली. भविष्यात फेसबुकनं गुगलकडून कुठलीही गुंतवणूक स्वीकारायची नाही, ही ती मागणी होती. या उप्परही जर कधी गुगलला फेसबुक विकलं जाण्याची शक्यता निर्माण झाली तर मायक्रोसॉफ्टला त्या संदर्भात आगाऊ नोटीस देण्याचा विनंती वजा आदेश मायक्रोसॉफ्टनं फेसबुकला दिला आणि त्याबाबत सकारात्मक उत्तर मिळवलं.

बुधवार, ऑक्टोबर २४ ला या कराराची घोषणा करण्यात आली. पाठोपाठ आली ती या करारासंदर्भातली भरमसाठ प्रसिद्धी आणि त्यावर चर्चा. सगळ्यांनी आश्चर्य व्यक्त केलं होतं. ते सकारात्मक आणि नकारात्मक दोन्ही प्रकारचं होतं. वॉल स्ट्रीट जर्नलनं फेसबुकला 'the newest Internet darling' असं संबोधत, २०००मध्ये इंटरनेटसंदर्भात जी हवा निर्माण झाली होती त्याची आठवण करून देणारा हा सौदा असल्याचंही म्हटलं होतं. लॉस एन्जेलीस टाइम्सला १५ बिलियन ही संख्या 'अविश्वसनीय' वाटली. टेक डर्ट या नामांकित ब्लॉगला फेसबुकचं मूल्यांकन 'अतार्किक' वाटलं होतं. कुठल्याही तंत्रज्ञान कंपनीला मिळालेलं हे आतापर्यंतचं सगळ्यात जास्त मूल्यांकन होतं. आश्चर्य असं की गुंतवणुक करणाऱ्या कंपनीला यात नफा कमावण्याची शक्यताही नव्हती. एकतर बॉलमरचं डोकं ठिकाणावर नव्हतं किंवा मग फेसबुकची महत्ता वाढल्याचं कुणालाही जाणवलं नव्हतं, असाही या चर्चांचा व विश्लेषणांचा रोख होता. खरं म्हणजे पाच महिन्यांपुर्वी f8 आयोजनानंतर फेसबुकनं तंत्रज्ञान उद्योगाच्या नकाशावर आपलं स्थान नेहमीसाठी कमावलं होतं. आज या गुंतवणुकीनंतर पुन्हा तसंच यश फेसबुकच्या पदरी पडलं, कारण वॉल स्ट्रीटवर कंपनीची पत वाढली होती आणि ती मायक्रोसॉफ्टच्या शेअरमध्ये परीवर्तीत झाली. त्याच्या किमती एकदम उसळल्या होत्या. मूल्यांकनाच्या रकमेच्या या चर्चेत जाहिरातींसाठीचा करार मात्र पार हरवून गेला होता. कुणी त्याची दखलही घेतली नाही.

फेसबुकच्या या सौद्यानं जी वेळ साधली होती, तीदेखील अगदी अचूक होती. दोन आठवड्यांपुर्वी याआधी कधीही गाठली नाही इतकी उंची शेअर बाजारानं गाठली होती. २००८मध्ये जगातील सर्व उद्योगांना आतापर्यंतच्या सगळ्यात वाईट मंदीला सामोरं जावं लागलं होतं. पण नेमकं या आर्थिक मंदीच्या कठीण काळात हाती भरपूर पैसा असल्यामुळे मार्क झकरबर्गला काळजी करावी लागली नाही. त्यानं सगळा कारभार रेटून धरला. या चवथ्या फेरीत त्यानं उभारलेल्या ३०० मिलियन डॉलर्सव्यतिरीक्त ली का-शिंगनं काही महिन्यांतच आणखी ६० मिलियन फेसबुकमध्ये गुंतवले. त्याच्या पाठोपाठ म्युनिकच्या सॅमवेर भांडवलदार भावांनी १५ मिलियनची

भर घातली. त्यामुळे चवथ्या फेरीतील एकूण गुंतवणूक ३७५ मिलियनच्या घरात पोचली होती. या आर्थिक फायद्याचं अगदी साधं स्पष्टीकरण मार्क झकरबर्ग देतो. "थिएलनं योग्य वेळी पाऊल उचलण्यास आम्हाला तयार केलं," तो सांगतो. "आर्थिक व्यवहारासाठी ही योग्य वेळ आहे, असा त्याचा इशारा मिळाला आणि आमचा फायदा झाला."

❖

मायक्रोसॉफ्टचा अडसर दूर झाल्यामुळे आता फेसबुकला काही जाहिराती विकता येणं शक्य झालं होतं. त्यामुळे झकरबर्ग आणि टीमनं जराही वेळ वाया न जाऊ देता नवीन पद्धतीच्या जाहिराती आपल्या साइटवर टाकण्याची तयारी सुरू केली. मायक्रोसॉफ्टसोबत करार केल्यानंतर दोन आठवड्यांतच कंपनीनं जाहिरात संस्थांसाठीच्या सर्वात मोठ्या कार्यक्रमाचं आयोजन ६ नोव्हेंबरला न्यूयॉर्कला केलं. या आयोजनातील घोषणा टप्प्या-टप्प्यात केल्या गेल्या. यानंतर कुठल्याही व्यावसायिक संस्थेला आपलं स्वतंत्र प्रोफाईल पेज फेसबुकवर निर्माण करता येणार, ही पहिली घोषणा कंपनीनं केली. कुठल्याही व्यक्तीच्या प्रोफाईलप्रमाणेच याचंही स्वरूप राहाणार आणि त्यामार्फत ही संस्था स्वतःची ॲप्लीकेशन्सही चालवू शकणार, असा सरळ मार्ग व्यावसायिकांना मोकळा केला. प्रायोजित पानांची संकल्पना आता जुनी आणि निरुपयोगी झाली होती. कंपनीला आता बाहेरील जितक्या जास्त कंपन्यांना फेसबुकमध्ये सामावून घेता येणं शक्य होतं तितकं सामावून घ्यायचं होतं. फेसबुकच्या माध्यमातून त्यांची यंत्रणा चालू लागली तर एक ना एक दिवस त्यांना जाहिरातींचा उद्देशही सापडेल, अशी आशा आणि खात्री कंपनीला होती. कारण पेज तयार करण्याची सोय मोफत असली तरी इतर यंत्रणेसाठी त्यांना किंमत मोजावी लागणार होतीच.

परस्परांमध्ये मैत्री स्वीकारण्याची फेसबुकवरील पद्धत या संस्थांच्या प्रोफाईललाही लागू पडणार होती. कुठलाही युजर या प्रोफाईलचा 'फ्रेंड' होण्याऐवजी 'फॅन' होणं स्वीकारणार होता. मग या प्रोफाईलवर नोंदवल्या गेलेल्या युजर्सच्या कृतींची माहिती त्या युजरच्या मित्रपरीवारातील इतरांना त्यांच्या न्यूज फीडच्या माध्यमातून फेसबुक देणार होतं. (उदाहरणार्थ, मी न्यूयॉर्क टाइम्सचा फॅन झालो आणि त्या कृतीची माहिती माझ्या मित्रांना त्यांच्या फेसबुक न्यूज फीडमधून मिळाली.) बिकन (Beacon) असं नामकरण करण्यात आलेल्या या सेवेसंदर्भात एका सत्याचा फारसा गाजावाजा झाला नाही आणि ते म्हणजे ही सेवा आणखी चव्वेचाळीस कंपन्यांना चालना देणार होती आणि त्यानंतर त्यांच्या बाहेर चालणाऱ्या काही साइटनाही ही न्यूज फीडपर्यंत अलर्ट पाठवण्याची सोय उपलब्ध होणार होती. म्हणजे या सर्व वेबसाइटवर घडणारी युजरची प्रत्येक कृती त्याच्या प्रत्येक मित्राच्या न्यूज फीडपर्यंत पोचणार होती.

ज्यांना जाहिराती देण्याची इच्छा होती त्यांचा फेसबुक जाहिरातीच्या घोषणेबाबत वेगळाच समज झाला होता. त्यांना वाटलं होतं की कंपनी जाहिरातीसाठीची एक वेगळ्या प्रकारची स्वयंचलित यंत्रणा काढणार आहे आणि मग अगदी लहानातील लहान जाहिरातदारांनासुद्धा ऑनलाईन जाऊन स्वत:साठी जाहिरात डिझाईन करता येणार किंवा फेसबुककडून विकत घेता येणार. शिवाय त्यांना अपेक्षित आणि आवश्यक असलेल्या ग्राहकांपर्यंत पोचण्यासाठी फेसबुक त्यांना मदत करणार, अशी कल्पना त्यांनी केली होती. तीन वर्षांपुर्वी मॉस्कोव्हिट्झनं ज्या प्रकारे चिअरलीडर्ससाठी एका रेकॉर्ड कंपनीला जाहिरात तयार करून दिली होती तसंच काहीसं, पण मोठ्या प्रमाणात, या संस्थांना आणि काही व्यक्तींनाही अपेक्षित होतं. कंपनीचे अंदाज काही वेगळेच होते. त्यांना वाटलं की अशा जाहिरतदारांचा आपल्या जाहिराती विकण्यासाठी फेसबुकवरचा वावर खूप जास्त वाढणार. या नवीन जाहिरात सेवेच्या संकल्पनेचा आणखी एक भाग म्हणजे 'सोशल ॲड'. एखादा व्यावसायिक संदेश फेसबुक युजरच्या शिफारसीनं विकणं, अशी ती कल्पना होती.

झकरबर्गनं आपल्या आकर्षक पण खूप लांबलचक, किचकट प्रस्तावनेनं लोकांचं लक्ष वेधण्यात यश मिळवलं. त्याचबरोबर टीकाही ओढवून घेतली. तो पहिल्यांदाच आपल्या कंपनीसंदर्भात सिलीकॉन व्हॅलीच्या बाहेर बोलत होता. जाहिरातींचा प्रचंड तिटकारा असणारा व्यक्ती अचानक जागतिक स्तरावर जाहिरातींचं साम्राज्य जिंकण्यासाठी निघावी, असा मार्कच्या त्या भाषणाचा रोख अनेकांना जाणवला. "प्रत्येक शंभर वर्षांनंतर माध्यमांमध्ये बदल घडतो. गेल्या शतकात जनमाध्यमांनी आपलं आधिपत्य गाजवलं. येणाऱ्या शंभर वर्षांत लोकांपर्यंत माहिती फक्त पोचती करण्यात येणार नाही. ती हजारो-लाखो लोकांच्या संपर्क क्षेत्राचा भाग बनेल... आपल्या विश्वासू मित्रांच्या शब्दांना मोठी किंमत असते. जगात त्यापेक्षा मौल्यवान काही नाही... आणि अशी एक विश्वासू शिफारस तुम्हाला जाहिरातींच्या खजिन्यापर्यंत पोचवण्यास सक्षम असते," मार्कनं आपल्या भाषणात म्हटलं. दुर्दैवानं नवीन जाहिरातीच्या संकल्पनेसंदर्भात लोकांना माहिती देण्याचा फेसबुकचा मूळ उद्देश होता, ज्यात मोठ्या प्रमाणात त्यांचे अपेक्षित ग्राहक मिळवून देण्याविषयी बोलायचं होतं. विश्वासार्हता आणि शिफारसीचा त्यात काहीही संबंध नव्हता. मार्कच्या प्रस्तावनेमुळं आयोजनाचं उद्दिष्ट भरकटलं होतं.

जाहिरातीच्या नवीन पद्धती राबवणारं बिकन नावाचं फीचर फेसबुकनं विकसित केलं. फेसबुक वॉलच्या बाहेर चालणाऱ्या या यंत्रणेच्या शुभारंभाचा ६ नोव्हेंबर हा दिवस फेसबुकच्या इतिहासातील काळा दिवस ठरला. संकेतवाहक म्हणून बिकनचं डिझाईन अत्यंत वाईट होतं. ते खरं तर जाहिरातींसाठी वापरण्यास योग्य नव्हतं. कमाई होण्याची कुठलीही शक्यता या फीचरमध्ये नव्हती. फेसबुकच्या जाहिरात

सांभाळणाऱ्यांऐवजी चक्क कंपनीच्या platform टीमनं ते तयार केलं होतं. ऑनलाईन गेम खेळताना किंवा पदार्थांची नवीन कृती साइटवर टाकल्यानंतर त्याची माहिती इतरांना पोचवणाऱ्या या सुविधेचा उपयोग, फेसबुकशी जोडलेल्या काही साइटवर युजरद्वारे कुठलाही व्यवहार केल्यावर त्याची माहिती मित्रांपर्यंत पोचवण्यासाठी करण्याचाही हा प्रयत्न होता. हे सारं करण्यासाठी फेसबुकनं काही व्यावसायिक भागीदारांनाही समाविष्ट केलं होतं. म्हणजे तुम्ही समजा नेटफ्लिक्सवरून एखादा चित्रपट भाड्यानं घेतला, झॅपोज.कॉमवर एक छान चप्पल घेतली किंवा फॅनडॅन्गोवर पिक्चरची तिकिटं बुक केली तर या सगळ्या वेबसाइटना तुम्ही या संदर्भातील माहिती तुमच्या फेसबुकवर असलेल्या मित्रांना देण्याची परवानगी देऊ शकता. हीच माहिती मग युजरच्या आणि त्याच्या मित्रांच्या न्यूज फीडमध्ये प्रसारित होणार. पण बिकन फेसबुकच्या टीमनं अगदी शेवटच्या क्षणी तयार केलं होतं आणि वेळेअभावी त्याची चाचणी घेण्याची संधीच त्यांना मिळाली नव्हती. ही सेवा सुरू करण्याची तारीख जवळ आल्यामुळे मार्क आणि इतर अधिकाऱ्यांनीही या गोष्टीकडे दुर्लक्ष केलं होतं.

दुर्दैवानं बिकनमध्ये त्रुटी होती. तुम्ही एका साइटवर चप्पल घेतली तर ती माहिती इतरांना पाठवताना ती नेमकी कुणाला पाठवायची आणि कुणाला नाही याबाबत युजरची परवानगी घेण्याची सोय बिकनमध्ये नव्हती. फक्त एक क्षणाकरीता, तुम्हाला ही माहिती अजिबात पाठवायची नाही का? असा प्रश्न घेऊन एक बॉक्स तिथे दिसायचा. तो इतका लवकर अदृश्य व्हायचा की युजरनं पाहण्याआधीच तो दिसेनासा होत असे. वेब साइटच्या भाषेत त्याला 'ऑप्ट - आऊट' होणं म्हणतात.

या एका छोट्याश्या तांत्रिक गोष्टीमुळे ही सेवा सुरू होताच प्रत्येक कृती आणि त्याची माहिती युजरच्या प्रत्येक मित्राच्या फेसबुक न्यूज फीडमध्ये दिसू लागली होती. मॅसेच्युसेटमधल्या एका व्यक्तीनं एक अंगठी विकत घेतली आणि ही बातमी त्याच्या बायकोच्या न्यूज फीडमध्ये लगेच गेली. 'शॉन लेननं १४ कॅरेट व्हाईट गोल्ड आणि १/५ कट असलेली डायमंड इटरनिटी फ्लावर रिंग ओव्हरस्टॉक.कॉम येथून घेतली.' दोन तासांच्या आत शॅनन, शॉनच्या बायकोनं त्याला मेसेज पाठवून विचारलं की ही अंगठी त्यानं कुणासाठी घेतली आहे. खरं तर शॉननं तिलाच ख्रिसमससाठी सरप्राईज गिफ्ट म्हणून ती अंगठी घेतली होती. पण फेसबुकच्या बिकननं त्याच्या सगळ्या आनंदावर विरजण घातलं, असं वॉशिंग्टन पोस्टमध्ये छापून आलेल्या बातमीत लिहिलं होतं. पोस्टशी बोलताना त्यानं सांगितलं की त्याला हा सगळा प्रकार पाहून फार मोठा धक्का बसला. त्याला आणखी एक काळजी वाटली की ओव्हरस्टॉक.कॉमचं पेज जर या बातमीशी जोडलेलं असेल तर त्याच्या बायकोला आतापर्यंत हेही कळलं असेल की त्या अंगठीवर शॉनला ५१

टक्के सूटही मिळाली होती. बिकनमुळे नात्यात थोडा तणाव निर्माण झाल्याची आणखी एक घटना न्यूयॉर्कमध्येही घडली होती. आपल्या मैत्रिणीला घेऊन चित्रपटाला जायचं म्हणून एका युवकानं एक आठवडा आधी दोन तिकिटं फनडॅन्गो या साइटवर आरक्षित केल्या आणि ते त्याच्या मैत्रिणीला कळलं. अर्थात, तो तिलाच घेऊन जाणार, हे मात्र तिला नंतर कळलं. बिकनच्या कक्षेतील या अशा साइटमुळे युजरचा ख्रिसमस आयोजनाचा संपूर्ण आनंद आधीच नासवून टाकला होता.

बिकन युजरच्या वैयक्तिक आयुष्यात ढवळाढवळ करत होतं. शिवाय त्याच्या माहितीचा सर्रास दुरूपयोग होत होता. फक्त कमाई करण्याच्या उद्देशानं फेसबुक आपली वैयक्तिक माहिती पळवत असल्याचं युजरना वाटू लागलं. प्रकरण हाताबाहेर जाताना दिसू लागलं तसं लोकांनी, विशेषत: पत्रकारांनी, मग मार्कच्या भाषणात या प्रकाराचे संदर्भ शोधण्यास सुरुवात केली. आता फेसबुक इंटरनेट आणि सोशल नेटवर्कमधलं 'सत्ताधीश' बनलं होतं आणि आपल्या युजरची काय 'वाट' लागते आहे याची मार्कला पर्वा नव्हती, असंही बोललं जाऊ लागलं. या तरुण सीईओ संदर्भात पसरलेला हा मोठा गैरसमज होता. पण ते अटळ होतं; कारण फेसबुक थोड्या काळात इतक्या मोठ्या प्रमाणात फोफावलं की पत्रकारांना इतक्यात त्याचा अदमास घेणं शक्यच नव्हतं.

बिकनवर प्रतिक्रिया फारच लवकर आल्या होत्या. युजरनं अगदी हल्लाबोल केलं होतं. फेसबुकच्या इतर वादग्रस्त घटनांप्रमाणेच विरोधाची भाषा बोलणाऱ्या युजरनी या वेळीही स्वत: फेसबुकच्याच विविध फीचरचा वापर मोठ्या प्रमाणात केला होता. स्वत:ला उदारमतवादी म्हणवणाऱ्या MoveOn.org या राजकीय गटानं बिकनचा निषेध करणाऱ्या गटाचं नेतृत्व स्वीकारलं. फेसबुकच्याच नवीन जाहिरात पद्धतीचा वापर करून त्यांनी एक जाहिरात केली आणि त्याच्या प्रोफाईलवर 'फेसबुक तुमच्या खाजगी आयुष्यात ढवळाढवळ करत आहेत का?' असा प्रश्न उपस्थित केला. निषेध गटात युजरना आमंत्रित करण्यात आलं आणि ६८,००० युजर आलेही. या विरोधकांची टक्केवारी जर पाहिली तर एकूण युजर संख्येच्या ०.१ इतकी म्हणजे अगदीच नगण्य होती. न्यूज फीडच्या वेळी १० टक्के युजरनी विरोध दर्शवला होता. पण तरीही 'मूव्हऑन'ला बरीच प्रसिद्धी मिळाली. त्याच्यासारख्या आणखी काही गटांनी फेडरल ट्रेड कमिशनकडे रीतसर तक्रार करण्याची आणि काहींनी फेसबुकवर खटले भरण्याचीही तयारी चालवली होती.

यानंतर जे काही फेसबुकमध्ये घडलं ती मोठी बातमी बनली. मायक्रोसॉफ्टची गुंतवणूक आणि ५७ मिलियन युजर या कंपनीच्या खात्यात होते. सगळ्या युजरची जाहीर माफी मागून बिकन बंद करावं, असा दबाव वर्तमानपत्रांनी मार्कवर आणायला सुरुवात केली. कंपनीच्या अभूतपूर्व मूल्यमापनामुळे फेसबुकला आपण यशस्वी

होऊच हे सिद्ध करण्याची घाई झाली आहे, असाही काही स्तंभलेखकांनी दावा केला. पण फेसबुकच्या प्रतिमेला किती धक्का पोचला आहे हे जॉश क्विटनर या पत्रकारानं फॉरच्युन मासिकात लिहिलेल्या एका लेखातून कळतं. लेखाचं शीर्षक 'RIP Facebook' (Rest In Peace Facebook) असं होतं आणि कंपनीची घसरण सुरू झाली आहे, जी तिला शेवटाकडे नेणारी आहे, अशी पुस्ती लेखकानं त्यात जोडली होती. 'लाकडाच्या घरात लहान मुलाच्या हातात काडेपेटी देऊन त्याला एकट्याला खेळायला सोडल्यासारखी फेसबुकची अवस्था आहे,' मार्क झकरबर्गनं बिकनबाबत घेतलेल्या निर्णयासंदर्भात क्विटनर लेखात म्हणतो.

बिकनमुळं फेसबुकला भोगावी लागलेली ही नामुष्की अनेक कारणांमुळे अत्यंत घातक ठरली. पहिलं कारण म्हणजे बिकन या उत्पादनाच्या मूळ स्वरूपातच चुका होत्या जे यापूर्वी, अगदी न्यूज फीडच्या वेळीही फेसबुकच्या हातून घडलं नव्हतं. युजरच्या माहितीचा यामुळे खरंच दुरुपयोग झाला होता. त्यामुळे गोपनीयता आणि युजरचं त्यांच्या माहितीवर असलेलं नियंत्रण या झकरबर्गच्या तत्वांना बिकनमुळे तिलांजली मिळाली होती. पण या चुकीत आणखी भर पडत गेली कारण मार्क झकरबर्गनं तब्बल तीन आठवडे, अनेक तक्रारी येऊनही, या गोष्टीची दखलच घेतली नाही. त्याच्या शांत राहण्यानं लोकांच्या असंतोषात तेलासारखं काम केलं आणि त्यांच्या रागाचा भडका उडाला. नेहमीप्रमाणे मार्क युजरच्या आकडेवारीवर नजर खिळवून बसला होता. त्याला लक्षात आलं की या असंतोषानं अजूनही साइटवर त्याच्या युजरच्या वागण्यात मात्र कुठलाही बदल घडवून आणलेला नाही. ते आहेत त्याच मन:स्थितीत आहेत. पण यामुळे ज्या युजरच्या समूहाला बिकनमुळे मानसिक त्रास सहन करावा लागला होता किंवा वर्तमानपत्रात या संदर्भात जे काही छापून येत होतं त्याच्याकडे दुर्लक्ष करणं योग्य नव्हतं.

अशा प्रसंगांच्या वेळी झकरबर्गची गोची होईल असा विरोधाभास त्याच्या वागण्यात नेहमीच आढळून आला आहे. दुर्दैवानं आतापर्यंत आपल्या युजरच्या आनंदात आणि साइट वापराच्या आड येणारी एकही गोष्ट फेसबुकवर येणार नाही यासाठी मार्क खरंच झटला होता. पण आता अचानक युजरपेक्षा आपल्याला जास्त कळतं असा काहीसा त्याचा आविर्भाव होता.

त्या घटनेचं आणि त्याच्या वागण्याचं विश्लेषण करताना आता मार्क सांगतो की त्याच्या अतिरेकी आत्मविश्वासानं त्याला गोत्यात आणलं होतं. "आम्ही या प्रतिक्रियांना हवं तितक्या लवकर सामोरं गेलो नाही," तो पश्चात्तापाच्या सुरात सांगतो. "काहीही नवीन केल्यानंतर लोकांनी तक्रारी कराव्या आणि सरतेशेवटी आमची भूमिका योग्य ठरावी, याची आम्हाला थोडी सवय झाली होती आणि त्यामुळे, जाऊ दे, होईल त्यांना याचीही सवय, म्हणून आम्ही गप्प बसलो. पण

नंतर आमच्या लक्षात आलं की आम्ही फार मोठा घोटाळा करून बसलो आहोत,'' तो प्रामाणिकपणे सांगतो.

शेवटी बिकन सुरू केल्यानंतर तीन आठवड्यांनी म्हणजे २९ नोव्हेंबरला फेसबुकनं त्यातील चुका दुरुस्त केल्या आणि त्याला पूर्णत: ऑप्ट-इन सेवा म्हणून रुजू केलं. युजरच्या परवानगीशिवाय आता एकही मेसेज न्यूज फीडमध्ये जाणार नव्हता. मूव्हऑन द्वारे एक अत्यंत काळजीपूर्वक असं विजयी झाल्याबद्दल पत्रक काढण्यात आलं. आणखी एक आठवडा गेला आणि मार्कनं एक माफीनामासदृश ब्लॉग लिहिला ज्याला 'Thoughts on Beacon' (बिकन संदर्भात थोडंसं) असं शीर्षक होतं.

'हे फीचर तयार करताना आम्ही खूप चुका केल्या आहेत. पण त्याहूनही, त्यामुळे निर्माण झालेला गदारोळ हाताळताना आमचं खूप काही चुकलं आहे. आमच्या सेवेतील ही एक गोष्ट आम्ही अत्यंत ढिसाळपणानं केली आहे आणि त्यासाठी मी मनापासून माफी मागतो,' त्यानं ब्लॉगमध्ये लिहिलं. 'दुरुस्ती शोधण्यासाठी आम्ही खूप वेळ घेतला... फेसबुकला आतापर्यंत जे काही थोडफार यश मिळालं आहे ते युजरच्या त्यांच्या माहितीवरील नियंत्रणामुळे आहे. त्यांना कुठली, किती माहिती आणि ती कशी प्रसारीत करायची आहे, याचा निर्णय फेसबुकवर ते स्वत: घेतात... बिकन संदर्भातही हीच गोष्ट लागू व्हायला हवी.' त्यानं पुढे लिहिताना घोषित केलं की बिकन पूर्णत: काढून टाकण्याचाही फेसबुक विचार करणार आहे. मूव्हऑनची हीच मागणी होती.

बिकनला काढून टाकल्यावरही आजही त्याची काळी छाया फेसबुकवर असल्याचा भास होतोच. फेसबुकच्या जाहिराती सुरू करण्यापूर्वी त्याच्या तयारीच्या प्रकल्पाला कर्मचाऱ्यांनी 'Pandemic' असं नाव दिलं होतं. अगदी नावाप्रमाणं या यंत्रणेनं एका भयंकर रोगाची लागण व्हावी तसा हलकल्लोळ माजवला, ज्याचे पडसाद आजही फेसबुकवर उमटताना दिसतात. त्याच्या नकारात्मक खुणा मिटवण्यासाठी फेसबुक आजही प्रयत्नशील आहे. वर्तमानपत्रातील बातम्यांमुळे साइटच्या सदस्यसंख्येवरही मोठा परिणाम झाला. अर्थात २००८च्या अगदी सुरुवातीलाच ती पुन्हा स्थिरस्थावर झाली. ॲमेझॉनमधून फेसबुकला आलेला डॅन रोझ फेसबुक जाहिरात प्रकल्पातील एक भाग होता. हा काळ त्याला आजही आठवतो. कंपनीची स्थिती 'उद्ध्वस्त' या एकाच शब्दात वर्णन करता येणारी होती. ''बिकन दुरुस्त होईपर्यंत बाहेर चर्चेला ऊत आला होता. युजरची फेसबुकमध्ये येणारी माहिती व्यवस्थित सांभाळली जात नाही, ही कुवार्ता आता कर्णोपकर्णी झाली होती,'' डॅन सांगतो. ''आम्ही सगळ्याची अक्षरश: वाट लावली होती हे मात्र खरं. कंपनीला या दुष्टचक्रातून बाहेर यायला आणि पुन्हा आपली पत कमवायला खूप खूप वेळ लागला.''

पण फेसबुक आपल्या या संकल्पनेला भविष्यात ज्या पातळीवर पाहाण्यास उत्सुक होते त्याची एक झलक कंपनीला बिकनमधून पाहायला मिळाली. तुमच्या

एकूण व्यक्तिमत्त्वाची आणि प्रवृत्तीसंदर्भातील विशिष्ट माहिती एकत्रित करून त्यातील काही भाग मित्रांमध्ये वितरीत करणारं एक सामाजिक स्थान फेसबुकला निर्माण करायचं होतं. तुम्ही काही विकत घेतलं किंवा ब्लॉगवर काही लिहिलं किंवा तुम्हाला एखादी गोष्ट आवडली तर ती तुमच्या फेसबुकच्या मित्रांना कळवायला तुम्हाला आवडणार नाही का? बिकन लगेच बंद झालं नाही. ते २००९पर्यंत होतं आणि एका खटल्याबरोबरच तेही निकाली निघालं. दरम्यानच्या काळात बिकनसंदर्भातील तक्रारीही निवळल्या. मार्कला आता वाटतं की बिकन सुरू करण्यात त्यांच्याकडून थोडी घाई झाली होती. ''बिकनचा प्रयोग फसला कारण माहिती फेसबुकबाहेर प्रसारित व्हावी यासाठी युजरची मानसिक तयारी नव्हती,'' त्याला वाटतं. २००८मध्ये फेसबुकनं आपल्या युजरला आपल्या भागीदार साइटपर्यंत पोचवण्यासाठी फेसबुक कनेक्टची सुरुवात केली. आणि आता शेवटी २०१०मध्ये Open Graph APIनं फेसबुक platform ला इंटरनेटवर सर्वदूरपर्यंत नेलं आहे आणि त्यामुळे बिकनच्या माध्यमातून जे संकेत फेसबुक युजरपर्यंत जायचे ते आता नित्याचं झालं आहे. प्रत्येक नेटिझनला आता त्याची सवय झाली आहे. फक्त माहितीवर युजरचं नियंत्रण ठेवणारी यंत्रणा सर्वोत्तम आहे.

❖

बिकन नावाचं वादळ शमल्याबरोबर कार्यकारी मंडळातील जिम ब्रेअर आणि झकरबर्ग यांच्यात गरमागरम चर्चा झाली. ''आपण प्रकरण हाताबाहेर जाऊ दिलं,'' ब्रेअरनं मार्कला सुनावलं. ''आपण झाल्या प्रकाराबद्दल लगेच माफी मागायला हवी होती. म्हणून मी म्हणतो की आता कंपनीला पूर्णवेळ नवीन मुख्य ऑपरेटिंग ऑफिसरची गरज आहे,'' ब्रेअर त्याला म्हणाला. ओवेन व्हॅन नॅट एक अत्यंत हुशार तरुण होता, व्यवसाय कसा वाढवायचा याची त्याला उत्तम जाण होती. पण नव्यानं सगळं काही शिकत असलेला २३ वर्षीय सीईओ चालवत असलेल्या कंपनीला जशा जोडीदाराची आणि सल्लागाराची गरज होती, त्याच्यासाठी व्हॅनपेक्षाही जाणकार व्यक्तीची गरज आहे, असं ब्रेअरला वाटत होतं. ऑनलाइन जाहिरातीचा किचकट व्यवसाय जाणणारी आणि ते सांभाळू शकणारी व्यक्ती आता कंपनीत येणं गरजेचं होतं. मार्कनं यावर विचार करण्यासाठी काही आठवड्यांचा वेळ मागून घेतला आणि मग ब्रेअरला संमती कळवली. व्हॅनला हा निर्णय जानेवारीत कळवू आणि सीओओ या पदासाठी नवीन व्यक्ती शोधण्यास सुरुवात करू, असंही त्यानं सांगितलं.

डिसेंबरमध्ये ख्रिसमससाठी आयोजित एका पार्टीत झकरबर्ग आणि शेरील सॅन्डबर्ग यांच्यात गप्पागोष्टी झाल्या. शेरील गुगलमध्ये वरिष्ठ अधिकारी म्हणून काम करत होती. वेब जगतातील आर्थिक महासत्ता म्हणून ओळखल्या जाणाऱ्या

कंपनीच्या जाहिरात विभागाची आखणी आणि मांडणी शेरीलनं केली होती. पार्टीत एका कोपऱ्यात उभं राहून दोघं जवळपास तासभर बोलत होते. एक विकसनशील तंत्रज्ञान संस्थेला कसं सांभाळायचं या संदर्भात झकरबर्ग तिला सारखे प्रश्न विचारत होता. शेवटी एक दिवस एकत्र जेवण करू या, असं म्हणून त्यांनी परस्परांचा निरोप घेतला.

व्हॅन नॅटला निर्णय कळवणं झकरबर्गला कठीण गेलं. त्या दोघांमध्ये बोलणं झाल्यानंतर नवीन सीओओसाठी शोधमोहीम सुरू करण्यात आली. कंपनीच्या यादीतील एक होता डॅन रॉझनवेग. तो याहूचा माजी सीओओ होता आणि साधारण वर्षापूर्वी फेसबुक विकत घेण्यासाठी याहूनं केलेल्या प्रयत्नात सीईओ टेरी सेमेलसह तो आघाडीवर होता. सॅन्डबर्गशी गप्पा करण्याची संधी ज्या पार्टीत मार्कला मिळाली, ती पार्टीही डॅन आणि त्याच्या बायकोनं आयोजित केली होती. या पदासाठी दुसरी व्यक्ती जी फेसबुकनं हेरली ती म्हणजे जेफ वेनर. योग्य निर्णय आणि व्यवस्थापकीय कौशल्यासाठी वाखाणला जाणारा वेनर याहूचाच एक अधिकारी होता.

सॅन्डबर्ग याहूमध्ये २००१ पासून होती. तिच्या रोख्यांना काही मिलियन किंमत आल्यानंतर आता गुगलमधून बाहेर पडण्याची वेळ आली आहे, हे तिनं ओळखलं होतं. ईस्ट कोस्टच्या एका माध्यम कंपनीत तिला एक चांगली नोकरी चालून आली होती, जी सॅन्डबर्गनं तत्वत: स्वीकारलीदेखील होती. सिलीकॉन व्हॅलीतील एक आणखी नामांकित भांडवलदार आणि या उद्योगातील एक ऋषीतुल्य व्यक्ती म्हणून ज्याच्याकडे पाहिलं जातं अशा रॉजर मॅकनेमीकडे सॅन्डबर्गनं सल्लामसलतीसाठी पूर्ण एक दुपार घालवली. या नवीन नोकरीच्या प्रस्तावाबद्दल तिला त्याचा सल्ला हवा होता. "चांगली कल्पना आहे. तुला करायला काहीच हरकत नाही," तो म्हणाला. पण क्षणभर थांबून त्यानं आपलं वाक्य पूर्ण केलं, "पण मला वाटतं की तू मार्क झकरबर्गसोबत फेसबुकमध्ये काम करावं." मॅकनेमी मार्कच्या सतत संपर्कात होता आणि त्याला वारंवार योग्य सल्ला देत मदतही करत होता. मार्क नवीन सीओओच्या शोधात आहे हे त्याला माहीत होतं. नेमकं एकत्र जेवणासाठी मार्क आणि सॅन्डबर्गनं जे ठरवलं होतं त्यासाठी त्यांचा परस्परांशी संपर्क होता. त्या पार्टीनंतर आठवड्याच्या आत भेटायचा त्यांचा विचार होता. सॅन्डबर्गला फेसबुकमध्ये आणण्यासाठी कोहलरनं जवळपास वर्षभर प्रयत्न चालवले होते आणि त्याबाबत तिला तो बोललाही होता. पण तरीही मार्कसोबतचं हे जेवणाचं आयोजन तिच्या नियुक्तीसाठी होणार हा विचार तिला जराही शिवला नाही. ती कुठेही दिसली की कोहलर तिला, मग, तू कधी येणार आमच्यासोबत काम करायला? हा प्रश्न हमखास विचारायचा.

सिलीकॉन व्हॅलीतील एका शांत आणि छोट्याशा हॉटेलमध्ये मार्कला ती भेटणार होती. दरम्यान मॅकनेमीनं मार्कशी सॅन्डबर्गसंदर्भात चर्चा केली होती. या

भेटीत दोघं बोलले आणि बोलत राहिले. हॉटेल १० वाजता बंद होणार होतं. त्यामुळे बाहेर पडल्यावर दोघंही सॅन्डबर्गच्या घरी पोचले. मार्क तरीही बोलतच होता. दोन मुलांची आई असल्यामुळे शेरील रोज रात्री ९.३० ला झोपी जातेच. पण मार्कचं बोलणं थांबण्याची काही चिन्हं दिसत नव्हती. शेवटी तिनं त्याला अक्षरश: घालवलं.

ही अशा प्रकारची जेवणं आणि चर्चा त्यानंतरही झाल्या. मार्कला अजिबात घाई नव्हती. पुढल्या दहा-पंधरा-वीस किंवा आणखी जास्त वर्षं ज्या व्यक्तीसोबत त्याला काम करायचं होतं तिला पूर्णपणे जाणून घेणं त्याच्यासाठी गरजेचं होतं. दोघांच्या या भेटीच्या तासांची बेरीज केली तर पन्नास तास भरतील. सॅन्डबर्ग या भेटींचं 'कधीही न संपणाऱ्या' म्हणून वर्णन करते. या पुस्तकासाठी दिलेल्या मुलाखतीत ती म्हणाली की मार्क अशा या भेटींतून कधी बाहेर गेलाच नाही. ''हे तुम्ही नक्की तुमच्या पुस्तकात लिहा की मार्क माझं घर सोडायला आणि बोलणं थांबवायला तयारच नसायचा,'' ती म्हणते.

गोल चेहरा आणि खांद्यापर्यंत आलेले काळेभोर केस असलेली सॅन्डबर्ग दिसायला सुबक आणि थोडी उतावीळ पण मनमोकळ्या स्वभावाची चाळिशीतली महिला होती. गुगलमधल्या सहा वर्षांच्या कार्यकाळापूर्वी, बिल क्लिंटन ट्रेझरी सेक्रेटरी आणि लॉरेन्स समर्स चीफ ऑफ स्टाफ असताना तिनं अत्यंत महत्त्वाचं पद भूषवलं होतं. विद्यार्थीदशेत ती त्यांना हार्वर्डला भेटली होती. ती हार्वर्डची अर्थशास्त्राची पदवीधर होती. हा हार्वर्ड, ती आणि मार्क यांच्यामधला आणखी एक दुवा ठरला होता. (स्वत: कॉलेज अर्धवट सोडलं असलं तरीही शैक्षणिक क्षेत्र गाजवलेल्यांबद्दल मार्कच्या मनात आदर होता.) हार्वर्डला पदवी अभ्यासक्रमाला तिच्या प्रबंधात तिनं महिलांच्या आर्थिक स्थितीसंदर्भात अशा काही कारणांचा अभ्यास केला होता ज्यामुळे महिलांना नवऱ्याकडून सतत मानहानी सहन करावी लागते, हे सिद्ध झालं होतं.

तिला भराभर बोलण्याची सवय होती. पण तिच्या बोलण्याला एखाद्या शास्त्रीय संगीताच्या ख्यालातील आलापी-तानांची सर होती. तिचं राहाणं फारच स्टायलिश होतं. ती मला पहिल्यांदा भेटायला आली तेव्हा तिनं गुडघ्यापर्यंतचे काळ्या रंगाचे प्राडा शूज, काळीच स्लॅक्स आणि मऊसूत स्वेटर टॉप घातलं होतं. तिचं हे राहणीमान मार्क झकरबर्गच्या साधेपणाच्या अगदी विरुद्ध होतं. मार्कच्याच नाही तर ते अख्ख्या फेसबुकच्याच व्यक्तिमत्त्वांच्या विरुद्ध जाणारं होतं.

सिलीकॉन व्हॅलीतील अत्यंत विश्वसनीय लोकांच्या समूहाव्यतिरीक्त कुणालाही या भेटींबाबत कळू नये, अशी सॅन्डबर्गची इच्छा होती. ती सतत तसा प्रयत्नही करायची. एका अशाच भेटीसाठी ती, तिचा नवरा डव्ह गोल्डबर्ग, मार्क आणि त्याची मैत्रीण प्रिसिला चॅन सॅनफ्रान्सिस्को एअरपोर्टजवळच्या एकदम एकट असलेल्या

हॉटेलमध्ये जेवायला गेले होते. आपल्याला कुणी ओळखू नये असाच त्यांचा प्रयत्न होता. डेव्ह याहूत एका मोठ्या पदावर काम करायचा.

मार्क तिला खूप प्रश्न विचारायचा आणि ती अगदी शांतपणे उत्तरं द्यायची. येत्या पाच वर्षांत फेसबुक कुठे असेल? ते तिचा सरकारी कामाचा अनुभव आणि तिच्या वैयक्तिक आयुष्यापर्यंत सगळेच विषय या प्रश्नांमध्ये होते. तो तिच्याबद्दल सगळं जाणून घेण्याचा प्रयत्न करत होता आणि तिलाही काही गोष्टींबद्दल खात्री करून घ्यायची होती. त्यांच्या या गाठीभेटी सुरू झाल्या त्याच वेळी हार्वर्डशी संबंधित ०२१३८ या मासिकात फेसबुकच्या कॅम्पसमधल्या खळबळजनक जन्मकथेवर लेख प्रकाशित झाला होता. विन्कलवॉस भावंडांनी केलेल्या आरोपांना खरं मानून या लेखात मार्कवर 'बुद्धीमान चोर' म्हणून शिक्कामोर्तबच केलं होतं. 'चार वर्षापूर्वी हार्वर्डच्या होस्टेलमध्ये काय घडलं हे कुणालाच कधीही कळणार नाही. नेमकी ही कुणाची कल्पना होती, हा प्रश्न अनुत्तरीतच राहाणार' या वाक्यानं या लेखाचा समारोप करण्यात आला होता. सॅन्डबर्गनं लेख वाचला आणि तिलाही या प्रश्नानं अस्वस्थ केलं. मॅकनेमीला तिनं शेवटी याबाबत विचारलं. त्यानं तिला मार्कच्या प्रामाणिकपणाची खात्री दिली.

त्याच महिन्यात शेवटी, म्हणजे जानेवारीत स्वित्झर्लंड दावोसला आयोजित वर्ल्ड इकॉनॉमिक फोरममध्ये सहभागी होण्यासाठी मार्क आणि सॅन्डबर्गला जायचं होतं. गुगलचा सहसंस्थापक लॅरी पेग आणि सर्जेई ब्रिनच्या मालकीचं ७६७ विमान होतं, ज्याला गुगल वन असं नावं दिलं होतं. सॅन्डबर्ग यातूनच सॅनफ्रान्सिस्को ते झ्युरिक जाणार होती. तिनं मार्कलाही सोबत येण्याची विनंती केली. या प्रवासातही त्यांचं बोलणं सुरूच होतं. पण असं की तिच्या इतर गुगल सहकाऱ्यांना जराही संशय आला नाही.

चर्चा आता थोडं गंभीर वळण घेऊ लागली तेव्हा सॅन्डबर्गनं आपल्या आणखी एका चांगल्या मित्राचा सल्ला घेण्याचा निर्णय घेतला. वॉशिंग्टन पोस्ट कंपनीच्या डॉन ग्रॅहमला तिनं फोन केला आणि झकरबर्ग व त्याच्या फेसबुकबद्दल त्याचं मत विचारलं. सॅन्डबर्गनं २००० साली ट्रेझरीचं पद सोडल्यानंतर तिला आपल्या कंपनीत घेण्याचा ग्रॅहमनं प्रयत्न केला होता. (तिला आपल्याकडे घेण्याचा प्रयत्न करणाऱ्या इतर संस्थांमध्ये न्यूयॉर्क टाइम्स कंपनी आणि विनानफा तत्वावर चालणाऱ्या AIDS Vaccine Inititive चाही समावेश होता.) इकडे मार्कनंही ग्रॅहमला फोन करून सॅन्डबर्गबद्दल जाणून घेण्याचा प्रयत्न केला होता. ग्रॅहमनं दोघांचंही परस्परांजवळ कौतुकच केलं आणि शिफारसही. "त्या वेळची ही सगळ्यात सनसनाटी नियुक्ती होती," ग्रॅहम सांगतो.

सॅन्डबर्ग आणि सीओओच्या पदासाठी योग्य वाटणाऱ्या सगळ्यांशी जिम ब्रेअर स्वतःही बोलला. एक दिवस फेसबुकचं सीईओ पद मिळवण्याची महत्त्वाकांक्षा

बाळगणाऱ्या आणि ती मोकळेपणानं बोलून दाखवणाऱ्या बोटावर मोजण्याइतक्या लोकांमध्ये सॅन्डबर्गही होती. ब्रेअरजवळही ती हे बोलली. "मार्क आमचा सीईओ आहे आणि येणाऱ्या काळातही राहणार आहे," ब्रेअरनंही स्पष्ट सांगितलं. "या सत्याशी जुळवून घेण्यास तयार अशा उत्तम व्यावसायिक व्यक्तीच्या शोधात आम्ही आहोत," चर्चेला पूर्णविराम देत तो म्हणाला.

कंपनीत नंबर दोन पदावर येण्याची सॅन्डबर्गची इच्छा, तिचं हार्वर्डशी असलेलं नातं, ग्रॅहमची शिफारस, गुगलमधली कामगिरी आणि व्यवस्थापकीय कामाचा तिचा अनुभव, याही पलीकडे तिला फेसबुकमध्ये आणण्याचं आणखी एक कारण होतं. "तिच्याशी झालेल्या अनेक भेटींमध्ये आणि आमच्या तासन्तास चाललेल्या चर्चांमध्ये एका गोष्टीवर आम्ही खूप बोललो आणि ते म्हणजे तिचा सरकारी कामाचा अनुभव," मार्क सांगतो. "तसं पाहिलं तर अनेक अर्थांनी फेसबुक ही इतर कंपन्यांच्या पारंपरिक संकल्पनांमध्ये न बसणारी आहे. ती एखाद्या सरकारसारखी आहे. आमच्याशी जुळलेले सामान्य लोक आहेत आणि इतर तंत्रज्ञान कंपन्यांच्या अगदी विरुद्ध धोरणं आखणाऱ्यांपैकी आम्ही आहोत," तो सांगतो. आणि बिकनच्या वेळी असं एक धोरण आखताना कंपनीच्या हातून मोठी चूक झाली होती.

मार्कनं सॅन्डबर्गला नियुक्त केलं आणि तिनं मार्च २००८मध्ये कंपनीत प्रवेश केला. फेसबुक दुर्लक्ष न करता येणारी आर्थिक सत्ता आहे, हे मायक्रोसॉफ्टनं केलेल्या गुंतवणुकीनंतर जगजाहीर झालं. तसंच सॅन्डबर्गनामक या इंटरनेट जगतातील सुपरस्टारच्या कंपनीतील प्रवेशानं एक सूतोवाच केलं की यापुढे ही आर्थिक सत्ता व्यवस्थित हाताळली जाणार आहे.

एवढ्या चौकशा आणि नियोजनानंतरही कंपनीत आल्यानंतर सॅन्डबर्ग अस्वस्थ होती. दर दिवशी एका २३ वर्षांच्या मुलासोबत काम करावं लागणार आणि ते कसं काय शक्य आहे? हा प्रश्न अजून अनुत्तरीत होता. पहिल्याच दिवशी मार्क, सॅन्डबर्ग आणि कंपनीतील महत्त्वाच्या आठ जणांची एक मीटिंग होती ज्यात मानव संसाधनासंदर्भात वापरल्या जाणाऱ्या रेटिंग सिस्टिमवर चर्चा व्हायची होती. सर्वोत्तम रेटिंग सिस्टिम कशी असावी, हा प्रश्न होता. गुगलमध्ये सॅन्डबर्गनं अनेक अशा रेटिंग सिस्टीम्सची मांडणी केली होती आणि त्या हाताळल्याही होत्या. "रेटिंगचे कायम पाच भाग असतात. दोन शीर्षस्थानी, दोन अगदी खाली आणि एक या दोनच्या मध्ये," ती लगेच बोलली. का, असा प्रश्न कुणीतरी तिला केला. उत्तर लगेच आलं. "तीन खूप कमी होतं आणि सात अति जास्त आहे. सहा ही सम संख्या आहे. शिवाय दोन-दोनला जोडणारं मध्ये एक काहीतरी असावं लागतं. पाचची विभागणी प्रत्येकाला सहज कळते." तिच्या उत्तरात आत्मविश्वास होता.

मीटिंग संपवून सगळे बाहेर पडले. मार्क सॅन्डबर्गजवळ गेला आणि त्यानं तिची माफी मागितली.

"आय ॲम रिअली सॉरी," मार्क म्हणाला.

"पण कशासाठी?"

"तू बोलताना मी दुसरीकडे पाहत होतो," त्यानं कारण सांगितलं.

"माझ्या तर ते लक्षातही आलं नाही," सॅन्डबर्ग त्याच्याकडे पाहत बोलली.

"नाही. हे बरोबर नाही. मीच तुला इथे कंपनीत आणलं आणि तू बोलत असताना मीच लक्ष न देणं बरोबर नाही. तुला योग्य ती प्रतिष्ठा आणि मान मिळावा याची काळजी मी घ्यायला हवी," त्यानं स्पष्टीकरण दिलं.

सॅन्डबर्गला खूप हायसं वाटलं. मार्कच्या या वर्तणुकीनं ती सुखावली. "त्या क्षणी मी स्वत:ला सांगितलं की हे सगळं छान जमणार आहे आणि काळजीचं काहीच कारण आता नाही," सॅन्डबर्गनं मला या पुस्तकासाठी दिलेल्या मुलाखतीत सांगितलं. त्या दोघांमधील हा प्रामाणिक संवाद आजही कायम आहे. दर आठवड्यात ते एक-दोनदा तरी वैयक्तिक स्तरावर भेटतात आणि गप्पा मारतात. दर शुक्रवारी होणाऱ्या मीटिंगमध्ये पहिल्या काही मिनिटांत दोघांनाही परस्परांना गेल्या आठवड्यातील घडामोडींचा अहवाल द्यावा लागत असे. मग तिनं मार्कला दर दिवशीचा अहवाल मिळावा, अशी मागणी केली. त्यानं मान्य केलं आणि तिनंही हेच करावं ही अटही घातली.

प्रवेश केल्या-केल्या सॅन्डबर्ग कंपनीची नंबर वन सेल्सपर्सन आणि जाहिरातींची विजेता ठरली. गुगलचा प्रचंड अनुभव तिच्या पाठीशी होता आणि नेटवर जाहिरातींची जी महत्ता आहे त्याची तिला पुरेपूर जाणीव होती. तिच्या नियुक्तीच्या वेळी फेसबुकमध्ये या विभागाची तिच्याइतकी जाण असलेलं इतर कुणीही नव्हतं, असं फेसबुकचे काही लोक सांगतात. मायक्रोसॉफ्टशी जाहिरातीचा करार, फेसबुकचं जाहिरात क्षेत्रातील पदार्पण आणि भराभर विकास पावलेल्या सेवेसाठी एका भक्कम महसूल मिळवणाऱ्या यंत्रणेची गरज आहे ही जाणीव असतानाही फेसबुकला व्यवसाय म्हणून प्रस्थापित करण्यासाठी जाहिराती हे एक माध्यम असू शकतं याबाबत अजूनही साशंकता होती. ही साशंकता कंपनीच्या सीईओच्या मनात पक्कं घर करून होती. मार्कसाठी त्याची साइट आणि युजरचा आनंद हेच प्राध्यान्यक्रमावर होते. सॅन्डबर्गसाठी या कंपनीत भरपूर काम होतं.

❖

१३

कमाई

'आपण नेमकं कुठल्या व्यवसायात आहोत?'

फेसबुकच्या सामाजिक यशस्वितेला एका नियमित उत्पन्न असलेल्या उद्योगात कसं परीवर्तीत करायचं? शेरील सॅन्डबर्गनं कंपनीत पाऊल टाकल्यावर या एका प्रश्नावर तिला असंख्य आणि विविध प्रकारची उत्तरं मिळाली. कंपनीच्या काही वरिष्ठ अधिकाऱ्यांनीही जरा वेगळ्याच प्रतिक्रिया दिल्या. झकरबर्गजवळही व्यवस्थित उत्तर नव्हतं आणि मुळात त्यानं कधी या प्रश्नाची पर्वाच केली नाही. पण शेरील एक अत्यंत काटेकोरपणे विचार करणारी आणि शिस्तीत वागणारी व्यवस्थापक असल्यामुळे तिनं फेसबुकच्या नेतृत्वात एकसूत्रता आणण्याचा निश्चय केला. कंपनीला जाहिरातींसाठीचं शक्तिशाली केंद्र बनवण्यासाठीच ती फेसबुकला आली होती. त्यासाठी तिच्या सहकाऱ्यांना आणि मुख्य टीमच्या लोकांना एकत्र आणि एकवाक्यतेनं काम करण्याची नितांत गरज होती. जाहिरातींसाठी आवश्यक असं पोषक वातावरण फेसबुकइतकं इतर कुठेही नाही याबाबत तिच्या मनात जराही शंका नव्हती.

फेसबुकला पैशांची गरज होती, ही खरी गोम होती. मायक्रोसॉफ्ट, ली का-शिंग आणि सॅमवर भावंडांकडून उभारलेली ३७५ मिलियन रक्कम भराभर खर्च होताना दिसत होती. काही व्यावसायिकांनी तर या परीस्थितीचं विश्लेषण करून निष्कर्ष काढला होता की झकरबर्गनं मोठ्या मूल्यमापनाच्या किमतीचा आग्रह धरला नसता तर त्याला मिळालं त्याहीपेक्षा खूप मोठं भांडवल कंपनीसाठी सहज उभारता आलं असतं. ही मार्कनं केलेली मोठी चूक आहे, असंही त्यांनी ठरवून टाकलं. कारण, त्यांच्या मते, मूल्यांकनाची रक्कम कमी असती तर अनेक छोट्या भांडवलदारांनीही आपले पैसे कंपनीत सहज लावले असते. इकडे कंपनीत नियुक्त्याही होत होत्या. कंपनीला दरमाहा तब्बल पाचशे लोकांचा पगार द्यावा लागत होता. दुसरीकडे डाटा सेंटरला नवीन सर्व्हर आणण्यात खंड पडला नव्हता. फेसबुकला लवकरच अमेरीकेबाहेरही एक डाटा सेंटर उघडण्याची गरज पडणार, हेही स्पष्ट झालं होतं. आंतरराष्ट्रीय स्तरावर फेसबुकला मिळणारा प्रतिसाद याला कारणीभूत होता. कार्यालयाच्या

मुख्य बिल्डींगपासून काही अंतरावर कंपनीनं नवीन कॅफेटेरिया तयार केला. फेसबुकच्या प्रतिष्ठेला साजेसा आधुनिक आणि अप्रतिम असा हा कॅफेटेरिया आहे. अधिकारी आणि अभियंतेच नाही तर गुगलमधून नावाजलेले शेफसुद्धा फेसबुकनं स्वत:कडे नियुक्त करून रोज अक्षरश: चविष्ट आणि विविध प्रकारचं जेवण सगळ्या कर्मचाऱ्यांना मोफत दिलं जात होतं. पालो आल्टोतील बारा इमारतींत राहणाऱ्या सगळ्या कर्मचाऱ्यांना हलवून एका प्रशस्त ठिकाणी राहण्याची व्यवस्था करण्याचंही कंपनीच्या भविष्यातील नियोजनात होतं.

नियुक्तीनंतर पाचच आठवड्यांनी शेरीलनं जाहिराती मिळवण्यासाठीच्या शक्यतांवर सखोल विचार करण्यासाठी संचालक मंडळाच्या बैठकांचा रतीबच लावला. झकरबर्ग या सगळ्या बैठकांना असणार नव्हता. त्यानं स्वत:साठी एक लांबलचक सुटी आणि एक मोठी सहल निश्चित केली होती. त्याच्या पश्चात काम सांभाळणारी व्यक्ती त्यानं कंपनीला दिली होती आणि आता तो एक महिना जगभर हिंडणार होता. एक बॅकपॅक घेऊन तो निघाला आणि बर्लिन, इस्तंबुल, भारत, जपान आणि आणखी काही ठिकाणी तो हा काळ घालवणार होता. भारतात त्यानं साध्या बसमधून प्रवास करत हिमालय गाठला. स्टीव्ह जॉब्ज आणि बाबा रामदाससारख्यांनी जिथे आत्मिक सुख आणि मन:शांती मिळवण्याचा प्रयत्न केला होता तिथे मार्कही या सहलीदरम्यान गेला होता.

कंपनीत त्याच्या अनुपस्थितीत आणि हस्तक्षेपाशिवाय शेरीलला आपलं अधिकारक्षेत्र प्रस्थापित करता यावं आणि तिला मोकळीक मिळावी यासाठी मुद्दाम मार्कनं आपली सुटी या काळात घेतली, असं फेसबुकच्या काही वरीष्ठ व्यक्तींचं निरीक्षण आहे. फेसबुकचा प्रचंड युजर बेस कंपनीला एका शक्तिशाली व्यवसाय म्हणून बस्तान बसवायला कसा वापरता येईल, या तिच्या प्रयत्नांमध्ये मार्कचा जाहिरातींबद्दलचा तिटकारा आणि त्याची या संदर्भातील संभ्रमावस्था आड आली नाही, हे तसं बरंच झालं होतं. संस्थेतील लोक इतक्या मोठ्या प्रमाणात एकत्र येऊन इंटरनेट उद्योगात ज्याला 'monetization' म्हटलं जातं त्यावर चर्चा करण्याचा हा पहिलाच प्रसंग होता. फेसबुकच्या प्रत्येक युजरचं उत्पन्नाच्या साधनात कसं रूपांतर करता येईल, यावर त्यांनाही मार्ग काढायचा होता.

आठवड्यातून दोन-तीनदा तरी अशा बैठका होऊ लागल्या. संध्याकाळी सहाला सुरू झालेली चर्चा कधी कधी नऊनंतरही थांबत नसे. मग रात्रीचं जेवणही मीटिंगच्या ठिकाणीच घेण्यात येई. जाहिरात विक्रीसाठी जबाबदार असलेला माईक मर्फी, आंतरराष्ट्रीय व्यवहार आणि विकास विभागाचा कमाथ पालियापिटीया, मायक्रोसॉफ्टशी असलेल्या जाहिरात भागीदारीचा कारभार पाहणारा डॅन रोझ, जाहिरात उत्पादनाचं काम पाहणारा केंट कोहेन, जाहिरात सॉफ्टवेअर तयार करणारा

मार्कचा हार्वर्डपासूनचा जुना मित्र कॅन्गझिंग जिन आणि मार्कचा उजवा हात असलेला मॅट कोहलर असे सगळेच या मीटिंगमध्ये सहभागी असायचे. एका व्हाईट बोर्डवर शेरीलनं मोठ्या अक्षरात एक वाक्य लिहिलं होतं जे या सगळ्या मीटिंगचं जणू ध्येय होतं. ''आपण नेमक्या कुठल्या व्यवसायात आहोत?''

या बैठकीत प्रत्येकालाच बोलण्याची संधी दिली जात होती आणि त्यामुळे त्याचं स्वरूप भव्य होतं. प्रत्येक बैठकीनंतर सहभागी होणाऱ्यांची संख्या वाढतच गेली, कारण यात होणारी चर्चा कुणीही चुकवू नये अशी असते, ही वार्ता अख्ख्या कंपनीत पसरली होती. त्यामुळे मुख्य लोकांचा गट आणि जाहिरात विभागातील पंधरा ते वीस लोक या संध्याकाळी चालणाऱ्या बैठकांचा भाग बनले होते.

त्या वेळी फेसबुकचं monetization म्हणजेच कमाईचं धोरण निश्चित नव्हतं. बॅनर जाहिरातींच्या विक्रीची जबाबदारी मायक्रोसॉफ्टची होती. पण २००७च्या शेवटी पर्यंत आंतरराष्ट्रीय स्तरावरील जाहिरातींचा करार करूनही एकूण महसुलात त्यांची जवळपास २५टक्के भर होती. पण फेसबुकला ही टक्केवारी आणखी कमी करायची होती. तरच भविष्यात सगळ्याच गोष्टींवर कंपनीला आपला स्वत:चं नियंत्रण ठेवता येणार होतं. बिकनच्या दुष्ट छायेत युजरना सादर केलेली जाहिरात सेवा आता त्यातून बाहेर आली होती आणि हळूहळू जोरही धरू लागली होती. याशिवाय न्यूज फीडमध्ये काही व्यावसायिक कंपन्यांच्या 'sponsered stories' टाकण्याचीही व्यवस्था करण्यात आली होती. मित्रांबद्दलच्या माहितीऐवजी आता कोकाकोला किंवा तत्सम उत्पादनांची माहिती किंवा त्या संदर्भातील एखादी बातमी न्यूज फीडमधून युजरपर्यंत पाठवण्यासाठी फेसबुकला काही रक्कम मिळू लागली होती. यालाही प्रतिसाद मिळायला सुरुवात झाली होती. व्हर्च्युअल गिफ्टचं आकर्षण पूर्णपणे गेलेलं नव्हतं, पण त्यातून होणारी कमाई तुटपुंजी होती. फेसबुक मार्केटप्लेस म्हणून आणखी एक फीचर साइटवर टाकण्यात आलं होतं ज्यात छोट्या जाहिराती टाकण्याची सोय होती. पण ते नवीन असल्यानं युजरच्या प्रतिक्रियांचा ओघ जरा कमी होता.

व्हाईटबोर्डवर सॅन्डबर्गनं काही पर्याय लिहिले. फेसबुक जाहिरात क्षेत्रातील उद्योग बनू शकत होता. युजरचा डाटा विकता येणं शक्य होतं. त्याचप्रमाणे काही गोष्टी, काही व्हर्च्युअल जिन्नस युजरना विकणं शक्य होतं. किंवा पे पालप्रमाणे या दोन घटकांतील व्यावसायिक दुवा बनून स्वत:साठी कमाई करणंही कंपनीला शक्य होतं. दुसऱ्याच दिवशी जाहिरात विभागातील कर्मचाऱ्यांनी मार्केटचा अभ्यास करून प्रत्येक गटातून काही माहिती आणि आलेख गोळा केले आणि मीटिंगमध्ये सादर केले. प्रत्येक बाजारपेठेचा आकार, त्याच्या विकासाचा दर, कुठल्या व्यावसायिकांची तिथे चलती आहे आणि फेसबुकला अशा सगळ्या वातावरणात वेगळं काही काय

करता येईल, अशी सर्वसमावेशक चर्चा या माहितीसंदर्भात करण्यात आली. एका आठवड्यानंतर मीटिंगमध्ये पुन्हा शेरील संपूर्ण हॉलमध्ये फिरली आणि उपस्थित असलेल्या प्रत्येकाला तिनं, या प्रत्येक विभागातून फेसबुकला किती महसूल मिळण्याची शक्यता आहे, हे विचारलं. कुठल्या ना कुठल्या प्रकारातून फेसबुक निदान ७० टक्के कमाई बाजारपेठेतील प्रत्येक विभागातून स्वत:साठी काढू शकतं, ही शक्यता बहुतेक प्रत्येकानं वर्तवली.

मार्कनं फेसबुकसाठी जे दीर्घकालीन नियोजन केलं होतं त्यात बसणारेच प्रकल्प त्यानं आतापर्यंत मान्य केले होते. ''फेसबुकची दीर्घकाळ कारकीर्द असं एक तत्त्व मार्कच्या डोक्यात पक्कं होतं,'' शेरीलनं घेतलेल्या या मीटिंगमध्ये उपस्थित असलेल्या एका अधिकाऱ्यानं सांगितलं. ''त्याचं सगळं लक्ष या एकाच गोष्टीवर केंद्रित होतं. फेसबुकला त्याच्या कल्पनेतील लांबचा पल्ला गाठण्यासाठी पोषक ठरणार नाही अशा कुठल्याही गोष्टीवर मनुष्यबळ वाया घालवणं त्याला अजिबात पसंत नव्हतं. तुम्ही कुठल्या व्यवसायात काम करता किंवा तुम्हाला नेमकी कशासाठी कमाई करायची आहे हे जर का तुम्हाला माहिती नसेल, तर मग ती गोष्ट दीर्घकाळ चालत नाही आणि तुमची मेहनतही वाया जाते.'' परीस्थितीनं मार्कला जाहिराती स्वीकारण्यास अक्षरश: बाध्य केलं होतं आणि त्यानं ते स्वीकारलं, कारण त्याला कंपनीचा खर्च भागवायचा होता. त्याच्या प्राधान्यांबद्दल कुणी विचारलं तर त्याचं उत्तर ठरलेलं होतं. त्यानं सुरू केलेल्या सेवेचा गुणवत्तापूर्ण विकास आणि युजरचं अनुभवविश्व आणखी समृद्ध करणं, यापलीकडे त्याला खरं तर काहीच नको होतं. सातत्याने विकास, हा दीर्घकालीन आर्थिक यशासाठी आवश्यक असतो, असा त्याचा विश्वास होता. जाहिरात सेवेच्या शुभारंभाला त्यानं जे वक्तव्य केलं होतं त्यात त्याला फक्त एवढंच सांगायचं होतं की त्याची कंपनी आता नवनवीन पद्धतीनं काही गोष्टी करणार आहे. पण बिकनमुळं निर्माण झालेल्या परीस्थितीनं सगळ्यांचं धाबं दणाणलं होतं.

झकरबर्गच्या या दीर्घकालीन नियोजनाच्या चौकटीत बसणारं आणि तेही कुठलाही वाद-प्रतिवाद न होता, व्यावसायिक धोरण आखण्यासाठी सॅन्डबर्गच्या या चर्चासत्रातील सहभागी झालेल्यांनी फक्त हे धोरण म्हणजे जाहिरात, असा एकमेव पर्याय मांडला नाही. जरा वेगळ्या शैलीत हे सारं काही बसवायची त्यांची तयारी झाली होती. फेसबुकचे पर्याय स्पष्ट करण्यासाठी आणि त्याचं वैविध्य दाखवण्यासाठीची क्लृप्ती त्यांना सापडली होती. सॅन्डबर्गनं आपले जाहिरात व्यवसायाचे धडे जिथे गिरवले त्या इंटरनेट जाहिरातीच्या दुनियेचा आतापर्यंत बादशाह असलेल्या गुगलमध्ये युजर जे शोधतो ते त्याला पुरविण्याची पद्धत वेगळी होती. पण फेसबुकनं ठरवलं की त्यांच्या युजरला त्यांनी काय विकत घ्यायला हवं, हे सुचवायला सुरुवात

करायची. गुगलमध्ये काहीही शोधताना तुम्ही जे शब्द सर्च बॉक्समध्ये टाकता त्या आधारावर तुम्हाला सारं काही पुरवलं जातं. त्यातील बहुतांश गोष्टी या अनावश्यक असतात आणि तरीही त्या युजरला सुचवल्या जातात. तुम्ही क्लिक करत राहता आणि त्यातून गुगलला करोडोंचा फायदा होतो. तुम्हाला माहीत असलेल्या गोष्टींसंदर्भातील अधिक माहिती तुमच्यापर्यंत देण्याची क्षमता गुगलमध्ये आहे. गुगलच्या जाहिरातीसंदर्भात नेहमी बोललं जातं की गुगलचं 'ॲडवर्ड्स' मागणींची पूर्तता करणारी सेवा आहे.

इथेच फेसबुकच्या टीमला नवीन कल्पना सुचली. निव्वळ मागणी तसा पुरवठा असं न ठेवता, अशा मागण्या युजरमध्ये निर्माण करण्यात याव्या, असा निष्कर्ष या चर्चेतून काढण्यात आला. हीच गोष्ट टेलिव्हिजन जाहिरातींच्या संदर्भात वापरली जाते आणि हीच एक गोष्ट आहे जी भरमसाठ कमाईचं माध्यम बनू शकते. 'ब्रँड अँड' या प्रकारातून युजरच्या डोक्यात त्याला आवडू शकतील अशा वस्तूसाठीचं आकर्षण निर्माण करून त्यांना ते विकत घेण्यासाठी प्रवृत्त करणं, असं या जाहिरातींचं स्वरूप राहाणार होतं. तुम्ही शोधत असलेल्याची जादा माहिती देण्याऐवजी, कुठल्या गोष्टीवर खर्च करणं योग्य आहे आणि कशातून युजरला समाधान मिळेल, हे बघणं जास्त योग्य होतं. मात्र गुगलवर अशा जाहिरातींचा उपयोग झाला नव्हता. त्याच्या सर्च एंजिनमध्ये डिजिटल असं टाईप केल्यावर फारतर तुम्हाला कॅननच्या कॅमेऱ्याबद्दल माहिती मिळू शकते. पण तुम्ही डिजिटल कॅमेरा घेणं कसं चांगलं आहे आणि त्याचे काय काय फायदे आहेत, हे ग्राहकांना समजावून देणारं काहीही गुगलच्या सर्चमधून युजरपर्यंत जाताना दिसत नाही.

जाहिरात उद्योगाच्या एका छोट्याशा भागात गुगलनं आपलं साम्राज्य कायम केलं आहे. सॅन्डबर्गच्या संशोधन टीमनं माहिती मिळवली होती की एकूण जाहिरात क्षेत्रातील ६०० बिलियनच्या वार्षिक खर्चात आपल्याला काय हवं आहे हे जाणणाऱ्या ग्राहकांसाठी बनवल्या जाणाऱ्या जाहिरातींचा हिस्सा फक्त २० टक्के आहे. उर्वरीत ८० टक्के किंवा ४८० बिलियन कमवण्याची संधी उपलब्ध आहे आणि आता तर जास्तीतजास्त जाहिरातींचा खर्च इंटरनेटच्या माध्यमातून होणाऱ्या जाहिरातींवर आहे, असंही या टीमनं फेसबुकला लक्षात आणून दिलं.

जाहिरातींच्या या शक्यतांनी फेसबुकला भविष्यात होणाऱ्या फायद्याच्या कल्पनेनं या टीमच्या चेहऱ्यांवर आनंद ओसंडून वाहात होता. ग्राहकांना टीव्ही, वृत्तपत्रं आणि मासिकांपासून इंटरनेटनं बरंच दूर नेलं होतं. त्यातही इंटरनेटवरचा या ग्राहकांचा जास्तीतजास्त वेळ फेसबुकनं आपल्या खाती जमा केला होता. युएसए आणि इतर देशांत फेसबुकला मिळणारा लोकांचा वेळ इतर इंटरनेट साइटच्या तुलनेत कितीतरी

पटीनं अधिक होता. फेसबुक युजर्सच्या माहितीचा आधार घेत जाहिराती जर एकत्रित केल्या तर येत्या काही काळात मागणी निर्माण करणाऱ्या जाहिरातींची चलती होणार हे नक्की, असं डॅन रोझला खात्रीपूर्वक वाटत होतं. ''पैसा जिकडे ओतला जात होता तिकडे ग्राहक नव्हते आणि ग्राहकांना जिथे आपला वेळ द्यावासा वाटत होतं तिकडे पैसा लावण्याची सुरुवात झालीच नव्हती. हा असमतोल होता. आता येत्या दहा वर्षांपर्यंत तरी हा पैसा ऑनलाईन जगताकडे वळणार आणि वाहात राहणार आहे,'' डूनचा विश्वास होता. त्याच्या या सादरीकरणावर सॅन्डबर्ग फिदा झाली होती. तिनं लगेच त्याला व्हाईस प्रेसिडेंट, बिझनेस डेव्हलपमेंट अॅन्ड मॉनिटायझेशन हे नवीन पद बहाल केलं.

झकरबर्गच्या जग भ्रमंतीहून परत येण्याच्या दरम्यान सॅन्डबर्गची ही चर्चासत्रं संपली होती. जे फलित यातून निघालं होतं त्यानं मार्कही जाम खूष झाला होता. ''मार्कला आता पक्कं पटलं होतं की आमच्याकडे एक व्यावसायिक फॉर्म्युला होता आणि तो दीर्घकाळ चालणारा होता,'' एक वरिष्ठ अधिकारी सांगतो. ''आता तोही यात गुंतवणूक करायला तयार होता.''

मार्कनंही मग फेसबुकवर जाहिराती कशा असाव्यात याबाबतच्या स्वत:च्या कल्पना सांगितल्या. यानंतरच्या एका मॉनिटायझेशनच्या मीटिंगमध्ये -- जी ऑफिसच्या बाहेर झाली होती – मार्कनं काही गोष्टी थोड्या अधिक स्पष्ट करून सांगितल्या. परस्परांशी किंवा जाहिरातदारांशी युजरचा होणारा संवाद हे फक्त फेसबुकवर घडतं आणि हे या साइटचं वैशिष्ठ्य आहे, हे त्यानं व्यवस्थित समजावून सांगितलं. ''मूळ कल्पना होती की प्रत्येक जाहिरात ही मजकुराच्या स्वरूपात असावी. हा मजकूर पूर्णत: वस्तुनिष्ठ, नैसर्गिक असावा किंवा ज्यातून कुठलीही प्रतिक्रिया अपेक्षित नाही, असं त्याचं स्वरूप असावं,'' त्यानं स्पष्ट केलं.

''साइटच्या पानांवर युजरद्वारे निर्माण होणारा बहुतांश मजकूर 'ऑरगॅनिक' स्वरूपाचा आहे. त्यातील बरीच माहिती ही व्यावसायिक उद्देशानं प्रेरित असल्याचं आढळून येतं. साइटवर युजरद्वारे अव्यावसायिक माहिती निर्माण होण्याची गरज आहे. पण सध्या छुपा व्यावसायिक उद्देश असलेली माहिती युजरच्या पानांवर दिसते. कुठल्याही युजरच्या प्रोफाईलवर नजर टाकली की त्यांनी ठिकठिकाणी स्वत:ला व्यक्त करण्यासाठी सांगितलेल्या आवडी-निवडींतही, दिलेल्या माहितीतही हा भाग प्रकर्षानं दिसतो. जसं संगीत, पिक्चर, पुस्तकं, उत्पादनं किंवा गेम्स. या प्रत्येकाला व्यावसायिक कंगोरे आहेत. या युजरप्रमाणेचं फेसबुकच्या अस्तित्वाचा भाग असलेल्या ज्या आवडणाऱ्या गोष्टी आहेत त्याला व्यावसायिक मूल्य आहेच,'' तो स्पष्ट करण्याचा प्रयत्न करतो.

झकरबर्गसोबतच्या या चर्चांमधूनच मग 'एंगेजमेंट अॅड' (कार्यक्रम जाहिराती)चा

जन्म झाला. युजरच्या होम पेजवर त्याला एखादी कृती करण्यासाठी आमंत्रित करणारा एक मेसेज, जो नियमित माहितीसारखाच दिसणारा असेल, असं त्याचं स्वरूप ठेवण्यात आलं. शक्यता ही होती की जर युजरनं ही कृती करण्याचं आमंत्रण स्वीकारलं तर तो त्या माध्यमातून आपल्या इतर मित्रांशी संवादाची सुरुवात करू शकतो. उदाहरणार्थ, जर एखादा व्हिडिओ असेल तर त्यावर कमेंट करण्यासाठी विनंती केली जाऊ शकते आणि जर इतरही मित्रांना त्याबद्दल काही बोलायचं असेल तर मग त्यांच्यात एका संवादाची सुरुवात होते. व्हिडिओच्या जागी एखादी वस्तू असू शकते. स्टारबक्सनं युजरना दोन कप कॉफीसाठी मोफत कुपनं दिली होती आणि फेसबुकच्या टीमचं म्हणणं होतं की या एका जाहिरातीच्या माध्यमातून दोन मित्रांमधला संवाद अगदी तिथे, त्या साइटच्या पानावर सुरू होतो. किंवा युजरला कुठल्याश्या जाहिरातीवर क्लिक करायची इच्छा झाली आणि त्याला ती संकल्पना आवडली तर तो या जाहिरातीच्या प्रोफाईलचा फॅनही होऊ शकतो.

या एंगेजमेंट ॲडनी लगेच युजरच्या न्यूज फीडमध्ये जाणाऱ्या प्रायोजित माहितीची जागा घेतली. युजर साइटवर नैसर्गिकरीत्या अव्यावसायिक माहिती किंवा मजकूर लिहितो. पण स्पॉन्सर्ड स्टोरीज मध्ये नेमकं हेच नसतं. या नवीन जाहिरात प्रकाराला भरभरून प्रतिसाद मिळाला. पहिल्याच वर्षात या प्रकारातून फेसबुकला आपल्या मिळकतीत तब्बल शंभर मिलियनची भर टाकता आली. प्रत्येकी हजार क्लिकला ५ डॉलर असा सरळ हिशेब ठेवून फेसबुकनं कमाई करण्यास सुरुवात केली. शिवाय एका महिन्यात एक युजर अनेक वेळा आपल्या होम पेजवर जातो, त्यामुळे कमाई कधीच कमी होत नाही. त्यातही एखाद्या जाहिरातदाराचा जर युजरशी चांगला संवाद घडला तर मग फेसबुकच्या भाषेत त्या जाहिरातदाराला प्रचंड प्रतिसादाच्या स्वरूपात 'derivative value' (फलित मुल्य) ही मिळते. अशा प्रकारे ग्राहकांना एखाद्या ब्रँड किंवा उत्पादनाची गोडी लागली तर किमान २०० 'इंप्रेशन' – युजरचं फेसबुकवर या उत्पादनाची माहिती पाहणं – मोफत देण्यात येई, एक वरिष्ठ अधिकारी सांगतो.

''आम्ही पुन्हा कधीही बॅनर जाहिराती विकणार नाही,'' रोझ म्हणतो. ''लोकांना प्रभावित करण्यासाठी एंगेजमेंट ॲड पुरेशा आहेत ज्याच्यामुळे इंटरनेटच्या माध्यमातून आपल्या ग्राहकांशी संवाद साधणं व्यावसायिकांना शक्य आहे. पारंपरिक बॅनर जाहिरातींपेक्षा हे फार वेगळं आणि प्रभावी आहे. गेली पाच दशकं टीव्ही आणि वर्तमानपत्रांच्या जाहिरातदारांनी ग्राहकांची तंद्री तोडण्याचं कामच जणू या बॅनर ॲडमधून केलं,'' तो स्पष्ट करतो. मायक्रोसॉफ्टनं मात्र कराराप्रमाणे अशा जाहिराती प्रसारित केल्या आणि २००९मध्ये ५० मिलियन डॉलरची कमाई केली. पण हा करार

२०१०च्या सुरुवातीलाच संपुष्टात आला. फेसबुकवरच्या त्यांच्या सर्च इंजिनमध्ये त्यांना जास्त रस असल्यानं नंतर अशा कराराचीही त्यांना गरज वाटली नाही.

एकीकडे मायक्रोसॉफ्टबरोबर अत्यंत काळजीपूर्वक आपले संबंध सांभाळताना आणि एंगेजमेंट अॅडला आणखी प्रभावी करण्यासाठी झटत असतानाच, कंपनीला सगळ्यात जास्त महसूल एका तिसऱ्याच माध्यमातून मिळताना दिसत होता. कंपनीनं सेल्फ सर्व्हिस जाहिरातींची सुरुवात बिकनच्या सोबत केली होती. त्याला छोट्या उद्योजकांकडून भरपूर प्रतिसाद मिळत होता. फक्त आपलं क्रेडिट कार्ड वापरून विकत घेता येण्यासारख्या या जाहिराती होत्या, ज्या स्थानिक उद्योजकांसाठी फारच उपयोगी होत्या.

फेसबुक जाहिरातदारांना इतर वेबसाइटच्या तुलनेत खूप वेगळ्या प्रकारच्या ग्राहकांचे समूह उपलब्ध करून देतं. कारण ही एक साइट अशी आहे जिच्यावर युजर स्वत:हून स्वत:ची काही विशिष्ट प्रकारची आणि तीही भरपूर माहिती देतो. या साइटवर ते खूप वेळ घालवताना दिसतात आणि ज्या कृती त्यांच्याकडून घडतात त्यातून त्यांच्या आवडी-निवडी आणि गरजा कळतात. यालाच आधार ठेवून मग जाहिरातदारांना युजरला काय द्यायचं हे कळतं. गुगलवर कुणी डिजिटल कॅमेरा टाईप केल्यावर जी जाहिरात दिसते, तीच जाहिरात फेसबुकवर कॅलिफोर्नियातील कुण्या एका विवाहित तरुणाच्या होमपेजमध्ये टाकली जाणं शक्य आहे, कारण त्यानं विवाहाचं आणि त्याला दोन मुलं झाल्यावरही कुठलंही छायाचित्र अजून त्याच्या प्रोफाईलमध्ये टाकलेलं नाही. त्यामुळे त्याला डिजिटल कॅमेरा घेता येणं शक्य आहे, हे सुचवणारी जाहिरात फेसबुकवर जास्त सयुक्तिक वाटते. गुगलवर अशा प्रकारची जाहिरात विकली जाणं कधीच शक्य नाही. लोक पोचणार तेव्हाच जाहिरात पाहिली जाणार, तेही त्यांची इच्छा असेल तर. पण फेसबुकवर युजरना काहीतरी सुचवणाऱ्या जाहिरातींची शक्यता खूप आहे.

जाहिरातींच्या महत्त्वावर चर्चा करताना सॅन्डबर्गनं घेतलेल्या बैठकांव्यतिरिक्तही काहींना कमाई आणणाऱ्या एका आणखी जाहिरात विभागाची जाणीव झाली. येणाऱ्या काळात ज्याचा पसारा वाढण्याची शक्यता त्यांना वाटत होती. रोझ त्याला कन्झ्युमर मॉनेटायझेशन म्हणतो. गेम खेळताना किंवा इतर सर्व्हिस अॅप्लिकेशन फेसबुकवर आत वापरताना युजर अनेकदा रक्कम देऊन काही गोष्टी विकत घेताना आढळतात. असंच आणखी काही गोष्टींसाठी युजर फेसबुकला सरळ काही रक्कम देऊन काहीतरी खरेदी करू शकेल, या शक्यतेवर विचार सुरू झाला होता. व्हर्च्युअल वाढदिवसासाठी केक, फुलं यासारख्या वस्तू यापूर्वीच फेसबुकवर काही डॉलर्सना विकल्या जात होत्या. मग आता, उदाहरणार्थ, गेम किंवा तत्सम वस्तू फेसबुकच्या माध्यमातून इतर साइटवरून चलन वापरून विकत घेताना युजरला

एक प्रकारची फी द्यायला लावणं फेसबुकला शक्य होतं. फेसबुकनं आता तशी एक यंत्रणाही तयार केली आहे. जगातील इतर सोशल नेटवर्कवर मित्रांमध्ये व्हर्च्युअल गोष्टींनी आणि संवादांनी नटलेलं एक चांगलं मार्केट तयार झालं आहे. या व्हर्च्युअल वस्तूंच्या विक्रीतून आणि ऑनलाइन चलनातून २० ते ३० टक्के अधिक कमाई करणं फेसबुकला शक्य आहे, असा सॅन्डबर्गचा विश्वास होता. २००९मध्ये ३० मिलियन इतकी कमाई फेसबुकनं अशा व्हर्च्युअल वस्तूंच्या विक्रीतून केली.

२०१०मध्ये कंपनीनं फेसबुक क्रेडिटची सुरुवात केली, जे कंपनीकडून विकत घेऊन त्याचा वापर एखादा गेम किंवा व्हर्च्युअल वस्तू विकत घेण्यासाठी करता येतो. असं क्रेडिट विकल्यानंतर फेसबुक स्वत:साठी ३० टक्के काढू शकतं. काही गेम ॲप्लिकेशन आता फक्त याच पद्धतीनं विकले जातात. त्यामुळे तिसऱ्या कुठल्या घटकाला रक्कम देण्याची गरज आणि थोड्याफार प्रमाणात त्यात असलेला धोका हे दोन्ही टाळता येतात. इनसाइड नेटवर्कच्या जस्टिन स्मिथचा निष्कर्ष आहे की हे अशा प्रकारचं क्रेडिट फेसबुकच्या भविष्याचा महत्त्वाचा घटक राहणार आहे.

''कल्पना अशी आहे की एका नवीन प्रकारच्या महसूल विकासाची सुरुवात फेसबुक करू शकणार आहे. कारण युजरचा विश्वास जिंकल्यामुळे आता लोकांना तिसऱ्या अपरिचित घटकाला पैसे देण्यापेक्षा फेसबुकला देणं कधीही मान्य होणार आणि हीच गोष्ट फेसबुकला दीर्घकालीन प्रवासासाठी आर्थिक आधार निर्माण करून देणारी ठरणार आहे,'' जस्टिन सांगतो. कोकाकोलाच्या एका वरिष्ठ महिला अधिकाऱ्यानं सांगितलं की फेसबुक क्रेडिट देऊन युजर कोक विकत घेऊ शकेल. म्हणजे यातून मिळणाऱ्या फेसबुकच्या हक्काच्या फीमधून कंपनीला आपल्या महसुलात भर घालता येणार. या संदर्भात बोलताना मार्क म्हणतो की कंपनीनं क्रेडिटची सोय फेसबुक प्लॅटफॉर्मवर ॲप्लिकेशन विकसित करणाऱ्यासाठी केली आहे. ''यातून नफा कमवण्याचा आमचा सध्यातरी विचार नाही,'' तो स्पष्ट करतो. ''भविष्यात जर याचा वापर मोठ्या प्रमाणात झाला तर यातून चांगला व्यवसाय होऊ शकतो,'' असा त्याचा अंदाज आहे.

❖

भांडवलशाहीच्या मूलभूत पुनर्रचनेच्या केंद्रस्थानी फेसबुकनं आज अढळ स्थान मिळवलं आहे. त्याच्या पिढीचं प्रतिनिधित्व करणाऱ्या मार्क झकरबर्गला हे हार्वर्डमध्ये फेसबुकची सुरुवात करतानाच कळलं होतं. लोकांच्या तोंडासमोर सतत जाहिरातींचा आणि आपल्या कंपनीच्या नावाचा उदोउदो करणं म्हणजे मार्केटिंग नाही. तसं करणं चुकीचं आहे म्हणून नाही, तर तसं करण्याचा काही उपयोग होत नाही. सॅन्डबर्गनं घेतलेल्या बैठकांमध्ये, खर्च करणाऱ्या कंपन्या आणि त्या कंपनीच्या उत्पादनात

रूची असलेल्या लोकांमध्ये घडणाऱ्या व्यवहाराच्या पद्धतीला संक्षेपात व्यक्त करण्यासाठी वापरले जाणारे हे शब्द होते.

पण आता उत्पादकांना या संवादावर नियंत्रण ठेवणं शक्य नाही. २००१ आणि २००२मध्ये ब्लॉगची निर्मिती झाल्यानंतर ग्राहकांचं प्रकाशकांमध्ये परिवर्तन झालं आहे. आता वाचकच माध्यमाचा निर्माता झाला आहे. म्हणून मग फेसबुकनं अगदी तंत्रज्ञानाचा गंधही नसलेल्या ग्राहकांनाही हे नवीन तंत्र शिकवून तयार करण्याची सुरुवात केली आहे. युजरला स्वत:चं होमपेज मिळतं आणि स्वत:चे मेसेज तयार करून त्याला इतरांपर्यंत प्रसारीत करण्यासाठी फेसबुक प्रोत्साहित करतं. युजर निर्मित माहिती, मेसेज किंवा मजकूर यामध्ये उद्योग आणि उत्पादनांविषयी भरभरून वर्णन असतं. त्यापुढेही जाऊन युजर आता फेसबुकवर कुठल्याही कारणासाठी स्वतंत्र पेजही बनवू शकतो.

आधुनिक अर्थव्यवस्था चालवणारा ग्राहक आहे. पण हा ग्राहक आता केवळ ग्राहक राहिलेला नाही, हे फेसबुकनं सिद्ध केलं आहे. तो आता नियंत्रकाच्या भूमिकेत आला आहे.

"आवडो अगर न आवडो, पण ब्रॅन्डचं फेसबुकवर आधीच आगमन झालं आहे," टॉम बडकाएर मानतो. AKQA या डिजिटल जगतातील सगळ्यात मोठ्या जाहिरात कंपनीचा सॅन फ्रान्सिसकोतला कारभार सांभाळणारा टॉम फेसबुकचा फॅन आहे. "ज्या कुठल्या गोष्टीचा लोकांना तिटकारा आहे किंवा जी काही त्यांना जिवापाड आवडणारी गोष्ट आहे, त्याबाबत ते फेसबुकवर ग्रुप तयार करतात किंवा पेज बनवतात आणि मेसेजही वारंवार पोस्ट करतात," तो म्हणतो.

एका कंपनीला जाहिरात बनवण्यासाठी डाटाबेसमधून काही माहिती काढून मदत करण्यासाठी जेव्हा फेसबुकच्या जाहिरात विक्री विभागाचा प्रमुख असलेल्या माइक मर्फी यानं सर्च केलं तेव्हा त्याला लक्षात आलं की त्या कंपनीचा उल्लेख यापूर्वीच फेसबुक युजर मोठ्याप्रमाणात करताहेत. काही उत्पादनांचा, उदाहरणार्थ, मॅकडोनाल्डचा उल्लेख तर लक्षावधी लोकांनी केल्याचं आढळून आलं आहे.

अशा विश्वासू आणि निष्ठावान ग्राहकांच्या भावनांशी खेळण्याचा काही कंपन्यांनी एक दुर्दैवी प्रयत्न केल्याची घटनाही घडली आहे. ग्राहकांनी फेसबुकवर टीका केली म्हणून एका कॅनडियन कॉफी शॉपची मालिका असलेल्या टीम हॉरटॉन या कंपनीनं वकिलामार्फत या युजरना आपले मेसेज आणि टीका परत घेण्यास सांगितलं होतं. अर्थात याचा काही उपयोग झाला नाही. कारण कुणालाही फेसबुकवर आपली प्रतिक्रिया नोंदवण्यापासून, मग ती कुणाविरुद्धची टीका असेल तरी कुठलाही कायदा रोखू शकत नाही. इंटरॲक्टिव्ह ॲडव्हर्टायझिंग ब्युरोचे अध्यक्ष रॅन्डल रोथेनबर्ग म्हणतात, "संवाद नियंत्रित केला जाऊ शकत नाही. फक्त त्यात सहभागी होता येतं."

त्यामुळे आधी जाहिरातदार म्हणून ओळखल्या जाणाऱ्या कंपन्यांना आता

संवाद निर्माण करण्याचे विविध पर्याय आणि मार्ग शोधावे लागत आहेत. शिवाय आधीच सुरू झालेल्या संवादात कशा तऱ्हेनं सहभागी होता येईल यावरही ते विचारविनिमय करताहेत. ज्या उत्पादकांना यात यश मिळालं त्यांनी आपल्या ग्राहकांशी एक वेगळी बातचीत सुरू केली आहे. ''उत्पादकांसाठी ही एक वेगळ्या मूल्यांची देवाण-घेवाण ठरली आहे,'' टॉम म्हणतो. ''मूल्यं बहाल करा आणि त्याची परतफेड म्हणून आम्ही तुम्हाला समाधान देऊ, एवढा साधा हा हिशोब आहे.''

माझदानं आपल्या फेसबुक पेजवर युजरला २०१८साठी एक कार डिझाईन करण्यास मदत करण्याचं आवाहन केलं. जगभरातील डिझाईनच्या विद्यार्थ्यांनी यात सहभाग घेतला आणि आपल्या कल्पनांना वाट मोकळी करून दिली. आपल्या आइस्क्रीमचा पुढला फ्लेवर नेमका काय असावा, यासाठी बेन ॲन्ड जेरी या आइस्क्रीम कंपनीनं फेसबुक युजरचा आसरा घेतला. माझदा किंवा बेन ॲन्ड जेरीच्या या आवाहनाच्या प्रतिसादात युजर जे काही या कंपन्यांच्या फेसबुक पेजवर लिहीत होते त्याची माहिती त्यांच्या मित्रांच्या न्यूज फीडपर्यंत पोचत होती. म्हणजे ग्राहक स्वत:च त्या कंपन्यांना फायदा होईल असा मजकूर प्रसारित करण्यामागे लागला होता. म्हणूनच हा फ्लेवर प्रोग्रॅम डिझाईन करणाऱ्या एडलमॅन डिजिटल कंपनीनं बेन ॲन्ड जेरीच्या फेसबुकवरील चाहत्यांची संख्या निव्वळ सहा आठवड्यात ३००,०००हून एक मिलियनवर नेली. या दोन्ही कंपन्यांच्या या मोहिमेची सुरुवात फेसबुकच्या एंगेजमेंट ॲड मधून झाली होती.

या मार्केटिंगमध्ये नकळत सहभागी झालेल्या काही युजरना फेसबुककडून थोडीफार परतफेडही मिळू लागली होती. पूर्वी ग्राहकांकडून अशा प्रकारची मदत होत असताना त्याचा फायदा मात्र टीव्ही किंवा वर्तमानपत्रांना व्हायचा. आता तो सरळ ग्राहकांना मिळू लागला. स्टारबक्सकडून दोन कप मोफत कॉफीसाठीचं कुपन, बेन ॲन्ड जेरीकडून मोफत आइस्क्रीम कोन आणि अशाच अनेक संधी ग्राहकांना आकर्षित करणाऱ्या ठरल्या. या माध्यमातून जाहिरातदारांना काही व्यावसायिक ग्राहक मिळवून देण्याचीही सोय झाली होती. AKQAनं त्यांचे ग्राहक असलेल्या व्हिसा कंपनीला फेसबुकवर लघु उद्योजकांसाठी व्हिसा बिझनेस नेटवर्क तयार करण्यास मदत केली. फेसबुकवर १०० डॉलरपर्यंत जाहिराती करणाऱ्यांना व्हिसा कार्ड देण्यात आलं होतं.

काही ग्राहक कंपन्यांचं लक्ष त्यांच्या कंपनी वेबसाइटपेक्षाही फेसबुकवरील त्यांचं पेज अपटुडेट ठेवण्याकडेच जास्त असल्याचं दिसतं. ॲप्लिकेशन ग्राहकांना पुरवून कंपनीबद्दल युजरचं मत जाणून घेण्यात ते जास्त तत्पर असतात, कारण प्रत्येक युजरची कृती ही त्याच्या यादीतील मित्रांपर्यंत न्यूज फीडच्या माध्यमातून पोचते, जी या कंपनीला आणखी ग्राहक मिळवून देण्यास उपयोगी ठरते. एक मजेशीर उदाहरण इथे

देता येईल. व्हिटॅमिन वॉटर या कंपनीनं वेबवर जिथे कुठे बॅनर जाहिराती दिल्या तिकडे सगळीकडे त्यांनी फेसबुक.कॉम/व्हिटॅमिनवॉटर असा वेब अॅड्रेस टाकून ग्राहकांना फेसबुककडे वळण्याची विनंती केली.

फेसबुकवर ग्राहक आणि कंपन्यांमधील नातं आणखी दृढ होत जाणार हे नक्की. पण त्याचबरोबर नात्याच्या या प्रवासात काही रोचक घटनाही घडतील, हेही खरं. कुठल्याही वस्तूच्या निर्माण प्रक्रियेत ग्राहकांना अगदी सुरुवातीपासून सहभागी करून घेतल्यामुळे कंपन्यांना बराच फायदा होत आहे. लोकांना हवं तेच निर्माण करण्यात अशा कंपन्या गुंतल्यामुळे त्यांचा खर्च वाचतो आणि त्याचबरोबर ग्राहकांची निष्ठा मिळवण्यातही यश मिळू लागलं आहे. आता फेसबुक या दोघांमधला महत्त्वाचा दुवा बनला आहे. नवनवीन संकल्पनांसाठी फेसबुक एक आणि एकमेव व्यासपीठ आहे. बेन अॅन्ड जेरी किंवा माझदानं ठेवलेल्या स्पर्धांनी या व्यासपीठ वापराचा पायंडा पाडला. पण मास अॅनिमेशन या छोट्याशा फिल्म कंपनीनं फेसबुकच्या कर्मचाऱ्यांच्या साहाय्यानं जे केलं ते असामान्य होतं.

फेसबुक युजरच्या मदतीनं या कंपनीनं एक अॅनिमेशन फिल्म तयार केली. कोलंबिया आणि कझाकिस्तानसारख्या देशांचा समावेश असलेल्या एकूण सतरा देशांतील ५० फेसबुक युजरनी पाठवलेल्या संकल्पनांचा कोलाज करून एक पाच मिनिटाची 'लाईव्ह म्युझिक' या शीर्षकाची ही फिल्म होती. सहभागी युजरपैकी काहींचं वय फक्त १४ वर्षं होतं. कथानक, पार्श्वसंगीत आणि एक दृश्य टाकून ग्राफिक पद्धतीनं हा व्हिडिओ बनवण्यात आला होता. कंपनीच्या फेसबुक पेजला ५७,००० युजरनी पसंती दिली आणि १७,००० युजरनी ही फिल्म पाहण्यासाठी आवश्यक सॉफ्टवेअर डाउनलोड करून घेतलं. या पेजच्या सदस्यांनी मग कुठला भाग फिल्ममध्ये सामील करायचं यासाठी मतदान केलं. विजेत्याला ५०० डॉलर आणि फिल्ममध्ये त्याचा उल्लेख असं बक्षीस देण्यात आलं. २००९मध्ये सोनीनं ही फिल्म एका अॅनिमेशन चित्रपटाच्या सुरुवातीला दाखवली होती.

"सोशल नेटवर्किंग आता सामाजिक उत्पादन झालं आहे," विकीनॉमिक्स आणि ग्रोनअप डिजिटल या दोन पुस्तकांचा लेखक असलेला डॉन टॅप्स्कॉट लिहितो. "हे फक्त मैत्री निर्माण करण्यासंदर्भात लागू होत नाही. तर वस्तूंचं उत्पादन आणि सेवा निर्माण करण्यासाठी किंवा कल्पनाविलासासाठी समाजातील साधनसमृद्धी एकत्र आणण्याची ही एक अनोखी पद्धत आहे," तो म्हणतो.

❖

आजपर्यंतच्या इतिहासात फेसबुक हे सगळ्यात जास्त वापरलं जाणारं माध्यम

आहे. ज्यांच्याकडून हमखास प्रतिक्रिया मिळतील असे ग्राहक मिळवण्याचं उत्पादकांसाठीचं ते एकमेव साधन आणि माध्यम बनलं आहे. फेसबुक येण्यापुर्वी कंपन्यांना वेबवर युजरचा शोध घेण्यासाठी फार कष्ट घ्यावे लागत होते. अपेक्षित ग्राहकांचं वय, लिंग, व्यवसाय आणि आवड या इंटरनेटवरच्या त्यांच्या माहितीचा गोषवारा मिळवण्याची प्रक्रिया लांबलचक आणि खर्चिक होती. पण फेसबुकवरचा युजर हा अशी अचूक माहिती देण्यासाठी उत्सुक आहे, कारण ज्यांना ही माहिती हवी आहे त्यांना आपण स्वत:च मित्र म्हणून स्वीकारलं आहे आणि त्यांना माहिती पुरवण्यात धोका नाही याची त्यांना खात्री आहे.

"फेसबुककडला माहितीचा साठा सर्वांत संपन्न आहे." असं जॉश जेम्स म्हणतो. इंटरनेटवर जाहिरातींची क्षेत्र शोधणाऱ्या ओमनिएचर या कंपनीचा तो सीईओ आहे आणि ही कंपनी फेसबुकसोबत काम करते. "फेसबुक ही पहिली अशी कंपनी किंवा इंटरनेट साइट आहे जिथे युजर, जो ग्राहक आहे, तो स्वत: स्वत:बद्दल, हा मी असा आहे आणि माझा उपयोग तुम्ही करून घेतल्यास माझी हरकत नाही, असं मोकळेपणानं सांगतो," सॅन्डबर्ग म्हणते. "आमच्याकडे ग्राहकांची इतरांपेक्षा जास्त आणि अचूक माहिती आहे. युजरचं लिंग, वय, स्थान आणि इतर माहिती आमच्याइतकी अचूक कुणाकडेही नाही." इतर वेबसाइटनी ग्राहकांसंदर्भात काढलेल्या निष्कर्षांमध्ये त्रुटी आढळून आल्या आहेत.

फेसबुकचा युजर स्वत:ची माहिती अगदी स्वाभाविकपणे पुरवत असतानाच तो आपल्या साइटवरच्या कामातूनही स्वत:च्या स्वभावविशेषांबद्दल इतरांना बरंच काही सांगत असल्याचं कळतं. जाहिराती तयार करताना मग फेसबुक या माहितीचं संकलन करून त्यातून जे निष्कर्ष निघतात त्याचा आधार घेतात. फक्त फेसबुकच्या नियम आणि अटींचं उल्लंघन होत आहे अथवा नाही हे पाहाण्यासाठी फेसबुकला युजरच्या व्यक्तिगत माहितीला पाहण्याचा अधिकार आहे. इतर वेळी मात्र त्यांना एकेका युजरची माहिती पाहण्याची परवानगी नाही आणि ते असं करण्यास उत्सुकही नाही. त्यातही युजरचा जो खरा डाटा आहे तो त्यांनी जाहिरातदारांना कधीच पुरवलेला नाही. डाटा एकत्रित स्वरूपात पाहून त्यातून निघणारे निष्कर्ष जर जाहिरातदारांच्या उपयोगी पडणारे असतील तर ते निष्कर्ष फक्त फेसबुक त्यांना देतं.

फेसबुकनं सेल्फ सर्व्हिस जाहिरातींच्या पानांवर अनेक पर्याय प्रत्येकासाठी पुरवले आहेत, ज्याचा वापर करून कुणीही त्यांना हव्या असलेल्या टारगेट ग्रुपपर्यंत सहज पोचू शकतात. जसं उत्तर ओहियोमध्ये राहणाऱ्या ३५ वर्षं वयावरील विवाहित महिलांपर्यंत पोचणं फेसबुकच्या माध्यमातून शक्य आहे. किंवा एका विशिष्ट शहरातील एका विशिष्ट कंपनीच्या कर्मचाऱ्यांसाठी तयार केलेली एखादी सेवा फेसबुकच्या या डाटाबेसचा आधार घेऊन त्यांच्यापर्यंत पोचू शकते. अशा

प्रकारच्या वैशिष्ठ्यपूर्ण मार्गांनी जाहिरातदार आणि ग्राहक दोघांसाठी काही गोष्टी फार सोप्या केल्या आहेत आणि या एकाच गोष्टीमुळे फेसबुकचाही विकास आणि प्रभाव वाढतो आहे असं रोझ म्हणतो.

माझ्या प्रोफाईलमध्ये मला आवडणाऱ्या अनेक संगीतकारांच्या नावांची यादी आहे. जुन्या एलपी रेकॉर्डला एमपी३ फाईलमध्ये परिवर्तीत करू शकेल अशा एका USB turntableच्या शोधात मी आहे. जुन्या काळात जन्माला आल्यामुळे माझ्यासारख्या अनेक लोकांना त्या काळातील संगीताची जपणूक करण्यासाठी जुन्या माध्यमांना नवीन पद्धतीच्या यंत्रावर आणण्यासाठी आम्ही मग फेसबुकवर असं काहीतरी शोधत असतो. आणि आता असं तंत्रज्ञान तयार करणाऱ्या कंपन्यांचे जाहिरातदार आम्हाला शोधत असतात. फेसबुक अशा दोन लोकांमधला दुवा झालं आहे.

युजर्सबद्दल जे ज्ञान फेसबुकला आहे त्याच्या आधारावर जाहिरात क्षेत्रातील लोकांना बाजारासंदर्भात आणखी जाणून घ्यायला मदत मिळते. उदाहरण सांगायचं झालं तर, समजा आपल्या टीव्ही जाहिरातीसाठी कुठल्या प्रकारचं संगीत वापरायचं हे जर एखादया कंपनीला जाणून घ्यायचं असेल, तर या कंपनीच्या फेसबुक पेजवर असलेल्या युजर्सच्या प्रोफाईलच्या माहितीचं संकलन करून त्यांना कुठल्या पद्धतीचं संगीत आवडतं त्यावरून ते कसं संगीत पसंत करतील याचा अंदाज घेऊ शकतील. एखादी एंगेजमेंट जाहिरात तुम्ही विकत घेतली तर त्यावर कशा आणि किती प्रकारच्या युजरनी क्लिक केलं आहे, म्हणजेच ती जाहिरात पाहिली आहे, हे तुम्हाला फेसबुक पटकन सांगू शकतं. "आपल्या उत्पादनाला पसंती देणारा ग्राहकवर्ग हा १८ ते २४ या वयोगटातील स्त्रिया आहेत, असा दावा करणाऱ्या जाहिरातदाराला मी सांगू शकतो की प्रत्यक्षात हा वर्ग १९ ते ३८ वर्षं वयाच्या पुरुषांचा आहे आणि त्यांना फुटबॉल हा खेळ आवडतो. शिवाय त्यांच्या आवडीचे चित्रपट अमूक अमूक आहेत. जर तुम्हाला या लोकांपर्यंत पोचायचं असेल तर ही घ्या त्यांच्या आवडत्या टीव्ही कार्यक्रमांची यादी आणि तुमच्या जाहिराती दाखवण्यासाठी या कार्यक्रमांची वेळ साधता येईल. पूर्ण जाहिरात मोहिमेचं नियोजन या माहितीच्या आधारे करता येईल. अशा प्रकारची माहिती जगाच्या पाठीवर कुणीही इतक्या छातीठोकपणे देऊ शकत नाही," माईक मर्फी सांगतो.

कंपनी आता निएल्सन होमस्कॅन या सेवेसोबत काम करते. निएल्सन अमेरीकेतील घराघरात विकत घेतल्या जाणाऱ्या उत्पादनांच्या माहितीचा आणि फेसबुकवरील या लोकांच्या वर्तणुकीचा काही ताळमेळ जुळतो का किंवा कुठल्या संदर्भात या दोन गोष्टींमध्ये साम्य आहे का याचा अभ्यास करत आहे. कुठली जाहिरात फेसबुकच्या युजरनं पाहिली आणि काय उत्पादन त्यांनी विकत घेतलं हे या अभ्यासानंतर

जाहिरातदारांना निश्चित कळू शकेल. हा डाटा गेली कित्येक वर्षं टीव्ही या माध्यमासाठी अस्तित्वात होता. फेसबुक ही माहिती प्रभावीपणे मांडू शकलं तर मग जाहिरातदारांची फेसबुकपुढे रीघ लागणार यात शंका नाही.

युजरनी पुरवलेल्या माहितीचा जो साठा आज फेसबुक मिरवतं आहे त्यातून कंपनी मोठी कमाई करू शकते, असा काहींचा समज आहे. "जगातील मोठमोठ्या उत्पादन शीर्षकांच्या जाहिरातदारांसाठी एक विश्वासार्ह योजना तयार करण्याचं जे गुगलचं स्वप्न आहे, ती संधी फेसबुकला प्राप्त झाली आहे," नेएल्सन IAG चालवणारा ॲलन गॉल्ड म्हणतो. "स्टिव्ह बॉलमरनं मान्य केलेलं मूल्यांकन अजिबातच चूक नव्हतं."

विविध कंपन्यांकरीता फेसबुकवर पेज आणि प्रायोजित ॲप्लिकेशन तयार करणाऱ्या बडी मिडीयाच्या सीईओ माईक लॅझरोचं म्हणणं आहे की फेसबुक भविष्यात मार्केटिंगचा कायापालटच करणार आहे आणि एक बलाढ्य व्यावसायिक म्हणून स्वत:ला स्थापित करणार आहे. "४०० मिलियन लोक कुठे राहतात एवढंच नाही तर त्यांचे मित्र कोण आहेत, त्यांच्या आवडीनिवडी काय आहेत आणि ते ऑनलाईन काय काय करतात या सगळ्या माहितीचे मालक असलेल्या फेसबुकमध्ये, भविष्यात इंटरनेटच्या संपूर्ण रचनेची खडान्खडा माहिती सामावू शकेल अशी ताकद आहे," तो म्हणतो.

आताच्या घटकेला आपल्या माहितीचा वापर करण्याची परवानगी देऊन जाहिरातदारांना स्वत:पर्यंत पोचण्याची संधी देण्यासंदर्भात युजर पूर्णत: तयार नाही. इथेच गोपनीयतेच्या नियम व अटींची भूमिका महत्त्वाची ठरते. जाहिरातदारांना माहिती पुरवताना किंवा त्यांच्यासाठी युजरच्या माहितीचे साठे उघड करताना थोडासाही निष्काळजीपणा झाला तर कंपनीच्या इभ्रतीला अगदी सहज धक्का पोचू शकतो.

अशा प्रकारच्या अडचणी आल्या नाहीत असंही नाही. जाहिरातींचं विश्व लोकांच्या आवडीनिवडींच्या सभोवती फिरतं आणि अशात या जिवंत लोकांचा ज्या गोष्टींना विरोध आहे किंवा परवानगी नाही, अशा काही गोष्टींच्या जाहिरातीत त्यांच्या माहितीचा वापर होणं हा एक धोका अगदी साहजिक आहे. व्हर्जिनियात लिंचबर्गला राहणाऱ्या पीटर स्मिथ नामक व्यक्तीला जुलै २००९ला फेसबुकवर एक जाहिरात दिसली. एका हसऱ्या आणि आकर्षक महिलेच्या छायाचित्राशेजारी एक वाक्य लिहिलं होतं, 'Hey Peter, hot singles are waiting for you!' चित्रातील ती बाई त्याची बायको होती. झालं असं की पीटरची बायको शेरील फेसबुकवर एक गेम खेळली. युजर आणि ॲप्लिकेशनला जोडणाऱ्या यंत्रणेतूनच गेम खेळण्यासाठी फेसबुकवर असलेल्या तिच्या काही माहितीपर्यंत पोचण्याची

परवानगी तिनं गेम ॲप्लिकेशनला दिली. पण या गेममध्ये जाहिरात दाखवणारी भलतीच एक कंपनी होती आणि त्या कंपनीच्या नेटवर्कचा वापर या खेळ तयार करणाऱ्या कंपनीनं केला होता.

या कंपनीनं गेममध्ये दिसणारा शेरीलचा फोटो विनापरवानगी काढून घेऊन डेटिंगसाठीच्या जाहिरातीत वापरला. अर्थात त्यांनी हे करताना फेसबुकच्या नियमांचं सरळ उल्लंघन केलं होतं आणि त्यासाठी फेसबुकनं त्यांच्यावर बंदीही घातली. त्यानंतर युजरची माहिती अशा प्रकारे वापरण्यास सर्व जाहिरातदारांना बंदी करण्यात आली आहे. पण फेसबुक युजरचं ॲप्लिकेशन वापरण्याचं प्रमाण आणि ते वापरताना पुरेशी काळजी न घेणं यामुळे युजरचा डाटा कशा प्रकारे वापरला जातो आहे यावर कंपनीला सतत लक्ष ठेवणं कठीण होत चाललं आहे. चुकांचं प्रमाण त्यामुळे वाढत राहणार, ही भीती कायम आहे.

❖

सॅन्डबर्गच्या फेसबुकमधील आगमनानंतर कंपनीच्या नेतृत्व फळीत बरेच बदल झाले आणि या फळीची मोठ्या प्रमाणात पुनर्बांधणी करावी लागली. लोकांनी कंपनी सोडून जाण्याची सुरुवात याच काळात झाली. कंपनीबाहेर जाणारी पहिली व्यक्ती व्हॅन नॅट होता. त्यात कुणाला फारसं आश्चर्य वाटलं नाही, हे मात्र खरं. सॅन्डबर्गला कंपनीत नंबर दोन म्हणून आणलं आणि अशात आपण कधीच आता फेसबुकच्या सीईओच्या पदापर्यंत पोचू शकणार नाही, याची पुरेपूर जाणीव व्हॅनला झाली होती. त्यानं बाहेर पडण्याचा निर्णय घेतला. बाहेर पडताच त्याच्या वाट्याला मायस्पेसचं सीईओ पद आलं होतं. पण दुर्दैवानं तो एक वर्षापेक्षाही कमी काळ त्या पदावर राहिला.

एकीकडे, कंपनीत प्रवेश घेताच जाहिरातीच्या क्षेत्रातील काही मूलभूत संधींवर कंपनीचं लक्ष केंद्रित व्हावं यासाठी सॅन्डबर्ग झटू लागली आणि दुसरीकडे फेसबुकच्या जन्मापासून मार्कच्या खांद्याला खांदा लावून काम करणाऱ्यांपैकी काहींनी कंपनीतून बाहेर जाण्याचा निर्णय घेतला. २००५ पासून मार्कच्या अति विश्वासू लोकांपैकी एक असलेल्या मॅट कोहलरनं कंपनी सोडली आणि VCच्या क्षेत्रातील नामांकित बेंचमार्क कॅपिटल या संस्थेत भांडवलदार म्हणून नवीन आयुष्याला सुरुवात केली. आपल्याला आयुष्यात हेच करायचं होतं, असं तो म्हणतो. तो आजही मार्कच्या जवळच्या लोकांपैकी एक आहे.

एक्सेटरपासून मार्कच्या सतत सोबत राहीलेल्या ॲडम डीॲन्जेलोनं बरेच वेळा फेसबुक सोडलं आणि पुन्हा तो परतही आला होता. पण या वेळी त्यानं मार्कची साथ सोडली आणि जाताना बरोबर फेसबुकच्या सगळ्यात उत्तम अभियंत्याला

- चार्ली शिवरला तो घेऊन गेला. त्यानं Quora नावाची आपली स्वत:ची कंपनी काढली.

पण डस्टीन मॉस्कोव्हिट्झचं फेसबुक सोडून जाणं सगळ्यात धक्कादायक ठरलं. फेसबुकच्या पहिल्या दिवसापासून तो मार्कचा अक्षरश: उजवा हात म्हणूनच वावरला होता. तब्बल सहा टक्के रोख्यांची मालकी त्याच्याकडे असल्यामुळे तो कंपनीतील तो एक मोठा भागभांडवलदार आहे. डस्टीनही मार्कच्या अजूनही फक्त संपर्कातच नाही तर त्याच्या मर्जीतल्यांपैकी एक आहे. आपली स्वत:ची इंटरनेट सॉफ्टवेअर कंपनी सुरू करण्यासाठी फेसबुक सोडल्याचं तो सांगतो.

Asana नावानं सुरू केलेल्या या कंपनीत त्याला गुगल डॉक्स किंवा मायक्रोसॉफ्ट ऑफिससारख्या कंपन्यांशी स्पर्धा कराव्या लागणाऱ्या सॉफ्टवेअर कंपन्यांसाठी, फेसबुकशी संलग्न ऑनलाईन सॉफ्टवेअर तयार करून पुरवण्याचा व्यवसाय करायचा होता. ते फार काळ त्याच्या डोक्यात होतं, असं तो म्हणतो. प्रकल्प थोडा महत्त्वाकांक्षी होता. डस्टीन सांगतो की फेसबुकमध्येच राहून आपलं हे स्वप्न साकारण्यासाठी काम करता येईल आणि त्यासाठी फेसबुकमध्ये आपलं स्थान काय असावं, यावर त्यानं बराच काळ विचारही केला. पण थांबलं तर फेसबुकच्या कामाशी प्रामाणिक राहता येणार नाही आणि प्रकल्पावरही पूर्ण लक्ष देता येणार नाही, म्हणून फेसबुक सोडण्याचा निर्णय त्यानं घेतला.

स्वयंप्रेरणेनं आणि कष्टानं सगळं काही शिकून घेत चीफ टेक्निकल ऑफिसर पदापर्यंत पोचणाऱ्या डस्टिनचा प्रभाव, कंपनीत कामगारांचा आकडा हजार झाल्यानं आणि कामकाजाला व्यावसायिक स्वरूप आल्यानं नक्कीच कमी झाला होता. कंपनीची दिशा आणि दशा ठरवण्याचे अधिकार अनेक वर्षं त्याच्या आणि मार्कच्या हातात होते. पण कंपनी विस्तारली आणि मार्कचे अधिकारही वाढले. डस्टीनचे अधिकार मात्र कमी कमी होत गेले. भागभांडवलात मोठा हिस्सा असूनही कंपनीत मात्र त्याच्या अखत्यारितलं असं काही उरलं नव्हतं. कंपनीत या दोघांनाही जवळून पाहणारे अनेक जण होते. ''कंपनी ज्या दिशेनं वाटचाल करत होती, त्या संदर्भातील मतभेद होते ते,'' दोघांनाही जवळचा असलेला एक मित्र सांगतो. ''आणि अशा वेळी यातील एकाकडे जर सर्व अधिकार असतील तर मतभेद कधीच दूर होत नाही.'' याशिवाय Asana ला फेसबुकच्या बाहेर विकसित करणंच योग्य होतं. कारण फेसबुकला कामाच्या ठिकाणी आणखी लोकप्रिय करण्यासाठी या अशा प्रकारच्या सॉफ्टवेअरमध्ये आणखी काही फीचर्सची भर घालण्यात आपल्याला अजिबात रस नाही हे मार्कनं वारंवार बोलून दाखवलं होतं.

मार्कशी काही वाद होते म्हणून कंपनी सोडली, हे आज या सोडून गेलेल्या आणि तरीही स्वत:ला मार्कचे मित्र म्हणून दावा करणाऱ्यांपैकी एकही जण मान्य

करत नाही. ॲडम म्हणतो की तो मोठ्या संस्थांमध्ये किंवा कंपन्यांनमध्ये काम करण्यास अजिबात लायक नाही. कारण अशा ठिकाणी वाढत असताना कायम अनेक तडजोडी कराव्या लागतात आणि अशा तडजोडी दैनंदिन व्यवहार होतात. फेसबुकशी आजही आपण जुळलेलो आहोत, हेही तो मान्य करतो. पण कंपनीतल्या लाल फितीच्या वाढत्या कारभारामुळे तो वैतागला होता. रोज रोज तोच प्रकार त्याच्या डोक्यात जाणारा होता. ''मार्कमध्ये हे सहन करण्याची असामान्य ताकद होती. पण ज्याला कंपनी स्वत:ची नाही असं वाटतं, ही गोष्ट त्याच्या सहनशक्तीच्या बाहेरची होती,'' ॲडम म्हणतो.

या दोघांच्याही आधी कंपनी सोडून गेलेला कंपनीच्या सहसंस्थापकांपैकी एक ख्रिस ह्यूजेस फटकळ वाटावा इतका स्पष्टवक्ता आहे. झकरबर्ग आजही ज्यांना मित्र म्हणून मानतो, पण जे त्याला व कंपनीला सोडून गेले ते वैतागले होते, असं ख्रिस म्हणतो. ''मार्कसोबत काम करणं एक आव्हानच आहे. आपण करतो आहे ते काम त्याला आवडतं आहे किंवा नाही याचा तुम्हाला कधीच अदमास घेता येत नाही. त्यामुळे मार्कबरोबर काम करण्यापेक्षा त्याचा मित्र म्हणून राहाणं केव्हाही चांगलं,'' ख्रिस अतिशय स्पष्टपणे सांगतो.

मित्रांच्या जाण्यानं हा तरुण सीईओ खूप उदास झाला होता. प्रत्यक्ष सोडून जाण्यापूर्वी वर्षभर आधी जेव्हा मॉस्कोव्हिट्झनं कंपनी सोडण्याविषयी मार्कला सांगितलं, तेव्हा त्याला खूप मानसिक धक्का बसला. डस्टीनची जाण्याची वेळ आली तोपर्यंत मार्कनं त्याला थांबवण्याचे सगळे प्रयत्न थांबवले होते. कोहलर व डिॲन्जेलोबद्दल मार्कला अजूनही वाटतं की त्यांच्यासाठी योग्य पद शोधू शकलो असतो तर त्यांना थांबवता आलं असतं.

या लोकांच्या जाण्याचा सॅन्डबर्गच्या कंपनीत नंबर दोन म्हणून येण्याशी काही संबंध नव्हता. पण तिच्या मॅरथॉन मीटिंगचे निष्कर्ष मॉस्कोव्हिट्झला पूर्वी अजिबात मान्य नव्हते. तिच्या फेसबुकवरच्या प्रभावासंदर्भात मी जेव्हा डस्टीनला विचारलं तेव्हा तो झटक्यात उत्तरला, ''प्रचंड सकारात्मक असाच तो आहे.'' पण पुढे त्यानं आपली बाजूही मांडली. ''पण सतत आणि इतकं सकारात्मक असणं मला न मानवणारं, न पटणारं आहे. त्याही पलीकडे जाऊन मला असं वाटतं की कंपनीची जी नैसर्गिक वाटचाल किंवा दिशा आहे त्याच्या विरुद्ध अशी तिची भूमिका आहे. त्याचवेळी मला काही गोष्टी अगदी स्पष्ट कळतातही. कुठल्याही उत्पादनात जास्तीतजास्त गुंतवणुकीची गरज असते, यावर माझा विश्वास आहे पण त्याचबरोबर मला हेही म्हणायचं आहे की जर लोकांच्या समाधानाच्या किंवा त्यांच्या विरुद्ध जाणारं जर ते असेल तर त्याला थांबवलंच पाहिजे. पेजवरच्या खूप मोठ्या जाहिराती या अशा समाधानाच्या आड येणाऱ्या, युजरशी सरळ तिढा निर्माण करणाऱ्या

असतात आणि नेमकं त्या जाहिराती जास्तीतजास्त प्रमाणात आणणंच शेरीलचं काम आहे,'' तो स्पष्ट करतो. फेसबुकवर जाहिराती कशा चालतील यावर तिनं विचार करून तोडगा काढला याचा डस्टिनला आनंदच आहे. पण तो त्याला 'necessary evil' म्हणतो. मग थोडा विचार करून तो पुढील वक्तव्य करतो, ''कदाचित आता या सगळ्यातून समतोल साधला गेला असेल.''

फेसबुकचा व्यवसाय जाहिरात करणं आहे, हे जरी एकमतानं ठरलं असलं तरी मार्क सतत सगळ्यांना आठवण करून देतो की युजरचा आकडा वाढवणं हे मॉनेटायझेशन पेक्षा जास्त महत्त्वाचं आहे. आणि आजही डस्टिन आणि डीअॅन्जेलो त्याच्याशी सहमत होतात. ''एका युजरच्या आधारावर तुम्ही एक डॉलर कमवू शकता हे अगदी बरोबर आहे. पण त्या एका युजरनं जर दहा मित्रांना फेसबुकवर आणलं तर तुम्ही अकरा डॉलरची कमाई करू शकता,'' मॉस्कोव्हिट्झ म्हणतो. ''फेसबुकचा विकास आणि त्याची वाढ ही खूप प्रयोगशील आहे. आपण कुठल्या क्षणी तडजोड करायला लागलो हे सांगणं फार कठीण आहे,'' तो म्हणतो. जाहिरातींच्या बाबतीत डीअॅन्जेलोही फारच निरुत्साही आहे. ''मी वैयक्तिक स्तरावर विकासाच्या बाजूनं आहे. म्हणजे मला म्हणायचं आहे की फेसबुकचा कार्यकाळ खूप दीर्घ आहे आणि मी त्यावर ठाम आहे. पण जर तुमचा हेतू फेसबुक जगातील प्रत्येक व्यक्तीनं वापरावं असा जर असेल तर अशा जगातील प्रत्येक व्यक्ती वापरत असलेल्या गोष्टीतून कमाई करणं, तीही भरपूर, हे केव्हाही शक्य आहे,'' तो बोलतो.

जाहिरातींच्या विरोधात असलेले आणि फक्त विकासाची बाजू घेणारे मार्कचे सहकारी साथ सोडून गेले, पण तो मात्र आपल्या फेसबुकच्या लांबच्या पल्ल्याच्या प्रवासासाठी अगदी प्रयत्नशील आहे. ''लोकांनी आता फक्त हे समजून घेण्याची गरज आहे की आम्ही जे करतो आहोत ही तर फक्त सुरुवात आहे. यशस्वी ठरलेली, प्रभावी आणि प्रतिस्पर्ध्यांवर मात करणारी प्रत्येक कंपनी दीर्घकाळ टिकणारी होती,'' मार्क सांगतो.

व्यवस्थापन मंडळातील पीटर थिएल हाही असाच एक साइटच्या विकासाच्या बाजूनं मत मांडणारा आहे. कंपनीच्या छोट्याशा इतिहासात असे अनेक प्रसंग आले जेव्हा मार्क इतर गोष्टींमुळे थोडा विचलित झाला. पण थिएल एक अशी व्यक्ती होता ज्यानं त्याला प्रत्येक वेळी 'युजरची संख्या वाढव,' अशी सूचना वारंवार दिली.

फेसबुकमधील जाहिरात गुरू आणि दिग्गज व्यक्ती माईक मर्फी हे मान्य करतो की साइटचा गुणात्मक विकास आणि कमाई किंवा नफा या मुद्द्यावर कंपनीत तणावाचं वातावरण आहे. २००६मध्ये तो फेसबुकमध्ये आला तेव्हा त्याला या वातावरणामुळे डोकं उठायची वेळ आली होती. ''पण आता माझी चिडचिड आश्चर्यकारकरित्या कमी झाली आहे. मार्कनं आम्हाला जे काही द्यायचं वचन

दिलं ते त्यानं पाळलं. ज्या संसाधनांची गरज होती ती आम्हाला मिळाली,'' तो अभिमानानं सांगतो. कंपनीकडे आता जाहिरात विक्री विभागात सुमारे २६० लोक काम करतात. सॅन्डबर्ग येण्यापूर्वी कंपनीनं जाहिरात विक्रीसाठी फक्त तीन ठिकाणी – पालो आल्टो, न्यूयॉर्क आणि लंडन – इथे कार्यालय उघडलं होतं. शेरील आल्यानंतर आता अटलांटा, ऑस्टीन, डेट्रॉईट, शिकागो, डल्लास, डबलीन, हॅमबर्ग, हैदराबाद, लॉस एन्जेलिस, मॅड्रिड, मिलान, पॅरीस, सिएटल, सिंगापूर, सिडनी, स्टॉकहोम, टोकीयो, टोरान्टो आणि वॉशिंग्टनलाही कार्यालय स्थापन झाली आहेत. जाहिरात विक्रीचं मुख्यालय डबलिनला आहे.

गुणात्मक विकास आणि कमाई या दोन गोष्टींमध्ये काही तणाव आहे हेच मुळात सॅन्डबर्गला मान्य नाही. ''आमची उद्दिष्टं स्पष्ट आहेत : जगात किती माहिती प्रसारीत होते? त्याचबरोबर महत्त्वाचं आहे की किती युजर आमच्याकडे आहेत? आणि पैसा किती आहे? फक्त या काही बाबी आहेत ज्या आमच्या कारवाईसाठी आवश्यक आहेत. या गोष्टी वेगवेगळ्या ठेवूनही चालत नाही,'' ती म्हणते.

फेसबुक आता संपूर्ण जाहिरात जगताच्या आकर्षणाचा विषय बनलं आहे आणि या एका साइटकडे त्यांचा ओढा वाढतच चालला आहे. फक्त एका वर्षात– २००८ ते २००९च्या दरम्यान फेसबुकच्या 'सेल्फ-सर्व्हिस जाहिरातींच्या वापराची संख्या तिपटीनं वाढली आहे. असोसिएशन ऑफ नॅशनल ॲडव्हर्टायझिंगनं २००९मध्ये केलेल्या सर्वेक्षणात असं दिसून आलं की एकूण उद्योजकांपैकी ६६ टक्के लोक आपल्या उत्पादनाच्या जाहिरातीसाठी सोशल मीडियाचा उपयोग करतात. ही टक्केवारी २००७मध्ये फक्त २० टक्के होती. आणि विशेष म्हणजे त्यांच्यासाठी सोशल मिडीया म्हणजे फेसबुक आहे. अमेरीकेतील जवळपास सगळेच महत्त्वाचे उत्पादक आपल्या कंपनीच्या आणि उत्पादनाच्या प्रचार-प्रसारासाठी फेसबुकचा आसरा घेताना दिसतात. यात पेप्सिको, प्रॉक्टर अँड गॅम्बल, सीअर्स आणि युनिलिव्हरचा समावेश आहे. आता युजरही साइटवरच्या या वाढत्या व्यावसायिक घडामोडींना आपलंसं करू लागले आहेत. या कंपन्यांच्या फेसबुक पेजेसवर युजर फॅनची संख्या भराभर वाढतेच आहे. नोव्हेंबर २०१० मध्ये दरदिवशी ५० मिलियन युजर नव्यानं आलेल्या कंपन्यांच्या पेजेसचे फॅन बनताहेत. कोकाकोला, डिस्ने, स्किटल्स, साऊथ पार्क, स्टारबक्स आणि युट्यूब या अशा काही कंपन्या आहेत ज्यांच्या पेजवरील फॅन संख्येनं दहा मिलियनचा आकडा कधीचाच पार केला आहे.

आर्थिक परीस्थितीसंदर्भात कंपनीत उत्साहाचं वातावरण आहे. संचालक मंडळातील मार्कच्या अखत्यारीतील जागेवर २००८मध्ये मार्क ॲन्ड्रीसनला नियुक्त केलं. तो कंपनीच्या या व्यावसायिक प्रगतीविषयी भरभरून बोलतो. ''आर्थिक बाबतीत आता फेसबुकला चिंता करण्याची अजिबात गरज नाही, एवढं मी ठामपणे सांगू शकतो.

रात्रीचा प्रवास दिवसाकडे असतो. टीव्ही, रेडिओ, वर्तमानपत्रं आणि मासिकांचा महसूल दिवसेंदिवस कमी होतो आहे आणि त्यामुळे जाहिरातींवर साधारण मार्केटमध्ये खर्च होणारे २०० बिलियन इतर ठिकाणी वळते करता येतील आणि ते ठिकाण ऑनलाईनच असणार, हेही निश्चित. त्यामुळे फेसबुककडे असलेल्या युजरच्या माहितीच्या आधारावर ही कमाई करणं सहज शक्य आहे,'' तो म्हणतो. यापूर्वी ग्राहकांचं लक्ष टीव्हीवरच असायचं आणि म्हणून जाहिरात आणि त्यावर खर्च होणारी रक्कमही या माध्यमाच्या खात्यात जात होती. पण परीस्थिती आता बदलली आहे. सर्वेक्षणानुसार टीव्ही माध्यम बाजूला पडून आता ग्राहकांचा अधिक वेळ ऑनलाईन किंवा इंटरनेटवर जातो. जर लक्ष ऑनलाईनवर असेल तर मग पैसाही तिकडे वळणारच.

जगभरातील उद्योगधंद्यांना नुकताच जो आर्थिक मंदीचा फटका बसला, फेसबुकला त्याची झळ फारशी पोचली नाही, याचं सॅन्डबर्गला फार आश्चर्य वाटतं. २००८मध्ये कंपनीनं विस्ताराच्या वेगाला थोडा आवर घालून खर्चावर आळा घातला. ''जणू काही सगळं जगच बुडणार की काय अशी परीस्थिती या मंदीच्या काळात होती आणि त्यामुळे मी खूप नर्व्हस झाले होते,'' सॅन्डबर्ग सांगते. या जागतिक मंदीची झळ फेसबुकलाही पोचणार हे आता स्पष्ट दिसू लागलं होतं. पण प्रत्यक्षात असं घडलंच नाही. २००९च्या मध्यात एका मुलाखतीत ती म्हणाली की नेमकं ज्या वेळी सगळ्यांच्या जाहिरातींच्या दरात घसरण चालू झाली, फेसबुकचे दर मात्र तसेच राहिले. याचाच अर्थ, ती म्हणते, कंपनीच्या एकंदर स्थितीत सुधारणेचा आलेख वर आणि आणखी वर चालला होता. कॉमस्कोर या संस्थेनं केलेल्या सर्वेक्षणात दिसून आलं की अमेरीकेतील ऑनलाईन जाहिरातींचा ओघ सोशल मिडीयाकडे होता आणि २०१०च्या पहिल्या काही महिन्यांत फेसबुकनं २९७ बिलियनच्या जाहिराती आपल्या साइटवर दाखवल्या. टक्केवारीत त्या एकूण जाहिरातींच्या २३.१ टक्के होत्या.

फेसबुकच्या व्यावसायिकतेला स्पष्ट स्वरूप देण्याच्या सॅन्डबर्गच्या प्रयत्नांना आता यश आलं होतं. या तरुणाईच्या साम्राज्यात तिच्या अनुभवांना आपल्या अधिकाराची जागा मिळाली होती. सारेच उच्चपदस्थ लोक तिच्या या कामाच्या पद्धतीबद्दल भरभरून बोलतात. तिचं कंपनी सांभाळणं, कर्मचाऱ्यांशी असलेला संवाद आणि काम करवून घेण्याची पद्धत सारं काही वाखाणण्याजोगंच आहे.

फेसबुकसंदर्भातील आकडेवारीत फक्त वाढच दिसते. फेसबुक आपली आर्थिक स्थिती सार्वजनिक करण्याच्या विरोधात आहे. पण विश्वसनीय गोटातून मिळालेल्या माहितीनुसार २००८मध्ये कंपनीचा महसूल ३०० मिलियनपेक्षा कमी होता जो एक वर्षात वाढून ५५० मिलियन झाला आहे. म्हणजे कंपनीचा विकास १०० टक्क्यांनी

होतो आहे. २०१०मध्ये महसूल १.३ बिलियनहून जास्त असल्याचंही याच गोटातून कळतं.

मोठ्या जाहिरातदारांकडून कंपनीच्या महसुलात सर्वांत जास्त भर पडत असली तरी कंपनीच्या कमाईचा चढता आलेख फेसबुकनं चालवलेल्या सेल्फ-ॲडमुळे आहे, ज्याला छोट्या व्यावसायिकांकडून प्रचंड प्रतिसाद मिळाला आहे. २००९मध्ये या जाहिरात प्रकारातून कंपनीला ३०० ते ४०० मिलियन डॉलर कमाई करता आलेली आहे. फेसबुकचे या जाहिरातींचे दरही फारच कमी आहे. शिवाय फेसबुकवर त्या खूप वेळा दाखवल्या जातात आणि म्हणून त्याचा प्रतिसाद वाढतो आहे. कंपनीच्या एका विश्वासू व्यक्तीचं मत आहे की जाहिरातींच्या आणि कमाई वाढीमागे असलेल्या दोन परस्परसंबंधी गोष्टींच्या परिणामाकडे लोक दुर्लक्ष करताना दिसतात. या दोन गोष्टी म्हणजे वाढणारी युजरची संख्या आणि फेसबुकचा वाढलेला वापर. कॉमस्कोरनं केलेल्या पाहणीत आणखी एक गोष्ट निदर्शनास आली. अमेरीकेतील फेसबुक युजर, जे आकड्यात १४० मिलियन आहेत, सरासरी दर महिन्याला सहा तासांपेक्षा जास्त काळ फेसबुक वापरतात.

दुसरा लोकप्रिय ठरलेला जाहिरात प्रकार म्हणजे एगेंजमेंट ॲड्स आणि फेसबुकला प्रत्यक्ष विकलेल्या जाहिराती, ज्यातून कंपनीनं १०० मिलियनची कमाई केली आहे. मायक्रोसॉफ्टनं आणलेल्या जाहिरातींतून ५० मिलियन आणि व्हर्च्युअल वस्तूंच्या विक्रितून ३० ते ५० मिलियन एवढी कंपनीच्या मिळकतीत भर पडली आहे.

“सगळेच फेसबुकच्या मिळकतीचं मॉडेल काय, याची वाट पाहताहेत, अशी एक वदंता आहे,” सॅन्डबर्ग म्हणते. “पण ते मॉडेल आत्ताच अस्तित्वात आहे आणि ते आहे जाहिरात! हाच आमचा व्यवसाय आहे आणि तो छान जोर धरतो आहे,” ती सांगते. पण फेसबुकमधले काही लोक तिच्या या वक्तव्याशी सहमत नाहीत.

❖

१४

फेसबुक आणि जग

'जगाला बोलतं करणं एका रात्रीत घडतं नाही.'

ऑक्टोबर २००८. मार्क झकरबर्ग स्पेनच्या पॅम्प्लोनातील प्रतिष्ठित युनिव्हर्सिटी ऑफ नव्वाराच्या आवारात एका व्हॅनमध्ये बसला आहे. या कॉलेजातील सगळ्यात मोठ्या लेक्चर हॉलमधून तो नुकताच भाषण देऊन बाहेर आला आहे. जेमतेम ४०० विद्यार्थी बसू शकतील एवढीच हॉलची क्षमता असताना, त्यात ६०० हून अधिक विद्यार्थी दाटीवाटीनं फक्त मार्कचं बोलणं ऐकण्यासाठी बसले होते. व्हॅन हलणार तेवढ्यात मुलांचा एक मोठा लोंढा पुढे आला. ते हात हलवत होते, जल्लोष करत होते आणि मार्कचं फक्त एकदा आपल्याकडे लक्ष जावं यासाठी ते वाट्टेल ते करायला तयार होते. व्हॅन हलली आणि तिच्यामागे चार-पाच मुलीही धावू लागल्या. मार्कला विद्यापीठाच्या अध्यक्षांना भेटायचं होतं. त्यांच्या कार्यालयासमोर व्हॅन थांबली आणि त्या मुली त्याला तिथंही दिसल्या. त्या मुलींसोबत फोटो काढायला मार्क अगदी सहज तयार झाला. (नंतर हा फोटो फेसबुकवर झळकणार होता, नक्की). जगातील सर्वांत भाग्यवान व्यक्ती असल्याचा साक्षात्कार झाल्यासारख्या त्या मुली मग आनंदानं ओरडत-किंचाळत तिथून निघून गेल्या. "तू तर आता रॉकस्टार झाला आहेस," ॲनिका फ्रॅगोट, मार्कची अत्यंत विश्वासू पर्सनल असिस्टंट (अगदी २००६ पासून ती त्याच्यासोबत आहे.) त्याला म्हणाली. ती, फेसबुकचे तीन आणखी कर्मचारी आणि मी मार्कसोबत फेसबुकच्या या प्रचारार्थ काढलेल्या युरोप दौऱ्यावर आलो होतो.

❖

इंटरनेटसंदर्भात सर्वेक्षण करणाऱ्या निएल्सन कंपनीनं मार्च २००९मध्ये एका ऐतिहासिक बदलाची घोषणा केली. त्यांच्या एका पाहणीत आढळून आलं की जगभरात सोशल नेटवर्कवर लोक जो वेळ देतात तो वेळ इंटरनेटवर ई-मेलला दिल्या जाणाऱ्या वेळेपेक्षा जास्त आहे. नवीन संवाद माध्यमाला आता लोकांनी

बिनदिक्कत स्वीकारलं. जगभर २००८मध्ये सोशल नेटवर्क वापराचा वेळ ६३ टक्क्यांनी वाढलाच होता. फेसबुकची यशोगाथा वेगळ्याच विभागात होती. निएल्सनच्या सर्वेक्षणात आढळून आलं की फेसबुकनं इतर सगळ्याच इंटरनेट सेवांना मागे टाकलं होतं. या एका साइटवर युजर देत असलेला वेळ एका वर्षाच्या काळात ५६६ टक्क्यांहून वाढून २०.५ बिलियन मिनिटं झाला होता.

त्या एका वर्षात फेसबुकच्या विकासाचं आकलन करणं आवाक्याबाहेरचं होतं. २००६च्या शिशिरात ज्या क्षणी ही सेवा सगळ्यांसाठी खुली करण्यात आली, त्या क्षणापासून जगातील इंग्रजी बोलणाऱ्यांनी या सेवेशी स्वत:ला जोडून घेण्याची धडपड चालवली होती. २००८च्या सुरुवातीच्या काळात फेसबुकनं भाषांतरासाठी एक भन्नाट कल्पना काढली. वर्ष संपता-संपता या प्रकल्पाला भरभरून यश आलं. फेसबुक ३५ भाषांमध्ये अनुवादित होऊन वापरलं जाऊ लागलं. फेसबुकला आंतरराष्ट्रीय करण्याची प्रक्रिया जेमतेम सुरू झाली होती आणि तरीही तेव्हाच्या १४५ मिलियन युजरपैकी ७० टक्के युजर अमेरीकेबाहेरचे होते. निएल्सननं मोजणी करायला सुरुवात केली. त्या वेळी इंटरनेट वापरणाऱ्या जगातील एकूण संख्येपैकी ३० टक्के लोक फेसबुकवर होते. एक वर्षापूर्वी ही संख्या ११.१ टक्के होती. आताचं बोलायचं झालं तर फेसबुकजवळ कदाचित गुगलपेक्षाही जास्त युजर आहेत.

कंपनीच्या स्वत:कडूनच भरपूर अपेक्षा आहेत. कंपनीनं एक उद्दिष्ट स्वत:समोर ठेवलं, ज्याची वाच्यता बाहेर कुणाकडेही त्यांना करायची नव्हती. निर्णय घेण्यात आला की २००९मध्ये वर्ष संपताना फेसबुककडे २७५ मिलियन युजर हवेत. हा आकडा ऑगस्ट २००९मध्येच पार झाला आणि वर्ष संपल्यावर ही संख्या ३५० मिलियन होती. उण्यापुऱ्या १८० देशांमध्ये दर दिवशी एक मिलियन इतक्या मोठ्या प्रमाणात फेसबुकचे युजर वाढत होते.

ही अशी अविश्वसनीय आकडेवारी साठतच चालली होती. युएसनंतर फेसबुकवर ज्या देशाची सगळ्यात जास्त लोकसंख्या युजर म्हणून वावरत होती, तो देश होता इंडोनेशिया, ज्याची कुणी कल्पनाही कधी केली नव्हती. जगातील ३० देशांतील ३० टक्के नागरिक – होय, नागरिक, व्यावसायिक इंटरनेट वापरणारे नाही – फेसबुकचे युजर होते, ही बाब फेसबुक ग्लोबल मॉनिटरच्या निदर्शनास आली होती. या यादीत कॅनडा (५०.५ टक्के), नॉर्वे (५०.१ टक्के), हाँगकाँग (४९.२ टक्के), युनायटेड किंगडम (४५.७ टक्के), चिली (४३.९ टक्के), इस्राइल (४१.६ टक्के) आणि बहामास (४०.७ टक्के). छोट्याशा आर्यलॅन्डमध्येही ५८.२ टक्के नागरीक फेसबुकचे चाहते आहेत. ब्रूनेई, कंबोडिया, मलेशिया आणि सिंगापूरमध्ये फेसबुक सोशल नेटवर्कमध्ये नंबर वन आहे. कॉमस्कोरच्या मे २००८मधील सर्वेक्षणानुसार फेसबुकनं जागतिक स्तरावर मायस्पेसला मागे टाकलं आहे. एका

आणखी अनोख्या विभागात सगळ्यात आश्चर्यकारक यश फेसबुकच्या वाट्याला आलं आहे. गुगलच्या सर्च इंजीनमध्ये २००८पर्यंत सगळ्यात जास्त लोकांनी काहीतरी शोधण्यासाठी वापरलेला शब्द सेक्स हा होता. २००८च्या मध्यानंतर या शब्दाला आता फेसबुकनं मात दिली आहे. आणि जगभर हीच अवस्था आहे.

फेसबुकला सर्व विभाग आणि क्षेत्रं आपल्या अखत्यारित आणायची आहे, असं आता गमतीनं म्हटलं जात आहे. पण त्याहीपेक्षा गमतीशीर गोष्ट म्हणजे या गमतीतही सत्य आहे. लोकांना वेगवेगळ्या नेटवर्कवर अनेक प्रोफाईल तयार करणं आणि ती सांभाळणं नकोसं वाटतं, हे झकरबर्गला खूप आधी कळलं होतं. 'नेटवर्क इफेक्ट' संदर्भात हार्वर्ड आणि पालो आल्टोला ज्या चर्चा होत असत त्यातून त्याला एक पक्कं लक्षात आलं होतं की एकदा का संवादाच्या व्यासपीठावर सगळ्या गोष्टी जुळून आल्या की मग हा नेटवर्कचा परिणाम आणखी झपाट्यानं वाढणार आणि जो जीता वही सिकंदर, ही स्थिती राहाणार. मग मार्केटमध्येही साम्राज्य स्थापित व्हायला जराही वेळ लागणार नाही, याची त्याला जाणीव होती. संवादाचं हे नवीन माध्यम जेवढे लोक आता या क्षणी जवळ करताहेत, भविष्यातही ते याला प्रतिसाद देणारच. म्हणून हे माध्यम फक्त अमेरीकेतील लोकांसाठी नाही तर जगातील प्रत्येक व्यक्तीसाठी असावं, हाच त्याचा प्रयत्न होता आणि त्यानं तो साध्यही केला. त्यामुळे त्याचं उद्दिष्टच मुळात सगळ्या सोशल नेटवर्क माध्यमांना स्तंभित करण्याचं होतं, जेणेकरून काही दिवसांनी प्रत्येक युजरला इतर कुठल्याही साइटपेक्षा फक्त फेसबुकच एकमेव आहे, असं वाटायला हवं. फेसबुक म्हणजेच सोशल नेटवर्क, हे समीकरण मार्कला स्थापित करायचं होतं किंवा मग काहीच करायचं नव्हतं. थोडक्यात खाईन तर तुपाशी नाही तर उपाशी, अशी काहीशी त्याची कल्पना होती.

ब्राझील, चीन, जपान, कोरीया आणि रशियामधल्या सोशल नेटवर्क साइटनं फेसबुकपेक्षाही जास्त युजरची संख्या मिळवली आहे. यापैकी काही देशांत स्थानिक मार्केटवर काही व्यावसायिकांचं राज्य चालतं. या सेवांच्या साम्राज्याला उचकटायचं असेल तर त्यासाठी खूप योजनाबद्ध पद्धतीनं काम करावं लागणार, हे मार्क जाणतो. म्हणूनच मॅड्रिडला लोकांशी बोलताना तो एकदा म्हणाला, "जगाला आणखी खुलवणं, आणखी मोकळं करणं हे एका रात्रीत चमत्कारासारखं घडत नाही. कमीतकमी दहा ते पंधरा वर्षांचा काळ द्यावा लागतो आणि मेहनत करावी लागते."

पण एक प्रश्न उरतोच. इतक्या कमी काळात इतकी मोठी झेप घेणं फेसबुकला कसं साधलं? फेसबुकच्या ताकदीचा, आंतरराष्ट्रीय स्तरावर चमत्कार वाटावं असं यश मिळवण्याच्या कुवतीचा विचार झकरबर्गनं कॅलिफोर्नियात आल्या आल्याच

सुरू केला होता. महत्त्वाकांक्षी शॉन पार्करचा मार्कवर प्रभाव होता. त्यानं सांगितल्याप्रमाणे मार्कलासुद्धा ही गोष्ट जाणवली होती की जर हे काम, ही सेवा यांची गुणवत्ता सांभाळली गेली तर भौगोलिक सीमांना भेदून फेसबुकला जगभर मान्यता मिळवून देणं फारसं कठीण नाही. म्हणूनच मार्कनं त्या वेळी जाणीवपूर्वक काही निर्णय घेतले आणि काही गोष्टींची अंमलबजावणीही केली. त्यातील एक म्हणजे मार्कनं फेसबुकचं बाह्य स्वरूप अगदी जाणीवपूर्वक साधं, सोपं आणि स्वच्छ ठेवलं. अत्यंत उपयोगी, पण सामान्य लोकांना किचकट वाटू शकतील अशा तांत्रिक मायाजालाचं हे साधं, सोपं स्वरूप प्रत्येक प्रकारच्या व्यक्तीला आपलंसं वाटतं आणि तो हे तंत्रज्ञान कालांतरानं विनासायास आपलंसं करतो, हे गुगलच्या संदर्भात सिद्ध झालं होतं. मार्कनंही तेच केलं. स्पेनमध्ये फेसबुकच्या आंतरराष्ट्रीय धोरणाबद्दल बोलताना तो म्हणाला, ''एक असं साधं आणि सोपं व्यासपीठ उभारायची आमची इच्छा होती की जिथे लोकांना परस्परांना माहिती पुरवताना कुठलीही अडचण येऊ नये.''

फेसबुकवर तुम्हाला केवळ तुमचे मित्रच दिसतात हे त्याचं मूलभूत वैशिष्ट्यच फेसबुकच्या देशोदेशातील यशाचं, लोकप्रियतेचं गमक आहे. अगदी सुरुवातीच्या काळापासून 'व्यक्तीची ओळख' हाच गाभा असलेलं फेसबुक इतर सोशल नेटवर्क सेवांपेक्षा वेगळं राहिलं आहे. त्यामुळेच फेसबुक एक वैशिष्ट्यपूर्ण वैश्विक घटना ठरली. अमेरीकेच्या जगभरातील विविध सेवांपैकी 'अमेरीकन भावना' कमीतकमी असणारी ही सेवा आहे, जी इतर देशांतील लोकांनाही आपलीशी वाटते. उदाहरणार्थ, इटलीमधील फेसबुक वापरणाऱ्यांची संख्या लक्षावधीच्या घरात गेली. पण म्हणून मित्र होण्यासाठी फक्त इटालियनच असावं हा आग्रहच इथे या सेवेत नव्हता. देश कुठलाही का असेना, फेसबुकमध्ये अनुभवायला मिळणारी मूल्यं, रूची, सूर, आवडी-निवडी, वर्तणूक तुर्कस्थान, चिली किंवा फिलीपिन्सच्या लोकांकरता त्यांच्या दैनंदिन जीवनापेक्षा वेगळी नव्हती.

याशिवाय जी भाषा लोक फेसबुकवर वापरतात ती त्यांची दैनंदिन भाषा आहे. प्रत्यक्ष भेटल्यावर ते ज्या पद्धतीनं परस्परांशी बोलतात, तेच आणि तसंच ते फेसबुकवरही बोलतात. म्हणून २००८मध्ये भाषांतराचं साधन फेसबुकनं आपल्या युजरसाठी निर्माण केलं ते आजपर्यंतच्या कंपनीच्या सर्वोत्तम उत्पादनांपैकी एक आहे आणि जगभर आपला पसारा वाढवण्यासाठी, विकास साध्य करण्यासाठी या एका साधनानं फेसबुकला खूप मोठी मदत केली आहे. २०१०च्या शेवटच्या काही काळात फेसबुक वापरणारी जगातील ९८ टक्के लोकसंख्या ही सेवा ७५ भाषांमध्ये वापरतात.

भाषांतर यंत्रणा आपल्या युजरसाठी उपलब्ध करून देताना फेसबुकनं एक वेगळी योजना आखली होती. ती अप्रतिम होती यात वादच नाही, कारण त्यात जगभर पसरलेल्या आपल्या लक्षावधी युजरना फेसबुकनं यात समाविष्ट केलं होतं.

साइटला इतर भाषांमध्ये अनुवादित करण्यासाठी आपले स्वत:चे कर्मचारी वापरण्यापेक्षा – ज्यात बरीच वर्षं खर्ची पडली असती – फेसबुकनं साइटवर सर्वसामान्यत: वापरले जाणारे ३००० शब्द, वाक्प्रचार भाषांतर करण्यासाठी युजरच्याच सुपूर्द केले. आश्चर्य म्हणजे लोकांनी त्याला फक्त प्रतिसादच दिला नाही, तर त्यांनी अतिशय उत्तम कामगिरी बजावली. प्रत्येकानं आपलं कौशल्य पणाला लावून आणि त्या-त्या देशातील भाषेचा आब राखून गुणात्मक असं काम केलं.

ज्या कोणत्या भाषेत साइटचा अनुवाद करायचा असेल, फेसबुक त्या देशातील आपल्या युजरना काही शब्दांची एक यादी देत असे. ही यादी एका सॉफ्टवेअरच्या माध्यमातून युजरला मिळायची. हजारो युजर त्यांच्या कुवतीप्रमाणे त्या एकेका शब्दाचे त्यांच्या भाषेतील पर्यायी शब्द किंवा त्यांना योग्य वाटत असलेला शब्दप्रयोग लिहून या सॉफ्टवेअरला देत. मग ती भाषा बोलणाऱ्या जगभरातील युजरना ही यादी पोचती करून सगळ्यात उत्तम आणि योग्य भाषांतरीत शब्दासाठी मतदान होत असे आणि ज्या शब्दाला सर्वाधिक मतं मिळतील त्या शब्दाचा वापर साइटच्या अनुवादासाठी व्हायला लागला.

जानेवारी २००८ मध्ये सर्वप्रथम स्पॅनिश लोकांनी या यंत्रणेचा वापर केला. फेसबुक इंग्रजी भाषेत वापरणाऱ्या स्पॅनिश युजरची संख्या २.८ मिलियन होती. चारच आठवड्यात जगभरातील १,५०० स्पॅनिश विशेषकांनी फेसबुकचं स्पॅनिश भाषांतर तयार केलं आणि फेसबुक स्पॅनिश झालं. भाषांतरीत शब्दांचा वापर करून हे स्पॅनिश फेसबुक ५ फेब्रुवारीला सुरू करण्यात आलं. यानंतर जर्मन फेसबुकची तयारी सुरू झाली. यासाठी दोन आठवडे आणि २००० लोकांची मदत झाली आणि जर्मन फेसबुक ३ मार्चला प्रसारीत झालं. फ्रेंच फेसबुक तर ४००० लोकांनी फक्त दोन दिवसांत तयार केलं होतं. या अशा भाषांतरीत फेसबुकसाठी कंपनीला एक छदामही खर्च करावा लागला नाही. फेसबुक वापरणाऱ्या युजरनीच निर्णय घेतला की 'पोक' त्यांच्या स्वत:च्या भाषेत काय म्हणायचं. मग स्पॅनिशमध्ये ते झालं dar un toque, जर्मनीत anklopfen आणि त्याचं फ्रेंच रूप होतं envoyer un poke.

या प्रकल्पात मार्क झकरबर्गनं अजिबात लक्ष घातलं नव्हतं. "मला खरंच अभिमान आहे की यात मी सामील नव्हतो," अनुवाद करणारं हे सॉफ्टवेअर सुरू करण्यात आलं तेव्हा तो म्हणाला होता, "एक संस्था किंवा कंपनी उभारताना ही अशीच अपेक्षा असते, नाही का? कंपनीची मूल्यं लक्षात ठेवून त्यावर आधारीत नवीन संकल्पनांना मूर्त रूप देणारे लोक आणि त्यांना तुम्हाला चकार शब्दही सांगायची गरज पडू नये; याहून काय हवं असतं," तो अभिमानानं सांगतो.

फेसबुक या कंपनीचा भाग नसलेल्या बाहेरच्या सॉफ्टवेअर निर्मात्यांना ॲप्लिकेशन

तयार करण्याची संधी देणं आणि त्या ॲप्लिकेशनचा प्रचार-प्रसार फेसबुकच्या माध्यमातून करण्यासाठी म्हणून मार्कनं प्लॅटफॉर्मची स्थापना केली होती. फेसबुकला जगभर स्वत:चा विस्तार करण्यासाठी याची फार मोठी मदत झाली. आधी जुलै २००८मध्ये भाषांतराचं सॉफ्टवेअर कंपनीनं फेसबुकवरची ॲप्लीकेशन्स भाषांतरीत करण्यासाठीदेखील उपलब्ध करून दिलं. झकरबर्ग स्पेनला २००८च्या उन्हाळ्यात गेला तेव्हा त्याला कळलं की फेसबुकवरील सहा हजार ॲप्लिकेशन आता स्पॅनिशमध्येही उपलब्ध आहेत. स्पेन, चिली आणि कोलंबियाच्या लोकांना आता फेसबुक स्पॅनिशच वाटत होतं. भाषांतर सॉफ्टवेअर फेसबुकवर टाकल्यानंतर स्पॅनिश युजरची संख्या चौपटीनं वाढली आणि १२ मिलियन झाली. ''आता मला वाटतं की स्पेनची ३० ते ४० टक्के लोकसंख्या फेसबुक युजर म्हणून आम्हाला मिळणार आहे,'' मार्कनं मॅड्रिडमध्ये पत्रकारांशी बोलताना सांगितलं. (स्पेनची लोकसंख्या ४६ मिलियन आहे)

❖

मार्क झकरबर्गच्या जागतिकीकरणाच्या दीर्घ शोध प्रक्रियेला एक नैतिकतेची झालरही आहे. नव्वाराच्या खच्चून भरलेल्या आणि गर्मीनं जीव कासावीस करणाऱ्या हॉलमध्ये तो लोकांना उद्देशून एक वक्तव्य करतो, ''फेसबुक जगातील प्रत्येक वयोगटातील प्रत्येक व्यक्तीसाठी आहे.'' प्रत्येकाच्या सभोवती जे लोक असतील त्यांच्याबद्दल शक्य तितकी माहिती पुरवणं आणि लोकांमध्ये परस्परांना समजून घेण्याची ताकद निर्माण करणं, हेच फेसबुकचं काम आहे, असंही तो सांगतो. त्याच्या या उद्देशाला समर्थन देण्यासाठी आणखी एक जण त्याच्या सोबत आहे. मार्कला सीईओ म्हणून तयार करण्यात ज्याचा वाटा आहे आणि फेसबुकच्या आर्थिक प्रगतीचा पाया ज्याच्या मदतीनं रचला गेला तो पीटर थिएलही मार्कशी सहमत आहे. भौगोलिक सीमारेषांना भेदून जगाला आणखी छोटं करण्यात फेसबुक हे एक मोठं साधन ठरलं आहे, असं पीटर मानतो. ''या ग्लोबलायझेशनच्या युगात जगातील प्रत्येक व्यक्ती आता परस्परांच्या आणखी जवळ येताना दिसते,'' तो म्हणतो. ''सहिष्णुता ही यात दडलेली आणखी एक गोष्ट आहे. फेसबुकच्या रचनेसंदर्भात मला आवडणारी गोष्ट म्हणजे त्याचं केंद्रस्थान हे जिवंत व्यक्ती आहे आणि या व्यक्तींना फेसबुक मैत्रीच्या सूत्रात बांधण्यास मदत करतं, त्यांच्यात एक नातं निर्माण करतं. मैत्री करताना या नात्याला जे संदर्भ असतात त्याच्याही पलीकडल्या काही संदर्भांकडे ही मैत्री या व्यक्तींना घेऊन जाते. जागतिकीकरण म्हणजे तुम्ही जगातील प्रत्येक व्यक्तीशी जोडले गेले आहात, असा त्याचा अर्थ मुळीच नाही. तर तुम्ही जगातील जास्तीतजास्त लोकांशी असं एखादं नातं निर्माण करण्यासाठी किंवा स्वीकारण्यासाठी सज्ज आहात आणि या नात्यांना ठरावीक

संदर्भापेक्षाही वेगळे संदर्भ आहेत,'' थिएल स्पष्ट करतो. स्पेनमध्येच एका पत्रकारानं फेसबुकच्या यशाचं गमक विचारलं. मार्क त्याला म्हणाला, ''परस्परांची माहिती मिळवण्यासाठी जर लोकांना तुम्ही योग्य माध्यम दिलं तर लोकांच्या आयुष्यात बदल घडून येतो आणि फेसबुक हे असं माध्यम आहे,'' तो एका वाक्यात सांगतो.

जगात इतर देशांतील लोकांना वाटलं नाही तरीही झकरबर्गच्या फेसबुकची वृत्ती पक्की अमेरीकन आहे. पृथ्वीच्या दोन टोकांना राहणाऱ्यांनी एकत्र येणं यातून हे अमेरीकन असणं सिद्ध होत नाही; तर हे दोन लोक एकत्र येतील आणि एका ठरावीक पद्धतीनं वागतील, बोलतील या ज्या अमेरीकेतील लोकांच्या आंतरीक मान्यता आहेत, त्या फेसबुकच्या अस्तित्वात आणि वाटचालीत जाणवत राहतात. अमेरीकेत स्वातंत्र्याच्या ज्या संकल्पना आहेत त्या मार्कच्या मूल्यांमध्येही दिसतात. फेसबुक हीच मूल्यं जगभरात पोचवण्याचं काम करताना दिसतं. पण त्याचे सकारात्मक आणि नकारात्मक दोन्ही परिणाम आढळून येतात.

अमेरीकेत पारदर्शकता आणि स्वातंत्र्य एका विशिष्ट प्रमाणात चालतं. पण हे काही देशांच्या संस्कृतीच्या विरुद्ध आहे. सौदी अरेबियात, आपली मुलगी एका परपुरुषाशी फेसबुकवर बोलते आहे हे कळताच तिच्या पित्यानं तिचा खून केला. युनायटेड अरब अमिरातीत फेसबुक युजरनी अनेक ग्रुप तयार केले. 'Gulf Air Sucks', 'Boycott Dubai's Dolphinariums' अशा शीर्षकाच्या ग्रुपची तिकडे फेसबुकवर उपस्थिती होती. पण सरकारनं यात काही लक्ष दिलं नाही. पण जेव्हा 'Lesbians In Dubai' हा ग्रुप तिथल्या १३८ समलिंगी युजरद्वारे तयार झाला, त्या क्षणी सरकारनं देशात फेसबुकवर संपूर्ण बंदी घालण्याचा प्रयत्न केला होता.

फेसबुकनं दिलेल्या स्वातंत्र्याचा जास्त फायदा करून घेणाऱ्या किंवा त्याचा दुरुपयोग करणाऱ्या युजरचा बंदोबस्त कसा करायचा आणि त्यांच्या कारवायांवर आळा कसा घालायचा हा सध्या काही देशांतील सरकारपुढे मोठा प्रश्न निर्माण झाला आहे. इटलीतील युजर तुरुंगात असलेल्या एका माफियासंदर्भात फेसबुकवर समर्थन देताना आढळून आल्यावर एका लोकप्रतिनिधीनं, गुन्हेगारीचं समर्थन करणाऱ्या किंवा अशा कारवायांना न्याय्य ठरवणाऱ्या माहितीला फेसबुकनं साइटवरून काढून टाकावं, अशी मागणी करणारा एक ठराव संसदेत मांडला होता. तो मंजूर झाला नाही. (फेसबुकचं धोरण याबाबत स्पष्ट आहे. कुठल्याही प्रकारची घृणा, तिरस्कार, हिंसा आणि कायदा यांचं उल्लंघन करणारी माहिती किंवा त्या संदर्भातील मजकूर फेसबुक साइटवर प्रसारीत होऊ देत नाही.)

दुसरीकडे वेस्ट बॅन्कमध्ये आंदोलनकर्त्यांनी आपला सगळा रोष फेसबुकवर काढला आणि साइटला आंतरराष्ट्रीय राजकारणात गुंतवलं. काही ज्यू विस्थापितांना पॅलेस्टिनचे रहिवासी म्हणवून घेण्यास भाग पाडल्याबद्दल फेसबुकला समस्येला

सामोरं जावं लागलं. 'It's not Plaestine, it's Israel' असा ग्रुपही फेसबुकवर तयार झाला आणि लगेच १३,८०० लोकांनी समर्थन देत त्याचं सदस्यत्व स्वीकारलं. मार्च २००८मध्ये घडलेल्या या प्रकारानंतर काहीच दिवसांत फेसबुकनंही अशा विस्थापितांना ते इस्त्राईलमध्ये राहतात हे साइटवर दाखवण्याचं मान्य केलं. दरम्यान, 'All Palestinians on Facebook' असाही एक गट तयार झाला आणि त्याच्या ८,८०० सदस्यांची तक्रार होती की फेसबुकनं पूर्व जेरूसलममध्ये राहणाऱ्या पॅलेस्टिनियन लोकांना साइटवर इस्त्राईलचे रहिवासी म्हणून स्थापित होण्यासाठी भाग पाडलं आहे. खरं तर या पूर्व जेरूसलमला अजूनही आंतरराष्ट्रीय मान्यता मिळालेली नाही. त्यामुळे फेसबुकच्या वेस्ट बॅन्क येथील लोकांना इस्त्राईल किंवा पॅलेस्टाईन या दोन्ही देशांचे नागरीक म्हणवून घेण्याचं साइटवर स्वातंत्र्य आहे.

पारदर्शकतेसंदर्भातील अमेरीकन मूल्यांचा असा विपर्यास होणं स्वाभाविक आहे. पण अनेक देशांमध्ये आणि त्या देशांच्या संस्कृतीनं या मोकळेपणाला आणि स्वातंत्र्याला मनापासून आपलंसं केलं आहे. अशा देशांमध्ये फेसबुकवर लोक स्वत:ला कुठल्याही बंधनात न ठेवता संवाद साधताना दिसतात. फिलीपिन्समध्ये एप्रिल आणि मे महिन्यात सहलीला गेल्यावर त्याचे फोटो फेसबुकवर टाकणं किंवा अशा सहलींची इत्थंभूत माहिती परस्परांसाठी वॉलवर टाकणं हे या देशातील मध्यमवर्गीयांच्या अगदी अंगवळणी पडलं आहे. फेसबुकवर संवाद साधण्याची इटलीतील लोकांना इतकी सवय झाली की *Poste Italiane* या त्यांच्या राष्ट्रीय पोस्ट खात्याला कार्यालयात फेसबुकच्या वापरावर बंदीच घालावी लागली. (याच्या अगदी विरुद्ध नेपल्समध्ये सरकारनं कार्यालयात कर्मचाऱ्यांना रोज एक तास फेसबुक वापरायची परवानगीच देऊन टाकली.)

काही देशांमध्ये फेसबुकच्या युजरच्या वाटेत त्या देशाची संस्कृतीही आड आली नाही. एप्रिल २००८मध्ये डॅनिश पंतप्रधान ॲन्डेरस फॉग रॅझमसन यांनी आपलं फेसबुक प्रोफाईल तयार केलं आणि त्यांना १२,००० लोकांचा मित्रत्वाचा प्रतिसाद मिळाला. त्यानंतर इथेच तरुणांना एकत्र करून त्यांनी एक गट तयार केला. देशाच्या सामान्य मतदाराला भेटण्याची आणि त्यांना आपलंसं करण्याची ही अनोखी पद्धत होती, असं त्यांचे एक सहकारी सांगतात.

फारसं कुणाला माहीत नसलेल्या कोलंबियाच्या Koyi K Utho या बॅन्डचं संगीत विज्ञानकथांभोवती गुंफलेल्या ॲनिमेशन प्रकारानं प्रभावित होऊन तयार केलेलं हेवी मेटल प्रकारातील होतं. त्यांच्या कार्यक्रमांचा प्रचार व प्रसार करणारे अनेक लोक त्यांना फेसबुकवर मिळाले.

अमेरीकेबाहेरच्या विद्यार्थ्यांना फेसबुकच्या अमेरीकन वृत्तीचा एक फायदा मात्र

झाला. फेसबुकच्या अगदी सुरुवातीच्या काळात हार्वर्ड आणि आयव्ही लीगशी असलेल्या फेसबुकच्या संबंधामुळे विद्यार्थ्यांना या साइटचं फार आकर्षण वाटायचं. "या संबंधामुळेच साइटवर उच्चभ्रू असण्याचा ठपका लागून फेसबुकला युजर मिळतील की नाही, याची कंपनीत सगळ्यांना फार चिंता वाटायची. पण प्रत्यक्षात मात्र देशोदेशीच्या विद्यार्थ्यांनी या विद्यापीठांना त्यांच्या आयुष्यात फार मानाचं स्थान दिलं आणि फेसबुकलाही आपलंसं केलं," असं जारेड कोहेन सांगतो. कोहेन 'चिल्ड्रन ऑफ जिहाद' या पुस्तकाचा लेखक आहे, ज्यात त्यानं मिडल ईस्टमधल्या तरुणाईला त्यांच्या संस्कृती आणि तंत्रज्ञानाबद्दल काय वाटतं याचा मागोवा घेतला आहे.

२००७ साल अर्धं संपेपर्यंत इजिप्तच्या काही प्रतिष्ठित विद्यार्थ्यांना फेसबुक वापरण्याची संधी मिळाली होती. त्यांची संख्या २०,००० होती. त्यांचा संबंध पाश्चिमात्य विद्यापीठांशी होता आणि त्यांना इंग्रजीचं ज्ञान होतं. "मी रोज तीन तास फेसबुकवर लॉग करते आणि ते ही बहुदा रात्रीच," कैरोमध्ये मार्केटिंग अधिकारी असलेली शेरी एल-मायीरगीनं मे २००७मध्ये इजिप्त टुडे या वर्तमानपत्राला सांगितलं होतं. "नवीन लोकांना भेटण्याची आणि त्यांच्याशी मैत्री करण्यासाठी ही एक उत्तम साइट आहे. शिवाय जे मित्र काही कारणानं दूर निघून गेले आहेत त्यांच्याशी पुन्हा संवाद साधण्यासाठीही फेसबुक सर्वोत्तम साधन आहे," असं वक्तव्य तिनं केलं होतं.

या ऑनलाईन वागण्या-बोलण्यात मुलांना स्वातंत्र्याचा उपभोग घेताना पाहायला मिळतं. एक ग्रुप असाही तयार झाला ज्याला नाव दिलं होतं 'If this group reaches 1,000 members, my girlfriends will sleep with me.' एका मासिकानं छापल्याप्रमाणे या ग्रुपला भरपूर सल्ले आणि सहमती दर्शवणारे संदेश आले होते. काही सौंदर्यस्पर्धांचंही पेव फुटलं, ज्यातील एका गटाचं नाव होतं 'The hottest girl at the American University of Cairo'.

फेसबुक फक्त तरुणांसाठी आहे, हा साइटबद्दल अमेरीकेत असलेला गैरसमज जागतिक स्तरावर फेसबुकची वाढणारी मागणी आणि लोकप्रियता पाहता खोटा ठरतो. अमेरीकेत अनेक वयस्क लोकांनी फेसबुकला प्रतिसाद दिला आणि लगेच त्यांना त्याचा कंटाळाही आला. पण इतर देशांमध्ये आजही सर्व वयोगटातील लोक फेसबुकचा भरपूर वापर करताना दिसतात. निएल्सनच्या आणखी एका सर्वेक्षणात आढळून आलं की जागतिक स्तरावर ३५ ते ४९ या वयोगटातील लोकांमध्ये फेसबुकचा वापर खूप वाढला आहे. फेसबुकच्या एकूण युजर संख्येच्या गटवारीत या गटाचा तिसरा क्रमांक आहे.

"जागतिक स्तरावर... फेसबुकला मुख्य सोशल नेटवर्क म्हणून लोकांनी स्वीकारलं आहे, तर मायस्पेसच्या केंद्रस्थानी अजूनही फक्त युवा वर्गच आहे, हे आता बोललं जातं," असं निएल्सनच्या नुकत्याचं प्रकाशित झालेल्या ग्लोबल

सोशल नेटवर्क रिपोर्टमध्ये नमूद केलं आहे. फेसबुक आता जागतिक घडामोडींचा आरसा झालं आहे. एकूण युजरपैकी अर्धे सदस्य महिला आहेत. प्रत्येक गटात त्यांची सरशीही दिसते. फक्त आखाती देशांतील आणि आफ्रिकेतील महिलांवर असलेल्या सामाजिक बंधनांमुळे त्यांचं प्रमाण फेसबुकवर नगण्य आहे.

काही देशांत फेसबुकमुळे काही व्यक्तींच्या सक्षमीकरणाची जी प्रक्रिया घडते आहे ती इतर सगळ्या यशाच्या तुलनेत खूप मोठी आणि मोलाची वाटते. आखाती देशातील सुशिक्षित मुलं फेसबुकवर फारच कार्यरत आहेत. शिवाय त्यांच्या प्रत्येक कृतीत एक प्रकारची भावनिक तीव्रता सतत जाणवते. कोहेन म्हणतो की या मुलांच्या फेसबुक प्रोफाईलमध्येच त्यांच्या या तीव्र भावनांचं प्रतिबिंब स्पष्ट दिसतं. ''सर्वार्थानं मागासलेले आणि दडपशाही असलेले हे देश आहेत. त्यामुळे इथल्या फेसबुक युजरना मोकळा श्वास घ्यायची, आपल्या सर्व भावनांना व्यक्त करायची आणि परखडपणे मतं मांडण्याची संधी फक्त साइटवर मिळते. खऱ्या जगापेक्षा ते फेसबुकवरच जास्त सत्य आणि मोकळेपणानं जगताना दिसतात,'' कोहेन म्हणतो.

व्यक्तींच्या अधिकारांच्या जागृतीसाठी आणि त्यांना ते मिळवून देण्यासाठीही फेसबुकचा उपयोग होताना दिसतो. तुर्कस्तान आणि चिलीमध्ये तर फेसबुक उच्चभ्रू आणि सुशिक्षितांसाठी अक्षरश: प्रतिष्ठेचा विषय आहे. जर त्यांच्या गटातील कुणी फेसबुक युजर नसेल तर त्यानं स्वत:साठी बहिष्कृत होणं स्वीकारल्यासारखं आहे, असं समजलं जातं. याचं कारणही आहे. या दोन देशांमध्ये अगदी काही काळापूर्वी सरकारच्या विरोधात गेल्यास त्या व्यक्तीला 'गायब' करून टाकलं जात असे. आता फेसबुकवर गायब असणं म्हणजे सरकारपुढे नांगी टाकल्याचं लक्षण समजलं जातं.

❖

फेसबुकला अजूनही आपल्या काही प्रतिस्पर्ध्यांकडून धोका संभवतोच. फेसबुकला मार्कसोबत फेसबुकचा सीओओ म्हणून काम केलेल्या ओवेन व्हॅन नॅटनं मायस्पेसला सीईओ पद मिळवलं आणि त्यानं मायस्पेसची दिशाच बदलली आहे. त्यामुळे या एका साइटकडून फेसबुकला सध्यातरी कुठलीही स्पर्धा नाही, एवढं मात्र नक्की. मायस्पेसचा भर आता स्वत:ला संगीत आणि मनोरंजनासाठी वापरली जाणारी साइट म्हणून प्रस्थापित होण्याकडे आहे. काळजी आहे ती काही देशांत चालणाऱ्या काही विशिष्ट सेवा, ज्या फक्त त्याच देशात अस्तित्वात आहेत. उदाहरणार्थ, जपानमध्ये Mixi नावानं चालवलं जाणारं सोशल नेटवर्क आपल्या युजरला त्यांच्या मोबाइलवर आणि वैयक्तिक कॉम्प्युटरवरही ही सेवा उपलब्ध करून देतात. गेम तयार करण्यात आणि प्रसारीत करण्यात या सेवेचा हातखंडा आहे.

ब्राझीलमध्ये ऑर्कुटची धमाल आहे. तिथे ही सेवा एक नंबरवर आहे. भारतातही

ऑर्कुटचा बोलबाला होता. पण २००९मध्ये फेसबुकनं लोकप्रियतेत भारतात ऑर्कुटला मात दिली, असं अलेक्सा इंटरनेट डाटा सर्व्हिसच्या सर्वेक्षणात आढळून आलं. या दोन देशांतील ऑर्कुटच्या लोकप्रियतेचा थोडा वेगळा परिणामही जाणवला. भारतातून मोठ्या प्रमाणात तरुण मुलं आणि पुरुष मंडळींनी ब्राझीलला जाण्याचा सपाटा लावला होता. ऑर्कुटवर मैत्री झालेल्या ब्राझीलच्या तरुणींना भेटण्यासाठीची ही धडपड होती, हे नंतर लक्षात आलं. भारतात आता फक्त हिंदीच नाही तर बंगाली, पंजाबी, तामिळ, तेलगू आणि मल्याळम या भाषांमध्येही फेसबुक उपलब्ध आहे.

ब्राझीलमध्ये ऑर्कुटला मात देण्यासाठी जे काही करावं लागलं ती लोकप्रियतेसाठीची एक स्पर्धा ठरली. पण इतर देशांत मात्र फेसबुकला आपल्या अस्तित्वासाठी लढा द्यावा लागला. जर्मनी, स्पेन,. रशिया आणि चीन या देशांत काही स्थानिक उद्योजकांनी निव्वळ विद्यार्थ्यांसाठी फेसबुकसारख्या सोशल नेटवर्कची निर्मिती केली आहे. २००४ आणि २००५मध्ये फेसबुकला अमेरीकेत मिळणाऱ्या लोकप्रियतेचा मागोवा घेत या देशांनी फेसबुकची नक्कल केली जी प्रचंड यशस्वी झाली. स्पेनच्या Tuenti आणि जर्मनीच्या studiVZ या दोन स्थानिक सोशल नेटवर्कना फेसबुकनं काबीज केलं आहे. पण रशिया आणि चीनच्या फेसबुक प्रतिकृतींचा बीमोड करणं त्यांना जड जात आहे, कारण त्यांची युजर संख्या प्रचंड मोठी आहे.

कालांतरानं, अमेरीकेत दुर्लक्षित ठरलेल्या फ्रेंडस्टरचा दक्षिणपूर्व आशियात फेसबुकला मोठा अडसर होता. २००९च्या मध्यापर्यंत या भागात एकूण १०५ मिलियन युजरपैकी ९०टक्के युजर फ्रेंडस्टरचे होते. पण त्यानंतर फेसबुकनं फ्रेंडस्टरला मागे टाकलं आणि त्यांच्या आधिपत्याखाली असलेल्या इंडोनेशिया, मलेशिया आणि फिलीपाईन्समध्ये आपली मोहोर उमटवली.

चीनमध्ये फेसबुकची प्रतिकृती Xiaonei या नावानं अस्तित्वात आहे. ज्याचा अर्थ होतो 'in the school' (शाळेत). या स्थानिक नेटवर्कमध्ये जपानच्या सॉफ्टबँक व्हेंचर कॅपिटलनं २००८मध्ये अचानक ४३० मिलियनची गुंतवणूक केली आणि नेटवर्कला एकदम उभारी आली. एक पाऊल पुढे टाकत लोकांपर्यंत आणखी प्रभावीपणे पोचण्यासाठी मग Xiaonei चं नाव 'रेनरेन' करण्यात आलं ज्याचा अर्थ होतो 'सगळ्यांसाठी'. दरम्यान, तिआनमेन स्क्वेअरमध्ये २० वर्षांपूर्वी झालेल्या नरसंहाराच्या स्मृतिदिनी म्हणजे ४ जून, २००९पासून चीनमध्ये फेसबुकवर पूर्णत: बंदी घालण्यात आली आहे.

तरीही या प्रांतात फेसबुकनं आपली शस्त्रं अजून टाकलेली नाही. रेनरेनविरुद्ध (आणि फ्रेंडस्टरही) त्यांच्या हाती असलेला हुकूमाचा एक्का म्हणजे हाँगकाँगच्या ली का-शिंगनं कंपनीत केलेली गुंतवणूक. का-शिंगच्या साम्राज्यातील महत्त्वाच्या घटकांमध्ये Hutchison Whampoa या प्रख्यात टेलीकम्युनिकेशन सेवेचा समावेश आहे. दक्षिणपूर्व आशियातील देशांना ही कंपनी मोबाइल फोन सेवा पुरवते आणि

याच कंपनीनं विशेष ‘फेसबुक फोन’ तयार करून ते लोकांसाठी उपलब्ध केले आहेत. इंडोनेशिया आणि भारतासारख्या देशांमध्ये आता सोशल नेटवर्क मोबाइल फोनवर मोठ्या प्रमाणात वापरलं जातं. म्हणून फेसबुकनं आता तिथल्या टेलीफोन कंपन्यांसोबत करार करायला सुरुवात केली आहे. व्हिडिओ, चॅट आणि आणखी काही फीचर सोडून फेसबुकची एक अगदी प्राथमिक आवृत्तीही कंपनीनं तयार केली आहे जी छोट्या बँडविड्थवर चालू शकते. मोबाइल फोन किंवा जिथे इंटरनेट सेवा आवश्यक तेवढी उपलब्ध नसेल अशा भागात ही आवृत्ती कामात येते. फेसबुकनं या आवृत्तीसाठी जगभरातल्या मोबाइल कंपन्यांशीही करार केले आहेत.

काही देशांतील लोकांच्या ज्या गरजा आहेत त्याला ओळखून मागणीप्रमाणे पुरवठा करण्याचं आता फेसबुकनं मनावर घेतलं आहे. उदाहरणार्थ, जर्मनीमध्ये स्थानिक ई-मेल सेवा देणाऱ्या सर्वांत प्रमुख कंपनीशी बोलणी करून फेसबुकनं त्यांना ई-मेल सेवेच्या माध्यमातून त्यांच्या ॲड्रेस बुकमधल्या मित्रांशी संपर्क साधण्यासाठी मार्ग मोकळा केला आहे. जपानमध्ये फेसबुक मोबाइलवर ब्लॉग लिहिण्याची, अपलोड करण्याची आणि सांभाळण्यासाठीची सोय करून देणार आहेत. जपानच्या लोकांचा आपल्या खऱ्या नावाचा वापर करून ऑनलाईन येण्यास विरोध आहे. तेव्हा यातून काही मार्ग काढता येईल का, यावर फेसबुकचे अधिकारी काथ्याकूट करत आहेत. फेसबुकवर यायचं असेल तर खऱ्या ओळखीला पर्याय नसला तरीही हा प्रयत्न कंपनी करते आहे.

आशियात फेसबुकच्या लोकप्रियतेचा गेल्या एका वर्षात अगदी विस्फोट झाल्याचं आढळून आलं आहे. पण यामागची प्रत्येक देशातील कारणं मात्र वेगवेगळी आहे. इंडोनेशियात फ्रेंडस्टरचा बोलबाला होता. पण बदलत्या काळात सोशल नेटवर्क मोबाइलवर वापरण्याचा प्रघात वाढला आणि या परिस्थितीला सामोरं जाण्यास फ्रेंडस्टर अपयशी ठरलं. मोबाइलवर ही सेवा देण्यासाठी जी तांत्रिक व्यवस्था लागते ती त्यांच्याकडे नाही. फेसबुककडे ही व्यवस्था होती आणि म्हणून मग फ्रेंडस्टर मागे पडलं. तैवानमध्ये पर्सनल कॉम्प्युटरवर फेसबुकचा मोठ्या प्रमाणात प्रसार झाला आणि वापर कित्येक पटीनं वाढला आहे. कारण होतं फेसबुकवर उपलब्ध असलेला फार्मविले हा खेळ जो झिंगानं तयार केला होता, त्याचा यासाठी उपयोग झाला. हा खेळ खेळणं त्या देशाचं जणू एकमेव ध्येय्यच बनलं होतं. फक्त फार्मविले खेळता यावं म्हणून असंख्य नागरीक फेसबुकचे सदस्य बनले होते. २००९मध्ये अगदी नगण्य संख्येपासून युजरचा आकडा ७.६ मिलियनपर्यंत पोचला. ही संख्या तैवानच्या एकूण लोकसंख्येच्या ५१ टक्के आहे, हे फेसबुक ग्लोबल मॉनिटरच्या नोव्हेंबर २०१०च्या सर्वेक्षणात नमूद केलं आहे.

मलेशियात प्रतिष्ठित समजल्या जाणाऱ्या चिनी अल्पसंख्याकांमध्ये फेसबुक

फारच लोकप्रिय आहे. मलेशियन लोकांनी फ्रेंडस्टरला पसंती दिली होती. या देशातील प्रगती विशेष होती, कारण यापूर्वी कुठल्याही अमेरीकन इंटरनेट कंपनीनं गुंतवणूक केली नसतानाही हा विकास साध्य झाला होता, अशी माहिती हाँगकाँगमध्ये स्थायिक झालेल्या सोशल नेटवर्क माध्यमाचा तज्ज्ञ असलेल्या टॉम क्रॅम्पटननं दिली. तो ऑगिल्व्ही जनसंपर्क कंपनीसाठी काम करतो. "आंतरराष्ट्रीयीकरणाच्या प्रत्येक नियमाला झुगारून देणारी प्रगती फेसबुकनं आशिया खंडात केली आहे," तो म्हणतो. "याहूनं आशियात प्रवेश करण्याचा निर्णय घेतला तेव्हा इथल्या प्रत्येक देशात त्यांची भली मोठी टीम पाठवण्यात आली होती," तो सांगतो.

फेसबुकच्या प्रगतीसाठी आणखी काही गोष्टी कारणीभूत आहेत. जसं, आधुनिक सोशल नेटवर्कसाठीचं फीचर तयार करण्यासाठी बराच खर्च करावा लागतो. मात्र फेसबुकनं आपल्या सॉफ्टवेअर कोडची रचना अशी केली आहे की ती एकापेक्षा जास्त व्यक्तींसाठी सहज वापरता येते. इतर सेवांच्या तुलनेत ही एक वेगळी बाब आहे. त्यामुळे फेसबुकला प्रत्येक युजरच्या पाठी कोडवर खर्च करावा लागत नाही आणि मग साहजिकच सुधारणांसाठीही खर्च होत नाही. पूर्वीप्रमाणे आता फेसबुकच्या प्रतिस्पर्ध्यांना फेसबुकचा कोड चोरताही येणार नाही, अशी त्यात व्यवस्था आहे.

❖

अमेरीकेबाहेर इतर देशांमध्ये प्रांतीय पातळीवर चालणाऱ्या सोशल नेटवर्क सेवांशी फेसबुकची खरी स्पर्धा आहे. म्हणून झकरबर्ग कायम म्हणतो की नफ्यापेक्षाही फेसबुकसाठी युजरसंदर्भातील प्रगती जास्त महत्त्वाची आहे. तो सतत चिंता करत राहणाऱ्यांपैकी नाही. पण त्याला काळजी वाटते ती इतर देशांतील लोकांना घट्ट आवळून ठेवणाऱ्या संस्कृतींची आणि लोकांच्या मनातील देशाभिमानाची. कारण यातूनच रेनरेन किंवा ऑर्कुटसारख्या सेवा फोफावतात आणि त्या परीस्थितीत फेसबुकला ते त्या देशात पाय रोवू देणार नाही.

मॅड्रिडमध्ये मी त्याच्यासोबतीनं प्रवास करण्यासाठी जेव्हा गेलो, त्या वेळी त्यानं जर्मनीत एका मुलाखतीत अगदी स्पष्ट सांगितलं, "साइटची प्रगती आणि तिचा विकास हेच त्याच्या प्राधान्यक्रमावर आहे. मिळकतीचा विचार हा नंतरचा भाग आहे." त्याच्या या वक्तव्यावर बालिश आणि अननुभवी विचार म्हणून खूप टीका झाली. जगभरातील तज्ज्ञ मंडळींनी त्याला नावं ठेवली. त्यानंतर जर्मनीत तो जिथेही गेला त्याच्या या एका वक्तव्यावर प्रश्न विचारून पत्रकारांनी त्याला भंडावून सोडलेलं मी स्वत: पाहिलं.

अनेक आठवडे चाललेल्या, थकवणाऱ्या युरोपातील या रोड शोचा सगळा त्रास

सहन करायला मार्क तयार होता, कारण आंतरराष्ट्रीय स्तरावर फेसबुकला न्यायचं त्याचं स्वप्न आहे. त्याबद्दल तो अत्यंत तळमळीनं विचार करतो आणि बोलतोही. गर्दीत एकदम उभं राहून लोकांशी बोलणं त्याला पटणारं नाही. पण जर त्याच्या स्वप्नपूर्तीसाठीची ती गरज असेल तर मार्क ते करायला तयार असतो. पण त्याचवेळी जर मॅड्रिडमध्ये स्थानिक उद्योजकांशी त्याची एखादी बैठक आहे आणि त्याचं स्वागत करताना आयोजकांपैकी कुणीतरी त्याला म्हणतं की त्याच्यासोबतच्या या भेटीतून त्यांना खूप अपेक्षा आहेत, तर मार्कचं उत्तर त्यांना उदास करू शकतं. कारण मागचा-पुढचा कसलाही विचार न करता तो उत्तरतो, "तसं असेल तर दुर्दैव आहे!"

कारण तो आपल्या कामासाठी रस्त्यावर उतरायलाही तयार असला तरी त्याची स्वत:ची कामाची एक पद्धत आहे आणि तो त्याला पटेल ते करतो. अगदी त्याला स्वत:ला या वागण्याचे दुष्परिणाम भोगावे लागले तरीही. या दौऱ्यातही त्याला बरंच काही सहन करावं लागलं होतं. तो थकला होता. पहाटे चार वाजेपर्यंत तो आवश्यक ते ई-मेल पाठवण्यात आणि मेसेज करण्यात गुंतला होता. व्हॅनमध्ये त्यानं निदान थोडावेळ डोळे मिटून पडून राहावं, असा अनिक्काचा आग्रह असतो. पण त्याचा काही उपयोग होईल असं मार्कला वाटत नाही. शिवाय त्याला त्याच्या कॉन्टॅक्ट लेन्स काढायचा प्रचंड कंटाळा आहे.

मॅड्रिडच्या युनिव्हर्सिटी ऑफ कॉमिलसला तो पोचतो कारण तिथे त्याचा कार्यक्रम आयोजित केलेला असतो. दोन डीन बाहेर दाराशी येऊन त्याचं स्वागत करतात. त्यातील एक जण हातातील विद्यापीठाचा लोगो असलेली फुटबॉल जर्सी त्याला देतात. पण मार्क ती घालायला सरळ नकार देतो. "हे माझे नेहमीचे कपडे आहेत," आपल्या पोशाखाकडे बोट करून तो त्यांना म्हणतो. टी-शर्ट, जीन्स, जॅकेट आणि पायात रनिंग शूज असा त्याचा त्या वेळी पेहराव होता. मार्कची ही अशीच तऱ्हा आहे.

युनिव्हर्सिटी ऑफ नव्वाराला त्याच्या भाषणाच्या वेळी हॉलमध्ये वातावरण एकदम कुंद होतं. जीव घेणारी गर्मी होती. गर्दीकडे पाहून मार्कनं, आपल्याला भयंकर उकडतं आहे, असं सांगितलं. पण अंगातील लोकरी जॅकेट काढायला मात्र तो तयार नव्हता. अगदीच असह्य झालं तेव्हा तो बोलता-बोलता स्टेजवर कोपऱ्यात ठेवलेल्या फॅनकडे गेला. नंतर त्यानं आमच्या जवळ कबूल केलं की स्टेजवर जाण्यापूर्वी त्याला चक्कर आली होती.

❖

मे २००९मध्ये मार्कला आणखी एक तगडा समर्थक मिळाला. त्याच्या कंपनीच्या आंतरराष्ट्रीयतेकडे सुरू झालेल्या वाटचालीत मिळालेली ही एक मोठी साथ होती. मॉस्कोच्या डिजिटल स्काय टेक्नॉलॉजी कंपनीनं फेसबुकच्या अगदी

छोट्याशा भागभांडवलाच्या बदल्यात कंपनीत २०० मिलियन डॉलरची गुंतवणूक केली होती. विशेष म्हणजे डिजिटल स्काय ही फक्त इंटरनेट कंपन्यांनाच भांडवल पुरवणारी कंपनी आहे आणि रशियातील फेसबुकच्या प्रतिकृती, म्हणजेच VKontakte (in contact) याचा मालकी हक्क डिजिटल स्कायकडे आहे. म्हणूनच कंपनीच्या व्यवस्थापकीय संचालक युरी मिलनरनं ही गुंतवणूक करण्याचा निर्णय घेतला. VKontakte हे रशियातील सगळ्यात मोठं सोशल नेटवर्क आहे. मिलनरच्या म्हणण्यानुसार, रशियातील ५० टक्के लोकांपर्यंत पोचण्यात कंपनीला यश आलं आहे आणि कंपनी त्यामुळे नफाही कमावते आहे. फेसबुकला प्रत्येक युजरकडून मिळणाऱ्या रकमेच्या पाचपट रक्कम VKontaktला मिळते. ''जसजसा काळ जातो आणि मार्केटमध्ये थोडा जाणतेपणा येतो, मग कमाईला सुरुवात होते. आम्ही रशियात जे अनुभवतो आहे ते फेसबुकला इतरत्र करता आलं तर खूप बरं होईल,'' मिलनर म्हणतो.

एक दिवस फेसबुक नक्कीच प्रगतीच्या शिखरावर जाणार, हा मिलनरचा आत्मविश्वासच त्याला गुंतवणुकीस प्रवृत्त करणारा ठरला. फेसबुकच्या १० बिलियन मूल्यांकनावर त्यानं ही गुंतवणूक केली होती. मायक्रोसॉफ्ट आणि ली का-शिंगनं केलेल्या गुंतवणुकीच्या वेळी मूल्यांकन १५ बिलियन डॉलर्स होतं आणि त्या तुलनेत हे मूल्यांकन कमी जरी असलं तरी त्याला मोठं ठरवणारे संदर्भ वेगळे होते. मायक्रोसॉफ्टसोबतच्या करारानंतर फेसबुकच्या व्यावसायिक होण्याबद्दल आणि त्यांच्या आर्थिक स्थितीबाबत बरीच चर्चा होती आणि शंकाही होत्या. पण डिजिटल स्कायचा उत्साह ओसंडून वाहात होता. कंपनीनं फक्त रोखेच विकत घेतले नाही, तर मिलनरनं स्वत: कंपनीच्या कर्मचाऱ्यांकडून आणि बाहेरच्या काही भांडवलदारांकडून आणखी रोखे विकत घेतले आणि त्यासाठी त्यानं चक्क ६०० मिलियन डॉलर्स खर्च केले. ही आपली गुंतवणुक दीर्घकाळासाठी आहे, असं वचन त्यानं स्वत:च फेसबुकला दिलं आहे. कंपनीचे शेअर लोकांसाठी खुले केल्यानंतरही आपण ते विकणार नाही, असं मिलनर म्हणतो.

❖

फेसबुकच्या या वाढत्या पसाऱ्यामुळे आता झकरबर्गपुढे व्यवस्थापकीय आणि तांत्रिक अडचणी उभ्या ठाकल्या आहेत. तांत्रिक स्तरावर अडचण आहे ती डाटा सेंटरची. फेसबुकची दोन्ही डाटा सेंटर्स अमेरीकेत आहेत आणि इतर देशांतील प्रत्येकाला फेसबुक उघडताना याच डाटा सेंटरच्या माध्यमातून साइट पुरवली जाते. त्यामुळे दूरच्या अंतरांवर साइटची पानं लोड व्हायला अपेक्षेपेक्षा जास्त वेळ लागतो. याचाच अर्थ जागतिक स्तरावरील युजरसंख्या खूप मोठी असल्यामुळे ही अडचण

निर्माण झाली आहे. फेसबुकच्या आंतरराष्ट्रीय यशाचं ते एक गमकही आहे. आता कंपनीला खर्चिक असले तरीही आणखी काही सर्व्हर सेंटर्स उभारण्याची नितांत गरज आहे. काही ठिकाणी कंपनी कार्यालयांचीही स्थापना सुरू झाली आहे. ज्याच्याबरोबर व्यावसायिक गरजाही आहेत आणि त्यासाठी खर्च करावा लागणार आहे. फेसबुकनं आपलं आंतरराष्ट्रीय मुख्यालय डबलिनला स्थापित केलं आहे. इतरत्र काही देशांत कंपनीच्या सेल्स कार्यालयांचीही सुरुवात झाली आहे.

त्याचबरोबर लाखोंच्या संख्येतील युजर आणि साइटवर ॲप्लिकेशन तयार करणाऱ्या सॉफ्टवेअर कंपन्यांचंही एक किचकट जाळं तयार झालं आहे. त्यांना फेसबुकचे अटी-नियम मान्य करण्यासाठी भाग पाडणं ही एक मोठी कामगिरी आहे. त्यांच्या भाषा कुठल्याही असल्या तरीही त्यांना फेसबुकच्या नियमांची भाषा समजून घ्यावीच लागणार आहे. वानगीदाखल एक घटना सांगता येईल. काही गट अरेबिक भाषेत फेसबुकवर 'डुक्कर ज्यू' असं काही सर्रास बोलताहेत हे फेसबुकला कळलंच नव्हतं. इस्त्राईलच्या एका चळवळीतल्या गटानं हे कंपनीच्या निदर्शनास आणून दिलं आणि मग फेसबुकनं अशा वर्णभेद आणि तिरस्काराची भाषा वापरणाऱ्यांना साइटवरून हाकलून लावलं. पण प्रश्न होताच की फेसबुक या सगळ्या प्रकारांना खरंच कसा आळा घालणार? कारण जर तमिळ भाषेत अशा प्रकारचा द्वेष पसरवण्याचा प्रयत्न फेसबुकच्या माध्यमातून झाला तर ते फेसबुकला कळणार कसं? फेसबुकनं ही कामगिरीही आपल्या जागरूक आणि सजग युजर्सवर सोपवली आहे. भाषांतर करताना त्यांनी जितक्या हिरीरीनं भाग घेतला तसंच या समाजविघातक कारवाया फेसबुकवर घडू नये म्हणून जातीनं लक्ष घालण्याचं आवाहन त्यांनी केलं आहे.

पृथ्वीवरच्या प्रत्येक व्यक्तीनं फेसबुकचं युजर व्हावं, ही इच्छा जर झकरबर्ग बाळगून असेल, तर त्याला चीनकडे दुर्लक्ष करून चालणार नाही. या देशात फेसबुकवर बंदी असली तरीही मार्कला विश्वास आहे की एक दिवस त्याला यातही काहीतरी मार्ग सापडल्याशिवाय राहणार नाही. तिथे फेसबुक चालवण्याची त्याची इच्छा आहे. पण तसं करताना त्या देशातील सांस्कृतिक संवेदनशीलता जपूनच मग आपली यंत्रणा चीनमध्ये राबवणार, हेही त्यानं मनाशी पक्कं केलं आहे. याची तयारी त्यानं वैयक्तिक स्तरावर सुरूही केली आहे. मार्क 'मँडरिन' भाषा शिकतो आहे. एक शिक्षक रोज येतो आणि मार्क त्याच्यासोबत एक तास घालवतो. जगाच्या पाठीवर राज्य करण्यासाठी उत्सुक सीईओनं करावं, असं हे वर्तन आणि कृती नक्कीच नाही.

२००९या वर्षाच्या मध्यावधीत फेसबुकच्या भविष्याला उभारी देणारं चित्र इंडोनेशियात पाहायला मिळालं. युजर संख्या ८.५ मिलियन असताना फेसबुक या देशातील नंबर एक इंटरनेट साइट बनली होती. इस्लामला मानणाऱ्या देशांतील सातशे इमामांना शेवटी दोन दिवसांची एक कार्यशाळा भरवावी लागली. कारण होतं

फेसबुकवर निर्माण होणारी नाती आणि त्यांच्यातील संवाद. ''या धर्मगुरूंच्या म्हणण्यानुसार व्हर्च्युअल नेटवर्किंगसाठी काही नियमावली असण्याची गरज निर्माण झाली आहे. अशा सोशल नेटवर्कमध्ये जी नाती निर्माण होतात आणि ज्या प्रकारचा संवाद चालतो तो लैंगिकतेकडे जाणारा आहे आणि काम-वासनेला उत्तेजन देणारा आहे जे इस्लाममध्ये गैर मानलं जातं,'' या कार्यशाळेच्या प्रवक्त्यानं सांगितलं.

या आयोजनानंतर इमामांनी फतवा काढला की जर फेसबुकचा वापर परस्परांबद्दल चुगल्या करण्यासाठी, छचोरपणासाठी, वावड्या उठवण्यासाठी, अत्यंत खाजगी प्रश्न विचारण्यासाठी आणि लैंगिक वर्तनासाठी होताना दिसला तर या साइटला मज्जाव करण्यात येईल. आश्चर्य म्हणजे त्यांनी फेसबुकसंदर्भात फारसं नकारात्मक असं काहीच म्हटलं नाही. या नवीन संवादाच्या माध्यमामुळे 'वेळ आणि अंतरं कमी होतात' हे मान्य करतानाच त्यांनी हेही समजून घेतलं की लग्नापूर्वी जर दोन व्यक्तींना परस्परांना या माध्यमातून समजून घेता आलं तर त्यांचं भविष्य सुखकर होण्यास मदत होईल.

नोव्हेंबर २०१० पर्यंत इंडोनेशियातील ३० मिलियन नागरीकांनी फेसबुकचं सदस्यत्व स्वीकारलं होतं.

❖

१५

व्यवस्था प्रणालीतील परिवर्तन

"Gift ecomony या संकल्पनेबद्दल तुम्हाला ठाऊक आहे का?"

एकदा रात्री जेवताना मी मार्कला फेसबुकच्या सामाजिक – विशेषत: राजकारण, शासन, माध्यमं आणि व्यवसाय – यावर होणाऱ्या परिणामांसंदर्भात विचारलं. उत्तरादाखल त्यानं *potlatch* ची माहिती दिली. उत्तर अमेरीकेतील उत्तरपश्चिमी किनाऱ्याकडे राहणाऱ्या लोकांचा हा एक पारंपरिक सण आहे. या नावानं ते उत्सव साजरा करतात. यात सहभागी होणारी प्रत्येक व्यक्ती स्वत:बरोबर काहीतरी खाण्याचे पदार्थ किंवा काही जिन्नस आणतात आणि एकत्र ठेवतात. यातील ज्याला जे हवं असेल ते तो घेतो. यात सर्वाधिक दान करणाऱ्याला फार मानाची वागणूक दिली जाते.

"गिफ्ट इकॉनॉमी या संकल्पनेसंदर्भात तुम्हाला ठाऊक आहे का?" मार्कनं मला प्रश्न केला. "काही विकसनशील संस्कृतींमध्ये बाजारपेठेच्या अर्थकारणाला पर्याय म्हणून याचा वापर होतो. मी दान करून कुणाला तरी काहीतरी घेण्यासाठी मदत करेन आणि कृतज्ञता म्हणून किंवा सामाजिक जाणीव म्हणून ती व्यक्तीही त्या घेतलेल्या वस्तूची परतफेड करणार. हे असं परस्पर सामंजस्यातून निर्माण झालेल्या देवाण-घेवाणीतून एक सामाजिक चौकट काही संस्कृतींमध्ये विकसित झाली आहे. या छोट्या-छोट्या गोष्टींनी हे समाज बांधले गेले आहेत. याचा एक अर्थ असाही होतो की समाज इतका एकत्र आहे की कुणाला काय हवं आहे आणि कुणी काय दिलं याचा सगळा लेखाजोखा त्यांच्याकडे आहे. जो देतो आणि घेतो त्या दोघांनाही परस्परांच्या या व्यवहाराची माहिती असते. पण मग हा व्यवहार एक अशी पातळी गाठतो जेव्हा ही सगळी व्यवस्था कोसळते. व्यवहार पारदर्शक राहत नाही आणि अशात फक्त घेणाऱ्यांचा सुकाळ होतो."

या उदाहरणानंतर मार्क सांगतो की इंटरनेटवर निर्माण झालेल्या ज्या साइट किंवा फेसबुकसारखी व्यासपीठं आहेत ते हा देवाण-घेवाणीचा व्यवहार कायम पारदर्शक ठेवायला मदत करतात. शिवाय जी सामाजिक बांधिलकी या व्यवहारातून

निर्माण झालेली असते तीदेखील कायम राहते आणि हे सगळं मोठ्या प्रमाणात घडवून आणणं शक्य होतं. "जेव्हा प्रत्येक व्यक्ती स्वत:चं मत मांडण्यास तत्पर आहे आणि कुठल्याही आडकाठीशिवाय ती ते व्यक्त करते तेव्हा पारदर्शकता अविभाज्य असते आणि मग कुठलंही अर्थकारण हे गिफ्ट इकॉनॉमीचं स्वरूप धारण करतं. काहीतरी देणाऱ्या कंपनीवर किंवा संस्था आणि सरकारांवर लोक ठपका ठेवू शकतात. आणखी चांगल्या कामाची, विश्वासार्हतेची मागणी करू शकतात," मार्क विस्तृतपणे आपला मुद्दा मांडतो. त्याच्या मते ही सगळी पारदर्शकता आणि देवाण-घेवाण यांचा एकत्रित परिणाम खोलवर जाणारा असतो. "विविध देशांच्या राज्यकर्त्यांच्या कारभारावर या सगळ्यांचा परिणाम स्पष्ट दिसू लागला आहे," तो म्हणतो. "जास्त पारदर्शकता असलेल्या जगात चांगला आणि न्यायपूर्ण कारभार चालतो," असा त्याचा ठाम विश्वास आहे.

❖

पारदर्शकता असेल तर जग न्याय्य आणि उत्तम पद्धतीनं चालतं, या झकरबर्गच्या आदर्शवादी तत्वप्रणालीला लोकांकडून टीकेची झोड सहन करावी लागली. तरीही त्यानं निर्माण केलेल्या यंत्रणेच्या माध्यमातून जे परिणाम विविध कार्यप्रणालींवर झाले किंवा होताना दिसतात, ते जोखून पाहायला काहीच हरकत नाही, असं मला वाटतं. फेसबुकवर व्यक्त केलेलं प्रत्येक वक्तव्य किंवा भावना ही 'गिफ्ट' (भेटवस्तू) असते, असं झकरबर्ग मानतो. ती भावना कुठल्या स्वरूपाची आहे त्यानुसार त्याचे अनेक अर्थ निघू शकतात. जेव्हा एका विद्यार्थ्याच्या वॉलवरील वाक्यांवर त्याच्या मित्रांच्या यादीतील एक जण, "LOL (lots of laugh), मस्त होतं हं हे वाक्य!" अशी प्रतिक्रिया देतो तेव्हा आपण आपल्या व्यक्तिमत्त्वासकट एका भेटवस्तूप्रमाणं प्रकट झालेलो असतो. हा सगळा व्यवहार आपल्या मित्रांसमोर घडतो. खरं तर यात नावीन्य असं काही नाही. फक्त हे तंत्रज्ञानाच्या साहाय्यानं होतं, एवढंच!

राजकीय चळवळींबद्दल बोलायचं झालं तर फेसबुक आपल्यासमोर एक वेगळंच चित्र ठेवतं. काही मूलभूत बदलांचा आलेख त्यात आहे. यातील सगळ्यात महत्त्वाची गोष्ट म्हणजे यात सहभागी झालेल्या प्रत्येकाचा परिचय सार्वजनिक असतो. कारण फेसबुक सगळ्याच सदस्यांना आपली खरी ओळख देण्याचा आग्रह करतं. म्हणून मग राजकीय भाष्य करताना फेसबुकवर असं भाष्य करणाऱ्या युजरचं मत प्रसारित होतं. इतर लोक कदाचित आपली मतं उघड होऊ देणार नाहीत. या उदाहरणात आपल्या नावानिशी आपण व्यक्त केलेलं मत हे गिफ्ट आहे, जे फेसबुकवर उघड करताना त्यावर होणाऱ्या

संभावित टीकेसाठी आणि प्रशंसेसाठीही आपण आपली सहमती देतो. मार्क म्हणतो की संकल्पनांच्या मुक्त व्यवस्थेत तुम्ही देत असलेलं आपलं मत हे कुठल्याही गिफ्टपेक्षा कमी नाही. समजा राष्ट्राध्यक्ष बराक ओबामांच्या आरोग्य सेवासंबंधी सुधारणांच्या प्रयत्नात तुम्ही एखादी सूचना केली, तर कदाचित अशा सुधारणा घडवून आणण्याच्या प्रयत्नांना आणखी भक्कम आधार मिळू शकतो. हेच मार्कला पटवून द्यायचं होतं.

फेसबुकवर विरोधात उभं राहणं हे मोर्चातील गर्दीत एक फलक घेऊन सहभागी होण्यापेक्षा खूप वेगळं आहे. कृती म्हणून हे सोपं वाटू शकतं. पण इथे सहभागी होणं, हे वचन देण्याइतकं महत्त्वाचं आहे. शासनाला सादर करण्यासाठी तयार केलेल्या एखाद्या विनंती अर्जावर आपल्या नाव-पत्त्यानिशी सही करण्यासारखं आहे ते. तुम्ही मत व्यक्त करताच फेसबुकच्या माध्यमातून ते जगासमोर येतं. ऑस्कर मोराल्सचं उदाहरण आठवून पाहा. (पुस्तकाच्या प्रस्तावनेचा संदर्भ.) FARCच्या विरोधात उभं राहण्यासाठी आणि एक गट तयार करण्यासाठी त्याची मानसिक तयारी झाली असतानाही त्याची हिंमत होत नव्हती. फेसबुकमुळे त्याला या चळवळीत प्रत्यक्ष उडी घेण्याची हिंमत मिळाली आणि असं व्यासपीठ मिळालं जिथे तो आपली मतं व्यक्त करताना, लोकांशी या विषयासंदर्भात बोलताना शांत आणि स्वस्थ राहू शकला. खरं तर भूतकाळात अशा विरोधकांना स्पष्टपणे विरोध करण्यात जिवाला धोका होता.

व्यावसायिक व्यवहारासंदर्भात आपलं मत व्यक्त करणं हे तेवढं धोकादायक नाही. एखाद्या कंपनीबद्दल किंवा त्याच्या उत्पादनासंदर्भात केलेल्या विधानांना प्रसारित करणं म्हणजे एखादी तुम्हाला आवश्यक वाटलेली बातमी मित्रांमध्ये प्रसारित करण्यासारखं आहे. उलट फेसबुकवर हे नित्याचं आहे आणि असं करणं म्हणजे अगदी उदारतेचा परिचय देत त्या कंपनीचा प्रचारच जणू आपण करतो आहे, असा आविर्भाव अनेकांचा असतो. पण यातूनच उद्योगांना आणि माध्यमांना आपल्या व्यावसायिक धोरणात बदल करण्यासाठीची टिपणं मिळतात आणि ग्राहकांसोबतच कंपन्या आणि मोठमोठ्या संस्थांना नवी ताकद मिळते.

या तुमच्या मतांच्या गिफ्टची परतफेडही होतेच. तुम्ही केलेल्या वक्तव्यावर तुमच्या मित्रांकडून आणि त्यांच्या मित्रांकडून प्रतिक्रिया येणं हे फेसबुकवरच्या gift इकॉनॉमीचं स्वरूप आहे. विचारांच्या देवाण-घेवाणीतून एक सामाजिक बांधिलकीची साखळी तयार होते. पण त्याबाबत तुम्ही अनभिज्ञ असता.

अशा प्रकारे राजकीय आणि व्यावसायिक यंत्रणांवर प्रभाव टाकणारी फेसबुक ही एकच सेवा नाही. अशा अनेक इंटरनेट साइट अस्तित्वात आहेत ज्यांनी यंत्रणांना हादरवण्याची कामगिरी बजावली आहे. त्यात ट्विटरचा उल्लेख

प्रामुख्यानं करावा लागेल. फक्त सगळ्यात जास्त वापर मात्र फेसबुकचा होतो, हे वास्तव आहे.

❖

फेसबुकच्या ताकदीचा परिचय युनिव्हर्सिटी ऑफ फ्लोरीडाच्या विल ॲन्डरसन नामक विद्यार्थ्यालाही आला. २००८च्या सुरुवातीच्या काळात त्याला सरकारनं केलेल्या एका प्रस्तावित ठरावाबद्दल त्याला सुगावा लागला. लिबरल आर्टच्या विद्यार्थ्यांसाठी असलेली शिष्यवृत्ती वळती करून ती गणित आणि विज्ञान विषय शिकणाऱ्या विद्यार्थ्यांना देण्याचा प्रस्ताव या बिलात होता. मोराल्सप्रमाणं विलनं या प्रस्तावाविरोधात आपलं मत व्यक्त करण्याचा निर्णय घेतला आणि इतरांनाही संघटित करण्यासाठी त्यानं या कामात स्वत:ला झोकून दिलं. लगेच त्यानं फेसबुकवर 'Protect Your Bright Future' असा एक गट तयार केला आणि तो आपल्या विद्यार्थी मित्रांना पाठवला. त्याच्या यादीत २०० मित्र होते. गट तयार केल्यानंतर अकराव्या दिवशी त्याची सभासद संख्या होती २०,०००! इतक्यांच्या समर्थनानं तो आनंदी झाला होता आणि अचानक त्याला फोन आला. बोलणारी व्यक्ती सिनेटर जेरेमी रिंग होती, ज्यांनी या बिलाचा प्रस्ताव मांडला होता. ठराव मागे घेत असल्याचं त्यांनी ॲन्डरसनला सांगितलं. "२०,००० लोकांच्या मतांकडे दुर्लक्ष करता येणार नाही," असं जेरेमी रिंग यांनी साऊथ फ्लोरीडा सन – सेन्टीनलला दिलेल्या मुलाखतीत म्हटलं होतं.

फेसबुकच्या आधारानं इजिप्तमध्ये २००९मध्ये आंदोलन झालं. इंटरनेट ग्राहकांना दिल्या जाणाऱ्या बॅन्डविड्थचा मर्यादित पुरवठा करण्यास मान्यता देणारा ठराव मंजूर करण्याचा निश्चय सरकारनं केला होता आणि याविरुद्ध लोकांनी आंदोलनच उभारलं. लगेच प्रसार मंत्र्यांना या लोकांना बोलावून त्यांच्या मागण्यांचाही विचार करावा लागला होता. इजिप्तसारख्या देशात, जिथे आंदोलन करणाऱ्यांची दडपशाहीच्या मार्गानं मुस्कटदाबी केली जाते, शारीरिक छळ केला जातो, अशा वेळी लोकांनी स्वत:ची ओळख जराही न लपवता यशस्विरित्या केलेल्या या आंदोलनातून खूप काही वेगळा अर्थ निघतो.

व्यक्तिगत ई-मेलमध्ये एका हॉस्पिटलवर टिका केल्याबद्दल एका इंडोनेशियन महिलेला तुरुंगात डांबण्यात आले. हजारो फेसबुक युजरनं या अन्यायाविरुद्ध आवाज उठवला आणि आंदोलन घडवून आणून त्या महिलेची सुटका करवली. त्यानंतर कारवाई करणाऱ्यांच्या संभावित गैरवर्तणुकीकडे या आंदोलकांनी आपला मोर्चा वळवला. या दोन्ही उदाहरणातील देशांमध्ये पूर्वी सरकार किंवा राज्यकर्त्यांच्या विरोधात अशी आंदोलनं आपल्या खऱ्या परिचयासह उभारणं म्हणजे मृत्यूला आमंत्रित करण्यासारखं होतं.

जगभरातील असंतुष्ट किंवा अन्याय झालेल्या लोकांना आवाज उठवायला, आपली व्यथा मांडण्यासाठी आणि आंदोलनं उभी करण्यासाठी फेसबुक एक हक्काचं व्यासपीठ बनलं आहे. यावर टाकलेल्या माहितीचा संसर्ग झपाट्यानं होतो आणि मोठ्या संख्येनं लोकांना एकत्र येता येतं. २००८मध्ये दक्षिण आफ्रिकेतील सेलनबॉशमध्ये पोलिसांनी मादक द्रव्य बाळगल्याच्या संशयावरून तीन नाईटक्लबवर छापे घातले होते. पोलिसांनी ही कारवाई करताना ज्या मार्गाचा अवलंब केला त्यावर टीका करणारा एक गट काही लोकांनी फेसबुकवर तयार केला. ज्याला ३६ तासांत ३००० समर्थक मिळाले; व्यंगकार डेव्हिड लेटरमॅन यांनी सारा पॅलिनच्या मुलीसंदर्भात एक अश्लील वक्तव्य केल्यानं खूपच वादळ उठलं होतं. फेसबुकवर १८०० लोकांनी एका दिवसात यावर आपल्या तीव्र निषेधाच्या प्रतिक्रिया व्यक्त केल्या आणि लेटरमॅनला माफी मागायला भाग पाडलं; सॅनडिॲगोला प्रस्तावित तुरुंगाला विरोध करण्यासाठी नागरिकांनी फेसबुकचा आधार घेतला; न्यूझीलंडच्या डनडाईनमध्ये नवीन पार्किंगचा प्रस्ताव फेसबुक आंदोलनानं हाणून पाडलं; इंग्लडच्या बोर्नमाऊथला जिप्सींसाठी एक मैदान देण्यासाठीही लोकांनी सरकारला विरोध केला; फिलीपिन्सच्या संसदेतील लोकप्रनिधींनी देशाच्या संविधानात बदल करण्यासाठी केलेले प्रयत्न फेसबुकवर विरोधाचा आवाज उठल्यामुळे स्थगित करण्यात आले; आणि युएस मिलीटरीच्या ग्वाटानामो बे येथील तुरुंग बर्म्युडा येथे स्थलांतरीत करण्यालाही फेसबुकच्या माध्यमातून प्रचंड विरोध झाला.

"यालाच मी डिजिटल लोकशाही म्हणतो," जेरेड कोहेन म्हणतो. बुश प्रशासनातील सेक्रेटरी ऑफ स्टेट कोंडोलिसा राईस यांच्यासोबत काम केलेल्या कोहेनला स्टेट डिपार्टमेंटच्या अत्यंत महत्त्वाच्या अशा नियोजन समितीमध्ये नियुक्त करण्यात आलं होतं. "लोकशाहीचा प्रसार करणारं फेसबुक हे जगातील पहिलं अत्यंत नैसर्गिक असं तंत्र आहे," असं मानणाऱ्या कोहेनचं वय नियुक्तीच्या वेळी फक्त २४ वर्ष होतं. स्टेट डिपार्टमेंटला आल्यानंतर कोहेनला नियोजन समितीच्या मीटिंगमध्ये फेसबुकचा उल्लेख करतानाही अवघडल्यासारखं व्हायचं. कारण त्या वेळी कुणालाही या नवीन माध्यमाची माहितीही नव्हती. पण २००८मध्ये शेवटी शेवटी फेसबुकला व्हाईट हाऊसच्या 'सिच्युएशन रुममध्ये स्थान मिळालं, जिथे राष्ट्रपती बुश आणि नॅशनल सिक्युरीटी कॉन्सिलचे अधिकारी आणीबाणीच्या परीस्थितीत एकत्र येत असत.

बुश प्रशासनाच्या हलाखीच्या दिवसांत स्टेट डिपार्टमेंटचे अधिकारी, राईस आणि कोहेन यांना कोलंबियातील आंदोलनाचा वृत्तांत फेसबुकच्या माध्यमातून कळला. दडपशाहीनं कोलमडलेल्या देशांमध्येही लोक फक्त फेसबुकसारख्या माध्यमातून एकत्र येऊन अशा प्रकारे सरकारच्या राजकीय कृतीला प्रभावित करू

शकतात? अगदी दहशतवादाविरुद्धही? कारण मोराल्सचं Un Millon de Voces Conta Las FARC ही एक दहशतवाद विरोधी चळवळ होती.

यानंतर स्टेट डिपार्टमेंटनं फेसबुकवर तयार झालेल्या गटांची दखल घ्यायला सुरुवात केली, ज्यात तुर्कस्तानच्या 'यंग सिव्हिलियन्सचाही समावेश होता. विविध मुस्लीम देशात संयम आणि लोकशाहीच्या स्थापनेसाठी लढणाऱ्या या बंडखोर संस्थेत विद्यार्थी आणि तरुणांचा समावेश मोठ्या प्रमाणात होता. लाल रंगाचे जोडे हे या संघटनेचं चिन्ह आहे. देशातील दैनंदिनीचा भाग झालेल्या तुर्कस्तानच्या मिलीटरीची टर उडवणारं हे प्रतिकात्मक चिन्ह आहे. या देशातील लोकांमध्ये फेसबुक अगदी खोलवर रुजलं आहे. सुशिक्षित तरुणांचा या सेवेच्या युजरसंख्येत मोठा वाटा आहे. यंग सिव्हिलियन्सचे ५५,००० सदस्य फेसबुकच्या माध्यमातूनच परस्परांशी संवाद साधतात. परंपरागत वर्णभेद आणि धर्माच्या विषारी शत्रुत्वानं पछाडलेल्या या देशात या संघटनेनं सर्व प्रकारच्या तुर्कस्तानी वर्णांतील लोकांना आणि भेदभावाला बळी पडलेल्यांना समाविष्ट करून घेतल्याचा त्यांना अतिशय अभिमान आहे. फेसबुकच्या माध्यमातून ही संघटना मोर्चे आणि आंदोलनांचं आयोजन करते. अशा काही मोर्चांमध्ये बुरखा घातलेल्या मुस्लीम महिला आणि समलिंगी लोक एकत्र सहभागी होतात दिसतात.

फेसबुक, एटीटी, एमटीव्ही गुगल आणि नेट व्हिडिओ कंपनी हाऊकास्टनं फेसबुकवर तयार झालेल्या जगभरातील सतरा अशा संघटनांच्या प्रतिनिधींना एकत्र आणून त्यांचं एक दोन दिवसीय संमेलन कोलंबिया युनिव्हर्सिटीमध्ये आयोजित केलं होतं. यंग सिव्हिलियन्ससारख्या आणखी काही संघटनांचे प्रतिनिधी या Alliance of Youth Movements Summit ला उपस्थित झाले होते. संबंधित देशांमध्ये शांतता प्रस्थापित करण्यासाठी आणि दहशतवादाचं उच्चाटन करण्यासाठी झटणाऱ्या या संघटनांना एकत्र आणून त्यांची ताकद वाढवून त्यांना परत आपल्या देशात आणखी उत्साहानं काम करण्यास प्रोत्साहित करण्याचा या आयोजनामागचा हेतू होता. कोलंबियाहून ऑस्कर मोराल्स या कार्यक्रमाला वक्ता म्हणून न्यूयॉर्कला आला होता. तसंच बुश प्रशासनाच्या लोकव्यवस्थापन विभागाचे अंडर-सेक्रेटरी ऑफ स्टेट जेम्स ग्लासमनदेखील यात सहभागी झालेल्यांना मार्गदर्शन करण्यासाठी आले होते.

आपल्या भाषणात ग्लासमन यांनी या सगळ्या आंदोलनाचा आणि चळवळींचा उल्लेख 'पब्लिक डिप्लोमसी 2.0' असा केला. "नवीन तंत्रज्ञानाने अमेरीकेतील सरकारला दहशतवादाशी तोंड देण्यासाठी एक वेगळ्या प्रकारानं मदत केली आहे. काही दिवसांपूर्वी मी म्हणालोदेखील होतो की अल कायदासारख्या दहशतवादी संघटनांनी इंटरनेटवर आम्हाला भरपूर झुलवलं. आता परिस्थिती बदलली आहे. अल कायदा वेब १.० मध्ये अडकले आहे आणि इंटरनेट आता परस्पर संवाद

आणि कृतीचं माध्यम बनलं आहे. इतकंच नाही तर संपूर्ण नेटचा केंद्रबिंदू सिव्हिल सोसायटी 2.0 आहे. दरम्यान, अल कायदानंही त्यांच्या आत्मघातकी तत्त्वाला लोकांपासून दूर ठेवण्याचा निर्णय घेतला आहे. त्यावर चर्चा घडून टीका व्हावी, अशी त्यांची अजिबात इच्छा नाही,'' ग्लासमन यांनी आपलं मत मांडलं. बोलता-बोलता ते बर्मा, कोलंबिया, क्यूबा, इजिप्त, लेबनान, मेक्सिको, सौदी अरेबिया, दक्षिण आफ्रिका, तुर्कस्तान, अमेरिका आणि इंग्लंडहून आलेल्या फेसबुकधारकांना उद्देशून म्हणाले, ''आता आमची सगळी भिस्त तुमच्यावर आहे.'' कुठल्याही दबावाला बळी न पडता फेसबुकवर स्वत:ची राजकीय तत्वप्रणाली स्वेच्छेनं व्यक्त करण्याच्या त्यांच्या कृतीबद्दल ग्लासमन यांनी सगळ्यांचं मनापासून अभिनंदन केलं. जागतिक स्तरावर सत्तेच्या संतुलनातील बदल, असा या चळवळींचा उल्लेख त्यांनी केला.

फेसबुकवरच्या या राजकीय चळवळींतून दडपल्या गेलेल्यांच्या हक्कांचा आवाज जोर धरताना दिसतो. ज्याला फरीद झकारीया या परराष्ट्रीय धोरणावर भाष्य करणाऱ्या लेखकानं आपल्या 'द पोस्ट अमेरिकन वर्ल्ड' या पुस्तकात 'द राईज ऑफ द रेस्ट' असं संबोधलं आहे. जगभरात अपारंपरिक शक्तींचा उदय होताना दिसतो आहे, असं नमूद करताना झकारीया म्हणतात की फेसबुकवर स्थापन झालेल्या गटांमधून निर्माण झालेली ही ताकद 'अप्रशासकीय' आहे; ती कुठल्याही सत्ताकेंद्रातून निर्माण झालेली नाही.

❖

फेसबुक येण्यापुर्वी युजरला स्वत:च्या खऱ्या नावानं ऑनलाईन येण्यासाठी इतर कुठलीही यंत्रणा इंटरनेटवर अस्तित्वात नव्हती. सगळ्यांचाच अनामिकतेकडे ओढा होता. त्यामुळे अनेक दुर्दैवी प्रसंग घडल्याची उदाहरणं आहेत. ग्लासमन यांनी सांगितल्याप्रमाणे अल कायदासारख्या विघातक संघटनांना आपल्या विरोधकांशी स्पष्टपणे बोलण्याची कधीच तयारी ठेवली नाही. त्यांच्या साऱ्या कारवाया पडद्याच्या आडूनच चालायच्या. परंतु इंटरनेटच्या माध्यमातून चालणारं त्यांचं काम जरी घातक होतं तरी सामान्य लोकांपर्यंत आणि तेही जगभरात अगदी वेगानं पसरावं अशी व्यवस्था त्यात नव्हती. पण म्हणून आता विचार करावासा वाटतो की अनामिक राहून किंवा खोट्या परिचयाच्या आधारानं ब्लॉग लिहिणाऱ्या आणि AOL chat room मध्ये आढळून येणारे बेजबाबदारपणे विधानं करणारे आणि कृती करणारे लोक या अशा संघटनांपेक्षाही घातक आहेत. फेसबुकवर अशा प्रकारचं वर्तन करायला एकतर ठार वेडं असावं लागतं किंवा खूप हिंमत ठेवावी लागते. कारण तुम्ही केलेलं वक्तव्य तुमच्या खऱ्या नावानिशी प्रसारित होतं.

फेसबुकवरच्या गटांचा जरा अभ्यास केला तर लक्षात येईल की अशा अनेक ग्रुपच्या माध्यमातून लोक परस्परांच्या संस्कृतीचा अंदाज घेताना, त्याचा विचार करताना आढळून येतात. फेसबुकच्याच माध्यमातून आंतरराष्ट्रीय पातळीवर 'मुस्लीम लीडर्स ऑफ टुमारो' या ग्रुपच्या वेगळा विचार करणाऱ्यांना एकत्र एका व्यासपीठावर आणण्याचं काम झालं आहे. ७५ देशांतील ३०० तरुण मुस्लीम युवक २००९मध्ये कतारला दोहा येथे 'जागतिक शांतता आणि न्याय' या विषयावर आयोजित एका परिषदेत एकत्र आले होते. यात सौदीचा एक फॅशन डिझायनर, इराणचा रॅप संगीत गायक, पाकिस्तानच्या मदरशांमध्ये सुधारणा घडवण्यासाठी झटणारा एक शिक्षक, अमेरीकेतला एक ब्लॉग लेखक आणि एका डच वकिलाचा समावेश होता. ही सगळी तरुण मंडळी होती. आजही ते आपापल्या देशांतून फक्त फेसबुकच्या माध्यमातून काम करतात.

फेसबुकवर अत्यंत स्पष्टपणे व्यक्त केलेल्या मतांना प्रसिद्धी आणि प्रशंसा मिळते, हे. खरं आहे. पण काहींचं म्हणणं असंही आहे की फेसबुकवर एखादा राजकीय गट स्वीकारणं किंवा त्यासाठी काम करणं तसं सोपं आहे. माऊस एकदा क्लिक् करून तुम्ही आपलं मत लोकांसमोर काही सेकंदांच्या आत ठेवू शकता. पण अशा क्षणात केलेल्या मतांवर तुम्ही ठाम आहात की नाही किंवा त्या संदर्भातील तुमची भूमिका कायम अशीच राहाणार काय, हा भाग जरा दुर्लक्षितच राहतो. शिवाय अशा ग्रुपशी स्वत:ला जोडून घेणाऱ्यांची त्या विचारावर खरंच निष्ठा आहे की नाही, हे स्पष्ट कळतं नाही आणि मोठ्या प्रमाणात लोक ग्रुपमध्ये आले तरी त्यांना ती विशिष्ट गोष्ट पटली आहे की नाही, याचा अंदाजच घेता येत नाही.

या प्रश्नाच्या उत्तराचा शोध घेण्यासाठी म्हणून सॅन्टाबार्बरा येथील कॅलिफोर्निया विद्यापीठाशी संलग्न तीन कॉलेजमध्ये राज्यशास्त्राच्या विद्यार्थ्यांनी एक संशोधनात्मक लेख लिहिला ज्याचं शीर्षक होतं, 'Facebook is... Fostering Political Engagement: A Study of Online Social Networking Groups and Offline Participation.' फेसबुकच्या राजकीय गटांमध्ये सहभागी होणाऱ्यांची संख्या आणि प्रत्यक्षातील संख्या यांचा अभ्यास केल्यानंतर असं लक्षात आलं की फेसबुकवरच्या सहभागामुळे किंवा ऑनलाईन उत्साही सहभागामुळेच प्रत्यक्षातही ही मुलं सक्रिय राजकारणाकडे मोठ्या प्रमाणात वळू लागली आहेत.

फेसबुकच्या गिफ्ट इकॉनॉमीचा राजकारण्यांनाही फायदा होताना दिसतो. २००८मधल्या आपल्या राष्ट्रपतीपदासाठीच्या निवडणुकीसाठी बराक ओबामांनी फेसबुकचा अत्यंत हुशारीनं वापर केला. फेसबुकच्या सहसंस्थापकांपैकी एक असलेल्या ख्रिस ह्यूजेस त्याचं पदवी शिक्षण पूर्ण झाल्यावर फेसबुकमध्ये आला होता. मात्र त्यानं ओबामांच्या ऑनलाईन निवडणूक प्रचाराची जबाबदारी स्वीकारत फेसबुकमधून

गच्छंती केली. फेसबुकवर ओबामांचं एक पेज होतं आणि निवडणुकीच्या काळात हजारो-लाखो समर्थक त्यांच्या मित्रांच्या यादीत होते. याव्यतिरिक्त स्थानिक आणि प्रादेशिक प्रचारात समर्थकांना त्यांनी फेसबुक सदस्यत्व घेण्याची विनंती केली आणि त्यांनाही प्रचाराचा भाग बनवलं. तळागाळातील मतदारांपर्यंत पोचण्यासाठी त्यांना याचा फारच उपयोग झाला.

ओबामांनी या तांत्रिक साधनांचा आपल्या निवडणुकीत पुरेपूर वापर केला. काहींनी या निवडणुकीला 'द फेसबुक इलेक्शन' असं संबोधायला सुरुवात केली होती. न्यू हॅम्पशायर आणि काही राज्यांमध्ये हिलरी क्लिंटन यांच्या प्रचार मोहिमेत सुरुवातीच्या काळात निक क्लेमॉन्स हे संचालक होते. त्यांना मात्र या नवीन प्रचार तंत्रामुळे फार नुकसान सहन करावं लागलं. "ओबामा या माध्यमाचा वापर अतिशय उत्कृष्ट पद्धतीनं करत आहेत, याची प्रचिती आम्हाला वारंवार येत होती. 'आम्ही ओबामांचा प्रचार करणार,' असं कुणीतरी म्हणताना दिसायचं आणि ही गोष्ट तो आपल्या फेसबुकवरच्या मित्रांना पाठवत असे. त्या मित्रांपैकी दहा जणांनीही याला दुजोरा देत स्वत:च्या मित्रांना फेसबुकमार्फत ओबामासाठी प्रचाराची विनंती केली की ही संख्या फोफावायची. त्यांच्यासारखा या माध्यमाचा इतक्या ताकदीनं कुणीही वापर केला नाही. तरुणांमधल्या इच्छाशक्तीला आणि उत्साहाला स्वत:च्या बाजूनं वळवून त्यांनाही या प्रचारामध्ये ठाम भूमिका घ्यायला या मोहिमेनं भाग पाडलं. आजपर्यंतच्या निवडणुकांमध्ये कधीही इतक्या मोठ्या प्रमाणात तरुणांना कुणीही सहभागी करवून घेतलं नव्हतं," क्लेमॉन्स म्हणतात.

ओबामा आजही फेसबुकवर अमेरीकेतील सर्वात लोकप्रिय राजकीय व्यक्ती आहेत. २०१०च्या सुरुवातीपर्यंत त्यांच्या फेसबुक चाहत्यांची संख्या १७ मिलियन इतकी होती. (His favourite music: Miles Davis, John Contrane, Bob Dylan, Stevie Wonder, Johann Sebastian Bach (cello suites) and The Fugees.) नंबर दोनवर माजी रिपब्लिकन उपराष्ट्रपती सारा पॅलिन आहेत, ज्यांना २.५ मिलियन लोकांचं समर्थन आहे.

पॅलिन यांच्या फेसबुकवरील लोकप्रियतेवरून सिद्ध होतं की फेसबुक ही फक्त कुठल्या एका राजकीय पक्षाची मक्तेदारी असलेली साइट नाही. पॅलिन यांनीही फेसबुकमार्फत राजकारण करण्यात आपलं कौशल्य सिद्ध केलं आहे. अलास्काच्या गर्व्हनर पदावरून राजीनामा दिल्यानंतर स्वत:चा जनसंपर्क त्यांनी पूर्णत: फेसबुकच्या माध्यमातूनच सांभाळला.

ऑगस्ट २००९मध्ये पॅलिन यांनी राष्ट्रपती ओबामांच्या स्वास्थ्य रक्षक धोरणातील बदलाला विरोध केला आणि फेसबुकवर आपल्या पोस्टमध्ये त्यांनी, ओबामा या धोरणाच्या बदलातून कुणी जगायचं आणि कुणी मरायचं असा निर्णय घेणारं एक

'डेथ पॅनल' तयार करण्याचं काम करत आहेत, अशी प्रतिक्रिया दिली. त्यांच्या या वक्तव्यामुळे राष्ट्रीय स्तरावर खळबळ माजली. पण त्यांनी यावर अजिबात प्रतिक्रिया दिली नाही. पाच दिवसांनी त्यांनी काहीतरी बोलायचं ठरवलं. 'Concerning the 'death panle' या मथळ्याखाली त्यांनी मग आपली पोस्ट पुन्हा फक्त फेसबुकवर टाकलं. डेथ पॅनलसाठी आपण चिंतेचा विषय ठरलो आहे, असं म्हणणाऱ्या पॅलिन यांना मग पुन्हा लोकांकडून प्रचंड प्रतिसाद मिळाला आणि त्यांची लोकप्रियता आणखी वाढली. "एकट्यानं आपल्या तत्वांसाठी लढणाऱ्या पॅलिनसारख्या लोकांसाठी फेसबुकसारखं दुसरं माध्यम नाही," असं अमेरीकेचे माजी राष्ट्राध्यक्ष असलेल्या जॉर्ज बुश यांच्या माजी प्रेस सेक्रेटरी ॲरी फ्लेचर यांचं मत आहे. "लोकांच्या संपर्कात राहाण्यासाठी, समर्थन वाढवून घेण्यासाठी आणि वर्तमानपत्रं आणि माध्यमांच्या कायम चर्चेत राहाण्यासाठी फेसबुक हे पॅलिनसाठी सगळ्यात योग्य माध्यम आहे," असं ॲरी म्हणतात. आजही फेसबुक हेच पॅलिन यांचं जनसंपर्काचं आणि लोकांशी संवादाचं प्रमुख साधन आहे आणि पॅलिन या २०१२च्या राष्ट्रपती पदाच्या निवडणुकीसाठीही तयारी करत आहेत.

❖

अनेक देशांमध्ये आणि विविध सरकारांकडून आता कुठल्याही छोट्या-मोठ्या प्रसंगांमध्ये आपले कर्मचारी आणि जनसमुदायांशी योग्य आणि आवश्यक संवाद स्थापित करण्यासाठी म्हणून फेसबुकचा सहज स्वीकार केला जातो. लुइझियानामध्ये २००८ला आलेल्या गुस्ताव नावाच्या वादळानंतर फेसबुकनं आपल्या होम पेजच्या बॅनरवर एक घोषणा टाकली. वादळानं झोडपून काढलेल्या भागात असलेल्या आपल्या सदस्यांना त्यांनी सुरक्षित असल्यास स्वत:ची खबरबात फेसबुकवर टाकण्याची विनंती केली. आलेली माहिती त्यांनी प्रशासनाला देऊन मदतकार्यामध्ये आपलाही सहभाग दिला. यात सुरक्षित असलेल्या लोकांना कशाची आवश्यकता आहे आणि नेमकी कुठल्या भागात सरकारी मदत पोचायला हवी, अशा सर्व प्रकारची माहिती फेसबुककडे त्यांच्या युजरच्या माध्यमातून येत होती. त्याचा उपयोग सरकारी यंत्रणेला झाला. अशाच प्रकारची कारवाई भविष्यात असं काही संकट आलं तर करता येईल, हेही यातून सुचवलं गेलं.

यापेक्षा एक थोडा कमी गंभीर प्रकार घडला, जेव्हा फेसबुकचा वापर करून लोकांनी प्रशासनाला तत्परतेनं काम करायला भाग पाडलं. प्रसंग होता ओबामा निवडून आल्यानंतरच्या समारंभाचा. जानेवारी २००९ला या समारंभासाठी सुरक्षेच्या कारणावरून हजारो लोकांना प्रवेश नाकारण्यात आला आणि हे लोक वॉशिंगटनच्या एका भूमिगत टनेलमध्ये अडकून पडले होते. बरेच तास लोटून गेल्यावरही

काही होत नाही, हे पाहून एकानं तिथेच फेसबुकवर एक ग्रुप तयार केला. त्याला नाव दिलं 'सर्व्हायव्हर्स ऑफ द पर्पल टनेल ऑफ डूम.' काही वेळातच या ग्रुपला ५००० पेक्षाही जास्त लोकांनी समर्थन दिलं. सरतेशेवटी सुरक्षेव्यवस्थेची यंत्रणा सांभाळणाऱ्या युएस सेनटच्या सार्जंट टेरान्स विलीयम गेनर यांना या ग्रुपची दखल घ्यावी लागली. फेसबुकवरच ग्रुपची माफी मागून त्यांनी टनेलमध्ये अडकलेल्यांना मदतकार्य पोचवण्याची तात्काळ व्यवस्था केली.

फेसबुकमार्फत होणारा संवाद हा सरकारी यंत्रणांच्या विविध स्तरांवर उपयोगी पडतो आहे. न्यूयॉर्क शहर आरोग्य विभागाला कॉन्डोम वापरासंदर्भात जनजागृती करायची होती. एचआयव्ही आणि एड्स पासून बचाव करण्यासाठी ही मोहीम लोकांपर्यंत पोचवणं अत्यावश्यक होतं. त्यांनीही मग फेसबुकला हाताशी घेतलं. विभागाचं एक प्रोफाईल पेज तयार केलं आणि लोकांनी परस्परांना कॉन्डोम वापरासाठी प्रोत्साहित करण्यासाठी 'ई-कॉन्डोम' म्हणजे कॉन्डोमचं एक छोटं चित्र पाठवण्याची सोय केली.

प्रवास करत असतील तर युएस कोस्ट गार्डचे कमांडंट आपल्या मोबाइलच्या फेसबुकवरून आपला हालहवाल अपडेटद्वारे कळवतात आणि इराकमध्ये असेलेले युएस जनरल तिथल्या कारवायांच्या माहितीसाठी फेसबुकचा वापर करतात. ओबामांच्या पत्रकार परिषद थेट व्हाईट हाऊसमधून फेसबुकवर पाहता येतात आणि त्यावर आपल्या प्रतिक्रियाही लगेच पाठवता येतात. तिकडे सौदी अरेबियातील माहिती प्रसारण मंत्र्यांनी स्वत:चं फेसबुक प्रोफाईल तयार केलं आहे आणि त्यात तमाम पत्रकारांना आपलं मित्र म्हणून स्वीकारलं आहे. मुलाखतींसाठीची आमंत्रणं आणि त्यासाठीची वेळ देणं हा सगळा व्यवहार ते फेसबुकच्या आपल्या या पेजच्या माध्यमातूनच करतात. काही देशांमध्ये फेसबुकच्या माध्यमातून वाहन परवाने वितरीत करण्याचं आणि नूतनीकरणाची कामंही करण्याचा विचार आहे. म्हणजे लोकांशी या माध्यमातून थेट काही संवाद साधता येईल.

❖

सामान्य माणसांद्वारे तयार झालेल्या बातम्या त्यांच्या मित्रांपर्यंत प्रसारित करणाऱ्या असंख्य वेबसाइटमध्ये फेसबुकचा नंबर पहिला आहे. यातून बातम्यांच्या प्रसारणासंदर्भातील सगळ्याच पारंपरिक संकल्पनांना नवं रूप मिळालं आहे. मी तुमच्यासाठी एक माहिती तयार करणार आणि तुम्ही माझ्यासाठी एक बातमी तयार करणार. म्हणजेच झकरबर्गच्या गिफ्ट इकॉनॉमीची प्रचिती येते.

हार्वर्डमध्ये २००४ला फेसबुकची सुरुवात झाली तेव्हा प्रत्येक विद्यार्थ्याच्या प्रोफाईल पेजवर त्या विद्यार्थ्यांचा उल्लेख असलेल्या, हार्वर्ड क्रिमसनमध्ये छापून

आलेल्या लेखांची यादी दिली होती. पण हे फीचर नंतर काढून टाकण्यात आलं होतं. तेही फारच लवकर. २००९मध्ये ieman Journalism Lab वर हार्वर्डच्या माजी विद्यार्थ्यांनं – झॅकरी स्यूअर्डनं टाकलेल्या एका पोस्टमध्ये असं सुचवण्यात आलं आहे की मार्कनं ते फीचर मुद्दामच काढून टाकलं, कारण त्याला आधी घडून गेलेल्या बातम्यांचा मागोवा घेणारं माध्यम तयार करायचं नव्हतं. त्यानं तयार केलेलं माध्यम हे तिथल्या तिथे बातमी तयार करणारं आणि प्रसारित करणारं माध्यम होतं. न्यूज फीड तयार करताना मार्कला नेमकं हेच आणि हे असंच हवं होतं. असं साधन, जे वर्तमानात घडणाऱ्या घटनांच्या माहितीचा स्रोत असेल आणि असे संदर्भ असलेल्या बातम्या तुमच्या मित्रांपर्यंत आणि जगापर्यंत पोचवेल. २००६मध्ये न्यूज फीड तयार करून ते फेसबुकमध्ये सामील करण्याच्या फार पूर्वी मार्कनं आपल्या डायरीमध्ये त्याची संपूर्ण रूपरेषा तयार केली होती. अगदी या अपडेट कशा खऱ्या बातम्या बनतील आणि न्यूज फीड स्टोरीजची जणू स्टाईल शीटच त्यानं तयार केली होती.

व्यावसायिक माध्यम संस्थांकडून प्रसृत केल्या जाणाऱ्या बातम्यांच्या तुलनेत न्यूज फीडमधील स्टोरी किंवा अपडेट हे फारच वैयक्तिक स्वरूपाचं होतं. तुमच्या मित्राच्या दैनंदिनीतील अगदी फालतू वाटणारी घटनादेखील या न्यूज फीडमध्ये बातमीच्या रूपात दिसणार, कारण तुमच्या त्या मित्रासाठी ती घटना किंवा तो प्रसंग त्या क्षणी महत्त्वाचा असतो. न्यूज फीडवरून उठलेल्या वादळाच्या वेळी मार्कनं जे उदाहरण दिलं होतं ते आठवतं? ''आफ्रिकेत मृत्युमुखी पडणाऱ्या लोकांच्या बातमीपेक्षा तुमच्या दारात एखादा पक्षी किंवा प्राणी मरून पडणं हे तुमच्यासाठी अधिक महत्त्वाचं असू शकतं,'' मार्क त्या वेळी म्हणाला होता. त्यामुळे आता तुमच्या दैनंदिनीतील प्रत्येक कृती किंवा प्रत्येक घटना ही तुमच्या मित्रांसाठी आणि जवळच्या लोकांसाठी जास्त महत्त्वाची ठरू शकते.

अमेरीकेतील प्रत्येक विद्यापीठ परिसरात आणि शाळांमध्ये, फेसबुकच्या तळागाळापर्यंतच्या प्रवेशामुळे अशा शाळा-कॉलेजात काढल्या जाणाऱ्या छापील वार्षिक अंकांचं आणि मासिकांचं महत्त्व फारच कमी झालं आहे. कारण फेसबुकवर त्यांना सगळं अगदी लगेच कळत होतंच. पण अशा फक्त त्या क्षणापुरतं महत्त्व वाटणाऱ्या या बातम्यांच्या ओघामुळे काही अति महत्त्वाच्या पण दूर अंतरावर घडणाऱ्या, म्हणजेच उदाहरणार्थ आफ्रिकेत मरणाऱ्या त्या लोकांबद्दल अगदीच काहीही वाटू नये, अशी वृत्ती बळावण्याची शक्यताही जाणवते. जसजसा फेसबुकचा वापर वाढतो आहे आणि भविष्यात तो असाच वाढत जाणार हे गृहीत धरून आता वर निर्माण झालेल्या या प्रश्नाच्या उत्तराचा गंभीरतेनं शोध घ्यावा लागणार आहे.

मार्कला या सेवेच्या मूलभूत बाबींसंदर्भात मदत करणारा शॉन पार्कर फेसबुकमुळे प्रसार माध्यमांच्या कक्षेत होणाऱ्या बदलांसंदर्भात अतिशय उत्साही आणि महत्त्वाकांक्षी

आहे. कुठल्याही स्थानिक वृत्तपत्राच्या संपादकानं काय बातमी आपल्याला वाचायला द्यावी हा निर्णय घेण्याचा अधिकार न्यूज फीडमुळे आता आपल्या फेसबुकवरच्या मित्रांना प्राप्त झाला होता. याहू किंवा मायक्रोसॉफ्ट किंवा AOL प्रमाणे न्यूज फीड आपल्या मित्रांना आपल्यासाठी एक बातमीपत्रक तयार करण्याची संधी देतं. माझ्या आवडीच्या एखाद्या विषयात निष्णात असलेल्या माझ्या मित्रानं पाठवलेली माहिती किंवा एखादी लिंक मी 'माय याहू'च्या होम पेजवर पाठवलेल्या लिंकऐवजी पाहाणं पसंत करणार, कारण मला मित्र अधिक जवळचा वाटतो. आणि मग मार्कच्या गिफ्ट इकॉनॉमी संकल्पनेप्रमाणे मीही त्या मित्राला आवडणाऱ्या आणि मला योग्य वाटलेल्या काही गोष्टी न्यूज फीडच्या माध्यमातून पोचत्या करणार. स्वानुभवातून ज्ञानी झालेल्या पार्करनं या सगळ्याला एक नाव दिलं आहे. तो या व्यवहाराला 'networks of people acting as a decentralised relevancy filter.' म्हणजे आपल्या मित्रांना काय हवं नको ते अगदी कुठल्याही सत्ताकेंद्रित यंत्रणेच्या अनुपस्थितीत छाननी करून पोचवणारं हे एक माहितीचं जाळं आहे. अशाच पद्धतीनं पण अनामिकरित्या काम करणाऱ्या काही आणखी वेबसाइटही आहेत ज्यात डिग, रेडिट आणि ट्विटरचा समावेश करता येईल.

बातमीचा मजकूर दमदार असेल तर तो कुणी लिहिला आहे हे जाणून न घेताही ती असंख्य व्यक्तींपर्यंत पोचू शकते. फेसबुकचा उपाध्यक्ष आणि मार्कची एक अत्यंत आवडती व्यक्ती म्हणजे ख्रिस कॉक्स हीच गोष्ट जरा रोचक पद्धतीनं मांडतो. ''जनमाध्यमांकडे बातमी निर्माण करण्याची आणि ती प्रसारित करण्याची जी ताकद आहे किंवा अधिकार आहेत, तेच अधिकार आम्ही आपल्या प्रत्येक युजरला मिळावे यासाठी प्रयत्नरत आहोत,'' तो म्हणतो. या त्याच्या बोलण्याची प्रचिती येणाऱ्या घटनाही आता घडताना दिसू लागल्या आहेत. जानेवारी २०१०मध्ये हैतीला आलेल्या भयंकर भूकंपाची माहिती CNN सारख्या जगातील सर्वांत मोठ्या प्रसार माध्यमाला फेसबुकच्या एका अपडेटमधून मिळाली होती. हे त्यांनी आपल्या प्रसारणात कबूलही केलं होतं.

मग आता या व्यक्तिकेंद्रित माहिती संरचनेत आपल्या पारंपरिक प्रसार माध्यमांची नेमकी स्थिती काय? विरोधाभास असा आहे की जर या पारंपरिक प्रसार माध्यमांना आपल्या वाचकांपर्यंत प्रभावीरित्या पोचायचं असेल तर त्यांनाही फेसबुकसारख्या माध्यमातून एक स्वतंत्र व्यक्ती बनून या यंत्रणेद्वारे आपलं काम करावं लागणार आहे. साइटनं प्रत्येक माहितीकडे फक्त माहिती म्हणून पाहण्याची तटस्थ भूमिका घेतल्यामुळे स्पर्धा निर्माण होण्याची कुठलीही शक्यता इथे नाही. म्हणून कुठल्याही प्रसार माध्यमाला फेसबुकवर आपलं प्रोफाईल तयार करता येतं आणि आपल्या पेजवर इतर व्यक्तींप्रमाणे काही रोचक, महत्त्वाची आणि सामान्यांना आकर्षित करेल अशी माहिती निर्माण करता येते. इतर फेसबुक युजरप्रमाणेच अशा संस्थांनी

आपल्या पानांवर तयार केलेली माहिती न्यूज फीडपर्यंत पोचते. आता गरज असते ती या प्रोफाईल किंवा पानांसाठीं 'फॅन' म्हणजेच इतर सामान्य युजरला असतात तसे मित्र मिळवण्याची. अशा 'फॅन' पर्यंत न्यूज फीडद्वारे माहिती पोचल्यानंतर जर ती व्यक्ती या माहितीवर आपली प्रतिक्रिया शब्दांमध्ये म्हणजे 'कमेंट' करून करणं आणि फक्त कृतीनं म्हणजेच 'लाईक' या पर्यायावर क्लिक करून देत असेल तर एकप्रकारे अशा माहितीच्या उपयोगितेवर शिक्कामोर्तब होतं. कारण अशा व्यक्तीच्या इतर मित्रांपर्यंत त्याला आवडलेल्या माहितीचं प्रसारण फेसबुकच्या यंत्रणेतून होतं आणि ती माहिती पुढे अशीच प्रसारित होते. फेसबुकच्या या यशस्वी आणि कार्यक्षम यंत्रणेमुळेच जगातील जास्तीतजास्त वर्तमानपत्रांच्या साइटपर्यंत लोकांना पोचवण्याचं काम फेसबुकनं साध्य केलं आहे. अशा वेबसाइटला मिळणारा ट्रॅफिक आज निव्वळ फेसबुकमुळे प्रचंड प्रमाणात वाढला आहे. काही वेळा तो गुगलपेक्षाही जास्त आहे. काही काळानंतर मात्र फेसबुक या पारंपरिक प्रसार माध्यमांसाठी आर्थिक स्पर्धा निर्माण करणार यातही काही शंका नाही. कारण जाहिरातींचा जो एक मोठा भाग टीव्ही, मासिकं आणि वर्तमानपत्रांकडे आहे तो आता हळूहळू या नवीन माहिती पुरवणाऱ्या माध्यमांकडे वळू लागला आहे.

या बदलांच्या पार्श्वभूमीवर आता काही मोठ्या प्रसारमाध्यम संस्थांनी फेसबुकच्या विरोधात जाण्याऐवजी त्याच्या यंत्रणेत राहून आपला व्यवसाय चालवण्याचा निर्णय घेतला आहे. उदाहरण सांगायचं झालं तर २००९च्या उन्हाळ्यात NBCनं आपल्या 'कम्युनिटी' या नव्यानं सुरू होणाऱ्या मालिकेचा प्रिव्ह्यू फक्त फेसबुकवर केला होता. या शोचा फेसबुकवर जो चाहता असेल त्यालाच फक्त हा प्रिव्ह्यू पाहता येण्याची सोय होती. फेसबुक आधीच तरुणांमध्ये लोकप्रिय असल्यामुळे असा शो पाहणारा मोठा वर्ग आधीच फेसबुकजवळ होता. त्यांना फक्त या नवीन शोची माहिती देण्याचा उशीर आणि हा प्रिव्ह्यू शो फॅन ची रीघ पाहण्यासाठी लागली. त्यामुळे फेसबुकपर्यंत मर्यादित राहण्यात धोका असण्यापेक्षा मोठा फायदाच त्यात होता कारण अशा शोचा दर्शक कुठला असू शकतो याची सरासरी माहिती देणारी यंत्रणा फेसबुककडे होती आणि त्या कंपनीला अशाच माहितीची गरजही होती.

पारंपरिक प्रसारमाध्यमं आणि फेसबुकमध्ये असलेलं अंतर आता धूसर होत चाललं आहे. व्हेरीझॉननं फेसबुकबरोबरच ट्विटर आणि आणखी काही सोशल मीडिया वेबसाइटना आपल्या FiOS (Fiber Optical Service) ब्रॉडबॅन्ड टेलीव्हिजनच्या कक्षेत सामावून घेतलं आहे. आता तुमच्या टीव्हीवरही ब्रॉडबॅन्डचा वापर तुम्ही करून फेसबुकला लॉग इन करू शकता आणि टीव्हीच्या अर्ध्या स्क्रिनवर फेसबुक अपडेट्स आणि इतर गोष्टींचा वापर करू शकता.

हफिंग्टन पोस्टसारख्या काही माध्यम कंपन्यांनी स्वत:च्या वेबसाइटलाच फेसबुकशी जोडून घेतलं आहे. फेसबुक युजर आपलं नाव वापरून या वेबसाइटवर आपल्या प्रतिक्रिया देऊ शकतात. व्हिडिओ शेअर करू शकतात.

आता पुढल्या टप्प्यात प्रसारमाध्यमं आणि फेसबुक याच्यातील परस्पर संबंधांची जास्त चांगली गुंफण होण्याची शक्यता आहे आणि विशेषत: टीव्हीसोबत हे संबंध फारच विचारपूर्वक स्थापित केले जातील, यात शंका नाही. FiOSua नं जे साध्य केलं आहे त्यातून एकच अर्थ निघतो की फेसबुकच्या माध्यमातून आता तुम्ही आपल्या मित्रांसोबत एकत्र टेलीव्हिजनही पाहू शकाल. आणखी काही गोष्टी आहेत ज्या यातून साध्य झाल्या आहेत. व्हिडिओ सेवा देणाऱ्यांना वेबच्या माध्यमातून कुठल्याही प्रसारणासोबत लगेच प्रतिक्रियाही देणं आता फेसबुकमुळे शक्य झालं आहे. ओबामांच्या विजयानंतर त्यांच्या पहिल्या कार्यक्रमाचं प्रसारण सुरू असतानाच लोकांनी फेसबुकवर दिलेल्या प्रतिक्रिया, स्टेटस अपडेट आणि इतर गोष्टी CNN नं दाखवायला सुरुवात केली होती. या कार्यक्रमात प्रतिक्रियांची संख्या दर मिनिटाला ८,५०० एवढी होती, जी प्रत्येकाला पाहणं शक्य झालं होतं. अशीच व्यवस्था ABC.com यांनीही प्रतिष्ठित ऑस्कर पुरस्कारांच्या वेळी केली होती.

❖

इतरांनी काय दिलं हे अगदी सहज जाणून घेणाऱ्या पारदर्शक जगाचा आणि ज्या पद्धतीनं मोठमोठ्या कंपन्यांचा कारभार चालतो, या दोहोंचा कुठेच मेळ नाही, ही सत्य परिस्थिती आहे. म्हणजेच *potlatch* व्यवस्था इथे नाही. अमेरीकेतील बहुतांश सगळ्याच कंपन्यांचे कर्मचारी फेसबुक युजर असल्यामुळे एक गोष्ट स्पष्ट झाली आहे, की हे कर्मचारी आणि त्यांच्या नामवंत संस्थांमध्ये पारदर्शकतेसंदर्भात अजूनही तेवढा खुलेपणा नाही. दोन्हीमधला संघर्ष हा नेहमीच अडचणीचा ठरला आहे. आधुनिक व्यवस्थापन सिद्धांताचे तज्ज्ञ म्हणून मान्यता पावलेले गॅरी हॅमेल म्हणतात की ही परिस्थिती न टाळता येणारी आहे. ''इंटरनेटच्या माध्यमातून जे सामाजिक बदल घडत आहेत त्यातूनच छोट्या आणि मोठ्या संस्थांकडे पाहण्याच्या समाजाच्या दृष्टिकोनातही बदल घडणार हे आता नक्की झालं आहे,'' हॅमेल म्हणतात. त्यांच्या निरीक्षणानुसार यापूर्वी फक्त दोन गोष्टी अस्तित्वात होत्या आणि त्या म्हणजे 'एकंदर मानवी शक्यतांना आणखी वृद्धिंगत करण्याचा प्रयत्न.' प्रशासन आणि बाजारपेठ याभोवतीच सगळं फिरत होतं. ''पण आता तिसरी गोष्ट आली आहे आणि ती म्हणजे नेटवर्क. त्यामुळे आता सगळ्यांना कठीण आणि अडचणींच्या कामात एकत्र असण्याची संधी मिळालेली आहे. पण याचा आणखी एक परिणाम असा झाला की कुणी बोलावं आणि कुणाचं ऐकलं जावं याबाबत

निर्णय घेणारी जी सत्ताधारी मंडळी होती त्यांच्या अधिकारांवर या पारदर्शकतेमुळे अंकुश बसला आहे,'' हॅमेल म्हणतात.

काही कंपन्यांना या विरोधाभासाशी सामना करून मार्ग काढता आला आहे. साचेबद्ध कंपनी व्यवस्थापनातील जे उच्चभ्रू समजले जाणारे काही मूठभर लोक होते, त्यांनी आता आपली सत्ता आणि अधिकार अगदी स्वेच्छेनं आणि आनंदानं टाकून द्यायला सुरुवात केली आहे. लेखक आणि सल्लागार जॉन हॅगेल म्हणतो की पारदर्शकता आणि मोकळेपणाची योग्य सीमारेषा काय असावी ही समस्या फक्त व्यक्तिगत स्वरूपाची राहिलेली नाही तर आता कंपन्या आणि विविध संस्थांसमोरही हाच प्रश्न उभा राहिला आहे. ''फरक फक्त एवढाच आहे की वैयक्तिक पातळीवर या समस्या योग्य पद्धतीनं हाताळल्या गेल्यामुळे त्याचं समाधान प्रत्येक व्यक्तीला मिळू लागलं आहे. पण संस्था किंवा कंपन्या मात्र अजूनही अंधारात चाचपडत आहेत,'' हॅगेन म्हणतो.

म्हणूनच आता अनेक व्यावसायिक संस्थांमध्ये आणि कंपन्यांमध्ये कर्मचाऱ्यांच्या फेसबुक वापरावर बंदी घालण्यात आली आहे. फेसबुकच्या माध्यमातून घडणाऱ्या संवादाची गती अशा संस्थांच्या व्यवस्थापनाच्या समजुतीच्या आवाक्याबाहेरची आहे. या संवादांना नेमका काय अर्थ आहे आणि ते इतकं लोकप्रिय होण्याचं कारण त्यांनाही अजून कळू शकलेलं नाही.

पण काही अधिकाऱ्यांनी फेसबुकला जवळ केलं. कॉर्पोरेट जगतातील सत्तेच्या ताकदीला हादरवून टाकणारा किंवा निदान त्याचं संतुलन बिघडवणारी ही गोष्ट आहे, हे मात्र नक्की. सिलीकॉन व्हॅलीतील सेरेना सॉफ्टवेअर एका वाईट टप्प्यातून जात असताना त्याचा सीईओ जेरेमी बर्टननं २००७मध्ये फेसबुकला आपल्या हाताशी घेतलं. पारंपरिक कॉर्पोरेट संस्कृतीला अगदी गदागदा हलवून सोडावं अशी त्याची ही कृती होती. फेसबुकचा फक्त वापर सुरू करून तो थांबला नाही, तर त्याच्या ऑफिसमध्ये एक दिवस 'फेसबुक फ्रायडे' म्हणून ठरवण्यात आला आणि ऑफिसमधल्या सहकाऱ्यांपासून ते अगदी वितरक, पुरवठादार आणि ग्राहकांपर्यंत पोचण्यासाठी फेसबुकचाच वापर करणं अनिवार्य करण्यात आलं होतं.

आपल्या कंपनीच्या ९०० कर्मचाऱ्यांसह बर्टनही फेसबुकचा चाहता बनला होता. फेसबुकच्याच माध्यमातून त्याला त्याच्या कंपनीची आणि तिथे काम करणाऱ्या लोकांची दुसरी बाजू कळली होती. आपल्या कामासंदर्भात कर्मचारी अगदी मोकळेपणानं फेसबुकवर लिहू लागले होते. ''ई-मेल किंवा मेसेज करून आपल्या सीईओशी संवाद साधणं या लोकांसाठी अवघड होतं. पण आता ते बॉसलाही काही गोष्टी सांगताना मागेपुढे पाहत नसत. फेसबुकवर त्यांना जास्त आपुलकी जाणवू लागली होती आणि बॉसबद्दलचा परकेपणा आता नाहीसा झाला होता,'' बर्टन सांगतो.

पण या जवळीकीचीही किंमत प्रत्येकाला चुकवावीच लागते. बर्टनही याला अपवाद नव्हता. वयानं त्याच्यापेक्षा खूप लहान असलेला त्याचा भाऊ इंग्लंडला राहत होता आणि बर्टनचा एखादा विचार पटला नाही तर कशाचीही भीड न बाळगता तो बर्टनला फेसबुकवर बोलत असे. ही गोष्ट बर्टनच्या यादीत असलेल्या त्याच्या सगळ्या कर्मचाऱ्यांनाही कळायची.

आता वेळ होती आर्थिक मंदीची. २००८मध्ये सगळ्यांच्या तोंडचं पाणी पळवणाऱ्या रिसेशननं सेरेनालाही सोडलं नाहीच. बर्टनलाही या संकटाला, एक अधिकारी म्हणून सामोरं जाताना अनेक गोष्टी कराव्या लागल्या आणि त्यातली सगळ्यात मोठी गोष्ट होती कर्मचाऱ्यांची कपात. काहींना नोकरीवरून काढणं अनिवार्य होतं. पण ज्यांच्याशी इतका चांगला संवाद निर्माण झालाय त्यांना नोकरी गेली हे सांगणं बर्टनसाठी महाकठीण कर्म बनलं होतं. मग ज्यांना काढावं लागणार त्यांना फेसबुकमधल्या आपल्या मित्रांच्या यादीतूनही काढावं का? हा प्रश्न फारच हळवं करणारा होता. आपल्या या भावनांना मग बर्टननं फेसबुकवर वाट मोकळी करून दिली. ज्यांना नोकरीतून काढलं जाणार होतं त्यांनीच बर्टनची समजूत काढली आणि त्याच्या निर्णयाचा आदर केला. आजही ते लोक बर्टनच्या फेसबुक मित्र यादीत कायम आहेत.

आणखी एका वेगळ्या प्रकारच्या कंपनीचं उदाहरणही देता येईल. जगातील पत्रकारिता आणि आर्थिक माहितीचं भांडार असलेल्या थॉमसन रॉयटर्समध्ये मुख्य संपादक डेव्हिड स्लेझिंगर यांनाही फेसबुकच्या अनौपचारिकतेच्या शक्तीची वेगळी प्रचिती आली आहे. फेसबुक त्यांच्या कार्यपद्धतीचा अविभाज्य भाग बनला आहे. दिवसांतून कमीतकमी 'चोवीस वेळा' ते फेसबुकवर अपडेट तपासतात. आणि जगातील सगळ्यात मोठ्या माहिती प्रसारण संस्थेचे व्यवस्थापक हे कबूल करतात, हे उल्लेखनीय. "माझ्यासाठी फेसबुकचं न्यूज फीड हेच माहितीचं आणि बातम्यांचं मोठं भांडार आहे. मला आवडणाऱ्या आणि आवश्यक वाटणाऱ्या बातम्या मला इथेच पाहायला मिळतात." सहकारी आणि कर्मचारी यांच्याबरोबर स्वतःला जोडून घेण्यासाठी स्लेझिंगर फेसबुकचा वापर करतात. कोण कुठल्या विभागात काम करतो आणि काय काम करतो याचा कसलाही अडसर स्लेझिंगर आणि त्यांच्या संस्थेतील लोकांमध्ये नाही. "पदांच्या श्रेणीरचनेनुसार माझ्यापेक्षा सहा पदं खाली काम करणारा एखादा वार्ताहर फेसबुकवर अगदी सहज माझ्याशी एखाद्या बातमीसंदर्भात बोलतो, चर्चा करतो. हीच गोष्ट त्याला मेल, फोन आणि अगदी प्रत्यक्ष करताना नेहमी कठीण जायची. हे खरंच खूप छान आहे आणि मला ते मनापासून आवडतं," ते म्हणतात.

बर्टन काय आणि स्लेझिंगर काय, दोघंही स्वतःत आणि त्यांच्या पदांबाबत सुरक्षित आहेत आणि म्हणून ते आपल्या संस्थांमधील लोकांच्या सक्षमीकरणाचा

विचार करताना दिसतात. पण ही गोष्ट प्रत्येक मोठ्या पदावरच्या लोकांना लागू होत नाही. काही अधिकाऱ्यांना आपल्या अधिकारांची जपणूक करण्याबाबत, फेसबुकसारख्या अनौपचारिकतेला आणि पारदर्शकतेला महत्त्व देणाऱ्या व्यासपीठांमुळे असुरक्षित वाटतं आणि म्हणून ते त्यापासून चार हात लांब राहाण्याचाच प्रयत्न करताना दिसतात.

मार्केटिंग किंवा व्यावसायिकतेच्या दृष्टिकोनातून फेसबुकची गरज ओळखून काही कंपन्यांनी आपल्या विक्री विभागातील कर्मचाऱ्यांना फेसबुक सदस्य बनण्याची सक्तीच केली आहे. फेसबुकच्या सुरुवातीच्या काळातील एक प्रमुख जाहिरातदार असणाऱ्या सोनी पिक्चर्सनं ही सक्ती २००६मध्येच केली होती. त्यांच्या सगळ्या कर्मचाऱ्यांचं प्रोफाईल फेसबुकवर असावं असा त्यांचा आग्रह होता. कॉम्प्युटर चिपच्या व्यवसायात नामांकित असणाऱ्या इंटेलच्या मार्केटिंग विभागातील लोक तर आयपॉड बक्षीस ठेवून अगदी ट्रेझर हंटसारखे खेळ खेळताना आढळून येतात. एक काल्पनिक प्रोफाईल तयार करून त्यावर संकेत दिले जातात. पण त्यासाठी सहभागी होणाऱ्याला आपलंही एक प्रोफाईल बनवावंच लागतं. तेव्हाच तो त्या काल्पनिक प्रोफाईलपर्यंत पोचू शकतो.

फार पूर्वीपासून विविध कंपन्यांनी फेसबुकवर व्यावसायिक लोकांसाठी काही विशेष फीचर तयार करून ते फक्त त्यांनाच उपलब्ध करून देण्याबाबत अनेक वेळा कंपनीला विनंती केली. पण मार्क झकरबर्गनं अशा प्रकारांना कधीच महत्त्व दिलं नाही. कर्मचाऱ्यांशी फेसबुकच्या माध्यमातून जोडलं गेल्यानंतर बाहेरच्या कुठल्याही व्यक्तीला या कंपनीच्या आतले संवाद पाहण्याची परवानगी नसावी, अशी व्यवस्था त्यांना फेसबुकवर हवी आहे. बऱ्याच काळानंतर आता २०१०मध्ये फेसबुकनं यावर गंभीरतेनं विचार केला आहे आणि आता 'अंतर्गत चर्चांसाठी एक वेगळं व्यासपीठ फेसबुकवर आलं आहे.

ग्राहकांमध्ये फेसबुकची लोकप्रियता झपाट्यानं वाढत असल्यामुळे या अशा सुविधा आणि फेसबुकच्या वेगवेगळ्या शक्यतांची वाढही अनिवार्य आहे, असं कंपनीतल्या अधिकाऱ्यांना वाटतं. मॉस्कोव्हिट्झ तर याबाबत आग्रही आहे. मित्रांबरोबर फेसबुकवर चांगले संबंध प्रस्थापित करणं जसं सोपं आहे तसंच कंपन्यांच्या बाबतीतही असावं, असं डस्टिनला खूप प्रकर्षानं वाटतं. त्यानं सॅन फ्रान्सिस्कोला सुरू केलेल्या कामातही याच संकल्पनेचा समावेश आहे. प्रत्येक संस्थेत तांत्रिक बाबींचा आधार घेऊन एक अशी व्यवस्था तयार करण्यावर त्याचा भर आहे, ज्यामुळे व्यवस्थापन आणि कर्मचाऱ्यांत एक अनौपचारिक नातं निर्माण होतानाच संस्थेबाहेरच्या लोकांचा त्यात कुठेही अंतर्भाव आणि ढवळाढवळ होणार नाही. फेसबुकमध्ये काम करत असताना कर्मचाऱ्यांना सक्षम करण्याकडे त्यानं विशेष लक्ष दिलं होतं आणि असं घडून येण्यासाठी त्यानं तयार केलेल्या अनेक यंत्रणा कंपनीत आजही वापरल्या जातात.

फेसबुक आणि मायक्रोसॉफ्ट ऑफिस यांनी एकत्र काम करण्यासाठी मायक्रोसॉफ्टनं सतत आणि खूप प्रयत्न केले. त्यांच्या सॉफ्टवेअरमध्ये फेसबुकचा अंतर्भाव करून त्यांना एक वेगळी यंत्रणा निर्माण करायची होती. पण त्यांच्या या प्रयत्नांना फेसबुककडून कधीच उत्साही प्रतिसाद मिळाला नाही. ही बाब मायक्रोसॉफ्टच्या अनेक अधिकाऱ्यांच्या मनाला फारच लागली आहे. आता सेल्सफोर्स.कॉम या मायक्रोसॉफ्टशी स्पर्धा असणाऱ्या छोट्याशा कंपनीनं एका सोशल नेटवर्कसोबत हातमिळवणी करून फक्त व्यावसायिक उपयोगासाठी म्हणून 'चॅटर' सुरू केलं आणि काही संस्थांनी याला प्रतिसादही दिला आहे.

स्वत: सीईओ ज्या गिफ्ट इकॉनॉमीची भलावण करतो त्याचे फायदे आणि तोटे दोन्ही फेसबुकच्या नशिबीही आलं आहे. युजर मोठ्या प्रमाणात सहभागी होण्यास उत्सुक आहेत, मग त्यासाठी ते खूप कार्यरत असतात आणि त्यासाठी जास्त पानांची गरज असते आणि त्या जास्त पानांवर मग जास्त जाहिरातीही जातात. पण इतकं मत व्यक्त करण्यासाठीचं शक्तिशाली आणि प्रबळ व्यासपीठ झकरबर्गनं लोकांच्या हाती दिलं आहे की आता फेसबुकवर त्यांच्या स्पष्ट मतांचा प्रभाव आणि सत्ता जाणवू लागली आहे. त्यांना न आवडलेल्या गोष्टी, कंपनीला आवश्यक वाटल्या तरीही, त्या सरळ युजरच्या माथी मारणं फेसबुकला आता कल्पनेतही शक्य नाही. बाहेरच्या जगात जाणवण्यापेक्षा फेसबुकवर या डिजिटल लोकशाहीनं जास्त बहार आणली आहे.

हे अगदी स्वाभाविक आणि अटळ असल्याचं झकरबर्ग मान्य केलं आहे. ''माहिती प्रसारित करण्याचे अधिकार देणारं साधन आम्ही लोकांना दिलं आहे आणि ती यंत्रणा आम्हीच चालवतो. त्यामुळे ही प्रथा आम्ही सुरू केल्यावर त्याप्रमाणे जगणं अपरिहार्य आहे,'' तो सांगतो. न्यूज फीडच्या वेळी या लोकशाहीची फक्त एक झलक फेसबुकला मिळाली होती आणि फक्त १० मिलियन युजर असतानाही ते वादळ शमवताना कंपनीच्या नाकी नऊ आले होते. आता ६०० मिलियनपेक्षाही जास्त आणि दर दिवशी हजारोच्या संख्येनं सदस्य वाढत असताना झकरबर्गचं आयुष्य आता वाटलं होतं त्यापेक्षा कितीतरी पटीनं अवघड झालं आहे. याचं कारणही तोच आहे आणि उत्तरंही त्याच्याचकडे आहेत.

❖

१६

फेसबुकची उत्क्रांती

'जे काही आम्ही आत्ता या क्षणी करतो आहे ती तर फक्त सुरुवात आहे.'

मार्क झकरबर्ग म्हणजे फेसबुक. तसंच मार्क म्हणजे फुटबॉल टी-शर्ट, जॅकेट आणि रबरी सॅन्डल! पण २००९ या वर्षात आणि तेही या वर्षाच्या पहिल्याच दिवशी आश्चर्य घडलं. मार्क ऑफिसला आला तेच कॉर्पोरेट जगातील अधिकारी घालतात तसा कॉलर असलेला पांढरा शर्ट आणि त्यावर टाय लावून. कुणीही विचारलं की तो सांगत होता, "हे वर्ष गंभीर होण्याचं आहे." हे पूर्ण वर्ष तो टाय घालणार होता. पुन्हा कुणाला याबाबत प्रश्न पडलाच तर त्याचंही स्पष्टीकरण मार्ककडे होतं. फेसबुकच्या गगनचुंबी यशाबरोबर ज्या समस्या निर्माण होत आहेत त्यांचा निपटारा करण्यासाठी गंभीर होणं आवश्यक आहे, हे त्याचं उत्तर होतं.

पण आपल्या सहकाऱ्यांना गंभीरतेचं प्रमाण देताना त्याला सतावणारा विषय म्हणजे फेसबुकची प्रगती नव्हता. तसेच मॉनेटायझेशन ही नव्हता. लोकांनी भरभरून प्रतिसाद दिल्यामुळे पेव फुटलेल्या संवादाच्या नवनवीन व्यासपीठांकडून फेसबुकला मिळणारी आव्हान हा खरा प्रश्न होता.

फेसबुक सुरू होऊन पाच वर्षंही पूर्ण झाली नव्हती. पण या एवढ्या छोट्या कालावधीत कंपनीनं आपल्या या सेवेत मोठ्या प्रमाणात बदल घडवून आणले होते. फोटो टाकण्याची सुविधा, न्यूज फीड आणि फेसबुकला आणखी विस्तारासाठी संधी देणारं platform अशी काही फीचर्स या काळात कंपनीनं तयार केली. Platform मुळे फेसबुक वापरणाऱ्या प्रत्येकानं या सेवेची विविध रूपं तयार केली आणि त्यातूनच युजरच्या एकंदरीत अनुभवांना आणखी समृद्ध केलं. आता झकरबर्ग आणि त्याच्या इंजिनियर्सची टीम पुढील नाट्यमय बदलांची तयारी करण्यात गुंतली होती. त्यांना टाकून देण्याचा विचारही त्याच्या मनाला शिवला नाही. कारण हे वर्ष त्याच्यासाठी अतिशय महत्त्वाचं आणि गंभीर विषयांसाठीचं होतं.

आदल्याच वर्षी मार्कनं फेसबुक हे असंच वेगानं चालवत ठेवण्यासंदर्भातील काही अडचणींबाबत प्रामाणिक कबुली दिली होती. पण त्याच वेळी त्यानं आपल्या परस्परांमध्ये आणखी माहिती प्रसारित करण्याच्या दृष्टीनं सेवेत काही बदल घडवून आणण्याचा गंभीरतेनं विचार सुरू केला होता. फेसबुकनं १०० मिलियन युजरचा आकडा पार केल्यानंतर दोनच आठवड्यांनी, म्हणजे सप्टेंबर २००८मध्ये फेसबुकनं प्रोफाईल पेजेसचं स्वरूप बदलण्याची प्रक्रिया सुरू केली. अनेकांना हे नवीन रूप अजिबात आवडलं नाही. नेहमीप्रमाणे युजरनी याही वेळी पुन्हा विरोध दर्शवला. कंपनीत या नवीन बदलाला 'FB 95' असं टोपणनाव देण्यात आलं. अनेक विरोधांचा सामना करत आणि अडचणींवर मात करून जगात एकाधिकार स्थापन करणाऱ्या Windows 95च्या धर्तीवर थोडं थट्टेनं हे नामकरण करण्यात आलं होतं.

या बदलाचा उद्देश होता की युजरद्वारे परस्परांमध्ये शेअर केल्या जाणाऱ्या माहितीची दिशा आणि गती आणखी वाढवण्यासाठी म्हणून साइटच्या रचनेत फेरबदल आवश्यक होता. जेणेकरून ज्या प्रमाणात माहिती फेसबुकच्या दिशेनं येत होती तिला सामावून घेण्याची ताकद वाढवता येईल. याअंतर्गत प्रोफाईलमध्ये केला गेलेला सगळ्यात मोठा बदल त्यातील दोन घटकांना एकत्रित करण्याचा होता – तुमच्यासाठी मित्रांना थेट सार्वजनिक संदेश पाठवण्यासाठी असलेली वॉल आणि मिनी फीड, जिथे तुम्ही स्वत:ची काही ठरावीक माहिती टाकू शकता. म्हणजे आता तुमच्या किंवा युजर संदर्भातील प्रत्येक गोष्ट या दोन ठिकाणांऐवजी एकाच शिर्षकाखाली राहणार होती. खरं तर फेसबुकला युजरना परस्परांमध्ये चर्चा घडवून आणण्यासाठीची एक जागा साइटवर किंबहुना प्रत्येक प्रोफाईल पेजवर निर्माण करायची होती. या सगळ्या बदलांच्या मागे हा मुख्य हेतू होता. म्हणून युजरच्या प्रोफाईल पेजच्या शीर्षस्थानी एक चौकट तयार करण्यात आली आणि त्याला पब्लिशर असं नाव देण्यात आलं. यापूर्वी फेसबुकवर असलेल्या स्टेटस अपडेटचं हे विस्तारित रूप होतं. यात आता कुठल्याही प्रकारचा मजकूर, माहिती, व्हिडिओ, फोटो इतकंच नाही तर युजरला इतर वेबसाइटवर आवडलेल्या कुठल्याही गोष्टीची लिंक टाकण्यासाठीसुद्धा याचा वापर करता येणार होता. पूर्वी या चौकटीत फक्त 'David Kirkpatrick is...' आणि पुढे एक ओळ जावी अशी संकल्पना होती. नवीन चौकटीला सगळी बंधनं टाकून देता येतील असा एक प्रश्न जोडण्यात आला होता आणि तो म्हणजे, 'What's on your mind?'

छोटे छोटे बदलही पटकन स्वीकारण्यास तयार नसणाऱ्या आपल्या युजर्सच्या सवयीचा अंदाज घेत फेसबुकनं या नवीन बदलांसकट असलेला प्रोफाईलचा नमुना युजरना प्रायोगिक तत्वावर वापरण्यास दिला. नवीन फेसबुकवर जाण्याआधी दोन महिने या बदललेल्या फेसबुकवर हात साफ करण्याची ही संधी होती. फेसबुकच्या

नवीन आणि जुन्या दोन्ही आवृत्या त्यामुळे या दोन महिन्यांत कंपनीकडून युजरपर्यंत पोचवल्या जात होत्या. झकरबर्ग म्हणतो, "तांत्रिक गोष्टी हाताळणं काहीच कठीण नाही. पण त्या काळात फेसबुकला सांभाळणं म्हणजे गर्दीच्या मानसिकतेला सांभाळण्यासारखं होतं."

इतकी काळजी घेऊनही फेसबुकला युजरसोबत खूप वेळ हे सामंजस्य टिकवता आलं नाही. नवीन बदल आणि नवीन रूप युजरला आवडलं नाही. पुन्हा हजारोंच्या संख्येनं निषेध नोंदवणारे युजर एकत्र आले, पुन्हा फेसबुकवर ग्रुप तयार झाले आणि त्यात काही नामांकित लोकांनीही आपला विरोध प्रदर्शित केला ज्यात संगणक अधिकारी मायकल डेलचा देखील समावेश होता. 'Petition against the 'New Facebook" असा हा ग्रुप होता. हजारो तरुण युजर अगदी २००४ पासून आपल्या वॉलशी जोडले गेले होते आणि त्यांना ती जुनी आवृत्ती आपलीशी वाटत होती. त्यांना ती परत हवी होती.

जुलै २००८ ला एक दिवस फेसबुकचं हे नवीन स्वरूप ऑनलाईन करण्यात आलं. आपल्या TechCruch या ब्लॉगसाठी प्रसिद्ध असलेल्या, तांत्रिक बाबींवर लिहिणाऱ्या मायकल ॲरिंग्टन या पत्रकारानं भविष्यवेत्त्यांच्या आवेशात एक लेख लिहीला. *'The Friendfeedization of Facebook'* या मथळ्याखाली हा लेख लिहिण्यात आला होता. यात उल्लेख असलेली फ्रेंडफीडही वेबसाइट गुगलच्या काही उच्चपदस्थ माजी अधिकाऱ्यांनी ऑक्टोबर २००७मध्ये उघडली होती. ॲरिंग्टनच्या म्हणण्यानुसार ही वेबसाइट म्हणजे "फेसबुकनं लोकप्रिय केलेल्या युजरच्या ऑनलाईन कृतीचा स्रोत आणि ट्विटरमुळे चलनात आलेल्या मायक्रोब्लॉगिंगचा मेळ होता." अरिंग्टनच्या निरीक्षणाप्रमाणं आता फेसबुकनं आपल्या या नवीन अवतारात फ्रेंडफीडची नक्कल करण्याचा प्रयत्न केला होता. फेसबुकच्या न्यूज फीड आणि स्टेटस अपडेटला आणखी थोडं विस्तारित रूपात एकत्र आणून त्यांनी जे तयार केलं होतं ते ट्विटरवरच्या ट्विटशी मिळतं-जुळतं होतं.

इतरांनी तयार केलेल्या काही नाविन्यपूर्ण गोष्टींवर प्रतिक्रिया देण्यासाठी फेसबुक त्याच्या जन्मानंतर पहिल्यांदाच बाध्य ठरली होती. जरी अगदी नगण्य स्वरूपात असलेल्या फ्रेंडफीडशी ही स्पर्धा असल्यासारखं वाटत असलं तरीही त्यातील मुख्य प्रतिक्रिया ही व्टिटरवर होती. फक्त १४० अक्षरांमध्ये आपले विचार व्यक्त करण्यासाठी व्यासपीठ पुरवणाऱ्या ट्विटरची स्थापना २००६मध्ये झाली होती. या साइटचाही उद्देश फेसबुकप्रमाणेच व्यक्ती-व्यक्तीमध्ये माहितीची देवाण-घेवाण हाच होता आणि त्याचं स्वरूपही मोठ्या प्रमाणात फेसबुकसारखं होतं. पण ट्विटरवर मित्र बनवण्याची व्यवस्था नाही. तुम्ही सदस्य बनून कुणाही व्यक्तीच्या ट्विटचा मागोवा घेऊ शकता. ट्विटरवर मत व्यक्त करणारी ही फक्त एक

व्यक्तीच असते असंही काही नाही. ट्विटरवरील बरेच सदस्य टोपणनाव वापरून लिहीतात किंवा काही संस्थाही यावर आपली मतं व्यक्त करतात. याशिवाय फेसबुकच्या अगदी उलट, ट्विटरवरील संवाद हा एकतर्फी असतो. फेसबुक म्हणजे आपल्या परिचयाच्या लोकांशी ऑनलाईन वेगळा संवाद स्थापित करण्यासाठीचं व्यासपीठ आहे, ज्यात ओळख ही खऱ्या व्यक्तीशी असते. पण ट्विटरवर खऱ्या परिचयाचा आग्रह आणि ग्वाही दोन्ही नसताना फक्त एका व्यक्तीला आपले विचार प्रसारित करण्यासाठी उपलब्ध करून दिलेलं एक व्यासपीठ एवढंच त्याचं अस्तित्व आहे. कंपनी, ब्रॅन्ड, ब्लॉगर, नामांकित किंवा प्रसिद्ध व्यक्ती यांना उपयोगी पडणारी ही साइट आहे, कारण या प्रत्येकाला लोकांना स्वत:बद्दल सतत काहीतरी सांगण्याची गरज असते.

फेसबुक आणि ट्विटरमध्ये अनेक साम्यं आहेत, हे नाकारता येणार नाही. स्टेटस अपडेट हे दोन्हीमधलं मुख्य आकर्षण आहे. फेसबुकप्रमाणेच ट्विटरनंही, साइटला इतर ॲप्लिकेशन बनवणाऱ्यांसाठी platform म्हणून स्वत:ला फार लवकर स्थापित केलं. अनेक सदस्य ट्विटर वापरतानाच इतरांच्या ट्विट वाचण्यासाठी ट्विट-डेकसारख्या ॲप्लिकेशनचा वापर करताना आढळतात. स्वत:कडे मिळकतीच्या स्वरूपात काहीही नसताना अगदी तीन वर्षांतच ट्विटरनं फेसबुक आणि कंपनीच्या अंगवळणी पडलेल्या मोठ्या रकमांच्या मिळकतीवर मात केली होती. विकास आणि प्रगती यावर त्यांची भिस्त होती आणि हे दोन्ही साध्य करण्यात ट्विटरला यश आलं होतं.

काही महिन्यांतच ट्विटरला युजरचा भरपूर आणि सतत प्रतिसाद मिळत राहिला. दुसरीकडे फेसबुकचा आवाका मोठा होता, प्रस्थापित होण्याकडे त्यांची वाटचाल सुरू होती. वृत्तपत्रांच्या भाषेत सांगायचं तर फेसबुक आता जरा जुनं किंवा ओल्ड फॅशन्ड झालं होतं. ट्विटर सध्या चर्चेत होतं. लगेच ती तंत्रज्ञान जगतातील सगळ्यांना हवीहवीशी वाटणारी कंपनी झाली होती. जी जागा २००७ आणि २००८मध्ये फेसबुकची होती ती ट्विटरच्या वाट्याला जाताना सहज दिसत होती. आता ट्विटर फेसबुकला मात देणार आणि आपली सत्ता स्थापन करणार, वगैरे चर्चा आणि भविष्यवाणी अनेकांकडून केली जात होती. झकरबर्ग आणि त्याची टीम ट्विटरवर बारीक लक्ष ठेवून होते. प्रसार माध्यमं आणि सिलीकॉन व्हॅलीचा ट्विटरसाठीचा उत्साह किती आहे यावर त्यांनी संपूर्ण लक्ष केंद्रित केलं होतं.

फेसबुकच्या नवीन आवृत्तीचा शुभारंभ केल्याच्या दोन आठवड्यानंतर नोव्हेंबरमध्ये वेब २.० या आयोजनात एका मुलाखतीत मार्कनं अगदी सगळ्यांसमोर कबूल केलं की ट्विटरनं तो 'अत्यंत प्रभावित' झाला आहे आणि ही नवीन सेवा 'फारच सुबक' आहे. अगदी याचवेळी फेसबुकनं गुप्तपणे ट्विटर विकत घेण्यासंदर्भात चर्चा सुरू केली होती आणि ५०० मिलियनला त्याचे रोखे विकत घेण्याची तयारीही दर्शवली होती. पण हा सौदा झाला नाही. कारण फेसबुकनं ज्या रकमेच्या किमतीचे आपल्या

कंपनीचे रोखे देऊ केले, ते खरंच तितकी किंमत भविष्यात देतील की नाही, याबाबत व्टिटरचे अधिकारी साशंक होते.

❖

मार्कनं २००८ हे वर्ष सरता-सरता काही महत्त्वाच्या बदलांचं सूतोवाच केलं होतं. इंटरनेटवर आधारित सेवा न ठेवता आता फेसबुकला इंटरनेटमध्येच विणण्याचा उद्योग त्यानं चालवला होता. फेसबुकच्या platform मध्ये मूलभूत मोठा बदल करताना कंपनीनं फेसबुक कनेक्ट नावाची नवीन गोष्ट सुरू केली होती. सॉफ्टवेअर विकसित करणाऱ्यांना फेसबुकवर नव्या पद्धतीनं काही गोष्टी तयार करण्यासाठी विनंती करण्यात आली होती.

या कनेक्टचा मुख्य हेतू मात्र जरा वेगळा होता. फेसबुक अकाऊंट वापरून इतर वेबवर जाण्यासाठीचा मार्ग आपल्या युजरसाठी खुला करण्याचा हा फेसबुकचा प्रयत्न होता. यातून अनेक गोष्टी सिद्ध होणार होत्या. तुमचा परिचय, जो फेसबुकसाठी अत्यावश्यक समजला जातो, त्याच्याच आधारावर आता तुम्हाला इंटरनेटवर कुठेही वावरता येणार होतं. युजर दुसऱ्या कुठल्याही साइटवर असला तरीही कनेक्टच्या माध्यमातून युजरची माहिती आणि त्याची कृतीही फेसबुक फीडपर्यंत पाठवण्याची परवानगी युजर देऊ शकणार होता. अर्थातच इतर साइटवरच्या युजरच्या कृतीची माहिती न्यूज फीडमधून त्याच्या इतर मित्रांपर्यंत पोचवण्याची कामगीरी फेसबुकची होतीच. जणू काही ती कृती फेसबुकवर घडलेली आहे, इतका सहज भाव त्यात कनेक्टमुळे निर्माण झाला होता. याशिवाय नंतरच्या एका बदलानुसार 'लाईक' या छोट्याशा सोईमुळे ही माहिती आणखी जास्त काळजीपूर्वक प्रसारित होत होती. एका युजरची कृती त्याच्या दुसऱ्या मित्राला आवडल्याची माहिती या लाईकमुळे या दुसऱ्या युजरच्या मित्रांपर्यंत पोचू लागली होती. म्हणजे पहिल्या युजरनं जी कृती केली होती ती फक्त त्याच्या यादीतील मित्रांपुरती मर्यादित न राहता त्यांनी या कृतीला 'लाईक' केल्यामुळे त्यांच्याही मित्रांना याबाबत न्यूज फीडच्या माध्यमातून कळवलं जात होतं. त्यामुळे कनेक्टच्या माध्यमातून फेसबुकच्या युजरचं आपल्याकडे लक्ष वेधून घेणं इतर वेबसाइटसाठीही फारच फायद्याचं होतं.

फेसबुक कनेक्ट आणि फेसबुकच्या बाहेर असलेलं platform या दोन्हीमुळे फेसबुकचा युजर हा जागतिक स्तरावर इंटरनेटवर लॉग-इन करण्यास सज्ज झाला होता. नोव्हेंबर २०१० पर्यंत एक मिलियनहून जास्त वेबसाइटनी याचा वेगवेगळ्या पद्धतीनं वापर केला. तब्बल १५० मिलियन युजरचीही कनेक्टला पसंती मिळाली. कॉमस्कोर या सर्वेक्षण वेबसाइटनं मिळवलेल्या माहितीनुसार इंटरनेटवरील पहिल्या अव्वल १०० साइटपैकी अर्ध्यांनी स्वत:ला कनेक्टशी जोडलं आहे आणि ते आता

फेसबुक कनेक्टचे पार्टनर आहेत. यात जगातील सगळ्यात मोठ्या माहितीचा खजिना असलेल्या याहूपासून ते CNN सारख्या विख्यात प्रसार माध्यमाचा, हफिंग्टन पोस्ट, गॉकर आणि टेकक्रंच, तसंच नव्यानं सुरू होऊन लोकप्रियता मिळवलेल्या फॅनबेस आणि फोरस्क्वेअर व आयफोन आणि गेमच्या दुनियेतील लोकप्रिय एक्सबॉक्सचाही समावेश आहे. "आम्हाला अशा तंत्रज्ञानाचा श्रीगणेशा करायचा आहे ज्याचा वापर करून लोक आपल्या जिव्हाळ्याच्या गोष्टीपर्यंत पोचू शकतील, मग त्या कुठेही का असेना," फेसबुकचा नेटवर्क डेव्हलपमेंट संचालक असलेल्या इयान बिअर्डनं या कॉन्फरन्समध्ये काढलेले हे उद्‌गार फेसबुक कनेक्ट काढण्यामागचा फेसबुकचा उद्देश स्पष्ट करतात. (आपण लोकांशी कुठल्यातरी माध्यमातून जोडलं जाणं शक्य आहे, हे २००३मध्ये कोर्स मॅचची सुरुवात केल्यावर मार्कनं जेव्हा सांगितलं होतं तेव्हा त्याला किती अभिमान वाटला होता!)

फेसबुक कनेक्ट किंवा अशा कुठल्याही फेसबुक प्लॅटफॉर्म घटकाच्या माध्यमातून जेव्हा या इतर साइटवर आपली प्रतिक्रिया किंवा कुठला संवाद नोंदवतो तेव्हा त्यांचा परिचय हा त्यांच्या फेसबुकवरच्या फोटो आणि नावावरून होतो. अशी माहिती नसल्यामुळे न्यूज आणि ब्लॉगिंग साइटवर यापूर्वी अनेक अडचणी निर्माण झाल्या आहेत. स्वत:ची ओळख न देता अपमानास्पद आणि अर्वाच्य भाषेत प्रतिक्रिया टाकणाऱ्यांवर अंकुश ठेवणं अगदी कठीण होतं. पण जेव्हा तुम्ही कोण आहात हे जगाला कळणार, याची जाणीव असल्यावर स्वाभाविकच लोक सभ्यतेनेच वागतात, हा सामान्य अनुभव आहे. फेसबुकच्या खऱ्या परिचयाच्या आग्रहामागेही हीच भूमिका आहे.

"फेसबुक कनेक्ट हे, भविष्यात प्लॅटफॉर्म कसं काम करणार याचं उदाहरण आहे," मार्क सांगतो. "ते कायम फेसबुकच्या आत काम करणारं एक छोटंसं ॲप्लिकेशन म्हणून राहाणार नाही. आणखी जास्त माहितीची देवाण-घेवाण करण्यासाठी फेसबुकमधून युजरची माहिती घेऊन काम करणारी ती एक स्वतंत्र वेबसाइटच होणार आहे," तो स्पष्ट करतो. फेसबुकमध्ये काम करणाऱ्या प्लॅटफॉर्मच्या माध्यमातून आतापर्यंत जे काही करण्यात आलं ते 'या स्वतंत्र वेबसाइट बनण्यासाठीच्या प्रशिक्षणाचा भाग होतं.'

कनेक्टच्या माध्यामातून फेसबुकच्या लक्षावधी युजरपर्यंत पोचण्याची संधी अगदी चालून आली असतानाही काही संभावित भागीदारांच्या मनात शंका आहेत. "ही ट्रोजन हॉर्ससारखी रणनीती आहे," फेसबुकवर कायम लक्ष ठेवून असलेल्या पण कनेक्टशी 'कनेक्ट' व्हायला तयार नसलेल्या न्यूयॉर्कच्या एका माध्यम कंपनीच्या सीईओचं हे मत आहे. कनेक्ट त्याच्या आणि त्याच्या कंपनीच्या ग्राहकांच्या मध्ये येणार, अशी शंका त्याला आहे. एकदा का अशा साइट फेसबुकवर अवलंबून

राहिल्या तर फेसबुक भविष्यात नवनवीन मागण्या पुढे करणार, याची त्याला पक्की खात्री आहे. सध्यातरी फेसबुकचं प्लॅटफॉर्म मोफत आहे. पण भविष्यात यासाठी नक्कीच काहीतरी किंमत मोजावी लागणार, असंही या सीईओला वाटतं.

भविष्यात जाहिरातींसाठीही फेसबुक कनेक्टचा वापर होणं अगदी स्वाभाविक आहे असं म्हटलं जातं. पण फेसबुकच्या अधिकारी वर्गाला ही गोष्ट मान्य नाही. कंपनी सोडल्यानंतर बऱ्याच मोकळेपणानं बोलणारा डस्टीन मॉस्कोव्हिट्झ म्हणतो की ज्या साइट कनेक्ट वापरतील त्यांना फेसबुककडून मिळालेल्या जाहिराती दाखवण्याची संधी मिळू शकते. "कुठला फेसबुक युजर कुठल्या साइटचा वापर करतो आहे हे जाणून घेतल्यानंतर त्या युजरशी संबंधित जाहिरात त्या विशिष्ट साइटवर टाकण्यास फेसबुक तयार होणारच. शिवाय जाहिरातीसाठी फेसबुककडून वापरली जाणारी विशिष्ट माहितीही या साइटना स्वत:साठी वापरता येईल. कनेक्ट तयार करण्यामागची हीच खरी नीती आहे," तो सांगतो. या साइटसोबत जाहिरातींची देवाण-घेवाण करणं हा फेसबुकसाठी मिळकतीचा आणखी एक मार्ग ठरू शकतो.

कनेक्ट आणि प्लॅटफॉर्मच्या या नवीन उपयोगामुळे फेसबुकला आणखी फायदा संभवतो. फक्त फेसबुक.कॉमपर्यंत मर्यादित न राहता इतरही साइटवर आपला वेळ देणाऱ्या युजरची आणखी माहिती, त्याचा स्वभाव आणि त्याच्या इतर स्वभावविशेषांबद्दल जाणून घेणं फेसबुकला सोपं जाणार आहे.

❖

गंभीर झाल्याचं प्रतीक म्हणून गळ्यात टाय घातलेल्या मार्कला अगदी जानेवारीतच फेसबुकमधल्या एका गंभीर अंतर्गत समस्येला सामोरं जावं लागलं. निवडून आलेले अमेरीकेचे नवीन राष्ट्रपती बराक ओबामा आपल्या सहकाऱ्यांची निवड करत असताना त्यांनी व्हाईट हाऊसला नॅशनल एकॉनॉमिक काऊन्सिलच्या चेअरमन पदावर लॉरेन्स समर्सच्या नियुक्तीची घोषणा केली. यापूर्वी बिल क्लिंटन यांच्या कार्यकाळात समर्स यांनी ट्रेझरी सचिव म्हणून काम केलं होतं आणि त्यांच्या चीफ ऑफ स्टाफ पदी शेरील सॅन्डबर्ग होती. त्या दोघांमध्ये घनिष्ठ संबंध होते आणि आता कंपनीतील काही वरिष्ठ लोकांचा अंदाज होता की शेरीलला समर्स नवीन सरकारात काम करायला बोलावणार. ती जाणार, याची ही अनेकांना खात्री वाटत होती. पण तिनं थांबायचा निर्णय घेतला. झकरबर्गसाठी ती 'आवश्यक' श्रेणीतील व्यक्ती होती.

एक महिना जेमतेम गेला आणि फेब्रुवारीमध्ये एक नवीन संकट मार्कपुढे उभं ठाकलं. कंपनीच्या टर्म्स ऑफ सर्व्हिसेस (नियम व अटी) मध्ये कंपनीच्या कायदे विभागानं काही बदल करून ते पोस्ट केले. काही असंतुष्ट गटांतील युजरद्वारे

करण्यात येणाऱ्या कायदेशीर कारवायांना आळा घालण्यासाठी म्हणून हे बदल करण्यात आले होते. कुठल्याही व्यक्तीनं सदस्य होण्यापूर्वी वाचणं आवश्यक असलेल्या सेवेच्या नियम आणि अटींकडे, नेहमीप्रमाणे, बदल केल्यानंतरही कुणी अजिबात लक्ष दिलं नाही. पण रविवार, १५ फेब्रुवारी संध्याकाळी ६ वाजता ग्राहक युनियनमार्फत चालवण्यात येणाऱ्या कन्झ्युमरिस्ट या ब्लॉगवर एक लेख छापून आला. शीर्षक होतं, 'Facebook's New Terms of Service: 'We Can Do Anything We Want With Your Content. Forever.'

फेसबुकच्या नवीन सेवा अटी : 'तुम्ही साइटवर टाकलेल्या मजकुराचा आम्ही कसाही वापर करू शकतो. केव्हाही.'

या नवीन अटी आणि नियमांच्या विपरित परिणामांबद्दल या लेखात विस्तृत वर्णन होतं. विशेषत: यातील एका कलमाचं उदाहरण देऊन युजरनं साइटवर वारंवार टाकलेल्या माहितीचं आणि मजकुराचं काय होणार यावर उहापोह केला होता :

You hereby grant Facebook an irrevocable, perpetual, non-exclusive, transferable, fully paid, world wide license (with the right to sublicecense) to... use, copy, publish, stream, store, retain, publicly perform or display....

(या नवीन नियमांप्रमाणे युजर फेसबुकला एक अपरिवर्तनीय, कायमस्वरूपी, साधारण, हस्तांतरणीय आणि पूर्ण पैसे चुकते केलेला एक जागतिक परवानाच (जो इतरांसोबत विभागता येण्यासाठीचा अधिकार असलेलाही आहे) देत आहेत, ज्याच्या आधारे ते युजरच्या फेसबुकवर टाकलेल्या मजकुराचा वापर, त्याची आवृत्ती, प्रकाशन, प्रसारण, इंटरनेटवर प्रवाहित करणं, साठवणं, राखून ठेवणं आणि सार्वजनिक प्रदर्शन करणं असं सर्व काही करू शकतात.)

खरं तर ही घाबरवणारी भाषा यापूर्वीच्या अटी आणि नियमांमध्येही होती आणि ती तशीच या बदलांच्या वेळीही वापरण्यात आली होती. पण युजरनं टाकलेला मजकूर जर त्यानं आपल्या फेसबुक पानांमधून काढून टाकला तर मात्र फेसबुकला अनायसे मिळालेला हा परवाना व त्याच्या अटी मजकुराला लागू होणार नाही, असा युजरना दिलासा देणारं कलमही पूर्वीच्या नियम-अटींच्या यादीत होतं, जे नवीन बदल करताना काढून टाकण्यात आलं होतं. याच बदलावर या लेखात जास्त चर्चा झाली होती. म्हणून कन्झ्युमरिस्टनं युजरना सावध करताना काही गोष्टींचं भान ठेवण्याची विनंती केली. 'यानंतर काहीही अपलोड करताना भान ठेवा की जे तुम्हाला अस्वस्थ करणारं, न रुचणारं किंवा कालांतरानं तुम्हाला अडचणीत आणणारं असं काहीही फेसबुकवर टाकू नका. कारण तो सर्व मजकूर, फोटो आणि इतर काहीही जे तुम्ही दिलं आहे, ते नंतर फेसबुकच्या अखत्यारित जाणार आहे.'

हा लेख इतर साइट आणि माध्यमांचं लक्ष वेधून घेणारा होता आणि तसंच झालंही. झकरबर्गवर अचानक दबाव आला. छापून येणाऱ्या असंख्य लेखांतून आणि चर्चांमधून त्याला एकच प्रश्न वारंवार विचारण्यात येत होता. फेसबुकवर टाकलेल्या मजकुरावर तो मालकी हक्क कसा काय सांगू शकतो? ते शक्य नाही. आणि त्याचं उत्तर होतं की त्यानं असं काहीही केलेलं नाही. दुसऱ्या दिवशी म्हणजे सोमवारी संध्याकाळी ५ वाजता त्यानं फेसबुक ब्लॉगवर विचारपूर्वक एक भलंमोठ्ठं उत्तर लिहिलं आणि शीर्षकातूनच त्यानं त्याच्या युजरना आश्वासन दिलं 'On Facebook, People Own and Control Their Information'.

दिलासा देण्यासाठी त्यानं आपल्या उत्तरात लिहिलं होतं, 'प्रत्यक्षात तुम्हाला नको असेल आणि तुम्हाला आवडणार नाही अशा पद्धतीनं आम्ही कुणीही तुम्ही दिलेली माहिती वापरू शकत नाही आणि इतरांना देऊही शकत नाही,' त्यानं लिहिलं होतं. पण त्यानंतर त्यानं कायद्याच्या किचकटी अटींचा उल्लेख करीत स्वत:च्या असहायतेचंही वर्णन केलं. तो चालवत असलेल्या सेवेसाठी या गोष्टी मान्य करण्यावाचून त्याच्याकडे पर्याय नाही, असा नंतरच्या मजकुराचा सूर होता. स्वत:च्या माहितीवर नियंत्रण आणि हक्क सांगताना युजरच्या अखत्यारित असलेल्या इतर युजरच्या माहितीचं काय, असा सवाल त्यात होता. कारण प्रत्येक युजर मैत्री स्वीकारल्यानंतर मोबाइल नंबर, ई-मेल ॲड्रेस आणि इतर महत्त्वाची माहिती वापरण्याचा अधिकार समोरच्याला देतो. मग अशा माहितीच्या संरक्षणाची जबाबदारी प्रत्येक युजर घेण्यास तयार आहे का? म्हणून फेसबुकला ती जबाबदारी घेणं क्रमप्राप्त होतं, असा निष्कर्ष त्यातून काढण्याचा प्रयत्न लेखात होता.

हे सगळं इथेच थांबलं नाही. People Against The New Terms Of Service असा एक ग्रुप लॉस एन्जेलिसला राहणाऱ्या ज्युलियस हार्पर या २५ वर्षीय युवकानं काढला. नॉर्वेच्या ओस्लोमधल्या ॲन कॅथरीन पीटरो या तरुणीनं स्थापन केलेला असाच एक गटही त्यात विलीन करण्यात आला होता. मंगळवारपर्यंत या ग्रुपला ३०,००० युजर्सचा पाठिंबा मिळाला. दुसऱ्या दिवशी हा आकडा १००,००० वर गेला. पुन्हा फेसबुकनंच दिलेल्या शस्त्राचा, म्हणजे न्यूज फीडचा प्रभावी वापर या विरोधकांनी केला, तोही फेसबुकच्या विरोधात. बुधवारी इलेक्ट्रॉनिक प्रायव्हसी इन्फर्मेशन सेंटर आणि २५ इतर ग्राहक संरक्षण संस्थांनी फेडरल ट्रेड कमिशनकडे फेसबुकवर खटला भरण्याची तयारी चालवली होती.

त्यानं लिहिलेल्या उत्तरानंतर तीनच दिवसांत मार्कनं शरणागती पत्करली. बुधवारी दुपारी १ वाजता त्यानं, कंपनीनं पूर्वीचेच अटी व नियम लागू करणार असल्याचा निर्णय घेतला आहे, अशी घोषणा केली. वापरलेली भाषा ही अतिशय औपचारिक आहे आणि तिला साधं-सोपं रूप देण्याची गरज आहे, असं त्यानं

यापूर्वीही अनेकदा म्हटलं होतं. त्याच दिवशी उशिरा रात्री त्यानं आपल्या युजरना एकत्र येऊन एक ग्रुप निर्माण करून युजरना या नियम आणि अटींचं प्रारूप तयार करण्यासाठी मदत मागितली.

नंतरच्या आठवड्यात झकरबर्गनं दोन नवीन दस्तावेजांची घोषणा केली. यातील एक 'फेसबुक प्रिन्सिपल्स' होतं आणि दुसरं होतं 'स्टेटमेंट ऑफ राईट्स अँड रिस्पॉन्सिबिलिटिज' पहिल्यात कंपनीची धोरणं राबवण्यासाठीच्या दिशादर्शक नियमांची रूपरेषा होती आणि दुसऱ्यात जुन्या नियम व अटींऐवजी नवीन अधिकार आणि जबाबदाऱ्यांचा उल्लेख होता.

कुठल्याही कंपनीच्या सीईओला शोभेल अशा भाषेत (जी बहुदा उपरोधिकच असते!) मार्कनंही या नंतरच्या लेखाची शेवट केला होता : 'इतिहासानं आम्हाला नेहमीच सांगितलं आहे की कुठलीही व्यवस्था किंवा यंत्रणा प्रभावीपणे चालवण्यासाठी निर्णय घेणारे लोक आणि ज्यांच्यासाठी हे निर्णय घेतले आहेत त्यांच्यात मोकळा आणि पारदर्शक संवाद असावा लागतो. हीच गोष्ट आधुनिक काळातील कंपन्यांनाही लागू होते, हे येणारा इतिहास सांगणार यावर आमचा विश्वास आहे आणि हा प्रवास आम्ही तुमच्या साथीनं करू.'

पुढच्या काही आठवड्यांतच फेसबुकनं आपला शब्द पाळल्याचं सिद्ध केलं. ज्यांनी विरोधात ग्रुप तयार केले होते त्या व्यक्तींना, म्हणजे हार्पर आणि पीटरो यांना आमंत्रित करण्यात आलं आणि तयार केलेल्या दस्तावेजाचं परीक्षण आणि त्यावर त्यांच्या प्रतिक्रियाही घेण्यात आल्या. यावर युजर मतदान करणार होते. किमान ३० टक्के लोकांनी याला मंजुरी देणं आवश्यक आहे, असंही मार्कनं जाहीर केलं. त्या वेळी फेसबुकचे २०० मिलियन युजर होते म्हणजे ६० मिलियन लोकांनी प्रतिक्रिया देणं आवश्यक होतं, जे खरं तर अशक्य होतं. पण लोकांच्या इच्छेचा मान त्यानं ठेवला, हे त्यानं सिद्ध केलं होतं.

सरतेशेवटी फक्त ६६६,००० लोकांनी या नव्या नियमांसाठी मतदान केलं आणि त्यातील ७४ टक्के लोकांना 'स्टेटमेंट ऑफ राईट्स अँड रिस्पॉन्सिबिलिटिज' मान्य होतं. कन्झ्युमरिस्टनंही समाधान व्यक्त केलं. इंटरनेट चळवळ कार्यकर्त्यांनाही हा प्रकार आवडला होता. ते मार्क आणि फेसबुकच्या या कामानं प्रभावित झाले. हार्वर्ड लॉ स्कूलचे एक प्राध्यापक आणि 'द फ्युचर ऑफ द इंटरनेट अँड हाऊ टू स्टॉप इट' या नेटिझनमध्ये जागृती आणणाऱ्या पुस्तकाचे लेखक जोनॅथन झिट्रेन यांनी या सगळ्या प्रकरणावर लिहिलेल्या लेखात मार्कची भरभरून स्तुती केली आणि त्याची ही कृती त्याच्या युजरना एक नागरिक – फेसबुकचा नागरिक – म्हणून स्वत:कडे पाहाण्यास प्रवृत्त करणारी होती, हेही त्यांनी नमूद केलं.

निकाल जाहीर झाल्यानंतर दोन आठवड्यांनी मी मार्कशी बोललो तेव्हा तो खूष होता. भविष्यातही ही पद्धत चालू ठेवण्याची त्याची इच्छा त्यानं बोलून दाखवली. ''आमच्या हातून काही वादग्रस्त कृत्य झालं तर त्यासाठी आम्ही जबाबदार आहोत आणि आम्हाला युजरना उत्तर द्यावं लागणार, हेच यातून सिद्ध झालं आहे,'' त्यानं कबूल केलं. ''आता त्यांच्याशी स्पष्टपणे बोलण्याची गरज आहे. यातून आम्हालाही प्रामाणिकपणे जगता येईल.''

हे वर्ष खरंच गंभीरतेकडे जाणार होतं. याच गंभीरतेला साजेशी मार्कची वर्तणूकही होती, हे जाणवू लागलं होतं.

❖

मार्च २००९मध्ये फेसबुकनं साइटमध्ये आणखी काही नाट्यमय बदल घडवून आणले. या वेळी ते व्टिटरला नजरेसमोर ठेवून केले होते. युजरच्या प्रोफाईल किंवा त्यांच्या वॉलवर जाणवतील असे हे बदल नव्हते. हा बदल, फेसबुकवर लॉग इन करताच ज्या पानावर तुम्ही जाता आणि जिथे तुम्ही आपल्या मित्रांबद्दल जाणून घेता, थेट तिथे केले होते. वैयक्तिक प्रोफाईलवर तुमच्या मनातील विचार, तुम्हाला आवडलेल्या लिंक्स किंवा तत्सम गोष्टी नमूद करण्यासाठी जी चौकट फेसबुकनं दिली होती तसाच एक पब्लिशर बॉक्स या पहिल्या पानावरही दिला होता. आणखी संवाद, आणखी देवाण-घेवाण आणि आणखी चर्चा असा संदेश या बॉक्सच्या निर्मितीमध्ये दडला होता.

या चौकटीनंतर न्यूज फीडला ज्या गोष्टीत अगदी हलकेच परिवर्तीत केलं त्याला फेसबुकनं 'स्ट्रीम' असं नाव दिलं. हा प्रवाह माहितीचा होता. न्यूज फीडप्रमाणे इथेही मित्रांच्या स्टेटस अपडेटचा एक सतत बदलत राहाणारा माहितीचा प्रवाह होता. इतरही माहिती तिथे असायची. पण यात केलेला बदल जरा वेगळा होता. ज्या पेजेसचे तुम्ही फॅन झालेले आहात त्या कंपनीसंदर्भातील माहितीही इथे आता लगेच दिसणार होती. व्यावसायिक उत्पादनाच्या पानांवर फॅन बनून त्याची सतत माहिती घेत राहणं हे अगदी व्टिटरवर एखाद्या कंपनीला किंवा प्रसिद्ध व्यक्तीला किंवा संस्थेला फॉलो करण्यासारखं होतं.

हा स्ट्रीम प्रकार जुन्या न्यूज फीडच्या तुलनेत दोन मूलभूत गोष्टींमुळे भिन्न होता. ट्विटरवर ज्याप्रमाणे कुठलाही अपडेट अगदी लगेच मिळतो, यातही तीच गोष्ट समाविष्ट करण्यात आली होती. म्हणजे युजरपर्यंत क्षणात माहिती पोचवण्यास अपडेट सक्षम झालं होतं. दुसरं म्हणजे, ट्विटरप्रमाणेच या अपडेट्ससाठी कुठलाही अल्गोरिदम वापरला नव्हता. न्यूज फीडमध्ये यापूर्वी युजरला कुठलाही अपडेट पाठवताना सॉफ्टवेअर युजरची कृती तपासून पाहून त्या विशिष्ट युजरला काय

आवडू शकतं याचा अंदाज लावत असे. स्ट्रीमसाठी अगदी याच्या विरुद्ध काम करणारं सॉफ्टवेअर वापरलं गेलं होतं. फेसबुकच्या बुद्धिनिष्ठ आणि कर्मस्थ लोकांनी या सॉफ्टवेअरचं 'डियर्मिनिस्ट ' (निर्णयक्षम) असं नामकरण केलं होतं. त्यामुळे आता आपल्याला कुठले अपडेट हवेत आणि कुठले नको हे युजरला स्वत:ला ठरवता येणार होतं.

होमपेजच्या डाव्या बाजूला छाननी करण्यासाठी म्हणून मग काही पर्याय टाकण्यात आले, ज्याला फिल्टर म्हटलं गेलं होतं. कुठले अपडेट मिळावेत हा निर्णय घेतानाच या फिल्टरच्या माध्यमातून युजरला व्हिडिओ व फोटोही पाहता येत. काही मित्र, किंवा पेजेस आणि इतर गोष्टींना वेगवेगळ्या गटांमध्ये विभागून प्रत्येक व्यक्ती त्याच्या फेसबुकवरील स्ट्रीमला वेगळं आणि वैयक्तिक रूपही देऊ शकणार होता. म्हणजे जर एखाद्या युजरनं आपल्या कुटुंबातील फेसबुकवर असणाऱ्यांना एका गटात टाकलं आणि फिल्टरप्रमाणे फक्त या लोकांच्याच अपडेटना स्ट्रीममध्ये येण्याची परवानगी दिली तर फेसबुक उघडल्यावर त्या युजरला फक्त आपल्या कुटुंबीयांचीच माहिती मिळणार, अशी ही व्यवस्था होती. कुटुंबाच्या गटाच्या जागी मित्र, ऑफिसमधले सहकारी किंवा कॉलेज बॅचचे मित्र हे पर्यायही निवडता येतील.

हे बदल डोकं चालवायला लावणारे आणि बुचकळ्यात पाडणारे होते. होमपेजवर अल्गोरिदमवर आधारित एक छोटासा भाग राहिलाच होता, ज्याला हायलाईट असं म्हटलं जात असे. पेजच्या उजव्या बाजूला अगदी खाली काही संदर्भांची यादी आणि अगदी पोस्टाच्या तिकिटाएवढे फोटो या हायलाईटमध्ये होते. काही युजरसाठी ती अतिशय उपयोगी अशी व्यवस्था होती. पण यावेळी फेसबुकनं बदल करण्यापुर्वी युजरना सांगणं, त्यांना हे नवीन बदल आधीच वापरायला देणं आणि तत्सम काही गोष्टींना फाटा देण्याचा निर्णय घेतला आणि नवीन स्वरूपातील फेसबुक एकदम वापरण्यास युजर समोर ठेवलं. फेसबुकच्या १७५ मिलियन युजरना हे बदलदेखील आवडले नाहीत.

कंपनीतील मोठ्या प्रमाणात वाढलेल्या बहुतांश सावधतेनं जगणाऱ्या कर्मचाऱ्यांनाही युजरना हे बदल आवडतीलच अशी अपेक्षाही नव्हती. नव्या रूपातील फेसबुक बाहेर पडताच या बदलांची खिल्ली उडवणारे आणि फेसबुकवर टीका करणारे ग्रुप फेसबुकवरच तयार झाले. पहिला होता I AUTOMATICALLY HATE THE NEW FACEBOOK HOME PAGE या ग्रुपचे अनेक सदस्य कंपनीत काम करणारेच होते. काहींनी लिहिलं : ''मला हे बदल आणि त्याच्याशी संबंधित साऱ्याचा तिटकारा आहे. मला पूर्वीच सारं जैसे थे हवं आहे, अगदी आयुष्यभरासाठी.'' काही कर्मचाऱ्यांनी आणखी एक पाऊल पुढे

टाकलं आणि आपली प्रतिक्रिया मार्कपर्यंत पोचवण्याचा प्रयत्न केला : ‘Bring Facebook Back to Its Former Glory. Harward Only.’

दोन आठवड्यांनी पुन्हा ट्विटरसारखं आणखी एक फीचर फेसबुकवर टाकण्यात आलं. आपल्या प्रोफाईलमधली थोडी किंवा संपूर्ण माहिती निवडण्याचा तो पर्याय होता. म्हणजे फेसबुकवर आपण स्वीकारलेल्या लोकांना आपल्या प्रोफाईलमधला सगळा मजकूर कळावा किंवा त्यातील काही विशिष्ट भागच कळावा, असं निवडीचं स्वातंत्र या फीचरमध्ये होतं. आणि अगदी पायावर धोंडा मारून घेण्याच्या तयारीत असल्यासारखं कंपनी युजरला, व्यक्तींना फॅन म्हणून निवड करण्यासाठीचा पर्याय देण्याच्या बदलावर काम करत होती. दोन भिन्न गोष्टींना एकत्र आणण्याच्या प्रयत्न पूर्ण होऊन फेसबुकवर टाकण्यात आला असता तर तुम्ही फेसबुक वापरताना अगदी ट्विटर वापरता आहात, असा भास नक्की झाला असता. पण मार्कनं हे फीचर जून २००९मध्ये टाकण्याचा त्याचा निर्णय जरा लांबणीवर टाकला.

२००९च्या मध्यापर्यंत ट्विटरनं ५० मिलियन युजरचा आकडा गाठला होता आणि इकडे फेसबुकमधलं चिंतेचं सावट आणखी गडद झालं होतं. “कुठल्याही फेसबुक कर्मचाऱ्याशी गप्पा करायला गेलं की तो ट्विटरबद्दल काय मत आहे, हा एकच प्रश्न विचारायचा,” मॉस्कोव्हिट्झनं मे महिन्यात माझ्याशी बोलताना हे सांगितलं. त्याच्या चिंतेचं कारण आणखी वेगळं होतं. कारण अनेक चांगले इंजिनियर फेसबुकऐवजी ट्विटरमध्ये काम करण्यास उत्सुक असल्याचं दिसत होतं. (त्याच्या स्वत:च्या नवीन कामातही सहभागी होण्यास ते तयार होते.) “या प्रकाराकडे थोडं लक्ष पुरवलं तर कदाचित आपण विजयी होऊ, असं काहीसं आम्हाला फेसबुकमध्ये असलेल्यांना वाटत होतं,” तो म्हणाला होता. “ट्विटरनं काही केलं आणि आपल्याला ते कळलं नाही म्हणून त्यावर काहीही कृती केली गेली नाही आणि अशात ट्विटरनं मात दिली तर नक्कीच आम्हाला शरम वाटली असती. म्हणून हे नवीन बदल करण्यात आले होते,” डस्टीन सांगतो.

फेसबुकच्या संचालक मंडळाचा सदस्य मार्क ॲन्ड्रीसननं ट्विटरमध्येही गुंतवणूक केली होती. तो या दोन कंपन्यांतील स्पर्धेला, दोन हत्तींमधली टक्कर म्हणायचा. मला तो म्हणाला, “फेसबुकच्याच मातीत फेसबुकला लोळवण्यास आता खूप उशीर झाला आहे. कुणीही ते साध्य करू शकणार नाही.” पुढे तो म्हणाला की “संकटं येतात ती उद्ध्वस्त करण्यासाठीच. ट्विटरही असंच एक संकट आहे ज्याच्यापासून फेसबुकला सावध राहण्याची गरज आहे,”

कंपनीतून बाहेर असतानाही त्याच्या निर्णयप्रक्रियेत स्वत: सामावून घेण्याचा आटोकाट प्रयत्न करणाऱ्या शॉन पार्करनं नेहमीच न्यूज फीडला स्ट्रीममध्ये परिवर्तीत करण्याला भरपूर समर्थन दिलं होतं. ट्विटरसारखं ते फेसबुकमध्येही असावं, हा

त्याचा आग्रह होता. मार्कनं हा निर्णय खूप काळ थोपवून धरला होता कारण त्याची हा बदल करण्याची फारशी इच्छा नव्हती. पण शॉन आणि मायकल डिअ‍ॅन्जेलोनं घोषाच लावला होता. शिवाय ट्विटरकडून निर्माण झालेल्या स्पर्धेची झळ आता त्यालाही जाणवू लागली होती. शेवटी त्यानं आपली शस्त्रं खाली टाकली आणि तो या बदलासाठी तयार झाला. ''तो बदल नको, असं मार्क मला सारखं सांगत होता,'' पार्कर सांगतो. ''पण त्याची ही शैलीच आहे. तो ऐकतो, ऐकतो आणि मग एकदम त्याला पटतं की हे असंच व्हायला हवं.''

एक अशी जागा, जिथे प्रत्यक्ष जगातील तुमच्या मित्रांना भेटण्याची आणि संवाद साधण्याची जागा, ही जी फेसबुकची परिभाषा होती, ती हळूहळू आणि सातत्यानं अस्पष्ट होत असल्याचं जाणवू लागलं होतं. मित्र असण्यासाठी दुतर्फी संवाद असावा लागतो. दोघांचीही संमती हवी असते, पण फेसबुकवर आता इतरही महत्त्वाची नाती निर्माण झाली होती. पार्करच्या दृष्टिकोनातून तर येत्या काही वर्षांतच या नात्यांची तीन विविध गटांत विभागणी करावी लागणार आहे. एक, ज्यांना तुम्ही फक्त ओळखता हे मान्य कराल; दुसरं, ज्यांना तुम्ही तुमची सर्व माहिती पाहाण्याची परवानगी द्याल आणि तिसऱ्या गटातील लोकांना त्यांची संपूर्ण माहिती पाहाण्यासाठीची परवानगी मागाल.

मैत्री या संकल्पनेवर खूप काही लादलं जात आहे याचा मार्कलाही पश्चात्ताप होतो. अडीअडचणींवर सहज मात करण्यासाठी या शब्दाचा फार उपयोग केला जातो, असं मार्कला वाटतं. ''परस्परांची थोडीथोडकी नाही तर संपूर्ण माहिती पाहाण्याची-दाखवण्याची तयारी यात दिसते आणि का नाही? आपण फक्त मित्रांशीच सगळं बोलू शकतो. पण फेसबुक त्याच्या युजरला फक्त दोनच पर्याय देतो. मित्रत्व किंवा मित्रत्व नाही. कालांतरानं लोकांशी संवाद साधण्याचे काही अगदी छुपे मार्गही यातून निर्माण होतील. लोकांशी असलेल्या संबंधांच्या विविध धाग्यांचा आणि नात्यांना असलेल्या कंगोऱ्यांचा मैत्रीतून अर्थ काढला जाणार. अशात ज्याच्याशी फारशी ओळख नाही असं एखादं मैत्रीचं आमंत्रण स्वीकारावं की नाही या विचारानं व्यथित झालेलं असताना आपल्याला आणखी पर्यायही मिळण्याची शक्यता आहे,'' मार्क विश्लेषण करतो.

पण असं काहीतरी कंपनीत घडत आहे ज्यामुळे कालांतरानं फेसबुक हे फक्त मैत्रीपुरतं मर्यादित न राहता आणखी काहीतरी घेऊन पुढे येणार, याचा पहिला इशारा मिळाला. युजरच्या न्यूज फीडमध्ये व्यक्तिगत माहितीच्या अपडेटबरोबरच फॅन पेज आणि अशा पेजचे अपडेट पाठवण्यात येऊ लागले, तेव्हा मिळाला. मार्कच्या विश्वासू लोकांच्या टीमचा भाग बनलेला बियर्ड ही बाब समजावून सांगतो– ''जसजसं आम्ही एकेका पैलूचा विचार करत गेलो तेव्हा लक्षात आलं की

लोकांच्याही पलीकडे अनेक गोष्टी फेसबुकच्या या आलेखाला चिकटलेल्या आहेत ज्यात वस्तू, संस्था आणि कल्पनांचाही समावेश आहे; ज्यांच्याशी युजर जुळतो. यात काहीही असू शकतं. या सगळ्यांना एकत्र आणून जर त्याची जुळवाजुळव केली तर लक्षात येतं की ते लोकांच्या व्यक्तीमत्त्वाला जबरदस्त महत्त्व आणि अर्थ मिळवून देतं.''

सर्वसाधारण आवडी-निवडी आणि स्वभावविशेषांच्या जुळवाजुळवीतून निर्माण होणाऱ्या नात्यांच्या विविध पैलूंना उलगडून दाखवणारं साधन म्हणून काही काळानंतर फेसबुकचा उपयोग होणार, अशी चिन्हं आहेत. पण या नवीन दिशेनं होणाऱ्या वाटचालीत फेसबुक मैत्रीसाठीचं व्यासपीठ राहाण्याऐवजी एक बाजार होणार की काय, अशी शंकाही मनाला शिवून जाते.

नात्यांचे असंख्य पैलू आणि त्यातून निर्माण होणारा संवाद यातून मार्कला जे भविष्य दिसतं ते आणखी जास्त माहितीची देवाण-घेवाण करणारं आहे. ''विविध प्रकारच्या माहितीचा आणि अंदाजांचा एक मोठा स्रोत, ही बाजू विचारात घ्या,'' मार्क म्हणतो. ''मानवी समज आणि संवाद याचा तो स्रोत आहे आणि आम्ही ज्या गोष्टींचं उत्पादन करतो त्या याच्याच विविध बाजू आहेत; अंग आहेत. सामाजिक आलेखाची ही जी संकल्पना आहे ती अत्यंत महत्त्वाची रचना आहे हे खरं, पण प्रत्येक व्यक्तीतून आणि त्याच्या दिशेनं जाणारा हा जो माहितीचा प्रवाह आहे तो ही तितकाच किंबहुना जास्त महत्त्वाचा आहे,'' मार्क म्हणतो.

या स्रोताच्या उत्क्रांतीचा विचार मांडताना मार्क त्याची तुलना मूरच्या तत्त्वाशी करतो. इंटेलच्या गॉर्डन मूरनं १९६०मध्ये भविष्य वर्तवलं होतं की येत्या काळात संगणकाच्या चिपवर मावणाऱ्या ट्रान्झिस्टरची संख्या फार भराभर वाढणार आहे. मार्कला अशीच गती सोशल नेटवर्किंगच्या बाबतीत जाणवते. त्याचा विश्वास आहे की येत्या दशकात फेसबुकच्या माध्यमातून प्रत्येक व्यक्तीची खडान्‌खडा माहिती बाहेर येणार आहे; प्रवाहित होणार आहे. या त्याच्या कल्पनाविलासाला काही भन्नाट वाटावे असे आधारही आहेत. ''जिथे जातील तिथे लोकांसोबत काहीतरी असं यंत्र असणार जे माहिती देत राहाणार आणि घेतही राहाणार, तेही अगदी स्वाभाविकपणे. आणि हे नक्की होणार, हे तुम्हीही सांगू शकता,'' तो ठामपणे म्हणतो.

युजरनं जनसामान्यांपर्यंत आपल्या अपडेटचा अधिक प्रसार करावा, स्वत:च्या व्यावसायिक वर्तनाची जाणीव आणखी वृद्धिंगत करण्यासाठी वेगवेगळे मार्ग अवलंबावे आणि मित्रांशी किंवा इतर फेसबुकवरच्या लोकांशी असलेल्या आपल्या संवादाचा विकास करावा, असा मार्क झकरबर्गचा आग्रह आहे. तो आपल्या युजरला या सगळ्यासाठी जास्तीतजास्त प्रोत्साहित करण्यास उत्सुक आहे. यातूनच गोपनीयतेचा जो बाऊ करतात त्याची तीव्रता कमी होईल आणि युजरच्या दिशेनं येणाऱ्या

माहितीचा ते खुल्या दिलानं स्वीकार करतील, अशी मार्कची एक अपेक्षा आहे. पण त्याचा हा विचार एक जुगार आहे. वाढीव माहितीमुळे कुठेही अडचण नाही. त्यात धोका नाही. तर धोका असा वाटतो की स्वत:ची माहिती एवढ्या मोठ्या प्रमाणात आणि निर्बंधांशिवाय नेटवर प्रवाहित करण्यासाठीची फेसबुक युजरची मानसिक तयारी आहे का? त्या माहितीचं वाट्टेल ते झालं तरी आपल्याला फरक पडणार नाही, हे मान्य करण्याची ताकद युजरमध्ये आहे का? जगातील लोकसंख्येतील ज्या प्रमाणात लोक आता इंटरनेटवर आहेत त्यातून एक गोष्ट घडणार आहे. एक दिवस फेसबुक हे वैयक्तिक माहितीच्या स्फोटाचा प्रयोग करणारं सगळ्यात मोठं माध्यम ठरणार आहे. तरीही लोकांना आपल्या माहितीवर नियंत्रण ठेवण्यासाठी जे काही हवं आहे ते देण्यास तो वचनबद्ध आहे, असं मार्क म्हणतो. पण ६०० मिलियन युजरच्या हातात असलेल्या या माध्यमासाठीच्या सॉफ्टवेअरमध्ये बदल करताना तो सगळ्या विरोधाभासांशी कसा सामना करतो आणि यातून कसा मार्ग काढतो, हे लक्षवेधी आणि अविस्मरणीय राहणार एवढं मात्र नक्की.

❖

आतापर्यंत कधीही केला नाही असा एक अत्यंत महत्त्वाचा बदल फेसबुकनं एप्रिल २००९मध्ये केला. पण तो अगदी गुपचूप करण्यात आला. फेसबुक ओपन स्ट्रीम API (application porgramming interface)यांचा समावेश फेसबुकसाठीच्या यंत्रणेत करण्यात आला. आतापर्यंत युजर जी फेसबुक सेवा वापरत होते त्या अनुभवात आमूलाग्र बदल घडवून आणणारी ही गोष्ट होती. फेसबुक कनेक्टला सहकार्य करणारी ही गोष्ट होती. इंटरनेट किंवा वेबवर platform सर्वव्यापी होण्यासाठी जशी कनेक्टची मदत मिळाली होती तसंच API स्ट्रीम हे फेसबुक वापराला त्या सेवेच्या बाहेरही अनुभवण्यासाठी संधी देणारं आणि प्रतिनिधित्व करणारं साधन होतं. ऐकायला किंवा समजून घ्यायला ही गोष्ट तशी जरा अवघड आहे. कारण युजर जी माहिती फेसबुकमधून घेतो ती त्याच्या फेसबुक.कॉम होमपेजवर आहे, असाच आपला समज आहे.

API stream ती माहिती घेऊन इतर कुठल्याही वेबसाइटवर प्रकाशित करू शकतं. इतकंच नाही फेसबुकवरही जे करणं शक्य नाही अशा पद्धतीनं त्या माहितीचं स्वरूपही बदलू शकतात. फेसबुकसारखी दिसणारी आणि वापरालाही तसाच अनुभव देणारी पण वेगळी अशी संपूर्ण साइट या माहिती सभोवती तयार करणं शक्य आहे. अर्थात या माहितीवर फेसबुक सर्व्हरचं खात्रीलायक नियंत्रण असणार.

समजा मला वाटलं तर मी माझी स्वत:ची एक वेबसाइट API streamच्या सहाय्यानं तयार करू शकतो आणि त्यावर तुम्ही आपलं संपूर्ण न्यूज फीड पाहू शकता.

इथे तुम्ही टाकलेला मजकूर किंवा डाटा तिकडे तुमच्या मित्राच्या फेसबुक न्यूज फीडमध्येही परत जाणार. अशाच प्रकारची सेवा व्टिट-डेक या नावानं अस्तित्वात होती.

API stream ची सुरुवात झाल्यावर दोनच दिवसांनी मी आणि शॉन पार्कर न्यूयॉर्कमध्ये जेवायला एकत्र आलो. जेवढा वेळ बरोबर होतो, त्यातील अर्धा वेळ शॉननं या नवीन बदलावर टीका करण्यात घालवला. ''आतापर्यंत कंपनीच्या धोरणांसंदर्भातील आणि यानंतरच्या कंपनीच्या वाटचालीतल हा सगळ्यात मोठा जुगार आहे,'' तो बोलत होता. ''अशा प्रकारे इतरांसाठी माहितीचा स्त्रोत उघडून देण्यानं कंपनीच्या नेटवर्क इफेक्टचा बट्ट्याबोळ होणार. बंदिस्त आणि नियंत्रणाखाली असलेलं नेटवर्क इतरांना वापरायला देताना भरपूर कमाईची शाश्वती असते आणि असं जर केलं तर ज्यांनाही फेसबुकजवळची माहिती किंवा डाटा वापरण्यास हवा असेल तर त्यांना फेसबुकच्या नियम आणि अटींच्या तालावर नाचावंच लागेल,'' त्यानं थोडं सविस्तर सांगितलं. पण अशा तऱ्हेनं सारं काही मोकळं करून दिल्यानं फेसबुकचे काही ग्राहक याचा फेसबुकपेक्षाही जास्त हुशारीनं वापर करण्याची शक्यता नाकारता येत नाही, हेही पार्करनं बोलून दाखवलं.

त्याचे हे शब्द पुढचे कित्येक दिवस माझ्या डोक्यात सतत घणाणत होते. काही आठवड्यांनी मार्कच्या पालो आल्टोच्या आफिसमधल्या कॉन्फरन्स रूममध्ये एका लांबलचक मुलाखतीसाठी आम्ही दोघे बसलो असतानाही मी ते संभाषण विसरलेलो नव्हतो. मार्कनं शॉनचं निरीक्षण अगदीच धुडकावून लावलं नाही. पण त्याला ते मान्यही नव्हतं. चर्चेला कंपन्यांच्या रचना आणि चौकटींच्या वळणावर आणून तो म्हणाला की ज्या कंपन्या 'स्वत:भोवती भिंती बांधतात' त्या दीर्घकाळ टिकत नाही. ''टिकून राहायचं असेल तर सभोवतीच्या बदलणाऱ्या जगात आपल्या सोईनं आणि अगदी सावकाश स्वत:तही बदल घडवून आणण्याचा प्रयत्न करायचा,'' तो म्हणाला. सततची स्पर्धा जर का टाळायची असेल तर अशा चौकटी आणि भिंती बांधण्यात अर्थ नसतो, असं मार्कला मनापासून वाटतं. ''आम्हाला तर असं वाटतं की जी काही माहिती प्रसारित होणार आहे किंवा युजरचा परस्परांमध्ये संवाद घडणार तो फेसबुकबाहेरही घडणारच आणि म्हणून आम्ही त्याला प्रोत्साहितही करतो. असं केलं तर कदाचित आम्हाला अपयश येईल. पण बंदिस्त ठेवण्याचा प्रयत्न जर सतत केला तर मात्र अपयश येणं अटळ आहे,'' मार्क ठामपणे आपलं मत मांडतो.

पण अशा धाडसी संकल्पनांची कास धरून घेतलेल्या निर्णयांमुळे कंपनीला आर्थिक नुकसान होण्याची भीती नाही का, हा माझ्या मनात रेंगाळणारा प्रश्न मी त्याला विचारलाच. ''येणारी अनेक वर्षं ज्याचं मूल्य टिकून राहावं असं काहीतरी निर्माण करण्याचा जर प्रयत्न तुमचा असेल तर मात्र ही शंका योग्य आहे. पण

लोकांना आता हे आधी समजावून सांगण्याची आणि समजून घेण्याची गरज आहे की आम्ही आता जे काही करत आहोत ती फक्त एक सुरुवात आहे,'' मार्क सांगतो.

फेसबुकच्या विकासाचा विचार करण्यासाठी आणि धोरण ठरवण्यासाठी ज्यांची नियुक्ती कंपनीत करण्यात आली तो कॅमथ पॅलिहपिटीया मार्कशी सहमत आहे. ''मार्कसारखी दूरदृष्टी असलेली व्यक्ती मी आतापर्यंत पाहिली नाही.'' कनेक्ट, Stream API आणि platform चा उद्देश खूप महत्त्वाकांक्षी आणि मोठा आहे, असं ॲरॉन सिटीगला वाटतं. ''उलट जर आम्ही येत्या काळातही असंच थोडं थोडं मोकळं व्हायचं ठरवलं तर आम्हाला सगळं काही मिळू शकतं.''

फेसबुक निव्वळ एक साइट न राहता आणखी विस्तृत स्वरूप धारण करणार यावर कंपनीच्या वरिष्ठ व्यवस्थापकांचा प्रचंड विश्वास आहे. ही साइट एक सेवा म्हणून राहणार नाही तर त्यातून निर्माण होणाऱ्या इतर सेवा जगभरात वापरल्या जातील. एखाद्या बँकेप्रमाणे ते माहितीचं भांडार असेल आणि त्याच वेळी पोस्ट ऑफिस किंवा टेलिफोन विभागाप्रमाणे वितरण आणि प्रसारणाची व्यवस्थाही त्यात असेल. परिचयाचं प्रमाण देणारं आणि दोन व्यक्तींमध्ये माहितीचा व्यवहार करणारं ते एक महत्त्वाचं स्थानही राहीलच. पण त्याचबरोबर व्यवसाय यंत्रणेतील त्याचं स्थान सर्वशक्तिशाली राहण्याची शक्यता नाकारता येत नाही.

काही व्यवस्थापकांना वाटतं की इंटरनेटवर फेसबुक म्हणजे इंटेल चिपसारखं काही तरी असेल, जे तुमच्या संगणकात सतत तुमच्या बरोबर राहील आणि ते फक्त वापरण्यासाठी नाही तर विचारही करायला लावणार असेल. मॅट कोहलर आता फेसबुकमध्ये नाही. पण तो आजही कंपनीत आणि विशेषत: फेसबुकमध्ये खूप गुंतलेला आहे. ''येत्या पाच वर्षांत फेसबुक ऑनलाईन आणि ऑफलाईन यासारखं काहीही नसेल. तुम्ही जिथे कुठे जाणार आणि ज्याही कुणाशी बोलणार, फेसबुक तुमच्यासोबत असेल,'' तो म्हणतो. म्हणजेच नेटच्या आत असलेली एक गोष्ट फेसबुक असावी अशीच फेसबुकचं नेतृत्व करणाऱ्यांची इच्छा आहे. एक वेबसाइट नाही तर नेटमधली प्राथमिक गरज, या स्वरूपात ती त्यांना स्थापित करायची आहे.

एक असा सॉफ्टवेअरचा भाग, ज्यात तुमचा सगळा मित्रपरिवार असेल किंवा त्यांच्याशी जुळण्यासाठी आणि संवाद साधण्यासाठी मदत करण्याची ताकद असेल. तुम्ही काय करता आहात किंवा काय करायची इच्छा आहे हे तुम्हाला मित्रांना सांगता येईल आणि त्यांच्या प्रत्येक कृतीची माहिती सतत घेता येईल असं हे सॉफ्टवेअर असेल. कुठेही, कधीही ऑनलाइन काहीही करत असताना एखादा प्रश्न पडला तर उत्तरासाठी मित्रांपर्यंत पोचता येईल. याही पलीकडे त्यांच्याशी चॅट, व्हिडिओ आणि व्हॉईस अशा माध्यमातून प्रत्यक्ष बोलताही येईल.

सतत इंटरनेट कनेक्शन असलेली काही साधनं आणि उपकरणं यांच्या माध्यमातून हा फेसबुक नावाचा अनुभव प्रत्येक युजरला आपल्यासोबत ठेवता येईल. जगभरात २०० मिलियन लोक फेसबुक आयफोन, ब्लॅकबेरी आणि गुगल अॅन्ड्रॉईड अॅप्लिकेशन आणि इतर मोबाईल फोनवर वापरतात. म्हणजेच ते कुठेही गेले तरी फेसबुक त्यांच्यासोबत असण्याची सुरुवात आत्ताच झाली आहे.

आणखी काय काय होऊ शकतं आणि भविष्यातील काही शक्यता पाहू या: कल्पना करा तुम्ही एक फुटबॉल मॅच पाहायला गेला आहात आणि तुमचे किती आणि कोणते मित्र ही मॅच पाहायला आले आहेत याची माहिती तुमच्या फोनवर फेसबुक तुम्हाला देईल किंवा त्याहीपुढे जाऊन ते कुठे बसले आहेत हेदेखील तुम्हाला कळू शकेल. कदाचित ज्या स्टॅन्डमध्ये तुम्ही आता बसला आहात त्याच ठिकाणी बसून पूर्वी कुण्या प्रसिद्ध व्यक्तीनं किंवा कुणी असे सामने पाहिलेत याची माहिती तुमच्यापर्यंत पोचू शकेल. किंवा ज्या टीमला चिअर करायला तुम्ही आला आहात त्याचे कोण-कोण फॅन आहेत... काही युजरसाठी हे सगळं जाणून घेणं खूप मजेशीर अनुभव असेल. काहींना मात्र सतत कुणीतरी आपल्यावर नजर ठेवून असल्यासारखं वाटेल.

खरेदी हा विभागही असाच संपूर्णत: बदलू शकतो. तुम्हाला जी अत्यंत महागडी गोष्ट घ्यायची आहे ती आपल्या मित्रांपैकी कुणी घेतली आहे, कोठून घेतली आहे आणि काय किमतीला घेतली, हे जाणून घ्यायची तुमची इच्छा असणार नाही का? कदाचित येणाऱ्या काळात एखादा सॉफ्टवेअर विकसित करणारा तुमच्यासाठी फेसबुकवर असं काहीतरी उपलब्ध करून देईलही.

असंही होऊ शकतं की फेसबुक तुम्हाला काही गोष्टींची आठवण करून देण्यासाठी मदतनीस म्हणून काम करेल. कुठल्याशा रस्त्यावरून जाताना तुम्ही जर फेसबुकला विचारलंत तर ते तुम्हाला सांगू शकेल की याच रस्त्यावरून तुम्ही यापूर्वी कधी गेला होतात आणि कुणासोबत. स्थानांसंदर्भात माहिती ठेवणारा मोबाइल असेल तर फेसबुकच्या साह्यानं तो तुम्हाला या रस्त्याच्या एका ठरावीक परिसरात राहणाऱ्या तुमच्या साइटवरच्या मित्रांची माहितीही तुम्हाला पुरवू शकेल. इथान बिअर्ड तर म्हणतो की मित्र कुठले टीव्ही कार्यक्रम रेकॉर्ड करत आहेत, ते पाहून आपल्यासाठीही ते कार्यक्रम रेकॉर्ड करायला तुम्ही तुमच्या टीव्ही आणि फेसबुकला सांगू शकाल, ही शक्यता अजिबात नाकारता येत नाही. तो पुढे म्हणतो की याहीपुढे जाता येणार आहे. ‘‘मी कारमध्ये शिरतो आणि फक्त म्हणतो की मला डेव्हिड कर्कपॅट्रिकच्या घरी जायचं आहे. मी कोण आहे हे ओळखणारं कारमधील उपकरण मग माझ्या फेसबुकमध्ये जाऊन डेव्हिड कुठे राहतो हे शोधून काढणार आणि जीपीएसच्या आधारे मला त्याच्या घरापर्यंत घेऊन जाणार. या कल्पनांमध्ये

प्रचंड ताकद आहे आणि म्हणून त्यांच्या प्रत्यक्षात येण्याला कुठलीही आडकाठी नाहीच,'' तो अत्यंत विश्वासानं म्हणतो.

ऑगस्ट २००९मध्ये फेसबुकनं फ्रेंडफीडचा ताबा मिळवला. त्यासाठी कंपनीनं तब्बल ५० मिलियन खर्च केले, जे त्यांच्या आतापर्यंतच्या इतिहासातील सगळ्यात मोठं अधिग्रहण होतं. फ्रेंडफीडबरोबरच त्याचे संस्थापक-निर्माते म्हणजेच गुगलमध्ये ज्यांनी काम केलं होतं ते लोकंही फेसबुकच्या कंपूत आले होते. ट्विटरशी स्पर्धा करण्यासाठी फेसबुकला तांत्रिकदृष्ट्या अधिक सक्षम करण्यासाठी आता प्रयत्नांची पराकाष्ठा होणार, यात वादच नव्हता.

स्वत:लाच आणखी थोडं ताणून फेसबुकनं सप्टेंबर महिन्यात फेसबुक लाईटची घोषणा केली. एक ब्रॅन्ड म्हणून फेसबुकनं टाकलेलं हे पहिलं पाऊल होतं. कोकसाठी जसं डायट कोक तसंच फेसबुकसाठी फेसबुक लाईट! ज्यांच्याकडे ब्रॉडबॅन्ड नाही, किंवा ज्यांना फेसबुक मोबाइलसारख्या उपकरणावर वापरायचं आहे किंवा ज्यांना जास्त तीव्रतेच्या ब्रॉडबॅन्डची गरज नाही आणि फेसबुकचा फार वापर करण्याची गरज वाटत नाही अशांसाठी हे फेसबुक लाईट होतं.

विकास आणि प्रगतीकडे घोडदौड करत असतानाच फेसबुकनं छोटे-मोठे बदल करण्याची प्रक्रिया सुरूच ठेवली. विरोधांचा प्रतिकार करणं मार्कनं सोडून दिलं होतं, कारण आता अशा विरोधांचं प्रमाणच मुळात कमी झालं होतं. तो पुरवत असलेल्या सेवेचं महत्त्व आता लोकांना हळूहळू कळू लागलं होतं. तो अगदी आतुरतेनं २०१०ची वाट पाहत होता. कारण त्याला तो टाय काढून टाकायचा होता.

❖

१७

भविष्य

'कंपनी स्थापन करावी हे मुळात माझं ध्येय नव्हतंच.'

एका जुन्या पद्धतीच्या स्विस हॉटेलात झगझगीत प्रकाशझोताखाली मार्क बसला होता. निमित्त होतं आंतराष्ट्रीय स्तरावर काही शासकीय आणि उद्योग जगतातील नामांकित नेतृत्वासाठी आयोजित वर्ल्ड इकॉनॉमिक फोरमचं. जानेवारी २००९मध्ये हे दावोसला भरवण्यात आलं होतं. या संमेलनादरम्यान फेसबुकमध्ये प्रथमत: गुंतवणूक करणाऱ्या एक्सेलनं आलेल्या पाहुण्यांसाठी 'Nerd's Dinner' चं आयोजन केलं आणि तिथं मार्कही होता. त्याच्या उजव्या बाजूला शेरील सॅन्डबर्ग आणि त्या छोट्याशा टेबलच्या दुसऱ्या टोकाला गुगलचा सह-संस्थापक लॅरी पेग बसलेला होता. कॅलिफोर्नियातून ६०० मिलियन डॉलर खर्च करून वाईनचे विविध प्रकार या एका कार्यक्रमासाठी मागवण्यात आले होते. मार्कनंही वाईनचा भरपूर आस्वाद घेतला आणि थोडं पुढे सरकून त्यानं लॅरी पेगला एक प्रश्न केला,

"लॅरी, तू फेसबुक वापरतो का?"

"नाही," आपल्या अनुनासिक आवाजाची वरची पट्टी जराही न बदलता पेगनं उत्तर दिलं. मार्क थोडा निराश झाला.

"का नाही वापरत?" त्यानं पुन्हा पेगला विचारलं.

"ते माझ्या गरजांना किंवा वृत्तीला साजेशा पद्धतीनं तयार केलेलं नाही, असं मला वाटतं," त्यानं उत्तर दिलं. मार्कला आणखी प्रश्न पडले होते. तो पुन्हा पेगला काहीतरी विचारायला सरसावला. पण सॅन्डबर्गनं त्याला आवर घातला.

"मार्क, हे सगळं डेव्हिडसमोर नको," तिनं त्याला अक्षरश: दटावलंच. (मी मार्कच्या डाव्या बाजूला बसलो होतो.) पत्रकारांना कसं सांभाळायचं आणि त्यांच्यापुढे काय बोलायचं आणि काय नाही, याचा तिला चांगलाच पोच होता.

पण सिलीकॉन व्हॅलीतील सम्राट आणि फेसबुकच्या नंबर एक विरोधकाला इतक्या मोकळेपणानं असा थेट प्रश्न विचारण्याचं धाडस करूनं या तरुण सीईओनं आपल्या व्यक्तिमत्त्वाचा थोडासा वेगळा परिचय दिला. तो कदाचित थोडा बावळट

भासतो. पण त्याचवेळी तो निर्भीड, निर्भय, खिलाडू वृत्ती असलेला आणि कमालीचा आत्मविश्वासानं भरलेला व्यक्ती आहे. गुगलचा त्याला ध्यास आहे, पण धास्ती नाही, हे त्यानं दाखवून दिलं. पेगला फेसबुक आवडावं आणि त्यानं ते वापरावं असं मार्कला मनापासून वाटतं. पण प्रतिक्रिया काहीही असल्या तरीही त्याला त्या जाणून घ्यायचं भय नाही. उलट उत्सुकता आहे.

❖

कंपनीवर, म्हणजेच फेसबुकवर मार्कची एकछत्री सत्ता कायम आहे, राहाणारही आहे. पण त्याला फक्त फेसबुकवर सत्ता गाजवायची नाही. विश्वातील मानवी संवाद आणि तो संवाद वृद्धिंगत करण्यासाठी जे काही अस्तित्वात आहे किंवा तयार होत आहे ते सगळं आपल्या कह्यात असावं अशी त्याची इच्छा आहे. मात्र तो म्हणतो की त्यानं निर्माण केलेल्या संवादाच्या साधनाचा वापर करणाऱ्या लोकांचा विश्वास जपण्यात जर तो यशस्वी झाला तर फेसबुकची विजयाकडे चाललेली घोडदौडही कायम राहील. नियम आणि अटी ठरवताना घेतलेल्या मतदानानंतर मार्कनं जगाला एक स्पष्ट संकेत दिला. फेसबुक चालवताना त्याला ते न्याय्य पद्धतीनं चालवायचं आहे आणि त्यासाठी त्याला युजरसोबत एक 'मुक्त आणि पारदर्शक' संवाद साधायचा आहे. या तरुण सीईओकरीता आता आणखी जर काही महत्त्वाचं असेल तर ते म्हणजे ज्या प्रामाणिक पारदर्शकतेवर त्याचा विश्वास आहे ती टिकवणं. ज्यामुळे आणखी जास्त संवाद आणि माहितीची देवाण-घेवाण शक्य होईल. निर्माण केलेल्या या माध्यमाचा निव्वळ नफा मिळवणाऱ्या व्यवसायात रूपांतर करणं, हा उद्देश डोकं वर काढता कामा नये. पण मार्कला विश्वास आहे की तो या दोन्हींचा समतोल साधण्यास सक्षम आहे.

फेसबुकला कधी जर आर्थिक संकटाला सामोरं जावं लागलं तर काय, हा प्रश्न कधी त्रास देत नाही का, असं मी एकदा मार्कला विचारलं होतं. ''संकटांच्याही वेगवेगळ्या पातळ्या असतात,'' तो बोलू लागला. ''ते दीर्घकालीन आहे का? अगदी धंदा बुडवणारं आहे? मी त्यावर आपला वेळ वाया घालवत नाही. ठीक आहे. अगदी १० बिलियन डॉलर कंपनी वगैरे प्रकार असणार आहे का? मला काहीही पर्वा नाही. मला प्रामाणिकपणे वाटतं की मी ते मिळवू शकतो.''

नफा आणि आर्थिकतेला, मोकळीक आणि न्याय यांच्या तुलनेत दुय्यम स्थान देण्याच्या झकरबर्गच्या या स्वभावामुळेच तो अगदी सहजतेनं स्वत:च्या समाधानाच्या आणि सार्थकतेच्या भावनेला आणखी दूर लोटू शकतो. किंवा कदाचित तो इतका झपाटलेला आहे की त्याच्यासाठी समाधान, काहीतरी साध्य करणं आणि जिंकणं हे अगदी नगण्य आहे. ''एक गोष्ट केल्यानंतर आता त्याच्यानंतर काय, यासाठीच

मार्कची तगमग असते,'' मार्कला जवळून पाहाणाऱ्यांना हे जाणवतं. ''अनेकांकरता काही मैलाचे दगड असतात, काहीतरी ठरावीक आकांक्षा असतात, ध्येयं असतात जी मिळाली की त्यांना आपण काहीतरी साध्य केल्याचं समाधान असतं. मग त्यांना निवांत बसण्याची आणि आनंद उपभोगण्याची इच्छा होते. मार्कसाठी असं काही अस्तित्वातच नाही,'' काही अधिकारी सांगतात.

आर्थिक सुबत्तेपेक्षा विकास, असं समीकरण असलं तरीही फेसबुकच्या आर्थिक शक्यतांवर त्याचा कुठलाही प्रभाव पडलेला नाही. मार्क अॅन्ड्रीसनला या शक्यतांची इतरांपेक्षा जास्त जाणीव आहे. ''फेसबुकच्या माध्यमातून कमाई करायची नाही किंवा मिळकत होऊ शकत नाही, असं मार्कनं कधीच म्हटलेलं नाही,'' अॅन्ड्रीसन सांगतो. ''आर्थिकतेचं म्हणाल तर त्यासाठी योग्य वेळ यावी लागते. म्हणून आता या क्षणी जागतिक स्तरावर कंपनीचं स्थान निर्माण करण्याव्यतिरिक्त कुठलाही विचार करणं म्हणजे वेळेचा अपव्यय ठरणार आहे,'' तो ठामपणे म्हणतो.

एखाद्या महत्त्वाच्या विषयावर निर्णय घेण्यापूर्वी जर सल्ला घ्यायचा असेल तर झकरबर्ग हमखास अॅन्ड्रीसनला विचारतो आणि त्याचं ऐकतोही. (फेसबुकमध्ये गुंतवणूक करणाऱ्यांपैकी एक मोठी कंपनी ग्रेलॉक पार्टनर्सचा डेव्हिड स्झी म्हणतो, ''काही सांगितलं तर झकरबर्गला ऐकावं लागेल या स्थितीत अॅन्ड्रीसन आहे. मला नाही वाटत, आमच्यापैकी कुणी त्या स्थानापर्यंत पोचलेलं आहे.'')

अशात अॅन्ड्रीसनचा मार्कला आग्रह आहे की त्यानं आधी फक्त फेसबुकच्या विकासावर आणि त्याच्या प्रगतीवर सगळं लक्ष केंद्रित करावं. २००९मध्ये सिलीकॉन व्हॅलीतील एका शांत, आरामदायक हॉटेलमध्ये मला मुलाखत देण्यासाठी जेव्हा मार्क अॅन्ड्रीसन आला होता तेव्हा त्यानं हेच सगळं मला सांगितलं. त्याचं बोलणं इतकं वेगात होतं की आपण बरोबर रेकॉर्डर आणला आहे, या विचारानंच मला हायसं वाटलं होतं.

''आतापर्यंत कंपनीनं किती खर्च केला असेल?'' तो बोलायला सुरुवात करतो. ''काही दशलक्ष डॉलर्स, बरोबर? आणि फेसबुकवर एकूण अॅक्टिव्ह युजर किती आहेत? ३०० मिलियन? म्हणजे प्रत्येक युजरमागे निव्वळ एक किंवा त्यापेक्षा कमी डॉलर खर्च करून कंपनीनं एक जागतिक संस्था निर्माण केली, एक ब्रॅन्डनेम मिळवलं, ज्यात सत्ता आहे, नेटवर्कचं जाळं आहे, R&D (research and development) आहे, स्पर्धेत आघाडी मिळाली आहे, भविष्यातील तंत्रज्ञान ज्या दिशेनं वाटचाल करणार आहे त्याचा अख्खा नकाशाच आपल्याकडे आहे. हे एवढं सगळं फक्त एक युजर – एक डॉलरमध्ये! मी म्हणेन की हे असं वारंवार घडावं,'' तो एका श्वासात हे सारं बोलून गेला.

''हे असं सगळं आतापर्यंतचं चित्र आहे. मग आता आणखी एक प्रश्न आपण विचारू – समजा आता ५०० मिलियन युजर मिळवण्याची कंपनीची कुवत आहे,

किंवा एक बिलियन युजर किंवा आणखी थोडं पुढे जाऊ, दोन बिलियन युजर मिळवण्याची क्षमता आहे. मग तरीही हा एक डॉलर एका युजरवर खर्च करायचा? हो! उत्तर आहे, हो, हे एक डॉलर – एक युजर समीकरण असंच राहावं. हे जे काही साध्य झालं त्यासाठी ही किंमत अगदी नगण्य आहे. हा शतकातील सगळ्यात फायदयाचा सौदा आहे, असंच मी म्हणेन आणि याला सहमती देण्यास कुणीही मागे-पुढे पाहाणार नाही.''

ॲन्ड्रीसनची उंची भरपूर आहे. त्यामुळे बोलताना, आपला मुद्दा कुणी खोडून काढणं शक्य नाही, हे पटवून देताना तो पुढे झुकत होता. त्या वेळी त्याचं चकाकणारं टक्कल माझ्या अगदी समोर येत होतं. त्याच्यासोबत वाद घालणं फारच कठीण कर्म असतं. त्याच्यासारखी व्यक्ती जर तुमच्या संचालक मंडळात असेल तर तो तुम्हाला तुमची मतं बदलायला भाग पाडणारच. परिस्थिती काहीही असू देत. मार्कही त्याच्या मतांशी सहमत आहे.

झकरबर्गचे सल्लागार आणि त्याला घडवणाऱ्या व्यक्तींमध्येही बदल झाले आहेत. ज्याला धंद्याची थोडीफार माहिती होती तो त्याचा मित्र एडवार्डो सॅव्हरीन, कंपनी कशी सुरू करायची आणि गुंतवणूकदारांना कसं हाताळायचं याचा पक्का अनुभव असलेला शॉन पार्कर, देशातील सगळ्यात मोठ्या प्रसारमाध्यम संस्था चालवणारा डॉन ग्रॅहम आणि जगात सगळ्यात प्रभावी उद्योगपती म्हणून गणले गेलेले ॲन्ड्रीसन आणि स्टीव्ह जॉब्ज. झकरबर्ग जॉब्जचा चाहता आहे आणि तो त्याच्यासोबत जास्तीतजास्त वेळ घालवतो, असंही कळलं आहे. (या पुस्तकाची इंग्रजी आवृत्ती प्रसिद्ध झाली त्या वेळी स्टीव्ह जॉब्ज हे हयात होते. त्यांचं ५ ऑक्टोबर २०११ला कॅन्सरनं निधन झालं.)

फेसबुकचं संचालक मंडळ आकारानं लहान राहिलं यात शॉन पार्करनं २००४मध्ये दाखवलेल्या दूरदृष्टिचा सर्वात मोठा वाटा आहे. झकरबर्गचा कंपनीवर नेहमीच ताबा राहावा यासाठी त्यानं मार्कला स्वत:कडे दोन जागा ठेवण्याचा सल्ला दिला होता. शिवाय त्याला कंपनी सोडावी लागल्यानंतर त्याचीही जागा त्यानं मार्कला दिली होती. मार्कच्या कंपनीवर असलेल्या या बहुमतासंदर्भात ॲन्ड्रीसनला विचारलं असता, ''अरे, ही खूप मस्त गोष्ट आहे,'' असं उत्तर दिलं. एक जबरदस्त इच्छाशक्ती असलेला संस्थापक सीईओच एका तंत्रज्ञान क्षेत्रातील कंपनीची यशस्वी उभारणी करू शकतो, असं त्याचं ठाम मत आहे. तो झकरबर्गची बिल गेट्स, जेफ बेझोस आणि जॉब्जशी तुलना करायलाही कचरत नाही.

संचालक मंडळ सदस्यांच्या मार्कशी वागण्याच्या त्यांच्या स्वत:च्या तऱ्हा आहेत. एक्सेल पार्टनर्सनी केलेल्या फेसबुकमधल्या गुंतवणुकीबरोबर जिम ब्रेअर फेसबुकच्या संचालक मंडळावर आला ते २००५मध्ये. कंपनीची व्यवस्थापकीय रचना आणि नियुक्त्या यावर ब्रेअरचं खास लक्ष असतं. (''हॅकर संस्कृती आणि कलात्मकतेचा

कल्लोळ याकडे मार्कचा फार कल असतो,'' ब्रेअर सांगतो. ''हा प्रकार फक्त फेसबुकच्या दृश्य आणि त्यातील फीचरसंदर्भात असण्याला माझी हरकत नाही. पण हा असा गोंधळ कंपनीच्या विक्री, कर्मचारी आणि त्यांच्याशी संबंधित व्यवस्थापकीय बाबी आणि कायदेशीर गोष्टींमध्ये नसावा, असं माझं ठाम मत आहे,'' तो सांगतो.) अॅन्ड्रीसन व्यवस्थापनातही लक्ष घालतो आणि फेसबुकच्या दिसण्या-असण्यावरही त्याचं बारीक लक्ष असतं. झकरबर्गसारख्या तरुण, उत्साही उद्योजकाला वारंवार चुका करण्यापासून रोखण्याचा त्याचा प्रयत्न असतो आणि म्हणून मार्कभोवती तो सुरक्षा कवचासारखा वावरण्यास उत्सुक असतो. दुसरीकडे, २००४मध्ये ५००,००० डॉलर्सची गुंतवणूक घेऊन आलेल्या पीटर थिएलला व्यवस्थापनाशी काडीचंही घेणं-देणं नव्हतं. तो मार्कशी थेट बोलायचा ते दीर्घकालीन कॉर्पोरेट नीती आणि धोरणांबद्दल आणि बाहेर एकंदरित आर्थिक वातावरण काय आहे, हे त्याला अचूक कळायचं. झकरबर्ग त्याच्याशी होणाऱ्या संभाषणांचं वर्णन पुढीलप्रमाणे करतो : ''बहुदा ते, 'हं, आता पैसा उभारायला हरकत नाही,' किंवा 'आता पैसा उभा करण्यासारखी परिस्थिती नाही,' किंवा 'ही सगळी रक्कम आता बँकेत टाकायला हवी,' आणि 'तू आता कंपनी विकायला हवी किंवा आता कंपनी विकण्याची अजिबात गरज नाही,' हे असंच असायचं. आणि मला ते मान्य असायचं,'' मार्क सांगतो.

डॉन ग्रॅहम फेसबुकच्या संचालक मंडळात असावा ही मार्कची फार पूर्वीची इच्छा होती. अगदी २००५मध्ये एक्सेल पार्टनर्सनं दिलेली ऑफर स्वीकारण्यापूर्वी त्यानं ग्रॅहमशी बोलणं केलंही होतं. पण एक्सेलची गुंतवणूक स्वीकारण्याची संमती देताना डॉननं मार्कला, कंपनी अजून लहान आहे, असं म्हटलं होतं आणि मार्कलाही ते मान्य होतं. पण शेवटी २००९मध्ये त्यानं ग्रॅहमला मंडळावर आणलं आणि रिकामी ठेवलेली दुसरीही जागा भरली गेली. (पण या दोन्ही जागांवर आलेले ग्रॅहम आणि अॅन्ड्रीसन मार्कच्या शब्दाबाहेर नाहीत.) ग्रॅहमच्या, उद्योग दीर्घकाळ चालणारा असावा, या आग्रहावर मार्कची पूर्ण श्रद्धा आहे.

नोव्हेंबर २००९मध्ये मार्कनं वॉशिंग्टन पोस्टमध्ये भागभांडवलदारांची जी रचना आहे त्याचा वापर फेसबुकमध्येही करण्याचा निर्णय घेतला. या रचनेमुळे मार्क आणि त्याच्या भागभांडवलदार सहकाऱ्यांना class B रोख्यांमध्ये परिवर्तीत करण्यात येणार होतं, ज्यामुळे कंपनीला सार्वजनिक केली तरी त्यांचं कंपनीवर नियंत्रण कायम राहणार होतं.

गुगलनं ही रचना २००४मध्ये IPO च्या वेळी स्वीकारली होती. त्यानंतर व्यवस्थापन आणि संचालक मंडळाच्या एकत्रित मतांची टक्केवारी ६१ होती. इतर सामान्य भागभांडवलातून प्रत्येकी एक मत निर्माण झालं होतं. रचनेतील बदलानंतर फेसबुकमध्येही अशी मतांची विभागणी होणार होती. मार्कला कंपनी सार्वजनिक

करण्याची अजिबात घाई नाही. ही गोष्ट जितकी पुढे ढकलता येईल तितकी त्याला हवी आहे. कंपनी सार्वजनिक होताना मार्कला आधी IPO नं खरंच कंपनीचं भलं होणार का, हा विश्वास स्वत:त निर्माण करावा लागेल. भलं म्हणजे व्यवसायांच्या यादीत असं सार्वजनिक होणं फेसबुकला नेमकं कुठल्या स्थानावर घेऊन जाणार, याचं उत्तर त्याला आधी हवं आहे. स्वत:ची कमाई दामदुप्पट करण्यासाठी तो कुठलीही गोष्ट करणार नाही, हे मात्र नक्की. आणि जर असं काही करण्याचा त्यानं प्रयत्न केला असता तर मात्र त्याला वॉल स्ट्रीटच्या दबावाला सामोरं जाणं भाग होतं. थोड्याशा आणि कमी काळासाठीच्या मिळकतीवर कुरघोडी करत फक्त फेसबुकच्या विकासाचं जे स्वप्न त्यानं पाहिलं होतं आणि तो सतत ज्या संकल्पनेसाठी झटत होता, त्याला दुर्दैवानं तसा प्रयत्न करता आला नसता.

२०१०मध्ये अगदी शेवटी-शेवटी ३५ बिलियन या मूल्याधारित रकमेवर कंपनीच्या काही रोख्यांच्या खरेदी-विक्रीचे व्यवहार वैयक्तिक पातळीवर सुरू झाले होते. झकरबर्गकडे २४ टक्के रोखे होते, ज्याची किंमत आठ बिलियन होती. एक्सेलकडे आठ टक्के रोखे होते, ज्यात जिम ब्रेअरच्या वैयक्तिक एक टक्का रोख्यांचा समावेश नव्हता. (एक्सेलनं गुंतवणूक केल्यानंतर ब्रेअरनं फेसबुकमध्ये स्वत:चे एक मिलियन गुंतवले होते, ज्याचा त्याला आता फायदा मिळू लागला होता.) डस्टीन मॉस्कोव्हिट्झचा हिस्सा सहा टक्के होता. रशियाच्या डिजिटल स्कायनं मे २००९मध्ये आधी २ टक्के भागभांडवल विकत घेतलं होतं आणि कालांतरानं त्यात कंपनीतील इतर लोकांकडून विकत घेतलेल्या ८ टक्के भागभांडवलाची भर घातली. म्हणजे त्यांच्याकडे एकूण ८ टक्के रोखे होते. कंपनीसाठी अगदी सुरुवातीच्या काळात अडचणी निर्माण करणाऱ्या एडवार्डो सॅव्हरीनकडे तब्बल ५ टक्के रोखे होते, कंपनीत नसलेल्या शॉन पार्करकडे ४ टक्के आणि पीटर थिएलकडे ३ टक्के रोखे होते. त्यानं त्याच्या भागभांडवलाचा अर्धा हिस्सा आधीच विकला होता आणि त्यातील प्रमुख भाग डिजिटल स्कायनं विकत घेतला होता. इतर गुंतवणूकदारांपैकी ग्रेलॉक पार्टनर्स आणि मेरीटेक कॅपिटल पार्टनर्सकडे १ आणि २ टक्के भाग होता. कायम फेसबुकच विकत घेण्याची स्वप्नं पाहणाऱ्या मायक्रोसॉफ्टला कंपनीच्या भागभांडवलतील १.३ टक्के रोखे विकत घेणंच शक्य झालं होतं. हाँगकाँगचे करोडपती उद्योजक ली का-शिंग यांच्याकडे .७५ टक्के भाग होता. जाहिरात जगतातील एक मोठं प्रस्थ असलेल्या द इंटरपब्लिक ग्रुपनं फेसबुकशी अगदी सुरुवातीच्या काळात केलेल्या ad-and-equity सौद्यामुळे त्यांना कंपनीच्या अर्ध्या टक्क्याहून थोडं कमी भागभांडवल मिळवता आलं होतं. काही जुन्या आणि नव्या कर्मचाऱ्यांकडे असलेल्या रोख्यांचा एकत्रित भाग एक टक्क्यापेक्षा कमी आहे. अशा कर्मचाऱ्यांमध्ये मॅट कोहलर, जेफ रॉथशिल्ड, ॲडम डीॲन्जेलो, ख्रिस ह्यूजेस

आणि ओवेन वॅन नॅटचा समावेश आहे. पीटर थिएलप्रमाणेच कंपनीतील गुंतवणुकीच्या पहिल्या टप्प्यात गुंतवणूक करणाऱ्यांपैकी रीड हॉफमन आणि मार्क पिनकस यांचाही फेसबुकच्या भागभांडवलात हिस्सा आहे. तसंच कंपनीच्या अगदी कठीण काळात कुठल्याही जास्त चौकशा न करता त्यांना कर्ज देणाऱ्या वेस्टर्न टेक्नॉलॉजी इनव्हेस्टमेंट (WTI) या कंपनीनं ३.६ मिलियन कर्जाव्यतिरिक्त २५,००० मिलियन फेसबुकमध्ये गुंतवले होते. त्यांच्याकडेही रोख्यांचा काही भाग आहे. उरलेल्या ३२ टक्के रोख्यांवर कर्मचारी आणि बाहेरच्या काही भांडवलदारांचा हक्क आहे.

मागणीच्या सतत वर जाणाऱ्या आलेखामुळे कंपनीच्या मूल्यांकनाच्या आकड्यांचीही वरच्या दिशेनंच वाटचाल असली तरी कंपनीची खरंच तितकी लायकी आहे का, हे सांगणं तसं फारच कठीण आहे. अगदी ताजं उदाहरण द्यायचं झालं तर २००८मध्ये न्याय्य बाजारभावावर आधारित कंपनीचं मूल्य २.५ बिलियन एवढं जोखलं गेलं होतं. एक्सेलनं हीच किंमत त्यांच्या रोख्यांसाठी निश्चित केली होती. पण अर्थात हा आकडा फक्त कागदोपत्री होता. ''एक दिवस ही रक्कम खूप खूप मोठी होणार आहे याची मला खात्री आहे,'' ब्रेअर मला त्या वेळी बोलला होता. ''त्यामुळे आता तो आकडा किती याची मला अजिबात चिंता नाही,'' त्यानं निर्धास्तपणे सांगितलं होतं. (त्याच्या एक्सेल व्हिसी फर्मनं काही कर्मचाऱ्यांकडून आणि डिजिटल स्कायकडून २००९च्या मध्यावधीत ७.५ बिलियन या मूल्यांवर आधारित बरंच भागभांडवल विकत घेतलं आहे.)

थिएल मात्र ब्रेअरइतका निर्धास्त नाही आणि त्याला एवढी खात्रीही नाही. ''आत्ता या क्षणी जे आकडे मांडले जात आहेत फक्त त्यांचाच विचार केला तर नक्कीच रकमा आकाशाला भिडण्याच्या परिस्थितीत राहतील. पण त्याची शाश्वती नाही. कदाचित या कंपनीची लायकी त्याहीपेक्षा मोठी असेल किंवा कदाचित एक दिवस ती राहणारही नाही,'' मला २००९मध्ये दिलेल्या मुलाखतीत त्यानं हे बोलून दाखवलं होतं.

या सगळ्या संचालक मंडळींमधला संवाद खरंच खूप रोचक असला पाहिजे. ''अनिश्चितता आणि त्यामुळं आलेली अस्वस्थता याचं बैठकांमध्ये वारंवार दर्शन होतं. ही जी फेसबुक नावाची गोष्ट आहे, ज्यात आपला इतका पैसा लागला आहे, ती किमया करणार की एक दिवस त्याचं अस्तित्वही राहणार नाही, या विचारांनी वेडंपिसं झाल्यासारखं संभाषण अशा बैठकांमध्ये ऐकायला मिळतं,'' थिएल सांगतो.

कंपनीतली काही मंडळी सतत भागभांडवलाच्या विक्री व्यवहारात गुंतलेली असतात. कुठल्याही बाहेरच्या कंपनीला भागभांडवल विकण्याची परवानगी आवश्यक असते. पण तरीही काही नवीन नावांचा कंपनीत समावेश झाला आहे, ज्यात सेकंडमार्केट आणि शेअरपोस्टचा समावेश आहे; ज्यांना काहींनी भागभांडवल विकलं आहे. फेसबुकला कंपनीच्या एकूण भागभांडवलदारांची संख्या ५०० च्या आत ठेवण्यासाठी फार

कसरत करावी लागते आहे. कारण जर हा आकडा पार झाला तर US Securities and Exchange Commission कंपनीला त्यांच्या आर्थिक उलाढालींचा लेखाजोखा सार्वजनिक करण्यास भाग पाडतात आणि त्यामुळे कंपनी सार्वजनिक करण्याशिवाय पर्याय उरत नाही. मार्कला ही परिस्थिती टाळायची आहे.

❖

अधिकाधिक पारदर्शकता अपरिहार्य आहे, या आपल्या मतावर ठाम असलेल्या मार्कपुढे एक प्रश्न मात्र ठाण मांडून उभा आहे. त्याला असलेला विश्वास खरा ठरला तर या पारदर्शकतेतून निर्माण होणाऱ्या प्रत्येक व्यक्तीच्या माहितीवर कुणाचं नियंत्रण राहणार? ''जग अशा पारदर्शकतेकडे झपाट्यानं वाटचाल करताना दिसतं. अशात येत्या एक-दोन दशकात घडणाऱ्या बदलांची गतीही तितकीच राहणार,'' तो म्हणतो. ''फक्त आशावाद हा आहे की या बदलांमध्ये कुठलीही भयंकर हिंसात्मक कृती किंवा मोठी राजकीय उलथापालथ नसेल. पण हे सगळं होणारं कसं, हा प्रश्न छळणारा आहे. लोकांना पारदर्शकतेसंदर्भात विचारणा केली की बहुतांश लोकांच्या मनात नकारात्मकच विचार येतो. त्यांच्या डोळ्यापुढे त्यांच्यावर सतत नजर ठेवून असणारं जग, असंच चित्र उभं राहतं. पण याच्या अगदी विरोधी परिस्थितीची कल्पना करणंही शक्य आहे. ही पारदर्शकता सत्तेच्या केंद्रीकरणासाठी कामी येईल की विकेंद्रीकरणासाठी? आणखी जास्त पारदर्शकतेची लाट येणारच याबाबत मला खात्री आहे. पण त्यायोगे हे जे काही इतर घटक येण्याची जी शक्यता आहे त्याचं काय, हे मलाही अजून नीट कळलेलं नाही.

''मी दोन प्रकारच्या परिस्थिती तुमच्यासमोर सादर करू शकतो. सिलीकॉन व्हॅलीतील दोन कंपन्यांना ते लागू होतं. अगदी तंतोतंत नाही, पण तरीही तुलना करता येणं शक्य आहे. एका बाजूला गुगल आहे, जे जगात घडणाऱ्या विविध गोष्टींचा अंदाज घेऊन, मागोवा घेऊन त्याला माहितीमध्ये परिवर्तीत करतं. त्याला ते क्रॉलिंग म्हणतात. म्हणजे वेबवर जे घडतं आहे त्याच्या मागे-मागे जाणं आणि ती माहीता आपल्या यंत्रणेत समाविष्ट करणं असा त्यांचा प्रयत्न असतो. त्यांना नकाशांची निर्मिती करायची आहे आणि त्यासाठी ते अगदी तुमच्या घरापर्यंत गाडी पाठवून घराचे फोटोही घेतात, जे त्यांच्या 'स्ट्रीटव्ह्यू यंत्रणेसाठी आवश्यक आहेत. एवढंच नाही तर लोकांच्या व्यक्तिमत्त्वांचा आलेख तयार करण्यासाठी ते युजरचा वेबवर पाठलाग करतात आणि 'डबल क्लिक' किंवा 'ॲडस्पेस' सारख्या लिंकवर क्लिक करून भलत्यासलत्या साइटवर पोचणाऱ्या युजरच्या प्रोफाईलचा निर्णय घेतात. गुगल खूप मोठी आणि ग्रेट कंपनी आहे,'' तो जरासा अडखळतो, ''पण या सगळ्या प्रकारातून ते ज्या निर्णयाप्रत पोचतात मला त्याबद्दल बोलायचं आहे.

युजरच्या कृतीचा गुगल ज्या पद्धतीनं अभ्यास करतं आणि जे तार्किक अर्थ त्यातून निघतात, ते जरा घाबरणारे आहेत, असं मला वाटतं,'' मार्क स्पष्ट करतो.

''आम्ही कंपनी सुरू करतानाच सांगितलं की या पद्धतीच्या (गुगल वापरत असलेल्या) अगदी विरुद्ध आमची नीती राहणार आहे. युजरला स्वत:ला काय सांगायचं आहे, याची परवानगी देतानाच त्यांना त्यांची माहिती इतरांसोबत ऑनलाईन शेअर करण्यासाठी आम्ही एक चांगलं साधन आणि माध्यम तयार करून दिलं. पण विचार करा, की युजर काही अशीही माहिती फेसबुकवर टाकतो जी सगळ्यांनी वापरावी अशी त्यांची इच्छा नाही. अशी माहिती, जी त्याला फक्त त्याच्या अगदी जवळच्या लोकांना, फेसबुकमार्फत सांगायची आहे पण सार्वजनिकही करायची नाही – त्यांच्या कौटुंबिक सुट्ट्यांचे फोटो, त्यांचे फोन नंबर, कंपनीच्या इंट्रानेटवर घडणारे संवाद किंवा काही वैयक्तिक संदेश आणि ई-मेल – हे काही ठरावीक लोकांमध्ये घडलेल्या गोष्टी जगातील इतरांपर्यंत नेण्यासाठी नाहीत. पण यातून खूप मोठ्या प्रमाणात माहितीची देवाण-घेवाण होते आहे. पण काही माहिती अशीही आहे की जी उघड करण्यासाठी नाही.

''ही येत्या दहा-वीस वर्षांतील सगळ्यात मोठी समस्या ठरणार आहे. जग माहिती देण्या-घेण्याच्या दिशेने प्रवास करत आहे. पण प्रवासाची दिशा विरुद्ध आहे. स्वत:च स्वत:ची माहिती देताना लोकांना त्या माहितीवर आपलं नियंत्रणही असायला हवं, अशी इच्छा आहे. माहिती केंद्रित होण्याऐवजी ती यंत्रणेत कशी वापरली जाते, या माहितीचा इतर गोष्टींशी काही संवाद घडतो का किंवा त्या माहितीवर कुणाची नजर आहे का, या सगळ्याच गोष्टी युजरला, माहिती देतानाच जाणून घ्यायच्या आहेत आणि मग त्यावर आपलं नियंत्रण ठेवायचं आहे. हे जगातील प्रत्येकासाठी महत्त्वाचं आहे,'' तो स्वत:च्याच आवेशानं ओशाळून हसतो. ''माझ्या व्यक्तिमत्त्वाचा तो अत्यंत महत्त्वाचा भाग आहे,'' तो म्हणतो.

झकरबर्गच्या या आवेशातील बोलण्याला नैतिकतेचा कितीही सूर असला तरीही फेसबुकची स्थिती या सगळ्या प्रकारात वाटते तितकी हळूवार नाही. गुगलचं सोडा, पण फेसबुकनंही लोकांनी त्यांच्या यंत्रणेकडे सोपवलेल्या माहितीची काळजी घेतलेली नाही. न्यूज फीड, बिकन आणि सेवा अटींच्या वेळी जो काही प्रकार घडला आणि जे निर्णय घेतले गेले ते चूक होते. २००९च्या शेवटच्या काही महिन्यांत युजरना त्यांच्या वैयक्तिक माहितीसाठीही 'फॉर एव्हरीवन' हा गोपनीयतेचा पर्याय निवडण्यास भाग पाडलं तेव्हा फेसबुकला प्रचंड विरोधाला आणि टिकेला सामोरं जावं लागलं होतं.

आपण फेसबुकवर दिलेल्या माहितीच्या आधारावर तयार झालेल्या डाटाचं संरक्षण करण्यासाठी आणि इतरांपासून त्याला धोका पोचू नये यासाठी कितीही पर्याय फेसबुकनं दिले तरी एक गोष्ट कायम आहे. ती म्हणजे फेसबुकसाठी आपली

ही माहिती कायम उघड असणार आहे. ते आपली माहिती आहे त्या स्वरूपात पाहू शकणार. आपली माहिती एका ठिकाणी केंद्रीत करणारी ती स्वत: एक यंत्रणा आहे. लोकांच्या माहितीचं संरक्षण व्हावं यासाठी स्वतः आपण झटतो आहोत आणि त्यासाठी आपण कटिबद्ध आहोत, हे मार्कचे शब्द आपल्याला दिलासा देणारे आहेत खरे; पण त्याचं हे जे वागणं आहे ते कायमस्वरूपी राहील याची ग्वाही फेसबुक देऊ शकतं का? वाइटातील वाईट परिस्थितीचा विचार केला तर, समजा भविष्यकाळात मार्क झकरबर्गचं आपल्या या यंत्रणेवरचं नियंत्रण गेलं किंवा त्याचे अधिकारच गेले तर फेसबुक ही स्वत:च एक भव्य, इतरांवर सतत निगराणी ठेवणारी यंत्रणा बनेल.

मार्कला मोठी स्वप्नं पाहायला मदत करणारे आणि फेसबुक संचालक मंडळ सदस्य असणारे पीटर थिएलही गुगलसंदर्भात मार्कसारखाच मुद्दा मांडतात. दोघांनीही या विषयावर बरीच चर्चा केली असावी असं जाणवतं. ''अनेक अर्थानं गुगल एक विलक्षण कंपनी आहे आणि मूलत: विलक्षण दूरदृष्टी असलेली यंत्रणा आहे,'' थिएल म्हणतो. ''पण सगळ्यात मोठा जाणवणारा फरक हा त्याच्या मूलभूत विचारांत आहे. गुगलचा विश्वास आहे की जागतिकीकरणाची प्रक्रिया पूर्ण झाल्यानंतर हे सगळं जग फक्त संगणक केंद्रित होणार आहे आणि सगळा कारभार हा संगणकाच्या माध्यमातून चालेल किंवा संगणकच सर्व कामं करतील. कदाचित या त्यांच्या विचारामुळेच त्यांना सोशल नेटवर्कच्या आश्चर्यकारक आणि यशस्वी प्रवासापासून मुकावं लागलं. मला उगाच गुगलवर टीका करायची नाही. गुगलचं अस्तित्व म्हणजे जगातील माहितीला क्रमवार लावून आणि रचून लोकांपुढे ठेवणं, जे अत्यंत महत्त्वाचं कार्य आहे.

''पण फेसबुकची संरचनाच मुळात एकदम वेगळी आहे. चांगल्या, उत्तम जागतिकीकरणाची माझी जी जाण आहे ती जरा वेगळी आहे. मला असं वाटतं की जगात लोकांना तंत्रज्ञानावर हुकूमत गाजवता येते. तंत्रज्ञान मानवाला काबूत ठेवू शकत नाही. कुठल्याही कंपनीचं, मग ती आर्थिक, राजकीय, सांस्कृतिक असो, त्याचं खरं मोल असतं ते लोकांमुळे. जगात लोकांना सुसूत्रतेनं आणि संघटित राहण्यासाठी मदत करणं हे सगळ्यात महत्त्वाचं काम आहे.''

पण झकरबर्ग आणि थिएल दोघांनी मांडलेल्या मुद्द्यांमधून एक गोष्ट अगदी स्पष्ट होते. गुगलचा जगातील माहिती अनुक्रमित करणं आणि त्याची नीट मांडणी करणं या अधिकाराला आता फेसबुकचाच धोका निर्माण झाला आहे. ''फेसबुकच्या सर्व्हरपर्यंत पोचणारं जे काही आहे ते फेसबुकच्या सर्व्हरवरच राहतं,'' असं फ्रेड व्होगस्टीन म्हणतो. त्यानं हे विधान त्याच्या 'द ग्रेट वॉल ऑफ फेसबुक' या जुलै २००९मध्ये Wired मासिकासाठी लिहीलेल्या लेखात केलं आहे. ''गुगलसाठी ते अदृश्य धोके आहेत, असं म्हणावं लागेल,' तो पुढे लिहितो.

गुगलच्या काही लोकांनाही हेच जाणवत आहे आणि यामुळे कंपनीत चिंतेचं

वातावरण असतं, हेही आतल्या गोटातील काही लोकांनी सांगितलं. जगातील मोठ्या आणि भराभर वाढणाऱ्या एका वेब सेवेतील काही डाटा जर गुगलच्या आवाक्याच्या बाहेर असेल तर एकमेव भरवशाची सर्च साइट म्हणून गुगलचं अस्तित्वच धोक्यात येणार. आणि ज्या माहितीबद्दल आपण बोलतो आहे ती बरीच मोठी आहे. जगातील सगळ्या ब्लॉग साइटवरचे शब्द एकत्र केले तरीही फेसबुकच्या निव्वळ न्यूज फीडमधल्या माहितीच्या शब्दांची संख्या दहापट आहे.

ऑनलाईन सर्चमध्ये वैयक्तिक माहिती मदतीला येणं हे गुगलसाठी संकटाच्या कारणांपैकी एक आहे. जर कुण्या एका व्यक्तीला यापूर्वी एखाद्या माहितीच्या स्रोताचा फायदा झाला असेल किंवा तुम्ही विकत घ्यायला निघालेली वस्तू तुमच्या मित्रानं यापूर्वीच घेतली आहे, ही अशा प्रकारची माहिती तुम्हाला सर्च करताना जाणून घ्यायला आवडेल. हे आपण करू शकत नाही, याची गुगलला खंत आहे. त्यांच्या एका उत्पादन व्यवस्थापकानं ही गोष्ट काही पत्रकारांसमोर मान्यही केली. टोकियोत मे २००९मध्ये आयोजित एका बैठकित या अधिकाऱ्यानं मान्य केलं की कुठल्याही माहितीचा शोध घेताना जर ती आपल्या विश्वासातल्या व्यक्तीकडून, म्हणजेच प्रामुख्यानं मित्रांकडून येत असेल तर शोधणारी व्यक्ती त्यावर जास्त विश्वास ठेवते. असं असताना फेसबुकच एक असं साधन आहे जे या विश्वासार्हतेची ग्वाही देणारी व्यक्ती आणि त्यायोगे माहिती त्या शोध घेणाऱ्या व्यक्तीला देण्यात यशस्वी ठरत आहे. त्यानंतर एका सार्वजनिक भाषणात गुगलच्या सीईओनं – एरिक स्मिथ यानं कबुली दिली की फेसबुकसारख्या सोशल नेटवर्क साइटवर तयार होणाऱ्या मजकुरासंदर्भात गुगलमध्ये शोध घेणाऱ्या व्यक्तीला माहिती पुरवण्यात कंपनीला अपयश येत आहे. यासाठी काय करता येईल यावर कंपनी युद्धपातळीवर विचार करते आहे. गुगलच्या सीईओच्या शब्दात सांगायचं म्हटलं तर हे 'the great challenge of the age' (या काळातील सगळ्यात मोठ आव्हान) आहे.

फेसबुकही स्वत:च्याच साइटवर मजकूर शोधण्यासाठी वापरली जाणारी यंत्रणा आणखी सुधारण्याच्या मागे आहे. पण त्यांनाही म्हणावं तितकं यश आलेलं नाही. जर युजरनं गोपनीयतेच्या पर्यायांचा वापर केला नसेल तर सगळी माहिती सर्वांसाठी खुली करण्यात आता फेसबुकला यश आलं आहे. या माहितीत विशेषत: युजरच्या व्यावसायिक किंवा खरेदी-विक्रिशी संबंधित व्यवहाराची माहिती समाविष्ट आहे. म्हणूनच सगळ्यांनी, कुठलाही मजकूर फेसबुकवर टाकताना 'एव्हरीवन' हा पर्याय निवडावा यासाठी कंपनी आपल्या युजरला प्रोत्साहित करताना दिसते. अशा ऑनलाईन साइट सर्चमुळे फेसबुकनं फक्त गुगललाच मात दिलेली नाही, तर त्यानं व्टिटरशी असलेल्या काही स्पर्धांनाही निकाली काढलं आहे. कारण व्टिटरवर त्याच्या सदस्यांनी टाकलेले ब्लॉग्ज शोधणं आणि ते वाचणं कुणालाही शक्य आहे

आणि हेच त्याच्या यशाचं गमक असल्याचं मानलं जातं.

बाहेरच्या इतर गोष्टींसंदर्भात फेसबुकवर राहून शोध घेण्यासाठी कंपनीनं मायक्रोसॉफ्टच्या 'बिंग' या उत्पादनाची मदत घेतली आहे. गुगलसाठी हे तळपायाची आग मस्तकात नेणारं आहे. कारण एकतर यामुळे फेसबुक युजर गुगलकडे फिरकणार नाही आणि मायक्रोसॉफ्ट हा त्यांचा कट्टर दुश्मन आहे. हे इथेच न थांबता मायक्रोसॉफ्टनं बिंग सर्चमध्ये फेसबुकच्या ऑनलाईन साइटवरच्या माहिती-मजकुराचाही समावेश केला आणि ही परिस्थिती गुगलसाठी संकटासम आहे. फेसबुक युजर बिंगला परवानगी देऊन आपल्या मित्रांच्या ऑनलाईन कृती आणि माहिती फेसबुकवर राहूनच पाहू शकतो आणि शोधूही शकतो. गुगलच्या पोटात गोळा न आला तरच नवल!

फेसबुक आणि गुगलमधली ही स्पर्धा कायम धगधगत राहणार. ही आग विझवण्याचे अनेक मार्ग असले तरीही. यातील एक शक्यता म्हणजे या दोन कंपन्यांमध्ये एखादा सामंजस्य करार होणे, जो फक्त कुठल्यातरी सौद्याच्या रूपात होऊ शकतो. दोन कंपन्यांकडे असलेल्या माहितीच्या संग्रहाच्या थोड्याफार प्रमाणातील देवाण-घेवाणीतून हे प्रकरण थोडं शांत होण्याला मदत मिळेल अशी आशा आहे. मात्र मार्क आणि थिएल हे दोघंही अशा कुठल्याही सौद्याच्या तीव्र विरोधात आहेत. गुगल अजूनही फेसबुक विकत घेऊ शकतं. पण कंपनीला सतत नियामकतेच्या आणि अविश्वासाच्या वातावरणाला सामोरं जावं लागत असल्यामुळे त्यांची ही इच्छा कालांतरानं राहणार नाही, असं काहीसं चित्र आहे. जास्त शक्यता अशी आहे की फेसबुक गुगलच्या विरोधात मायक्रोसॉफ्टचा वापर करत राहणार, जे त्यांनी मायक्रोसॉफ्टची गुंतवणूक स्वीकारताना केलं होतं.

दरम्यान फेसबुक आणि गुगलमध्ये ऑनलाईन बाजारपेठ, ऑनलाईन वावरणारे लोक, अधिकारी व अभियंते यांना आकृष्ट करून घेण्यासाठीची स्पर्धा प्रचंड जोर धरू लागली आहे. फेसबुकनं सगळ्यात जास्त युजर मिळवण्याच्या शर्यतीत बहुदा आतापर्यंत गुगलला मागे टाकलं आहेच. इतर कुठल्याही साइटवर युजर देत असलेल्या वेळेच्या बाबतीत तर फेसबुकनं साऱ्यांना कधीच पछाडलं आहे. नियुक्त्यांच्या संदर्भात बोलायचं झालं तर शेरील सॅन्डबर्ग आणि गुगलमधला वरिष्ठ माहिती प्रसारण विभागातील अधिकारी असलेल्या एलियट स्कार्जला फेसबुकमध्ये आणण्यात कंपनीला मिळालेल्या यशाचे गुगलमध्ये पडसाद उमटले. त्यांना या घटना पचवायला जरा त्रासच झाला. २००८मध्ये दावोसला जाताना मार्कला आपल्या विमानात घेऊन जाण्याची परवानगी गुगलनं दिली होती. याच प्रवासात मार्कनं शेरीलशी मनमोकळ्या गप्पा केल्या होत्या. त्यानंतरच्या वर्षी, म्हणजे २००९मध्ये दोघांनाही असं कुठलंही आमंत्रण देण्यात आलं नाही. या दोन नियुक्त्यांचा बदला घेण्याची संधी गुगलला शेवटी मिळालीच. फेसबुकनं अत्यंत कुशल प्रोग्रॅमर म्हणून गणलेल्या बेन

लिंगला गुगलमधून प्लॅटफॉर्मचा मुख्य म्हणून आणलं. पण गुगलनं अगदी दहाच महिन्यांत त्याला परत कंपनीत आणण्यात यश मिळवलं. २०१० सरता-सरता फेसबुकमध्ये काम करणारे किमान ३०० लोक गुगलमधून आलेले होते.

गुगल आणि निगराणी राखणारी यंत्रणा याबाबत मार्कनं केलेल्या विधानांवर गुगलच्या एरिक स्मिथला बोलता करण्याचा मी बराच प्रयत्न केला होता. 'इतरांनी गुगलसंदर्भात केलेल्या विधानांवर प्रतिक्रिया देण्यास मी कधीच प्राधान्य देत नाही,' असं त्यानं एका ई-मेलमध्ये मला कळवलं. 'गेल्या काही वर्षांत परिस्थिती आपल्या बाजूनं वळवण्यात मार्कनं मोठ्या प्रमाणात यश मिळवलं आहे. विशेषत: त्याचं वय फार कमी असूनही. तो एक अत्यंत विरळा नेता आणि धोरणी आहे,' एरिक म्हणतो.

❖

लवकरचं फेसबुक आणि गुगलमध्ये काही साम्यं आढळून येण्याची शक्यता आहे आणि ते म्हणजे या दोन्ही कंपन्या अपेक्षेपेक्षाही खूप मोठ्या झाल्या आहेत, हा समज. युरोपमधल्या नियामकांनी २०१०च्या सुरुवातीलाच गुगलच्या विरोधात एक औपचारिक अविश्वासाची तपास मोहीम सुरू केली आहे. मायक्रोसॉफ्टच्या अपरिमित अधिकारांमुळे त्याला आळा घालण्यासाठी न्याय विभागानं आता कारवाईला सुरुवात केली आहे. हा प्रयत्न जरी हाणून पाडण्यात आला असला तरीही युजर आणि प्लॅटफॉर्मच्या भागीदारांवरची फेसबुकची सत्ता आणि त्या संदर्भातील महत्त्वाकांक्षा या भव्य आहेतच. "प्लॅटफॉर्मवरची फेसबुकची पकड मायक्रोसॉफ्टपेक्षा कितीतरी पटीनं पक्की आहे," या दोन्ही कंपन्यांना जवळून पाहणारी एक व्यक्ती सांगते. "एक बटण दाबलं की फेसबुक या सगळ्यांना थांबवू शकतं. ते कुणालाही थांबवू शकतात. अगदी केव्हाही," ही व्यक्ती सांगते. जर फेसबुकची प्रगती अशीच होत राहिली आणि लोकांशी संभाषण आणि आपला प्रेमळ स्वभावासंदर्भात मार्कनं दिलेलं वचन जर तो पाळू शकला, तर या विकासासंदर्भात प्रश्न उपस्थित होणं अटळ आहे. जगातील अविश्वासानं भरलेली मंडळी या सगळ्या विकासाची खरी गोम काय, हे शोधून काढण्यास सरसावतील हे नक्की.

जागतिक स्तरावर लोकांना इंटरनेटवर ओळख स्थापित करून देण्याच्या दिशेनं जर फेसबुकनं आणखी काही यशस्वी पावलं टाकली तर सरकारची कडक प्रतिक्रिया आल्यावाचून राहणार नाही. सरकारकडे नसेल इतकी नागरिकांची माहिती फेसबुककडे असण्याची पुरेपूर शक्यता आहे. कॅनडाच्या राष्ट्रीय गोपनीयता आयोगानं फेसबुकच्या गोपनीयतेच्या नियमांचा आणि अटींचा तब्बल एक वर्ष अभ्यास केला आणि मगच काही बदल केल्यानंतरच ऑगस्ट २००९मध्ये या अटींची अंतिम घोषणा केली गेली.

थोडी आणखी अतिरेकी कल्पना केली तर, फेसबुक सरकारकडून काही महत्त्वाच्या जबाबदाऱ्या स्वत:कडे घेऊ शकतं. कंपनीत मोठी गुंतवणूक करणारा

रशियाचा युरी मिलनरला ही कल्पना सुचते. ''फेसबुक कनेक्ट हे प्रत्येक युजरला जगभरात कुठेही ऑनलाईन जाण्यासाठीचा पासपोर्ट आहे आणि फक्त सरकारला किंवा प्रशासनाला पासपोर्ट देण्याचा अधिकार आहे. मग असं असताना एक इतर गोष्ट – फेसबुक कनेक्ट – निर्माण झाली आहे, जी हा अधिकार वापरत आहे. ही स्पर्धात्मकता आहे, याबाबत शंका नाही. पण कोण म्हणतं की ही जबाबदारी फक्त प्रशासनाचीच आहे? ऑनलाईन जाण्यासाठी पासपोर्ट हे जागतिक नागरिकत्वाकडे पडलेलं एक पाऊल नाही का?'' मिलनर विश्लेषण करतो.

मात्र हा असा बदल सहजासहजी घडणं शक्य नाही, याची 'प्रायव्हसी आणि आयडेंटिटी' तज्ञांना खात्री आहे. हार्वर्ड येथील बर्कमन सेंटर फॉर इंटरनेट अॅन्ड सिक्युरिटी मधील एक अधिकारी आणि A Crowd of One: The Future of Individual Identity या पुस्तकाचे लेखक जॉन क्लिपिंगर यांनाही अशी शक्यता नजिकच्या भविष्यात दिसत नाही. ''देशाच्या अत्यंत महत्त्वाच्या नागरी आणि कायदा संरक्षणाच्या मूलभूत रचनेच्या विरुद्ध फेसबुकचा विकास होतो आहे. सामाजिक आलेखाची मांडणी करून लोकांना अधिकृत करणं हे मान्य आहे. पण तो आलेख फेसबुकच्या मालकीचा असावा का? आणि त्यावर काही निर्बंध नसावेत का? ही हुकूमशाही आहे का? एका मूलभूत स्रोतावर आणि अधिकारांवर कब्जा करण्याचा फेसबुक प्रयत्न करीत आहे,'' जॉन म्हणतो.

अशा मतप्रवाहांमध्ये मार्गक्रमण करणं फेसबुकला अवघड आहे. आणखी एक गोष्ट सूर्यप्रकाशासारखी लख्ख आहे. ती म्हणजे मार्क झकरबर्गला स्वत:ची बाजू मांडण्यासाठी येत्या काही वर्षांत भरपूर वेळ द्यावा लागणार आहे. आतापर्यंत त्याला ते करावं लागलं नाही आणि त्यानं केलंही नाही. फेसबुकचं प्रतिनिधित्व करणारी आणि त्याला जगापुढे स्पष्टपणे मांडणारी व्यक्ती बनण्याची त्याला अजिबात घाई नाही.

फेसबुक युजरची संख्या जसजशी बिलियनकडे सरकते आहे तसतसे काही चिंतेचे विषयही कंपनीला हाताळावे लागताहेत. भविष्यात ज्यावर कंपनीला सगळ्यात जास्त काळजी करावी लागणार आहे ती गोष्ट म्हणजे नियमन. युजरची संख्या वाढत असताना त्यांना एका विशिष्ट दिशेनं प्रवास करायला मदत करणाऱ्या दिशादर्शक नियमनांची अत्यंत तातडीनं गरज आहे, असं थिएलला आवर्जून वाटतं. ''संकट म्हणून नाही तर एक मित्रत्वाच्या नात्यानं फेसबुककडे पाहिलं जातं आणि म्हणूनच कायदा आणि राजकीय स्वातंत्र्य फेसबुककडे भरपूर प्रमाणात येतच राहाणार आहे,'' थिएल म्हणतो. ''हे धोकादायक तर मुळीच नाही. कारण कुणालाही पदच्युत करणं फेसबुकनं आतापर्यंत केलेलं नाही. कंपनीनं आतापर्यंत खूप कमी अडथळ्यांचा सामना करत खूप मोठा पल्ला गाठला आहे, हा एक चांगला

आशादायी संकेत असल्याचं मला वाटतं. (फेब्रुवारी २००९मध्ये) आमची युजर संख्या १७५ मिलियन आहे आणि आजपर्यंत कुठल्याही सिनेटरनं फेसबुक बंद करण्याची मागणी करण्यासाठीचा कुठलाही प्रयत्न चालवलेला नाही.''

अगदी खरं आहे हे. पण छाननी मात्र सुरू झाली आहे. उदाहरण द्यायचं झालं तर न्यूयॉर्कला राहणारे नामांकित तंत्रज्ञान गुंतवणूकदार जॉन ब्रॉथविकनं (इतर कंपन्यांप्रमाणे त्यानं ट्विटरचाही काही भाग विकत घेतला आहे.) आरोप लावला आहे की २००८मध्ये युजरच्या इतर कृतींची माहिती ईमेलद्वारे फेसबुकला मुद्दाम मिळावी की नाही यासंदर्भातील जे नियंत्रणाचे पर्याय होते ते फेसबुकनं अचानक बदलले. फेसबुकनं स्पष्टीकरण देताना त्याला एक अपघात म्हटलं आहे. पण युजरनी फेसबुककडे परत यावं आणि त्यांची इतर ठिकाणी अॅक्टीव्हिटी कमी व्हावी म्हणून हा प्रकार करण्यात आला, असं ब्रॉथविकनं ठामपणे म्हटलं आहे.

फेसबुकच्या नियोजनातील काही गोष्टींमुळे भविष्यात बाहेरून काही तीव्र प्रतिक्रिया येण्याची दाट शक्यता आहे. त्या नियोजनातील एक गोष्ट म्हणजे फेसबुक 'क्रेडिट'. ही संकल्पना मोठ्या प्रमाणात यशस्वी झाली आहे आणि काही दिवसांनी देशोदेशींच्या भौगोलिक सीमांना भेदून त्याचा व्हर्च्युअल करन्सी सारखा वापर होणार एवढं मात्र नक्की. ''या चलनाचा वापर युजरमधल्या नात्याला 'मॉनिटाईज' करण्यासाठी होईल,'' असं फेसबुकच्या 'मॉनिटायझेजन' चा प्रमुख म्हणून काम पाहणाऱ्या डॅन रोझला वाटतं. परस्परांमध्ये आर्थिक व्यवहारात या 'क्रेडिट'चा वापर होऊ शकतो. शिवाय या व्यवहाराची संपूर्ण यंत्रणा अधिकृत परिचयावर आधारित असल्यामुळे तिचा वापर क्रेडिट कार्ड घोटाळ्यांवर आळा घालण्यासाठीही होऊ शकतो.

यातूनच आर्थिक व्यवहारासाठी एका नवीन पर्यायाची निर्मितीही होणं शक्य आहे. उदाहरणार्थ, तुम्ही तुमच्या एका मित्रासाठी ऑनलाईन एक भेटवस्तू घेतली, पण त्याचा पत्ता तुम्हाला ठाऊक नाही. अशा परिस्थितीत तुम्ही फेसबुक यंत्रणा आणि ज्या साइटवरून वस्तू विकत घेतली आहे त्यांना फक्त त्या मित्राचं नाव सांगणार आणि मग त्या दोन कंपन्या परस्परांत व्यवहार करणार. भेटवस्तू पोचवण्यासाठी फेसबुक त्या कंपनीला त्या व्यक्तीचा पत्ता आपल्या डाटाबेसमधून शोधून देणार आणि कंपनी त्या भेटवस्तूची रक्कम विकत घेणाऱ्या व्यक्तीच्या फेसबुक 'क्रेडिट'मधून वजा करणार. जगभरातील लक्षावधी लोकांसाठी ही व्यवस्था म्हणजे एक सोयीस्कर पर्याय ठरेल. अशात भौगोलिक सीमारेषा ओलांडून जागतिक अर्थकारणतही आपली भूमिका बजावण्यास फेसबुक सुरुवात करू शकतो.

आणखी एक गोम फेसबुकच्या यंत्रणेत आहे. न्यूज फीडसाठी तयार केलेलं अल्गोरिदम कुणाला काय पाहायला मिळेल आणि कुणी काय पाहावं याचा निर्णय

कसं घेतं, हे आजपर्यंत फेसबुकनं कुणालाही सांगीतलेलं नाही. मागणी आहे की हे लोकांना कळायलाच हवं.

❖

समाज आणि इंटरनेटवरील एक निरुपद्रवी शक्ती म्हणून फेसबुकचं अस्तित्व असावं या अत्यंत मनस्वी इच्छेची भलावण मार्क झकरबर्ग सदैव करतो. ''लोकांचा विश्वास मिळवण्यासाठी चांगलं वर्तन फार आवश्यक असतं,'' तो म्हणतो. ''भूतकाळात कुठल्याही कंपनीकडून लोकांनी कधीच चांगल्या वर्तणुकीची अपेक्षा केली नव्हती. पण मला आता वाटतं की परिस्थितीत बदल होतो आहे,'' तो सांगतो.

''कंपनीत सगळ्यांशी बोलताना मी नेहमीच सांगतो की कुठलीही कंपनी स्थापन करण्याचा माझा उद्देश कधीच नव्हता,'' त्याच्या कॉन्फरन्स रूममध्ये आम्ही दोघं बसलेलो असताना माझ्याकडे पाहत त्यानं सांगितलं. ''पण अनेकांनी याचा चुकीचा अर्थ काढला. मला कमाई, नफा वगैरे गोष्टींची काहीच पर्वा नाही, असं त्यांना वाटलं. पण कंपनीचा अर्थ माझ्यासाठी वेगळा आहे. मला फक्त कंपनी नको आहे. मला अशी गोष्ट तयार करायची आहे जी जगात काहीतरी अभूतपूर्व बदल घडवून आणेल,'' तो एकटक पाहत सांगतो.

''जे मी करतो आहे ते खरोखरच महत्त्वाचं आहे का, हा प्रश्न मी स्वत:लाच दररोज विचारतो,'' थोडा विस्तृतपणे तो सांगतो, जे त्याच्या स्वभावात खरं तर नाही. ''असं जर नसेल तर मग आतापर्यंत कंपनीची जी उभारणी झाली आहे ती पुरेशी आहे आणि आता मला यात काही करण्यास शिल्लक राहिलेलं नाही. असं म्हटलं की मग सगळेच बोलू लागतात की म्हणून आपण कंपनी आधीच विकायला हवी होती. म्हणजे मग आता आपण मोकळे राहिलो असतो. या अशा क्षणी मग पुन्हा मला तो प्रश्न पडतो की माझ्यासाठी महत्त्वाचं काय आहे? मी जोपर्यंत जिथे माझी नितांत गरज आहे अशा सर्व किंवा जास्तीतजास्त (या दोन शब्दांवर भर देण्यासाठी तो क्षणभर बोलायचा थांबतो) समस्यांवर किंवा अडचणींवर काम करत नाही, तोपर्यंत मला मी घालवलेल्या वेळेचा उपयोग झाल्यासारखं वाटत नाही. हा जो विचार आहे ती म्हणजे ही कंपनी आहे,'' तो थांबतो.

प्रत्येक व्यक्तीचं सक्षमीकरण करणं हे मार्कचं स्वप्न आहे. त्याच्यासाठी फेसबुक म्हणजे असं साधन आहे, जे लोकांना चांगल्या पद्धतीनं, प्रभावीपणे, माहितीनं भरलेल्या जगात संभाषणासाठी मदत करेल. आपण काय करतो याहीपेक्षा आपल्या सभोवताली जे काही मोठ्या प्रमाणात घडत आहे त्यावर आपली प्रतिक्रियाही देऊ शकेल. एकीकडे मोठमोठ्या उद्योग आणि प्रशासकीय संस्थांचा संगणकीय आणि माहितीच्या स्त्रोतांना स्वत:कडे ओढून घेण्याचा प्रयत्न चालू असताना मार्कला

या अशा वातावरणात बुजलेल्या आणि अशा तांत्रिक प्रगतीनं अचंबित झालेल्या सामान्य व्यक्तीला फेसबुकसारखं साधन देऊन मदत करायची आहे.

मार्कचे सहकारीदेखील या विचारांना सहमती देताना दिसतात. "आमच्या या यशस्वी, लांब पल्ल्याच्या वाटचालीचं रहस्य काय आहे?" मार्कचा चांगला मित्र झालेला केविन कोलरॅन विचारतो. केविन फेसबुकचा सगळ्यात जुना आणि प्रदीर्घकाळ कंपनीत असलेला जाहिरात विक्री अधिकारी आहे. स्वत:च विचारलेल्या प्रश्नाच उत्तर देताना तो म्हणतो की मार्कचं पैशामागे न धावणं हे या यशाचं रहस्य आहे.

उत्पादन विभागाचा सहसंचालक असलेला आणि मार्कसोबत अगदी खांद्याला खांदा लावून काम करणारा ख्रिस कॉक्स म्हणतो, "जे बरोबर आहे ते करण्याच्या आग्रहापायी मार्क या आमच्या धंद्यात नापास होणं पसंत करेल. काहीतरी मोठं आणि अर्थपूर्ण करण्याला त्याचं प्राधान्य आहे. एक मोठी पण निकामी, अर्थहीन कंपनी चालवणं त्याला अजिबात मान्य नाही." फेसबुकमध्ये एका वाक्याचा उच्चार नेहमी होतो तो म्हणजे 'Don't be lame'. कंपनीत याचा अर्थ असा आहे की कुणीही फक्त पैसा कमवण्यासाठी काम करता कामा नये किंवा फक्त कुणीतरी काहीतरी सांगितलं म्हणून तसं वागू नये. गुगलचं ध्येयवाक्य असलेल्या 'Don't be evil' याच्या हे अगदी विरुद्ध आहे.

फेसबुकमध्ये प्रत्येक वयोगटातील अधिकाऱ्यांची नियुक्ती होत असते. पण कंपनीत विशीतील मुलांची संख्या भरपूर आहे. त्यांना झकरबर्गला काय म्हणायचं आहे किंवा तो कसा विचार करतो हे समजायला कठीण नाही, कारण तेही त्याच्यासारखेच आहेत. कामाची गंभीरता त्यांना कळते आणि त्याप्रमाणे ते वागतातही. पण काम करताना ते वृत्तीनं गंभीर दिसत नाहीत. ते कायम आपल्या दोनचाकी रिपस्टिक स्केटबोर्डवर अख्ख्या ऑफिसात टवाळक्या करत इकडून-तिकडे फिरताना नजरेस पडतात. त्यांच्या दैनंदिनीचा भाग असलेल्या सेवेचा सामाजिक गर्भितार्थ कळताच त्यातील अनेक जण नोकरीसाठी आपसूक फेसबुककडे ओढले गेले. त्यांच्या ऑफिसमध्ये गेलो की सभोवती नजर टाकताच जाणवतं की हा पृथ्वीवरच्या सगळ्यात बुद्धीमान लोकांचा समूह आहे. फेसबुकमध्ये काम करणाऱ्या एकूण २००० लोकांचं सरासरी वय ३१ आहे.

पालो आल्टोत वेगवेगळ्या ठिकाणी विखुरलेल्या ऑफिसना रामराम करून फेसबुकनं मे २००९मध्ये शहरापासून थोड्या अंतरावर एका रिकाम्या कारखान्याच्या १३५,००० स्क्वेअरफूट जागेत आपलं बस्तान हलवलं. जागा पसंत पडली कारण त्याचा चेहरा-मोहरा गुगल किंवा याहू यांसारख्या मोठ्या कंपन्यांच्या चकाचक रंगवलेल्या तोंडासारखा नव्हता. सामान्यत: कंपन्या आपली कार्यालयं बनवतात तसं काहीही या जागेत नव्हतं आणि म्हणून मार्क आणि सॅन्डबर्गला ही जागा पसंत पडली. खूप छान वातावरणात काम करणारे कामासंदर्भात जरा आळशी बनतात,

असा त्यांचा ग्रह होता. ही नवीन जागाही लवकरच त्यांना कमी पडू लागली तेव्हा जवळच्याच आणखी एका औद्योगिक जागेचा ताबा त्यांनी मिळवला.

❖

फेसबुकमध्ये एक प्रकारचा टिकाऊपणा आहे. ही सेवा सुरू झाल्यापासून टीकाकारांनी कधीही फेसबुकला मोकळं सोडलं नाही. लवकरच या सेवेचा 'कूलनेस' संपणार आणि ही सेवा संपणार, यासारख्या विधानांची फेसबुकवरच्या बहुतेक लेखांमध्ये रेलचेल असायची. 'जर हार्वर्डच्या कर्मचाऱ्यांसाठीही हे असलं तर... जर हे हार्वर्डच्या बाहेर पडलं तर... आयव्ही लीगच्या कॉलेज व्यतिरिक्त इतरांसाठी ही सेवा सुरू झाली तर... जर हायस्कूलच्या मुलांचा यात समावेश केला तर... जर वयस्कांपर्यंत जाता आलं तर... इतर सारे ही सेवा नाकारतील.' अशा जर-तर नंतर फेसबुक कसं संपणार हेच सारखं लिहिलं गेल्यामुळे फेसबुकसंदर्भातील लेखांमध्ये तोच-तोचपण जाणवायचा.

दरम्यान ही सेवा विकसित होतच गेली आणि कुठल्याही गटाच्या, वयोगटाच्या, राष्ट्रीयतेच्या आणि भौगोलिक सीमांचा अडसर फेसबुकला कधीही जाणवला नाही. हा जो काही नवा पायंडा पडला होता तो कायमस्वरूपी नाही हे मान्य आहे. मात्र ही प्रथा थांबण्याचीही काहीच चिन्हं नाहीत. "आम्ही अजूनही आमच्याच निर्मितीच्या विविध शक्ती आणि त्यांनी मिळवलेल्या यशाला फुटपट्टी लावून मोजण्याचा हास्यास्पद प्रयत्न करीत आहोत," इतरांप्रमाणेच स्तिमित असलेला कॅमाथ पॅलियापिटीया सांगतो. तो फेसबुकचा विकास आणि आंतरराष्ट्रीयकरण या बाबींवर लक्ष ठेवतो आणि त्या विभागाचा व्हाईस प्रेसिडेंट आहे. "आम्हाला फक्त एवढंच कळतं की आम्ही अशी कंपनी उभारली आहे, जी मूल्यांची निर्मिती आणि जोपासना येत्या अनेक दशकांपर्यंत करणार आहे."

मानवी समाजाच्या आणि समूहाच्या ज्या संकल्पना आहेत त्याच बदलण्याचं काम फेसबुकनं चालवलं आहे. तेही फक्त एका व्यक्तीचे शेजारी किंवा देश यापुरतं मर्यादित नसून वैश्विक आहे. आधुनिक जीवनशैलीच्या गतीनं आपल्यापासून दूर ओढून नेलेली जी परस्परांतील जवळीक आहे, ती परत मिळवण्यासाठी फेसबुक प्रत्येक व्यक्तीला मदत करताना दिसतं. २०१०पर्यंत पृथ्वीवरची बहुतांश लोकसंख्या शहरांमध्ये आहे. फेसबुकनं इलेक्ट्रॉनिक जगतात छोट्या-छोट्या वस्त्यांची निर्मिती केली आहे, जिथे राहाणाऱ्यांमध्ये जवळीक आहे, जिव्हाळा आहे.

त्याचबरोबर जागतिक स्तरावर पाहिलं तर ज्या प्रमाणात वैयक्तिक माहिती फेसबुककडे सोपवण्यात येत आहे त्यातून एका वैश्विक नात्यांच्या आणि संबंधांच्या चळवळीलाच सुरुवात होते आहे, असं वाटतं. अशी चळवळ, जी आत्तापर्यंत कुणीही अनुभवलेली नाही. जी संपूर्णत: नवीन आहे. सामाजिक तत्वज्ञ आणि माध्यम सिद्धांतावर अधिकारवाणीनं बोलणारे मार्शल मॅकलुहान यांचा फेसबुकवर

मोठा चाहता वर्ग आहे. त्यांनी 'द ग्लोबल व्हिलेज' असा शब्दप्रयोग रूढ केला आहे. त्यांच्या १९६४मध्ये लिहीलेल्या Understanding Media: The Extensions of Man या नावाजलेल्या पुस्तकात त्यांनी भाकीत केलं होतं की विश्वाला एकत्र आणणारं एक जागतिक संवादाचं व्यासपीठ तयार होणार. "मानवी विस्ताराच्या अंतिम टप्प्याकडे आपला प्रवास अतिशय वेगानं होत आहे. हा विस्तार म्हणजे मानवी जाणिवांची तंत्रज्ञानाच्या माध्यमातून तयार करण्यात आलेली कलात्मक प्रतिकृती. जाणून घेण्याची ही कला मग कालांतरानं एकत्रितपणे आणि एका विशिष्ट स्वरूपात संपूर्ण समाजापर्यंत पोचणार," ते पुस्तकात लिहितात.

आपण कुणीच अजून त्या ठिकाणी पोचलेलो नाही. फेसबुकलाही बराच लांबचा पल्ला गाठायचा आहे. त्यांनी मांडलेल्या संकल्पनेची पूर्तता त्यांनाही अजून करता आलेली नाही. जग अजूनही तुकड्या-तुकड्यांमध्ये विभागलेले आहे. पण परस्परांना कलात्मकतेनं जाणून घेण्याचं असं साधन यापूर्वी कुणीही उपलब्ध करून दिलं नाही, हे मात्र सत्य आहे.

जागतिक स्तरावर सरासरी मानवी कल्पना आणि भावना यांना एकत्रित आणण्यासाठी फेसबुकनं आपलं योगदान दिलं आहे. काहींनी याहीपुढे जाऊन कल्पना केली आहे की यातून एक प्राथमिक स्वरूपातील वैश्विक बुद्धीचा विकास होताना दिसतो. या सगळ्या वक्तव्यामागे एक कारण आहे. जेव्हा एवढ्या मोठ्या प्रमाणात वैयक्तिक माहिती एका यंत्रणेद्वारे एकत्र येते तेव्हा कुठल्यातरी तंत्रज्ञानाच्या साहाय्यानं त्याचा अभ्यास करून माणसाच्या सार्वत्रिक स्वरूपाच्या भावना आणि कल्पना यांचा आलेख तयार करणं सहज शक्य आहे. एका कंपनीनं हातात घेतलेल्या प्रकल्पाचं नाव आहे Gross National Happiness Index. परीक्षण करणाऱ्या एका सॉफ्टवेअरच्या आधारानं, फेसबुकवर वापरलेल्या शब्दसमूहांमध्ये आनंद किंवा दुःख व्यक्त करणारे शब्द येतात याचा अभ्यास या प्रकल्पात केला जात आहे. फेसबुक ब्लॉगवर याची माहिती देताना लिहिलं होतं की अशा प्रकारच्या निरीक्षणांमधून बाहेर येणाऱ्या माहितीच्या आधारे 'आपण सगळेच एकत्रितपणे कशा भावना व्यक्त करतो किंवा आपल्या एकत्रित जाणिवा काय आहेत' हे सांगणं शक्य होतं. हा प्रकल्प जागतिक स्तरावर चालवून आणखी काही महत्त्वाचे निष्कर्ष काढणं शक्य होणार.

युनिव्हर्सल कनेक्टिव्हिटीसाठी आवश्यक काही गुण फेसबुकमध्ये पुरेपूर भरले आहेत. तुम्ही ज्यांना कधीतरी भेटलात अशा एखाद्या व्यक्तीचं नाव तुम्ही सर्च इंजीनमध्ये टाका आणि फेसबुक तुम्हाला त्या व्यक्तीपर्यंत – त्याच्या फेसबुक पेजच्या माध्यमातून – हमखास घेऊन जाणार हे जवळपास निश्चित असतं. तिथून तुम्ही त्या व्यक्तीला संदेश पाठवू शकता, त्याचं छायचित्र पाहू शकता. ऑनलाईन असलेल्या प्रत्येक माणसाची एक डिरेक्टरीच बनवण्याकडे फेसबुकला वाटचाल

करायची आहे. ही त्यांची महत्त्वाकांक्षाच आहे. दोन स्वतंत्र व्यक्तींमधला दुवा बनण्याची ही तयारी आहे.

या ज्या शक्यता आत्ता कल्पनेतच आहेत, त्यामुळे कालांतरानं जागतिक स्तरावर माणसांना समजून घेण्यास फार मोठी मदत मिळू शकते. कदाचित ज्यांना आपण आधीच ओळखतो त्यांना आणखी जाणून घेण्यासाठी, आपली वेगळी ओळख त्यांना करून देण्यासाठी आणि एक नवं नातं निर्माण करण्यासाठीच आपण भविष्यात फेसबुकचा वापर करू. कदाचित यातूनच आदिम विभक्ततेच्या जाणिवेकडेही आपला प्रवास होण्याची शक्यता नाकारता येत नाही.

फेसबुकच्या मूळ निर्मिती संकल्पनेत, जी जोपासण्याची मार्कनं आतापर्यंत शिकस्त केली आहे, हाच उद्देश समाविष्ट आहे. आपल्याला जाणणाऱ्या लोकांना आणखी जवळून पाहण्याची आणि त्यांच्याशी संवाद साधण्याची संधी देणारं हे माध्यम आहे. असं करताना आर्थिक गरजा भागवण्यासाठी कंपनीला व्यावसायिकतेचाही समावेश सेवेत करावा लागला. मार्केटिंग संस्कृतीही आली. ट्विटरसारख्या इतर सेवांकडून निर्माण झालेल्या स्पर्धेला प्रत्युत्तर देताना फेसबुकनं फक्त मित्रांशीच नाही तर अनोळखी लोकांशीही संवाद निर्माण करता येण्याची सोय निर्माण केली. थोडक्यात, मार्कच्या अपेक्षेतील शेअरिंग आणि पारदर्शकता, जी आधुनिक अनुभवांचा अविभाज्य घटक आहे, त्यातूनच या सगळ्यांचा जन्म नैसर्गिकरित्या झाला आहे.

मात्र अनियंत्रित आणि म्हणून अतिरेकी देवाण-घेवाण आणि परस्परांमधल्या अत्यंत वैयक्तिक नात्यांतून निर्माण होणारा मजकूर किंवा माहिती एकत्र नांदू शकत नाही. फेसबुकच्या मूळ संकल्पनेचा आणि कमी नियंत्रण असलेल्या ट्विटर किंवा मायस्पेस किंवा तत्सम सेवांच्या उद्देशांच्या एकत्रित आणण्याला खरंच काही अर्थ आहे का? विश्वासावर आधारित यंत्रणा खरोखर वाढता वाढता पूर्णतः खुली होणं शक्य आहे?

भविष्यात आपली सेवा आणखी सुधारताना आणि त्यात बदल घडवताना कदाचित फेसबुक आपल्या या प्रश्नांची उत्तरं देण्यात यशस्वी ठरेल. दोन व्यक्तींमधला दुवा ठरणाऱ्या फेसबुकच्या या क्षमतेवर मार्क झकरबर्गची प्रचंड श्रद्धा आहे. त्याला तो 'वैश्विक खेडं' या संकल्पनेकडे घेऊन जाणार हेही नक्की. फक्त आपल्या मित्रांशी संवाद साधता यावा या आशेनं करोडोंच्या संख्येनं फेसबुकवर आलेल्या लोकांचा उत्साह टिकवून ठेवणं हे आता या घडीला मार्क झकरबर्गच्या समोरचं एकमेव आव्हान आहे.

❖